ही हेमिंग्वेंच्या खास शैलीतील प्रेमकथा आहे. साहसी युद्धकथा आहे. स्पॅनिश माणसाची युद्धातून बचावाचा संघर्ष मांडणारी सामाजिक कथा आहे; पण त्याही पलीकडे ही एक विलक्षण मृत्यूकथा आहे.

– टाइम डॉट कॉम

१९३७च्या स्पॅनिश सिव्हिल वॉरच्या पार्श्वभूमीवर घडणारी ही कथा युद्धजन्य परिस्थितीतील मानवी जीवनसंघर्ष मांडते.

– ब्रिटानिका डॉट कॉम

जागतिक साहित्यातील सर्वोत्कृष्ट उत्कंठावर्धक कादंबरी. स्पॅनिश सिव्हिल वॉरच्या युद्धस्थितीचं यथासांग अवलोकन असणारी दर्जेदार साहित्यकृती.

– क्लिफ्स नोट्स

हेमिंग्वे यांच्या संपूर्ण साहित्यातील सर्वोत्कृष्ट पुस्तक.

– न्यू यॉर्क टाइम्स

स्पेनच्या नागरी युद्धाचं उत्कृष्ट कथात्म वार्तांकन.

– ॲन्थोनी बर्जेस

आजच्या त्रस्त काळाची यथार्थ साहित्यिक फलनिष्पत्ती असणारी दर्जेदार कादंबरी.

– ऑब्झर्व्हर

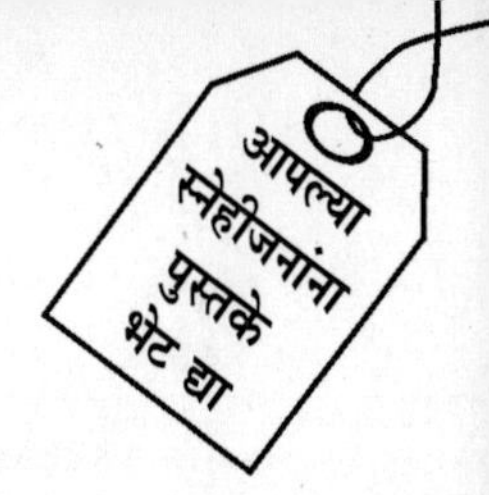

'For Whom the Bell Tolls' या इंग्रजी पुस्तकाचा अनुवाद

घणघणतो घंटानाद

अर्नेस्ट हेमिंग्वे

अनुवाद

दि. बा. मोकाशी

मेहता पब्लिशिंग हाऊस

✆ +91 020-24476924 / 24460313 / Mob. No. 9545000513

Email : production@mehtapublishinghouse.com

Website : www.mehtapublishinghouse.com

- *या पुस्तकातील लेखकाची मते, घटना, वर्णने ही त्या लेखकाची असून त्याच्याशी प्रकाशक सहमत असतीलच असे नाही.*

FOR WHOM THE BELL TOLLS by ERNEST HEMINGWAY

Translated into Marathi Language by D. B. Mokashi

घणघणतो घंटानाद / अनुवादित कादंबरी

अनुवाद : दि. बा. मोकाशी

Email : authors@mehtapublishinghouse.com

मराठी अनुवादाचे व प्रकाशनाचे हक्क : मेहता पब्लिशिंग हाऊस, पुणे.

प्रकाशक : सुनील अनिल मेहता, मेहता पब्लिशिंग हाऊस,
१९४१, सदाशिव पेठ, पुणे ३०.

मुद्रक : ट्रिनिटी ॲकॅडमी फॉर कॉर्पोरेट ट्रेनिंग लिमिटेड, नऱ्हे, पुणे - ४१.

मुखपृष्ठ : चंद्रमोहन कुलकर्णी

प्रकाशनकाल : डिसेंबर, १९६५ /
मेहता पब्लिशिंग हाऊस यांची द्वितीयावृत्ती जून, २०१९

किंमत : ₹ ५५०

P Book ISBN 9789353172640

E Book ISBN 9789353172657

E Books available on : 

१

हातांची घडी करून त्यावर हनुवटी टेकून तो उपडा पडला होता. खाली देवदारांच्या पाचोळ्यानं भरलेली रानातली पिंगट जमीन होती. वर देवदारांच्या शेंड्यांमधून वारा वाहत होता. तो जिथं पडला होता, तिथं डोंगराला मंद उतार होता; पण लगेच खाली कडा होता. त्यामुळे खाली घाटांतून वळणं घेत गेलेला रस्त्याचा ओशट काळेपणा नजरेला येत होता. रस्त्याच्या बाजूनं ओढा वाहत होता. घाटाच्या पार खाली एक गिरणी होती. गिरणीच्या बंधाऱ्यातलं पाणी उन्हात पांढरं दिसत होतं. त्यानं विचारलं, ''तीच का ती गिरणी?''

''हो.'' म्हातारा म्हणाला.

''ध्यानात येत नाही माझ्या.'' तो म्हणाला.

''तुम्ही इथं नव्हता तेव्हा ती बांधली. जुनी गिरणी आणखी पुढे आहे. घाटाच्या अगदी खाली.''

पाचोळ्याच्या जमिनीवर त्यानं एक नकाशा पसरला– फोटोपद्धतीनं काढलेला. त्यात त्यानं निरखून पाहिलं. म्हातारा डोक्यावरून बघू लागला. म्हातारा काहीसा बुटका पण मजबूत बांध्याचा होता. त्याच्या अंगावर शेतकऱ्याच्या अंगात असतं तसलं काळं जाकीट होतं, पत्र्यासारखी कडक विजार होती नि पायांत सोलाच्या तळाच्या वहाणा होत्या. चढणीत त्याला श्वास लागला होता नि आपण वाहून आणलेल्या दोन थैल्यांपैकी एकीवर त्यानं आपले हात ठेवले होते.

''इथून पूल दिसत नाही तर?''

म्हातारा म्हणाला, ''नाही. घाटाचा हा सखल भाग आहे. ओढाही इथून संथ वाहतो. रस्ता झाडांत वळून नाहीसा होतोय ना, तिथं तो एकदम खाली झेप घेतो. तिथं एक खांड आहे.''

''आठवली.''

''खांडीवर एक पूल आहे.''

''नि चौक्या कुठं आहेत त्यांच्या?''

''गिरणी दिसते ना, तिथं एक चौकी आहे.''

समोरचा प्रदेश न्याहाळत असता, तरुणानं आपल्या विटक्या खाकी फ्लॅनेल शर्टच्या खिशातली दुर्बीण काढली. भिंगं रुमालानं पुसली नि डोळ्यांशी नेऊन इकडेतिकडे वळवीत ती लावू लागला. लावतालावता गिरणीच्या फळ्या एकदम स्वच्छ दिसल्या. दाराजवळचा लाकडी बाक दिसला. उघड्या पडवीवरून डोकावणारी, वाटोळ्या करवतीशेजारची भुशाची भली रास दिसली. ओढ्यापलीकडच्या डोंगरभागावरून ओंडके वाहत आणणाऱ्या नाल्याचा पट्टा दिसला. भिंगांतून ओढा नितळ नि संथ वाटत होता. बंधाऱ्यावरून पडणाऱ्या पाण्याचे तुषार वाऱ्यानं उडलेले कळत होते.

त्यानं विचारलं, "पहारेकरी दिसत नाही?"

म्हातारा म्हणाला, "घरातून धूर येतोय. दोरीवर कपडेही दिसताहेत."

"मलाही दिसताहेत; पण कुणी संत्री दिसत नाही मला."

"सावलीत बसला असेल एखादवेळी," म्हातारा म्हणाला, "या वेळी तिथं गरम होतं. तो सावल्यांच्या टोकाला नजरेआड असावा."

"शक्य आहे. पुढची चौकी कुठं आहे?"

"पुलाच्या खाली. घाटमाथ्यापासून पाच किलोमीटरवर रस्तादुरुस्तीच्या माणसाचं खोपटं आहे, तिथं."

त्यानं गिरणीकडे बोट दाखवलं.

"किती लोक असतील तिथं?"

"बहुधा चार सैनिक आणि एक नाईक."

"आणि खाली?"

"जास्त! काढून आणीन आकडा."

"आणि पुलाशी?"

"सतत दोन. टोकांना एक एक." तो म्हणाला.

"आपल्याला काही माणसं लागतील. किती मिळतील तुम्हाला?"

"हवी तेवढी," म्हातारा म्हणाला. "डोंगरात खूप आहेत हल्ली."

"खूप म्हणजे किती?"

"शंभरावर असतील; पण लहानलहान टोळक्यांत. तुम्हाला किती हवीत?"

"पूल नीट पाहून झाला की सांगेन."

"आत्ताच पाहायचा का?"

"नको! गरज लागेपर्यंत हा दारूगोळा छपवता येईल, अशी जागा हवी आता."

"ती मिळेल," म्हातारा म्हणाला, "आपण जाणार आहोत तेथून पुलाकडे सगळा उतारच आहे. तिथं जायला मात्र जरा चढावंच लागेल. तुम्हाला भूक लागलीय?"

"हो," तरुण म्हणाला, "पण नंतर खाऊ या. तुमचं नाव काय? मी विसरलो."

भलत्या वेळी आपण विसरलो– त्याच्या मनात आलं. हे वाईट झालं.

"ॲन्सेल्मो," म्हातारा म्हणाला, "माझं नाव ॲन्सेल्मो. मी बार्को द ॲव्हिलाकडला आहे. ओझं घेऊ तुमचं?"

तरुण उंच नि सडपातळ होता. त्याचे केस सुबक नि कवडसेदार होते. त्याचं तोंड उन्हानं काळवंडलं होतं. उन्हानं विटलेला फ्लॅनेलचा सदरा त्यानं घातला होता. त्याच्या पायांत खेडुती विजार नि सोलाच्या तळांच्या वहाणा होत्या. ओणवा होऊन थैलीच्या कातडी पट्ट्यातून हात सरकवून त्यानं ती जड थैली खांद्यावर झोकून दिली. मग दुसरा हात मागे करून त्यानं थैलीच्या दुसऱ्या पट्ट्यातून सरकवला नि पाठीला हिसके देत थैलीचं ओझं वर ठाकठीक बसवलं. आधी थैली बसली होती तेवढा सदऱ्याचा भाग अजून घामानं ओला होता.

"बसली नीट," तो म्हणाला, "कसं जायचं आपण?"

"चढायचं," ॲन्सेल्मो म्हणाला.

थैल्यांच्या ओझ्याखाली वाकत, घामानं निथळत देवदाराच्या जंगलातून ते धिमेधिमे चढत होते. पायवाटेच्या खुणा तरुणाला कुठंच दिसल्या नाहीत. पर्वताच्या तोंडावर वळसे घेत ते चालले होते. मग त्यांनी एक लहान ओढा ओलांडला. ओढ्यापलीकडच्या खडकाळ पात्रातून म्हातारा धिम्या चालीनं तीराकडे गेला. आता चढ अगदी उभा अवघड झाला. अखेर डोक्यावरच्या काळ्याकुळकुळीत खडकावरून ओढा पडतोसा दिसू लागला. तिथं म्हातारा थांबला नि तरुण वर येण्याची वाट पाहू लागला.

"कसं जमतंय?"

"ठीक!" तरुण म्हणाला. तो घामानं निथळला होता. त्याच्या मांड्याही चढणीनं भरून आल्या होत्या.

"जरा उभे राहा इथं. इशारा द्यायला मी पुढे जातो. असलं सामान पाठीवर घेऊन गोळी खायला नको."

"खरं आहे," तरुण म्हणाला, "थट्टेतसुद्धा नको. फार दूर नाही ना जात?"

"इथंच पलीकडे. तुम्हाला काय म्हणतात?"

"रॉबर्टो!" तरुणानं उत्तर दिलं. बोलताबोलता त्यानं पाठीवरची थैली सरकवून दोन खडकांमध्ये हळूच सोडली होती.

"रॉबर्टो! उभे राहा इथं. मी आलोच."

"बरं!" तरुण म्हणाला, "याच वाटेनं पुलाकडे जायचं ना?"

"नाही. पुलाकडे जवळच्या एका सोप्या वाटेनं जायचंय."

थैलीकडे बोट करून तरुण म्हणाला, "हा वाण पुलापासून फार लांब ठेवून चालणार नाही."

"पाहालच माझी जागा. तुम्हाला बरी वाटली नाही, तर दुसरी काढू."

पेट्याशी बसून, म्हाताऱ्याला कपार चढताना तो पाहू लागला. चढण जड नव्हती. बोट धरायला, न शोधता भराभर जागा सापडत होत्या. त्यावरून म्हातारा येथून आधी अनेकदा गेला असला पाहिजे, हे तरुणाच्या ध्यानात आलं. चढण्याच्या खुणा राहू नयेत म्हणून वरच्या लोकांनी काळजी घेतली असली पाहिजे.

तरुणाचं नाव रॉबर्ट जॉर्डन होतं. त्याला फार भूक लागली होती. एकीकडे त्याला चिंताही लागली होती. आधीच्या आयुष्यात तो पुष्कळसा उपाशीपोटी राहिला होता. पण तेव्हा त्याला कसली चिंता नव्हती; कारण स्वतःला काही होईल इकडे त्याचं कधीच लक्ष नव्हतं– या देशात शत्रूच्या पिछाडीला तो पुष्कळदा गेला होता. इथं पिछाडीच्या आत हिंडणं किती सोपं आहे, हे त्याला माहीत होतं. शत्रूमधून जाण्याइतकंच त्याच्या पिछाडीला जाणं सोपं. मात्र बरोबर उत्तम वाटाड्या हवा. आपण पकडले गेलो तर काय होईल, हेही सारखं डोक्यात नको होतं. त्यानंही जड जातं. शिवाय कुणावर विश्वास टाकायचा, हेही एकदा ठरवून टाकावं लागतं. ज्याच्याबरोबर आपण काम करतो त्याच्यावर एकतर पूर्ण विश्वास टाकायचा, नाहीतर अजिबात टाकू नये. छे! तसल्या चिंताच त्याला नव्हत्या. चिंता दुसरीच होती.

हा ॲन्सेल्मो चांगला वाटाड्या दिसतो– डोंगर पालथे घालणं त्याला काहीच नाही. रॉबर्ट जॉर्डन स्वतः काही वाईट चालणारा नव्हता. तरीसुद्धा त्या म्हाताऱ्याच्या मागून पहाटेपासून चालताचालता, चालवूनच हा आपल्याला खलास करील, असं त्याला वाटू लागलं होतं. म्हाताऱ्याला तारतम्य किती आहे हे सोडलं, तर इतर बाबतीत रॉबर्ट जॉर्डनचा त्याच्यावर विश्वास बसला होता. खरं सांगायचं तर ॲन्सेल्मोला तारतम्य आहे की नाही, हे अजमावण्याचा प्रसंगच अजून आला नव्हता. तेव्हा ॲन्सेल्मोचीही चिंता त्याला नव्हती नि ज्या पुलासाठी तो आला होता, तेही काम केलेल्या इतर कामाहून कठीण नव्हतं. सांगाल तो पूल उडवला असता. सर्व आकारांचे नि बांधणीचे पूल त्यानं उडवले होते. ॲन्सेल्मोनं कळवला त्याहून तो दुप्पट असता, तरी उडवला असता. किंवा एकोणीसशे तीसमध्ये काढलेल्या एका सहलीत त्याला ग्रंजकडे जाताना याच पुलावरून तो गेला होता तेव्हाचा तो जो त्याला आठवत होता, त्याहून हा दुप्पट निघाला तरी त्यानं तो उडवला असता. किंवा इकडे निघायच्या आदल्याच्या आदल्या रात्री, एस्कोरिअलच्या बाहेरच्या एका घराच्या वरच्या खोलीत, गोल्झनं त्याचं वर्णन वाचलं होतं त्याहून हा दुप्पट निघाला, तरी तो उडवण्याइतकं साहित्य नि दारूगोळा त्याच्या या दोन थैल्यांत होता.

“पूल उडवण्याचं काहीच नाही,” गोल्झ तेव्हा म्हणाला होता. त्यानं साफ हजामत केलेली होती नि व्रणांनी भरलेल्या त्याच्या डोक्यावर दिव्याचा प्रकाश पडला होता. पेन्सिलीनं नकाशात दाखवीत गोल्झ म्हणाला होता, “समजलं का?”

“हो, समजलं!”

“पूल उडवण्याचं काही नाही. केवळ पूल उडवणं हार आहे.”

“होय, क्रॉमेड जनरल.”

“हल्ल्याची वेळ ध्यानात घेऊन पूल उडवण्याचा मुहूर्त साधला पाहिजे. महत्त्वाचं हे! लक्षात येईलच तुमच्या. तुम्हीच ठरवायचं नि करायचं.”

गोल्झनं पेन्सिलीकडे पाहिलं नि तिनं दातांवर टकटक केलं.

रॉबर्ट जॉर्डन काही बोलला नव्हता.

“तुमचं तुम्हीच सगळं ठरवायचं नि करायचं. आलं लक्षात?” आपल्याकडे पाहत नि मान हलवीत गोल्झ पुढे म्हणाला. त्यानं नकाशावर पेन्सिलनं टकटक केलं. “ठरल्याप्रमाणं मीही करायला हवं, पण तसं करायला मिळत नाही.”

“का, क्रॉमेड जनरल?”

“का?” गोल्झ रागानं म्हणाला होता. “इतके हल्ले, इतक्या लढाया तुम्ही पाहिल्यात नि मला विचारता का म्हणून? मी दिलेले हुकूम फिरवले जात नाहीत, याची हमी काय? हल्ला स्थगित करीत नाहीत, याची हमी काय? हल्ला सुरू व्हावयाला हवा तेव्हापासून निदान सहा तासांत सुरू होईल, याची हमी कोण देणार? कधी एकतरी चढाई हवी तशी झाली आहे का?”

“हल्ला तुमचाच असेल, तर तो वेळेवर होईल.” रॉबर्ट जॉर्डन म्हणाला.

“त्या कुठल्याही चढाया नि हल्ले माझे नव्हतेच,” गोल्झ म्हणाला, “ते मी केले तरी माझे नव्हते. तोफखाना माझा नव्हे. जवळ असूनही, मी मागितलेलं त्यांनी कधी दिलेलं नाही. हे तर काहीच नाही. आणखी पुष्कळ गमती आहेत. ते लोक कसे आहेत ठाऊकच आहे. अधिक खोलात जाण्यात अर्थ नाही. नेहमी काहीतरी होतं... कुणीतरी अडमडतं. बरं! आता समजलं का? बघून घ्या सगळं.”

“पूल कधी उडवायचा?” रॉबर्ट जॉर्डननं विचारलं होतं.

“हल्ला सुरू होताच. हल्ला सुरू झाला की. आधी नाही. म्हणजे पुलाच्या रस्त्यानं शत्रूला कुमक येणार नाही,” पेन्सिलीनं दाखवीत तो म्हणाला, “या रस्त्यानं काही वर येणार नाही, याची मला हमी हवी.”

“नि हल्ला केव्हा होणार?”

“सांगेन. पण जी वेळ मी सांगेन त्याच्या आसपास हल्ला होणार आहे, एवढाच त्याचा अर्थ धरायचा. त्या मुहूर्तावर तुम्ही तयार राहायचं नि हल्ला सुरू झाला की पूल उडवायचा. कळलं?” त्यानं पेन्सिलीनं दाखवलं. “त्याच एका

रस्त्यानं शत्रूला कुमक आणता येईल. मी हल्ला करणार आहे, त्या खिंडीकडे त्यावरूनच त्यांना रणगाडे, तोफा किंवा ट्रक्स नेता येतील. पूल उडताच मला बातमी पाहिजे. हल्ला स्थगित झाला, तर तो शत्रूला दुरुस्त करता येईल. म्हणून आधी नकोच. हल्ला सुरू होताच पूल उडायला हवा नि तशी बातमी मला हवी. तिथं फक्त दोन संत्री आहेत. तुमच्याबरोबर येणारा माणूस आत्ताच तिकडून आला आहे. माणूस भरवशाचा आहे, असं म्हणतात. कळेलच तुम्हाला. डोंगरात आपली माणसं आहेत. तुम्हाला हवी तेवढी घ्या त्यातली. शक्य तेवढ्या कमीत भागवा; पण पुरेशी असू द्या. सगळ्याच गोष्टी तुम्हाला सांगायला नकोत.''

''हल्ला सुरू झाल्याचं कसं कळायचं?''

''हल्ला सबंध तुकडीनिशी होणाराय. पूर्वतयारी म्हणून बॉम्बफेक होईल. तुम्ही बहिरे नाहीत ना?– आहात?''

''विमानं बॉम्ब टाकू लागली की, हल्ला सुरू झाला असं धरावं ना मी?''

''नेहमी तसंच धरून चालता येणार नाही तुम्हाला,'' गोल्झ मान हलवीत म्हणाला. ''पण या वेळी धरा. हल्ला माझा आहे.''

''आलं लक्षात सारं,'' रॉबर्ट जॉर्डन म्हणाला होता. ''पण मनाला मात्र येत नाही.''

''माझ्या तरी कुठं येतंय? काम हाती घ्यायचं नसेल तर वेळीच सांगा. जमणार नाही असं वाटत असलं, तरीही आताच सांगा.''

''जमेल,'' रॉबर्ट जॉर्डन म्हणाला. ''सगळं ठीक जमेल.''

''बस्, तेवढंच हवंय मला,'' गोल्झ म्हणाला, ''या पुलावरून काही येता कामा नये. संपलं. बस्स?''

''समजलं मला.''

''असंच नि अमकंच करा असं सांगायला मला आवडत नाही,'' गोल्झ पुढे म्हणाला, ''तशी आज्ञाही नाही. अटी घालण्यानं ओझं वाटतं कामाचं. त्या ओझ्याखाली काम करावं लागलं की तुमचं काय होईल, मला कळतंय. तुम्हाला मी एवढं समजावून सांगतोय ते केवळ नीट ध्यानात यावं, अडचणी कळाव्या नि कामाचं महत्त्व लक्षात यावं म्हणून.''

''पूल उडवल्यावर ला ग्रंजवर चढाई कशी करणार?''

''खिंडीवर छापा घातल्यावर आम्ही पूल दुरुस्त करण्याच्या तयारीनं पुढे जाणार. ती सगळी चालच फार गुंतागुंतीची पण सुंदर आहे. अशा चाली नेहमीच गुंतागुंतीच्या पण सुरेख असतात. तिचा सारा बनाव माद्रिदमध्ये झाला. व्हायसेंट रोजोचं हे आणखी एक डोकं! त्या अपयशी प्राध्यापकाची आणखी एक महान कृती. हल्ला मी करतोय. नेहमीसारखाच अपुऱ्या सामग्रीनं करतोय. असं असूनही तो

होण्यातला आहे. नेहमीपेक्षा खूश आहे मी. एकदा पूल उडवला की, फत्ते होईल. आपल्याला सेगोव्हिया घेता येईल. बघ! कसं होणार आहे दाखवतो. हल्ला खिंडीच्या माथ्यावर नाही. ते ठिकाण आपलंच आहे. हल्ला अगदी पलीकडे– तिथं– असा–''

''मला सांगू नका.''

''ठीक,'' गोल्झ म्हणाला, ''शत्रूच्या गोटात तुम्ही जाणार तेव्हा डोक्यावर जेवढं ओझं कमी तेवढं बरं– हो ना?''

''असलं मी नेहमीच कळून घेत नाही. मग मला काही झालंच तर मी 'बोललो' असं होत नाही.''

''न कळून घेणंच बरं,'' गोल्झनं कपाळावर पेन्सिल मारली. ''मलाही पुष्कळदा वाटतं– आपल्याला माहीत आहे तेवढं माहीत असू नये. बरं! आता पुलाचं कळायला हवं तेवढं कळलं ना तुम्हाला?''

''हो, कळलं.''

''कळलं असं धरून चालतो,'' गोल्झ म्हणाला, ''व्याख्यान देणार नाही तुम्हाला. आपण काही घेऊ या का आता? माझा घसा कोरडा पडतो बोलण्यानं. भाई हॉर्डन! तुमच्या नावाचं स्पॅनिश गमतीचं होतं– कॉम्रेड हॉर डाऊन!''

''कॉम्रेड जनरल! तुम्ही 'गोल्झ' स्पॅनिशमध्ये कसं म्हणता?''

''होट्झ!'' थंडीनं खोकावं तसा आवाज काढीत गोल्झ हसत म्हणाला. ''होट्झ,'' तो घोगरा म्हणाला, ''भाई हेनरल होट्झ! स्पॅनिश लोक माझं नाव कसं म्हणतील हे आधी कळतं, तर मी दुसरं नाव घेऊन आलो असतो. एका तुकडीचा अधिकारी म्हणून मी इथं आलो. वाटेल ते नाव घेता येत होतं तेव्हा. मी हे घेतलं. होट्झ– जनरल होट्झ! आता इतक्या उशिरा बदलता यायचं नाही ते. पार्टिशन कार्य तुला कसं आवडतं?''

शत्रूच्या पिछाडीला करावयाच्या भूमिगत कार्याला हा रशियन शब्द होता.

''फार आवडतं,'' रॉबर्ट जॉर्डन म्हणाला नि हसला. ''उघड्यावर छान वाटतं.''

''तुमच्या वयाचा होतो तेव्हा मलाही आवडायचं,'' गोल्झ म्हणाला. ''तुम्ही पूल फार चांगले उडवता, असं म्हणतात. शास्त्रशुद्ध उडवता. अर्थात हे ऐकीव आहे. तुमचं काम मी पाहिलेलं नाही. खरोखर प्रत्यक्षात काहीच नसेल. खरंच पूल उडवता तुम्ही?''

तो हे खोडसाळपणे बोलत होता. ''प्या ही!'' त्यानं स्पॅनिश दारूचा पेला रॉबर्ट जॉर्डनला दिला. ''खरंच उडवता का हो पूल?'' त्यानं विचारलं.

''कधीमधी.''

''या पुलाच्या बाबतीत मात्र तुमचं हे कधीमधी चालायचं नाही. जाऊ द्या! आता

पुलासंबंधी बोलणं बंद! पुलाचं सारं तुम्हाला समजलंय. आपण फारच गंभीर झालो आहोत. आता गमतीनं बोलायला हरकत नाही. पलीकडे खूप मैत्रिणी असतील तुमच्या?''

"छे! पोरींसाठी वेळ कुणाला आहे?''

"पटत नाही. जितकं वेळीअवेळीचं काम, तितकं वेळीअवेळी जीवन. तुमचं काम तसलंच आहे– तुमचे केसही कापायला झाले आहेत.''

"केस वाढले की मी कापून घेतो,'' रॉबर्ट जॉर्डन म्हणाला. त्याच्या मनात आलं– गोल्झसारखा तुळतुळीत गोटा करावा लागला, तर खलासच आपण! मग उघड म्हणाला– "पोरींशिवाय दुसरं पुष्कळ आहे मला विचार करायला.'' त्याचा सूर चिडका झाला होता.

"मी कोणता युनिफॉर्म वापरावयाचा आहे?'' रॉबर्ट जॉर्डननं विचारलं.

"कुठलाच नाही,'' गोल्झ म्हणाला. "तुमचे केसही ठीक आहेत. मी चिडवलं तुम्हाला. तुम्ही माझ्याहून निराळे आहात.'' गोल्झ म्हणाला होता नि त्यानं पुन्हा पेले भरले होते.

"फक्त पोरींविषयीच तुम्ही कधी विचार करीत नाही. मी मुळी विचारच करीत नाही. का करावा? मी जनरल सोव्हिएतिक आहे. मी कधीच विचार करीत नाही. मला विचारात टाकू नको.''

ड्रॉइंगबोर्डवरच्या नकाशापुढे खुर्चीवर बसलेल्या त्याच्या एका माणसानं रॉबर्ट जॉर्डनला न कळणाऱ्या भाषेत काहीतरी गुरगुरत म्हटलं.

"गप्प बैस,'' गोल्झ इंग्रजीत ओरडला, "मला हवी तेव्हा मी मस्करी करीन. मी बराच वेळ गंभीर राहिलो म्हणून थट्टा करताय. चला! हे प्या नि चालू लागा! समजलं?– आँ?''

"हो!'' रॉबर्ट जॉर्डन म्हणाला होता, "समजलं.''

दोघांनी हात हलवले होते. नि त्यानं सलाम ठोकला होता. मग म्हातारा वाट पाहत झोपला होता, त्या स्टाफ गाडीतून गुडार्रामवरून ते पुढे गेले होते. म्हातारा झोपूनच होता. नवसेर्रादच्या रस्त्यानं अल्पाईन क्लबाच्या झोपडीशी ते गेले. तेथून निघण्यापूर्वी रॉबर्ट जॉर्डननंही तीन तास झोप काढली होती.

तेव्हा गोल्झला त्यानं पाहिलं, ते शेवटचंच. उन्हानं कधी न काळवंडलेला गोल्झचा तो पांढुरका चेहरा, त्याचे ससाण्याचे डोळे, मोठं नाक, पातळ ओठ, सुरकुत्यांनी नि व्रणांनी भरलेलं डोकं! उद्या रात्री ते एस्कोरलच्या बाहेर रस्त्यावर अंधारात असतील. अंधारातच ट्रक्सच्या लांब रांगा पायदळाला वर घेत आहेत. ओझ्याखाली वाकलेली माणसं वर चढत आहेत. मशीनगन विभाग ट्रकमध्ये आपल्या बंदुका टाकीत आहे. रणगाड्यांसाठी बांधलेल्या खूप लांब बॉडीच्या

ट्रक्सवर घसरपट्टीवरून रणगाडे चढवणं चाललं आहे– खिंडीवर हल्ला करण्यासाठी पलटण बाहेर काढणं चालू आहे– त्या कशाविषयीच त्याच्या मनात आत्ता नव्हतं. त्याचं काम नव्हतं ते. ते काम गोल्झचं होतं. त्याला एकच गोष्ट करायची होती. विचार कसला करावयाचा हे ठरवायचं नि तो स्पष्ट करायचा. येईल त्याला तोंड द्यायचं नि कसली चिंता करावयाची नाही. घाबरणं नि चिंता करणं सारखंच. दोन्हीनं गोष्टी अधिकच जड जातात.

खडकामधून वाहणारं पाणी पाहत तो आता ओढ्याकाठी बसला होता. ओढ्यापलीकडेच त्याला एक पाणआळिवाचा थर दिसला. उठून त्यानं ओढा ओलांडला. पाणआळिवाची एक ओंजळभर रास खुडली. तिची चिखलाची मुळे प्रवाहात स्वच्छ धुतली. मग परत आपल्या थैल्यांशी तो येऊन बसला. थैल्यांशी बसून त्यानं आळिवाची गार हिरवी पानं नि खुसखुशीत, मोहरीसारखी तिखट मुळं खाल्ली. मग तो प्रवाहाशी गेला. वाकल्यावर ओलं होऊ नये म्हणून कमरेवरचं ऑटोमॅटिक पिस्तूल त्यानं पट्ट्यावरून मागे सरकवलं. मग दोन बाजूंच्या खडकांवर तळवे टेकून जोर काढावा तसं त्यानं स्वतःला खाली केलं नि तोंडानंच तो प्रवाहाचं पाणी प्यायला. पाणी दात शिवशिवणारं होतं.

पुन्हा वर होताना तो हातांवरच वर झाला. त्यानं मागं वळून पाहिलं. चिकडीवरून परत येत असलेला म्हातारा त्याला दिसला. त्याच्याबरोबर दुसरा एक माणूस होता. तसलंच काळं जाकीट नि दाट करडी विजार त्यानं घातली होती. त्या भागातला तो गणवेष असावा. त्याच्या पायात सोलाच्या तळांचे बूट होते. पाठीवर संगीन टांगलेली होती. तो बोडका होता. बकरीसारख्या उड्या घेतच ते खाली आले.

ते जवळ आले, तसा रॉबर्ट जॉर्डन उठून उभा राहिला.

"सालूद कॉम्रेड!– क्षेम आहे ना, कॉम्रेड?" तो संगीनवाल्या माणसाला म्हणाला नि हसला.

"क्षेम! सालूद!" संगीनवाला चिडक्या सुरात म्हणाला. रॉबर्ट जॉर्डननं त्याच्या दाढीच्या खुंटांनी भरलेल्या बोजड चेहऱ्याकडे पाहिलं. चेहरा जवळजवळ वाटोळा होता. डोकं गोल होतं. ते खांद्याला चिकटून बसल्यासारखं वाटत होतं. त्याचे डोळे बारीक होते नि त्यातलं अंतरही फार होतं. त्याचे कान डोक्याशी अगदी चिकटलेले नि लहान होते. बांध्यानं तो अवजड होता. उंचीला पाच फूट दहा इंच असावा. हातपाय मोठाड होते. नाक चेपलेलं होतं नि तोंड कोपऱ्यात फाटलं होतं. फाटल्याची रेघ वरच्या ओठावर आली होती. त्याचा खालचा जबडा वाढलेल्या दाढीतून कळत होता.

म्हाताऱ्यानं त्याच्याकडे मान हलवून हसत म्हटलं, "इथं हा मालक आहे." त्यानं दात विचकले. मग दंड आवळून गोळी काढून दाखवतात तसा त्यानं दंड

आवळला नि संगीनवाल्याकडे अर्धवट कौतुकानं, अर्धवट चेष्टेनं पाहून म्हटलं– "ताकदवान गडी आहे."

"दिसतंच आहे," रॉबर्ट जॉर्डन म्हणाला व पुन्हा हसला. पहिल्याच दर्शनी हा माणूस त्याला आवडला नव्हता. मनात त्याला मुळीच हसू येत नव्हतं.

"ओळख पटवायला काही आहे?" संगीनवाल्यानं विचारलं.

रॉबर्ट जॉर्डननं छातीच्या खिशाच्या विंझुण्याला लावलेली सेफ्टीपिन उघडली. खिशातून त्यानं एक घडीचा कागद बाहेर काढला नि त्याच्यापुढे धरला. तो घेऊन त्यानं उघडला. संशयी नजरेनं त्यात पाहिलं नि हातातल्या हातात उलटासुलटा केला.

'याला वाचता येत नाही तर!' रॉबर्ट जॉर्डननं मनातल्या मनात टिपलं. "सील पाहा." तो म्हणाला.

म्हाताऱ्यानं बोटानं सील दाखवलं. संगीनवाल्यानं उलटंसुलटं करीत ते निरखून पाहिलं.

"कसलं सील आहे हे?"

"कधी पाहिलं नाही?"

"नाही."

"अशी दोन आहेत," रॉबर्ट जॉर्डन म्हणाला. "एक आहे एस.आय.एम.चं – सर्व्हिस ऑफ दि मिलिटरी इंटलेजन्स. दुसरं 'जनरल स्टाफ'चं."

"हो. असलं सील मी मागे पाहिलंय. पण इथं माझ्याशिवाय कुणाचा हुकूम नाही," तो चिडखोरपणे म्हणाला. "तुमच्या थैल्यांत काय आहे?"

"दारूगोळा," म्हातारा अभिमानानं म्हणाला. "काल रात्री काळोखात आम्ही हद्द ओलांडली नि दिवसभर हा डोंगरावरून वाहून आणला."

"मला होईल दारूगोळा," संगीनवाला म्हणाला. त्यानं रॉबर्ट जॉर्डनला कागद परत करीत त्याला नीट पाहून घेतलं. "हां! दारूगोळा माझ्या उपयोगाचा आहे. किती आणलाहेत?"

"दारूगोळा तुमच्यासाठी नाही," रॉबर्ट जॉर्डन संथ सुरात म्हणाला. "दारूगोळा दुसऱ्या कामाचा आहे. तुमचं नाव काय?"

"त्याच्याशी तुमचं काय?"

"तो पाब्लो आहे," म्हातारा म्हणाला.

संगीनवाल्यानं दोघांकडे चिडून पाहिलं. "उत्तम! मी तुमच्याबद्दल बरंच चांगलं ऐकलंय."

"काय ऐकलंय माझ्याबद्दल?" पाब्लोनं विचारलं.

"मी ऐकलंय की, तुम्ही एक अत्युत्कृष्ट गॉरिला नेते आहात. प्रजासत्ताकाशी निष्ठेनं आहात नि आपल्या कार्यातली निष्ठा सिद्ध केली आहे. तुम्ही शूर नि गंभीर

दोन्ही आहात. जनरल स्टाफतर्फे तुमचं अभिनंदन करतो.''

''हे सारं कुठं ऐकलं तुम्ही?'' पाब्लोनं विचारलं. आपल्या प्रशस्तीकडे तो लक्ष देत नव्हता, हे रॉबर्ट जॉर्डनच्या ध्यानात आलं.

''बुईट्रागोपासून एस्कोरिअलपर्यंत सगळीकडे.'' सरहद्दीपलीकडल्या सगळ्या प्रदेशाचं नाव घेत तो म्हणाला.

''बुइट्रागोत किंवा एस्कोरिअलमध्ये मी कुणाला ओळखत नाही.'' पाब्लोनं त्याला सांगितलं.

''पूर्वी तिथं राहत नव्हते असे पुष्कळ त्या डोंगरात आहेत. तुम्ही कुठले?''

''ॲव्हीला. दारूगोळ्याचं तुम्ही काय करणार?''

''पूल उडवणार.''

''कुठचा पूल?''

''कुठचा, मी पाहीन.''

''पूल इथलाच असला तर मला पाहावं लागेल. इथला पूल तुम्हाला उडवता येणार नाही. राहणं एके ठिकाणी, काम दुसरीकडे, असं इथं करावं लागतं. इथलं माझं मला ठाऊक आहे. इथं वर्षानंतरही जो जिवंत राहतो, त्याचं त्याला कळतं.''

''पुलाचं काम माझं आहे,'' रॉबर्ट जॉर्डन म्हणाला, ''आपण बोलू यावर. बोचक्यांना हात देणार का?''

''नाही.'' पाब्लो मान हलवीत म्हणाला.

म्हातारा एकदम त्याच्याकडे वळून रॉबर्ट जॉर्डनला जेमतेम कळणाऱ्या भाषेत भराभरा आवेशानं बोलला, ''क्यूवेदो.'' वाचल्यासारखं त्याला ते वाटलं. ॲन्सेल्मो जुन्या कॅस्टेलिअनमध्ये बोलत होता. त्याचं असं काहीतरी चाललं होतं– ''तू जंगली आहेस का? हो. पशू आहेस? नक्की. तुला डोकं आहे? मुळीच नाही. आम्ही महत्त्वाचं काम घेऊन येतो. नि तू? आपलं बूड हलू नये म्हणून तू मानवाच्या हितापुढे आपलं बीळ करतोस. तुझ्याच लोकांच्या हितापुढे करतोस. माझं हे नि माझं ते! तुझ्या बापाचं यात नि त्यात. माझं यातलं नि माझं त्यातलं! उचल त्या थैल्या!''

पाब्लोनं खाली पाहिलं.

''आपल्याला जमेल तेवढं प्रत्येकानं करावं,'' तो म्हणाला, ''मी इथे राहतो नि सेगोव्हियापुढे कार्य करतो. तुम्ही इथंच गडबड सुरू केलीत, तर आमची या डोंगरातून पारध होईल. इथं काही केलं नाही, तरच आम्हाला या डोंगरात राहता येईल. कोल्ह्याप्रमाणं करावं.''

''हो!'' ॲन्सेल्मो म्हणाला, ''हे कोल्ह्याचं धोरण आहे नि आम्हाला लांडग्याचं हवंय.''

''लांडग्याचं तुझ्यापेक्षा माझ्यात जास्त आहे,'' पाब्लो म्हणाला. हा आता

थैल्या उचलणार– रॉबर्ट जॉर्डननं ओळखलं.

"हाऽ! हाऽ!" वेडावून हसत अॅन्सेल्मोनं पाब्लोकडे पाहिलं. "तू माझ्याहून लांडगा आहेस! माझी अडुसष्टी चालू आहे."

जमिनीवर थुंकून त्यानं आपली मान हलवली.

या क्षणी सगळं ठीक होणार, असं रॉबर्ट जॉर्डनला वाटलं. समझोता करण्याचा थोडासा प्रयत्न करीत तो म्हणाला, "काय, इतकं वय आहे तुमचं?"

"जुलैत अडुसष्ट."

"तो महिना आम्ही पाहिला तरी मिळवली," पाब्लो म्हणाला, "थैल्यांना हात देतो मी," तो रॉबर्ट जॉर्डनला म्हणाला, पण चिडखोरपणानं म्हणाला नाही. त्याचा सूर आता कष्टी होता. तो म्हणाला, "म्हातारा मोठा बळकट आहे."

"मी घेतो थैली," रॉबर्ट जॉर्डन म्हणाला.

"नाही," म्हातारा म्हणाला, "हा तगडा घेईल."

"घेतो मी," पाब्लोनं म्हटलं. त्याच्या बोलण्यातल्या कष्टी सुरानं रॉबर्ट जॉर्डनला अस्वस्थ केलं. असा सूर त्यानं पूर्वी ऐकला होता. आता इथंही तो ऐकल्यावर त्याला चिंता वाटू लागली.

"मला संगीन तरी दे," तो म्हणाला. पाब्लोनं संगीन त्याच्याजवळ दिली. त्यानं ती पाठीवर लटकावली. दुसरे दोघे पायानं रेटीत वर चढत होते. मोठ्या प्रयासानं कपार चढून, तिच्या टोकावरून पुढे जंगल्यातल्या हिरव्या रानाकडे ते गेले.

एका छोट्या कुरणाच्या मेरेनं त्यानं वळसा घेतला. ओझं नसल्यानं रॉबर्ट जॉर्डन आता मोकळेपणानं चालत होता. घामाघूम करणाऱ्या ओझ्याऐवजी आता खांद्यावर मजेत संगीन होती. जागजागी कापलेलं गवत नि जमिनीत मारलेल्या मेखांच्या खुणा त्याला दिसल्या. घोड्यांना पाण्याला नेताना गवतात झालेली मळवाट दिसली. कित्येक घोड्यांची ताजी लीद दिसली. इथं घोड्यांना रात्रीच्या चाऱ्याला त्यांना बांधून ठेवीत असावेत नि दिवसा झाडीत लपवीत असावेत. किती घोडे असतील पाब्लोचे?

पाहतापाहता नकळतच त्याच्या ध्यानात आलं – पाब्लोची विजार गुडघ्यांवर नि मांड्यांवर झिजून गुळगुळीत झाली आहे. त्याच्या मनात आलं, एखादा बुटाचा जोड तरी त्याला आहे, की तो त्या आल्परगट्समध्येच घोड्यावर बसतो? याच्याजवळ सगळी शिबंदी दिसते. पण याचा हा खिन्नपणा ठीक नाही. असला खिन्नपणा माणसं कार्य सोडून जातात त्या वेळी येतो किंवा फितूर होण्याच्या वेळी येतो. स्वतःला विकण्याआधीही असली खिन्नता येते.

त्यांच्या समोरच्या रानात एक घोडा खिंकाळला. मग देवदारांच्या गच्च शेंड्यांमधून झिरपणाऱ्या उजेडात, पिंगट बुंध्यांमधून त्याला एक तबेला दिसला. झाडांच्या बुंध्याभोवतालून दोर नेऊन तबेला तयार केला होता. ते जवळ येऊ लागले, तेव्हा

घोड्यांनी त्यांच्याकडे माना केल्या. तबेल्यापासून एका फुटावर झाडाखाली जिनांची रास केलेली होती. ताडपत्र्यांनी ती झाकली होती.

तिथं पोहोचल्यावर ओझी घेतलेले दोघे थांबले आणि रॉबर्ट जॉर्डनच्या लक्षात आलं की, आपण घोड्याला नावाजायला हवं.

"वा!" तो म्हणाला. "सुंदर आहेत घोडे," तो पाब्लोकडे वळून म्हणाला, "तुमच्याजवळ घोडदळच झालंय एक!"

दोरांच्या तबेल्यात पाच घोडे होते. तीन सुरंगी, एक कुमाईनी आणि एक मृगासिनी. रॉबर्ट जॉर्डन त्यांना एकेकाला वेगळंवेगळं पाहू लागला. पाब्लो नि ॲन्सेल्मो आपल्या घोड्यांची तारीफ जाणून होते. प्रौढी दाखवत, उल्हसित चेहऱ्यानं पाब्लो आपल्या घोड्यांकडे प्रेमभरानं पाहत होता. नि ॲन्सेल्मो असा काही वागत होता, जणू ही घोडी म्हणजे आपण स्वतः अचानक निर्माण केलेलं मोठं नवल होतं!

"कसे वाटतात तुम्हाला?" त्यानं विचारलं.

"सगळे मी धरले आहेत," पाब्लो म्हणाला. नि त्याला असं दिमाखानं बोलताना पाहून रॉबर्ट जॉर्डनला बरं वाटलं.

सुरंगी घोड्यांपैकी, कपाळावर पांढरा पट्टा नि एकच पांढरा पाय असलेल्या एका मोठाड वळूकडे बोट दाखवून रॉबर्ट जॉर्डनला म्हणाला, "तो जातिवंत आहे."

व्हेलास्क्वेझच्या चित्रातून बाहेर यावा तसा तो सुंदर घोडा होता.

"सगळेच चांगले आहेत," पाब्लो म्हणाला, "घोड्यांचं कळतं तुम्हाला."

"हो."

"मग ठीक," पाब्लो म्हणाला, "यातल्या एकात खोड दिसते?"

रॉबर्ट जॉर्डननं ओळखलं, एक निरीक्षक आता आपल्या दाखल्यांची पाहणी करतोय.

त्याच्याकडे बघत– घोड्यांची तोंडं अजून वरच होती– तबेल्याच्या दोन दोरांमधून रॉबर्ट जॉर्डन आत घुसला नि त्यानं मृगासिनी घोड्याच्या पुठ्ठ्यावर थाप मारली. कुंपणाच्या दोरावर तो मागे रेलला नि एक मिनिट किंवा अधिक असेल, परीक्षा करीत उभा राहिला. घोडी शांत उभी होती. नंतर खाली वाकून तो दोरातून बाहेर आला.

"ती कुमाईनी घोडी पलीकडच्या मागल्या पायात लंगडी आहे," तो पाब्लोला म्हणाला, "खूर दुभंगला आहे तिचा. ठीक नालबंदी केली तर इतक्यातच तो अधिक नासायचा नाही. तरी रस्त्यावर धावडवली तर खचेल ती."

"आम्ही घेतली तेव्हापासून खूर तसाच आहे," पाब्लो म्हणाला.

"तुमच्या घोड्यात उत्कृष्ट घोडा आहे– तो सुरंगी वळू. त्याच्या खुरावरच्या मागच्या बाजूच्या हाडावर सूज आहे, ती मला ठीक वाटत नाही."

"तिचं काही नाही," पाब्लो म्हणाला, "तीन दिवसांपूर्वी आपटल्यानं आलीय ती. काही व्हायचं असतं तिचं, तर एव्हाना व्हायला हवं होतं."

त्यानं ताडपत्री ओढून दूर केली व जिने दाखवली. त्यातली दोन साधी, धनगरी होती– अमेरिकन स्टॉक जिनासारखी. एक मढवलेलं, हातशिवणीच्या कातड्याचं आणि जाड आवरणातल्या पट्ट्यांचं. आणि दोन काळ्या कातड्यांची, लष्करी पद्धतीची.

"आम्ही नागरी संरक्षकांची एक जोडी ठार केली." तो लष्करी जिनांबद्दल सांगत म्हणाला.

"चांगलीच शिकार साधलीत."

"सेगोव्हिया नि सान्ता मारिया देलरिअलमधल्या रस्त्यावर ते लोक घोड्यावरून उतरले होते. गाडीवानांचे कागद तपासायला ते थांबले होते. घोड्यांना इजा होऊ न देता आम्हाला त्यांना मारता आलं."

"तुम्ही बरेच नागरी संरक्षक मारले आहेत?" रॉबर्ट जॉर्डननं विचारलं.

"खूप!" पाब्लो म्हणाला, "पण हेच दोन, घोड्यांना काही इजा न होता."

"या पाब्लोनंच ऑरेव्हालची आगगाडी उडवली. हाच तो पाब्लो."

"आमच्याबरोबर एक परकीय होता त्यानं स्फोट उडवला," पाब्लो म्हणाला, "माहीत आहे तो?"

"कसा दिसायचा?"

"गोरटेला होता– तुमच्यासारखा. पण तुमच्याएवढा उंच नव्हता. हातही मोठाड नव्हते, नाकही चेंदलेलं नव्हतं."

"काश्किन," रॉबर्ट जॉर्डन म्हणाला, "तो काश्किनच असावा."

"हो," पाब्लो म्हणाला, "ऐकण्यातलं नाव नव्हतं ते. पण असलंच होतं काही तरी. त्याचं काय झालं पुढे?"

"एप्रिलमध्येच तो मेला."

"सगळ्यांचं तेच होतं," पाब्लो खिन्न होत म्हणाला, "आपणा सर्वांचा शेवट तोच."

"सगळ्या माणसांचा तो शेवट आहे," ॲन्सेल्मो म्हणाला, "सगळ्यांचा शेवट याच रीतीने नेहमी झाला आहे. आज तुला झालंय काय, बाबा! असं मळमळतंय का तुला?"

"शत्रूंचं बळ फार आहे," पाब्लो म्हणाला. जणू तो स्वतःशीच बोलत होता. खिन्नपणे त्यानं घोड्यांकडे पाहिलं, "तुम्हाला शत्रूची शक्ती ठाऊक नाही. त्याची शक्ती रोज वाढतीच वाटते. इथं असली घोडी माझ्याजवळ आहेत. पण पुढे काय? शिकार व्हावयाची नि मरायचं. दुसरं काय?"

“तू दुसऱ्याची शिकार करतोस, तेवढीच तुझी शिकार होते,” ॲन्सेल्मो म्हणाला.

“नाही,” पाब्लो म्हणाला, “यापुढे नाही. आणि आता हे डोंगर सोडून आम्ही जायचं कुठं सांगा– कुठं जायचं?”

“स्पेनमध्ये खूप डोंगर आहेत. हवा असला तर सिरा द गेद्रास आहे.”

“नको तिथं,” पाब्लो म्हणाला, “शिकार करण्याला मी थकलो आहे. इथं ठीक आहे आमचं. तुम्ही इथला पूल उडवला, की आमची शिकार होईल. आम्ही इथं आहोत, त्यांना कळलं नि विमानांनी आमचा शोध सुरू झाला की, आम्ही त्यांना सापडू. आम्हाला बाहेर काढायला त्यांनी मूर पाठवले की, ते आम्हाला शोधून काढतील नि मग पळावंच लागेल आम्हाला. या साऱ्याचा मला वीट आलाय. ऐकलंत?” तो रॉबर्ट जॉर्डनकडे वळला, “तुम्ही परकीय. तुम्हाला माझ्याकडे येण्याचं कारण काय? नि अमुक कर म्हणून सांगायचं कारण काय?”

“अमुक कर, म्हणून मी सांगितलं नाही,” रॉबर्ट जॉर्डन त्याला म्हणाला.

“पुढे सांगाल,” पाब्लो म्हणाला, “पाहा! तिथं तिथं वाईटपणा येईल.”

घोडे पाहताना त्यांनी जमिनीवर ठेवलेल्या दोन ओझ्यांकडे बोट करीत पाब्लो हे म्हणाला. घोडी पाहताना हे सारं त्याच्या डोक्यात चढत गेलं होतं. आणि रॉबर्ट जॉर्डनला घोड्याचं कळतं हे पाहिल्यावर तो बोलका झाला होता. तिघेजण आता दोरांच्या कुंपणाशी उभे होते. आणि उन्हाचे कवडसे सुरंगी वळूच्या पाठीवर चमकत होते. पाब्लोनं त्याच्याकडे पाहिलं. मग पायानं दोन्ही पेट्यांना लोटल्यासारखं केलं : “हा इथं वाईटपणा आहे.”

“मी माझं कर्तव्य करायला आलो आहे,” रॉबर्ट जॉर्डननं त्याला सांगितलं, “जे लढाई चालवतात त्यांच्या हुकमानं मी आलो आहे. मी तुम्हाला मदत करा म्हटलं, तर नाही म्हणा तुम्ही. आणि मी दुसरे मदत देणारे शोधीन. अजून तुमची मदत मी मागितलेली नाही. हुकूम मिळालाय तसं मला करायचं आहे. आणि त्याचं महत्त्व शपथेवर सांगतो. मी परकीय आहे हा काही माझा अपराध नाही. इथं जन्मलो असतो, तर बरं होतं.”

“इथं आम्हाला त्रास होऊ नये एवढंच माझं म्हणणं,” पाब्लो म्हणाला, “माझं नि माझ्याबरोबर आहेत त्यांना मी बांधलेलो आहे.”

“तुझं,” ॲन्सेल्मो म्हणाला, “तू नि तुझं आता फार दिवस झालं! तू नि तुझे घोडे! तुझ्याजवळ घोडे येईपर्यंत तू आमच्यात होतास. आता तू भांडवलवाला झाला आहेस.”

“हा अन्याय आहे,” पाब्लो म्हणाला, “पक्षकार्यासाठी माझी घोडी नेहमी पुढे असतात.”

"केव्हा केव्हा," ॲन्सेल्मो तिटकाऱ्यानं म्हणाला, "माझ्या मते अगदी थोड्या वेळा. चोऱ्या करायला– हो. गोडधोड खायला– हो. खून करायला– हो. लढायला– नाही."

"तोंडानं स्वतःला गोत्यात आणणारा म्हातारा आहेस तू."

"कुणाला न भिणारा म्हातारा आहे मी," ॲन्सेल्मो म्हणाला, "शिवाय ज्याच्याजवळ घोडी नाहीत, असा म्हातारा."

"ज्यानं जास्त दिवस जगू नये, असा म्हातारा आहेस."

"मी असा म्हातारा आहे – जो मरेपर्यंत जगतो," ॲन्सेल्मो म्हणाला, "आणि कोल्ह्यांना डरत नाही."

पाब्लो काही म्हणाला नाही. पण त्यानं थैली उचलली.

"लांडग्यांनाही नाही," ॲन्सेल्मो दुसरी थैली उचलत म्हणाला, "तू लांडगा असलास तर–" "थोबाड बंद कर तुझं," पाब्लो त्याला म्हणाला, "अति तोंडाळ थेरडा आहेस तू."

"आणि बोलेल ते करील असा," ॲन्सेल्मो ओझ्याखाली वाकत म्हणाला, "आणि इथं या वेळी भूक कुणाला लागली आहे नि तहान कुणाला लागली आहे? पुढे हो. रडव्या तोंडाच्या भूमिगत वीरा! आम्हाला कुठं खायला ने."

'सुरुवातच वाईट होत आहे,' रॉबर्ट जॉर्डनच्या मनात आलं. 'पण ॲन्सेल्मो हा नमुना आहे. अशी माणसं चांगली असली की, भलतीच चांगली असतात. तेव्हा त्यांच्यासारखं कुणी नसतं. आणि जेव्हा ती वाईट होतात, तेव्हा त्यांच्यासारखं वाईट कुणी नसतं. आपणाला इथं आणताना, आपण काय करतो आहोत हे ॲन्सेल्मोला कळत असणारच. पण आपल्याला चाललंय ते पसंत नाही– अगदी पसंत नाही.

'पाब्लो थैली वाहतो आहे, एवढंच एक चांगलं आहे. त्याचं थैली उचलणं नि संगीन आपल्याजवळ देणं. कदाचित त्याचा तो नेहमीचा स्वभाव असेल,' रॉबर्ट जॉर्डनच्या मनात आलं, 'काही सदाच चिडके असतात, तसा तो असेल.'

'नको. स्वतःला बनवू नको,' त्यानं आपल्याला बजावलं, 'पाब्लो पूर्वी कसा होता, तुला ठाऊक नाही. आता तो भराभर बिघडत चाललाय हे दिसतंय. तोही ते छपवीत नाही. जेव्हा तो छपवू लागेल, तेव्हा त्यानं काहीतरी मनाशी ठरवलंय, हे लक्षात ठेवायचं,' त्यानं स्वतःला सांगितलं, 'जेव्हा तो मैत्री करायला येईल, तेव्हा त्यानं काहीतरी नक्की केलंय. घोडे मात्र छान आहेत!' त्याच्या मनात आलं, 'फारच छान! पाब्लोला घोड्यांबद्दल वाटतंय तसं आपल्याला कशानं वाटेल?' तो नवल करू लागला. 'म्हाताऱ्याचं बरोबर होतं. घोड्यामुळे पाब्लोला श्रीमंती आली नि श्रीमंती येताच चैन सुचली. मला वाटतं, जॉकी क्लब सुरू करता येत नाही म्हणून

तो लवकरच कष्टी होईल.'

या कल्पनेनं त्याला बरं वाटलं. तो हसला– समोर चालत असलेल्या दोन थैल्यांकडे नि त्यांच्याखाली वाकलेल्या पाठीकडे बघत. दिवसभर कसलीही थट्टामस्करी त्यानं केली नव्हती. केल्यावर आता बरं वाटलं. 'इतरांसारखाच तू बनत आहेस,' त्यानं स्वतःला सांगितलं, 'गोल्झच्या संगतीत आपण नक्कीच गंभीर नि उदास होतो. अंगावर घेतलेल्या कामानं दडपून गेल्यासारखं झालं होतं,' त्याच्या मनात आलं. खूप दडपून गेल्यासारखं. गोल्झ आनंदी होता. निघण्यापूर्वी आपणही खुशीत यावं, असं त्याला वाटत होतं.

नीट पाहिलं तर चांगले ते आनंदी होते. आनंदी असलेलं चांगलं. ती एक कशाचीतरी खूणही होती. जिवंतपणी अमर होण्यासारखं ते होतं. त्यांच्यातले आज कुणी राहिले नाहीत, हे खरं. कुणीच नाहीत. आनंदी असणाऱ्यांपैकी फार उरले नव्हते. थोडेच उरले होते त्यांच्यातले. 'बेट्या! तू जर असं स्वतःचं डोकं खात राहिलास तर तुझीही तीच वाट लागेल. विचार बंद कर. दोस्ता! लंगोटी मित्रा! तू आता एक पूलउडव्या आहेस. विचारवंत नाहीस. प्राण्या! मला भूक लागलीय,' त्याच्या मनात आलं – पाब्लो चांगलं खातपीत असेल.

२

दाट झाडीतून दरीच्या टोकावर ते आले होते. तिथं दरीचा आकार फुलपात्रासारखा वाटत होता. कॅम्प कुठं असेल, हे त्याच्या तेव्हाच ध्यानात आलं. समोरच्या झाडीवर डोकावणाऱ्या सुळक्याखाली तो असला पाहिजे.

बरोबर तिथंच कॅम्प निघाला. कॅम्प छानच होता. अगदी जवळ गेल्यावरच तो कळत होता नि विमानातूनही तो दिसणार नाही– रॉबर्ट जॉर्डनच्या मनात आलं. अस्वलाच्या विवरासारखा तो छपलेला होता. पण कॅम्पचा पहारा जरा जादाच वाटला. चढताचढता तो आणखी लक्ष देऊन पाहू लागला.

खडकांची अंगचीच एक मोठी गुहा झाली होती. खडकाला पाठ देऊन तोंडाशीच एक माणूस बसला होता. त्यानं पाय समोर पसरले होते नि आपली संगीन खडकाला टेकवून शेजारीच ठेवली होती. तो एक काठी छिलीत होता. सुटणाऱ्या छिलक्यांकडे टक लावून पाहत त्याचं काम चाललं होतं.

"अरेच्या!" तो माणूस म्हणाला, "कोण येतंय ते?"

"एक म्हातारा आणि एक सुरुंगउडव्या," पाब्लो म्हणाला. त्यानं आपल्या जवळची थैली आत गुहेच्या तोंडाशी ठेवली. ॲन्सेल्मोनंही आपली थैली तिथंच ठेवली. रॉबर्ट जॉर्डननं रायफल पाठीवरून काढून खडकाला टेकवली.

"इतकी गुहेशी ठेवू नको– आत विस्तव आहे." छिलणारा म्हणाला. त्याचे डोळे निळे होते. चेहरा जिप्सीसारखा सुस्त सुरेख होता. वर्ण धुरकटलेल्या कातड्यासारखा गर्द होता.

"तूच उठून ठेव," पाब्लो म्हणाला, "त्या झाडाशी ठेव."

जिप्सी काही म्हणाला नाही; पण न छापण्याजोगं काहीतरी पुटपुटला. मग म्हणाला, "मरू दे ती तिथंच. स्वतःला उडवून का घेत नाहीस तिनं? तुझे सगळे रोग जातील."

रॉबर्ट जॉर्डन जिप्सीच्या शेजारी बसत म्हणाला, "काय करता याचं?"

जिप्सीनं त्याला दाखवलं. एक सापळा करणं चाललं होतं त्याचं. सापळ्याची वरची आडवी दांडी तो छिलीत होता. तो म्हणाला, "कोल्ही पकडायला करतोय.

खटका म्हणून ओंडकाच घालणार. त्यांची पाठच मोडते त्यानं.''

जॉर्डनकडे पाहत तो हसला. मग म्हणाला, ''पाहा! अशी–'' मग त्यानं सापळा मिटल्याचे नि ओंडका खट्कन पडल्याचे हातवारे केले. मान हलवली, हात आत घेतले नि दंड पसरून पाठ मोडलेल्या कोल्ह्याची नक्कल दाखवली. ''अगदी हुकमी काम,'' तो म्हणाला.

ॲन्सेल्मो म्हणाला, ''तो ससे पकडतो. तो जिप्सी आहे. ससे पकडले की सांगतो, नि कोल्हे पकडले की सांगतो हत्ती पकडला.''

''आणि हत्ती पकडला तर?'' जिप्सीनं विचारलं. विचारताना त्यानं हसत दात विचकले नि रॉबर्ट जॉर्डनकडे डोळे मिचकावले.

''मग म्हणशील रणगाडा पकडला,'' ॲन्सेल्मो म्हणाला.

''अच्छा! मग रणगाडाही पकडीन मी,'' जिप्सी म्हणाला, ''नंतर तू हवं ते म्हण.''

''कमी शिकार– बडबड फार, असं आहे जिप्सीचं,'' ॲन्सेल्मो म्हणाला.

जिप्सीनं रॉबर्ट जॉर्डनकडे पुन्हा डोळे मिचकावले नि पुन्हा तो छिलू लागला. पाब्लो गुहेत शिरून दृष्टीआड झाला होता.

तो जेवण आणण्यासाठी आत गेलाय, अशी रॉबर्ट जॉर्डननं आशा केली. जमिनीवर जिप्सीच्या शेजारी तो बसला होता. झाडाच्या शेंड्यातून कवडसे पाडीत दुपारची उन्हं खाली आली होती. त्याच्या पसरलेल्या पायांवर कवडसा आला होता नि पाय गरम झाले होते. गुहेतून आता अन्नाचा वास येऊ लागला होता. तेलाचा. कांद्याचा. मटण तळल्याचा. त्या वासानं त्याच्या पोटात कसंसंच होऊ लागलं. तो जिप्सीला म्हणाला, ''रणगाडा मिळेल. फारसं कठीण नाही ते.''

जिप्सीनं दोन्ही थैल्यांकडे बोट दाखवून म्हटलं, ''यांनी मिळेल?''

''हो!'' रॉबर्ट जॉर्डन म्हणाला, ''मी सांगेन तुम्हाला. ज्याला सापळा बनवता येतो, त्याला रणगाडा कठीण नाही.''

''तुम्ही नि मी दोघं मिळून मिळवायचा?''

''हो, नक्की!'' रॉबर्ट जॉर्डन म्हणाला.

जिप्सी ऐटीत ॲन्सेल्मोला म्हणाला, ''अहो! तेवढ्या थैल्या नीट ठेवा. त्या महत्त्वाच्या आहेत.''

ॲन्सेल्मो काहीतरी कुरकुरला. मग रॉबर्ट जॉर्डनला म्हणाला, ''दारू मिळाली तर पाहतो.''

रॉबर्ट जॉर्डन उठला. त्यानं दोन्ही थैल्या गुहेच्या तोंडापासून उचलल्या नि झाडाच्या बुंध्याशी, एका बाजूला एक अशा ठेवल्या. थैल्यांत काय आहे हे माहीत असल्यानं त्या जवळजवळ ठेवलेल्या पाहूनही तो बेचैन झाला होता.

अॅन्सेल्मो गुहेकडे निघाला. जिप्सी त्याला म्हणाला, "मला आण एक पेलाभर." रॉबर्ट जॉर्डन जिप्सीजवळ बसत म्हणाला, "काय– दारू आहे वाटतं?"

"आहे की! एक मोट भरून आहे. निदान अर्धी मोटतरी निघेल."

"खायला काय आहे?"

"बाबा! सगळं आहे. आम्ही एखाद्या सेनापतीसारखं खातो," जिप्सी म्हणाला.

"युद्धात जिप्सी काय करतात सांग!"

"जिप्सी ना? जिप्सी जिवंत राहण्याचं काम करतात."

"चांगलं काम आहे."

"चांगलंच! तुझं नाव काय?"

"रॉबर्टो!" रॉबर्ट जॉर्डन म्हणाला, "तुझं?"

"रॅफेल. रणगाड्याचं म्हणालास ते मनापासून ना?"

"नक्कीच. मनापासून का नाही?"

तांबड्या दारूनं भरलेली एक दगडी घेऊन अॅन्सेल्मो गुहेच्या तोंडातून बाहेर आला. त्याच्या तीन बोटांतून तीन कपांचे कान अडकवलेले होते. जवळ येऊन तो म्हणाला– "पहा! यांच्यापाशी कप, पेले सगळं आहे."

पाब्लो त्याच्या मागोमाग बाहेर आला. तो म्हणाला, "आत्ता होईल स्वयंपाक. विडीकाडी आहे कुणाजवळ?"

रॉबर्ट जॉर्डन उठून आपल्या थैल्यांशी गेला. त्यांतली एक थैली त्यानं उघडली. मग बोटानं आत चाचपत, रशियन सिगारेट्सच्या चपट्या डब्यांपैकी एक डबी त्यानं बाहेर काढली. गोल्झच्या हेडक्वार्टर्समधून त्याला त्या मिळाल्या होत्या. अंगठ्याचं नख त्यानं डबीच्या कडेनं फिरवलं, झाकण उघडलं नि डबी पाब्लोपुढे केली. पाब्लोनं त्यातून सहाएक काढून घेतल्या. काढून घेतलेल्या, आपल्या मोठ्ठाड हातात धरून त्यातली त्यानं एक उचलली नि उजेडाकडे धरली. सिगारेट लांब, पातळ होती. ओठांत धरायला टोकाला पुठ्ठ्याची सुरनळी लावलेली होती.

"नुसती हवाच– तंबाखू थोडी," पाब्लो म्हणाला.

"या पाहण्यातल्या आहेत माझ्या. तो विचित्र नावाचा असाच आला होता ना मागे! त्याच्याजवळ याच होत्या."

"काश्किन," रॉबर्ट जॉर्डन म्हणाला. मग त्यानं सिगारेटची पेटी जिप्सी नि अॅन्सेल्मोच्या पुढे धरली. त्यांनी एक एक सिगारेट घेतली.

"आणखी घ्या ना!" रॉबर्ट म्हणाला. मग दोघांनी आणखी एक एक घेतली. तेव्हा रॉबर्ट जॉर्डननं त्यांना आणखी चार चार दिल्या. त्या घेत असताना त्यांनी आभारदर्शक अशा माना वाकवल्या. त्यांच्या मानांबरोबर त्यांनी हातात धरलेल्या त्यांच्या सिगारेट्सही तशाच वाकल्या. जणू तलवारधारी माणूस सलामच करीत होता.

पाब्लो म्हणाला, "खरंच! नेहमीच्या आढळातलं नाव नव्हतं ते."

"दारू आणलीय," म्हणत ॲन्सेल्मोनं एक कप दगडीत बुडवून रॉबर्ट जॉर्डनला दिला. मग स्वतःचे नि जिप्सीचे कप भरले.

"मला नाही दारू?" पाब्लोनं विचारलं. सगळे गुहेच्या तोंडाशीच बसले होते.

ॲन्सेल्मोनं आपला भरलेला कप त्याला दिला नि दुसऱ्या कपासाठी तो परत गुहेत गेला. कप घेऊन तो बाहेर आला. दगडीवर वाकला. कप भरून घेतला. मग तिघांनी पेल्यांच्या कडा एकमेकांच्या पेल्यांना लावल्या.

दारू चांगली होती. कातडी बुधल्याची काहीशी कळकट चव तिला लागली होती इतकंच. पण छान होती. जिभेवर तरळ, स्वच्छ वाटत होती. रॉबर्ट जॉर्डन हळूहळू पिऊ लागला. थकव्यातून ऊब देत ती पसरत गेली.

"जेवण एवढ्यात तयार होईल," पाब्लो म्हणाला, "तो विचित्र नावाचा कसा मेला?"

"तो कैद झाला. मग त्यानं आत्महत्या केली."

"आत्महत्या?"

"तो जखमी झाला होता. कैदी होऊन जगण्याची त्याला इच्छा नव्हती."

"सगळं सांगा ना!"

"सगळं ठाऊक नाही मला," रॉबर्ट जॉर्डन खोटं बोलला. त्याला त्या वेळच्या अगदी लहानसहान गोष्टीही ठाऊक होत्या. पण तो विषय आता काढण्याचा नव्हता.

पाब्लो म्हणाला, "आगगाडीवर आम्ही हल्ला केला, तेव्हा त्यानं आमच्यापासून एक वचन घेतलं होतं. तो जखमी झाला तर आम्ही त्याला गोळी घालावी, असं वचन घेतलं होतं त्यानं. त्याचं सगळं बोलणंच विचित्र होतं."

रॉबर्ट जॉर्डनच्या मनात आलं– तो घाबरला होता, बिचारा काश्किन!

पाब्लो म्हणाला, "आत्महत्येचा आपल्याला तिटकारा आहे असं त्यानंच मला सांगितलं. पकडलं गेल्यावर शत्रू आपले हाल करील, अशी भीती त्याला वाटायची."

"हेही तो बोलला?" रॉबर्ट जॉर्डननं विचारलं.

"हो!" जिप्सी म्हणाला, "आम्हा सगळ्यांशीच तो तसं बोले."

"गाडीशी तुम्ही पण होता?"

"सारेच होतो."

पाब्लो म्हणाला, "काहीतरीच बोलायचा तो. पण शूर होता."

रॉबर्ट जॉर्डनच्या मनात आलं – बिचारा काश्किन! इथं चांगल्यापेक्षा वाईटच त्यानं जास्त केलं असावं. तो घाबरट आहे, हे आधीच आपल्याला कळतं तर! खरं, वरच्या लोकांनीच त्याला परत बोलवायला हवं होतं. तसं बोलणारा या कामाला उपयोगी नाही. बोलण्याची ती रीतच नव्हे. अशा माणसावर सोपवलेली कामगिरी

पार पडली, तरी हितापेक्षा अहितच जास्त होतं. तो म्हणाला, "तो विचित्र होता खरा! थोडा चक्कर असावा असं वाटतं."

जिप्सी म्हणाला, "पण दारूचा धडाका उडवून देण्यात तरबेज होता. शूरही होता फार."

"पण चक्कर होता," रॉबर्ट जॉर्डन म्हणाला, "अशा कामात तुम्हाला डोकं लागतंच; पण ते थंड ठेवावं लागतं. तो बोलत होता, ती बोलण्याची तऱ्हाच नव्हे."

पाब्लो म्हणाला, "जखमी झाल्यावर तुम्हाला मागे सोडून गेलेलं चालेल?"

"ऐका!" रॉबर्ट जॉर्डन म्हणाला. त्यानं आपला कप पुन्हा दारूनं भरला, "मी काय म्हणतो, ऐका! कुणाजवळ काही मागणं मागायचं असलं, तर त्या वेळी मी मागेन."

बोलणं पटून जिप्सी म्हणाला, "ठीक बोललात! चांगली माणसं असंच बोलतात. अरे! जेवण आलं वाटतं?"

"तुझं जेवण झालंय ना?" पाब्लोनं विचारलं.

जिप्सी म्हणाला, "मी आणखी दुप्पट जेवीन. जेवण कोण आणतंय ते तर पाहा!"

अन्नाची लोखंडी परात घेऊन येतायेताच ती मुलगी गुहेच्या तोंडाशीच थबकली. किंचित बाजूला वळलेलं तिचं तोंड त्यानं पाहिलं. पाहताक्षणीच तिच्या चेहऱ्याची एक विलक्षण गोष्ट त्याच्या ध्यानात आली. ती तिथूनच हसली नि म्हणाली, "का हो कॉम्रेड!" रॉबर्ट जॉर्डननं नमस्ते केलं. तिच्याकडे टक लागलेली न कळेल पण तिच्यावरची नजरही न हलेल, अशी काळजी तो घेऊ लागला. लोखंडी परात तिनं त्याच्यापुढे ठेवली, तेव्हा तिच्या हातांचा तांबूसपणा त्याच्या ध्यानी आला. तांबूस चेहऱ्यावर तिचे दात शुभ्र दिसत होते. कातडीचा नि डोळ्यांचा वर्ण एकच म्हणजे सोनेरी, पिवळसर, पिंगट होता. गालांची हाडं उंच होती. तोंड उभट नि ओठ भरलेले होते. केस उन्हात करपलेल्या शेतातील पिकासारखे सोनेरी पिंगट होते. कापलेलेही अगदी लहान होते– एखाद्या मृगासनावर असतात तसे. त्याच्याकडे पाहून हसत आपले पिंगट हात तिनं आपल्या केसांवरून फिरवले. केस बोटांखाली दाबत जात असताना पाठोपाठ उभे राहत होते.

'सुंदर!' त्याच्या मनात आलं. केस कापलेले नसते, तर ही अधिक सुंदर दिसली असती.

केसांवरून तळहात फिरवत ती म्हणाली, "माझी आपली हीच फणी." ती मोठ्यानं हसतहसत म्हणाली, "चला! जेवायला लागा. माझ्याकडे पाहत बसू नका. वालादोलिदमध्ये माझे केस कापले त्यांनी. आता चांगले वाढले आहेत."

त्याच्या समोर बसून तिनं त्याच्याकडे पाहिलं. त्यानं उलट तिच्याकडे पाहिलं.

ती हसली. गुडघे वर करून, त्यांच्याभोवती हात अडकवून ती बसली होती. पॅन्टमधून तिचे लांब निमुळते पाय पुढे आले होते. तिचे छोटे उन्नत स्तन सदऱ्यातून वर कळत होते. तिच्याकडे नजर जाताच दर वेळेला त्याचा घसा दाटून येत होता.

ॲन्सेल्मो म्हणाला, ''ताटल्या नाहीत. आपापली सुरी वापरा.''

त्या मुलीनं टोकं खाली करून चार काटे परातीच्या काठाला टेकून ठेवले होते.

एकाच परातीतून सारे जेवू लागले. स्पॅनिश रिवाजाप्रमाणे जेवताना कुणी बोलत नव्हतं. जेवायला कांदा नि हिरवी मिरची घालून ससा शिजवला होता. लाल दारूच्या रश्श्यात बदाम घातलेले होते. सर्व चांगलं जमलं होतं. सशाचं मांस हाडापासून सुटलं होतं नि रस्सा तर फारच चविष्ट होता. खाताखाता रॉबर्ट जॉर्डननं दारूचा आणखी एक कप रिकामा केला. सगळ्या जेवणभर ती मुलगी त्याच्याकडे नजर लावून होती. बाकीचेही त्याचं जेवण पाहत होते. सॉसचा शेवटचा थेंब रॉबर्ट जॉर्डननं पावाच्या तुकड्यानं टिपून घेतला. हाडांची रास एका बाजूला केली. सॉसची जागाही त्यानं निपटून घेतली. पावानं काटा स्वच्छ निपटला. आपला चाकूही निपटला नि दूर ठेवला. पाव खाऊन टाकला. पुढे वाकून त्यानं आपला कप दारूत बुडवला. हे सगळं चालू असताना ती मुलगी त्याच्याकडे पाहतच होती.

रॉबर्ट जॉर्डननं कप रिकामा केला. मग तो मुलीशी बोलू लागला. पण त्याचा गळा दाटूनच आला. त्यानं तसंच विचारलं, ''तुझं नाव काय?''

त्याचा विचित्र सूर ऐकून पाब्लोनं चमकून त्याच्याकडे पाहिलं. मग तो उठला नि दूर गेला.

''मेरिया!'' ती मुलगी म्हणाली. ''नि तुझं?''

''रॉबर्टो. या डोंगरात फार दिवस आहात तुम्ही?''

''तीन महिने.'' मेरिया म्हणाली.

त्यानं तिच्या केसांकडे पाहिलं. गोंधळून तिनं आपल्या केसांवरून हात फिरविला. टेकडीवरचं एखादं दाट, आखूड शेत वाऱ्यानं लहरावं, तसे ते वाटले. ती म्हणाली– ''केस साफ काढले होते. वालादोलिदच्या तुरुंगात नियमानं आमची हजामत करीत. तीन महिने लागले इतके वाढायला. यांनी उडवली त्या गाडीत मी होते. आम्हाला दक्षिणेकडे नेत होते. गाडी उडवल्यावर पळून चाललेले पुष्कळ कैदी पकडले गेले, पण मी सुटले. मी यांच्याबरोबर आले.''

जिप्सी म्हणाला, ''मला ही खडकात लपून बसलेली सापडली. आम्ही गाडी उडवून परतत होतो तेव्हा. छे! छे! किती कुरूप दिसत होती ही! तिला आम्ही बरोबर घेतली खरी; पण अनेकदा हिला सोडून द्यावं असं माझ्या मनात आलं.''

मेरियानं विचारलं, ''गाडीमध्ये यांच्याबरोबर सोनेरी केसांचा एक परकीय होता. त्याचं काय झालं?''

"मेला तो. एप्रिलमध्ये मेला." रॉबर्ट जॉर्डन म्हणाला.

"बिचारा!" मेरिया म्हणाली, "शूर होता तो. तुम्ही तेथे काम करता?"

"हो."

"गाड्या उडवल्या आहेत तुम्ही?"

"हो. तीन."

"इथं?"

"नाही," तो म्हणाला, "एस्त्रेमादुरात. इथं येण्यापूर्वी मी एस्त्रेमादुरात होतो. तिथं आम्ही खूप काम केलं. तिथं आमच्यापैकी पुष्कळ आहेत."

"या डोंगरात का आलात?"

"मी त्या सोनेरी केसवाल्याची – काश्किनची – जागा घेतलीय. शिवाय हा भाग चळवळीआधी मला ठाऊक आहे."

"चांगला ठाऊक आहे?"

"नाही. खरं सांगायचं तर तितका नाही. पण मी फार लवकर शिकतो. माझ्याजवळ चांगला नकाशा आणि चांगला वाटाड्याही आहे."

"हा म्हातारा ना?" मेरिया म्हणाली, "हा खरंच चांगला आहे."

अ‍ॅन्सेल्मो, तो म्हातारा म्हणाला, "कसचं!"

म्हाताऱ्याचा आवाज ऐकताच रॉबर्ट जॉर्डनच्या ध्यानात आलं की, मुलीपाशी आपण एकटे नाहीत. तिच्याकडे पाहणं अजून जड जातंय नि तिच्याशी बोलताना घसा दाटतोय. स्पॅनिश लोकांशी बोलताना दोन नियम पाळावयाचे असतात. त्यातला दुसरा नियम आपण मोडत आहोत. एक, पुरुष भेटला की पुढे तंबाखू करावी नि बायकांच्या वाटेला जाऊ नये. पण त्याच्या हेही ध्यानात आलं की, आपल्याला नियमानियमाची कसली पर्वा राहिलेली नाही. इतर अनेक गोष्टींची आपण पर्वा केलेली नाही; मग याचीच पर्वा कशाला?

मेरियाला तो म्हणाला, "तू फार सुंदर आहेस. केस कापण्याआधी तुला पाहायला मिळायला हवं होतं."

"केस वाढतील," ती म्हणाली, "सहा महिन्यांत पुरेसे लांब होतील."

जिप्सी म्हणाला, "गाडीतून आणली तेव्हा तिला तुम्ही पाहायला हवं होतं. इतकी कुरूप दिसत होती ती! मळमळायला लागलं असतं तुम्हाला."

तिच्याबद्दल मनात जी भावना दाटू लागली होती, तीतून बाहेर येण्याची धडपड करीत जॉर्डन म्हणाला, "कुणाची आहेस तू? पाब्लोची?"

त्याच्याकडे पाहत ती मोठ्यानं हसली. त्याच्या गुडघ्यावर चापट मारून म्हणाली, "पाब्लोची? पाब्लोला पाहिलंस ना?"

"बरं– मग रॅफेलची. त्यालाही पाहिलाय मी."

"त्याचीही नाही."

जिप्सी म्हणाला, "ती कुणाचीच नाही. फार विचित्र आहे पोरगी ती. पण स्वयंपाक काय करते!"

"खरंच कुणाची नाहीस तू?" रॉबर्ट जॉर्डननं तिला म्हटलं.

"कुणाची नाही– खरंच कुणाची नाही मी. थट्टेतही नाही. तिघांपैकी कुणाची नाही."

"खरंच?" रॉबर्ट जॉर्डन म्हणाला. पुन्हा आपला घसा दाटतोय असं त्याला वाटलं. तो म्हणाला, "उत्तम! पोरीसाठी मलाही वेळ नाही. अगदी खरं सांगतो."

जिप्सी मस्करी करीत म्हणाला, "पंधरा मिनिटंही नाहीत? तासाचा पाव हिस्साही नाही?"

रॉबर्ट जॉर्डन बोलला नाही. त्याचा घसा इतका दाटला की, आपल्याच्यानं बोलवेल, हा विश्वास त्याला वाटेना.

मेरियानं त्याच्याकडे पाहिलं. ती मोठ्यानं हसली. मग एकदम लाजली. त्याच्यावरची नजर मात्र तिनं काढली नाही.

रॉबर्ट जॉर्डन तिला म्हणाला, "किती छान लाजतेस तू! अशीच सारखी लाजत असतेस?"

"कधीच नाही."

"मग आता कोण लाजलं?"

"मी आपली आत जाते कशी."

"इथंच बस, मेरिया!"

"नको," ती म्हणाली. आता ती हसली नाही. "मी आतच जाते."

लोखंडी परात तिनं उचलली. चारी काटे उचलले. एखाद्या शिंगरासारख्या तिच्या हालचाली होत होत्या. शिंगराची ऐटही त्यात होती.

"कप हवेत का तुम्हाला?" वळत मेरियानं विचारलं.

रॉबर्ट जॉर्डन अजून तिच्याकडेच टक लावून होता. ती पुन्हा लाजून म्हणाली, "असं पाहू नका सारखं! मला लाजल्यासारखं होतं."

"इथंच राहू दे कप," जिप्सी म्हणाला. त्यानं एक कप दारूत बुडवून रॉबर्ट जॉर्डनला दिला. त्याचे डोळे अजून मेरियाकडेच होते. जड परात उचलून ती गुहेशी गेली होती नि डोकं वाकवून आत शिरत होती. तिच्याकडे डोळे ठेवूनच तो जिप्सीला म्हणाला, "कशाला?"

ती गुहेत गेल्यावर त्याचा आवाज एकदम मोकळा झाला होता. तो पुढे म्हणाला, "हा मात्र शेवटचाच हं. फार झाली आज."

"एवढं बगोण संपवू," जिप्सी म्हणाला, "अजून अर्धी पखाल शिल्लक आहे.

घोड्यावर लादून आम्ही ती आणली.''

ॲन्सेल्मो म्हणाला, ''पाब्लोचा हा शेवटचा छापा. तेव्हापासून तो स्वस्थ आहे.''

''किती लोक आहात तुम्ही?''

''आम्ही सात जण आहोत. दोन बाया आहेत.''

''दोन?''

''हो! दुसरी पाब्लोची कारभारीण.''

''नि ती?''

''गुहेत गेली ती? ती बरा स्वयंपाक करते. मी मघा 'चांगला स्वयंपाक झालाय' म्हटलं, ते तिला खूश करण्यासाठी. ती पाब्लोच्या कारभारणीच्या हाताखाली लागते.''

''पाब्लोची कारभारीण कशी आहे?''

जिप्सी दात दाखवीत हसत म्हणाला, ''जंगलीच म्हणा ना! अगदी जंगली. पाब्लोला कुरूप धराल की नाही? मग ही बाई पाहाच. पण शूर आहे. पाब्लोहून शंभरपटीनं शूर. हिंमतवान.''

ॲन्सेल्मो म्हणाला, ''पाब्लो आरंभी शूर होता नि मनापासून कामही करीत होता.''

''चळवळीच्या सुरुवातीला कॉलऱ्यात मरायचे नाहीत एवढे लोक त्यानं मारले आहेत. टायफॉईडच्या साथीत मरत नाहीत एवढे मारले.''

ॲन्सेल्मो म्हणाला, ''आता पुष्कळ दिवस तो खलासच झाला आहे. तो थंड पडलाय. मृत्यूला भितोय तो.''

जिप्सी एखाद्या विचारवंतासारखा म्हणाला, ''आरंभी फार लोक मारले म्हणून त्याचं असं झालं असेल. पाब्लोनं पिवळ्या तापानं मारले नसतील एवढे मारले.''

ॲन्सेल्मो म्हणाला, ''ते आहेच. पण शिवाय श्रीमंती आली ना! तो पितोही फार. विजेत्या मल्लासारखं त्याला निवृत्त व्हायचंय. पण हातातलं काम त्याला सोडता येणार नाही.''

जिप्सी म्हणाला, ''त्यानं सरहद्द ओलांडली तर तिथं त्याचे घोडे घेतील व त्याला सैन्यात भरती करतील. मलाही सैन्याचं प्रेम नाही.''

ॲन्सेल्मो म्हणाला, ''तुलाच काय, कुठल्याही जिप्सीला ते नसतं.''

जिप्सी म्हणाला, ''का असावं? कुणाला वाटतं सैन्यात जावंसं? सैन्यात जायला कुणी क्रांती केली आहे कधी? लढायला तयार आहोत आपण, पण सैन्यात जायला नाही.''

रॉबर्ट जॉर्डननं विचारलं, ''दुसरे कुठं आहेत?''

"दोघे गुहेत झोपले आहेत," जिप्सी म्हणाला, "दोघे आमची बंदूक आहे तिथं पहारा देत आहेत. एक वरच्या बाजूला पहाऱ्यावर आहे. सारेच बहुधा झोपलेले आढळतील."

रॉबर्ट जॉर्डन कुशीवर वळला.

"बंदूक कोणती आहे?"

जिप्सी म्हणाला, "माहितीतली नाही. माझ्या डोक्यातून गेलंय तिचं नाव. मशीनगन आहे पण."

ती स्वयंचलित बंदूक असावी, रॉबर्ट जॉर्डनच्या मनात आलं. त्यानं विचारलं, "किती असेल वजन?"

"एका माणसाला नेता येते. पण जडच आहे. घडीचे तीन पाय आहेत तिला. आम्ही जो शेवटचा सणसणीत छापा घातला, त्यात ती मिळाली. दारूच्या आधीच्या."

"किती फेऱ्या आहेत गोळ्यांच्या?"

"अगणित!" जिप्सी म्हणाला, "विश्वास बसायचा नाही एवढी अवजड आहे ती पेटी."

पाचशे फेरी असाव्यात– रॉबर्ट जॉर्डनच्या मनात आलं. त्यानं विचारलं, "गोळ्या कशा घालतात तीत? पट्ट्यामधून की पॅनमधून?"

बंदुकीच्या डोक्यावर वाटोळ्या लोखंडी डब्या आहेत, त्यांमधून."

साली! ही ल्यूड्स बंदूकच, रॉबर्ट जॉर्डननं ठरवलं. "बंदुकीची माहिती आहे तुम्हाला?" त्यानं म्हाताऱ्याला विचारलं.

"नाही," अॅन्सेल्मो म्हणाला. "अजिबात नाही."

जिप्सीला तो म्हणाला, "तुला?"

जिप्सी छाती फुगवून म्हणाला, "मला इतकी माहिती आहे, तिच्यातून भराभर गोळ्या सुटतात नि तिच्या नळ्या, हात पोळतो इतक्या गरम होतात."

अॅन्सेल्मो तिटकाऱ्यानं म्हणाला, "सर्वांनाच एवढं कळतं."

"कळत असेल," जिप्सी म्हणाला. "त्यानं विचारलं, ठाऊक आहे का? मला कळतं तेवढं सांगितलं. साध्या बंदुकीहून तिचा एक विशेष आहे. जोपर्यंत बोटं दाबलेली असतात, तोपर्यंतच गोळ्या सुटत राहतात."

रॉबर्ट जॉर्डन इंग्रजीत म्हणाला, "बरोबर आहे. पण फक्त ती थटली नाही, आतल्या गोळ्या संपल्या नाहीत किंवा वितळली नाही तरच!"

"काय म्हणालास?" अॅन्सेल्मोनं विचारलं.

"काही नाही," रॉबर्ट जॉर्डन म्हणाला, "मी इंग्रजीतून भविष्य पाहत होतो."

जिप्सी म्हणाला, "विचित्रच दिसता! इंग्रजीतून भविष्य पाहत होतो म्हणे! तुम्हाला हात पाहता येतो?"

''नाही,'' रॉबर्ट जॉर्डन म्हणाला. त्यानं परत कप दारूत बुडवला.

''जर तुम्हाला पाहता येत असेला तर माझा पाहा. पुढच्या तीन दिवसांतलं भविष्य मला सांगा.''

''पाब्लोची कारभारीण हात पाहते,'' जिप्सी म्हणाला, ''पण ती इतकी कटकटी नि जंगली बाई आहे की, ती तुझा हात पाहील असं वाटत नाही.''

रॉबर्ट जॉर्डन बसून राहिला. त्यानं दारूचा एक घोट घेतला. तो म्हणाला, ''मग पाब्लोच्या कारभारणीला भेटलंच पाहिजे. एकदा होऊनच जाऊ द्या भेट.''

जिप्सी म्हणाला, ''आपण बुवा तिला उठवणार नाही. ती भयंकर तिटकारा करते माझा.''

''का?''

''ती मला गप्पिष्ट समजते.''

ॲन्सेल्मोनं टोमणा दिला, ''केवढा अन्याय!''

''जिप्सीशी वैरच आहे तिचं.''

ॲन्सेल्मो म्हणाला, ''केवढी चूक!''

''तिच्यातही जिप्सीचं रक्त आहे,'' रॅफेल म्हणाला, ''आपण काय बोलतो, तिला समजत नाही.'' तो दात विचकून हसला, ''पण तिची जीभच तिखट आहे. अगदी चाबकासारखे फटकारे बसतात. जिभेनं कातडंच सोलते ती आपलं. सांगून पटायचं नाही इतकी ती जंगली आहे.''

''मेरियाशी तिचं कसं पटतं?'' रॉबर्ट जॉर्डननं विचारलं.

''छान पटतं. मेरिया तिला आवडते. पण तिच्या आसपास कुणी फिरकूनच पाहावं!'' त्यानं डोकं हलवीत चकचक केलं.

''त्या मुलीशी चांगली वागते ती,'' ॲन्सेल्मो म्हणाला, ''ती फार काळजी घेते तिची.''

''गाडीच्या वेळी आम्ही उचलून आणली, तेव्हा ती पोरगी अगदी विचित्र वागत होती,'' रॅफेल जिप्सी म्हणाला, ''ती बोलतच नव्हती. सारखी रडत होती. जरा हात लागला की भिजलेल्या कुत्र्यासारखी थरथरत होती. आत्ता आत्ता ती ठिकाणावर आलीय. आज तर चांगलीच वागत होती. तुमच्याशी बोलत असताना विशेष! गाडीच्या नंतर तिला टाकूनही दिली असती आम्ही. इतकी कुरूप, दुर्मुख, कुचकामी– आम्ही आपला खोळंबा करून घेण्याइतक्या लायकीची ती नव्हती. पण त्या म्हातारीनं तिला दोर बांधला. आपल्याच्यानं पाऊलही टाकवणार नाही, असं मुलीला वाटत होतं नि म्हातारी दोरीच्या टोकानं बडवीत तिला चालायला लावत होती. शेवटी तिला चालणं अशक्य झालं, तेव्हा म्हातारीनं तिला पाठीवर घेतलं. म्हातारीला तिचं ओझं असह्य झालं, तेव्हा मी तिला घेतलं. काट्याझुडपांतून आम्ही टेकडी

चढत होतो. मलाही तिला नेणं कठीण झालं, तेव्हा पाब्लोनं तिला घेतली. पण आम्हाला हे सारं करायला लावताना म्हातारी काय बोलली नाही!'' त्या बोलण्याची आठवण येऊन त्यानं पुन्हा मान हलवली. ''त्या पोरीचे पाय लांब आहेत. तसं वजन फार नाही तिचं. हाडं हलकी आहेत. मामुलीच वजन असेल तिचं. पण तिला उचलून पुढे जायचं, थांबायचं, गोळ्या झाडायच्या, पुन्हा उचलायची, पुढे जायचं! मागे म्हातारीच्या दोरीचे फटके पाब्लोवर बसतच आहेत. त्याची बंदूक तिनं घेतली आहे. त्यानं मुलीला खाली ठेवलं की, म्हातारी भरलेली बंदूक त्याच्या हाती देई. नि मुलीला घेई. गोळ्या झाडून पाब्लोनं बंदूक रिकामी केली की, ती मुलीला त्याच्याजवळ देई नि पुन्हा बंदूक भरी. एकीकडे तिच्या शिव्या चालूच असत. त्याच्या खिशातून ती काडतुसं काढी, नळीत भरी. भरताभरता शिव्या देई. नशिबानं काळोख उतरत होता. रात्र पडल्यावर सारंकाही ठीक झालं. शत्रू जवळ नव्हता, हेही नशीबच.''

''गाडीचं काम एकंदर जडच गेलं असावं,'' ॲन्सेल्मो म्हणाला. ''मी नव्हतो तेव्हा,'' रॉबर्ट जॉर्डनला त्यानं खुलासा करीत म्हटलं, ''पाब्लोची टोळी तिथं होती, एल् सोर्दोची होती. त्याची गाठ आज रात्री पडेल. आणखीही दुसऱ्या दोन टोळ्या होत्या डोंगरातल्या. मी स्वतः सरहद्दीपलीकडे होतो.''

''त्या विचित्र नावाच्या माणसाखेरीज ही मंडळी होती,'' जिप्सी म्हणाला.

''काश्किन.''

''हो! कसलं नाव ते! पाठच होत नाही. आमच्या बाजूला आणखी दोन मशीनगनवाले होते– सैन्यानं धाडलेले. हल्ल्यानंतर बंदूक त्यांना हलवता आली नाही. ती आम्ही गमावून बसलो. खरं पाहता त्या बंदुकीचं वजन त्या मुलीएवढंही नव्हतं. म्हातारी जर त्या मशीनगनवाल्यामागे दोर घेऊन राहिली असती, तर ती आणलीही असती.'' सारं आठवून त्यानं मान हलवली. ''स्फोट झाल्यावर जो उत्पात झाला, तसा आपण जन्मात पाहिला नव्हता. गाडी धिमे येत होती. दूर दिसत होती. मी इतका अस्वस्थ झालो होतो, सांगता यायचं नाही. गाडीची वाफ दिसली, मग शिट्टी ऐकू आली. मग तिचा झुकझुक आवाज हळूहळू मोठा होत कानावर येऊ लागला. नि मग स्फोट झाला. स्फोट होताक्षणी इंजिनाची पुढची चाकं वर झाली. मग तिथली सगळी जमीन प्रचंड काळ्या ढगात वर आल्यासारखी वाटली. एकच कल्लोळ उठला. इंजीन धुराळ्याच्या ढगात वर उडालं. रुळावरचे लाकडी फलाट स्वप्नात दिसावेत तसे हवेत फेकले गेले. मग इंजीन एका कुशीवर पडलं. एखाद्या अजस्त्र जखमी प्राण्यासारखं. या दुसऱ्या स्फोटाचा आमच्यावरचा धुराळा थांबण्याआधी वाफेचा स्फोट झाला. नि मशीनगन ठूऽ ठूऽ ठूऽ करीत गोळ्या ओकू लागली.''

मशीनगन चालवण्याची नक्कल करीत तो बोलत होता. त्यानं मुठी आवळल्या,

अंगठे वर करून तो वरखाली हलवत होता. "ठूऽ ठूऽ ठूऽ ठूऽ," तो आवेगानं म्हणाला, "असला देखावा कधी आयुष्यात पाहिला नव्हता. गाडीतून उड्या टाकीत सैनिक धावत आहेत. मशीनगन गोळ्या झाडीत आहे. माणसं पडताहेत. त्या धावपळीत मी माझा हात मशीनगनवर ठेवला नि नळ्या लाल झालेल्या पाहिल्या. त्याच वेळी म्हातारीनं माझ्या थोबाडीत मारत म्हटलं, 'मूर्खा! गोळ्या उडव. गोळ्या मार नाहीतर टाळकं शेकते.' मी गोळ्या मारायला सुरुवात केली. पण बंदूक सरळ धरणंही कठीण झालं होतं. त्यातून पलीकडच्या टेकड्यांवर सैनिक चढायला लागले होते. नंतर काही उचलायला मिळतंय का पाहायला जेव्हा आम्ही परत गाडीशी गेलो, तेव्हा त्यांच्या एका अधिकाऱ्यानं त्यांचे पळणारे सैनिक पिस्तुलाच्या धाकात परत फिरवले. सारखा तो पिस्तूल हलवीत राहिला नि ओरडत राहिला. आम्ही सगळ्यांनी त्याच्यावर गोळ्या झाडल्या; पण कुणाचाच नेम लागला नाही. मग त्यांचे काही सैनिक उपडे झाले नि गोळ्या झाडू लागले. नि त्यांचा तो ऑफिसर त्यांच्यामागे पिस्तूल हलवत फेऱ्या घालत राहिला. तरी आम्हाला त्याला मारता आलं नाही! आमची मशीनगनही त्याच्यावर रोखता येत नव्हती. कारण गाडी मध्ये येत होती. ऑफिसरनं आपल्या दोन सैनिकांना गोळ्या घातल्या, तरी ते जागेवरून उठून पुढे होईनात. ऑफिसर शिव्या देऊ लागला. शेवटी एका वेळी एक एक, दोन दोन सैनिक उठले नि आमच्या दिशेनं मधल्या पडलेल्या गाडीकडे धावले. पुन्हा ते उघडे पडले नि गोळ्या झाडू लागले. मग आम्ही माघार घेतली. मशीनगनच्या गोळ्या आमच्या डोक्यावरून जात होत्या. याचवेळी गाडीतून पळालेली ही मुलगी मला दिसली. ती खडकात लपून बसली होती. तीही आमच्याबरोबर धावू लागली. त्या सैनिकांनी रात्रभर आमचा पाठलाग केला."

"सगळंच कठीण गेलं असलं पाहिजे तेव्हा," ॲन्सेल्मो म्हणाला, "हलवून सोडलं असलं पाहिजे सर्वांना."

"आम्ही तेवढंच एक चांगलं काम केलं," एक खोल आवाज म्हणाला, "ए! काय चाललंय आता तुझं? आळश्या! दारुड्या! बिनलग्नाच्या जिप्सीच्या कारट्या! काय रे चाललंय तुझं?"

रॉबर्ट जॉर्डननं एक पन्नाशीची बाई पाहिली. पाब्लोएवढीच ती आडदांड होती. जितकी लठ्ठ तितकीच उंच होती. खेडुती सदरा नि पोलकं तिनं घातलं होतं. पायात लोकरीचे जाडजूड मोजे होते. खाली सोलाच्या तळाच्या वहाणा होत्या. खडकातून घडवावा तसा तिचा चेहरा होता. हात मोठ्ठाड होते, पण दिसायला छान होते. आपल्या दाट केसांचा तिनं अंबाडा बांधला होता.

दुसऱ्या कुणाकडे न पाहता ती जिप्सीलाच म्हणाली, "ए, बोल! बोलत का नाहीस?"

"या कॉम्रेडशी मी बोलत होतो. सुरुंगउडव्या म्हणून हा आलाय."

"मला ठाऊक आहे सगळं," पाब्लोची ती कारभारीण म्हणाली, "आधी ऊठ इथून नि वर अँड्रीज पहाऱ्याला आहे त्याला सोडव."

जिप्सी म्हणाला, "जातो मी." मग रॉबर्ट जॉर्डनला म्हणाला, "जेवणाच्या वेळी भेटूच."

"थट्टेतसुद्धा जेवणाचं बोलू नकोस," ती म्हणाली. "माझ्या हिशेबानं आज तीनदा तू चरला आहेस. पळ आता नि अँड्रीजला धाड."

"कसं काय?" ती रॉबर्ट जॉर्डनला म्हणाली. तिनं हात पुढे केला नि ती हसली. "तुमचं कसं आहे? लोकसत्ताक काय म्हणतंय?"

"उत्तम," रॉबर्ट जॉर्डननं तिचा हात हलवीत म्हटलं, "सगळी आबादीआबाद आहे."

"बरं वाटलं ऐकून," ती म्हणाली. बोलताना ती त्याच्याकडे पाहत हसत होती. तिचे डोळे घारे आहेत, हे त्याच्या लक्षात आलं. "दुसरी गाडी उडवायला आलात इथं?"

"नाही." पहिल्याच दर्शनी रॉबर्ट जॉर्डनचा तिच्यावर विश्वास बसला. तो म्हणाला, "पूल उडवायला."

ती म्हणाली, "पुलाचं सोडा. आपल्याजवळ आता घोडी आहेत. गाडी केव्हा उडवायची सांगा."

"नंतर! पुलाचं आज महत्त्व आहे."

"मुलीनं मला सांगितलं, गाडी उडवण्याच्या वेळी तुमचा जो दोस्त आमच्याबरोबर होता, तो मेला म्हणे!"

"हो."

"अगदी वाईट झालं. असला स्फोट जन्मात पाहिला नव्हता. तुमचा दोस्त डोकेबाज होता. माझी तब्येत त्यानं खूश ठेवली. दुसरी गाडी नाही का उडवता यायची आता? माणसं पुष्कळ आहेत डोंगरात. फार आहेत. धान्य पुरवणं जड झालंय आता. इथून बाहेर पडणं चांगलं. शिवाय घोडी आहेत आमची."

"आधी पुलाचं करावं लागेल."

"कुठला पूल?"

"अगदी जवळ आहे."

"मग बरं आहे," पाब्लोची कारभारीण म्हणाली, "भोवतालचे सगळे पूल उडवून आपण येथून पाय काढू. मी कंटाळलेय या जागेला. फार लोक झाले इथे. त्यातून चांगलं निघायचं नाही. शिसारी यावी इतकी कोंडी झालीय इथं."

तिनं झाडीमधून पाब्लोला पाहिलं. तिनं हाक मारली, "ए दारुड्या! ए नालायका!"

रॉबर्ट जॉर्डनकडे खुशीत वळून ती म्हणाली, "जंगलात एकटाच गेलाय तो प्यायला. दारूचा बुधला घेऊनच जातो. सारखी पीतच असतो. इथलं हे आयुष्य त्याचा सत्यानाश करतंय पोरा! तू आलास, मला अगदी बरं वाटलं," तिनं त्याच्या पाठीवर थाप मारली. "दिसतोस त्याहून तू मोठा आहेस," बोलताना तिनं त्याच्या खांद्यावरून हात फिरवीत खालचे स्नायू चाचपले. "छान! तू आलास, बरं वाटलं."

"मलाही बरं वाटतंय."

"आपल्या दोघांचं जमेल," ती म्हणाली. "एक पेला घे दारूचा."

"आमची घेऊन झालीय," रॉबर्ट जॉर्डन म्हणाला, "पण तुम्ही घ्या."

"जेवण होईपर्यंत मी घेत नाही," ती म्हणाली, "मला जळजळतं." तिनं पुन्हा पाब्लोला पाहिलं. ती ओरडली, "दारुड्या!" रॉबर्ट जॉर्डनकडे वळून हताशपणे मान हलवीत ती म्हणाली, "किती चांगला होता तो एकदा. पण आता मात्र खलास झालाय. आणखी एक ऐकून ठेव माझं. त्या पोरीशी चांगला वाग. काळजी घेऊन वाग. मेरियाबद्दल बोलते मी– कळलं ना? तिनं फार वाईट दिवस पाहिलेत. समजलं?"

"हो! पण मला सांगायचं कारण?"

"तुझी गाठ पडून ती गुहेत परत आली, तेव्हाच तिचं मी पाहिलं. बाहेर येण्याआधी तुझ्याकडे तिनं लावलेली टक मी पाहिली."

"मी तिची थोडी थट्टा केली."

"तिची अवस्था फारच खराब होती," पाब्लोची कारभारीण म्हणाली, "आज ती बरी दिसते. पण तिनं इथून जावं हे उत्तम."

"खरं आहे. अॅन्सेल्मोबरोबर तिला पत्नीकडे रवाना केलं तर?"

"तुमचं काम आटोपलं की, तुम्ही नि अॅन्सेल्मो तिला घेऊन जा."

रॉबर्ट जॉर्डनचा घसा खारावला. आवाज घोगरा झाला. तो म्हणाला, "तरी चालेल."

पाब्लोच्या कारभारणीनं त्याच्याकडे पाहत मान हलवली, "अरे अरे! शेवटी सगळे पुरुष सारखेच ना!"

"मी काय म्हणालो असं? ती सुंदर दिसते एवढंसुद्धा सांगायचं नाही?"

"छे! ती सुंदर नाही; पण सुंदर व्हायला लागलीय, असं तुला म्हणायचं असावं," पाब्लोची कारभारीण म्हणाली, "पुरुष! आम्हीच त्यांना जन्म देतो– किती लाजिरवाणी गोष्ट आहे! जरा गंभीर हो! लोकसत्ताकमध्ये तिच्यासारख्यांची काळजी घेणाऱ्या संस्था नाहीत?"

"आहेत," रॉबर्ट जॉर्डन म्हणाला, "चांगल्या संस्था आहेत. व्हॅलेन्सियाच्या जवळच्या किनाऱ्यावर आहेत. दुसरीकडे आहेत. तिथं तिचं नीट करतील. मुलांकडे

पाहायचं काम मिळेल तिला. तिथं खेड्यांमधून हलवलेली मुलं ठेवली आहेत. मुलं तिला काम शिकवतील.''

''तेच हवंय मला,'' पाब्लोची कारभारीण म्हणाली, ''पाब्लो आत्ताच तिच्या कारणानं कष्टी आहे. तिची चिंता त्याला जाळते आहे. तिला पाहिलं की, आजारी असल्यासारखं त्याला होतं. तिनं इथनं जाणंच उत्तम.''

''आमचं काम संपलं की तिला नेऊ.''

''तुझ्यावर भरवसा ठेवते– घेशील ना तिची काळजी? आपला फार दिवसांचा परिचय असल्यासारखी मी बोलतेय.''

''पटलं की असंच होतं.''

''खाली बसा!'' पाब्लोची कारभारीण म्हणाली, ''मी काही वचन मागत नाही तुमच्याजवळ. होणारं चुकत नाही. जर तिला घेऊन जाण्याचं तुझ्या मनात नसलं, तर विचारणारंय.''

''तिला नेणार नाही असं का म्हणता?''

''तुम्ही गेल्यावर तिनं इथं डोकं फिरवून बसायला मला नकोय. दुसऱ्या कटकटी पुष्कळ आहेत.''

''पुलाचं आटोपलं की नेऊ तिला,'' रॉबर्ट जॉर्डन म्हणाला, ''पुलानंतर आम्ही जिवंत राहिलो तर नेऊ.''

''असलं बोलणं मला आवडत नाही.''

''वचन मागता म्हणून खुलासा केला,'' रॉबर्ट जॉर्डन म्हणाला, ''मी रड्या नाही.''

''हात पाहू तुझा,'' ती बाई म्हणाली. रॉबर्ट जॉर्डननं हात पुढे केला. बाईनं तो उघडून हातात धरला. आपला अंगठा त्यावर घासला. मग निरखून पाहून तिनं तो खाली सोडला. ती उठून उभी राहिली. तोही उठला. न हसता तिनं त्याच्याकडे पाहिलं.

''काय पाहिलंत?'' रॉबर्ट जॉर्डननं विचारलं, ''मला फक्त कुतूहल आहे. माझा या गोष्टींवर विश्वास नाही.''

''कशावर विश्वास आहे तुझा?''

''इतर पुष्कळ गोष्टींवर. पण या नाही.''

''इतर गोष्टी म्हणजे?''

''उदाहरणार्थ, माझ्या कामावर.''

''हो. माझ्या आलंय ध्यानात.''

''हातात काय पाहिलं सांगा ना.''

''मी काही पाहिलं नाही,'' ती कडवटपणे म्हणाली, ''पूल फार कठीण आहे– तुम्हीच म्हणालात.''

‘‘नाही. मी म्हटलं, पूल महत्त्वाचा आहे.’’

‘‘मग तो कठीण जाईल.’’

‘‘हो! तसं वाटतंय. तोच पाहायला मी खाली जातोय आता. इथं तुमच्याजवळ किती माणसं आहेत?’’

‘‘बरी म्हणता येतील अशी पाचच. जिप्सी तर वायाच आहे. त्याचं मन चांगलं आहे. पाब्लोवरचा माझा विश्वास उडालाय.’’

‘‘एल् सोर्दोपाशी चांगली माणसं किती आहेत?’’

‘‘आठ असावीत. रात्री पाहूच आपण. तो येतोय इथं. अतिशय व्यवहारी माणूस आहे तो. त्याच्याजवळ फार सुरुंग नाहीत. त्याच्याशी बोला तुम्ही.’’

‘‘निरोप धाडलाय त्याला?’’

‘‘तो रोज रात्री येतो. शेजारीच आहे तो. मित्रही आहे. कॉम्रेडही आहे.’’

‘‘त्याच्याबद्दल काय मत आहे तुमचं?’’

‘‘चांगला माणूस आहे. व्यवहारी आहे सांगितलंच. गाडीच्या वेळी त्यानं फार कामगिरी केली.’’

‘‘दुसऱ्या टोळ्यांतून कुणी आहे?’’

‘‘वेळेवर कळवलं तर पन्नास बंदुका तरी खात्रीच्या अशा उभ्या राहतील.’’

‘‘किती खात्रीच्या?’’

‘‘अर्थात प्रसंगाच्या महत्त्वाच्या मानानं खात्रीच्या.’’

‘‘दर बंदुकीस किती फेरी आहेत?’’

‘‘वीस असाव्यात. या कामासाठी कोण किती आणील, त्यावर आहे. अर्थातच या कामात ते सहकारी झाले तर! लक्षात ठेव. पुलाच्या कामात पैसा नाही. लूटही नाही. तुझं राखून बोलतोस त्यातही धोका आहे. पुलानंतर डोंगरातून हलावं लागणार आहे. तेही पटायचं नाही काहींना.’’

‘‘उघडच आहे.’’

‘‘तेव्हा त्यासंबंधात कारण नसता विषय न काढणंच चांगलं.’’

‘‘माझं तेच मत आहे.’’

‘‘तुमचा पूल तुम्ही पाहून या. मग रात्री एल् सोर्दोशी बोलणं करू.’’

‘‘आता मी ॲन्सेल्मोबरोबर निघतो.’’

‘‘उठव त्याला,’’ ती म्हणाली, ‘‘संगीन हवी?’’

‘‘नको,’’ तो म्हणाला. ‘‘जवळ असलेली बरी; पण मी वापरणार नाही. मी पाहणी करायला जातोय, गडबड करायला नाही. तुम्ही सांगितलं त्या साऱ्याबद्दल आभार. तुमची बोलण्याची रीत मला आवडली.’’

‘‘मी असेल ते स्पष्ट बोलते.’’

“मग हातात काय दिसलं सांगा.”

“नाही,” मान हलवीत ती म्हणाली, “काही दिसलं नाही. पुलाकडे नीघ आता. तुझ्या सामानाकडे मी नजर ठेवीन.”

“झाकून ठेवा ते, म्हणजे कुणी हात लावणार नाही. गुहेत नेऊ नका ते. आहे तिथंच बरं आहे.”

“त्यावर झाकण राहील. त्याला कुणी हातही लावणार नाही,” पाब्लोची कारभारीण म्हणाली, “पुलाकडे निघा तुम्ही.”

ॲन्सेल्मो हातावर डोकं टेकून झोपला होता. त्याच्या खांद्यावर हात ठेवून रॉबर्ट जॉर्डननं हाक मारली, “ॲन्सेल्मो!”

डोकं उचलून म्हाताऱ्यानं वर पाहिलं. तो म्हणाला, “हो– म्हणजे काय, निघूच.”

३

एका झाडाकडून दुसऱ्या झाडाकडे, सावल्यासावल्यांतून सावधगिरीनं सरकत, ते शेवटचे दोनशे यार्ड खाली आले. आता उतारावरच्या शेवटच्या देवदारातून ते जात होते. पूल फक्त पन्नास यार्डांवर होता. टळलेली उन्हं अजून डोंगराच्या पिंगट शिखरावरून येत होती. खिंडीच्या पोकळ भिंतीवर पूल काळपट दिसत होता. पूल एका तणावाचा नि लोखंडी होता. पुलाच्या टोकांना पहाऱ्याच्या चौक्या होत्या. दोन मोटारी जातील एवढा तो रुंद होता. खालच्या खोल खिंडीवर त्याची पोलादी ऐट पसरली होती. अगदी खोल, तळाशी खडकावरून, उंचवट्यामधून उसळत, वाट काढीत एक नाला घाटातील मुख्य ओढ्याला मिळाला होता.

रॉबर्ट जॉर्डनच्या डोळ्यांवर सूर्य येत होता. काही वेळ मावळत्या उन्हात पुलाच्या ठळक रेषा तेवढ्याच दिसत होत्या. मग सूर्य उतरला. खाली गेला. डोंगराच्या तपकिरी वर्तुळाकार उंचवट्यामागे तो मावळतीला गेला तिकडे झाडांमधून पाहताना डोळे दिपत नव्हते. पाहतापाहता त्याच्या लक्षात आलं की, डोंगरानं नवी हिरवळ घेतली आहे नि अधूनमधून उरल्यासुरल्या बर्फाची ठिगळं तेवढी राहिली आहेत.

तिन्हीसांजेचा थोडासा उजेड राहिला होता. कातरवेळेआधीच्या त्या उरल्यासुरल्या वेळात तो पूल निरखू लागला. पूल उद्‌ध्वस्त करणं कठीण नव्हतं. पूल पाहतापाहता त्यानं वरच्या खिशातून एक वही काढली नि तीत तो भराभर रेखाचित्र काढू लागला. रेघा ओढीत असता त्यानं सुरुंगांचा हिशेब केला नाही. तो मागून करता येईल. आता पुलाचा कणा उडवायला नि त्याचा एक भाग तरी खिंडीत पाडायला, सुरुंग कुठं लावावे लागतील, त्या जागा तो टिपीत होता. एका वेळी उडतील असे सहाएक सुरुंग लावले की झालं! कसली घाई न होता सारं व्यवस्थित होईल. किंवा दोन मोठ्या सुरुंगांनी जमेल. मात्र ते मोठे लागतील. दोन्ही समोरासमोर ठेवून एकाच वेळी उडतील असं करायचं. अगदी खुशीत येऊन त्यानं भराभर रेखाटलं. एकदाचा आरंभ झाल्याचा तो आनंद होता. कामाला लागल्याचा तो आनंद होता. मग त्यानं वही मिटली. वहीच्या टोकावरच्या कातडी खोबणीत पेन्सिल सरकवली. वही खिशात ठेवली नि बटण लावलं.

तो रेखाटत असता, रस्त्याकडे, पुलाकडे नि चौकीकडे, ॲन्सेल्मो नजर ठेवून होता. आपण पुलाच्या फार जवळ आलो आहोत, असं त्याला सारखं वाटत होतं. रेखाटनं संपताच त्यानं श्वास टाकला.

खिशाचं बटण लावून रॉबर्ट जॉर्डन देवदाराच्या एका बुंध्याआड निजला नि आडून पाहू लागला. त्याच्या खांद्यावर हात ठेवून ॲन्सेल्मोनं बोटानं दाखवलं.

रस्त्यावरच्या त्यांच्याकडे तोंड असलेल्या चौकीत, संगीन लावलेली बंदूक गुडघ्यांत घेऊन, एक संत्री बसला होता. तो सिगारेट ओढीत होता. त्यानं विणीची टोपी घातली होती. रगासारखी एक शाल पांघरली होती. पन्नास यार्डांवरून त्याचा चेहरा कळत नव्हता. आपली दुर्बीण वर करून, तळहातानं झाकीत, रॉबर्ट जॉर्डननं डोळ्याला लावली. खरं पाहता आता डोळे दिपावे एवढा उजेड राहिला नव्हता. पुलाच्या कांबी इतक्या स्वच्छ दिसत होत्या! हात लांब केला तर हाताला लागतील असं वाटत होतं. संत्र्याचा चेहराही दुर्बिणीतून स्पष्ट दिसत होता. त्याच्या गालांच्या उंच हाडांखाली गाल खोल वाटत होते. डोळे दाट भुवयांखाली छपले होते. बंदूक धरलेले त्याचे हात मोठाड होते. पांघरलेल्या रगाखाली जाडजूड बूट दिसत होते. चौकीच्या भिंतीवर जुनाट दारूचा बुधला टांगलेला होता. काही वर्तमानपत्रंही होती. टेलिफोन नव्हता. टेलिफोन नजरेआड असलेल्या भागात असेल! पण त्याच्या ताराही कुठं चौकीतून निघालेल्या दिसत नव्हत्या. रस्त्यावर टेलिफोनची तार होती. पण ती पुलावरून गेली होती.

जुन्या पेट्रोलच्या डब्याचे काठ कापून, त्याला भोकं पाडून केलेली एक कोळशाची शेगडी चौकीबाहेर होती. दोन दगडांवर ती ठेवली होती. पण आत विस्तव नव्हता. शेगडीखालच्या राखेत धुरानं काळे झालेले काही रिकामे डबे होते.

ॲन्सेल्मो शेजारी पडला होता. त्याला त्यानं दुर्बीण दिली. म्हाताऱ्यानं हसून मान हलवली. एका कानशिलावर त्यानं बोट मारलं.

तो स्पॅनिशमध्ये म्हणाला, "पाहिलंय मी त्याला." ओठ न हलवता ओठांमधूनच तो बोलला. असं बोलणं कुजबुजण्याहून हळू येतं. रॉबर्ट जॉर्डन त्याच्याकडे हसत पाहत असता, त्यानं संत्र्याकडे पाहिलं. एक बोट संत्र्याकडे दाखवीत दुसरं बोट त्यानं आपल्या गळ्यावरून फिरवलं. रॉबर्ट जॉर्डननं मान हलवली. पण तो बोलला नाही.

पुलाच्या पलीकडच्या चौकीचं तोंड तिकडच्या रस्त्याकडे होतं. त्यामुळे तिच्यात पाहता येत नव्हतं. रस्ता रुंद, ओशट, छान होता. पुलापासून निघताच तो लगेच डावीकडे वळला होता. मग उजव्या बाजूनं वळून दृष्टीआड झाला होता. इथला पूर्वीचा रस्ता, पलीकडच्या बाजूचा तटवजा खडक फोडून रुंद केला होता. त्याची घाटावरची नि पुलावरची पश्चिमेकडची बाजू खडक फोडून केलेल्या उभ्या दगडी चिरांच्या भिंतीनं सुरक्षित केली होती. कारण त्या बाजूनं खिंडीत कडा होता. तिथं दरीच बनली होती नि ज्या ओढ्यावर पूल बांधला होता, तो ओढा इथंच मुख्य प्रवाहाला मिळत होता.

रॉबर्ट जॉर्डननं विचारलं, "दुसऱ्या चौकीचं काय?"

"वळणाखाली पाचशे मीटरवर आहे ती. रस्त्याच्या कडेच्या खडकात रस्ता दुरुस्त करणाऱ्याचं झोपडं आहे. त्यात आहे."

"किती माणसं असतील तिथं?"

तो पुन्हा दुर्बिणीतून संत्र्याकडे पाहू लागला. संत्र्यानं आपली सिगारेट चौकीच्या फळ्यावर विझवली. मग तंबाखूची कातडी चंची काढली. विझलेल्या सिगारेटचा कागद उचलला. त्यातली उरलेली तंबाखू त्यानं परत चंचीत ओतली. उभं राहत बंदूक चौकीला टेकून त्यानं आळस दिला. मग रायफल उचलून ती खांद्यावर टाकली नि तो पुलाकडे निघाला. ॲन्सेल्मो अगदी भुईसपाट झाला. रॉबर्ट जॉर्डननं दुर्बीण खिशात टाकली नि डोकं देवदाराच्या मागे ओढलं.

"पलीकडच्या चौकीवर सात सैनिक नि एक नाईक आहे," ॲन्सेल्मो त्याच्या कानाला लागत म्हणाला, "जिप्सीकडून मला कळलं."

रॉबर्ट जॉर्डन म्हणाला, "त्याची हालचाल थांबली की, आपण जाऊ. आपण फार जवळ आहोत."

"हवी ती माहिती मिळाली का?"

"हो. हवी ती मिळाली."

सूर्य मावळला होता. हवा भराभर थंड होत होती. पलीकडच्या डोंगरावरून येणारा मावळता प्रकाश कमी होत चालला होता.

संत्री पुलावरून दुसऱ्या चौकीकडे निघाला होता. त्याची संगीन सायंप्रकाशात चमकत होती. रग पांघरलेलं त्याचं शरीर बेडौल दिसत होतं. त्याच्याकडे दोघांची नजर असता ॲन्सेल्मोनं विचारलं, "तुला कसं वाटतंय सारं?"

"छान!" रॉबर्ट जॉर्डन म्हणाला, "अगदी हवं तसं."

"मग ठीक. निघायचं का? आपण त्याला दिसणार नाही आता."

त्यांच्याकडे पाठ करून संत्री पुलाच्या दुसऱ्या टोकाला उभा होता. खालच्या खडकामधून वाहणाऱ्या प्रवाहाची खळखळ ऐकू येत होती. त्या आवाजातून आता दुसरा एक आवाज येऊ लागला– संथ घरघरीचा! त्यांनी संत्र्याला वर बघताना पाहिलं. त्याची विणेची टोपी मागं कलली होती. दोघांनी माना फिरवून वर पाहिलं. तीन एकपंखी विमानं 'व्ही'चा आकार करून चालली होती. त्या उंचीवर अजून उन्हं होती नि त्यात ती बारीक चकाकत होती. आकाशातून ती अतिशय वेगानं निघाली होती. त्यांच्या मोटारींची घरघर संथ येत होती.

"आपल्यापैकी?" ॲन्सेल्मोनं विचारलं.

"तशी वाटतात," रॉबर्ट जॉर्डन म्हणाला; पण इतक्या उंचीवरची विमानं ओळखता येत नाहीत हे त्याला ठाऊक होतं. संध्याकाळच्या गस्तीला निघालेली ती

कुणाचीही असतील. पण अशी पाठलागी विमानं पाहिली की, ती आपलीच म्हणायची असतात. ऐकणाऱ्यांना बरं वाटतं. ती बॉम्ब टाकणारी असली तर निराळं.

ॲन्सेल्मोलाही ती आपल्यापैकी वाटली. तो म्हणाला, ''ती आपलीच आहेत. मी ओळखली. ती मोस्का आहेत.''

रॉबर्ट जॉर्डन म्हणाला, ''बरोबर! मलाही ती मोस्का वाटतात.''

ॲन्सेल्मो म्हणाला, ''मोस्काच ती.''

त्यांच्याकडे दुर्बीण लावून ती नक्की कुणाची, हे रॉबर्ट जॉर्डनला पाहता आलं असतं; पण तसं न करणंच त्याला ठीक वाटलं. ती कुणाची कळून, त्या रात्री काही फरक झाला नसता. शिवाय म्हाताऱ्याला ती आपली वाटून जर समाधान वाटत असलं, तर त्याचं ते समाधान हिरावून घेण्यात अर्थ नव्हता. आता ती सेगोव्हियाच्या दिशेनं नजरेआड होत होती. स्पॅनिश लोक ज्यांना मोस्का म्हणतात, ती बोइंग पी थर्टी टू विमानं ती नव्हती– हिरवी, लाल, पंख कलवून खाली आणून रशियन रूप दिलेली. रंग कळत नव्हते, पण बांधणी निराळीच होती. छे! ही फॅसिस्ट गस्त परत येत होती.

पुढच्या चौकीशी पाठ फिरवून अजून तो संत्री तसाच उभा होता.

''निघू या!'' रॉबर्ट जॉर्डन म्हणाला. तो टेकडी चढू लागला. काळजीपूर्वक तो चढत होता. पुलाकडून दिसत नाहीसे होईपर्यंत ॲन्सेल्मोच्या संरक्षणाचा त्यानं फायदा घेतला. ॲन्सेल्मो त्याच्यामागून शंभर फुटांवर चालत होता. पूल अगदी नजरेआड झाल्यावर तो थांबला. म्हातारा बरोबरीला आला, पुढे झाला नि चढणीवरून अंधारातून धिमे चढण चढू लागला. तो म्हणाला– ''आपला विमानतळ बळकट आहे.''

''हो.''

''आपण जिंकू.''

''जिंकायला हवं.''

''हो! नि जय झाल्यावर तुम्ही शिकारीला आलं पाहिजे.''

''कसली शिकार?''

''अस्वल– लांडगा– इबेक्स.''

''शिकार फार आवडते तुम्हाला?''

''आवडते! कशाहीपेक्षा आवडते. आमच्या गावात सगळेच शिकार करतात. तुम्हाला नाही आवडत शिकार?''

''नाही,'' रॉबर्ट जॉर्डन म्हणाला, ''मला जनावरं मारणं आवडत नाही.''

''माझं अगदी उलट आहे,'' म्हातारा म्हणाला, ''मला माणसं मारणं आवडत नाही.''

''डोकी फिरलेल्या लोकांशिवाय कुणीच माणसं मारीत नाही,'' रॉबर्ट जॉर्डन म्हणाला, ''पण उपाय नसला की कुणाचंच काही चालत नाही– पक्षकार्यासाठी असेल तेव्हा.''

“अर्थातच मग निराळं असतं,” ॲन्सेल्मो म्हणाला, “आता घर उरलं नाही मला. पण जेव्हा माझं घर होतं, तेव्हा माझ्या घरात, खालच्या जंगलामध्ये मी मारलेल्या रानडुकरांचे दात होते. मी मारलेल्या लांडग्यांची कातडी होती. हिवाळ्यातल्या बर्फावर मी त्यांची शिकार करी. नोव्हेंबरमधल्या एका रात्री मी घराकडे येत होतो. आमच्या खेड्याबाहेरच मी एक लांडगा मारला. माझ्या घरातल्या जमिनीवर लांडग्यांची चार कातडी अंथरलेली होती. चालूनचालून ती विरली. पण ती लांडग्यांचीच होती. तशीच सीरियावर उंचीवर मारलेल्या इबेक्सची शिंगंही घरात होती. ॲव्हीलाच्या एका पक्षी भरणाऱ्यानं भरून दिलेला गरुड पक्षी होता. त्याचे पिवळे डोळे अगदी जिवंत गरुडासारखे होते. फारच सुंदर! त्या सगळ्या वस्तू पाहतापाहता मला मोठा आनंद वाटायचा.”

“असं!” रॉबर्ट जॉर्डन म्हणाला.

“मी वसंत ऋतूत मारलेल्या एका अस्वलाची नखं आमच्या गावच्या चर्चच्या देवळीवर ठोकली होती. मला तो अस्वल टेकडीपाशी, पंजानं ओंडक्याशी खेळताना मिळाला.”

“केव्हाचं सांगता हे?”

“सहा वर्षं झाली. अस्वलाचा तो माणसासारखा पंजा! वळलेली लांब नखं. तळहातामधून खिळा मारून चर्चच्या दरवाजावर ठोकलेला. तो पाहिल्यावर मला नेहमी आनंद होई.”

“गर्वाचा?”

“हिवाळ्याच्या आरंभी टेकडीशी त्या अस्वलाची गाठ पडली तेव्हा केलेल्या कर्तृत्वाच्या आठवणीच्या गर्वाचा; पण आपल्याचसारख्या मनुष्यप्राण्याला मारल्यावर मनात काही राहत नाही.”

“माणसाचा पंजा खिळे ठोकून चर्चवर लावता येत नाही,” रॉबर्ट जॉर्डन म्हणाला.

“छे! असला रानटीपणा डोक्यातसुद्धा येत नाही. पण अस्वलाचा हात मात्र माणसासारखा दिसतो.”

“तशीच माणसाची छातीही अस्वलासारखी दिसते,” रॉबर्ट जॉर्डन म्हणाला. “अस्वलाचं कातडं काढलं की, दोघांच्या स्नायूंत फार साम्य आहे.”

“हो!” ॲन्सेल्मो म्हणाला, “माणसं ही अस्वलाचे भाऊबंद आहेत, असं जिप्सी मानतात.”

“अमेरिकेतले इंडियन्सही तसं समजतात,” रॉबर्ट जॉर्डन म्हणाला, “ते जेव्हा अस्वल मारतात, तेव्हा त्याची क्षमा भाकतात. क्षमा भाकल्यावर त्याचं डोकं ते झाडात ठेवतात. तेथून निघताना ते पुन्हा क्षमा भाकतात.”

“जिप्सी अस्वलाला माणसाचा भाऊबंद मानतात; कारण कातडीखाली त्याचं शरीर माणसासारखं असतं. शिवाय तो माणसासारखीच बिअर पितो. आणखी

संगीतही त्याला आवडतं. नाचणं पण आवडतं.''

''इंडियन्सचीही तीच समजूत आहे.''

''इंडियन्स जिप्सी आहेत?''

''नाही. पण जिप्सींसारखीच त्यांची अस्वलावर श्रद्धा आहे.''

''दिसतंच. अस्वलही गमतीसाठी चोऱ्या करतं म्हणून जिप्सी त्याला भाऊबंद मानतात.''

''तुझ्यात जिप्सीचं रक्त आहे?''

''नाही. पण मी त्यांच्यात फार वावरलोय. या चळवळीपासून अधिकच. डोंगरात पुष्कळ आहेत ते. जातीबाहेर वध करणं त्यांना पाप वाटत नाही. ते नाही म्हणतील हे; पण खरं आहे.''

''मूर लोकांप्रमाणे?''

''हो! अशा पुष्कळ चालीरीती जिप्सींत आहेत. त्या ते कबूल करणार नाहीत. जुन्या काळी होते तसे पुष्कळ जिप्सी या युद्धात खराब झाले आहेत.''

''लढाई का होते त्यांना कळत नाही. कशासाठी लढतो त्यांना कळत नाही.''

''नाही,'' ॲन्सेल्मो म्हणाला, ''त्यांना लढाई सुरू झाल्याचं माणसं मारल्यावरच कळतं. माणसं मारली तर मागच्या काळाप्रमाणे आता शिक्षाही होईल असं नाही, हे कळतं.''

''तुम्ही माणसं मारली आहेत?'' रॉबर्ट जॉर्डननं एकदम विचारलं. काळोखाच्या एकांतात दोघांनी दिवस एकत्र काढला होता. त्या संगतीच्या विश्वासानं त्यानं विचारलं होतं.

''हो! कितीकदा. पण स्वखुशीनं नाही. माणूस मारणं मला पाप वाटतं. ज्या फॅसिस्टांना आपल्याला ठार करायचंय, तेही त्यात आले. माझ्या मते माणसात नि अस्वलात फार फरक आहे. जिप्सींच्या भाऊपणाच्या या भ्रमावर माझा विश्वास नाही. छे! माणसं मारण्याच्या मी एकदम विरुद्ध आहे.''

''तरी मारलीतच तुम्ही!''

''हो! आणखीन मारीन. पण मी यातून जगलोवाचलोच, तर पुढचं सारं आयुष्य कुणाला कसली इजा न करता घालवीन. मला क्षमा व्हावी म्हणून.''

''कुणाकडून?''

''कुणाला माहीत कुणाकडून? परमेश्वर क्षमा करतो; पण तो आपण मानीत नाही इथं.''

''ईश्वर मानीत नाही तुम्ही?''

''छे रे बाबा! मुळीच नाही. ईश्वर असता तर या डोळ्यांनी जे पाहिलंय, ते त्यानं घडूच दिलं नसतं. ज्यांना हवा असेल त्यांनी घ्यावा तो.''

“त्यांची श्रद्धा आहे देवावर.”

“धार्मिक संस्कारात वाढूनही मी देवाला अंतरलो आहे. माणसानं स्वतःच्या कृत्यांना स्वतःच जबाबदार राहिलं पाहिजे.”

“मग काय! स्वतः केलेल्या हत्यांबद्दल तूच स्वतःला क्षमा करणार?”

“तसंच वाटतं मला,” ॲन्सेल्मो म्हणाला. “तुम्ही इतकं स्पष्ट मांडलंय, तेव्हा तसंच मानलं पाहिजे. पण देव असो-नसो, माणूस मारणं पाप आहे, असं वाटतं. दुसऱ्याचा प्राण घेणं ही गंभीर बाब आहे. जरूरच असली तर मी ते करीन. पण पाब्लोच्या जातीचा मी नाही.”

“युद्ध जिंकायचं तर शत्रूला मारायलाच हवं. ते निरंतरचं सत्य आहे.”

“खरंच आहे. युद्धात हत्या केलीच पाहिजे. पण माझं डोकं विचित्र चालतं.” ॲन्सेल्मो म्हणाला.

दोघे अंधारात जवळ जवळ चालत होते. नि चालतानाच हळू आवाजात बोलत होते. चढताचढता ॲन्सेल्मो मान वळवून बोलत होता. तो म्हणाला, “मी भिक्षुकाला मारणार नाही. कुठल्याही मालकाला मारणार नाही. आम्ही शेतात जसं रोज काम करतो, तसं त्यांना जन्मभर करायला लावू. डोंगरात मी लाकडाचं काम केलंय तसं जन्मभर करायला लावू. म्हणजे माणसाच्या जन्माचं सार्थक कशात आहे, त्यांना कळेल. जिथं आम्ही झोपतो तिथं ते झोपतील. आम्ही खाऊ ते त्यांनी खावं. पण सर्वांत म्हणजे त्यांनी आमच्याप्रमाणे काम करावं. म्हणजेच ते शिकतील.”

“नि तुम्हाला गुलाम करायला पुन्हा जिवंत राहतील.”

“त्यांना ठार मारून तर काहीच निष्पन्न होणार नाही. कारण हत्येच्या बीजातून आणखीच मोठा द्वेष पेटतो. तुरुंगही उपयोगी नाही. तुरुंगातही द्वेषच निर्माण होतो. आपल्या शत्रूंनी नवं जग शिकावं हेच खरं.”

“तरी तू मारलेसच.”

“हो,” ॲन्सेल्मो म्हणाला, “अनेकदा. आणखी मारीन; पण खुशीनं नाही. ते पाप मानून.”

“मग संत्र्याचं काय? संत्र्याला मारण्याची खूण मघा तुम्हीच केलीत.”

“ते सारं थट्टेत. मी संत्र्याला मारीनही. आपलं कार्य मनात आणून स्वच्छ अंतःकरणानं मारीन. पण खुशीनं नव्हे.”

“ठीक! ज्यांना मारण्यात गंमत वाटते त्यांच्यावर ते आपण सोपवू,” रॉबर्ट जॉर्डन म्हणाला, “ते एकूण आठ नि पाच आहेत. ज्यांना मारायला गंमत वाटते त्यांना एकूण तेरा मिळतील.”

“गंमत वाटणारे खूप आहेत,” ॲन्सेल्मो काळोखात म्हणाला, “आमच्यात तसे खूप आहेत. युद्धात भाग घेणाऱ्यांत तसलेच पुष्कळ!”

''युद्धात लढले आहात कधी?''

''नाही,'' म्हातारा म्हणाला, ''चळवळीच्या आरंभी सेगोव्हियात आम्ही लढलो. आम्ही मार खाल्ला नि पळालो. दुसरे पळाले. बरोबर मी पळालो. आम्ही काय करतो, ते आम्हाला कळत नव्हतं. माझ्याजवळ फक्त शॉटगन होती. नागरी संरक्षण दलाजवळ मॉशर बंदुकी होत्या. शंभर यार्डांवरूनही मला त्यांना मारता येत नव्हतं. आणि तीनशे यार्डांवरून, सशांना मारावं तसं आम्हाला त्यांनी मारलं. खूप गोळ्या झाडल्या त्यांनी. नेमही चांगला होता. त्यांच्यापुढे मेंढ्या ठरलो आम्ही.'' तो जरा थांबला. मग त्यानं विचारलं, ''पुलाशी लढाई होईलसं वाटतंय?''

''होईलही. संभव आहे.''

''कुणी पळाला नाही अशी लढाई मी पाहिली नाही,'' ॲन्सेल्मो म्हणाला, ''तेव्हा मी कसा वागेन कुणास ठाऊक! मी एक बिचारा म्हातारा आहे. मी आश्चर्यच करतोय सगळं.''

''मी तुझ्या पाठीशी राहीन,'' रॉबर्ट जॉर्डन म्हणाला.

''तू पुष्कळ लढायांत लढला आहेस?''

''पुष्कळ.''

''या पुलाच्या लढाईचं तुला काय वाटतं?''

''प्रथम पुलाचा विचार. तेच माझं काम आहे. पूल उडवणं कठीण नाही. मग बाकीचा विचार. सुरुवात वगैरे सर्व कागदावर लिहून काढणार आहे.''

''इथं वाचणारे थोडे आहेत.''

''कागदावर आलं की सर्वांना कळतं, म्हणून लिहायचंच; पण लिहिल्यामुळे स्वतःलाही खुलासा चांगला होतो.''

''माझ्यावर सोपवलेलं काम मी करीन,'' ॲन्सेल्मो म्हणाला, ''पण सेगोव्हियातील गोळीबार आठवल्यावर मला आपलं वाटतं की, इथंही जर लढाई नि गोळीबार होणार असला तर, मी पळून जायला नको असल्यास, माझे हुकूम मला स्पष्ट हवेत. सेगोव्हियात पळण्याचा विलक्षण मोह झाला होता. मला आठवतं.''

''आपण बरोबर राहू,'' रॉबर्ट जॉर्डन म्हणाला, ''कोणत्या प्रसंगी काय करायचं हे मी तुला सांगेन.''

''मग प्रश्नच नाही,'' अन्सेल्मो म्हणाला, ''हुकूम मला पाळता येतो.''

''आपलं काम पुलाचं आहे. लढाईचंही आहे, अर्थात ती झालीच तर,'' रॉबर्ट जॉर्डन म्हणाला. काळोखात आपलं बोलणं त्याला जरा नाटकी वाटलं, पण स्पॅनिशमध्ये ते चांगलं उठलं.

''पुलाचंच सगळ्यात महत्त्वाचं आहे,'' ॲन्सेल्मो म्हणाला. त्याचं ते स्वच्छ प्रामाणिक बोलणं ऐकून रॉबर्ट जॉर्डनला वाटलं, हा म्हातारा आपल्याला मिळाला हे

केवढं आपलं नशीब! त्या बोलण्यात इंग्लिश संकोचही नव्हता किंवा स्पॅनिशांची बढाई नव्हती. आणि आता पूल पाहिल्यावर, उडवण्याचा आराखडा आखल्यावर, चौकीवरच्या अचानक घालावयाच्या छाप्यांचा प्रश्न सोपा केल्यावर नि तो नेहमीसारखा उडवता येईल हे ठरल्यावर, त्याला गोल्झच्या हुकमाचा तिटकारा आला. ते हुकूम पाळण्याचा तिटकारा आला. त्या हुकमांनी स्वतःचं नि या म्हाताऱ्याचं काय होईल, हे मनात येऊन तिटकारा वाटला. ज्यांना ते हुकूम पाळायचे आहेत, त्यांना ते वाईटच आहेत.

विचार करण्याची ही रीत नव्हे, बाबा! त्यानं स्वतःला सांगितलं. ज्यांच्या आयुष्यात काही घडत नाही, असा तू नाहीस– ही माणसंही नाहीत. कर्तव्याला जुंपलेली तुम्ही बाहुली आहात. काही हुकूम दिलेले आहेत तुम्हाला. त्यात तुझा दोष नाही. इथं एक पूल आहे. काय सांगावे, मानवजातीचं भविष्य या पुलानं बदलेलही. या लढाईत घडणाऱ्या कोणत्याही एका घटनेनं बदलेल. तुला पुलाची गोष्ट पार पाडायची आहे; ती पार पाडलीच पाहिजे. साली! एकच गोष्ट. त्याच्या मनात आलं. एकच गोष्ट असती तर सोपं होतं. 'चिंता नको! नादान माणसा!' तो स्वतःला एकदम म्हणाला, 'दुसरं काही डोक्यात आण.'

मग मेरियाचा तो विचार करू लागला. तिच्या केसांचा, कातडीचा, तिच्या पिंगट सोनेरी डोळ्यांचा. अंगाच्या वर्णाहून जरा गर्द असलेले केस; पण तेही उन्हात ती काळी पडली की उजळ वाटतील. मुख्यतः कातडीवरच्या फिकट सोनेरी रंगावर आतून वाटणारी काळपट झकाकी. तिचं सगळं शरीर मुलायम असावं. तिची बुजल्यासारखी हालचाल, आपलं किंवा आपल्यातलं काहीतरी उघडं पडलंय, असं वाटत राहण्यानं, खजील झाल्यानं, आलेली ती बुजरी हालचाल! खरं तसं काही नसून तिच्या मनाचेच ते खेळ आहेत. आपण तिच्याकडे पाहताच ती लाजली कशी! गुडघ्यांभोवती हात गुंतवून बसली होती. उघड्या गळ्याचा तिचा सदरा. त्यातून उंचावलेले तिचे स्तन– तिच्याबद्दल असं मनात येऊ लागताच त्याचा घसा दाटला, पावलं जड पडू लागली. काही वेळ तो किंवा म्हातारा कुणीच बोललं नाही. शेवटी म्हातारा म्हणाला, "या खडकातून उतरल्यावर कॅम्प आलाच."

काळोखातून ते खडकातून पुढे झाले नि एक माणूस त्यांना म्हणाला, "थांबा! कोण आहे ते?" त्यानं बंदुकीचा खटका पडलेला ऐकला. खटका पुढे घेताना बंदुकीच्या लाकडावर आदळलेला त्याचा आवाज त्यानं ऐकला–

"थांबा! कोण येतंय?"

"पाब्लोचे कॉम्रेड," म्हाताऱ्यानं त्याला म्हटलं, "ओळखलं नाही आम्हाला."

"हो!" तो आवाज म्हणाला. "पण हुकमाप्रमाणं विचारतो. परवलीचा शब्द ठाऊक आहे?"

"नाही. आम्ही खालून आलो आहोत."

“ठाऊक आहे मला,” काळोखातला माणूस म्हणाला, “तुम्ही पुलाकडून आला आहात. परवल विचारण्याचा हुकूम मी काढलेला नाही. परवलीचा दुसरा अर्धा भाग तुम्हाला माहीत हवाच.”

“मग पहिला भाग सांग,” ॲन्सेल्मो म्हणाला.

“मी विसरलोय तो,” तो माणूस म्हणाला नि हसला. “तुझ्या घाण सुरुंगउडव्याला घे नि पळ कॅम्पकडे.”

“भूमिगत सेनेची ही शिस्त आमच्या!” ॲन्सेल्मो म्हणाला, “बंदुकीचा खटका सोडून दे.”

“बंदुकीचा खटका सोडलेलाच आहे,” तो माणूस म्हणाला, “मी अंगठ्यानं नि अंगठ्याजवळच्या बोटानं तो जागेवर धरीत असतो.”

“छान! मॉशर बंदुकीचंही तू असंच करशील. तिच्या बोल्टला खोबणी नसते. ती उडेलच.”

“ही मॉशरच आहे,” तो माणूस म्हणाला, “तुम्हाला पटणार नाही एवढी पकड माझ्या अंगठ्यात नि बोटात आहे. मी नेहमी बोटानंच खीळ खाली आणतो तिची.”

काळोखात ॲन्सेल्मोनं विचारलं, “रायफलचं तोंड कुणीकडे आहे?”

तो माणूस म्हणाला, “मी बोल्ट उतरवीत असता सतत तुझ्याकडेच होतं. नि आता तू जेव्हा कॅम्पशी पोहोचशील, तेव्हा कुणालातरी मला सोडवायला धाड. मला भयंकर भूक लागली आहे. मी परवलीचा शब्द विसरलोय.”

“तुमचं नाव काय?” रॉबर्ट जॉर्डननं विचारलं.

“आगस्तीन,” तो माणूस म्हणाला. “माझं नाव आगस्तीन. इथं मी कंटाळ्यानं मरतोय.”

“तुझा निरोप आम्ही देऊ,” रॉबर्ट जॉर्डन म्हणाला नि आळसाला यानं जो शब्द वापरला, तो दुसऱ्या भाषेतला कोणताही शेतकरी वापरणार नाही, हे त्याच्या मनात आलं. हा शब्द स्पॅनिश शेतकऱ्याच्या तोंडातला नेहमीचा आहे.

“माझं ऐकाल का?” जवळ येऊन रॉबर्ट जॉर्डनच्या खांद्यावर हात ठेवून आगस्तीन म्हणाला. मग त्यानं आपली चकमक आपटून कापूस पेटवला. त्याच्यावरचा अग्नी त्यानं फुंकर घालून मोठा करीत, रॉबर्ट जॉर्डनचा चेहरा न्याहाळला. तो म्हणाला, “तुम्ही त्या पहिल्यासारखेच दिसता.” त्यानं चकमक खाली ठेवली, “ऐका! मला एक सांगा, पुलाचं ऐकतो ते खरं का?”

“पुलाचं काय?”

“एक भंपक पूल आम्ही उडवायचा नि मग शेपूट घालून त्या डोंगरातून तोंड काळं करायचं?”

“मला नाही माहीत.”

“तुम्हाला माहीत नाही?” आगस्तीन म्हणाला, “केवढा जंगलीपणा! मग सुरुंग कुणाचे आहेत?”

“माझे.”

“मग तुझे सुरुंग कशासाठी आहेत, तुला ठाऊक नाही? थापा मारू नको.”

“ते कशासाठी आहेत, तुला ठाऊक आहे नि नसले तर कळेल,” रॉबर्ट जॉर्डन म्हणाला, “आता तरी आम्ही कॅम्पकडे निघालो आहोत.”

“खड्ड्यात जा!” आगस्तीन म्हणाला, “नि मरा. पण तुझ्या कामाचं तुला काही सांगितलं तर ऐकणार का?”

“अर्वाच्य नसेल तर!” त्याच्याच शिव्यांचा उल्लेख करीत रॉबर्ट जॉर्डन म्हणाला. हा आगस्तीन प्राणी इतका शिवराळ होता! शिवीला शिवी लावून तो बोलत होता. प्रत्येक नामाला तो शिवीचं विशेषण जोडीत होता. आणि तीच शिवी क्रियापद म्हणून वापरीत होता. याला एक वाक्यतरी सरळ बोलता येत असेल का? रॉबर्ट जॉर्डनचं बोलणं ऐकून आगस्तीन अंधारात हसला नि म्हणाला, “माझी तीच तऱ्हा आहे बोलण्याची. ती खराबही असेल. कुणास ठाऊक? जो तो आपल्या पद्धतीनं बोलतो. ऐका! पुलाचं माझं सोयरसुतक नाही. पुलाचंच काय, दुसऱ्या कशाचं नाही. मलातरी या डोंगराचा वीट आलाय. जायला लागलं तर बेलाशक आम्ही जावं इथून. हे डोंगर मला दुर्मुखलेले वाटतात, डोंगर आम्ही सोडावे. मी एकच गोष्ट सांगतो तुला– तुझा दारूगोळा तू नीट सांभाळ.”

“बरं सांगितलंस.”

“अजून राहिलंय एक. माझ्याहून जे अर्वाच्य आहेत, त्यांच्यापासून सांभाळून राहा.”

“अच्छा!”

“तुला स्पॅनिश कळतं,” आगस्तीन गंभीर होत म्हणाला, “तुझ्या दारूगोळ्याची तू नीट काळजी घे.”

“ठीक.”

“ठीक म्हणू नको नुसतं. खरंच काळजी घे त्याची.”

“का? त्याचं काही झालंय?”

“झालं असतं तर हे बोलून तुझा वेळ घेतला नसता.”

“सांगितलंस– खरंच बरं केलंस. आम्ही कॅम्पकडे निघतो.”

“ठीक,” आगस्तीन म्हणाला, “परवलीचा शब्द ठाऊक आहे अशालाच धाडायला सांगा इकडे.”

“कॅम्पमधून भेट होईलच आपली.”

“होय गृहस्था– लवकरच!”

"चला!" रॉबर्ट जॉर्डन ॲन्सेल्मोला म्हणाला.

हिरवळीच्या कडेनं ते उतरत होते नि करडं धुकं पडलं होतं. जंगलातल्या पाल्यापाचोळ्यातून आल्यावर खालचं गवत पायाला सुखाचं वाटत होतं. नि त्याच्या कॅनव्हासच्या तळातून दव भिजवत होतं. झाडीतून जरा पुढे, रॉबर्ट जॉर्डननं एक दिवा पाहिला. ते गुहेचं तोंड असल्याचं त्यानं ओळखलं.

"आगस्तीन फार चांगला गडी आहे," ॲन्सेल्मो म्हणाला, "तो घाणेरडं बोलतो. नेहमी थट्टा करतो. पण तो विचारी माणूस आहे."

"त्याला चांगलं ओळखता?"

"हो! फारा दिवसांपासून. त्याच्यावर माझा विश्वास आहे."

"त्यानं सांगितलं त्यावर?"

"हो बाबा– त्यावरही विश्वास आहे. पाब्लो फार बिघडलाय हल्ली. तू पाहिलंसच."

"मग उत्तम म्हणजे..."

"आपल्या दारूगोळ्यावर सतत नजर ठेवावी."

"कुणी?"

"तू. मी. त्या बाईनं. आगस्तीननंही. त्यानं धोका ओळखला म्हणून तोही आला."

"आता बिघडलेलं दिसतंय, तितकंच आधीपासून बिघडलेलं होतं का?"

"नाही," ॲन्सेल्मो म्हणाला, "भराभर बिघडत गेल्या गोष्टी. पण आपल्याला इथंच येणं प्राप्त होतं. हा भाग पाब्लो नि एल् सोर्दोचा आहे. एकट्यानंच इथं काही करायचं असेल तर वेगळं. नाहीतर या भागात त्या दोघांशीच वावर राहणार."

"एल् सोर्दोचं काय?"

"तो चांगला आहे," ॲन्सेल्मो म्हणाला, "हा पाब्लो जितका वाईट तितका तो चांगला आहे."

"पाब्लो खरंच वाईट वाटतो तुम्हाला?"

"दुपारभर मी त्यावर विचार केला. आपण जे ऐकलं ते जमेस धरलं, तर मला वाटतं... तो खरोखर वाईट आहे."

"मग दुसऱ्या पुलाची सबब करून, दुसऱ्या टोळीतील माणसं आणायला गेलो तर?"

"नाही," ॲन्सेल्मो म्हणाला, "हा भाग पाब्लोचा आहे. इथं नुसतं बोट हलवलं तरी त्याला कळल्याशिवाय राहणार नाही. फक्त फार सावधगिरीनं हालचाल करावी लागेल आपल्याला, एवढंच."

४

ते गुहेच्या तोंडाशी आले. तोंडावर लावलेल्या ब्लँकेटच्या फटीतून उजेड बाहेर येत होता. झाडाच्या तळाशी दोन्ही थैल्या कॅनव्हासनं झाकून ठेवलेल्या होत्या. रॉबर्ट जॉर्डननं खाली वाकून कॅनव्हास चाचपलं. ते ओलं नि कडक झालं होतं. काळोखातच कॅनव्हासखाली हात घालून त्यानं थैलीच्या बाहेरच्या खणात हात घातला नि कातड्यानं मढवलेली एक बाटली बाहेर काढली. ती खिशात घालून थैलीच्या तोंडाच्या रिंगातून घातलेलं लांब दांडीचं कुलूप उघडलं. तोंडाची आवळलेली दोरी सैल केली. बोटं आत घालून आतलं सामान तो तपासून पाहू लागला. आत, खोल, बांधलेली पुडकी त्याच्या हाताला लागली. दोन्ही थैल्या त्याच्या निजण्याच्या खोलीत गुंडाळलेल्या होत्या. उघडलेल्या थैलीच्या दोऱ्या आवळून पुन्हा कुलूप लावून त्यानं दुसऱ्या थैलीत हात घातला. त्याच्या हाताला स्फोटकाच्या लाकडी पेटीचं कठीण टोक लागलं. टोपणं ठेवलेली सिगारेटची पेटी लागली. प्रत्येक टोपण त्याच्या अंगच्याच दोऱ्यानं वेष्टन करून ठेवलेलं होतं. लहानपणी जंगली पक्ष्याची अंडी त्यानं अशीच नीट ठेवली होती. थैलीत सब-मशीनगनचा हातोडा नळ्यांपासून निराळा करून आपल्या कातडी जाकिटात बांधलेला होता. दोन्ही पॅन्स नि पाच क्लिपा थैलीच्या आतल्या खणात गुंडाळलेल्या होत्या. तांब्याच्या तारेची वेटोळी नि इन्शुलेटेड तारेचं मोठं वेटोळं दुसऱ्या खणात होतं. तारांच्या खणात आपली पक्कड त्याला लागली. दोन लाकडी हातोडे लागले.

मग शेवटच्या खणातून त्यानं रशियन सिगारेट्सची मोठी पेटी काढली. गोल्झच्या मुख्य ठाण्यातून त्यानं ती घेतली होती. मग थैलीचं तोंड बांधून त्यानं कुलपाचा दांडा सरकवला. थैलीच्या झडपांची बटणं लावली नि दोन्ही थैल्या परत कॅनव्हासनं झाकल्या. ॲन्सेल्मो गुहेत गेला होता.

त्याच्या मागोमाग जाण्यासाठी रॉबर्ट जॉर्डन उभा राहिला. पुन्हा त्यानं कसला तरी विचार केला. मग थैलीवरचं कॅनव्हॉस काढलं. एका हातात एक अशा दोन्ही थैल्या उचलून तो गुहेच्या तोंडाकडे निघाला. त्या त्याला कशाबशा झेपत होत्या. तोंडाशी त्यानं एक थैली खाली ठेवली, गुहेवरचं ब्लँकेट मोकळ्या झालेल्या हातानं

दूर केलं. डोकं ब्लँकेटखाली घातलं नि ठेवलेली थैली उचलून तो गुहेत शिरला.

गुहेत उबदार होतं. धूरही झालेला होता. एका भिंतीशी टेबल होतं. त्यावर बाटलीत ठेवलेली मेणबत्ती जळत होती. टेबलाशी पाब्लो बसला होता. आणखी तो ओळखत नसलेली तीन माणसं होती. जिप्सी रॅफेल होता. मेणबत्तीच्या उजेडाच्या सावल्या त्यांच्या मागे भिंतीवर पडल्या होत्या. अॅन्सेल्मो आत आला तसाच टेबलाच्या उजव्या हाताशी उभा होता. गुहेच्या टोकाशी असलेल्या शेगडीच्या निखाऱ्यासमोर पाब्लोची कारभारीण उभी होती. तिच्या जवळच ती मुलगी, घमेल्यात काही ढवळत वाकली होती. घमेल्यातला चमचा तिनं बाहेर काढला नि दारात आलेल्या रॉबर्ट जॉर्डनकडे पाहिलं. पाब्लोची कारभारीण फुंकणीनं फुंकीत होती. चुलीच्या उजळणाऱ्या निखाऱ्याच्या उजेडात त्याला मुलीचं तोंड, हात नि चमच्यावरून ओघळून घमेल्यात पडणारे थेंब दिसले.

''काय आणलं आहेस?'' पाब्लोनं विचारलं.

गुहेच्या एका बाजूचा भाग खोल गेलेला होता. तिथं हातांतल्या दोन्ही थैल्या दूरवर ठेवीत रॉबर्ट जॉर्डन म्हणाला, ''माझं सामान आहे.''

''बाहेरच बरं होतं ते.'' पाब्लो म्हणाला.

''अंधारात कुणीतरी अडखळेल त्यावर,'' रॉबर्ट जॉर्डन म्हणाला. टेबलाशी जाऊन त्यानं टेबलावर आपली सिगारेटची डबी ठेवली.

''दारूगोळा गुहेत बरा नाही वाटत मला,'' पाब्लो म्हणाला.

''विस्तवापासून खूप दूर ठेवलाय,'' रॉबर्ट जॉर्डन म्हणाला, ''सिगारेट घ्या.'' सिगारेटच्या डबीच्या बाजूनं अंगठ्याचं नख दाबून फिरवीत तो म्हणाला. डबीवर लढाऊ जहाजाचं चित्र होतं. डबी त्यानं पाब्लोकडे सरकावली.

अॅन्सेल्मोनं त्याला बसायला कातडं मढवलेलं एक स्टूल पुढे केलं. त्यावर तो बसला. पुन्हा काही बोलण्यासाठी पाब्लोनं त्याच्याकडे पाहिलं. मग सिगारेटकडे हात नेला.

पाब्लोनं घेतल्यावर, रॉबर्ट जॉर्डननं सिगारेटी दुसऱ्यांपुढे केल्या. अजून तो त्यांच्याकडे पाहत नव्हता. त्यांच्यापैकी एकानंच सिगारेटी घेतल्याचं त्याच्या लक्षात आलं. दोघांनी हात लावला नाही. त्याचं सगळं लक्ष पाब्लोकडे होतं.

''काय जिप्सी, कसं काय?'' तो रॅफेलला म्हणाला.

''उत्तम!'' रॅफेल म्हणाला. आपण आत आलो तेव्हा ते आपल्याबद्दलच बोलत होते, हे सहज ध्यानात आलं. जिप्सीसुद्धा मोकळा वाटत नव्हता.

''तुला पुन्हा जेवायला देणार का ती?'' रॉबर्ट जॉर्डननं जिप्सीला विचारलं.

''हो, का नाही द्यायची?'' जिप्सी म्हणाला. पण दुपारच्या थट्टामस्करीचा त्यात अंशही नव्हता आता.

पाब्लोची कारभारीण काही बोलली नाही. ती कोळसे फुंकीत राहिली. रॉबर्ट जॉर्डन म्हणाला, "वरचा तो आगस्तीन नावाचा कुणी आहे ना तो म्हणतो– कंटाळ्यानं आपण मेलो."

"अशानं कुणी मरत नाही," पाब्लो म्हणाला, "थोडा मरू द्या त्याला."

"दारू आहे का?" रॉबर्ट जॉर्डननं सर्वांकडे पाहत विचारलं. विचारताना टेबलावर हात ठेवून त्यानं अंग पुढे लोटलं.

"आहे थोडीशी शिल्लक," पाब्लो धुमसत म्हणाला. रॉबर्ट जॉर्डननं ठरवलं, दुसऱ्या तिघांकडे लक्ष द्यावं हे उत्तम. काय चाललंय, हे तरी कळेल.

"जाऊ द्या. मला एक पेलाभर पाणी पुरे. ऐकलंस तू?" तो मुलीला म्हणाला, "एक भांडं पाणी आण."

मुलीनं पाब्लोच्या कारभारणीकडे पाहिलं. ती काही बोलली नाही. ऐकल्यासारखंही तिनं दाखवलं नाही. मग मुलगी पाण्याच्या किटलीकडे गेली. कप आत बुडवून तिनं तो टेबलापाशी आणून रॉबर्ट जॉर्डनपुढे ठेवला. तिच्याकडे पाहून रॉबर्ट जॉर्डन हसला. त्याच वेळी पोट आत घेत तो डावीकडे झुकला नि कमरेचं पिस्तूल त्यानं हवं तिथं पट्ट्यावर सरकावून घेतलं. कुल्ल्यावरच्या खिशात त्यानं हात घातला. पाब्लो त्याच्याकडे टक लावून होता. सगळेच आपल्याकडे पाहत आहेत, हे त्याला कळत होतं. पण त्यानं मात्र पाब्लोकडे नजर ठेवली होती. मागच्या खिशातून थैलीतून काढून ठेवलेली कातडी वेष्टनाची बाटली त्यानं बाहेर काढली. बाटलीचं बूच त्यानं फिरवून काढलं. टेबलावरच्या कपातलं अर्धं पाणी प्याला नि कपात बाटलीतला द्राव हळूहळू ओतला.

"फार कडक आहे; नाहीतर तुला दिलं असतं," तो मुलीला म्हणाला नि पुन्हा हसला. "थोडंच राहिलंय; नाहीतर तुलाही दिलं असतं," तो पाब्लोला म्हणाला.

"मला ॲनिस आवडत नाही," पाब्लो म्हणाला.

ओतताना तिखट वास पाब्लोच्या नाकावर आला होता नि त्यातला द्राव त्यानं ओळखला होता.

"ठीक," रॉबर्ट जॉर्डन म्हणाला, "नाहीतरी थोडंच आहे."

"कोणते पेय आहे?" जिप्सीनं विचारलं.

"औषध आहे," रॉबर्ट जॉर्डन म्हणाला, "घ्यायचंय तुला?"

"कशावर आहे?"

"सगळ्यावर!" रॉबर्ट जॉर्डन म्हणाला, "सगळ्यावर रामबाण आहे. कुठलाही रोग असला तरी बरा करील."

"बघू दे!"

रॉबर्ट जॉर्डननं कप त्याच्यापुढे केला. पाण्यानं ते दुधट पिवळं झालं होतं.

जिप्सी एका घोटाहून जास्त घेणार नाही, हे तो धरून चालला. कपात अगदी थोडं राहिलं होतं. या द्रवाचा एक कप म्हणजे संध्याकाळच्या वर्तमानपत्राच्या तोडीचा होता. त्या एका कपात उपाहारगृहातल्या साऱ्या संध्याकाळची गंमत होती. या महिन्यात आता फुललेली सर्व बदामाची झाडं त्यात होती. बाहेरच्या बुलेवार्दची मंद चालणारी उमदी घोडी त्यात होती. त्या कपात पुस्तकाची सारी दुकानं सामावली होती. किओक्स होती, गॅलरीज होत्या, मोंटसोरीसची बाग होती. स्टेडबफेलो होती. बटशॉमात होतं. गॅरेंटी ट्रस्ट कंपनी होती. ड्‌ल्‌ द ला सीते होतं. फाइटचं जुनं हॉटेल होतं. संध्याकाळचं आरामात पडून वाचायला मिळणं हेही त्यात होतं. ज्या ज्या गोष्टी त्यानं भोगल्या होत्या नि तो विसरला होता, त्या त्या साऱ्या त्या कपात होत्या. ते पारदर्शक, कडू, जीभ बधिर करणारं, मेंदू, पोटाला ऊब देणारं, डोक्याला चालना देणारं पेय जिभेवर पडताच त्यातल्या ज्या ज्या गोष्टी आठवल्या होत्या, त्या सर्व कपात होत्या.

जिप्सीनं तोंड वेडंवाकडं करीत कप परत केला. ''ॲनिसचा वास येतोय त्याला. पण ते पित्तापेक्षा कडू आहे,'' तो म्हणाला, ''असलं औषध पिण्यापेक्षा आजार परवडला.''

''वाळवी आहे त्यात,'' रॉबर्ट जॉर्डन म्हणाला, ''असल्या ॲबसिंथमध्ये वाळवी असते, असं म्हणतात. ती तुमचा मेंदू बिघडवते. पण माझा विश्वास नाही. फक्त आपल्या कल्पना बदलते ती. पाणी तीत हळू ओतावं. थेंब थेंब. पण मी मात्र पाण्यात ते ओतलं.''

त्याच्या बोलण्यातली खोच ओळखून पाब्लो रागानं म्हणाला, ''काय म्हटलं तुम्ही?''

''औषधाचं सांगतोय या,'' रॉबर्ट जॉर्डन दात दिसतील एवढं हसला. ''मी माद्रिदमध्ये ती घेतली. शेवटची बाटली मिळाली. मला ती तीन आठवडे पुरली.'' त्यानं एक घोट घेतला. गोड गुंगी आणीत ती जिभेवरून गेली. पाब्लोकडे पाहून पुन्हा दात विचकून तो हसला.

''कसं चाललंय तुमचं?''

पाब्लोनं उत्तर दिलं नाही. रॉबर्ट जॉर्डननं टेबलावरच्या तिघांकडे पाहिलं. एकाचं तोंड फताडं नि मोठं होतं. तोंडाचा रंग बटाटेवड्यासारखा तांबूस होता. नाक चोंदलेलं होतं. तोंडात तिरप्या धरलेल्या सिगारेटमुळे ते अधिकच फताडं वाटत होतं. त्याचे केस आखूड नि करडे होते. दाढीचे खुंट करडे होते. बंद गळ्याचा, नेहमी सर्वांच्या वापरात असलेला काळा कोट त्याच्या अंगात होता. रॉबर्ट जॉर्डनची नजर लागताच त्यानं टेबलाकडे पाहिलं. पण त्याचे डोळे स्थिर राहिले. पापणीही लवली नाही. दुसरे दोघे भाऊ भाऊ असावेत, हे दिसतच होतं. अगदी एकसारखे एक होते ते. दोघेही बुटके, जाडजूड होते. केस काळे होते नि कपाळावर वाढले

होते. डोळेही काळे होते त्यांचे नि वर्ण पिंगट होता. एकाच्या डाव्या कपाळावर, डोळ्याच्या वर वण होता. त्यानं त्यांच्याकडे पाहिलं, तेव्हा दोघांनीही संशयी नजरेनं त्याच्याकडे उलट पाहिलं. एक सव्वीसएक वर्षांचा तर दुसरा त्याच्याहून एकदोन वर्षांनी मोठा वाटला.

"काय पाहता?" तोंडावर वण असलेल्या भावानं विचारलं.

"तुला पाहतोय." रॉबर्ट जॉर्डन म्हणाला.

"काही वेगळं वाटतंय?"

"नाही," रॉबर्ट जॉर्डन म्हणाला, "सिगारेट घ्या."

"जरूर," तो भाऊ म्हणाला. त्यानं आधी घेतली नव्हती.

"गाडीच्या वेळी होत्या त्याच्या जवळ तशाच होत्या."

"तुम्ही गाडीशी होता?"

"आम्ही सर्वच होतो," तो भाऊ शांतपणे म्हणाला, "या म्हाताऱ्याशिवाय सगळे होते."

"आता तेच करायला पाहिजे," पाब्लो म्हणाला, "आणखी गाडी उडवली पाहिजे."

"गाडी उडवता येईल," रॉबर्ट जॉर्डन म्हणाला, "पण पुलानंतर!"

पाब्लोची कारभारीण पाठ फिरवून उभी होती. ती ऐकत होती, हे रॉबर्ट जॉर्डनच्या ध्यानात आलं. त्यानं पूल शब्द उच्चारताच सगळे एकदम स्तब्ध झाले.

तो मुद्दाम पुन्हा म्हणाला, "पण पुलानंतर." नि त्यानं ॲबसिंथचा एक घुटका घेतला. त्याच्या मनात आलं, पुलाचा विषय काढावाच. तो टळत नाही.

"पुलाला माझं मत नाही. माझं नाही... माझ्या लोकांचं नाही." टेबलाकडे पाहत पाब्लो म्हणाला.

रॉबर्ट जॉर्डन काही बोलला नाही. त्यानं ॲन्सेल्मोकडे पाहत कप उचलला. तो हसून म्हणाला, "म्हातारेबाबा, आपल्या दोघांनाच हे काम करावं लागणार तर!"

"या भ्याडाला वगळून," ॲन्सेल्मो म्हणाला.

"काय म्हणालास?" पाब्लो म्हाताऱ्याला म्हणाला.

"तुला नाही म्हटलं. तुझ्याशी मी बोललोही नाही," ॲन्सेल्मो त्याला म्हणाला.

टेबलावरूनच शेगडीशी उभ्या असलेल्या पाब्लोच्या कारभारणीकडे रॉबर्ट जॉर्डननं पाहिलं. आतापर्यंत ती काही बोलली नव्हती. तिनं काही दाखवलंही नव्हतं ऐकल्याचं. पण आता ती मुलीला काहीतरी हळूच म्हणाली. मुलगी शेगडीपुढून उठली. गुहेच्या भिंतीला धरून ती गुहेच्या तोंडाकडे गेली. 'आता झडणार,' रॉबर्ट जॉर्डनच्या मनात आलं, 'वेळ भरली. असं व्हायला नको होतं. पण तोच एक मार्ग दिसतोय.'

''तुझ्याशिवाय पुलाचं आम्ही उरकू,'' रॉबर्ट जॉर्डन पाब्लोला म्हणाला.

''नाही,'' पाब्लो म्हणाला. त्याच्या तोंडावर फुटलेला घाम रॉबर्ट जॉर्डनला दिसला, ''इथं कुठलाही पूल उडवायचा नाही.''

''असं?''

''कुठलाही पूल नाही.'' पाब्लो जोर देत म्हणाला.

''तुझं काय म्हणणं आहे?'' रॉबर्ट जॉर्डन पाब्लोच्या बायकोला म्हणाला.

ती चुलीशी स्तब्ध उभी होती. त्यांच्याकडे वळून म्हणाली, ''मी पुलाच्या बाजूनं आहे.'' तिच्या तोंडावर शेगडीचा उजेड पसरला होता. ते फुललं होतं नि असं बोलताना जसं दिसावं, तसं ते तळपतं, सतेज सुंदर दिसत होतं.

''तुमचं काय म्हणणं आहे?'' पाब्लोनं तिला म्हटलं. त्याच्या तोंडावर कुणीतरी विश्वासघात करावा, असा भाव रॉबर्ट जॉर्डनला दिसला नि पाब्लोनं बोलण्यासाठी तोंड वळवलं, तेव्हा त्याच्या कपाळावर उमटलेला घाम दिसला.

''मी पुलाच्या बाजूनं आहे. तुझ्याविरुद्ध आहे.'' पाब्लोची कारभारीण त्याला म्हणाली, ''आणखी स्पष्ट हवंय?''

''मीही पुलाच्या बाजूनं आहे.'' फताड्या तोंडाचा नि नाक चोंदलेला म्हणाला. बोलताना त्यानं आपली सिगारेट टेबलावर चिरडून विझवली.

''पुलाबद्दल मला मत नाही,'' भावांतला एक म्हणाला. ''पण पाब्लोची कारभारीण ज्या बाजूची, त्या बाजूला मी आहे.''

''माझंही तेच,'' दुसरा भाऊ म्हणाला.

''माझंही तेच,'' जिप्सी म्हणाला.

रॉबर्ट जॉर्डन पाब्लोकडे लक्ष ठेवून होता. लक्ष ठेवताठेवता, तशी वेळ आलीच तर तयार असावं, म्हणून आपला उजवा हात त्यानं खाली खाली आणला. तशी वेळ येऊ नये, असं त्याला अर्धवट वाटत होतं. (एकीकडे आतून त्याला भावना येत होती. यातून एक सोपा सरळ मार्ग आहे. पण इतका वेळ सुरळीत चाललं तसंच पुढेही चालावं, आपल्या हातून ते बिघडू नये, असं त्याला वाटत होतं. भांडणाच्या वेळी सारं कुटुंब, सारी जमात, सारी टोळी परक्याविरुद्ध कशी उठते, हे त्याला चांगलं कळत होतं. पण एकदा वितंडवाद सुरूच झाला की हाताच्या एका फटकाऱ्यानं ते सहज, तडकाफडकी होऊनही जाईल, असंही त्याच्या मनात येऊन गेलं.) पाब्लोची बायको समोर उभी राहून आपल्या बाजूनं बोलताना, अभिमानानं चेहरा फुलवून ठाम उभी होती, तेही त्यानं पाहिलं.

''मी लोकसत्ताकाच्या पक्षाची आहे,'' ती खुशीत म्हणाली, ''पुलाचं काम म्हणजे लोकसत्ताकाचं काम मानते मी. नंतर आपल्या योजनांना आपल्याला सवड राहील.''

पाब्लो कडवटपणानं म्हणाला, "ए! म्हशीच्या अकलेची– ए बाजारबसवे! पूल उडाल्यावर इथं काही राहील, असं वाटतं तुला? काय होणाराय सगळं कळतंय का?"

पाब्लोची कारभारीण म्हणाली, "होणारं होईल."

"यातून आपल्याला काही लाभ नाहीच; पण नंतर पशूसारखी शिकार होईल आपली! कळतंय का?"

"सगळं कळतंय," पाब्लोची कारभारीण म्हणाली, "मला भेवडावू नकोस, भ्याडा!"

"भ्याडा?" पाब्लो कडवट सुरात म्हणाला, "एखाद्याला मख्खी कळली की, तो भित्रा झाला काय? मूर्खपणाचे परिणाम एखाद्याला आधी कळतात म्हणून तो भ्याड काय? वेडेपणा कळणे हे भ्याडपणाचं लक्षण नाही."

"भ्याडपणा काय आहे हे कळणं, हाही वेडेपणा नाही." शब्दावरून शब्द जोडण्याचा मोह न आवरून अ‍ॅन्सेल्मो म्हणाला.

"तुला मरायचंय?" पाब्लोनं त्याला विचारलं. प्रश्न किती सपाट होता, हे रॉबर्ट जॉर्डनला दिसलं.

"नाही."

"मग जीभ आवर. आपल्याला न कळणाऱ्या गोष्टी तू नेहमी बोलतोस. इथं गंभीर बोलणं निघालंय... कळत नाही?" मग अगदी करुण स्वरात त्यानं म्हटलं, "प्रसंगाचं गांभीर्य मला एकट्यालाच दिसतंय."

'आपल्यालाही तेच वाटतंय,' रॉबर्ट जॉर्डनच्या मनात आलं, 'पाब्लो... अरे बाबा! मलाही तेच वाटतंय. इथं एक मी सोडलो तर तुलाच ते दिसतंय. अर्थात मला दिसतंय. त्या बाईनं माझ्या हातात तेच पाहिलं. पण तिला मात्र ते अजून वाटत नाही. अजून तिला दिसत नाही.'

"मी उगाच का पुढारी झालो?" पाब्लो म्हणाला, "मी बोलतो तेव्हा काय बोलतो, हे मला कळतं. तुम्हाला सर्वांना काही कळत नाही. हा म्हातारा वाटेल ते बोलतो. हा म्हातारा परकीयांचा केवळ निरोप्या नि वाटाड्या आहे. याशिवाय काय आहे? त्यांच्या बऱ्यासाठी हा इथं आलाय. आपणा सर्वांचं कल्याण व्हावं, आपण सर्व सुरक्षित असावं, ही माझी धडपड आहे."

"सुरक्षित?" पाब्लोची कारभारीण म्हणाली, "सुरक्षितता अशी वस्तूच नाही. इतके लोक सुरक्षित राहायला पाहतात हाच धोका आहे. सुरक्षित राहण्याच्या धडपडीतच आपण सारं गमावून बसू."

ती मोठा चमचा हातात घेऊन टेबलाशी उभी होती.

"सुरक्षितता आहे," पाब्लो म्हणाला, "प्रसंगी कसं वागायचं हे जाणण्यात संकटातही सुरक्षितता आहे. आपण काय करीत आहोत हे कळून बुलफायटर – बैल

झुंजवणारा– जसा दैवाशी खेळ खेळत नाही, तसं आहे. तो सुरक्षित राहतो तसे आपण राहू.''

''भोसकला जाईपर्यंत,'' पाब्लोची कारभारीण म्हणाली, ''बैल झुंजवणारे (मेटॅडर्स) भोसकले जाण्यापूर्वी असं बोलताना मी कैकदा ऐकले आहेत. हे सगळं शिकून येतं, ही ज्ञानाची बाब आहे. बैलानं माणसाला कधी भोसकलेलं नाही. बैलाच्या शिंगांवर जाऊन माणसानंच स्वतःला भोसकून घेतलंय नेहमी, असं फिनिटोला बोलताना मी ऐकलंय. भोसकण्यापूर्वी ते सगळे नेहमी असंच गुर्मीत बोलतात. मग त्यांची गाठ इस्पितळात पडते.'' इस्पितळातल्या बिछान्याशी होणाऱ्या संवादाची मग ती नक्कल करू लागली. ''काय वस्ताद!'' ती आपल्या आवाजात म्हणाली, ''कसं आहे? पीलर?'' ती भोसकलेल्या बुलफायटरच्या खोल आवाजात म्हणाली, ''असं कसं झालं रे फिनिटो! जिवाच्या जीवा! असला दरिद्री अपघात तुला कसा झाला?'' तिनं स्वतःच्या आवाजात हे म्हटलं. मग पुन्हा जखमी फिनिटोच्या खोल मंद आवाजाची तिनं नक्कल केली– ''बये! काही विशेष नाही. काही झालं नाही. कसं झालं कळत नाही. बैलाला मी बरोबर मारलं होतं. आलं लक्षात? याहून जास्त आलं नसतं कुणाला. मी नेहमीसारखं मारलं. तो जवळजवळ मेलाच होता. त्याचे पाय लपटपटत होते. त्याचं धूड कोसळायलाच आलं होतं. मी जरा गुर्मीत त्याच्यापासून दूर झालो नाही, तोच त्यानं मागून येऊन, आपलं शिंग माझ्या कुल्ल्यांतून खुपसून पार यकृतातून बाहेर काढलं.''

मेटॅडरची नक्कल करताकरता ती हसू लागली. नपुंसक मेटॅडरची नक्कल संपवीत ती पाब्लोला म्हणाली, ''तू नि तुझं जिवाला जपणं! जगात सर्वांत कमी वेतनावर जगणाऱ्या मेटॅडर्सबरोबर मी नऊ वर्षे काढली आहेत. भीती म्हणजे काय नि सुरक्षित असणं म्हणजे काय, हे कळल्याशिवाय का ती मी काढली? तुझ्यात कोणती स्वप्नं मी पाहिली नि काय उगवली? केवळ एका वर्षभराच्या लढ्यानं तू आळशी, भित्रा नि दारुडा बनलास.''

''असलं बोलण्याचा तुला अधिकार नाही,'' पाब्लो म्हणाला, ''या साऱ्यांसमोर नि या परक्यासमोर तर नाहीच नाही.''

''मी बोलणार,'' पाब्लोची कारभारीण म्हणाली, ''तू ऐकलं नाहीस माझं? इथं तुझा अधिकार आहे, असं अजून वाटतंय तुला?''

''हो!'' पाब्लो म्हणाला, ''मीच मुख्य आहे इथं.''

''थट्टेनंसुद्धा असं बोलू नको,'' बाई म्हणाली, ''इथं माझी हुकमत आहे. पाहुणा काय म्हणाला ऐकलं नाहीस? इथं माझ्याशिवाय कुणी नाही. तुला वाटलं तर इथं राहा. खा, पी; पण फार खादाडी करू नको. वाटलं तर काम कर. पण अधिकार माझा आहे इथं.''

"खरं म्हणजे तुला नि या पाहुण्याला गोळीच घालावी," पाब्लो चिडखोरपणे म्हणाला.

"घालून पाहा," बाई म्हणाली, "घालून काय होतं पाहाच."

"मला घोटभर पाणी हवंय," रॉबर्ट जॉर्डन म्हणाला. त्यानं पाब्लोवरची नजर काढली नव्हती. पाब्लोची कारभारीण अधिकाऱ्याच्या दमात, आत्मविश्वासानं उभी होती. हातातला चमचा तिनं राजदंडासारखा सरसावून धरला होता.

"मेरिया!" तिनं हाक मारली. मेरिया दरवाजात येताच ती म्हणाली, "यांना पाणी आण."

रॉबर्ट जॉर्डननं ॲबसिंथचा बुधला उचलला. उचलताना पिस्तूल सटकलं नि त्याच्या मांडीवर पडलं. त्यानं ॲबसिंथचा दुसरा हप्ता ओतला. मेरियानं आणलेलं पाण्याचं भांडं घेतलं नि कपात थेंबानं पाणी टाकू लागला. त्याच्या कोपराशीच मेरिया पाहत उभी होती.

चमच्यानं हात करीत पाब्लोची कारभारीण म्हणाली, "बाहेर जा."

"बाहेर गार आहे," मुलगी म्हणाली. तिचे गाल त्याच्या गालाजवळ आले होते. कपात येणारा गढूळपणा ती पाहत होती.

"असेल," पाब्लोची कारभारीण तिला म्हणाली, "पण इथं फारच गरम आहे. फार वेळ लागणार नाही."

मुलीनं मान हलवली. ती बाहेर गेली.

पाब्लोला याहून अधिक सहन व्हावयाचं नाही. रॉबर्ट जॉर्डनच्या मनात आलं. त्यानं कप एका हातात धरला नि त्याचा दुसरा हात उघडउघड पिस्तुलावर पडला. पिस्तुलाचा सेफ्टी कॅच त्यानं सरकवला होता. पिस्तूल मारताना जिथं नेहमी बोट येतं, तिथला गुळगुळीतपणा त्याला सुखाचा वाटला. त्यानं पिस्तुलाच्या ट्रिगरगार्डच्या नेहमीच्या वाटोळ्या थंड सहवासाला स्पर्श केला. पाब्लो त्याच्याकडे पाहत नव्हता. तो आपल्या कारभारणीकडे पाहत होता.

ती म्हणाली, "ए दारुड्या! ऐकलंस ना माझं? इथं कुणाचा अधिकार आहे लक्षात आलं ना?"

"माझा."

"नाही. ऐक! तुझ्या केसाळ कानांतला मळ काढून नीट ऐक. माझा हुकूम आहे इथं."

पाब्लोनं तिच्याकडे पाहिलं. पण त्याच्या चेहऱ्यावरून त्याच्या मनात काय चाललंय, हे कळलं नसतं. त्यानं मुद्दाम तिच्याकडे पाहिलं. मग रॉबर्ट जॉर्डनकडे पाहिलं. रॉबर्ट जॉर्डनकडे त्यानं अगदी एकाग्रतेनं पाहून मग पुन्हा कारभारणीकडे पाहिलं.

''ठीक! तुझा हुकूम आहे इथं,'' तो म्हणाला, ''नि तुला हवा असल्यास याचाही. तुम्ही दोघे खड्ड्यात जा.'' तो तिच्याकडे सरळ पाहत होता. त्याच्यावर तिचा तसा दाब आलेला वाटत नव्हता किंवा तिच्या वागण्याबोलण्याचा परिणामही त्याच्यावर दिसत नव्हता, ''मी आळशी आहे. मी फार पितो. असेलही तसं. तू मला भित्रा समजतेस, ती मात्र तुझी चूक आहे. मी मूर्खही नाही. तू हुकमत चालवशीलही इथं. तुझ्या मनासारखं होईल. झालं! आता एकच. तू कमांडर झालीसच आमची. त्यातून जर थोडी स्त्री राहिली असशील, तर आम्हाला जेवायला दे.''

''मेरिया!'' पाब्लोच्या कारभारणीनं हाक मारली. मेरियानं गुहेच्या ब्लँकेटखालून तोंड काढलं. ''आत ये नि वाढायला घे.''

मेरिया आत आली नि शेगडीजवळच्या बुटक्या टेबलाशी गेली. तिथल्या इनॅमलच्या बश्या उचलून तिनं त्यांच्या टेबलाकडे आणल्या.

''सर्वांना भरपूर दारू आहे,'' पाब्लोची कारभारीण रॉबर्ट जॉर्डनला म्हणाली, ''त्या दारुड्याच्या बोलण्याकडे लक्ष देऊ नका. ही संपली तर आणखी आणू. तू ते अजब पितो आहेस ते पिऊन घे. मग दारूचा एक कप घे.''

रॉबर्ट जॉर्डननं ॲबसिंथचा शेवटचा घोट एकदम संपवला. असं ते एकदम गिळल्यावर कसलातरी गरम ओला धगधगता रासायनिक बदल होऊन त्याची उष्णता शरीरभर पसरते आहे, असं त्याला वाटलं. रिकामा कप त्यानं मेरियापुढे केला. तो घेऊन तिनं दारूत बुडवला.

''अच्छा! पूल पाहिलात ना?'' जिप्सीनं विचारलं. बाजूत बदल झाल्यापासून इतरांनी तोंड उघडलं नव्हतं. ते आता ऐकण्यासाठी पुढे वाकले.

''हो!'' रॉबर्ट जॉर्डन म्हणाला, ''सोपा जाईल तो. दाखवू का कसा?''

''दाखव. आमचं लक्ष आहे.''

रॉबर्ट जॉर्डननं खिशातून नोटबुक काढलं नि रेखाचित्रे दाखविली.

''कसा दिसतोय पूल?'' फताड्या तोंडाचा माणूस म्हणाला. त्याचं नाव प्रिमितिवो होतं. ''तोच हा पूल.''

पेन्सिलीच्या टोकानं दाखवीत रॉबर्ट जॉर्डननं पूल कसा उडवला जाईल, हे सांगितलं. सुरुंग असेच का ठेवायचे, ते सांगितलं.

''किती सोपं!'' वण असलेला भाऊ म्हणाला. त्याचं नाव अँड्रीज होतं. ''पण उडवणार कसा?''

तेही रॉबर्ट जॉर्डननं सांगितलं. तो बोलत असता मुलीचा हात खांद्यावर पडलेला त्याला कळला. पाब्लोची कारभारीणही पाहत होती. पाब्लोचं लक्ष नव्हतं. तो दारूचा पेला घेऊन एकटाच बसला होता. गुहेच्या प्रवेशद्वारात दारूचा कातडी बुधला टांगलेला होता. त्यातून मेरियानं घमेलं भरून घेतलं होतं. पेला संपला की

तो पुन्हा त्या घमेल्यातून भरून घेत होता.

"तू असली कामं केलेली आहेस?" मेरियानं रॉबर्ट जॉर्डनला हळू विचारलं.

"हो."

"ते करताना पाहता येईल आम्हाला?"

"का नाही?"

"तुम्ही पाहाल," टेबलाच्या टोकावरून पाब्लो म्हणाला, "मला वाटतं, तुम्ही पाहाल."

"गप्प बस!" पाब्लोची कारभारीण त्याला म्हणाली. दुपारी रॉबर्ट जॉर्डनच्या हातात काय पाहिलं ते आठवून ती जरा निष्कारणच भडकली, "तोंड बंद कर, भ्याडा! तोंड बंद ठेव. फुटक्या नशिबाच्या, गप्प बस खुळ्या!"

"ठीक!" पाब्लो म्हणाला, "तोंड बंद करतो. आता इथं तुझा हुकूम आहे. सुंदर कल्पना रंगवून पाहत बस हवी तर. पण ध्यानात ठेव, मी खुळा नाही."

एकदम आलेला राग जाऊन आपलं मन कष्टी होतंय, अशी भावना पाब्लोच्या कारभारणीला झाली. सगळी आशा नि उभारी मावळत आहे. लहानपणापासूनच मधून येणारी ही भावना तिला ठाऊक होती. आणि आपलं आयुष्य या कारणांमुळे असं होत गेलं, ती कारणं तिला कळत होती. तीच भावना तिला आत्ता एकदम आली. तिनं ती दूर झटकली. तिचा स्पर्शही तिला नको होता. तिलाही व्हायला नको होता नि लोकसत्ताकालाही व्हायला तिला नको होता. ती म्हणाली, "जेवून घेऊ या. मेरिया, वाढायला घे."

५

गुहेच्या तोंडावरचं ब्लँकेट बाजूला करून रॉबर्ट जॉर्डन बाहेर आला. खोल श्वास घेऊन त्यानं बाहेरची थंड हवा पोटात घेतली. धुकं वितळलं होतं. तारे बाहेर पडले होते. वारा नव्हता. सिगारेटच्या धुरानं नि निखाऱ्यांनी गरम कोंदट झालेली गुहेतली हवा इथं नव्हती. शिजवलेल्या भाताचा, मांसाचा, केशराचा, कंकोळाचा, तेलाचा कोंदटणारा वास इथं नव्हता. गुहेच्या तोंडाशी टांगलेल्या मोठ्या कातडी बुधल्याचा वास इथं नव्हता. कातडं मानेच्या बाजूने टांगलेलं होतं. त्याचे चार पाय फताडलेले होते नि एका पायात बूच घालून दारू काढण्याची सोय केलेली होती. ती ओतताना जमिनीवरच्या मातीवर दरवेळी थोडी सांडत राहिली होती. तेवढ्याच जागेचा मातीचा वास तिनं दडवला होता. आतल्या लसणीच्या दोरांनी बांधून टांगलेल्या अनेक झाडपाल्यांच्या वासातून तो बाहेर आला होता. त्या झाडपाल्यांची नावंही त्याला ठाऊक नव्हती. तिथल्या लसणीच्या नि टेबलावरच्या माणसांच्या घामट वाळलेल्या कपड्यांच्या, घोड्यांच्या नि तांबड्या दारूच्या वासातून तो बाहेर आला होता. (उग्र नि करडा असा माणसाचा घाम, घोड्याच्या घामाचा वाळून उडालेला मळमळवणारा गोड फेस.)

रॉबर्ट जॉर्डननं रात्रीची निरभ्र डोंगरी हवा आत घेतली. हवेत देवदारांचा नि ओढ्याकाठच्या कुरणातील गवतावरच्या दवाचा वास मिसळला होता. वारा पडल्यानं दव चिकार पडलं होतं. त्याला वाटलं, सकाळी दव गोठणार.

रात्रीचे आवाज ऐकत, खोल श्वास घेत तो उभा असता त्यानं कुठेतरी दूर गोळीबार ऐकला. मग खालच्या जंगलातून घुबड ओरडलेलं त्यानं ऐकलं. तिथं घोड्यांसाठी पागा केलेली होती. इतक्यात गुहेतून जिप्सीनं गाणं सुरू केलेलं त्यानं ऐकलं. गिटारच्या छेडलेल्या ताराही ऐकल्या.

''माझ्या वडिलांचा मला वारसा आहे,'' त्याचा नकली कमावलेला आवाज वर चढला नि तिथंच राहिला. गाणं पुढे सुरू झालं–

चंद्र होता– सूर्य होता
मी जरी साऱ्या जगभर भटकतो
तरी ते संपतच नाही.

गाणाऱ्याला मिळालेल्या 'वाहवांच्या' टाळ्यांबरोबर गिटार थडथडलं.

"झक्क!" रॉबर्ट जॉर्डननं कुणाचेतरी शब्द ऐकले, "ए जिप्सी, कातालन होऊ दे."

"नको."

"हो हो! कातालनच."

"बरं," जिप्सी म्हणाला. करुण सुरात गाऊ लागला...

सपाट माझं नाक
काळं माझं तोंड
तरीही मी माणूसच.

"वाहवा!" कुणीतरी म्हटलं, "चालू दे जिप्सी!"

जिप्सीचा आवाज कारुण्यानं भरत वेडावत चढला...

देवाची कृपा मी निग्रो आहे
मी कातालन नाही

"काय हा गोंगाट!" पाब्लोचा आवाज आला, "मुकाट बस– जिप्सी!"

"हो!" बाईचा आवाज आला, "फार गोंगाट होतोय. या आवाजानं नागरिकदलाला धावत आणशील तू. त्याला गोडीतरी असावी!"

"मला दुसरंही गाणं येतं," जिप्सी म्हणाला नि गिटार पुन्हा वाजू लागलं.

"राहू दे ते," बाई म्हणाली.

गिटार थांबलं.

"आवाज चांगला लागत नाही आज. थांबलं तरी बिघडलं नाही," जिप्सी म्हणाला नि ब्लँकेट ढकलून तो बाहेर आला.

"रॉबर्टो!" जिप्सी हळूच म्हणाला.

"काय रॅफेल?" तो म्हणाला. जिप्सीच्या आवाजावरून त्याला चढलीय, हे त्याच्या लक्षात आलं. त्यानं स्वतः दोन ॲबसिंथ प्यायले होते. थोडीशी दारूही घेतली होती. पण त्याचं डोकं स्वच्छ होतं. पाब्लोशी झालेल्या वितंडाच्या ताणाचा तो परिणाम होता.

"पाब्लोला ठार का केलं नाहीस तू?" जिप्सी कष्टी सुरात म्हणाला.

"का मारायचं त्याला?"

"केव्हातरी तुला त्याला ठार करावंच लागणार. आलेला क्षण तुला का पटला नाही!"

"मनापासून विचारतो आहेस?"

"सगळे कसली वाट पाहत होते, तुला वाटतं? बाईनं– पाब्लोच्या कारभारणीनं– मुलीला बाहेर का धाडलं? इतकं सगळं झाल्यावर त्याच्याशी जमेल असं वाटतंय तुला?"

“तुम्ही लोकांनी त्याचं उरकून टाकावं.”

जिप्सी शांतपणे म्हणाला, “तुझं काम आहे ते. तीनचार वेळा अशा आल्या– तू त्याला मारशील म्हणून आम्ही बघत राहिलो. पाब्लोला कुणी मित्र नाही इथं.”

“माझ्या ध्यानात आलंय ते,” रॉबर्ट जॉर्डन म्हणाला, “पण मी सोडून दिलं.”

“सर्वांना कळून चुकलं होतं. तू तयार राहिला होतास, हेही ध्यानात आलं होतं. मग आवरलास का!”

“त्याला मारलं तर तुझं, इतरांचं नि बाईंचंही मन बिघडवल्यासारखं होईल.”

“छान! अरे, चंद्र अस्तास जाण्याची बदफैली बाई वाट पाहते, तशी ती थांबून होती. दिसतोस त्याहून तू कोवळा आहेस.”

“असेन.”

“आता मारून टाक त्याला.” जिप्सीनं घाई केली.

“तो वध होईल.”

“चांगलंच मग,” जिप्सी म्हणाला, “धोका कमी... जा! मार त्याला.”

“ते जमणार नाही मला. माझ्या स्वभावाला पटणारं नाही. शिवाय पक्षकार्याच्या कामात असं वागूही नये.”

“त्याला डिवच मग!” जिप्सी म्हणाला, “काही झालं तरी त्याला मारायलाच हवं तुला. दुसरा मार्ग नाही.”

ते बोलत असता, रात्रीच्या साऱ्या शांततेची मृदुता घेऊन एक घुबड झाडामधून उडालं. त्यांच्या डोक्यावरून जाताना ते खाली आलं. पुन्हा वर गेलं. त्याचे पंख जलद हलत होते. पण शिकार चालू असता त्याच्या पिसांचा आवाजही येत नव्हता.

“त्याच्याकडे पाहा,” जिप्सी म्हणाला, “माणसानं असं केलं पाहिजे.”

“नि दिवसा कावळे भोवताली गर्दी करीत असता झाडात आंधळं होऊन बसलं पाहिजे,” रॉबर्ट जॉर्डन म्हणाला.

“एखादे वेळी चुकून तसं होत असेल,” जिप्सी म्हणाला, “माझं ऐक. त्याला मार. पुढे त्रासाचं होऊन बसेल.”

“तो क्षण गेला आता.”

“उडवच त्याला,” जिप्सी म्हणाला, “सगळं शांत झाल्यावर त्याचा फायदा घे.”

गुहेच्या तोंडावरचं ब्लँकेट बाजूला झालं. ते दोघे उभे होते तिकडे कुणीतरी येऊ लागलं.

“सुंदर रात्र आहे,” आलेला जड मंद शब्दांत म्हणाला, “अजून चांगली हवा आहे.”

तो पाब्लो होता.

पाब्लो रशियन सिगारेट ओढत होता. झुरका घेताच सिगारेटचं टोक फुलत होतं नि त्याच्या उजेडात त्याचा गोल चेहरा दिसत होता. ताऱ्यांच्या उजेडातही लांब हात असलेलं त्याचं अवजड शरीर कळत होतं.

"त्या बाईचं एवढं मनावर घेऊ नको!" तो रॉबर्ट जॉर्डनला म्हणाला. काळोखात मध्येच सिगारेट उजळत होती नि त्यानं खाली हात आणला की, ती खाली आलेली कळत होती. "कधी ती अशी कठीण होते; पण ती चांगली आहे. लोकसत्ताकावर तिची निष्ठा आहे." सिगारेटचं पेटलेलं टोक तो बोलत असता जरा वरखाली झालं. 'ओठांच्या कोपऱ्यात सिगारेट ठेवून तो बोलत असावा,' रॉबर्ट जॉर्डनच्या मनात आलं. "आपलं भांडण नाही," पाब्लो म्हणाला, "मी तुझ्याच बाजूचा आहे. तू आलास याचा आनंदच आहे." त्याची सिगारेट एकदम फुलून आली. "वितंडवादाकडे लक्ष देऊ नको," तो म्हणाला. "आम्हाला तू हवा आहेस– जाऊ मी?" तो म्हणाला, "घोड्यांना नीट ठेवलंय की नाही, पाहायचंय मला."

झाडांतून तो कुरणाच्या मेरेनं गेला नि त्यांना घोड्यांचं खिंकाळणं ऐकू आलं.

"पाहिलंस?" जिप्सी म्हणाला, "आता कळलं ना हातातली संधी गेली ते?"

रॉबर्ट जॉर्डन काही बोलला नाही.

"मी तिकडे जातो... खाली." जिप्सी रागानं म्हणाला.

"कशाला?"

"कशाला? निदान पळून जाताना त्याला अडवायला."

"घोडा घेऊन खालून पळता येईल त्याला?"

"नाही."

"मग त्याला अडवता येईल अशा ठिकाणी तरी जा."

"आगस्तीन आहे तिथं."

"मग आगस्तीनला जाऊन सांग."

"आगस्तीन मोठ्या खुशीनं त्याला मारील."

रॉबर्ट जॉर्डन म्हणाला, "वर जा नि त्याला झालेलं सांगून ये."

"नि मग?"

"मी खाली कुरणावर नजर ठेवायला जातो."

"छान बेट्या, छान!" रॅफेल जिप्सी म्हणाला. त्याचं तोंड रॉबर्ट जॉर्डनला दिसत नव्हतं, पण तो हसत असावा. "आता खरी कमर कसलीस तू!" जिप्सी मनापासून म्हणाला.

"आगस्तीनकडे जा," रॉबर्ट जॉर्डन म्हणाला.

"हो रॉबर्टो हो!" जिप्सी म्हणाला.

देवदार वृक्षांमधून एका झाडाकडून दुसऱ्या झाडाकडे चाचपडत चालत रॉबर्ट

जॉर्डन कुरणाशी गेला. इथं उघड्यावर ताऱ्यांचा प्रकाश चांगला कळत होता. त्यातून पलीकडच्या अंधारात पाहत असता त्याला बांधलेल्या घोड्यांची काळी शरीरं दिसली. त्यांच्या नि ओढ्यामधील अंतरातली घोडी त्यानं मोजली. ती पाच होती. कुरणाकडे पाहत तो एका देवदार वृक्षाशी बसला.

'आपण थकलो आहोत,' त्याच्या मनात आलं, 'कदाचित आपल्याला इथलं काही कळलंही नसेल. आपलं काम पुलाचं आहे. ते काम संपेपर्यंत आपण नसते धोके पत्करता कामा नयेत. कधीकधी जुगार खेळावा लागतो; तो न खेळला तर धोका असतो. होईल तसं होऊन द्यायचं, असं आपण आत्तापर्यंत वागलो. जिप्सी म्हणाला, ते खरं आहे. सर्वांनी व आपण पाब्लोला मारायला हवं होतं, तर आपण ते करायचं. पण त्यांच्या मनातलं हे आपल्याला कधी स्पष्टच झालं नाही. ज्या लोकांशी पुढे आपल्याला वागायचंय, त्यांच्यातला एक मारणं हे माझ्यासारख्या परक्याला वाईटच. युद्ध असता मारलेलं चालेल किंवा शिस्तीसाठी मारलेलं चालेल. पण या परिस्थितीत मारलेलं वाईटच. तो मोह झाला होता आपल्याला; कारण तो सोडवणुकीचा सरळ धोपट मार्ग होता. पण या देशात गोष्टी इतक्या सरळधोपट होतात, यावर आपला विश्वास नाही. त्या बाईवर आपला संपूर्ण विश्वास बसलेला असला, तरी अशा आततायी कृत्याचा तिच्यावर काय परिणाम होईल, हे कोण सांगणार? अशा या ठिकाणी मरणाऱ्याचा मृत्यू घाण, विद्रूप, शिसारी आणील, असाही होऊ शकेल. त्याचा तिच्यावरचा परिणाम कुणी सांगावा? या बाईवाचून इथं संघटना टिकणार नाही किंवा शिस्तही राहणार नाही. बाई तुमच्या बाजूनं असली, तर सारं ठीक होईल. तिनं पाब्लोला मारणं हे अगदी धरून होईल. किंवा जिप्सीनं मारलं (तो मारणार नाही) किंवा त्या संत्र्यानं– आगस्तीननं– मारलं तर! मी सांगितलं, तर ॲन्सेल्मो मारील. कुणाला मारण्याविरुद्ध त्याचं मत असलं तरी. तो त्याचा तिटकारा करतो. मलातरी तसं वाटतं. माझा त्याच्यावर विश्वासही आहे नि त्याची ज्यांच्यावर श्रद्धा आहे त्यांचा मी प्रतिनिधी, म्हणूनही तो मला मानतो. मला कळतंय त्यावरून तो नि ती बाई दोघांची काय ती लोकसत्ताकावर श्रद्धा आहे. पण तेसुद्धा ठरायला अजून वेळ आहे.

डोळे अंधाराला सरावल्यावर त्याला पाब्लो एका घोड्याशी उभा दिसला. चरताना घोड्यानं डोकं वर केलं नि घाईनं खाली आणलं. पाब्लो घोड्याशी टेकून उभा होता. घोडा हलला की तो हलत होता. बांधलेल्या दोराला धरून घोडा फिरत असता त्याच्या मानेवर थोपटत होता. चरत असताना, कुरवाळलं जाण्यानं घोडा अस्वस्थ झाला होता. पाब्लो काय करीत होता, हे रॉबर्ट जॉर्डनला दिसत नव्हतं किंवा तो घोड्याशी काय बोलतोय, हेही त्याला ऐकू येत नव्हतं. पण तो घोडा सोडीत नव्हता किंवा त्याच्यावर खोगीर टाकीत नव्हता, एवढं त्याला दिसत होतं.

पाब्लोकडे पाहत तो आपले विचार नीट जुळवीत बसला.

"माझ्या छबड्या– शिंगुरड्या!" काळोखात पाब्लो घोड्याला म्हणत होता. मोठ्या करड्या घोड्याशी तो बोलत होता, "बांड्या तोंडाच्या, लांब मानेच्या माझ्या सुंदर अश्वा!" घोडा गवत ओरबाडत होता. ओरबाडताना डोकं सारखं बाजूला झुकवीत होता. या माणसाच्या कुरवाळण्याला नि बोलण्याला तो त्रासला होता. "तू कुणी बाई नाहीस किंवा मूर्खही नाहीस," पाब्लोनं घोड्याला म्हटलं, "अरे माझ्या बछड्या! तापलेल्या खडकासारख्या बाईसारखा तू नाहीस. तू केस कापलेल्या पोरीसारखे शिंगरू नाहीस नि आपल्या आईच्या कुशीतून बाहेर पडलेल्या ओल्या जीवासारखा तू वळवळतही नाहीस. तू कुणाचा अपमान करीत नाहीस, खोटं बोलत नाहीस. तसा असमंजसही तू नाहीस. अरे! माझ्या छबड्या रे!"

पाब्लो घोड्याशी काय बोलत होता हे रॉबर्ट जॉर्डननं ऐकलं असतं, तर गंमत वाटली असती. पण त्याला ते ऐकू येत नव्हतं. कारण पाब्लो घोड्याची तपासणी करतोय याची खात्री झाल्यानं नि अशा वेळी त्याला मारणं अयोग्य होईल, हे ठरवल्यानंतर तो उठला होता नि गुहेकडे परतला होता. पाब्लो घोड्याशी बोलत उभाच होता. तो बोलत होता, हे घोड्यालाही कळत नव्हतं. सुरावरून तो प्रेमानं बोलतोय, एवढंच घोड्याला कळत होतं. दिवसभर तो तबेल्यात बांधलेला होता. त्याला आता फार भूक लागली होती. अस्वस्थ होऊन बांधलेला दोर ताणीत तो चरत होता नि या माणसामुळे अधिक अस्वस्थ होत होता. शेवटी पाब्लोनं दोराची खुंटी उपटली. न बोलता घोड्याशी उभा राहिला. घोडा चरत चरत पुढे गेला. या माणसाचा त्रास गेला, याचं त्याला बरं वाटलं.

६

गुहेतल्या चुलीशी, एका कोपऱ्यात, कातडं मारलेल्या स्टुलावर रॉबर्ट जॉर्डन बाईचं ऐकत बसला. ती बश्या विसळत होती नि मेरिया त्या पुसून भिंतीत शेल्फवजा असलेल्या एका बळदात वाकून ठेवीत होती.

बाई म्हणाली, "कळत नाही एल् सोर्दो का आला नाही? तासापूर्वीच यायला हवा होता."

"तुम्ही त्याला कळवलं होतं?"

"नाही. तो रोजच रात्री येतो."

"काही कामात असेल तो."

"असेल," ती म्हणाली, "तो आला नाही. उद्या त्याची खबर घ्यायला गेलं पाहिजे आपण."

"जाऊ, किती लांब आहे?"

"लांब नाही. चांगली सहल होईल. मला व्यायामही नाही.'

"पिलर! मी येऊ का?" मुलीनं विचारलं.

"होय सुंदरे!" मग आपलं मोठाड तोंड वळवीत तिनं रॉबर्ट जॉर्डनला म्हटलं, "सुंदर आहे नाही ही? तुला कशी वाटते? जरा बारीक वाटते नाही?"

"मला ती फार छान दिसते," रॉबर्ट जॉर्डन म्हणाला.

मेरियानं त्याचा कप दारूनं भरला. "पी!" ती म्हणाली. "प्यायलास की अधिक बरी दिसेन. मी सुंदर दिसायला तुला फार प्यावी लागेल."

"मग थांबणंच बरं," रॉबर्ट जॉर्डन म्हणाला, "आताच तू सुंदर दिसतेस आणखी–"

"छान बोलतोस तू," पिलर म्हणाली, "चांगल्या सभ्य लोकांसारखं. ती आणखी काय काय दिसते तुला?"

"बुद्धिमान." रॉबर्ट जॉर्डन काहीतरी म्हणाला. मेरिया खुदकन हसली. बाईनं निराशेनं मान हलवली. "तू सुरुवात चांगली केलीस; पण शेवट पाहा– डॉन रॉबर्टो!"

"मला 'डॉन' रॉबर्टो म्हणू नका."

“थट्टा केली. इथं कुणाची थट्टा करावयाची असली की, आम्ही त्याला ‘डॉन’ म्हणतो.”

“मी असल्या थट्टा करीत नसतो,” रॉबर्ट जॉर्डन म्हणाला, “या लढाईत मला जास्तीत जास्त ‘कॉम्रेड’ म्हणावं. एकदा थट्टा सुरू झाली की सगळं बिघडतं.”

“तुझी राजकीय मतं तुला धर्माज्ञाच झालेल्या दिसतात,” पिलरनं त्याला चिडवत म्हटलं. “कधी थट्टामस्करी करीत नाहीस तू?”

“करतो की! थट्टामस्करी मला फार आवडते. पण नावाची थट्टा नको. नाव हे देशाच्या निशाणासारखं आहे.”

“मी निशाणांचीसुद्धा थट्टा करते कुठल्याही,” बाई हसली. “माझ्या मते... आपल्या जुन्या पिवळ्या तांबड्या निशाणाला आम्ही पू रक्त म्हणतो. त्यावरच जांभळा घालून केलेल्या लोकसत्ताकाच्या निशाणाला आम्ही पू, रक्त नि डाळिंब म्हणतो. थट्टा हं सगळी!”

“तो कम्युनिस्ट आहे,” मेरिया म्हणाली, “कम्युनिस्ट लोक फार गंभीर प्रवृत्तीचे असतात.”

“तू कम्युनिस्ट आहेस?”

“नाही. मी हुकूमशाहीविरोधी आहे.”

“किती वर्षं?”

“हुकूमशाही म्हणजे काय कळल्यापासून.”

“किती वर्षं झाली त्याला?”

“दहा वर्षं.”

“मग काही फार नाहीत,” बाई म्हणाली, “मी वीस वर्षं लोकशाहीच्या बाजूची आहे.”

“माझे वडील तर जन्मभर लोकशाहीवादी होते,” मेरिया म्हणाली, “त्यासाठी तर त्यांना गोळी घालून मारलं.”

रॉबर्ट जॉर्डन म्हणाला, “माझे वडीलही जन्मभर लोकसत्तावादी होते. माझे आजोबाही.”

“कोणत्या देशात?”

“युनायटेड स्टेट्स.”

“त्यांनाही गोळी घालण्यात आली?” बाईनं विचारलं.

“युनायटेड स्टेट्स हा रिपब्लिकनांचा– लोकसत्तावाद्यांचा देश आहे. लोकसत्तावादी असल्याबद्दल तिथं गोळी खावी लागत नाही.”

“काही असो! आजोबा लोकसत्ताकवादी असणं चांगलंच,” बाई म्हणाली. “त्यामुळे अस्सल रक्त कळतं.”

“माझे वडील लोकसत्ताक राष्ट्रीय मंडळावर होत,.” रॉबर्ट जॉर्डन म्हणाला. मेरिया हे ऐकून अगदी हबकून गेली.

“तुमचे वडील अजून कार्य करतात?” पिलरनं– बाईनं– विचारलं.

“नाही. ते वारले.”

“ते कसे गेले– विचारू ना?”

“त्यांनी स्वतःला गोळी घातली.”

“छळ चुकवण्यासाठी?” बाईनं विचारलं.

“हो!” रॉबर्ट जॉर्डन म्हणाला, “छळ चुकवायला.”

मेरिया डोळ्यांत पाणी आणून त्याच्याकडे पाहू लागली. “माझ्या वडिलांना मारून घ्यायला शस्त्रच मिळालं नाही,” ती म्हणाली, “तुझ्या वडिलांना शस्त्र तरी मिळालं.”

“हो. नशिबानंच मिळालं,” रॉबर्ट जॉर्डन म्हणाला, “दुसरा विषय बोलू आपण.”

मेरिया म्हणाली, “मग तुमचं नि माझं सारखंच आहे.” तिनं त्याच्या हातावर हात ठेवला नि त्याच्या डोळ्यांत पाहिलं. त्यानंही तिच्या तांबूस चेहऱ्याकडे नि डोळ्यांकडे पाहिलं. आधी त्यानं ते पाहिले होते, तेव्हा ते वयापेक्षा प्रौढ वाटले होते. पण आता ते भुकेलेले, अतृप्त, तरुण वाटले.

“तुम्ही दोघे दिसायला भाऊ-बहिणीसारखे दिसता,” पिलर म्हणाली, “तुम्ही भाऊ-बहीण नाही, हे किती चांगलं आहे.”

“सारखं काहीतरी वाटत होतं,” मेरिया म्हणाली, “काय ते कळलं आता.”

“काहीतरीच,” रॉबर्ट जॉर्डन म्हणाला. त्यानं हात वर करून तिच्या केसांवरून फिरवला. दिवसभर त्याला तसं करावंसं वाटत होतं. आता तसं करताच त्याचा घसा भरून आला. तिनं त्याच्या हाताखाली आपलं डोकं हलवलं. त्याच्याकडे बघून ती हसली. तिच्या कापलेल्या केसांचा जाड, खरखरीत रेशमीपणा त्याच्या बोटांतून लहरत गेला. मग त्याचा हात तिच्या मानेवर उतरला. तिथून त्यानं तो खाली घेतला.

“पुन्हा हात फिरव,” ती म्हणाली. “तू असं करावंस, असं दिवसभर वाटत होतं.”

“नंतर,” रॉबर्ट जॉर्डन म्हणाला. त्याचा आवाज दाटला.

पाब्लोची कारभारीण खणखणीत आवाजात म्हणाली, “मी हे सारं पाहतच बसावं का असं? मला काही नाही का? आणखी काही होण्याआधी पाब्लो आला तर बरा!”

मेरियानं तिच्या बोलण्याकडे लक्षच दिलं नाही. दुसरे, बाजूला उजेडात पत्ते खेळत होते, तिकडेही तिनं लक्ष दिलं नाही.

“रॉबर्टो! दुसरा कप हवाय दारूचा?” तिनं विचारलं.

“हो!” तो म्हणाला, “हवाय.”

पाब्लोची कारभारीण म्हणाली, “माझ्यासारखाच तुला पिणारा मिळणाराय.

त्याचं ते स्वतःजवळचं द्रव्य पिणं काय नि दुसरं काय! इंग्रजा, माझं ऐकतोस?''

''इंग्रजा नाही. अमेरिकना.''

''ऐक अमेरिकना! तुझा कुठं झोपायचा बेत आहे?''

''बाहेर. झोपण्याची खोळ आहे माझ्याजवळ,'' तो म्हणाला.

''ठीक,'' ती म्हणाली, ''आकाश स्वच्छ आहे.''

''नि छान थंड वाटेल.''

''मग हो बाहेर,'' ती म्हणाली, ''झोप बाहेर. तुझं सामान माझ्याजवळ राहील.''

''उत्तम!'' तो म्हणाला.

मग मुलीच्या खांद्यावर हात ठेवून तो म्हणाला, ''जरा एकटं सोड आम्हाला.''

''का?''

''पिलरजवळ बोलायचंय काही.''

''मी जायलाच हवं दूर?''

''हो.''

मुलगी गुहेच्या दाराशी दारूच्या बुधल्याजवळ जाऊन पत्त्यांचा खेळ पाहत उभी राहिली. पाब्लोच्या कारभारणीनं त्याला म्हटलं, ''काय आहे?''

''जिप्सी म्हणाला मी पाब्लोला–'' त्यानं सुचवीत म्हटलं.

''नाही. तो चुकतोय.''

''जर तशी जरूर असलीच,'' रॉबर्ट जॉर्डन अडखळत म्हणाला.

''तर तू ते केलंच असतंस, असं मला वाटतं. पण आता जरूर नाही त्याची. मी तुझ्याकडे नजर लावून होतेच. तुझं तारतम्य बरोबर होतं.''

''पण तसं हवंच असलं–''

''छे! तुला कळत नाही. कुणाला काही करायची त्याच्यात धमक नाही.''

''मला समजतच नाही काही.''

''तू फार कोवळा आहेस,'' ती म्हणाली, ''समजलं?'' मग ती मेरियाला म्हणाली, ''ये मेरिया! संपलं आमचं बोलणं.''

मेरिया पुढे आली. हात वर करून रॉबर्ट जॉर्डननं तिच्या डोक्यावर थोपटलं. मांजराचं पिलू थोपटावं, तसं त्याला वाटलं. मग एकदम आपल्याला रडू येणार, असं तिला वाटलं. पण तिचे ओठ पुन्हा पहिल्यासारखे झाले. त्याच्याकडे तिनं पाहिलं नि ती हसली.

''आता तू झोपायला जा बरं.'' बाई रॉबर्ट जॉर्डनला म्हणाली.

''लांबचा प्रवास करून आलाहेस तू.''

''ठीक,'' जॉर्डन म्हणाला. ''माझ्या वस्तू घेतो नि जातो.''

७

आपल्या निजायच्या खोलीत तो झोपला होता. आपण फार वेळ झोपलो होतो, असं त्याला वाटलं. गुहेच्या तोंडापलीकडे खडक होते. त्यांच्या आडोशात जमिनीवरच त्यानं झोपण्याची पिशवी पसरली होती. झोपेत, पिस्तूल लावलं होतं त्या कुशीला तो वळला. आपल्या एका मनगटाला गोफानं त्यानं ते बांधलं होतं. झोपताना ते अंगावरच ठेवून तो झोपला होता. त्याचे खांदे नि पाय दोन्ही ताठरले होते. पावलं शिणली होती. थकव्यानं सगळं अंग आंबलं होतं. जमीन मऊ वाटत होती. झोपण्याच्या खोळीच्या फ्लॅनेलच्या अस्तरात नुसतं अंग पसरणंही थकव्यानं उन्मादक वाटत होतं. मध्येच जाग आल्यावर आपण कुठं आहोत, त्याला कळेना. कळल्यावर कुशीखालचं पिस्तूल त्यानं हलवलं. आरामानं अंग जमवलं नि पुन्हा ताणून झोपी गेला. बुटांभोवती अंगावरचे कपडे गुंडाळून केलेल्या उशीवर त्याचा एक हात होता. दुसरा भोवती होता.

त्याच वेळी आपल्या खांद्यावर पडलेला तिचा हात त्याला कळला. पिशवीखालचं पिस्तूल उजव्या हातात धरून तो झट्कन वळला.

''तूच होय!'' तो म्हणाला.

पिस्तूल सोडून त्यानं दोन्ही हात वर केले नि मेरियाला खाली ओढली. तिच्या भोवतालच्या त्याच्या हातांना तिचं कुडकुडणं कळत होतं. तो हळू म्हणाला, ''आत हो. बाहेर गार आहे.''

''नको– तसं ठीक नाही.''

तो म्हणाला, ''आत हो. मग वाद करू.''

ती थरथरत होती. एका हातानं त्यानं तिचं मनगट पकडलं नि दुसऱ्या हातानं तिला हळूच धरून ठेवली. तिनं आपलं तोंड त्याच्यापासून दूर केलं होतं.

''आत हो, पिल्ला!'' तो म्हणाला नि त्यानं तिच्या वळलेल्या मानेचं चुंबन घेतलं.

''मला भीती वाटते.''

''नको– भिऊ नको. आत हो.''

"कशी?"

"नुसती सरकत ये. खूप जागा आहे खोळीत. हात देऊ का तुला?"

"नको," ती म्हणाली नि त्याच्या खोळीत आली. ती आली नि त्यानं तिला स्वतःशी आवळलं नि चुंबन घेण्याचा प्रयत्न केला. आपलं तोंड ती कपड्याच्या उशीत खुपसत होती, पण तिचे हात मात्र त्याच्या मानेभोवताली होते. मग तिचे हात सैल पडलेले कळले नि त्याच्या बाहूंत ती कुडकुडू लागली.

तो हसत म्हणाला, "अशी भिऊ नको. माझं पिस्तूल आहे ते."

पिस्तूल उचलून त्यानं मागं सरकवलं.

तोंड त्याच्यापासून दूर ठेवूनच ती म्हणाली, "भीती वाटते."

"भ्यायचं कशाला? बघ, इकडे बघ."

"नको! मला लाज वाटते– भीती वाटते."

"माझ्या छबड्या! ये, पिल्ला!"

"तुझं प्रेम नसलं तर नको."

"माझी लाडकी आहेस तू!"

"तू माझा लाडका आहेस. किती आवडतोस मला. हात ठेव ना डोक्यावर माझ्या."

तोंड दूर ठेवूनच ती म्हणाली. आपलं तोंड तिनं अजून उशीत खुपसलं होतं. तिच्या डोक्यावर त्यानं हात ठेवला नि कुरवाळलं. एकदम उशीवरून तोंड वर करून ती त्याच्या बाहूत आली. त्याला घट्ट बिलगली. त्याच्या तोंडाशी तिचं तोंड होतं. ती रडत होती.

त्यानं तिला स्वतःशी तशीच स्तब्ध धरून ठेवली. तिचं यौवन त्याला अंगभर कळत होतं. मग त्यानं तिचे केस कुरवाळले. तिच्या डोळ्यांतल्या खारट ओल्या अश्रूंचं चुंबन घेतलं. आणि ती रडत असता पोलक्यातून पुढे आलेल्या तिच्या गोल घट्ट स्तनाग्रांचा स्पर्श त्याला जाणवला.

"कसं चुंबन घेऊ रे?" ती म्हणाली, "मला येत नाही."

"चुंबन घ्यायचंच कशाला?"

"नाही. मला घ्यायचंय. मला सगळं करायचंय."

"काही करायची जरूर नाही. असंच ठीक आहे. पण किती हे कपडे गं तुझ्या अंगावर!"

"काय करू मग?"

"मी मदत करतो."

"आता ठीक ना?"

"हो ठीक! तुला नाही बरं वाटलं?"

"हो! चांगलंच बरं," मेरिया म्हणाली. "मी तुझ्याबरोबर येईन– हवं तिथं."

"बरं."

"पण घरी नाही! तुझ्याबरोबर."

"नाही– घरीच."

"नाही– नाही– नाही. तुझ्याबरोबर– तुझी बाई म्हणून."

दोघे अशी निजली होती नि मग एकमेकांपासून आधी जे लपलेलं होतं, ते लपलेलं राहिलं नाही. कपड्यांचा जाडेभरडेपणा होता तो गेला नि मऊपणा आला. दाबलेला गोल मऊपणा! दीर्घ थंड ऊब आली. आतून ऊब बाहेरून थंड! हळुवार धरणं, घट्ट धरणं आलं. अगदी घट्ट! जग विसरून. फुगार पोकळ झाले– सुख आणणारे. तारुण्याचे नि कूजनाचे. आणि मग सारं संथ झालं. पोकळी घेऊन. छाती भरवीत. घट्ट धरलेलं. दाटलेल्या छातीची नि घट्ट धरलेल्या एकलेपणाची ही पोकळी सहन होईल की नाही, असं त्याला वाटलं. तो म्हणाला, "तू प्रेम केलंयस?"

"कधी नाही."

एकदम तिच्या हातातला जीव गेला.

"माझ्यावर अत्याचार झालाय."

"कुणी केला?"

"पुष्कळांनी."

शरीरातला जीव जावा अशी ती स्तब्ध पडून राहिली नि तिनं आपलं तोंड दूर नेलं.

"आता तू माझ्यावर प्रेम करणार नाहीस," ती म्हणाली.

"माझं प्रेम आहे तुझ्यावर."

पण काहीतरी झालं होतं त्याला. तो पहिल्यासारखा नव्हता, हे तिला कळत होतं.

"नाही," तिचा आवाज खोल, निर्जीव झाला होता. "तू आता माझ्यावर प्रेम करणार नाहीस. आपल्या घरी घेऊन जाशील. मीही येईन. पण मी तुझी प्रेयसी राहणार नाही– कुणी राहणार नाही मी."

"तू मला आवडतेस मेरिया!"

"नाही. खोटं आहे हे," ती म्हणाली. मग उरलासुरला आधार घ्यावा, तसं तिनं रडव्या आशेनं म्हटलं, "पण कुणाही पुरुषाचं मी चुंबन घेतलेलं नाही."

"मग माझं घे."

"केव्हापासून घ्यायला हवं होतं मला. पण कसं घ्यायचं, तेच कळत नाही. माझ्यावर अत्याचार झाले होते ना, तेव्हा आंधळी होईपर्यंत मी झगडले. मी इतकी इतकी– इतकी झगडले की, शेवटी एकाला माझ्या डोक्यावर बसावं लागलं. मी

त्याला चावले. मग त्यांनी माझं तोंड बांधलं, हात मागे जखडले नि दुसरे माझ्यावर तुटून पडले.''

"मेरिया! तू मला आवडतेस,'' तो आवेगानं म्हणाला, "तुझ्यावर असला कसलाही प्रसंग येऊन गेलेला नाही. कोण हात लावणार तुला? कुणीही तुला स्पर्श केलेला नाही– माझ्या जीवा!''

"खरंच असं वाटतं तुला?''

"माझी खात्री आहे.''

"मी तुला आवडेन,'' आणखी कुशीत येत ऊब देत ती म्हणाली. "तुझ्यावर आणखीनच प्रेम करीन.''

"छान चुंबन घेते तुझं.''

"इवलंसं घे.''

"कसं घेऊ रे!''

"एकदाच घे.''

तिनं त्याच्या गालाचं चुंबन घेतलं.

"अं हं!'' तो म्हणाला.

"या वेळी नाकं कुठं लपतात? मला नेहमी गंमत वाटते. नाकं कुठं जातात?''

"पाहा! तोंड वळव.''

मग त्यांचे ओठ एकमेकांवर घट्ट मिटले. ती त्याला घट्ट बिलगून होती. तिचे ओठ हळूहळू विलग झाले नि एकदम तिला घट्ट आवळल्यावर कधी नव्हतं इतकं सुख त्याला झालं. इतकं हळुवार! इतकं गोड! इतकं उत्तान! इतकं आतून! त्याचा थकवा गेला. काळज्या गेल्या. अतीव आनंदानं त्याचं मन भरून आलं. नि तो म्हणाला, "माझ्या पिल्ला! माझे लाडके! माझ्या गोडगोड पोरी!''

"काय म्हणतो आहेस रे?'' लांबून यावे तसे तिचे शब्द आले.

"गोडगोड पोरी!'' तो म्हणाला.

ते तसेच निजून राहिले. तिच्या उराची धडधड त्याच्या छातीला कळली. आपल्या पायाच्या कडेनं तिच्या पायाच्या बाजूला तो थोपटू लागला.

"तू पायात न घालता आलीस?''

"हो.''

"म्हणजे इथं निजायचं या बेतानं तू आलीस.''

"हो.''

"भीती वाटली नाही?''

"हो! खूपच. पण बूट आणायचे कसे, याचंच जास्त भय वाटलं.''

"किती वाजले असतील?''

''तुझ्याजवळ घड्याळ नाही?''

''आहे, पण तुझ्या पाठीमागे आहे ते.''

''घे ना तिथून.''

''नको.''

''मग माझ्या खांद्यावरून बघ.''

एक वाजला होता. पिशवीच्या अंधारात काटे चकाकत होते.

''खांद्याला तुझी दाढी टोचते.''

''काय करू? माझ्याजवळ दाढीचं सामान नाही.''

''मला तशीच आवडते. दाढी सोनेरी आहे तुझी?''

''हो.''

''ती खूप लांब होईल?''

''पुलाच्या आधी नाही. मेरिया! ऐक. तू–''

''तू काय?''

''तुला हवंय का?''

''हो– अगदी सगळं– खरंच. नि आपलं दोघांचं संपूर्ण मिलन झालं तर मागचं काही झालंच नाही, असं होईल.''

''तुला सुचलं हे?''

''नाही. मला आतून वाटतंय; पण पिलरनं सांगितलं.''

''तिला सगळं कळतं.''

मेरिया हळू म्हणाली, ''दुसरं एक ऐक! मला कसलं दुखणं नाही, हे तिनं मला तुला सांगायला सांगितलंय. तिला त्यातलं कळतं नि तिनं तुला सांगायला सांगितलं.''

''तिनं सांगायला सांगितलं?''

''हो. तिच्याशी बोलणं झालं. तुझ्यावर मी प्रेम करते म्हणून म्हटलं. आजच तुला पाहिलं नि प्रेम बसलं तुझ्यावर. मी नेहमी तुझ्यावर प्रेम करीत आले आहे. फक्त तुला पाहिलं नव्हतं इतकंच. मी पिलरला सांगितलं. ती म्हणाली, 'जर तू माझ्याशी कशाविषयी काही बोललास, तर तुला सांगायचं की, मला कसलं दुखणं नाही.' दुसरी गोष्ट तिनं मला फार पूर्वी सांगितली. गाडीच्या आधी.''

''काय म्हणाली ती?''

''आपल्या मनाविरुद्ध असताना आपल्याला काही झालं, तर झालं असं होत नाही. नि मी कुणावर खरोखर प्रेम केलं, तर प्रेमानं ते पूर्वीचं झालेलं सारं पुसून जाईल. मला जीव द्यावासा वाटत होता. आलं असेल तुझ्या लक्षात!''

''ती म्हणाली ते सत्य आहे.''

''मी जीव नाही दिला तेव्हा! किती चांगलं केलं मी! मी मेले नाही किती बरं

झालं. मी आवडेन ना रे तुला?''

"हो. आता आवडतेस तू.''

"तुझ्याजवळ ठेवून घेशील मला.''

"माझ्या उद्योगात तुला गुंतवणं जमणार नाही. पण तू माझीच आहेस आता.''

"एकदा तुझी झाले की, तुझीच राहीन मी. आता मी तुझी आहे ना?''

"होय मेरिया! माझ्या जीवा!''

ती त्याला घट्ट बिलगली. अपेक्षेनं तिचे ओठ विलग होऊन वर झाले. त्याचे ओठ सापडताच तिनं ते त्यावर टेकले. उबदार खोलीच्या गारव्यात ती त्याला नवीशी, टवटवीतशी, सुखस्पर्शा, सुकुमारी वाटली. आपले काम, आपले बूट, आपले कपडे, यांच्याइतक्याच निकटच्या त्या खोळीत ती अशी अगदी प्रत्यक्ष यावी? अशक्य! त्याला तिचं जवळ असणं खरंच वाटेना.

इतक्यात घाबरल्यासारखी ती त्याला म्हणाली, "मागचं सगळं विसरायला– मागचं मागे राहायला–''

"तुला हवंय?''

"हो,'' ती जवळजवळ आवेगानं म्हणाली. "हो– हो– हो!''

८

रात्रभर गारठा होता. रॉबर्ट जॉर्डन गाढ झोपला होता. मध्येच तो जागा झाला. आळस देताना मेरियाचं त्याला भान आलं. खोळीच्या अगदी आत तिनं मुटकुळं केलं होतं. तिचा श्‍वास संथ नि मंद येत होता. ताऱ्यांनी भरलेलं आकाश बटबटीत ठळक वाटत होतं. हवा नाकात झोंबत होती. डोकं थैलीबाहेर ठेवून तो झोपला होता. बाहेरच्या गारठ्यातून डोकं आत घेऊन त्यानं तिच्या तुळतुळीत खांद्याचं चुंबन घेतलं. ती जागी झाली नाही, तेव्हा कूस फिरवून त्यानं तिच्याकडे पाठ केली. आपलं डोकं त्यानं पुन्हा बाहेर गारठ्यात काढलं. आलेल्या शिणोठ्याची मजा चाखत एक क्षण तो जागा राहिला. मग शेजारच्या शरीराचं स्पर्शसुख अनुभवीत, थैलीत जातील तेवढे खोलवर पाय घालीत, सरळ करीत असता, तो गाढ झोपी गेला.

पहाटे तो जागा झाला. मेरिया गेलेली होती. जागं होताच ती नसल्याची भावना त्याला झाली. त्यानं आपला हात लांब करून, ती निजली होती तिथली ऊब घेतली. मग गुहेच्या तोंडाकडे पाहिलं. तिथल्या ब्लँकेटच्या कडांना दव गोठलं होतं. खडकांच्या फटीतून निळा विरळ धूर बाहेर झिरपत होता. चूल पेटलीय तर!

डोक्यावर घोंगडं पांघरलेला एक माणूस जंगलातून बाहेर आला. रॉबर्ट जॉर्डननं पाहिलं, तो पाब्लो होता. तो सिगारेट ओढीत होता. घोड्यांना तबेल्यात ठेवायला गेला असावा तो– त्याच्या मनात आलं.

रॉबर्ट जॉर्डनकडे एक नजरही न टाकता घोंगडं काढीत तो गुहेत गेला.

रॉबर्ट जॉर्डनची झोपण्याची पिशवी पाच वर्षांची जुनी होती. तिच्या हिरव्या ठिपक्यांच्या रेशमी, जुन्या अस्तरावरचं गोठलेलं पातळ दव त्यानं हातानं चाचपून पाहिलं नि तो पुन्हा गुरगुटून पडला. त्यानं पाय पसरले. आतल्या फ्लॅनेलच्या अस्तराचा सुखद परिचित मृदू स्पर्श होताच स्वतःशीच म्हणाला– ''छान!'' मग पुन्हा गुडघे जवळ घेऊन कूस वळवत उगवत्या पूर्वेकडे त्यानं पाठ केली. त्याच्या डोक्यात आलं– थोडं झोपावं! मग विमानांची घरघर येईपर्यंत तो झोपला होता.

उताणं पडून त्यानं ती पाहिली. फॅसिस्टांचं तीन फियाट विमानांचं गस्तदल होतं ते. तो नि अ‍ॅन्सेल्मो काल जिकडून आले, तिकडे त्यांची तोंडं होती. ती

इवलीशी, चकचकीत दिसत होती. वेगानं डोंगरावरच्या उंच आकाशातून चालली होती. मग आणखी नऊ आली. तीन तीन तीन अशी. फाळाच्या आकारात. पहिल्याहून ती उंच उडत होती.

पाब्लो नि जिप्सी गुहेच्या तोंडाशी सावलीत आकाशाकडे पाहत उभे होते. रॉबर्ट जॉर्डन स्तब्ध पडून होता. विमानांच्या मोटारींच्या घरघराटाने आकाश दुमदुमलं होतं. आणखी नवी घरघराट आली. कापलेल्या रानावरून, हजार फुटांवरून कमी उंचीवरून आणखी तीन विमानं जाऊ लागली. ती तीन जुळ्या मोटारींची हँकेल एक-अकरा या जातीची बॉम्बर्स होती.

रॉबर्ट जॉर्डनचं डोकं खडकाच्या सावलीत होतं. आपण त्यांना दिसणार नाही, हे त्याला कळत होतं. पण दिसलो तरी बिघडणार नव्हतं. ते डोंगर शोधीत असतील तर कुरणातली घोडी बहुधा त्यांना दिसतील. ते काही शोधीत नसले, तरी त्यांना दिसतील. पण मग त्यांना ती आपल्या घोडदळातील घोडी वाटतील. इतक्यात एक आणखी मोठा घरघराट आला. आणखी तीन हँकेल एक-अकरा जातीची विमानं अधिक खालून शिस्तीत रचना ठेवून चढत येताना दिसली. त्यांची घणासारखी घरघर ताल चढवीत, गोंगाट करीत जवळ आली. कापलेल्या रानावरून ती पुढे जाताच दिसेनाशी झाली.

उसं केलेली कपड्याची गुंडाळी त्यानं उलगडली. कपडा डोक्यावर नेऊन खाली ओढीत असता त्यानं आणखी विमानं ऐकली. पिशवीतच पाय ठेवून त्यानं विजार चढवली नि आणखी तीन हँकेल जुळ्या मोटारींची बॉम्बर्स वर आली. तो निश्चल राहिला. डोंगरांच्या भिंतीवरून ती जाईपर्यंत त्यानं पिस्तूल अडकवलं. खोळ गुंडाळली. खडकाशी ठेवली. खडकाला टेकून बुटांचे बंद बांधीत असता, नव्यानं येणाऱ्या विमानांची घरघर पूर्वीहून खणखणत आली. आणखी नऊ हलकी बॉम्बर विमानं शिस्तीत, आपल्या घरघराटीनं आकाश दुभंगत डोक्यावरून गेली.

खडकाच्या बाजूबाजूनं सरपटत रॉबर्ट जॉर्डन गुहेच्या तोंडाशी आला. गुहेच्या तोंडाशी, दोन भावांतला एक भाऊ, पाब्लो, जिप्सी, ॲन्सेल्मो, आगस्तीन नि बाई इतकी उभी होती.

"अशी विमानं पूर्वी कधी आली होती?" त्यानं विचारलं.

"कधीच नाही," पाब्लो म्हणाला, "आत हो. तू दिसशील त्यांना."

अजून गुहेच्या तोंडाशी उन्हं आली नव्हती. ओढ्याकाठच्या हिरवळीशी ती चकाकत होती. झाडांच्या सकाळच्या सावल्यांच्या काळोखात आणि खडकांच्या दाट सावलीत आपण त्यांना दिसणार नाही, हे रॉबर्ट जॉर्डनच्या लक्षात आलं होतं. पण इतरांनी नर्व्हस व्हायला नको, म्हणून तो आत गेला.

"फार आहेत," बाई म्हणाली.

"आणखी येतील," रॉबर्ट जॉर्डन म्हणाला.

पाब्लोनं संशयानं विचारलं, "तुम्हाला कसं ठाऊक?"

"आता गेली, त्यांच्यामागे पाठराखी विमाने असतात."

तेवढ्यात ती ऐकू येऊ लागली. त्यांचा आणखी उंचावरून येणारा घरघराट आला नि पाच हजार फुटांवरून बगळ्यांच्या थव्यासारखी, तीन-तीनच्या गटानं व्ही सारखा आकार करून ती जात असता, पथकामागून पथकानं आलेली पंधरा फियाट विमानं रॉबर्ट जॉर्डननं मोजली.

गुहेच्या तोंडाशी असलेले सगळे चेहरे गंभीर झाले होते. रॉबर्ट जॉर्डन म्हणाला, "इतकी विमानं कधीच नाही पाहिली तुम्ही?"

"कधीच नाही," पाब्लो म्हणाला.

"सेगोव्हियात फार नाहीत."

"कधीच नव्हती. आम्ही नेहमी तीन बघतो. पाठलाग करणाऱ्या जातीची कधी सहा दिसतात. क्वचित तीन जंकर्स येतात. मोठ्ठी– तीन मोटारींची. बरोबर पाठराखी विमानं असतात. पण इतकी विमानं कधीच नव्हती."

रॉबर्ट जॉर्डनच्या मनात आलं, 'इतकी विमानं इथं आली आहेत यातून वाईट अर्थ निघतो. आतला माल उतरवीत असता ती मला ऐकायला हवीत. हल्ल्यासाठी म्हणून शत्रू काही एवढ्यात आणणार नाही. रात्रीआधी नाही– उद्या रात्रीच्या आधीही नाही. या क्षणी तरी तसली हालचाल शत्रू करणार नाही.'

कमी कमी होत चाललेली घरघर अजूनही ऐकू येत होती. त्यानं घड्याळ पाहिलं. ती सरहद्दीवर पोहोचली असतील. पहिल्यांदा गेली ती तरी पोहोचली असतील. घड्याळाचा सेकंदकाटा चालू करणारी चावी त्यानं ओढली. फिरत्या सेकंदकाट्याकडे तो पाहू लागला. नाही. अजून पोहोचली नाहीत. आता मात्र पोहोचली असावीत. आता पुढेही गेली असतील. त्या 'एक-अकरा' जातीच्या विमानांचा वेग ताशी अडीचशे धरायला हरकत नाही. पाच मिनिटांत ती पोहोचतील. आतापर्यंत घाटाच्या खूप पुढे गेली असतील. खाली, सकाळच्या उन्हात न्हालेला पिवळा पिंगट प्रदेश पसरलेला असेल. त्या पिवळ्यातून रस्त्याचे पांढरे पट्टे आले-गेलेले दिसतील. लहान खेडी त्यावर खडी काढल्यासारखी वाटेल. समुद्राच्या रेताड तळावर शार्क माशांच्या सावल्या सरकतात, तशा या हॅंकेल विमानांच्या सावल्या त्या प्रदेशावरून धावतील.

बॉम्ब पडल्याचा धडधडाट आला नाही. घड्याळ टकटक करीतच होतं.

त्याच्या मनात आलं, 'ती विमानं पुढे, कोलमेनारकडे किंवा एस्कोरिअलकडे किंवा मान्झान्‌रेज एल्‌ रिअलच्या विमानतळाकडे निघाली आहेत. खाली तळ्याकाठचा जुना किल्ला आहे. तळ्यामधल्या लव्हाळ्यात बदकं असतील. खऱ्या विमानतळामागे

लुटपुटीचा विमानतळ असेल. जरा लपवून ठेवलेली लुटुपुटीची विमानंही तिथं असतील. त्यांचे पंखे हवा खेळवीत फिरत असतील. गेलेल्या विमानांचा रोख तिकडेच असावा. आमच्या हल्ल्याचा त्यांना पत्ता असण्याचं कारणच नाही.' त्यानं स्वतःला असं समजावून पाहिलं खरं; पण आतून त्याचं मन म्हणालं, का असू नये पत्ता? प्रत्येक हल्ल्याचा त्यांना पत्ता होता.

पाब्लोनं विचारलं, "घोडी दिसली असतील त्यांना?"

रॉबर्ट जॉर्डन म्हणाला, "घोडी पाहायला ती आली नव्हती."

"तरी दिसली का त्यांना?"

"घोडी पाहायलाच त्यांना मुद्दाम सांगितलं असलं तर!"

"तर दिसतील वरून?"

"वाटत नाही दिसतील. उन्हं झाडांवर आल्याशिवाय नाही."

"उन्हं केव्हाची झाडावर आहेत," पाब्लो रडव्या सुरात म्हणाला.

"तुझ्या घोड्यांशिवाय पुष्कळ उद्योग आहेत त्यांना," रॉबर्ट जॉर्डन म्हणाला. घड्याळाची चावी ओढल्याला आता आठ मिनिटं झाली होती. अजून बॉम्ब पडल्याचा आवाज नव्हता.

"घड्याळात पाहत काय करतोस?" बाईनं विचारलं.

"विमानं कुठं गेली ऐकतो."

"असं!" ती म्हणाली.

दहा मिनिटं झाल्यावर त्यानं घड्याळावरचं लक्ष काढलं. आवाज यायला एक मिनिट दिलं, तरी ती आता हद्दीपलीकडे पोहोचली असतील. तो ॲन्सेल्मोला म्हणाला, "तुझ्याशी बोलायचय."

ॲन्सेल्मो गुहेच्या तोंडातून बाहेर आला. नि दोघे जरा दूर जाऊन एका देवदाराशी उभे राहिले.

रॉबर्ट जॉर्डननं विचारलं, "कसं आहे एकंदरीत?"

"ठीक."

"जेवण झालं?"

"नाही. कुणीच जेवलं नाही."

"मग जेवून घ्या. दुपारच्यासाठीही काही बरोबर घ्या. रस्त्यावर नजर ठेवायला तुम्ही जावं म्हणतो. तेथे रस्त्यावरून जाणारी-येणारी प्रत्येक गोष्ट तुम्ही टिपून घ्यायची."

"मला लिहिता येत नाही."

रॉबर्ट जॉर्डन म्हणाला, "त्याची जरुरी नाही."

त्यानं वहीतली दोन पानं फाडली. चाकूनं आपल्या पेन्सिलीचा इंचभर तुकडा कापून काढला. तो म्हणाला, "हे घे नि रणगाड्याची अशी खूण कर."

त्यानं एक तिरकस रणगाडा काढला.

"प्रत्येक रणगाड्याला अशी एक. चार झाले की पाचव्याला, चारीवर फुली मार."

"आम्ही असंच मोजतो."

"ठीक. आता दुसरी खूण. दोन चाकं– एक पेटी. ही ट्रकसाठी. ट्रक रिकामी असेल तर वर्तुळ काढ. जर सैनिकांनी भरली असेल, तर सरळ रेघ मार. तोफांच्या खुणा कर. मोठ्यांना अशा. लहानांसाठी अशा. ॲम्ब्युलन्सच्या खुणा कर. दोन चाकं– एक पेटी, पेटीवर फुली अशा पायदळाच्या खुणा तुकडीगणीक कर. पाहा– अशा! एक लहान चौरस– शेजारी रेघा. घोडदळाच्या खुणा कर. अशा– कळलं? घोड्यासारख्या. एक पेटी तिला चार पाय. वीस घोड्यांचं असं एक दल. प्रत्येक दलाला खूण करा."

"वा! डोकं आहे!"

त्यानं भोवताली वर्तुळं काढलेली दोन चाकं काढली. नि तोफेच्या नळीसाठी एक आखूड रेघ काढली. या रणगाडाविध्वंसक तोफा. त्यांना रबरी टायर असतात. त्यांच्या खुणा करा. या विमानविध्वंसक तोफा. दोन चाकं नि तोफेची नळी वर केलेली. समजलं? त्यांच्याही खुणा करा. तसल्या तोफा पाहिलेल्या आहेत तुम्ही?"

ॲन्सेल्मो म्हणाला, "हो! समजलं मला सगळं. स्वच्छ आहे."

"जिप्सीला बरोबर घेऊन जा. तुझं पहाऱ्याचं ठिकाण समजेल नि तुला सोडवायला येता येईल. धोका नाही अशीच जागा निवड. फार अंगाशी नको. मात्र तुला नीट पाहता आलं पाहिजे. कुणी सोडवायला येईपर्यंत तिथं राहा."

"आलं लक्षात."

"ठीक. तुम्ही परत आलात की, रस्त्यावरची प्रत्येक हालचाल मला कळायला हवी. एक कागद वर जाणाऱ्या गोष्टीसाठी– दुसरा खाली येणाऱ्या."

दोघे गुहेकडे वळले.

रॉबर्ट जॉर्डन म्हणाला, "रॅफेलला धाड."

तो झाडाशीच उभा राहिला. ॲन्सेल्मोला गुहेत शिरताना त्यानं पाहिलं. वर झालेलं ब्लँकेट परत खाली पडलं. हातानं तोंड पुशीत जिप्सी बाहेर आला. त्यानं विचारलं, "कसं काय? काल रात्री मजा आली ना?"

"चक्क झोपलो."

"तरी बिघडलं नाही," दात काढून हसत जिप्सी म्हणाला, "सिगारेट आहे का?"

"ऐक!" सिगारेटसाठी आपला खिसा चाचपीत रॉबर्ट जॉर्डन म्हणाला– "ऐक! रस्त्यावर पहारा द्यायला ॲन्सेल्मो चाललाय, तिथं त्याच्याबरोबर तू जावं म्हणतो. त्याची जागा पाहून तू परत ये. म्हणजे मला त्याच्याकडे घेऊन जाता येईल तुला.

किंवा त्याला सोडवायला जाणाऱ्याला नेता येईल. जिथून तो लाकूड कारखाना दिसेल, तिथं तू जायचं नि तिथल्या पहाऱ्यात बदल झाला की टिपायचा.''

''कसला बदल?''

''आज तिथं किती माणसं आहेत?''

''आठ होती– मी शेवटी पाहिली तेव्हा.''

''आत्ता किती आहेत पाहा. पुलाचा पहारा किती किती अंतरानं बदलतो, ते पाहा.''

''अंतर?''

''एक पहारेकरी किती तास राहतो नि कोणत्या वेळेला तो बदलतो, ते.''

''मला घड्याळ नाही.''

''माझं घे.'' त्यानं पट्टा काढला.

''चीज आहे!'' रॅफेल कौतुक करीत म्हणाला, ''किती भानगडीचं! अशा घड्याळाला लिहिता-वाचताही यायला हवं. किती आकडे! किती किचकट! पाहा. सगळ्या घड्याळांचा राजा दिसतोय हे!''

''खेळू नको त्याच्याशी,'' रॉबर्ट जॉर्डन म्हणाला, ''तुला पाहता येतं ना?''

''म्हणजे काय? दुपारचे बारा– जेवण. मध्यरात्रीचे बारा– झोप. सकाळी सहा– जेवण. संध्याकाळी सहा– झिंगणं नि दैवात असलं तर– रात्री दहाला–''

''बंद कर,'' रॉबर्ट जॉर्डन म्हणाला, ''विदूषकच व्हायला लागतं का? मोठ्या पुलाच्या पहाऱ्यावर तू नजर ठेवायला हवीस. खालच्या रस्त्याच्या चौकीवर, लाकूड कारखान्यावर नि लहान पुलावरच्या पहारेकऱ्यावरही ठेवायला हवीस.''

''फारच काम आहे हे,'' जिप्सी हसत म्हणाला, ''माझ्याऐवजी दुसरा कुणी धाडता येणार नाही का?''

''नाही रॅफेल! हे महत्त्वाचं आहे. जपूनच करायला हवं. नजरेआड राहून जपून करायला हवं.''

''नजरेआड नक्कीच राहीन,'' जिप्सी म्हणाला. ''पण ते सांगायला कशाला हवं? मला काय गोळी खायचीय?''

''गंभीर हो,'' रॉबर्ट जॉर्डन म्हणाला, ''मामला गंभीर आहे.''

''मला 'तू' गंभीरपणानं राहायला सांगतो आहेस? अरे, रात्री तू काय केलंस हे पाहिल्यावरसुद्धा! एका माणसाला ठार करायला हवं असता तू केलंस काय? तू त्याला ठार करशील, अशी अपेक्षा होती– त्याला तारावंस अशी नव्हती. आपल्या आजोबापर्यंत आपणा सर्वांना खतम करतील एवढी विमानं आकाशभरून आलेली आपण सर्वांनी पाहिली. आपल्यापासून आपल्या आजोबापर्यंत, अगदी न जन्मलेल्या नातवांना धरून, सारी मांजरं, बकरी, ढेकणं, अगदी सर्वांना खतम करतील एवढी विमानं आकाशभरून आलेली आपण पाहिली. आकाश काळं करीत, सिंहासारख्या

गर्जना करीत, आईच्या स्तनातल्या दुधाचं दही करीत आलेली विमानं पाहिली नि तू मला गंभीर व्हा म्हणतोस. मी गंभीर झालेलोच आहे.''

''बरं बरं!'' जिप्सीच्या खांद्यावर हात ठेवून हसत रॉबर्ट जॉर्डन म्हणाला, ''इतकी काळजी करू नको. न्याहरी कर नि जा.''

''तुम्ही काय करणार?'' जिप्सी म्हणाला.

''एल् सोर्दोला भेटायला जाणार.''

''विमानं गेलीत ना– आता बहुधा तुला डोंगरात कुणी मिळणार नाही,'' जिप्सी म्हणाला, ''ही विमानं गेल्यावर सकाळच्या वेळीही पुष्कळांना घाम फुटला असेल.''

''तुम्हा गॉरिलांना शोधण्याहून पुष्कळ उद्योग आहेत त्या विमानांना!''

''कबूल,'' जिप्सी म्हणाला. त्यानं मान हलवली. ''पण ती इकडे वळतील, तेव्हा काय?''

रॉबर्ट जॉर्डन म्हणाला, ''जर्मनांची ती सर्वांत उत्तम फुलकी विमानं आहेत. ती जिप्सींवर धाडीत नाही ते.''

रॅफेल म्हणाला, ''ती माझ्या जिवाचा थरकाप करतात. मी घाबरून जातो.''

''विमानतळावर बॉम्ब टाकण्यासाठी ती जातात,'' गुहेत शिरता शिरता रॉबर्ट जॉर्डन भोवतालच्यांना म्हणाला, ''माझी जवळजवळ खात्री आहे त्याबद्दल.''

''काय म्हणालात तुम्ही?'' पाब्लोच्या कारभारणीनं विचारलं. तिनं त्याच्यासाठी बोगण्यात कॉफी ओतली नि गोठवलेल्या दुधाचा डबा त्याच्यापुढे केला.

''दूध आहे? काय चैन आहे!''

''सगळं आहे,'' ती म्हणाली, ''विमानं गेल्यापासून भयही खूप आहे. कुठं गेली ती म्हणालात?''

डब्याच्या फटीतून जाडसर दूध रॉबर्ट जॉर्डननं कॉफीत ओतलं. डबा, कपाच्या काठावर घासला नि पिंगटगोरी होईपर्यंत कॉफी ढवळली.

''मला वाटतंय, विमानतळं बॉम्ब करायला ती गेली. ती एस्कोरिअलला किंवा कोलमेनारला जातील. तिन्ही जागी गेली असतील.''

''वाटतं, ती अशीच खूप लांब जावीत, इथून दूर राहावीत,'' पाब्लो म्हणाला.

''इथं का आलीत ती?'' बाईनं विचारलं, ''त्यांना आत्ताच काय झालं यायला? अशी आम्ही कधीही पाहिली नाहीत. इतक्या संख्येनं नाही. हल्ल्याची तयारी चाललीय का त्यांची?''

''रस्त्यावर काय हालचाल होती कालच्या रात्री?'' रॉबर्ट जॉर्डननं विचारलं. मेरिया जवळ येऊन उभी राहिली होती; पण त्यानं तिच्याकडे पाहिलं नाही.

बाई म्हणाली, ''फेरनॅन्डो! काल रात्री तुम्ही ला ग्रंजमध्ये होता. तिथं काही गडबड होती?''

“काही नव्हती.” एक पस्तिशीच्या, डोळ्यात वडस असलेल्या बुटक्या, मोकळ्या चेहऱ्याच्या माणसानं उत्तर दिलं. रॉबर्ट जॉर्डननं आधी कधी त्याला पाहिलं नव्हतं. “मी तिथं असताना सैन्याची हालचाल नव्हती.”

“तुम्ही रोज रात्री ला ग्रंजला जाता?” रॉबर्ट जॉर्डननं विचारलं.

“मी नाही तर दुसरं कुणीतरी जातं,” फेरनॅन्डो म्हणाला.

“ते बातमी काढण्यासाठी जातात. किंवा तंबाखू किंवा अशाच लहानसहान गोष्टीसाठी जातात,” बाई म्हणाली.

“तिथं आपली माणसं आहेत?”

“हो. अर्थातच. पावरहाउस चालवणारे, शिवाय दुसरे काही लोक आहेत.”

“काय बातमी होती?”

“काही नव्हती. उत्तरेत परिस्थिती बिघडली आहे. पण ही काही बातमी नाही. आधीपासूनच उत्तरेतली स्थिती वाईट आहे.”

“सेगोव्हियाची काही बातमी?”

“नाही बाबा! मी विचारली नाही.”

“सेगोव्हियाला तुम्ही जाता?”

“अधूनमधून,” फेरनॅन्डो म्हणाला, “तिथं धोका असतो. तिथं ठिकठिकाणी तुमचे कागद पाहायला मागतात.”

“विमानतळ ठाऊक आहे तिथलं?”

“नाही बाबा! कुठं आहे ते ठाऊक आहे. पण मी जवळ कधी गेलो नाही. तपासणी फार आहे.”

“काल रात्री या विमानांविषयी कुणी बोललं नाही?”

“ला ग्रंजमध्ये नाही. पण आज रात्री नक्की गप्पा उठतील. क्यूपो द लानोच्या आकाशवाणीबद्दल बोलणी चालली होती, तेवढीच! हां! असं दिसतंय की, ‘लोकसत्ताक चढाईच्या तयारी’त आहे.”

“दिसतंय काय?”

“की लोकसत्ताक चढाईच्या तयारीत आहे.”

“कुठं?”

“ते नक्की नाही. इथंही असेल. सीरियाच्या दुसऱ्या भागात असेल. तुम्ही ऐकलंय का?”

“ला ग्रंजमध्ये म्हणून म्हणतात.”

“होय बाबा! मी विसरलोच होतो. पण एकंदरीत चढाईविषयीच पुष्कळ बोललं जातं.”

“अफवांचा उगम कुठे आहे?”

“कुठे? अनेकांच्याकडून सेगोव्हियातल्या नि ॲव्हिलातल्या उपाहारगृहात अधिकारी बोलतात नि हॉटेलातली पोरं ते लक्षात ठेवतात. अफवा पसरत येतात. त्या भागात आज बरेच दिवस लोकसत्ताकाच्या उठावाच्या अफवा आहेत.”

“उठाव लोकसत्ताकाकडून की फॅसिस्टांचा?”

“लोकसत्ताकाचा. फॅसिस्टांचा असता, तर सर्वांना कळला असता. छे! हा उठाव मोठा आहे. कुणी म्हणतात दोन आहेत. एक इथं नि दुसरा एस्कोरिअलजवळ अल्तो देल लिआनवर. तुम्ही काही ऐकलंय?”

“आणखी काय कानावर आलं तुमच्या?”

“काही नाही– आणखी काही नाही. हा! आठवलं. हल्ला झालाच तर लोकसत्ताकचे लोक पूल उडवणार, असं बोलत होते. पण पुलांवर तर पहारे आहेत.”

“तू मस्करी करतो आहेस का?” कॉफीचा घुटका घेत रॉबर्ट जॉर्डन म्हणाला.

“नाही, थट्टा नाही.” फेरनॅन्डो म्हणाला.

“हा कधी थट्टा करीत नाही,” कारभारीण म्हणाली.

“तो करीत नाही, हेच वाईट आहे.”

रॉबर्ट जॉर्डन म्हणाला, “बातम्या सांगितल्याबद्दल आभार. आणखी काही ऐकलं?”

“नाही. नेहमीसारखंच हे डोंगर साफ करायला सैन्य धाडण्याचं बोलत असतात. सैन्य इकडच्या वाटेवर आहे, असंही बोललं जातं. वालाडोविलमधून सैन्य पाठवलंसुद्धा, असं म्हणतात. पण असंच मोघम बोलतात नेहमी. त्याला महत्त्व देण्याचं कारण नाही.”

पाब्लोची कारभारीण पाब्लोला आवेशानं म्हणाली, “तुझं काय? स्वतःची कातडी बचावण्यासाठी बडबड करीत असतोस त्याचं काय?”

पाब्लोनं विचार करीत तिच्याकडे पाहिलं नि दाढी खाजवली. तो म्हणाला, “नि तुझे ते पूल गं!”

फेरनॅन्डोनं खुलून विचारलं, “कसले पूल?”

“मूर्ख!” पाब्लोची कारभारीण म्हणाली, “मठ्ठ! दुसरा कप घे कॉफीचा. आणखी बातम्या आठव.”

फेरनॅन्डो खुशीत पण शांतपणे म्हणाला, “रागावू नको पिलर! अफवांनी कुणी घाबरून जाऊ नये. तुला नि या दोस्ताला आठवलं तेवढं सांगितलं.”

“आणखी काही नाही ना आठवत?” रॉबर्ट जॉर्डन म्हणाला.

“नाही,” भारदस्तपणे फेरनॅन्डो म्हणाला, “हेही मला आठवलं हे माझं सुदैव. कारण त्या अफवाच असल्याकारणानं माझं लक्षही नव्हतं त्यांच्याकडे.”

“मग आणखी असतील काहीतरी?”

“हो. शक्य आहे. पण माझं लक्षच नव्हतं. वर्षभर अफवाच ऐकतोय.”

त्याच्यामागं मेरिया उभी होती. तिचं दाबून ठेवलेलं हसू खुदकन बाहेर पडलेलं रॉबर्ट जॉर्डनला ऐकू आलं.

"आणखी एखादी अफवा असली तर सांग." ती म्हणाली नि म्हणता म्हणता खदखदून हसू लागली.

"जरी आठवली तरी सांगणार नाही," फेरनॅन्डो म्हणाला, "अशी अफवा ऐकणं नि त्याला महत्त्व देणं चांगल्यांना शोभत नाही."

"यानंच आपलं लोकसत्ताक वाचेल," पाब्लोची बायको म्हणाली.

"छे! पूल उडवून वाचेल," पाब्लो तिला म्हणाला.

रॉबर्ट जॉर्डन ॲन्सेल्मोला नि रॅफेलला म्हणाला, "तुमची जेवणं झाली असली तर निघा."

"आम्ही निघतो," म्हातारा म्हणाला नि दोघे उठून उभे राहिले. रॉबर्ट जॉर्डनला आपल्या खांद्यावर कुणाचातरी हात कळला. ती मेरिया होती. "तूही खावंस!" हात तिथेच ठेवून ती म्हणाली, "पोट चांगलं भरून घे म्हणजे अफवांना आधार मिळेल."

"अन्नाची जागा अफवांनीच घेतलीय."

"छे छे! असं होऊन कसं चालेल? खा पाहू हे, म्हणजे आणखी अफवा आत शिरायच्या नाहीत." तिनं अन्नाचं भांडं त्याच्यापुढे ठेवीत म्हटलं.

फेरनॅन्डो तिला म्हणाला, "अशी थट्टा उडवू नको माझी. तुझं-माझं चांगलं आहे मेरिया!"

"फेरनॅन्डो? तुझी नाही थट्टा करीत मी. त्याची करते. त्यानं चांगलं खावं, उपाशी राहू नये म्हणून."

"आपण सगळेच जेवू या," फेरनॅन्डो म्हणाला, "पिलर! वाढत का नाहीस? आता कुठं अडलंय?"

"कुठं अडलंय बाबा!" पाब्लोची कारभारीण म्हणाली नि तिनं त्याचं भांडं मटणाच्या रश्श्यानं भरलं. "खा! तुला खाता येईल तेवढं खा!"

"पिलर, मस्त लागतंय हे," पूर्वीप्रमाणेच भारदस्त होऊन तो म्हणाला.

"आवडलं ना?" पिलर म्हणाली, "बरं वाटलं. पुन्हा म्हणते रे– बरं वाटलं मला."

"माझ्यावर रागावलीस?" फेरनॅन्डोनं विचारलं.

"नाही. खा. सरसावून पुढे हो."

"खातो," फेरनॅन्डो म्हणाला, "तुझ्यामुळे मिळतंय."

रॉबर्ट जॉर्डननं मेरियाकडे पाहिलं. तिचे खांदे पुन्हा खदखदू लागले होते. तिनं नजर वळवली. फेरनॅन्डो संथपणे खात होता. त्याच्या तोंडावर भारदस्तपणाचा भाव होता. त्या भावाला तो वापरीत असलेल्या भल्यामोठ्या चमच्यानं किंवा त्याच्या

तोंडाच्या कोपऱ्यातून खाताना रस्सा गळत होता त्यानंही काही बाध आला नाही.

"जेवण आवडलं?" पाब्लोच्या कारभारणीनं विचारलं.

"होय पिलर!" भरल्या तोंडानंच तो म्हणाला, "नेहमीसारखं आहे."

मेरियाचा हात आपल्या हातावर पडलेला रॉबर्ट जॉर्डनला कळला. हसू आवरताना तिची बोटं घट्ट झालेली कळली.

"त्यासाठीच तुला ते आवडलं?" बाईनं फेरनॅन्डोला विचारलं. "हो!" ती पुढे म्हणाली, "मला दिसतंच आहे. रस्सा– नेहमीसारखा. उत्तरेत वाईट परिस्थिती नेहमीसारखी. इथं उठाव आहे– नेहमीसारखा. सैन्य आपल्याला हुसकायला येतंय– नेहमीसारखं– तुझा पुतळा उभारावा– नेहमीसारखा."

"शेवटच्या दोन मात्र अफवा आहेत, पिलर!"

"आमचा स्पेन!" पाब्लोची कारभारीण कडवट होत म्हणाली. मग रॉबर्ट जॉर्डनकडे वळून तिनं म्हटलं, "असली माणसं तुझ्या देशात भेटतील का?"

"स्पेनसारखा दुसरा देश नाही." रॉबर्ट जॉर्डन नम्रपणे म्हणाला.

"बरोबर आहे," फेरनॅन्डो म्हणाला. "सगळ्या जगात स्पेनसारखा दुसरा देश नाही."

"दुसरा कोणता देश पाहिला आहेस?" पिलरनं त्याला विचारलं.

"नाही," फेरनॅन्डो म्हणाला, "इच्छाही नाही."

"पाहिलंत?" पिलर रॉबर्ट जॉर्डनला म्हणाली.

"फेरनॅन्डो!" मेरिया त्याला म्हणाली, "व्हॅलेन्सियाला गेल्याचं ते सांगा ना आम्हाला."

"मला व्हॅलेन्सिया आवडलं नाही."

"का?" मेरियानं विचारलं नि रॉबर्ट जॉर्डनचा हात खुणेनं पुन्हा दाबला. "का आवडलं नाही?"

"त्या लोकांना रीतच नाही. त्यांचं मला समजलंच नाही काही. एकमेकांवर 'शें' म्हणून ओरडल्याशिवाय दुसरं काही करत नव्हते ते."

"तुमचं तरी कळलं का त्यांना?" मेरियानं विचारलं.

"न कळल्याचं ढोंग केलं त्यांनी."

"तिथं काय केलंस तू?"

"समुद्रसुद्धा न पाहता मी परत आलो," फेरनॅन्डो म्हणाला, "ते लोकच मला आवडले नाहीत."

पाब्लोची कारभारीण म्हणाली, "चालता हो इथून, थेरड्या! चालता हो. नाही तर मला मळमळायला लागेल. व्हॅलेन्सियामध्ये आयुष्यातले उत्तम दिवस काढलेत मी. व्हॅलेन्सियाबद्दल माझ्याशी तरी बोलू नको."

“तिथं काय केलं तुम्ही?”

“सगळं केलं,” पिलर म्हणाली, “आम्ही चौपाटीवर गेलो, पाण्यात डुंबलो नि बैलांनी ओढलेल्या शिडाच्या बोटी पाहिल्या. अगदी पोहायची वेळ येईपर्यंत बैलांना पाण्यात हाकलत होते. मग होडीला जोडीत होते. नि त्यांचे पाय तळाला टेकले की धडपडत ओढीत बैल वाळूकडे येत होते. सकाळची वेळ! किनाऱ्यावर लहान लाटा आपटत आहेत. बैलांच्या दहा जोड्या समुद्रातून शिडाच्या होड्या ओढीत आहेत. असं आहे व्हॅलेन्सिया.”

“पण बैल पाहण्याखेरीज काय केलं?”

“किसून शिजवलेल्या माशांच्या पेस्ट्रीज. हिरव्या तांबड्या मोहोरी! नि तांदळाच्या आकाराचे पिस्ते! सांगताच यावयाचे नाहीत एवढे मसालेदार मासे. वर लिंबू पिळलेले समुद्रातले ताजे प्रॉन्स. गुलाबी. गोड. चार घासांत एक संपायचा. असे किती खाल्ले आम्ही! मग आम्ही ताज्या सी-फूडबरोबर पाएला खाल्लं. शिंपल्यांतले मासे खाल्ले. मुसेल्स खाल्ले. क्रेफिश खाल्ले. लहान एलही खाल्ले. मग तेलात एकटेच तळलेले अगदी छोटेसे एल खाल्ले. वाटाण्याच्या मोडासारखे वळलेले नि इतके नाजूक की, जिभेवर ठेवताच ते विरघळत. सफेद दारू तर सारखीच चालू असे. थंड–तरल! बाटलीला तीस सेंटिमोच्या मानानं चांगली असे. मग सगळ्याच्या शेवटी कलिंगड. ते कलिंगडांचंच माहेर आहे.”

“कॅस्टाईलची कलिंगडं त्याहून चांगली असतात.” फेरनॅन्डो म्हणाला.

“पोट बिघडून घ्यायचं असेल तर कॅस्टाईलचं कलिंगड! खाण्यासाठी मात्र व्हॅलेन्सियाच. हाताएवढी.”

“वाळूतल्या राहुट्यांत बसून खाल्लं. लांब, समुद्रासारखी हिरवी, रवाळ, कापायला रसाळ, वसंतातल्या पहाटेपेक्षा मधुर– आहा! अशा त्या कलिंगडांची आठवण आली की! प्लेटमध्ये रास करून ठेवलेल्या नाजूक, इवल्याशा, बारीक, ईल्सची आठवण आली की! नि दुपारभर खुजामध्ये ठेवलेली थंड बिअर! पाण्याच्या लोट्याएवढ्या खुजांमध्ये ठेवलेली नि बर्फात ठेवल्यानं तिला घाम फुटलेला!”

“खाणंपिणं संपलं की काय करायचीस?”

“गच्चीला चिकाचे पडदे लावलेल्या खोलीत आम्ही रममाण व्हायचो. दरवाजा बिजागरांवर होता नि वरच्या फटीतून वाऱ्याची झुळूक यायची. पडद्यांमुळे दिवसाही खोलीत काळोख असायचा. आम्ही तिथं रममाण व्हायचो. खालच्या रस्त्यावरच्या फुलांच्या बाजाराचा सुगंध वर दरवळायचा. फेरियाच्या वेळी रोज दुपारी रस्त्यातून लावलेल्या फटाक्यांचा धुमधुमाट चालू असायचा, वर जळलेल्या दारूचा वास पसरायचा. सबंध शहरातल्या रस्त्यांतून दारूकामाची पंगतच असायची. फटाक्यांच्या माळा एकमेकांना जोडून लावलेल्या असायच्या. खांबांवरून, ट्रामगाड्यांच्या तारांवरून,

एका खांबावरून दुसऱ्या खांबाकडे मोठा धडधडाट करीत त्यांचे स्फोट उडत राहायचे. कानठळ्या बसवणाऱ्या त्या आवाजांची कल्पना देता यायची नाही.

"आम्ही रममाण व्हायचो. मग बिअरचा काचेचा खुजा मागवायचो. काचेवर बाहेर गारठलेले थेंब असायचे. हॉटेलातल्या पोरीनं तो आणला नि तो आल्यावरही फिनिटो झोपलेलाच असला की, त्याच्या पाठीवर खुजाची थंडथंड काच टेकवायची. फिनिटो ओरडायचा– 'नको, नको! पिलर! बये, झोपू दे मला.' नि डोळे न उघडताच तो ती प्यायचा नि झोपी जायचा. पायगतीची उशी पाठीशी घेऊन त्याची झोप पाहत मी पडायचे. काळसर काळ्या केसांचा, किती सौम्य नि तरुण दिसायचा झोपेत तो! नि खालून चाललेल्या बॅन्डवरच्या गाण्याच्या नादात उरलेलं बिअरचं भांडं मी पिऊन टाकायचे."

पाब्लोकडे वळून ती म्हणाली, "असल्या गोष्टी तुला काय?"

पाब्लो म्हणाला, "आपणही दोघे एकत्र वागलो आहोत."

बाई म्हणाली, "हो– खरं आहे. एकदा फिनिटोहूनही तू मर्द होतास. पण आपण कधी व्हॅलेन्सियाला गेलो नाही– एकत्र निजून व्हॅलेन्सियामधून चाललेला बॅन्ड ऐकला नाही."

"ते जमलं नसतं," पाब्लो म्हणाला, "व्हॅलेन्सियाला जाण्याची वेळच आली नाही. तू विचार केलास तर तुलाच कळेल. पण एक आहे, तू फिनिटोजवळ असताना कधी गाडी उडवली नाहीस."

"नाही," बाई म्हणाली, "ती एकच आठवण राहिलीय सांगायला– गाडी! सदाची ती एक गाडी. तिचा विषय निघला की, कुणाला विरुद्ध जाता येत नाही. सगळ्या आळसातून, सुस्तीतून, अपयशातून तीच एक उरते. आजच्या भ्याडपणातून तीच एक आठवण राहिली आहे. अशा पुष्कळ गोष्टी आधी झाल्या. मला अन्याय करायचा नाही त्याच्यावर. पण मग व्हॅलेन्सियाबद्दल वाटेल ते कुणी बोलता कामा नये."

"मला नाही आवडलं," फेरनॅन्डो शांतपणे म्हणाला, "मला व्हॅलेन्सिया आवडलं नाही."

"तरी अजूनही गाढवाला हट्टी म्हणतात," पिलर म्हणाली, "मेरिया! उष्टी उचल. आपण जाऊ या."

ती हे म्हणत असता परतलेल्या विमानांची पहिली घरघर ऐकू आली.

९

गुहेच्या तोंडाशी उभे राहून सारे विमानं पाहत होते. उंच आकाशातून ती वेगानं चालली होती. आपल्या मोटारींच्या आवाजानं, बाणांसारख्या तोंडांनी ती आकाश फाडीत आहेत, असं वाटत होतं. 'ती शार्क माशासारखी दिसतात,' रॉबर्ट जॉर्डनच्या मनात आलं. 'गल्फस्ट्रीममधील रुंद कल्ल्यांच्या टोकदार नाकाच्या शार्क माशासारखी. पण त्यांचे रुंद कल्ले चंदेरी आहेत. ही गरजतात, त्यांचे पंख उन्हात धुरकट दिसत आहेत. नि यांची हालचाल ही शार्कसारखी नाही. यांची हालचाल आधीच्या कशाशीच जुळत नाही. यांत्रिक दैवाघातासारखी ती हलतात.'

'तू लिहायला हवंस–' त्यानं स्वतःला म्हटलं. 'पुन्हा केव्हातरी लिहू लागशीलही.' मेरियानं आपल्या हाताला धरलेलं त्याच्या लक्षात आलं. ती वर बघत होती. तो म्हणाला, ''कशी दिसतात तुला?''

''कशी बरं!'' ती म्हणाली, ''यमदूतासारखी.''

''मला ती विमानंच दिसतात,'' पाब्लोची कारभारीण म्हणाली, ''ती पिटुकली कुठं आहेत?''

''ती दुसऱ्या बाजूनं जात असावीत,'' रॉबर्ट जॉर्डन म्हणाला, ''त्यांच्यासाठी थांबायचं तर यांचा वेग फारच आहे. म्हणून ही एकटीच परतलीत. लढाईत आम्ही शत्रूची हद्द ओलांडून कधीच पाठलाग करीत नाही. तो धोका पत्करण्याइतकी विमानं आपल्याशी नाहीत.''

त्याच वेळी तीन लढाऊ हॅंकेल विमानं अगदी खालून उडत, झाडांच्या शेड्यांवरून, मोकळ्या माळावरून त्यांच्याकडे आली. चपट्या नाकांची, विद्रूप, डगडगणारी, कटकट वाजणारी खेळण्यातील विमानं, एकदम खरी मोठी होऊन भेडसावीत यावीत, तशी ती धडधडत डोक्यावरून गेली. ती इतकी खालून जात होती की, त्यातल्या वैमानिकांचं शिरस्त्राण नि गॉगल्स आणि पेट्रोल लीडरच्या डोक्यामागे उडणारा त्याचा स्कार्फही, गुहेतल्या तोंडात उभे होते त्यांना दिसला.

''त्यांना घोडी दिसली असतील?'' पाब्लो म्हणाला.

''घोडी?'' पाब्लोची कारभारीण म्हणाली, ''त्यांना तुझी सिगारेटची थोटकंही

दिसली असतील. ब्लँकेट खाली कर.''

आणखी विमानं आली नाहीत. दुसरी खरंच पलीकडून गेली असावीत. घरघर जाताच सगळी गुहेतून उघड्यावर आली.

आकाश आता रिकामं वाटत होतं– उंचावलेलं निळं स्वच्छ!

''स्वप्नातून उठल्यासारखं वाटतंय,'' मेरिया रॉबर्ट जॉर्डनला म्हणाली. आवाज ऐकण्यापलीकडे गेल्यावर, बोट कळेल न कळेल असं लावावं– काढावं– लावावं तेवढाही सूक्ष्म आवाज आता राहिला नव्हता.

पिलर तिला म्हणाली, ''स्वप्नं नव्हती ती. आत जा नि आवरायला लाग.'' रॉबर्ट जॉर्डनकडे ती वळली. ''काय ठरलं मग? आपण घोड्यावरून जायचं का चालत?''

पाब्लोनं कुरकुरत तिच्याकडे पाहिलं.

''तुम्हाला हवं तसं.''

ती म्हणाली, ''चालूच या, माझ्या लिव्हरला चांगलं.''

''घोड्यावर बसणंही लिव्हरला चांगलं असतं.''

''कबूल! पण कुल्ले आंबतात. आम्ही चालत जातो.'' मग पाब्लोला ती म्हणाली, ''जा– तुझी जनावरं मोज. कुणी उडवून नेली असतील बघ!''

''तुम्हाला हवाय घोडा?'' पाब्लोनं रॉबर्ट जॉर्डनला विचारलं.

''नको. मेरियाला हवा असल्यास विचार.''

''तिला चालणंच बरं,'' पिलर म्हणाली, ''नाही तर अवजड व्हायची नि कामातून जायची.''

रॉबर्ट जॉर्डनला वाटलं, आपला चेहरा लाजेनं लाल होत आहे.

''चांगली झोप लागली ना तुम्हाला?'' पिलरनं विचारलं. मग म्हणाली, ''दुखणं नाही, हे खरं आहे. खरं लागायला हवं होतं. कसं झालं नाही, हेच कळत नाही. आम्ही हाकलला तरी देव आहे तर अजून!'' पाब्लोला ती म्हणाली, ''जा! तुझा संबंध नाही यात. तुझ्यापेक्षा निराळ्या मातीच्या तरुण लोकांबद्दल चाललंय इथं. चालायला लाग.'' मग रॉबर्ट जॉर्डनला म्हणाली, ''आगस्तीन तुझ्या वस्तूवर नजर ठेवणाराय. तो आला की निघायचं.''

दिवस स्वच्छ उन्हाचा होता. उन्हात छान वाटत होतं. रॉबर्ट जॉर्डननं बाईकडे पाहिलं. तिचा धिप्पाडपणा, पिंगट चेहरा, दूरदूर असलेले दयार्द्र डोळे, चौकोनी अवजड चेहरा – वर सुरकुत्या असलेला कुरूप पण गोड, नाचणारे डोळे. पण बोलायला ओठ उघडेपर्यंत तिच्या तोंडावर करुण भाव वाटत असे. त्यानं तिच्याकडे पाहून मग पाब्लोकडे नजर वळवली. तो झाडांतून तबेल्याकडे निघाला होता. दिसायला तो जाडजूड-भक्कम वाटत होता.

“काही केलंत तुम्ही?” पिलरनं विचारलं.

“ती काय म्हणाली?”

“ती नाही बोलायची.”

“मी पण नाही.”

“मग जुळलं तर तुमचं!” बाई म्हणाली, “जेवढं जमेल तेवढं तिच्याशी काळजीनं वाग.”

“तिला दिवस राहिले तर?”

“बिघडलं नाही,” पिलर म्हणाली, “बरंच होईल मग.”

“ही जागा नाही त्याची.”

“ती इथं राहणार थोडीच? ती तुझ्याबरोबर जाईल.”

“मी कुठं जाणाराय? मी जाणाराय तिथं एखाद्या स्त्रीला कसं नेता येईल?”

“का नाही? तुम्ही जाणार तिथं दोघांना जाता येईल.”

“काहातरीच बोलता?”

“ऐका! मी काही भित्री नाही. या सकाळचं, सगळं स्वच्छ दिसतंय मला. आज जे आपण जिवंत आहोत, त्यातल्या कित्येकांना येता रविवार दिसणारही नाही.”

“आज वार कोणता?”

“रविवार.”

रॉबर्ट जॉर्डन म्हणाला, “रविवार फार लांब पडलाय. आपण बुधवार पाहिला तरी मिळवली. पण तुझं असलं बोलणं मला आवडत नाही.”

“प्रत्येकाला कुणाशी तरी मोकळं मन करायला लागतं. पूर्वी आपल्याला धर्म होता. दुसरे सोपस्कार होते. आता त्या जागी, प्रत्येकाला मन मोकळं करता येईल असा कुणीतरी लागतो. कारण आपण किती हिमतीचे असो, एकाकी पडतो.”

“आपण एकाकी नाही. इथं सारे एक आहोत. विमानं पाहिल्याचा परिणाम झालाय माझ्यावर. त्यांच्यापुढे काय चालणार आपलं?”

“तरी शत्रूला आपण हाणू.”

“माझी विषण्णता मी बोलले. तशी निर्धाराला मी कमी नाही. माझा निर्धार अभंग आहे.”

“दिवस वाढेल तशी विषण्णता जाईल– धुक्यासारखी.”

“जाईलही. तुझ्या मनासारखं होऊ दे– व्हॅलेन्सियाबद्दल मी वेड्यासारखी बोलले. त्यामुळेही विषण्णता आली असेल. घोड्याला पाहायला गेलेल्या त्या पडेल माणसामुळे ती आली असेल. माझ्या हकिगतीनं मी त्याला बरंच दुखवलं. ठार मारायचाय त्याला? मारून टाक. शिव्या द्यायच्यात? दे. पण एक कर; त्याला अर्धवट जखमी सोडू नको.”

"तुमचा नि त्याचा संबंध कसा आला?"

"एखाद्याशी संबंध येतो कसा? चळवळीच्या आधीच्या दिवसांत नि नंतरही तो कुणीतरी होता. चळवळीत मनापासून पडलेला. पण आता खलास झालाय. बूच काढलं गेलंय नि बुधल्यातून दारू सांडून गेलीय."

"मला तो आवडत नाही."

"त्यालाही तू आवडत नाहीस. कारणं आहेत. काल रात्री आम्ही झोपलो होतो," बोलताना ती हसली नि मान हलवीत म्हणाली, "मी त्याला म्हणाले, 'पाब्लो, त्या पाहुण्याला तू ठार का केलं नाहीस?' 'तो चांगला माणूस आहे, पिलर!' तो म्हणाला. 'तो चांगला माणूस आहे.' मग मी म्हटलं, 'समजलं ना आता मी मालक आहे इथं?' 'हो पिलर हो.' तो म्हणाला. मग अपरात्री मी त्याला जागा पाहिला– तो रडत होता. तो असे हुंदके देऊन देऊन रडत होता– कुणाला वाटावं, त्याच्या पोटात एखादं जनावर बसलंय नि तेच त्याला हलवतंय.

'काय होतंय तुला? पाब्लो!' मी त्याला विचारलं नि त्याला घट्ट धरलं नि जवळ घेतलं.

'काही नाही पिलर! काही नाही.'

'नाही. काहीतरी झालंय तुला.'

पाब्लो म्हणाला, 'माझ्या लोकांनी मला सोडलं.'

मी म्हटलं, 'पण ते माझ्याकडचे झाले नि मी तुझी आहे.'

'पिलर!' तो म्हणाला, 'गाडी विसरू नकोस.' मग म्हणाला, 'ईश्वर तुझ्या मागे राहो– पिलर.'

मी म्हटलं, 'देवाचं नाव घेतो आहेस? बोलण्याची ही का रीत झाली?'

'हो!' तो म्हणाला, 'ईश्वर आणि व्हर्जिन.'

'ईश्वर आणि व्हर्जिन!' मी त्याला म्हटलं. 'ही काय तऱ्हा आहे बोलण्याची?'

'पिलर! मी मरायला भितो आहे. समजलं तुला?' तो म्हणाला.

'मग अंथरुणाबाहेर हो,' मी म्हटलं, 'या एका अंथरुणात तुला, मला नि माझ्या भीतीला जागा व्हायची नाही.'

तो लाजला. गप्प बसला. मग मी झोपी गेले. काय सांगू! तो खलास झालाय."

रॉबर्ट जॉर्डन काही बोलला नाही.

बाई म्हणाली, "अशी खिन्नता आयुष्यात अधूनमधून मला आली आहे; पण पाब्लोसारखी ती नाही. माझा निर्धार तसाच असतो."

"माझा विश्वास आहे त्यावर."

"बायकांच्या पाळीसारखं तिचं असेल," ती म्हणाली, "कदाचित ती खोटी असेल." थांबून ती पुढे म्हणाली, "लोकसत्ताकामध्ये मी फार स्वप्ने पाहिली.

लोकसत्तेवर माझी ठाम श्रद्धा आहे. गूढ गोष्टीवर श्रद्धा ठेवणाऱ्या धार्मिकाच्या आवेशानं मी त्यावर श्रद्धा ठेवते.''

''माझा विश्वास आहे तुझ्यावर.''

''तुझीही तीच श्रद्धा आहे?''

''लोकसत्ताकावर?''

''हो.''

''हो,'' तो म्हणाला. 'तशी खरीच असती तर–' त्याच्या मनात आलं.

''मला समाधान वाटतं,'' ती म्हणाली, ''तुला कसलं भय नाही.''

''मरणाचं नाही,'' तो खरे ते म्हणाला.

''दुसरी भयं?''

''आपलं कर्तव्य पार पाडायला हवं तसं पार पाडता येणार नाही, त्याचं.''

''पकडलं जाण्याचं नाही?''

''नाही,'' तो खरं ते म्हणाला, ''पकडण्याला भीत राहिलं तर मन इतकं व्यग्र राहील की, माणूस निकामीच बनेल.''

''तू फार थंड प्रकृतीचा आहेस.''

''छे!'' तो म्हणाला, ''मला नाही वाटत तसं.''

''मला म्हणायचंय डोक्यानं तू फार थंड आहेस.''

''माझ्या कामात मी फार व्यग्र असतो; म्हणून तसं वाटतं.''

''पण आयुष्यातल्या गोष्टींकडे तुझं लक्ष नसतं.''

''असतं. फार असतं. पण हातातल्या कामाआड येईल इतकं नसतं.''

''तुला घ्यायला आवडते. मी पाहिलंय.''

''हो! फार आवडते. पण कामाआड न येईल अशा बेतानं मी पितो.''

''नि बायका?''

''बायकाही फार आवडतात. पण आयुष्यात मी त्यांना तेवढं महत्त्व दिलेलं नाही.''

''त्यांच्याकडे लक्ष नसतं?''

''असतं. हृदय हलवते म्हणतात तशी मला भेटली नाही.''

''तू खोटं बोलतोस.''

''असेल थोडंसं.''

''मेरियाबद्दल तुला वाटतं.''

''हो! एकदम वाटायला लागलं. फार वाटायला लागलंय!''

''मलासुद्धा तिच्याबद्दल फार वाटतंय... फार.''

''मलासुद्धा!'' रॉबर्ट जॉर्डन म्हणाला. आपला आवाज जड झालासा त्याला वाटला. 'मलासुद्धा' हे बोलताना त्याला आनंद झाला नि तो अगदी साध्या

स्पॅनिशमध्ये म्हणाला, ''तिच्याबद्दल मला फार वाटतं.''

''एल् सार्दोला भेटून आल्यावर मी तुम्हा दोघांना एकटं सोडीन.''

रॉबर्ट जॉर्डन काही बोलला नाही. मग तो म्हणाला, ''तशी जरूर नाही.''

''हो, तशी जरूर आहे. वेळ फार नाही तुम्हाला.''

''माझ्या हातात समजलं?'' त्यानं विचारलं.

''नाही– हाताचा मूर्खपणा डोक्यातून काढून टाक.''

लोकसत्ताकाला जे जे वाईट, ते ते तिनं दूर लोटलं होतं, तसंच हेही आता लोटलं.

रॉबर्ट जॉर्डन काही म्हणाला नाही. आत गुहेत मेरिया बश्या विसळून ठेवीत होती. तिच्याकडे तो पाहत होता. तिनं हात पुसले. तोंड वळवलं नि त्याच्याकडे पाहून हसली. पिलर काय म्हणत होती, तिला ऐकू येत नव्हतं; पण रॉबर्ट जॉर्डनकडे पाहून हसत असता ती लाजून लाल पडली नि पुन्हा त्याच्याकडे पाहत हसली.

''दिवस आहेच,'' पाब्लोची बायको म्हणाली. ती पुढे म्हणाली, ''तुम्हाला रात्रही मिळेल. दिवस आहेच. व्हेलेन्सियामध्ये माझ्या वेळेला जशी चैन होती, तशी आता नाही हे उघड आहे. पण थोडासा तरी रंग उडवता येईल.'' ती मोठ्यानं हसली.

रॉबर्ट जॉर्डननं तिच्या रुंद खांद्यावर हात ठेवीत म्हटलं, ''तुझ्याबद्दलही मला वाटतंय– फार वाटतं.''

गोंधळून ती म्हणाली, ''तू अगदी पक्का रंगेल गडी आहेस. दुसऱ्याबद्दल वाटायची प्रत्येकाला एक वेळ येते. हा आगस्तीन आला.''

रॉबर्ट जॉर्डन गुहेत शिरला नि मेरिया उभी होती तिथं गेला. आपल्याकडे येताना ती त्याला पाहत राहिली. लाजेनं तिचे गाल नि गळाही लाल पडला. डोळे चकाकले.

''कसं काय, माझ्या पिल्ला?'' तो म्हणाला. त्यानं तिच्या ओठांचं चुंबन घेतलं.

तिनं त्याला घट्ट आवळलं. त्याच्या डोळ्यांत पाहत ती आवेगानं म्हणाली, ''काय रे– काय रे– काय रे?''

फेरनॅन्डो अजून टेबलाशी बसून सिगारेट ओढीत होता. उठून माना हालवीत तो बाहेर आला. येताना भिंतीशी टेकलेली आपली संगीन उचलली.

तो पिलरला म्हणाला, ''उथळपणा चाललाय सगळा. मला आवडत नाही. तुम्ही त्या मुलीची काळजी घ्यायला हवी.''

''काळजी घेतलीय मी,'' पिलर म्हणाली, ''तो तिचा ठरलेला आहे.''

फेरनॅन्डो म्हणाला, ''वा! त्यांचं ठरलेलं असलं, तर सारं रीतीला धरूनच चाललंय, असं मी मानतो.''

पिलर म्हणाली, ''मला आनंद आहे त्यात.''

“मलाही. नमस्ते पिलर!” गंभीरपणे फेरनॅन्डो म्हणाला.

“कुठं चाललात?”

“वरच्या चौकीवर. प्रिमितीवोला सोडवायला.”

वर येत असता आगस्तीननं विचारलं, “कुठं खड्ड्यात चालला आहात तुम्ही?”

“माझ्या कामाला.” फेरनॅन्डो भारदस्तपणे म्हणाला.

“तुझं काम!” आगस्तीन वेडावत म्हणाला. “तुझ्या कामावर मी थुंकतो.”

मग पिलरकडे वळून म्हणाला, “मला राखण करायच्या त्या साल्या अर्वाच्य वस्तू कुठं आहेत?”

“गुहेत,” पिलर म्हणाली. “दोन थैल्यांत आहेत. तुझ्या शिव्यांचा कंटाळा आलाय मला.”

“तुझ्या कंटाळ्याच्या दुधात मी ×××”– आगस्तीन म्हणाला.

“मग हो चालता नि कर घाण,” पिलर शांतपणे म्हणाली.

“तुझ्या ×××” आगस्तीन तिला म्हणाला.

“तुला आईच नव्हती,” पिलरनं म्हटलं.

शिवीगाळ इथपर्यंत पोहोचल्यावर स्पॅनिश भाषेतल्या मर्यादा संपल्या. शिव्यांत क्रियांचा प्रत्यक्ष उल्लेख कधी नसे. आरोप असत.

“काय चाललंय आता त्यांचं?” आगस्तीननं खासगी बोलावं तसं हळू विचारलं.

“काही नाही,” पिलर म्हणाली. “वसंत ऋतूत सगळी माणसं जनावर होतात.”

“जनावर!” शब्दावर अगदी खूश होऊन आगस्तीन म्हणाला, “जनावर? अगं, सगळ्या बाजारबसवींच्या राणीची तू लेक. वसंत ऋतूवर मी ×××”

पिलरनं त्याच्या खांद्यावर चापट मारली. आपलं खदखदाट उडवणारं हास्य तिनं केलं. ती म्हणाली, “शाबास! तुझ्या शिव्यांत वैचित्र्य नसतं. पण तुझ्यात जोर आहे. विमानं पाहिलीस तू?”

“मी त्यांच्या मोटारीत ×××,” आगस्तीन माना हलवीत, ओठ दाबीत म्हणाला.

“वा वा! काय बोललास!” पिलर म्हणाली. “बोललास छान; पण कृतीत आणायला जरा कठीण आहे.”

“हो. इतक्या उंचीवर कठीण आहे,” आगस्तीन दात दाखवीत म्हणाला. “पण थट्टा केली की बरं वाटतं.”

“बरोबर!” पाब्लोची बाई म्हणाली, “थट्टा केल्यावर पुष्कळ बरं वाटतं. तू माणूस चांगला आहेस. तुझ्यात जोर आहे.”

आगस्तीन गंभीर होत म्हणाला, “ऐक पिलर! काहीतरी शिजतंय. खरं आहे ना?”

“तुला कसं वाटतंय?”

"झाली याहून अधिक घाण व्हायची नाही. किती विमानं आली– बये! किती विमानं तरी!"
"दुसऱ्यांसारखीच त्यांनी तुझी घाबरगुंडी केली."
आगस्तीन म्हणाला, "काय शिजतंय असं वाटतं तुला?"
"ऐक," पिलर म्हणाली, "हा पोरगा पुलासाठी आला याचा अर्थ उघड आहे– लोकसत्ताक चढाईची तयारी करतंय. विमानांवरूनही दिसतं की, फॅसिस्ट त्याला तोडा द्यायची तयारी करताहेत. पण विमानांचं प्रदर्शन कशाला?"
"या लढाईत खूप मूर्खपणाच चाललाय," आगस्तीन म्हणाला, "या लढाईत कमालीचा मूर्खपणा चालू आहे."
"दिसतंच," पिलर म्हणाली, "नाहीतर आम्ही इथं कशाला दिसतो?"
"होय!" आगस्तीन म्हणाला, "वर्ष झालं, वेडेपणात डुंबतो आहोत आम्ही. पण पाब्लोला समज फार आहे. तो धूर्त आहे."
"कशासाठी म्हणतोस हे? ध्यानात घ्या नीट," पिलर त्याला समजावीत म्हणाली, "केवळ धूर्तपणानं यापुढे आपण वाचणार नाही. ती वेळ गेली. नि दुसरा गुण त्याच्यात राहिलेला नाही."
आगस्तीन म्हणाला, "सगळं ध्यानात घेतलंय– आपल्याला येथून हलावं लागणार, मला कळतंय. आपला जीव वाचवायचा तर आपला जय झालाच पाहिजे. नि जय व्हायला पूल उडवला पाहिजे. पण पाब्लो आता कितीही भित्रा झालेला वाटो, तो धूर्त आहे."
"मीसुद्धा चलाख आहे."
"नाही, पिलर!" आगस्तीन म्हणाला, "तू चलाख नाहीस. तू इमानी आहेस. तुला निर्णयबुद्धी चांगली आहे. उपजत ज्ञान आहे. तुझं मन मोठं आहे. पण तू चलाख मात्र नाहीस."
"खरंच तुला वाटतं असं?" बाईनं विचारात पडत विचारलं.
"होय, पिलर!"
"आलेला पोरगा चलाख आहे," ती म्हणाली, "चलाख आहे. थंड आहे. डोक्यानं शांत आहे."
"हो," आगस्तीन म्हणाला, "आपलं काम त्याला कळत नसतं तर तो इथं नसताच. पण तो चलाख आहे, हे पटत नाही. पाब्लो चलाख आहे, मला ठाऊक आहे."
"पण भीतीनं फुकट गेलाय नि निष्क्रियतेनं वाया गेलाय."
"तरी पण चलाख आहे."
"तुमचं म्हणणं तरी काय?"

“काही नाही. मी डोकं वापरून विचार करतो. या क्षणी डोकं वापरून वागायला हवं. पुलानंतर आपण ताबडतोब हललं पाहिजे. सगळी तयारी केलेली हवी. कुणीकडे नि कसं जायचं हे ठरवलं पाहिजे.”

“बरोबर आहे.”

“याचसाठी पाब्लो हवा. सगळं चलाखपणे व्हायला हवं.”

“पाब्लोवर माझा विश्वास नाही.”

“या बाबतीत– हवाच.”

“नाही. तो किती वाया गेलाय, हे तुला ठाऊक नाही.”

“तो फार चलाख आहे. जर आपण सगळं चलाखीनं केलं नाही तर गेलोच.”

“विचार करीन मी,” पिलर म्हणाली, “मला सगळा दिवस आहे विचारांना.”

“पुलासाठी तो तरुण,” आगस्तीन म्हणाला, “त्याचं ज्ञान त्याला असणारच. पाब्लोनं गाडीच्या वेळेला कसा सुंदर बनाव घडवून आणला, ते आठव.”

“हो!” पिलर म्हणाली, “खरं त्यानंच त्या वेळी सगळं आखलं.”

“तुझा उपयोग उत्साह द्यायला नि निर्णय घ्यायला,” आगस्तीन म्हणाला. “पण हालचाल करायची तर पाब्लोच. माघार घ्यायची तर पाब्लोच. त्याला त्याचा विचार करायला लाव.”

“तू डोक्याचा आहेस.”

“डोक्याचा असेन,” आगस्तीन म्हणाला, “पण चलाखीला पाब्लोच हवा.”

“तो भ्याड आहे तरी?”

“तो भ्याड आहे तरी.”

“पुलाबद्दल तुझं काय म्हणणं?”

“पूल उडवायला हा हवाच. मी जाणून आहे. दोन गोष्टी कराव्या लागतील आपल्याला. ही जागा सोडणं नि युद्ध जिंकणं. जिंकायचं म्हणजे पूल उडवायला हवा.”

“पाब्लोला तुम्ही चलाख म्हणता, मग त्याला हे कसं कळत नाही?”

“त्याच्यात दोष आलाय, त्यामुळे कळत नाही. आहे तेच राहावं, असं त्याला वाटतंय. पण पाणी चढत आहे. त्यानुसार बदल करणं भाग पडलं की, तो तल्लख होईल.”

“या तरुणानं त्याला ठार मारलं नाही, हे चांगलं झालं.”

“काल रात्री मी पाब्लोला ठार मारावं असं जिप्सीच्या मनात होतं. तो जिप्सी एक जनावर आहे.”

“तूही जनावरच आहेस,” पिलर म्हणाली, “बुद्धिवान जनावर आहेस.”

“आम्ही दोघं बुद्धिवान आहोत, पण चलाख नाही. पाब्लो चलाख आहे.”

"पण वागण्याला कठीण. तो किती वाया गेलाय, तुम्हाला कळत नाही."

"हो, पण त्याला डोकं आहे. ऐक पिलर! युद्ध करायला काय लागतं, तर बुद्धी... पण ते जिंकायला तुम्हाला डोकं नि साहित्य दोन्ही लागतं."

"विचार करीन मी पुन्हा," ती म्हणाली, "आता आम्हाला निघालं पाहिजे. उशीर झाला." मग उठून ती चढत्या आवाजात म्हणाली, "इंग्लिशा! चल, निघू या."

१०

पिलरबाई रॉबर्ट जॉर्डनला म्हणाली, ''आपण विसावा घेऊ या.'' मग मेरियाला म्हणाली, ''इथं टेकू या का?''

रॉबर्ट जॉर्डन म्हणाला, ''चालत राहू! तिथं गेल्यावर दम खाता येईल. एल् सोर्दोला भेटलंच पाहिजे.''

बाई त्याला म्हणाली, ''भेटशील. घाई कसली आहे? टेक इथं मेरिया! मी तरी आता बसणार.'' असं म्हणून प्रवाहाच्या काठी बसली. मेरिया तिच्या शेजारी झुडपात बसली. तिच्या केसांवर उन्हं चकाकत होती. पठारावरच्या कुरणातून ट्राउट मासे असलेला ओढा वाहत होता, तिकडे पाहत रॉबर्ट जॉर्डन मात्र उभाच राहिला. तो उभा होता तिथं झुडपं वाढलेली होती. कुरणाच्या खालच्या भागात झुडपांऐवजी नेचा वाढला होता. त्या नेच्यामधून करडे खडक डोकावत होते. खाली देवदारांची काळपट रांग होती.

त्यानं विचारलं, ''एल् सोर्दो किती दूर आहे?''

बाई म्हणाली, ''दूर नाही. या उघड्या भागापलीकडे रानाआड आहे. पुढच्या दरीत उतरलं की ओढ्याशी असलेल्या जंगलावर त्याचं ठिकाण आहे. खाली बघून घे. असा चिंतातुर राहू नको. तुझं काम विसर जरा.''

''त्याला भेटून काम उरकून टाकलं एकदा, की सुटलो.''

''पाय धुवायचेत मला,'' बाई म्हणाली. आपले सोलांच्या तळांचे बूट काढून पायांतले जाड लोकरीचे मोजे ओढून तिनं उजवा पाय प्रवाहात धरला, ''अगंबाई! किती गार आहे!''

''आपण घोडी आणायला हवी होती,'' रॉबर्ट जॉर्डन तिला म्हणाला.

''चालणंच बरं मला,'' बाई म्हणाली, ''मुळी चालणंच होत नव्हतं. तुला झालंय तरी काय?''

''काही नाही. मला घाई झालीय.''

''जरा धीरानं घे. पुष्कळ वेळ आहे. किती छान दिवस आहे! देवदारांच्या झाडांतून सुटल्यानं किती बरं वाटतंय. तुला कळायचं नाही. तू नाही कंटाळलीस देवदारांना पोरी?''

“मला देवदार आवडतात,” मुलगी म्हणाली.

“काय गं आवडतं त्यांचं तुला?”

“त्यांचा वास सुटलेला असतो. त्यांची पानं पायांखाली आवडतात. उंच झाडांतून वारा वाहिलेला आवडतो. त्यांच्या फांद्या घासून झालेली कडकड आवडते.”

“तुला काहीही आवडतं,” पिलर म्हणाली, “तुला स्वयंपाक जरा बरा करता येत असता, तर पुरुषाला तू वरच झाली असतीस. देवदारांचं जंगल वीट आणतं. नारळीचं, ओकाचं किंवा बदामांचं जंगल तू कधी पाहिलं नसशील. खरी जंगलं ती! त्या जंगलात प्रत्येक वृक्ष वेगळा असतो. त्याला स्वभाव असतो नि सौंदर्य असतं. देवदारांचं जंगल म्हणजे वीट आहे. इंग्रजा, तुझं काय म्हणणं आहे?”

“मलाही देवदार आवडतात!”

“जोडी जमली तुमची!” पिलर म्हणाली, “खरंतर मलाही देवदार आवडतात. पण देवदारांत मी फार दिवस राहते आहे. मला डोंगराचाही वीट आला आहे. डोंगराला फक्त दोन वाटा असतात. खाली नि वर! खाली गेलं की रस्ता येतो नि फॅसिस्टांची गावं येतात.”

“सेगोव्हियाला कधी जातेस तू?”

“हा चेहरा घेऊन? या चेहऱ्यानं? हा चेहरा सर्वांच्या माहितीचा आहे. सुंदरे, कुरूप असणं तुला कसं आवडेल?” ती मेरियाला म्हणाली.

“तू कुरूप नाहीसच.”

“कहर करतेस! मी कुरूप नाही? मी सदाची कुरूप आहे. इंग्रजा, तुला बायकांचं काही कळत नाही. कुरूप बाईला काय वाटतं, तुला समजतं का? जन्मल्यापासून कुरूप आहोत कळणं नि आतून मात्र सुंदर वाटणं म्हणजे काय असतं, तुला ठाऊक आहे का? असं क्वचित आढळतं.” तिनं आपला दुसरा पाय ओढ्यात बुडवला नि वर काढला. “देवा! काय गार आहे! ती वॅगटेल पाखरं पाहा!”

असं म्हणून ओढ्याच्या वरच्या बाजूला एक दगडावर, टुणटुण उड्या मारणाऱ्या करड्या चेंडूसारख्या एका पक्ष्याकडे तिनं बोट दाखवलं. “ती काही कामाची नाहीत पाखरं. धड गात नाहीत. खाताही येत नाहीत. शेपटं वरखाली करीत असतात तेवढी! इंग्रजा, मला सिगारेट दे.” असं म्हणून सिगारेट घेऊन तिनं आपल्या चकमकीनं पेटवली. सिगारेटचे झुरके घेत ती रॉबर्ट जॉर्डन नि मेरिया यांच्याकडे पाहत राहिली.

“आयुष्य विचित्र आहे,” नाकातून धूर काढून ती म्हणाली, “मी पुरुष चांगली झाले असते. पण मी सगळीच्या सगळी बाई आहे. त्यातून कुरूप! तरी पुष्कळ पुरुषांचं माझ्यावर मन बसलं नि मी पुष्कळांवर प्रेम केलं. गंमत आहे! ऐक इंग्लिशा,

ऐक! ऐकण्याजोगंच आहे. मी किती कुरूप आहे पाहिलंयस का? इंग्लिशा, नीट पाहा.''

''तू कुरूप नाहीसच.''

''माझ्याशी खोटं बोलू नको,'' ती नेहमीसारखी गदगद हसली. ''का तुझ्यावर परिणाम होऊ लागलाय? छे! आपली थट्टा हं! मी कुरूपच आहे. तरी आपल्या आत अशी काही भावना तळपत असते की, काही काळ आपल्यावर कुणीतरी भाळतं नि भाळणारा त्याचं प्रेम टिकेपर्यंत आंधळा बनतो. मग अचानक एके दिवशी काही कारण नसता तुम्ही किती कुरूप आहात ते त्याला कळतं. तो आंधळा राहत नाही. मग त्याला कळलेली तुमची कुरूपता तुम्हालाही कळते. तो माणूस सुटतो नि ती भावनाही सुटते. समजलं?''

तिनं मेरियाच्या खांद्यावर थोपटलं.

''नाही,'' मेरिया म्हणाली, ''तुम्ही कुरूप नाहीतच.''

''हृदय बाजूला ठेवून डोकं वापरून पाहा. माझं ऐक,'' पिलर म्हणाली, ''तू ऐकाव्यास अशाच या गोष्टी आहेत. तुला ऐकाव्याशा वाटतात ना, इंग्रजा?''

''हो! पण आता निघू या.''

''इथं फार छान वाटतंय मला!'' मग ती वर्गात बोलावं तशा सुरात रॉबर्ट जॉर्डनला ऐकवू लागली, ''मग काही काळ जातो तसं कुरूप वाटण्याचा, मी कुरूप आहे असं वाटण्याचा, स्वतः कुरूप आहोत हे वाटण्याचा जास्तीत जास्त काळ जातो. त्यानंतर मी म्हणते ती सुंदर वाटण्याची वेडी भावना आपणात वाढत जाते. कोबीसारखी ती वाढते. ती भावना पुरी वाढली की, दुसरा पुरुष आयुष्यात येतो. तुम्ही त्याला सुंदर वाटता. पुन्हा तेच गाडं सुरू होतं. मला वाटतं आता मी त्या सर्वांपलीकडे गेले. पण काय सांगावं?''

''तू कुरूप नाहीस– भाग्याची आहेस!''

''मी कुरूपच आहे.'' पिलर हट्टानं म्हणाली.

''त्यालाच विचार,'' मेरिया म्हणाली, ''पाय पाण्यात सोडू नको. गारठशील. रॉबर्टो म्हणतोय निघू या. निघायचं का?''

''निघू या काय?'' पिलर म्हणाली. ''तुझ्या रॉबर्टोइतकं माझंही यात पणाला लागलेलं आहे. इथं ओढ्याकाठी बरं वाटतंय विसाव्याला. अजून खूप वेळ आहे. मी सांगते. मला बोलायला आवडतं. तेवढीच एक सुसंस्कृत गोष्ट आपल्यापाशी आहे. नाहीतर मन रमवायला आपल्याजवळ काय आहे? इंग्लिशा, ऐकावंसं वाटतंय का?''

''तू बोलतेस चांगलं. पण सौंदर्य असणं नि सौंदर्य नसणं या विषयांखेरीज इतर पुष्कळ ऐकण्याजोग्या गोष्टी आहेत.''

"मग तुला ऐकावंसं वाटतं, तेच बोलू आपण."

"चळवळीच्या सुरुवातीच्या आधी तुम्ही कुठं होता?"

"माझ्या गावी."

"ॲव्हीलात?"

"ॲव्हीला कुठलं!"

"आपण ॲव्हीलाचे म्हणून पाब्लो म्हणाला."

"तो खोटं बोलतो. आपण एखाद्या मोठ्या शहराचे असावं, असं त्याला वाटत असतं. तो या गावचा आहे." तिनं एका गावाचं नाव घेतलं.

"पुढे काय झालं?"

"पुष्कळ झालं," ती म्हणाली, "पुष्कळ. झालं ते सगळं खराब. जे दिपवणारं घडलं, तेही खराब."

"सांग मला." रॉबर्ट जॉर्डन म्हणाला.

"सगळं जंगली आहे," ती म्हणाली, "या मुलीसमोर सांगणं ठीक नाही."

"सांग," रॉबर्ट जॉर्डन म्हणाला. "तिच्या जोगतं नसलं, तर ती ऐकणार नाही."

"मला ऐकवेल," मेरिया म्हणाली. तिनं रॉबर्ट जॉर्डनच्या हातावर हात टेकला. "मला ऐकवणार नाही, असं काही नाही."

"तुला ऐकवेल की नाही, हा मुद्दा नाही," पिलर म्हणाली, "तुला ऐकून वाईट स्वप्नं पडतील हा आहे."

"गोष्टी ऐकून मला वाईट स्वप्नं पडत नाहीत," मेरिया म्हणाली, "माझ्यावर जे प्रसंग आले, त्यानंतरही केवळ गोष्टी ऐकून मी स्वप्नात भिईन असं वाटतं तुला?"

"काय सांगावं? तुला नाही तर या इंग्लिशाला वाईट स्वप्नं पडतील."

"सांगून तर पाहा!"

"इंग्लिशा, नको. मी थट्टा करीत नाही. लहान गावातल्या चळवळीची सुरुवात तू पाहिली आहेस?"

"नाहा,." रॉबर्ट जॉर्डन म्हणाला.

"मग तू काहीच पाहिलं नाहीस. पाब्लोचा अधःपात तू पाहिला आहेस; पण त्या दिवशी तू पाब्लोला पाहायला हवं होतंस."

"सांग."

"नाही. माझी इच्छा नाही."

"सांग."

"ठीक आहे, सांगते. जे घडलं ते सारं जसंच्या तसं सांगते. पण ऐकताना त्रास व्हायला लागला तर सांग हं पोरी!"

“मला त्रास व्हायला लागला तर ऐकणारच नाही मी,” मेरिया तिला म्हणाली, “घडलेल्या मागच्या गोष्टींहून अधिक वाईट ते काय असणार?”

“मला वाटतंय, असेल,” बाई म्हणाली, “आणखी एक सिगारेट दे, इंग्लिशा!”

ओढ्याकाठच्या हेदच्या झुडपाला ती टेकली. रॉबर्ट जॉर्डननं हातपाय लांब केले. जमिनीवर ताठ टेकून त्यानं आपलं डोकं हेदच्या झुडपावर टेकलं. हात लांब करून मेरियाचा हात शोधला नि धरून ठेवला. झुडपाशी ते दोन्ही हात तो घासू लागला. मग तिनं आपला हात उघडून सोडवला नि त्याच्या हातावर सपाट ठेवला. मग दोघे ऐकू लागली.

“पहाटेच्या सुमारास बराकीतले नागरिक दलवाले शरण आले,” पिलरनं सांगण्यास सुरुवात केली.

“बराकीवर हल्ला केला होता तुम्ही?” रॉबर्ट जॉर्डननं विचारलं.

“रात्री पाब्लोनं बराकींना वेढा घातला होता. टेलिफोनच्या तारा तोडल्या होत्या. एका भिंतीखाली सुरुंग पेरले होते. आणि नागरिक दलाला शरण यायला सांगितलं होतं. ते येईनात. उजाडण्याच्या वेळी त्यानं सुरुंग उडवून भिंत पाडली. खूप हातघाई झाली. दोन नागरिक दलवाले मेले. चार जखमी झाले. चार शरण आले.

“आम्ही सगळे छपरांवर, जमिनीवर, इमारतींच्या नि भिंतींच्या कडाकडांनी पडलो होतो. पहाटेनंतरचा उजेड पसरला होता. आणि सुरुंगांच्या स्फोटानं उडालेली धूळ खाली बसली नव्हती. धूळ खूप उंच उधळली होती. ती वाहून जायला वारा नव्हता. आम्ही सगळे इमारतीला पडलेल्या खिंडारात गोळ्या झाडीत होतो. बंदुकी भरत होतो. धुरामध्येच झाडत होतो. आतून बराच वेळ गोळ्या येत होत्या. मग तेथल्या धुरातूनच एक मोठी आरोळी आली नि डोक्यावर उंच हात करून चार नागरिक बाहेर आले. छपराचा मोठा भाग कोसळला होता, भिंती राहिल्या नव्हत्या. शरण येऊन ते बाहेर आले होते.

‘आत आणखी आहेत कुणी?’ पाब्लो ओरडला.

‘जखमी आहेत आत.’

‘यांच्यावर पहारा ठेवा.’ आमच्यातून चौघे पुढे आले होते, त्यांना पाब्लो म्हणाला, ‘भिंतीशी उभे राहा.’ तो शरण आलेल्यांना म्हणाला. मग ते चार नागरिक दलवाले भिंतीशी उभे राहिले. धुळीनं भरलेले, धुरानं काळपटलेले, घाणेरडे! आमच्यातले पुढे झालेले चौघे त्यांच्यावर बंदुका रोखून उभे राहिले. पाब्लो नि त्याचे इतर सैनिक आतल्या जखमी लोकांचा निकाल लावण्यासाठी गेले.

“पाब्लोचं आतलं ते काम आटोपताच आतून ऐकू येणारं विव्हळणं, ओरडणं, कण्हणं, रडणं हे सगळे आवाज बंद झाले. आतला गोळीबारही थांबला. पाब्लो नि त्याचे लोक बाहेर आले. पाब्लोच्या पाठीवर त्याची शॉटगन टांगती होती. हातात

मॉसर पिस्तूल होतं. तो म्हणाला, 'पिलर, पाहिलंस? एका अधिकाऱ्याच्या हातात हे होतं. त्यानं आत्महत्या केली.'

'मी कधी असलं पिस्तूल उडवलेलं नाही.' तो एका नागरिक दलवाल्याला म्हणाला. 'ए, कसं उडवायचं दाखव. पण नको. दाखवू नको. सांग.'

''ते चारीही नागरिक दलवाले बराकीत जाऊन पाब्लो गोळ्या घालीत असता घामानं निथळत न बोलता उभे होते. चौघेही उंच होते. त्यांचे चेहरे नागरिक दलातील लोकांसारखे, माझ्याच नमुन्याचे होते. फक्त त्यांच्या तोंडांवर रात्री वाढलेल्या दाढीचे खुंट होते. न बोलता ते भिंतीशी उभे होते.

''त्यांच्यातला जो पाब्लोजवळ होता त्याच्याकडे वळून पाब्लो म्हणाला, 'ए, सांग पाहू कसं उडवायचं?'

'ती बारीक लिव्हर खाली ओढा,' कोरड्या सुरात तो म्हणाला. 'रिसीव्हर मागे खेचा नि सोडून आपटून द्या.'

'रिसीव्हर कुठला?' चारही कैद्यांकडे पाहत पाब्लोनं विचारलं. 'रिसीव्हर कुठला?'

'खटक्यावर ब्लॉक आहे तो.'

पाब्लोनं तो खेचला, पण तो अडकून बसला. 'आता?' तो म्हणाला. 'हा बसला अडकून. तुम्ही फसवलंत.'

'आणखी मागे ओढा नि हलके पुढे लोटा.' तो नागरिक दलवाला म्हणाला. तसला आवाज मी कधीच ऐकला नव्हता. सूर्याशिवाय सकाळ असावी, याहून तो भकास होता.

''पाब्लोनं ब्लॉक ओढला नि त्या माणसानं सांगितल्याप्रमाणे सोडला. ब्लॉक फट्कन जागेवर बसला. नि खटका मागं होऊन पिस्तूल भरलं गेलं. अगदी विद्रूप पिस्तूल आहे ते. मूठ वाटोळी पण लहानसर. नळ्या मोठ्या, चपट्या नि बोजड. त्या वेळपर्यंत ते चारी नागरिक दलवाले पाब्लोकडे न पाहता बोलत होते.

'आमचं काय करणार तुम्ही?' एकानं विचारलं.

'गोळ्या घालणार,' पाब्लो म्हणाला.

'कुठं?' त्या माणसानं विचारलं.

'इथंच,' पाब्लो म्हणाला, 'इथं– या क्षणी. काही शेवटचं सांगायचंय कुणाला?'

'नाही. काही नाही. पण असं करणं भेसूर आहे.'

'तुम्ही पण भेसूर आहात,' पाब्लो म्हणाला, 'शेतकऱ्यांच्या मारेकऱ्यांनो! तुम्ही आईचाही खून पाडाल आपल्या.'

'मी कधी कुणाचा खून पाडला नाही,' नागरिक दलवाल म्हणाला, 'आणि माझ्या आईचं नाव काढू नको.'

'इतके खून केले आहेत तुम्ही! आता तुम्हाला कोणतं मरण हवंय, सांगाल का?'

‘पाणउतारा का करता?’ नागरिक दलवाला म्हणाला, ‘कसं मरायचं आम्हाला कळतं.’

पाब्लो त्यांना म्हणाला, ‘भिंतीशी गुडघ्यावर व्हा नि डोकी भिंतीवर टेका.’

नागरिक दलवाल्यांनी एकमेकांकडे पाहिलं.

‘सांगतो ना, वाका!’ पाब्लो म्हणाला, ‘गुडघ्यांवर व्हा.’

‘पॅको! काय करायचं?’ आपल्यातील उंचेल्याला एकानं विचारलं. त्यानंच पिस्तुलाचं पाब्लोला सांगितलं होतं. त्याच्या खांद्यावर नाइकाच्या फिती होत्या. सकाळच्या थंडीतसुद्धा त्याला घाम सुटला होता.

‘गुडघ्यावर होणं सोपं,’ तो म्हणाला, ‘त्यात बिघडलं नाही.’

‘आपोआप जास्त जमिनीशी होऊ,’ थट्टा करण्याचा यत्न करीत पहिला म्हणाला. पण त्यांतले कुणीच थट्टामस्करीच्या अवस्थेत नव्हते. सगळे गंभीर झाले होते.

‘मग होऊ या गुडघ्यावर.’ पहिला नागरिक दलवाला म्हणाला नि सगळे गुडघ्यांवर झाले. त्यांचे हात बाजूला लोंबकळत होते नि भिंतीला टेकलेली डोकी विचित्र वाटत होती. त्यांच्या पाठीमागून चालत पाब्लोनं त्यांच्या एकेकाच्या मस्तकात पिस्तुलाच्या गोळ्या घातल्या. एकीकडून दुसरीकडे जात पिस्तुलाची नळी प्रत्येकाच्या डोक्यामागं टेकत त्यानं पिस्तूल झाडताच एकेक खाली घसरत गेला. पिस्तुलाचा तेव्हाचा कडक घुमलेला आवाज मला अजून ऐकू येतोय. नळीला बसलेला हिसका दिसतोय. नि एकेकाचं डोकं खाली झुकताना दिसतंय. पिस्तुलाचा स्पर्श होताच एकानं आपलं डोक निश्चल ठेवलं होतं. एकानं आपलं डोकं पुढे करून, कपाळ भिंतीवर गच्च दाबलं होतं. एकाचं सगळं शरीर थरथर कापत होतं, डोकं हलत होतं. फक्त एकानं आपले हात डोळ्यांवर ठेवले. तो शेवटचा होता. हातात पिस्तूल धरलेलं ठेवून पाब्लो त्यांच्याकडून आमच्याकडे आला, तोपर्यंत सगळे भिंतीशी कोसळले होते.

‘पिलर, माझ्याजागी धर हे जरा,’ तो म्हणाला, ‘खटका खाली कसा आणायचा, मला ठाऊक नाही.’ त्यानं पिस्तूल माझ्याकडे दिलं नि भिंतीशी पडलेल्या त्या चार नागरिक दलवाल्यांकडे तो पाहत राहिला. आमच्या भोवतालचेही त्यांच्याकडे पाहत उभे राहिले. कुणी काही बोललं नाही.

“गाव आमचं झालं होतं. अजून सकाळ होती. कुणी काही खाल्लं नव्हतं. कॉफीही घेतली नव्हती. आम्ही एकमेकांकडे बघत राहिलो होतो. बराकींच्या उडालेल्या धुळीनं आम्ही भरलो होतो. झोडणीच्या वेळी माणसं माखून जातात, तसे. मी पिस्तूल धरून उभी होते.

“फार जड होतं ते. भिंतीशी मरून पडलेल्यांकडे पाहून पोटात गलबलत होतं.

ते सगळे आमच्याचसारखे पांढुरके नि धुळीनं भरलेले दिसत होते. पण प्रत्येक जण पडला होता त्याखालची धूळ रक्तानं ओली करीत होता. आम्ही तेथे असे उभे असता दूर डोंगरावर सूर्य वर आला. आम्ही उभे होतो त्या रस्त्यावर आणि बराकींच्या पांढऱ्या भिंतींवर उन्हं पडली. उडालेली धूळ उन्हात सोनेरी दिसत होती. माझ्या शेजारी उभ्या असलेल्या एका शेतकऱ्यानं बराकींच्या भिंतींकडे पाहिलं. भिंतीशी पडले होते तिकडे पाहिलं, आमच्याकडे पाहिलं नि शेवटी सूर्याकडे पाहत तो म्हणाला, 'काय दिवस उजाडलाय!'

'चला कॉफी घेऊ,' मी म्हटलं.

'ठीक पिलर! ठीक,' तो म्हणाला. मग आम्ही गावातल्या चौकाकडे गेलो. गोळ्या घातलेली अशी ती गावातली शेवटचीच माणसं."

"दुसऱ्या लोकांचं काय झालं?" रॉबर्ट जॉर्डननं विचारलं, "दुसरे फॅसिस्ट गावात नव्हते काय?"

"काय बोलणं! दुसरे फॅसिस्ट नव्हते! विसांहून अधिक होते; पण कुणाला गोळी घातली नाही."

"मग काय केलं?"

"पाब्लोनं त्यांना धुपाटण्यांनी ठेचून ठार करवलं आणि कड्यावरून खाली नदीत फेकवलं."

"सगळ्या विसांना?"

"सांगते. इतकं सरळसाधं नाही ते. नदीच्या कड्यावर भर चौकात धुपाटण्यानं ठार मारण्याचा तो प्रसंग पुन्हा आयुष्यात पाहायला लागू नये, असं वाटतं.

"गाव नदीच्या उंच तीरावर वसलं आहे. तिथं एक चौक आहे. एक कारंजं आहे. बाकं आहेत नि बाकांवर सावली करीत मोठे वृक्ष आहेत. घरांच्या गच्च्या चौकावर डोकावतात. सहा रस्ते चौकात येऊन मिळतात. घरांना धरून एक कमानींचा रस्ता सबंध चौकाभोवतालून धावतो. उन्हाच्या वेळी त्यावरून सावलीतून चालता येतं. चौकाच्या तीन बाजूंनी असा कमानींचा रस्ता आहे. चौथ्या बाजूला दोन्ही हातांना झाडं असलेली एक वाट कड्याच्या टोकाकडे जाते. त्यापलीकडे खाली नदी आहे. कड्यावरून नदी तीनशे फूट खोल राहते.

"बराकींवरचा हल्ला पाब्लोनं जसा संघटित केला, तसं हेही केलं. पहिल्यांदा त्यानं बैलगाड्या लावून रस्त्यांची तोंडं बंद केली. जणू तो झुंजीसाठीचं मैदान बांधीत होता! सगळे फॅसिस्ट गावाच्या सभागृहामध्ये कोंडले होते. सभागृहाची इमारत एका बाजूला होती. ती गावात सर्वांत मोठी होती. तिच्या भिंतीत एक घड्याळ बसवलेलं होतं. ज्या इमारतीच्या बाहेर कमानीचा रस्ता होता, त्या इमारतीत फॅसिस्टांचा क्लब होता. क्लबासमोरच्या फुटपाथवर कमानीखाली ते क्लबची खुर्च्या-टेबलं मांडीत.

चळवळीपूर्वी तिथंच एक क्षुधावर्धक पेय घेत असायचं. सगळी खुर्च्या-टेबलं वेताची होती. उपाहारागृहासारखं तिथं वाटे– जरा टामटुमीचं.''

''पण त्यांना पकडताना लढाई झाली नाही?''

''बराकीवर हल्ला करण्यापूर्वीच रात्रीच पाब्लोनं त्यांना अडकवून ठेवलं होतं. हल्ला सुरू झाला त्याच वेळी त्यांच्या त्यांच्या घरी ते पकडले गेले. डोकं चालवलं मोठं. पाब्लो हा संघटक नक्कीच आहे. या लोकांना पकडलं नसतं, तर आमचा नागरिक दलाच्या बराकींवर हल्ला सुरू असता, आमच्या बगलेवर नि पिछाडीवर ते आले असते.

''पाब्लोला फार डोकं आहे. पण तो अतिशय निर्दयही आहे. त्या खेड्यात त्यानं सारं अगदी शिस्तीत नि योजना आखून केलं. पुढे ऐक! छापा यशस्वी झाला. शेवटचे चौघे नागरी संरक्षक दलवाले शरण आले. त्यांना भिंतीशी गोळ्या घातल्या. मग आम्ही उपाहारगृहात कॉफी घेतली. अगदी पहिली बस सुटते त्या कोपऱ्यावरचं ते उपाहारगृह होतं. भल्या पहाटे ते उघडत असे. कॉफी घेऊन झाल्यावर चौकात व्यवस्था लावण्याच्या मागे तो लागला. झुंजीच्या मैदानाला लावतात तशा त्या बैलगाड्या त्यानं लावल्या. फक्त नदीकडची वाट त्यानं बंद केली नाही. ती मोकळीच ठेवली. मग आपल्या धर्माप्रमाणं, पकडलेल्या फॅसिस्टांची मृत्यूआधीची प्रार्थना घेण्यास त्यानं पाद्र्याला फर्मावलं.''

''कुठं झालं हे?''

''सभागृहात. सांगितलं तसं सभागृहात. बाहेर मोठा जमाव झाला होता. आत पाद्र्याशी हे बोलणं चाललं होतं. बाहेर थोडा थिल्लरपणा, शिवीगाळ, ओरडणं वगैरे सुरू होतं. पण बहुतेक जमाव गंभीर होता नि सभ्यतेनं वागत होता. बराकी घेतल्याच्या आनंदोत्सवात जे पिऊन धुंद झाले होते, तेच फक्त थट्टामस्करी करीत होते. केव्हाही दारू पिऊन धुंद होणारे असे नादान त्यांत होते.

''पाद्री सांगितलेला हुकूम पाळीत असता पाब्लो चौकातल्या लोकांना दोन रांगांत उभं करण्यात गुंतला होता.

''रस्सीखेच करताना जशा रांगा करतात, तसं लोकांना त्यानं उभं केलं होतं. सायकलची शर्यत पाहताना मध्ये सायकलपुरती जागा ठेवून दोन्ही हातांनी लोक उभे राहतात तसं त्यानं लोकांना उभं केलं म्हणा किंवा पालखीची मिरवणूक जात असताना दोन्ही कडांना लोक उभे असतात तसं म्हणा. रांगात, मध्ये दोन फुटांचा रस्ता सोडला होता. सभागृहाच्या दारातून रांगा सुरू होऊन, चौकातून जाऊन थेट कड्याच्या टोकापर्यंत गेल्या होत्या. म्हणजे सभागृहातून बाहेर येणाराला दोन गच्च रांगांत लोक वाट पाहत उभे असलेले दिसले असते.

''लोकांच्या हातांत झोडणीला वापरतात तसे सोटे होते. सोट्यांच्या लांबीएवढं

अंतर त्यांच्यात होतं. सगळ्यांजवळच तसले सोटे नव्हते. पुरेसे मिळाले नव्हते. बहुतेकांजवळच्या काठ्या डॉन ग्युलेर्मो मार्टीन याच्या दुकानातल्या होत्या. तो फॅसिस्ट होता नि सगळ्या तऱ्हेची शेतीची अवजारं विकी. ज्यांच्याजवळ तसल्या काठ्या नव्हत्या. त्यांनी गुराख्यांचे जाडे सोटे किंवा बैलांच्या पराण्या घेतल्या होत्या. काहींजवळ लाकडी टोचण्या होत्या, कापणीनंतर गदळ गोळा करायला वापरतात तशा. काहींच्यापाशी विळे नि आकडे होते; त्यांना पाब्लोनं रांगेच्या कड्याकडच्या टोकाला ठेवलं होतं.

“रांगा स्तब्ध उभ्या होत्या. आज स्वच्छ आहे तसं आकाश स्वच्छ होतं. आताच्यासारखेच अगदी उंचावर ढग होते. चौकात अजून धूळ उठली नव्हती; कारण रात्री खूप दव पडलं होतं. झाडांनी रांगेतल्या लोकांवर सावल्या फेकल्या होत्या. कारंजाच्या सिंहाच्या तोंडातल्या पितळी नळातून वाहणाऱ्या पाण्याचा वाहत असल्याचा नि बायका आपल्या घागरी तिथल्या ज्या हौदातून भरून घेतात, त्यात ते पडल्याचा आवाज येत होता.

“पाद्री आपलं काम पार पाडीत होता. त्या सभागृहाशीच काय तो हुच्चपणा चालला होता. तोसुद्धा मी सांगितलं ते, दारू पिऊन फेस झालेले नालायक करीत होते. सभागृहाच्या खिडक्यांशी त्यांनी गर्दी केली होती. खिडक्यांच्या गजांतून डोकावत ते वाटेल ते अर्वाच्य ओरडत होते नि घाणेरड्या कोट्या करीत होते. रांगेतले बहुतेक शांतपणे वाट पाहत उभे होते. एक दुसऱ्याला म्हणताना मी ऐकला.

‘बायका असतील का?’

दुसरा म्हणाला, ‘परमेश्वर करो! नसाव्यात.’

“मी त्याच्याकडे पाहिलं. सणाचा पोशाख घातलेला तो एक शेतकरी होता. घामानं भरला होता. मी म्हणाले, ‘नाही जाक्वीन! बायका नाहीत. बायकांना आम्ही मारीत नाही. त्यांच्या बायकांना का मारायचं?’

तो म्हणाला, ‘बायका यात नाहीत– देव भलं करो! केव्हा सुरू व्हायचं?’

मी म्हणाले, ‘पाद्र्याचं संपलं की.’

‘पाद्र्याचं काय होणार?’

‘मला ठाऊक नाही,’ मी त्याला म्हटलं. त्याचा चेहरा कावराबावरा झाला होता. कपाळावरून घाम निथळू लागला होता. तो म्हणाला, ‘मी कधी माणूस मारला नाही.’

‘आता शिकशील,’ त्याचा शेजारचा शेतकरी म्हणाला, ‘पण हिच्या एका उपटीनं माणूस मरेल, असं वाटत नाही.’ आपली काठी दोन्ही हातांत धरून तिच्याकडे त्यानं शंकेनं पाहिलं.

“तिसरा एक शेतकरी म्हणाला, ‘हीच तर त्यातली मजा आहे. खूप उपट्या लागणार.’

"कुणीतरी म्हटलं, 'त्यांनी वालादोलिद घेतलं, ॲव्हीला त्यांचंच आहे. गावात शिरण्यापूर्वी आम्ही हे ऐकलं.'

"मी म्हटलं, 'हे गाव त्यांना कधीच घेता यायचं नाही. हे गाव आपलं आहे. आपण त्यांच्या आधी घाव घातला आहे. पाब्लो त्यांच्या हल्ल्याची वाट पाहत बसणारा नाही.'

'पाब्लो कर्तबगार आहे,' दुसरा म्हणाला. 'पण नागरिक दलाची खच्ची करण्यात तो बढाईखोर बनलाय, पिलर! तुला काय वाटतं?'

'खरं आहे,' मी म्हणाले. 'पण सर्वच त्यात भागीदार आहेत.'

'हो!' तो म्हणाला, 'छान आखलंय सगळं. पण चळवळीची आणखी काही बातमी का येत नाही?'

'बराकीवर हल्ला करण्याआधी पाब्लोनं टेलिफोनच्या तारा तोडल्या. त्या अजून नीट केल्या नाहीत.'

'अस्सं!' तो म्हणाला, 'म्हणूनच बातमी कळत नाही. आज पहाटे रस्ता दुरुस्तीच्या माणसाकडून मला माझी बातमी आली.'

मग तो म्हणाला, 'पिलर! हे असं का चाललंय?'

मी म्हटलं, 'गोळ्या वाचवण्यासाठी प्रत्येकानं आपापला बोजा घ्यावा म्हणून.'

'एकदा सुरू होऊ द्या मग– आरंभ होऊ द्या!'

"मी त्याच्याकडे पाहिलं. तो रडत होता. मी त्याला विचारलं, 'जाकीन, रडता कशाला? ही काय रडण्याची गोष्ट आहे?'

'पिलर! मला आवरत नाही गं! मी कधी माणूस मारलेला नाही.'

"एखाद्या लहान गावी, जिथं सगळे सगळ्यांना ओळखतात नि ओळखत आले, तिथला क्रांतीचा दिवस जर तुम्ही पाहिला नसेल, तर जगात काही पाहिलं नाही, असं समजा. त्या दिवशी चौकातल्या त्या दोन रांगांतल्या बहुतेकांनी शेतात काम करताना कपडे घालतात तसले कपडे घातले होते. पण काही जणांनी मात्र चळवळीच्या पहिल्या दिवशी काय पोशाख करावा हे न कळून सणाचे पोशाख चढवले होते. आणि बराकींवर हल्ला करणाऱ्यासुद्धा सर्व इतरांनी जुन्यातले जुने कपडे घातलेले पाहून त्यांना आपल्या चुकीच्या पोशाखाची लाज वाटत होती. पण घातलेले कपडे काढणंही हरवण्याच्या भीतीमुळे त्यांना शक्य होत नव्हतं. मवाली ते चोरतील, हीही भीती होती. सगळे उन्हात उभे होते नि ते सुरू होण्याची वाट पाहत होते.

"नंतर वारा सुटला. चौकातील धूळ कोरडी पडली. इतक्या लोकांचं चालणं, उभं राहणं, इकडेतिकडे होणं यांमुळे ती मोकळी होऊन उडू लागली होती. सणाचं जाकीट घातलेला एक जण ओरडला, 'पाणी! पाणी!' – आणि रोज सकाळी

चौकात पाणी घालण्याचं ज्याचं काम होतं, तो राखणदार आला. त्यानं पाण्याची रबरी नळी सोडली नि आधी चौकाच्या कडांना, मग मध्याकडे पाणी मारू लागला. उभ्या असलेल्या दोन्ही रांगा फवाऱ्यापुढे मागं हटल्या नि त्यांनी त्याला चौकाच्या मध्यावर पाणी मारू दिलं. फवारा महिरपी मारीत होता. पाणी उन्हात चकाकत होतं. लोक आपापल्या सोट्यांवर, काठ्यांवर, पराण्यांवर हनुवटी टेकून फवाऱ्याकडे पाहत रेलले होते. सगळ्या चौकभर चांगलं पाणी मारून झालं. धूळ बसली. मग पुन्हा रांगा आपल्या जागेवर आल्या. एक शेतकरी ओरडला, 'पहिला फॅसिस्ट केव्हा मिळणार आम्हाला? पेटीतून पहिला उंदीर केव्हा बाहेर येणार?'

'खोळंबा का आहे?' कुणीतरी विचारलं.

'आपल्या पापात गुंतले आहेत ते,' पाब्लो ओरडला.

'दिसतंच. वीस जण आहेत ते!' एक माणूस म्हणाला.

'अधिकच,' दुसरा म्हणाला.

'वीस म्हणजे पुष्कळच पापांचा अहवाल होईल.'

'हो! पण मला वाटतं, वेळ काढण्याची ही युक्ती आहे. अशी निकडीची वेळ असता अगदी मोठ्या पापांशिवाय दुसरी पापं आठवू नयेत.'

'कळतं ना एवढं? मग धीरानं घ्या! विसावर लोक आहेत ते नि त्यांची मोठी पापंसुद्धा इतकी मोठी आहेत की, वेळ लागणारच.'

'पुष्कळ धीर आहे मला,' दुसरा म्हणाला, 'पण एकदा उरकून गेलेलं बरं. आपल्याला बरं, त्यांनाही बरं. जुलै महिना चालू आहे. कामं बरीच पडलीत. आमची कापणी झाली, पण झोडणी राहिली. जत्रा नि उरुसाचे महिने अजून दूर आहेत.'

'पण हीच जत्रा, उत्सव सारं होईल,' दुसरा म्हणाला, 'स्वातंत्र्यदेवीची जत्रा. ते गेले की आजपासून हे गाव नि सगळी जमीन आपली होईल.'

'आज आपण फॅसिस्टांची झोडणी करणार आहोत,' एक म्हणाला, 'झोडणीच्या गदळातून स्वातंत्र्य निघणारच.'

'आपण लायक आहोत हे सिद्ध करण्यास ते नीट संभाळलं पाहिजे,' दुसरा म्हणाला. 'पिलर!' तो म्हणाला. 'आपली सभा केव्हा आहे?''

'हे आटोपलं की लगेच,' मी त्याला म्हटलं, 'सभागृहाच्या इमारतीतच ती होईल.'

''नागरिक दलवाल्यांची, तयार कातड्याची तीन कोपऱ्यांची हॅट मी थट्टा म्हणून घातली होती. पिस्तुलाचा घोडा खाली दाबला होता. पिस्तूल उडवायला निघावं, तसा तो मी माझ्या अंगठ्यानं दाबून धरला होता. कमरेभोवताली बांधलेल्या दोरीत मी पिस्तूल अडकवलं होतं. त्याची लांब नळी दोरीत खोवली होती. जेव्हा मी डोक्यावर हॅट घातली तेव्हा मोठी गंमत केली, असं वाटलं. पण नंतर मात्र

हॅटऐवजी पिस्तुलाचं घर घेतलं असतं तर बरं झालं असतं, असं मनात आलं. ओळीतला एक जण मला म्हणाला, 'पिलरबये! तुझं ही हॅट घालणं सदभिरुचीला सोडून वाटतं. नागरिक दल नावाची वस्तूच आपण ठेवली नाही. तेव्हा त्यांची ही हॅट तू घालणं सदभिरुचीला सोडून आहे.'

''मी म्हणाले, 'मग काढून टाकते ती.' नि मी तसं केलं.

'माझ्याकडे दे ती,' तो म्हणाला, 'ती नष्ट करायला हवी.'

''रांगेच्या टोकाला आम्ही उभे होतो तिथून नदीवरच्या कड्याच्या बाजूनं जाणारी वाट जात होती. त्यानं ती माझ्याकडून घेतली नि तळ्याच्या पाण्यावर चपट्या दगडाच्या चिपऱ्या मुलं फेकतात, तशी खालच्या हातानं कड्यापलीकडे भिरकावली. हॅट दूर उंच हवेत भिरकत गेली.

''स्वच्छ हवेत तिचं कातडं चमकत होतं. लहानलहान दिसत ती खाली नदीकडे गेली. मी मान वळवून चौकभर पाहिलं. सगळ्या खिडक्या नि गच्च्या माणसांनी भरून गेल्या होत्या. आणि सभागृहाच्या दारापर्यंत चौकातून माणसांच्या दोन रांगा गेल्या होत्या. इमारतीच्या खिडक्यांबाहेर जमाव जमला होता. अनेक लोक बोलत असल्याचा गोंगाट होता. इतक्यात एक आरोळी ऐकू आली. कुणीतरी म्हणालं, 'पहिला येतोय.' पहिला येणारा गावचा मेअर, डॉन बेनिटो गारसिया होता. दरवाजातून हळूहळू पावलं टाकीत बोडक्यानं तो बाहेर आला. कमानीतून तो पुढे आला, तरी काही झालं नाही. काठ्या घेतलेल्यांच्या रांगांमधून तो जाऊ लागला, तरी काही झालं नाही. दोघांवरून, चौघांवरून, आठांवरून, दहांवरून तो गेला, तरी काही झालं नाही. डोकं उंच धरलेलं, चेहरा काळा पडलेला. नजर समोर होती, पण मधूनच दोन्ही बाजूंना धावत होती. संथ पावलांनी तो रांगांमधून चालला होता. पण काही झालं नाही.

''गच्चीवरून कुणीतरी ओरडला, 'भ्याडांनो! स्वस्थ का?' तरीसुद्धा डॉन बेनिटो रांगांमधून चालतच राहिला. काही झालं नाही. मग मी उभी होते तिथून खाली तिसरा उभा असलेल्या एका माणसाकडे माझी नजर गेली. त्याचं तोंड गोरंमोरं होत होतं. तो आपले ओठ चावीत होता नि काठी धरलेली त्याची बोटं पांढरी फिक्कट पडली होती. डॉन बेनिटोला येताना तो पाहत असलेला मला दिसला. तरीसुद्धा काही झालं नाही. मग डॉन बेनिटो या माणसासमोरून जरा पुढे गेला नसेल, तोच त्यानं आपली काठी उंच उगारली. उगारताना शेजाऱ्याच्या कानशिलाला ती लागली. काठी उगारून डॉन बेनिटोवर त्यानं घाव घातला. डॉन बेनिटोच्या कानशिलावर तो लागला. डॉन बेनिटोनं त्याच्याकडे पाहिलं. त्यानं आणखी एक टोला हाणला नि तो ओरडला, 'हा, घे! बोकडा!'

''घाव डॉन बेनिटोच्या डोक्यावर बसला. त्यानं आपले हात तोंडाकडे नेले. मग

सर्वांनी त्याला खाली पडेपर्यंत मारलं. ज्यानं पहिला घाव घातला होता, त्यानं इतरांना मदतीला घेतलं नि डॉन बेनिटोच्या सदऱ्याची कॉलर ओढली. दुसऱ्यांनी त्याचे हात धरले. रस्त्यावरून कड्याच्या टोकापर्यंत त्यांनी त्याला ओढत नेलं. चौकातल्या धुळीत त्याचं तोंड फरफटत जात होतं. कड्यावरून खाली नदीकडे त्यानं त्याला भिरकावलं. ज्यानं त्याच्यावर पहिला घाव घातला, तो मग कड्याच्या टोकाशी गुडघ्यावर वाकला नि त्याच्या पडत्या देहाकडे पाहत, 'बोकडा! बोकडा! अरे बोकडा!' म्हणत राहिला. तो बेनिटोचं कूळ होता. दोघांचं कधीच जमलं नव्हतं. डॉन बेनिटोनं त्याच्याकडून काढून घेतलेल्या नदीकडच्या एका तुकड्याबद्दल वाद उत्पन्न झाला होता. नि डॉन बेनिटोनं तो दुसऱ्याला दिला होता. या माणसाचा फार दिवसांचा राग होता. हा माणूस पुन्हा रांगेत आला नाही. तो कड्यावरच बसून डॉन बेनिटो पडला होता तिकडे पाहत राहिला.

''डॉन बेनिटोनंतर कुणी बाहेर येईना. आता बाहेर कोण येतंय इकडे सारं लक्ष असल्यानं चौकात गडबड नव्हती. मग एक दारुड्या ओरडला, 'सोडा बैलांना!'

''सभागृहाच्या खिडकीतला कुणीतरी ओरडला, 'ते हलणार नाहीत. प्रार्थना चालू आहे.'

''दुसरा दारुड्या ओरडला, 'ओढा त्यांना बाहेर– चला, ओढा त्यांना. प्रार्थनेची वेळ संपली.'

''पण कुणी बाहेर आलं नाही. मग एक जण दारातून येताना दिसला.

''तो होता डॉन फेडेरिको गोन्झोलेझ. गावातली गिरणी त्याच्या मालकीची होती. त्याचं भुसार मालाचं दुकान होतं– आणि तो पहिल्या नंबरचा फॅसिस्ट होता. तो उंच, सडपातळ होता. डोक्यावरचं टक्कल झाकण्यासाठी त्यानं सगळे केस एका बाजूला वळवले होते. त्यानं रात्री घालायचा सदरा घातला होता नि तो लेंग्यात खुपसला होता. धरून त्याला पकडून आणला तेव्हाचा तो तसाच अनवाणी होता. हात डोक्यावर उंच करून पाब्लोच्या पुढून तो चालला होता. डॉन फेडेरिकोच्या पाठीला आपल्या शॉटगनच्या नळ्या टेकून, तो रांगांत शिरेपर्यंत पाब्लो त्याच्या मागून होता. त्याला सोडून पाब्लो जसा सभागृहाच्या दरवाजाकडे परतला, तसा डॉन फेडेरिको पाऊल न टाकवल्यानं जागी उभा राहिला. त्यानं आकाशाकडे डोळे केले नि आकाशाला पकडावं, असे दोन्ही हात वर उचलले.

'चालायला पायच नाहीत त्याला,' कुणीतरी म्हटलं.

'डॉन फेडेरिको! काय झालं? चालता येत नाही?' कुणीतरी त्याला ओरडला. पण डॉन फेडेरिको होता तिथं उभा राहिला. त्याचे ओठ काय ते हलत होते.

''पायऱ्यांवरून पाब्लो त्याला ओरडला, 'पुढे चल! चल!'

''डॉन फेडेरिको उभाच राहिला. त्याला पाऊल टाकवत नव्हतं. दारुड्यांतल्या

एकानं मुठीच्या बाजूनं त्याच्या पाठीत ढोसलं. आणि डॉन फेडेरिकोनं बुजऱ्या घोड्यासारखी पट्कन उडी मारली; पण त्यानं जागा बदलली नाही. तो जागीच डोळे वर करून, हात उंच ठेवून उभा राहिला.

"मग माझ्या शेजारचा शेतकरी म्हणाला, 'हे लाजिरवाणं आहे. याच्यावर माझा कसला डूक नाही. पण हा प्रकार संपायलाच हवा–' असं म्हणून तो रांगांतून पुढे झाला. ढकलत डॉन फेडेरिको उभा होता तिथं गेला नि म्हणाला, 'आपण म्हणत असाल तर–' असं म्हणून त्यानं सोट्याची भली उपटी त्याच्या कानशिलावर मारली.

"मग डॉन फेडेरिकोनं हात खाली आणून डोक्यावर टक्कल होतं, त्यावर ठेवले. त्याच्या टकलावर वळवलेले लांब केस त्याच्या बोटांतून बाहेर डोकावत होते. मग डोकं खाली करून, हातांनी झाकून तो रांगांतून धावत सुटला. एकीकडे त्याच्या पाठीवर नि खांद्यांवर काठ्या पडतच होत्या. शेवटी तो पडला. रांगेच्या टोकाच्या लोकांनी त्याला उचलला नि कड्यावरून झोकून दिला. पाब्लोच्या शॉटगनने ढकलीत त्याला बाहेर आणला, त्या क्षणापासून एक शब्दही त्यानं तोंडातून काढला नाही. पाऊल टाकणं काय ते त्याला जड गेलं. जणू त्याचा आपल्या पायावरचा ताबाच गेला होता!

"डॉन फेडेरिको गेला नि माझ्या ध्यानात आलं की, कड्यावरच्या टोकावर रांगेच्या शेवटी रांगड्या माणसांचं कडं झालं होतं. माझी जागा सोडून मी सभागृहाच्या कमानीशी गेले. तिथल्या दोन झिंगलेल्यांना बाजूला ढकललं नि खिडकीतून पाहू लागले. सभागृहाच्या दिवाणखान्यात सगळे कैदी अर्धवर्तुळ करून गुडघ्यांवर बसून प्रार्थना करीत होते. पाद्रीसुद्धा गुडघ्यांवर बसून त्यांच्याबरोबर प्रार्थना करीत होता. पाब्लो, क्वात्रोदेदोस नावाचा माणूस, एक चारबोट्या, एक चांभार (त्या वेळी हा नेहमी पाब्लोच्या मागेमागे असायचा) आणि दुसरे दोघेजण शॉटगन घेऊन उभे होते. मग पाब्लो पाद्र्याला म्हणाला, 'कुणाची पाळी आता?' पाद्री प्रार्थना करीतच राहिला. त्यानं काही उत्तर दिलं नाही.

'ए! ऐक!' पाब्लो भसाड्या आवाजात पाद्र्याला म्हणाला, 'कुणाची पाळी आता? कोण तयार आहे?'

"पाद्री पाब्लोशी बोलेना. जणू पाब्लो तिथं नाहीच, असा तो वागत होता. नि पाब्लो एकदम संतापलेला मला दिसला.

'सगळेच एकदम जाऊ,' डॉन रिकार्डो मोन्ताल्व्हो, डोकं वर करून प्रार्थना थांबवीत पाब्लोला म्हणाला. तो जमीनदार होता.

"पाब्लो म्हणाला, 'तयार व्हाल तसे एकेक एका वेळी.'

'मग मी जातो आता,' डॉन रिकार्डो म्हणाला. 'आता अधिक तयार काय

असणार?' पाद्र्यानं त्याला आशीर्वाद दिला. तो उभा राहताना पुन्हा आशीर्वाद दिला. त्याचं प्रार्थना करणं चालूच होतं. हातातला क्रूस चुंबन घेण्यासाठी, डॉन रिकार्डोपुढे गेला. डॉन रिकार्डोनं त्याचं चुंबन घेतलं. मग वळून पाब्लोला म्हणाला, 'इतका तयार मी कधीच नव्हतो. नासक्या बोकडा! निघू या!'

''डॉन रिकार्डो बुटका होता. त्याचे केस भुरे होते. मान जाड होती. कॉलर नसलेला सदरा त्यानं घातला होता. सतत घोड्यावर बसल्यानं त्याच्या मांड्यांत बाक आला होता. जे इतर गुडघ्यांवर होते, त्यांना तो म्हणाला, 'रामराम! कष्टी होऊ नका! मरण्याचं काही नाही. पण या जंगली जमावातून मरण येतंय, हेच काय ते वाईट आहे. मला हात लावू नकोस,' तो पाब्लोला म्हणाला. 'तुझी शॉटगन माझ्या अंगाला लावू नकोस.'

''सभागृहाच्या पुढच्या दारातून तो बाहेर आला. भुरे केस, लहानसर घारे डोळे! नि त्याची जाड मान रागानं फुगून बुटकी दिसत होती. त्यानं शेतकऱ्यांच्या रांगेची जोडी पाहिली नि तो जमिनीवर थुंकला. इंग्लिशा, या स्थितीत थुंकण्याइतकी लाळ त्याला सुटावी? असं कधी आढळत नाही– असं क्वचित आढळतं. तो म्हणाला, 'खोट्या लोकसत्ताकाचा नाश होवो. तुमच्या बापांच्या अन्नात मी ×××'

''त्यानं असा अपमान केल्यानं लोकांनी उपट्या घालून त्याला भरकन मारलं. रांगेतल्या पहिल्याच लोकांशी तो पोहोचला नि फटके बसले. डोकं वर उचलून पाऊल टाकण्याचा त्यानं यत्न केला नि फटके बसले. पडेपर्यंत फटके बसत होते. कापणीच्या आकड्यांनी नि विळ्यांनी तो सपासप कापला गेला. मग पुष्कळांनी त्याला वर धरलं नि फेकण्यासाठी कड्याकडे चालवलं. नेणाऱ्यांच्या हातावर, कपड्यांवर रक्त झालं होतं. आता मात्र बाहेर येणारी ही माणसं खरोखरी आपले शत्रू आहेत नि त्यांना ठार केलंच पाहिजे, ही भावना येऊ लागली.

''डॉन रिकॉर्डो ज्या आवेशानं बाहेर आला नि त्यानं ज्या तऱ्हेनं शिव्या दिल्या, त्या ऐकून, रांगेतल्या कित्येकांना आपण इथं आलो नसतो तर बरं झालं असतं, असं वाटलं. ही माझी खात्री आहे. तो येईपर्यंत रांगेतला कुणी जर ओरडला असता– 'जाऊ द्या! उरलेल्यांना माफी द्या. धडा मिळालाय त्यांना' तर माझी खात्री आहे, सर्वांनी ते मान्य केलं असतं. डॉन रिकॉर्डोचं सगळं शौर्य मान्य करूनसुद्धा, आपल्या शौर्यानंच त्यानं इतरांचं नुकसान केलं. रांगेतल्या लोकांना त्यानं चेतवलं. म्हणूनच आधी विशेष मनात नसताना केवळ कर्तव्य म्हणून लोक गोष्टी करीत होते, तेच आता संतापले. त्यांच्या त्या दोन वृत्तींतला फरक उघड कळत होता.

''कुणीतरी ओरडलं, 'पाद्र्याला बाहेर सोडा. भरभर उरकेल सगळं.'

'पाद्र्याला बाहेर सोडा!'

'तीन चोर झाले– आता पाद्री हवा.'

'दोन चोर,' एक बुटका शेतकरी ओरडलेल्या शेतकऱ्याला म्हणाला, 'आपल्या ख्रिस्ताबरोबर दोन चोर होते.'

'कुणाचा ख्रिस्त?' तो माणूस रागानं लाल होत म्हणाला.

'बोलताना तसं म्हणायची पद्धत आहे.'

'तो माझा ख्रिस्त नाही, थट्टेतसुद्धा नाही,' दुसरा म्हणाला, 'तुला या रांगांतून चालण्याचे डोहाळे सुचले नसतील तर जिभेवर बोलताना लक्ष ठेव.'

'तुझ्याइतकाच मी स्वातंत्र्यप्रिय लोकसत्तावादी आहे,' बुटका शेतकरी म्हणाला. 'मी डॉन रिकॉर्डोच्या थोबाडावर मारलं, डॉन फेडेरिकोच्या पाठीवर हाणलं. माझा डॉन बेनिटो हुकला. ज्या माणसांबद्दल चाललंय त्यांच्या भाषेत 'आपला ख्रिस्त' सहज बोलताना येऊन जातं– दोन चोरांचंसुद्धा. मी तेच म्हटलं.'

'तुझ्या लोकसत्ताकच्या नावानं मी थुंकतो! म्हणे, डॉन हा नि डॉन तो!'

'त्यांना असंच म्हणतात.'

'मी तरी म्हणणार नाही– बोकड साले! म्हणे, तुझा देव! पाहा! नवं पात्र येतंय.'

"आणि त्याच वेळी अगदी नाचक्की वाटेल, असा देखावा दिसला. सभागृहाच्या दारातून डॉन फॉस्टिनो रिव्हेरो नावाचा माणूस बाहेर पडत होता. डॉन सेलिस्टीनो रिव्हेरो या जमीनदाराचा तो सर्वांत मोठा मुलगा. तो उंच होता. केस पिवळे होते नि आताच कपाळावरून मागे फिरवले होते. कारण त्याच्या खिशात नेहमी कंगवा असे नि बाहेर येण्याआधी त्यानं तो केसांवरून फिरवला होता. गावातल्या पोरींना तो फार त्रास देत असे. तो फार भित्रा होता. हौशी बुलफायटर व्हावं, असं त्याला नेहमी वाटे. जिप्सींच्या संगतीत तो नेहमी असे. बुलफायटर्स नि बैलांना तयार करणारे यांच्यात तो नेहमी जाई. नि तसला पोशाख केला की तो खूश असे. पण त्याच्या अंगात धैर्य नव्हतं नि तो थट्टेचा विषय होऊन बसला होता. ॲव्हीलातील वृद्धाश्रमाच्या मदतीसाठी ठरलेल्या एका हौशी झुंजीत एकदा त्याचं नाव जाहीर केलं. घोड्यावरून बैल मारायचा, अशी ती झुंज होती आणि त्यानं बरीच प्रॅक्टिसही केली होती. मैदानात आल्यावर ठरलेल्या लहान बैलाऐवजी आणलेला भलामोठा बैल पाहताच पाय गळून तो बाहेरच आला. 'आजारी वाटतंय' असं सांगत तो बाहेर आला. पण काही म्हणाले की, त्यानं ओकारी येण्यासाठी तीन बोटं घशात घातली.

"रांगेतल्या लोकांनी त्याला पाहिलं नि ते ओरडू लागले. 'ये! डॉन फॉस्टिनो! न ओकण्याची काळजी घे.'

'माझं ऐकून घे– डॉन फॉस्टिनो! त्या कड्यापलीकडे सुंदर पोरी आहेत.'

'डॉन फॉस्टिनो! जरा थांब! आम्ही त्याहून मोठा बैल आणतो.'

दुसरा ओरडला, 'डॉन फॉस्टिनो!– ऐकतोस का? मरणाच्या गोष्टी कधी कानावर आल्यात?'

''डॉन फॉस्टिनो अजून हिमतीचं सोंग आणून उभा होता. आतल्यांना 'आपण जातो बाहेर' असं ज्या आवेगात तो म्हणून गेला, तो अजून उतरला नव्हता. बुलफाइटसाठी तो तयार झाला होता, तो अशाच एका आवेगात. या आवेगातूनच आपण हौशी मातादोर होऊ, अशी आशा नि विश्वास त्याला वाटला होता. डॉन रिकार्डोच्या उदाहरणानं तो आता उत्स्फूर्त झाला होता नि आता तसा उभा असता सुंदर नि धैर्यवान दिसत होता. चेहऱ्यावर त्यानं तिरस्कार आणला होता. पण बोलत मात्र नव्हता.

'ये रे, डॉन फॉस्टिनो!' ओळीतून कुणी ओरडला, 'ये रे! सर्वांत मोठा बैल आलाय.'

''डॉन फॉस्टिनो बाहेर पाहत उभा राहिला असता, त्याच्याबद्दल रांगेतल्या एकालाही दया वाटली नाही. अजून तो सुंदर नि मस्त दिसत होता. पण क्षण चालले होते. त्याला जायला वाटही एकच होती.

'डॉन फॉस्टिनो!' कुणीतरी हाकारलं, 'कुणासाठी थांबलास रे?'

'तो ओकण्याच्या तयारीत आहे,' कुणी म्हणालं. सगळे हसू लागले.

'डॉन फॉस्टिनो!' एक शेतकरी म्हणाला, 'तुला बरं वाटत असलं तर ओक. मला सगळं सारखंच!'

''आणि मग आम्ही सर्व त्याच्यावर नजर ठेवून बसलो असता, डॉन फॉस्टिनोनं रांगांकडे पाहिलं, चौकावरून कड्याकडे पाहिलं. जेव्हा त्यानं तो कडा नि पलीकडचं उघडं आकाश पाहिलं, तेव्हा तो झट्कन परत वळला नि सभागृहाच्या दाराकडे घुसला.

''सगळ्याच रांगांतून हशा पिकला. कुणीतरी मोठ्या आवाजात ओरडला, 'अरे! कुठं निघालास डॉन फॉस्टिनो– निघालास कुठं?'

''मग पुन्हा डॉन फॉस्टिनो बाहेर आलेला आम्हाला दिसला. या वेळी शॉटगन घेऊन पाब्लो त्याच्या मागं चालत होता. त्याची सगळी झॅक आता गेली होती. रांगांकडे पाहून त्याचं स्वत्व नि नूर ओसरला होता.

''तो पुढे नि पाब्लो मागं असा जेव्हा तो बाहेर आला, तेव्हा असं वाटत होतं की, पाब्लो रस्ता झाडतोय नि डॉन फॉस्टिनेचा 'केर'च तो पुढे ढकलतोय. बाहेर येताच डॉन फॉस्टिनो नमस्कार करू लागला, प्रार्थना म्हणू लागला, आपले हात त्यानं डोळ्यांवर ठेवले नि पायऱ्या उतरून रांगांकडे येऊ लागला.

''कुणीतरी ओरडलं, 'जाऊ द्या त्याला– हात लावू नका.'

''सर्वांनी जाणलं नि डॉन फॉस्टिनोच्या अंगाला एकानंही बोट लावलं नाही. रांगांमधून तो चालत होता. त्यानं हात डोळ्यांवर ठेवले होते. ते कापत होते, ओठ थरथरत होते.

“कुणी काही म्हटलं नाही. कुणी त्याला हात लावला नाही. रांगांच्या मध्यापर्यंत तो गेला. आता त्याचं पाऊल पुढे पडेना. तो गुडघ्यांवर पडला.

“एकानंही त्याला मारलं नाही. मी रांगेच्या बाजूनं त्याला समांतर अशी चालत, त्याचं काय होतंय हे पाहत होते. मग एक शेतकरी वाकला, त्याला पायावर उभं करीत म्हणाला, ‘ऊठ! डॉन फॉस्टिनो! चालत राहा. बैल अजून बाहेर पडला नाही.’

“डॉन फॉस्टिनोला आपण होऊन चालता येत नव्हतं. काळ्या जाकिटातल्या त्या शेतकऱ्यानं त्याला एका बाजूनं धरलं. दुसऱ्या बाजूला तसाच एक काळ्या जाकिटातला शेतकरी आला नि जाड बुटानं त्याला आधार देत, हातानं धरीत उभं केलं. आपल्या डोळ्यांवर हात ठेवून, ओठानं सारखं पुटपुटत डॉन फॉस्टिनो मधून चालू लागला. डोक्यावर त्याचे पिवळे केस चापचोपून होते. ते उन्हात चमकत होते. तो जात असता शेतकरी म्हणत होते, ‘डॉन फॉस्टिनो! मजा आहे तुझी. डॉन फॉस्टिनो! बढे रहो! डॉन फॉस्टिनो! हुकूम व्हावा!’ स्वतः बुलफायटिंगमध्ये पडलेला एक म्हणाला, ‘डॉन फॉस्टिनो! बढे रहो!’

“दुसरा म्हणाला, ‘डॉन फॉस्टिनो! स्वर्गात सुंदर पोरी आहेत.’ आणि अशा तऱ्हेनं दोन्ही बाजूनं धरून, तो चालत असता उचलून त्याला रांगेमधून नेण्यात आलं. त्याचे हात अजून डोळ्यांवरच होते. पण बोटांच्या फटीतून तो बघत असला पाहिजे. कारण जेव्हा त्याला कड्याशी आणला, तेव्हा तो पुन्हा गुडघ्यांवर पडला. त्यानं आपलं अंग खाली फेकलं नि जमिनीवर बोटं दाबीत, गवत ओरबाडीत तो म्हणाला, ‘नको– नको– नको– नको हो!’

“मग त्याला घेऊन आलेल्या शेतकऱ्यांनी नि दुसऱ्या कड्याजवळच्या राकटांनी झट्कन उकिडवं बसून, तो वाकलेला असतानाच त्याला जोराचा धक्का दिला नि एक फटकाही न बसता तो कड्यापार गेला. पडताना त्याचं ओरडणं नि आक्रोश ऐकू येत होता.

“लोकांत निर्दयता शिरली आहे हे तेव्हाच माझ्या लक्षात आलं. पहिल्यांदा डॉन रिकार्डोच्या शिव्यांनी नंतर डॉन फॉस्टिनेच्या भ्याडपणानं लोक तसे झाले.

‘आणखी येऊ द्या!’ एक शेतकरी ओरडला. दुसऱ्यानं त्याच्या पाठीवर थाप मारून म्हटलं, ‘डॉन फॉस्टिनो! चीज होती! डॉन फॉस्टिनो!’

‘मोठ्ठा बैल त्यानं आता पाहिला,’ दुसरा म्हणाला, ‘आता सुटून सुटायचा नाही तो!’

“तिसरा म्हणाला, ‘माझ्या सबंध आयुष्यात डॉन फॉस्टिनोसारखी चीज पाहिली नाही.’

‘दुसऱ्या चिजा आहेत. धीरानं घ्या. आणखी काय दिसायचंय कुणास ठाऊक?’

“पहिला शेतकरी म्हणाला, ‘हो! राक्षस दिसतील– खुजे दिसतील; निग्रो दिसतील किंवा आफ्रिकेतील विचित्र प्राणी दिसतील; पण माझ्यापुरतं बोलायचं तर

डॉन फॉस्टिनेला तोड नाही. तरी आणखी येऊ द्यात. चला हो! आणखी धाडा.'

"फॅसिस्टांच्या क्लबमधील बारमधून लुटलेल्या ॲनिसच्या नि कॉग्नॅकच्या बाटल्या, दारुडे एकमेकांकडे फिरवीत होते. साधी दारू प्यावी तशी, त्या ते पीत होते. रांगेतले बरेच जरासे झिंगू लागले होते. डॉन बेनिटो, डॉन फेडेरिको, डॉन रिकॉर्डो नि विशेषकरून डॉन फॉस्टिनोनंतर उसळलेल्या जोरदार भावनांमुळे पिणं सुरू झालं होतं. जे बाटल्यांतून पीत नव्हते, ते बुधल्यांतून पीत होते. नि बुधला एकाकडून दुसऱ्याकडे जात होता. असाच एक बुधला माझ्या हातात आला. मी एक घोट घेतला. घसा थंड करीत दारू खाली उतरली. मला भयंकरच तहान लागली होती.

'मारण्यामुळे फार लहान लागते,' बुधला घेतलेला मला म्हणाला.

"मी म्हटलं, 'तू मारलंयस?'

'आम्ही चौघांना मारलंय!' तो अभिमानानं म्हणाला, 'नागरिक धरायचे नाहीत. नागरिकांतला तू एक मारलास हे खरं का?'

'मुळीच नाही,' मी म्हटलं, 'भिंत पडल्यावर इतरांनी झाडल्या तशा मीही धुरात गोळ्या झाडल्या इतकंच!'

'पिस्तूल कुठं मिळवलंस, पिलर?'

'पाब्लोकडून. पाब्लोनं नागरिकांना मारल्यावर मला दिलं.'

'या पिस्तुलानंच मारलं त्यानं?'

'याच,' मी म्हटलं, 'मग ते त्यानं माझ्या कमरेला लावलं.'

'मला बघू दे ना! हातात धरून पाहू दे.'

'घे की,' असं म्हणून मी कमरेच्या दोरातून ते बाहेर ओढलं. नि त्याला दिलं. एकीकडे, अजून पुढचा कसा बाहेर आला नाही, याचं नवल करीत होते. तोच कोण बाहेर यावा? डॉन ग्युलेर्मो मार्टीन. याच्याच दुकानातून लोकांनी सोटे, लाठ्या नि पराण्या लुटल्या होत्या. डॉन ग्युलेर्मो फॅसिस्ट होता; पण त्याशिवाय त्याच्याविरुद्ध दुसरं काही नव्हतं.

"या वस्तू ज्यांच्याकडून तो करवून घ्यायचा, त्यांना फार कमी पैसे द्यायचा, हे खरं; पण वस्तूंच्या किमतीही तो तशाच कमी ठेवायचा. त्या त्याच्याकडून कुणाला विकत घ्यायला नकोच असत्या, तर ज्याच्या त्याला त्या फक्त लाकूड नि कातडं एवढ्या किमतीत बनवता आल्या असत्या. त्याची बोलण्याची तऱ्हा उर्मट होती. तो फॅसिस्ट होता हे नक्की. त्यांच्या मंडळाचा तो सभासद होता. एल् डिबेट वाचवण्यासाठी तो तिथल्या वेताच्या खुर्चीत दुपार संध्याकाळी बसे. आपले बूट पॉलीश करून घेई. व्हेरमाऊथ नि सेस्टझर पिई. भाजलेले बदाम खाई. ॲंकोव्हीजही खाई. पण कुणाला मारायला एवढी सबब पुरेशी नाही. माझी खात्री आहे की, डॉन रिकार्डो मॉन्टाव्हो याच्या

शिव्या, डॉन फॉस्टिनोचा तो शोचनीय प्रसंग, त्यामुळे लोकांच्या चढलेल्या भावना, या नि इतर गोष्टी झाल्या नसत्या, तर नक्की कुणीतरी ओरडला असता, 'डॉन ग्युलेर्मोला सुखानं जाऊ द्या. त्याचे सोटे आम्ही घेतलेच आहेत. त्याला जाऊ द्या.'

"या गावचे लोक कनवाळू तसे निष्ठुरही होतात. न्याय-अन्यायाचं त्यांना उपजतच ज्ञान आहे. रास्त तेच करावं, असं त्यांना वाटतं. पण अंतःकरणं कठोर झाली होती. शिवाय दारूचा अंमल चढला होता किंवा चढू लागला होता. म्हणून डॉन बेनिटो बाहेर आला, त्या वेळी लोक पूर्वीचे राहिले नव्हते. दुसऱ्या देशाचं मला ठाऊक नाही. मला स्वतःला पिण्यात ब्रह्मानंद वाटतो. पण स्पेनमध्ये दारूशिवाय अंमल चढतो, तेव्हा फार भयंकर असतं. हातून होणार नाहीत अशा गोष्टी मग लोक करतात. तुझ्या देशात असं नसेल."

"असंच आहे," रॉबर्ट जॉर्डन म्हणाला, "मी सात वर्षांचा होतो नि एकदा आईबरोबर ओहिओ संस्थानात लग्नाला जात होतो. वधूवरांच्या मागे एक मुलगा नि एक मुलगी फुलं धरून असतात. त्यातला मुलगा मी होतो."

"तुम्ही फुलं धरलीत?" मेरियानं म्हटलं, "अय्या! किती छान!"

"त्या गावात एका निग्रोला दिव्याच्या खांबावर फाशी दिला. मग जाळला. दिवा गॅसचा होता. खांबावर वरखाली करता येत होता. दिव्याच्या दोरीला बांधून निग्रोला वर केला होता–"

"निग्रोला?" मेरिया म्हणाली, "काय रानटीपणा!"

"लोक प्यायलेले होते?" पिलरनं विचारलं, "निग्रोला जाळायला ते चालले होते का?"

"मला ठाऊक नाही," रॉबर्ट जॉर्डन म्हणाला, "मी खिडकीच्या पडद्याच्या खालच्या फटीतून पाहत होतो. दिव्याचा खांब होता त्या कोपऱ्यावरच आमचं घर होतं. रस्ता लोकांनी भरला होता. दुसऱ्या वेळेला त्यांनी निग्रोला वर ओढलं–"

"तुम्ही सात वर्षांचेच होता. शिवाय घरात असाल तर लोक प्यायलेले होते की नाही, हे तुम्हाला सांगता यायचं नाही," पिलर म्हणाली.

"मी काय सांगत होतो?– हां, दुसऱ्या वेळेला त्यांनी निग्रोला वर केलं, तेव्हाच आईनं मला खिडकीतून आत ओढलं. मग मला काही दिसलं नाही," रॉबर्ट जॉर्डन म्हणाला, "पण तेव्हापासून आलेल्या अनुभवावरून मी सांगतो की, अंमल चढण्याचा प्रकार आमच्याही देशात आहे– असलाच भेसूर, निर्दय!"

"सात म्हणजे फार लहान होतं वय तुमचं," मेरिया म्हणाली, "अशा गोष्टी पाहायला फार कोवळे होता तुम्ही. सर्कशीशिवाय मी कुठं निग्रो पाहिलेला नाही. मूर लोक निग्रोच असले तर वेगळं."

"त्यांच्यातले काही निग्रो आहेत– काही नाहीत," पिलर म्हणाली, "मूरांबद्दल

मला विचार.''

''तरी माझ्याइतकं नाही सांगता यायचं,'' मेरिया म्हणाली, ''मूरांबद्दल मलाच विचार.''

''त्या गोष्टी काढू नको,'' पिलर म्हणाली, ''त्या घाण आहेत. कुठपर्यंत आलो आपण?''

रॉबर्ट जॉर्डन म्हणाला, ''लोक चढल्यासारखी वागत होते. पुढे?''

''चढल्यासारखी म्हणणं बरोबर नाही. अजून चढायला पुष्कळ अवकाश होता. पण या वेळेपर्यंत त्यांच्यात पुष्कळ फरक पडला होता. नंतर डॉन ग्युलेर्मो बाहेर आला, तेव्हा तर अगदी कीव वाटली. त्याचे ते अधू डोळे, पांढरे केस, मध्यम उंची, कॉलरचं बटण लावलेलं पण कॉलर नसलेला सदरा, त्याला तसा पाहून कीव आली. तिथं उभं राहिल्यावर त्यानं एकदा, दृष्टी समोर ठेवून नमस्कार केला, पण चष्मा नसल्यानं त्याला काही दिसत नव्हतं. तरी व्यवस्थित चालत शांतपणे तो पुढे आला. खरोखर कीव यावी, असाच तो देखावा होता. तरीसुद्धा एक जण ओरडलाच, 'इकडे बघा! डॉन ग्युलेर्मो! इकडे. तुमचा सगळा माल आमच्याजवळ आहे.'

''डॉन फॉस्टिनोची केलेली मस्करी त्यांच्या डोक्यांत इतकी चढली होती की, डॉन ग्युलेर्मो अगदी निराळा प्राणी आहे, याचं भान कुणाला राहिलं नाही. डॉन ग्युलेर्मोला ठारच करायचं तर ते आब राखून करावं, असं कुणाला वाटलं नाही.

'डॉन ग्युलेर्मो!' दुसरा ओरडला. 'चष्मा मागवू का?'

''डॉन ग्युलेर्मोचं घर, घरच नव्हतं. पैसेही नव्हते त्याच्याजवळ फार. आपली शिष्टांत जमा व्हावी यासाठीच तो फॅसिस्ट झाला होता. पोटाला लागणाऱ्या किरकोळ पैशांसाठी लाकूडकामाच्या दुकानासारखा धंदा आपल्याला करावा लागतो, हे त्याला बोचत होतं. ते बोचणं विसरण्यासाठीच तो फॅसिस्ट झाला होता. तसंच बायकोवर त्याचं फार प्रेम होतं नि ती धार्मिक प्रवृत्तीची असल्याकारणानं तो फॅसिस्ट झाला होता. चौकापलीकडच्याच तिसऱ्या इमारतीत त्याची खोली होती. आपल्या अधू डोळ्यांनी आमच्या जोडरांगेकडे पाहत, यातूनच आपल्याल जायचंय या विचारात तो उभा असता त्याच्या राहत्या घराच्या गच्चीवरून एक बाई किंकाळ्या फोडू लागली. गच्चीवरून तो तिला दिसत होता. ती बाई त्याची बायको होती.

'ग्युलेर्मो!' ती ओरडली. 'ग्युलेर्मो, थांब! मी आलेच.'

''आवाज आला तिकडे ग्युलेर्मोनं तोंड केलं. ती त्याला दिसत नव्हती. त्यानं काही बोलण्याचा यत्न केला, पण फसला. मग आवाजाच्या दिशेनं त्यानं हात हलवला नि रांगेतून जायला सुरुवात केली.

'ग्युलेर्मो!' ती ओरडली. 'ग्युलेर्मो– ग्युलेर्मो!' गच्चीच्या कठड्याला हात धरून ती पुढेमागे झुलत होती. 'ग्युलेर्मो.'

"डॉन ग्युलेर्मोनं पुन्हा तिकडे हात हलवला नि डोकं वर धरून रांगेतून पुढे निघाला. त्याच्या चेहऱ्यावर आलेली कळा सोडली तर त्याला काय वाटतंय, हे कुणाला कळलं नसतं.

"तेवढ्यात रांगेतला एक दारुड्या त्याच्या बायकोच्या किंकाळ्या आवाजाची नक्कल करीत ओरडला, 'ग्युलेर्मो!' डॉन ग्युलेर्मो त्याच्या अंगावर धावून गेला. त्याच्या गालांवरून अश्रूंचे ओघळ चालले होते. दारुड्यानं हातातील सोटा त्याच्या तोंडावर जोरात हाणला. टोल्याच्या जोरामुळे डॉन ग्युलेर्मो खाली बसला. दारुडे त्याला मारीतच होते. एकानं त्याच्या डोक्यावर उडी मारली नि तो त्याच्या खांद्यावर बसला नि बाटलीनं हाणू लागला. डॉन ग्युलेर्मो रडत होता; पण भयानं रडत नव्हता. यानंतर पुष्कळांनी रांगा सोडल्या. मागच्या प्यायलेल्यांनी त्यांच्या जागा घेतल्या. हे लोक इतका वेळ सभागृहाच्या खिडक्यांमधून वेडावून दाखवत होते नि अर्वाच्य बोलत होते.

"नागरिक दलातल्या लोकांना पाब्लोनं गोळ्या घातल्या, त्या वेळी मी फार अस्वस्थ झाले होते." पिलर पुढे सांगू लागली, "त्या वेळी मला वाटलं होतं, असंच व्हायचं असेल तर व्हायलाच हवं. पण तेव्हा निदान क्रूरपणा तरी नव्हता. एकदम जीवच घेतला जातोय ना? गेल्या काही वर्षांत जीव घेणं किती भेसूर असतं, हे कळलं होतं. पण लढाई जिंकायची नि लोकसत्ताक राखायचं, तर हे करावंच लागणार, हेही आम्हाला कळलं होतं.

"पाब्लोनं चौक बंद केला नि रांगा बनवल्या, तेव्हा त्याचं मला कौतुक वाटलं होतं नि ती एक त्याची 'कल्पना' असं समजले होते. जरा मला ती अफाट वाटली होती. असलं काही करावंच लागणार असलं, तर ते चांगल्या तऱ्हेनं करावं– त्याचा नंतर तिटकारा येऊ नये, असं मला वाटत होतं.

"फॅसिस्टांचा निकाल जनतेनेच लावायचा, तर सर्वांनी त्यात भाग घ्यावा, हे उत्तम. त्यात जो दोष येईल, त्याचा माझ्या वाटणीचा वाटा इतरांबरोबर घ्यायला मी तयार होते. कारण गाव आमचं झाल्यावर त्या फायद्यातही मी भागी होणार होते. पण डॉन ग्युलेर्मोच्या प्रकारानंतर, शरम नि तिटकाऱ्याची भावना आली. मग जेव्हा दारुडे नि नालायक लोक रांगेत आले, नि आधी ग्युलेर्मोच्या प्रकारानंतर निषेध म्हणून ज्यांनी रांगा सोडल्या, त्यांचा संयम पाहून रांगांतून दूर होणंच बरं, असं मी ठरवलं नि चौक ओलांडून पलीकडे गेले आणि एका बाकावर मोठ्या झाडाची सावली होती, त्यावर बसले.

"रांगेतले दोन शेतकरी बोलत बोलत माझ्याकडे आले; एकानं मला म्हटलं, 'पिलर! काय झालंय तुला?'

'काही नाही बाबा!'

'झालंच आहे काहीतरी!' तो म्हणाला. 'काय झालंय?'

‘फार झालं हे सारं!’ मी म्हटलं.

‘आम्हालाही तेच वाटतं,’ तो म्हणाला. दोघे बाकावर बसले. एकाजवळ दारूचा बुधला होता. त्यानं तो माझ्या हाती दिला. ‘घे एक चूळ!’ तो म्हणाला. मग त्याचं आधी चाललेलं बोलणं दुसऱ्यानं पुढे सुरू केलं– ‘या साऱ्यामधून दुर्दैव ओढवणार, हेच वाईट आहे. डॉन ग्युलेर्मोला ज्या तऱ्हेनं मारलं, त्यातून दुर्दैव ओढवणार नाही, असं कोण म्हणेल?’

मग दुसरा म्हणाला, ‘सगळ्यांना मारायची जरुरी मला वाटत नाही. पण तशी जरुरी असलीच, तर खेळखंडोबा न करता त्यांना सरळ मारून टाकावं.’

‘डॉन फॉस्टिनोच्या बाबतीतला खेळखंडोबा बरोबर होता,’ दुसरा म्हणाला. ‘कारण तो नेहमीच सोंगाड्या होता. पण डॉन ग्युलेर्मोसारख्या प्रौढ माणसाला मारणं ही हद्द झाली.’

‘मलाही ओकारी आलीय,’ मी म्हटलं. खरोखरच ते शब्दशः खरं होतं. माझ्या पोटात मळमळू लागलं होतं– घाम सुटला होता– उसासे येत होते. जणू मी कुजकंनासकं खाल्लं होतं.

‘मग बोलणंच संपलं,’ त्यातला एक शेतकरी म्हणाला, ‘यापुढे आपण यात भाग घ्यायचा नाही. दुसऱ्या गावात काय होतंय कुणास ठाऊक?’

‘अजून त्यांनी टेलिफोन दुरुस्त केलेला नाही,’ मी म्हटलं, ‘तो केला पाहिजे.’

‘उघडच आहे,’ तो म्हणाला, ‘असे हळू, क्रूरपणे लोकांचे वध करण्यापेक्षा गावाचं रक्षण करण्याच्या मागं आपण लागलो तर अधिक बरं, नाही का?’

‘मी जाते नि पाब्लोला सांगते,’ मी म्हटलं नि बाकावरून उठत सभागृहाच्या दरवाजाकडे जाणाऱ्या कमानीकडे निघाले. तिथून चौकाकडे पसरलेल्या रांगांची सुरुवात होती. रांगा आता सरळही नव्हत्या किंवा शिस्तीतही नव्हत्या. सगळीकडे दारूचा अंमल अतिशय दिसत होता. चौकाच्या मध्यभागी दोन माणसं उताणी पडली होती नि दारूची बाटली एकमेकांकडे करीत होती. एक घोट घेत होता नि ओरडत होता, ‘बेबंदशाहीचा जय असो.’ पाठीवर निजून तो वेड्यासारखा ओरडत होता. त्याच्या मानेभोवती काळातांबडा रुमाल होता. दुसरा ओरडला, ‘स्वातंत्र्याचा जय असो.’ त्यानं हवेत पाय झाडले नि पुन्हा ओरडला. त्याच्याही जवळ काळातांबडा रुमाल होता. एका हातात रुमाल उडवीत दुसऱ्या हातातली बाटली तो हलवीत होता.

‘‘रांग सोडून एक शेतकरी बाहेर आला. कमानीच्या सावलीत उभं राहून झिंगलेल्या दोघांकडे त्यानं तिरस्कारानं पाहिलं नि म्हणाला, ‘त्यांनी ओरडायला हवं– पिणं चिरायू होवो! तेवढी एकच श्रद्धा त्यांना आहे.’

‘तीसुद्धा नाही,’ दुसरा शेतकरी म्हणाला, ‘त्यांना काही समजतही नाही नि त्यांची श्रद्धाही कुठं नाही.’

“तेवढ्यात झिंगलेल्यांतला एक जण उठला, डोक्यावर हात नेऊन मुठी आवळीत ओरडला, ‘बेबंदशाही चिरायू होवो. स्वातंत्र्य चिरायू होवो. मी लोकसत्ताकाच्या अन्नात ×××.’

“दुसरा झिंगलेला पाठीवर पडला होता. त्यानं ओरडणाऱ्या दारुड्याचा घोटा पकडला नि एक लोळण घेतली. लोळण घेताच ओरडणारा खाली आला व दोघे एकत्र लोळत गेले. मग बसते झाले. ज्यानं घोटा ओढला होता, त्यानं दुसऱ्याच्या गळ्यात हात टाकले. त्याला बाटली दिली. त्याच्या गळ्याच्या हिरव्या तांबड्या रुमालाचा मुका घेतला. मग दोघे पुन्हा पिऊ लागले.

“याचवेळी रांगेतूनन एक आक्रोश ऐकू आला. मी कमानीकडे पाहिलं; पण कोण येतंय, हे मला दिसलं नाही. कारण सभागृहाशी असलेल्या जमावाच्या डोक्याआड त्याचं डोकं होतं. पाब्लो नि क्वात्रोदेदोस आपल्या शॉटगननी त्याला ढकलीत आणीत होते, पण तो दिसत नव्हता. सर्वांनी दरवाजापाशी गर्दी केली होती, तिकडे रांगांच्या बाजूला मी गेले.

“पाब्लो नि क्वात्रोदेदोस यांनी ढकलत आणलेला माणूस– डॉन ॲनास्ताशिओ रिऑस होता. तो निःसंशय फॅसिस्ट होता नि गावामध्ये सर्वांत लठ्ठ होता. तो धान्य खरेदीदार होता. कित्येक विमा कंपन्यांचा एजंट नि भरमसाट दरानं तो पैसेही कर्जाऊ देत असे. खुर्चीवर उभी राहून मी त्याला पायऱ्या उतरून रांगांकडे जाताना पाहिलं. त्याच्या शर्टच्या कॉलरच्या पट्टीवर त्याच्या फुगीर मानेची घडी आली होती. त्याचं टक्कल उन्हात चकाकत होतं. तो रांगेत शिरलाच नाही. त्याआधीच एक आरोळी आली. निरनिराळ्या लोकांनी ठोकावी तशी नव्हे; सगळ्यांची एकदम आली. तो आवाज घाणेरडा होता. झिंगलेल्या रांगांनी एकदम ओरडण्यानं तो आला होता. मग लोक त्याच्याकडे घुसले, तशा रांगा मोडल्या. डॉन ॲनास्ताशिओनं अंग फेकून दिलेलं मी पाहिलं. त्यानं डोक्यावर हात ठेवले. मग मात्र तो माझ्या दृष्टीआड झाला; कारण लोकांची त्याच्यावर रासच झाली. माणसं जेव्हा त्याच्या अंगावरून उठली, तेव्हा पायऱ्यांच्या दगडांवर डोकं चेचलं गेल्यानं डॉन ॲनास्ताशिओ मेला होता. रांगा मोडल्या होत्या– जमाव राहिला होता.

‘आम्ही आत जाणार,’ त्यांनी ओरडायला सुरुवात केली, ‘त्यांचा पिच्छा करणार.’

‘फार अवजड आहे न्यायला.’ डॉन ॲनास्ताशिओच्या शरीराला एकानं लाथ मारली. तो तोंडावर पडला होता. ‘पडू दे इथंच.’ मारणारा ओरडला. ‘हा मांसाचा गोळा आम्ही कड्याशी का ओढावा? पडू दे इथंच.’

‘आम्ही आत जातो नि आतल्यांचा निकाल लावतो,’ एक जण ओरडला, ‘आम्ही आत जातो.’

‘दिवसभर उन्हात का रखडायचं?’ दुसरा किंचाळला, ‘चला. आत जाऊ या.’

“आता जमाव कमानीत घुसत होता. सगळे ओरडत होते. ढकलत होते. जनावरांसारखा आवाज करीत होते. ओरडत होते, ‘उघडा! उघडा! उघडा!’ कारण त्याआधी रांगा मोडलेल्या पाहून पहारेकऱ्यांनी सभागृहाचे दरवाजे बंद केले होते.

“खुर्चीवर उभी राहिल्यानं सभागृहाच्या खिडक्यांतून मला आतलं दिसत होतं. आत पूर्वीसारखंच चाललं होतं. पाद्री उभा होता. उरलेले त्याच्याभोवती अर्धवर्तुळ करून गुडघ्यांवर बसले होते. ते सारे प्रार्थना करीत होते. पाब्लो, मेअरच्या खुर्चीच्या समोर टेबलावर, आपली शॉटगन खांद्यावर लटकावून बसला होता. त्यानं टेबलावरून पाय खाली सोडले होते नि तो सिगारेट वळत होता. क्वात्रोदेदोस मेअरच्या खुर्चीवर, समोर टेबलावर पाय टाकून बसला होता नि सिगारेट ओढीत होता. तिथल्या वेगवेगळ्या खुर्च्यांवर पहारेकरी आपल्या बंदुका धरून बसले होते. मोठ्या दरवाजाची किल्ली पाब्लोच्या शेजारी टेबलावर होती.

“जमाव गजर करावा तसा ओरडत होता, ‘उघडा! उघडा!’ आपल्याला काही ऐकू येत नाही, असं दाखवीत पाब्लो बसला होता. तो पाद्र्याला काहीतरी म्हणाला, पण लोकांच्या गोंगाटातून मला काही ऐकू आलं नाही.

“पूर्वीसारखंच पाद्र्यानं त्याला काही उत्तर दिलं नाही. तो प्रार्थनाच करीत राहिला. लोक मागून ढकलत असता, मी भिंतीशी खुर्ची हलवली. जशी मी ढकलली गेले तशी खुर्चीही पुढे ढकलली. माझं तोंड खिडकीच्या गजांना टेकून, मी खुर्चीवर उभी राहिले. गज हातांनी धरले. एक जण माझ्या खुर्चीवर चढला नि माझ्याभोवती हात वेढून उभा राहिला.

“मी म्हटलं, ‘खुर्ची मोडेल.’

“तो म्हणाला, ‘काय बिघडलं? पाहा– ते प्रार्थना करताहेत, पाहा.’

“त्याचा श्वास माझ्या मानेवर येत होता. गर्दीत जसा वास सुटतो, तसा त्याचा वास होता. फुटपाथवरच्या ओकारीसारखा आंबूस. त्यात दारूचीही घाण मारत होती. माझ्या खांद्यावरून तोंड पुढे करून त्यानं गजाशी नेलं नि तो ओरडला, ‘उघडा! उघडा!’ स्वप्नात राक्षस पाठीवर बसावा तसा सगळा जमाव पाठीवर बसल्यासारखा मला वाटला.

“आता जमाव दाराशी दाटी करू लागला. त्यामुळे जे पुढे होते, ते मागच्या ढकलण्यानं चिरडले जाऊ लागले. चौकातून प्यायलेला एक दांडगा माणूस, काळा-तांबडा रुमाल घातलेला, काळं जाकीट असलेला, धावत आला नि गर्दीवर त्यानं अंग लोटलं. गर्दी करणाऱ्यांवर तो पडला. मग उठला नि मागं आला नि पुन्हा त्यानं गर्दी करणाऱ्यांवर धडक दिली. तो एकीकडे ओरडत होता, ‘मी चिरायू होवो– बेबंदशाही चिरायू होवो.’

“मी पाहत असता, हा माणूस मागं वळला नि बसून बाटलीतली दारू प्यायला. बसत असता त्याची नजर खाली पडलेल्या डॉन अनास्ताशिओकडे गेली. डॉन अनास्ताशिओ अजून तसाच उपडा पडला होता. खूप तुडवला गेला होता. हा दारुड्या उठला. डॉन अनास्ताशिओकडे गेला. त्याच्यावर वाकून त्याच्या डोक्यावर नि कपड्यावर बाटली ओतली. मग खिशातून आगपेटी काढून कित्येक काड्या ओढल्या. दर वेळेला तो डॉन अनास्ताशिओला पेटवण्याचा यत्न करीत होता. पण आता जोरानं वारा वाहू लागला होता. त्यामुळे काडी ओढताच विझत होती. जरा वेळानं तो डॉन अनास्ताशिओच्या जवळ बसला. मान डोलावू लागला. बाटलीतून पिऊ लागला आणि मधूनच वाकून डॉन ॲनास्ताशिओच्या मृत देहाच्या खांद्यावर थोपटू लागला.

“हा सारा वेळ जमाव दार उघडण्यासाठी ओरडतच होता. माझ्या खुर्चीवर उभा असलेला दारुड्या गजांना गच्च धरून दरवाजा उघडण्यासाठी इतक्या मोठ्यानं ओरडत होता की, त्याच्या आवाजानं कान फुटण्याची वेळ आली. त्याचा घाण श्वास माझ्या तोंडावर येतच होता. डॉन ॲनास्ताशिओला पेटवू पाहणाऱ्या दारुड्यावरून माझी नजर मी काढली नि पुन्हा सभागृहाकडे वळवली. आत होतं तसंच होतं. ते आधीप्रमाणेच प्रार्थना करीत होते. पुरुष गुडघ्यांवर होते. त्यांच्या सदऱ्यांचे गळे उघडे होते. काहींच्या माना खाली होत्या. बाकीच्यांच्या माना वर होत्या नि ते पाद्र्याकडे नि क्रूसाकडे पाहत होते. पाद्री भरभर जोरात प्रार्थना करीत त्यांच्या डोक्यावरून पाहत होता. त्यांच्या मागे पाब्लो होता. आता त्यानं सिगारेट पेटवली होती नि टेबलावर बसून पाय हेलकावीत होता. शॉटगन खांद्यावरच टांगलेली होती. एकीकडे तो किल्लीशी खेळत होता.

“टेबलावरून पुढे वाकून पाब्लो पुन्हा पाद्र्याला काही म्हणालेला मी पाहिला. गोंगाटामुळे मला काही ऐकू आलं नाही. त्याला काही उत्तर न देता पाद्री प्रार्थना करीत राहिला. मग पाद्र्याभोवती अर्धवर्तुळात जे प्रार्थना करीत होते, त्यातला एक उठला. त्याला बाहेर जायला हवंय, हे दिसत होतं. उठलेल्याचं नाव डॉन जोसे कास्ट्रो होतं. सर्व जण त्याला डॉन पेपे म्हणत. हा पक्का फॅसिस्ट होता. हा घोड्यांची खरेदी-विक्री करीत असे. तो लहानसर दाढी वाढविलेली असूनही नीटनेटका होता. त्यानं पॅन्ट चढवली होती. ती कमरेवर आतल्या पट्टेदार लेंग्यात खोचली होती. त्यानं ख्रिस्ताच्या क्रॉसचा मुका घेतला. पाद्र्यानं त्याला आशीर्वाद दिला. तो उभा राहिला. पाब्लोकडे पाहून त्यानं दाराच्या दिशेनं मानेला हिसका दिला.

“पाब्लोनं मान हलवली नि तो धूर काढीत राहिला. डॉन पेपे पाब्लोशी बोलताना दिसला, पण काही ऐकू आलं नाही. पाब्लोनं काही उत्तर न देता फक्त मान हलवली नि दाराकडे दाखवलं.

“मग डॉन पेपेनं लख्ख डोळ्यांनी दाराकडे पाहिलं. त्याला कुलूप लावलंय, हे त्याला कळलंच नव्हतं. पाब्लोनं त्याला किल्ली दाखवली. तो एक क्षण किल्लीकडे पाहत राहिला मग वळला. पाद्र्यानं वळून पाब्लोकडे पाहिलं. पाब्लो हसला. त्याला किल्ली दाखवली. मग दाराच्या कुलपाचं पाद्र्याच्या प्रथमच लक्षात आलं. मान हलवण्याच्या तयारीत तो दिसला, पण त्यानं ती फक्त कलवली नि प्रार्थनेकडे वळला.

“ते प्रार्थना करीत असता, आपल्या विचारात मग्न होते, असंच म्हटलं पाहिजे. नाहीतर दाराला कुलूप लावलेलं कळू नये, याचा मला उलगडा होत नाही. पण आता मात्र सर्वांच्या ते लक्षात आलं. बाहेरचा ओरडा कळला नि वातावरण बदलल्याचंही सर्वांना कळून चुकलं असलं पाहिजे. तरी होते त्या स्थितीतच ते बसून राहिले.

“आता ओरडा इतका वाढला होता की, काहीच ऐकू येत नव्हतं. माझ्या खुर्चीवर शेजारी उभा असलेला दारुड्या हातानं गज हलवीत ओरडू लागला, ‘उघडा! उघडा!’ घसा कोरडा पडेपर्यंत तो ओरडला.

“पाब्लो पाद्र्याशी बोललेला मी पाहिला. पाद्र्यानं उत्तर दिलं नाही. पाब्लोनं खांद्यावरची शॉटगन काढली, हात पुढे केला नि पाद्र्याच्या खांद्यावर थोपटलं. पाद्र्यानं त्याच्याकडे लक्ष दिलं नाही, तेव्हा त्यानं मान हलवली. मग पाब्लो मान वळवून क्वात्रोदेदोसला काही म्हणाला. क्वात्रोदेदोस पहारेकऱ्यांना काहीतरी बोलला. ते सारे उभे राहिले. खोलीच्या टोकाला उभे राहिले. नि आपल्या शॉटगन त्यांनी सरसावल्या.

“पाब्लो क्वात्रोदेदोसला काही म्हणाला. क्वात्रोदेदोसनं दोन टेबलं नि काही बाकं सरकावली. पहारेकरी शॉटगन घेऊन त्यांच्या आड उभे राहिले. टेबल-बाकांचा एक आडोसाच खोलीच्या कोपऱ्यात तयार झाला. पाब्लोनं वाकून पुन्हा पाद्र्याच्या खांद्यावर शॉटगननं थोपटलं. पाद्र्यानं त्याच्याकडे लक्ष दिलं नाही, तरी डॉन पेपे मात्र त्याच्याकडे लक्ष देऊन होता. इतर प्रार्थनेत होते नि लक्ष देत नव्हते. डॉन पेपे आपल्याकडे बघतोय असं पाहून पाब्लोनं त्याच्याकडे मान हलवली. किल्ली वर करून त्याला दाखवली. डॉन पेपे समजला. मान खाली करून पुन्हा जोरानं प्रार्थना करू लागला.

“पाब्लो टेबलावरून उतरला. सभेच्या मोठ्या टेबलाच्या मागच्या व्यासपीठावर चढला नि मेअरच्या खुर्चीला वळसा घालून तीत बसला. सिगारेट वळू लागला. हे सारं करताना प्रार्थना करणाऱ्या फॅसिस्टांकडे त्याची सारखी नजर होती. त्याच्या तोंडावर कसलाच भाव नव्हता. किल्ली त्याच्यासमोर टेबलावर होती. ती एक हातभर लांब लोखंडी होती. मग पाब्लोनं पहारेकऱ्यांना काही म्हटलं. एक पहारेकरी

दरवाजाशी गेला. सगळे आता जोरानं प्रार्थना करू लागले होते. आपलं भवितव्य त्यांना कळल्याचं माझ्या लक्षात आलं.

''पाब्लो पाद्र्याला काहीतरी म्हणाला. पाद्र्यानं उत्तर दिलं नाही. पुढे होऊन पाब्लोनं किल्ली उचलली. खालच्या हातानं दरवाजाशी गेलेल्या पहारेकऱ्याकडे फेकली. पहारेकऱ्यानं ती झेलली नि पाब्लो त्याच्याकडे बघत हसला. पहारेकऱ्यानं किल्ली कुलपात घातली. किल्ली फिरवली नि दरवाजा आत ओढून उघडला. उघडताना जमाव आत घुसू लागताच तो दाराआड लपला.

''लोकांना आत घुसलेलं मी पाहिलं. याच वेळी माझ्या खुर्चीवर उभा असलेला दारुड्या 'हा! हा! हा!' ओरडू लागला. त्यानं इतकं पुढे डोकं केलं की, मला काही दिसत नाहीसं झालं. मग तो ओरडला, 'मारा त्यांना! ठार करा! चेचून टाका!' आपल्या दोन्ही हातांनी त्यानं मला बाजूला ढकललं. मला पुढचं काही दिसेना.

''मी कोपरानं त्याच्या पोटात ढोसलं नि म्हणाले, 'ए दारुड्या! कुणाची खुर्ची आहे? बघतेच तुला, थांब.'

''पण तो आपला गजांशी हात हलवीत, 'मारा त्यांना! चेचून काढा! ठार करा,' असं ओरडत राहिला.

''मी कोपरानं जोरानं ठोसा देऊन म्हटलं, 'बघतेच तुला.'

''मग त्यानं आपले दोन्ही हात माझ्या डोक्यावर आणून मला ओढायला सुरुवात केली. त्याला चांगलं बघायला मिळायला हवं होतं. आपला सगळा जोर माझ्या डोक्यावर देत तो ओरडू लागला– 'चेचा त्यांना– बरोबर! हाणा त्यांना!'

''तुलाच चेचून घे, मी म्हटलं नि जिथं मारल्यावर तो सगळ्यात जास्त कळवळेल, तिथं हाणलं. तो कळवळला. माझ्या डोक्यावरचे त्याचे हात खाली आले. स्वतःला आवळून तो म्हणाला, 'बाई, असं मारणं तुला शोभत नाही.' त्याच क्षणी, गजांतून पाहत असता मला हॉल सगळ्या माणसांनी भरलेला दिसला. आत घुसलेले काठ्यांनी ढोशीत होते. पराण्या मारीत होते. हातातल्या काटेऱ्यांनी ढोशीत, उपट्या घालीत, ढकलीत, लोकांना धक्के मारीत असता त्यांच्या पांढऱ्या काठ्या लाल झाल्या होत्या. पुढच्या फण्या मोडल्या होत्या. सर्व खोलीभर हा प्रकार चालू असता, आपली शॉटगन मांडीवर घेऊन पाब्लो खुर्चीत बसून पाहत होता. आणि लोक ओरडत होते. सोट्यांनी मारीत होते. चाकू खुपशीत होते. आणि ज्यांच्यावर हा मारा झाला, ते आगीत सापडलेल्या घोड्याप्रमाणे खिंकाळत होते. आपला झगा वर करून पाद्र्याला बाकावर चढलेला मी पाहिला. त्याच्या मागे लागलेले त्याला विळ्यांनी तोडीत होते. पेरणीच्या आकड्यांनी ओढीत होते. मग कुणाच्यातरी हातात पाद्र्याचा झगा मिळाला. मग किंकाळीवर किंकाळी आली. दोन माणसांना मी पाद्र्याच्या पाठीवर विळे मारताना पाहिलं. तिसऱ्यानं त्याचा झगा उचलून धरला

होता. पाद्र्यानं आपले हात उंच धरले होते. खुर्चीच्या पाठीला तो टांगला होता. याच वेळी मी उभी होते, ती खुर्ची मोडली. मी नि तो दारुड्या दोघे फुटपाथवर आदळलो. सांडलेल्या दारूची नि ओकारीची घाण त्याला येत होती. पडल्यावर दारुड्या बोटे करून मला म्हणत होता, 'बाई! तू मला इजा केलीस.' लोक सभागृहात जाताना आम्हाला तुडवीत जात होते. सभागृहाकडे धावणारे– त्यांचे पाय फक्त मला दिसत होते. दारुड्या माझ्या समोर बसला होता. मी ठोसा मारला होता तिथं त्यानं हात दाबले होते.

"आमच्या गावातील फॅसिस्टांच्या वधाचा इथं शेवट झाला. आपण अधिक पाहिलं नाही, याचं मला बरं वाटलं. तो दारुड्या नसता तर मला सगळं दिसलं असतं. त्यानं उत्तमच केलं; कारण सभागृहातला प्रकार पाहावा असा नव्हता.

"पण दुसरा दारुड्या एक नमुनाच होता. खुर्ची मोडल्यावर आम्ही उठलो. सभागृहाकडे लोकांची गर्दी अजून होतीच. त्या दारुड्याला मी पुन्हा डॉन ॲनास्ताशिओवर काहीतरी ओतताना पाहिलं. तो मान डोलावीत होता. बसणंही त्याला कठीण झालं होतं. तो ओतीतच होता नि काड्या पेटवीतच होता. मी त्याच्याकडे जाऊन म्हटलं, 'बेशरम! तू काय करतो आहेस?'

'काही नाही. बाई! माझ्या वाटेस जाऊ नको.'

"मी तेथे उभी असल्यानं, माझ्या पायानं वारा अडला असावा; कारण त्याच्या एका काडीनं पेट घेतला नि डॉन ॲनास्ताशिओच्या कोटाच्या खांद्यावर निळी ज्योत पसरू लागली. ती पसरत त्याच्या मागे गेली. त्या दारुड्यानं डोकं वर केलं नि तो मोठ्या आवाजात ओरडला, 'मृतांना जाळणं चाललंय. मृतांना अग्नी देणं चाललंय.'

'कोण देतोय?' एक म्हणाला.

'कुठं?' दुसरा कुणी ओरडला.

'इथं.' दारुड्या हंबरला. 'इथंच. या जागी.'

"कुणीतरी दारुड्याच्या कानशिलावर पराणीच्या काठीनं ठोसा लगावला, तसा तो मागं पडला. जमिनीवर पडून मारणाऱ्याकडे त्यानं पाहिलं. मग डोळे मिटले. छातीवर हात आणून नमस्कार केला नि डॉन ॲनास्ताशिओशेजारी झोप लागल्यासारखा पडला. मारणाऱ्यानं त्याला पुन्हा मारलं नाही. दारुड्या तसा तिथं निश्चल पडून राहिला. लोकांनी डॉन ॲनास्ताशिओला उचललं. इतरांबरोबर त्याला बैलगाडीत ठेवलं. बैलगाडी मृतांना कड्यापर्यंत नेण्यासाठी होती. मग संध्याकाळी, सभागृहाची साफसफाई झाल्यावर इतरांबरोबर त्यालाही कड्याखाली लोटलं. जर दारुड्यांतले पंचवीस-तीस कड्याखाली लोटले असते, तर गावचं कल्याण झालं असतं. विशेषतः तांबडा-काळा रुमाल ज्यांनी गळ्याभोवती बांधला होता ते. जर दुसरी क्रांती आमच्या हयातीत झाली, तर पहिल्यांदा त्यांचा नाश केला जावा. पण तेव्हा ही

काहीच कल्पना नव्हती. दुसऱ्या दिवशी आम्हाला समजायचं होतं.

''पण त्या रात्री आम्हाला पुढे होणारं ठाऊक नव्हतं. सभागृहातली कत्तल संपल्यावर आणखी कत्तल झाली नाही; पण इतके लोक दारूनं मस्त झाले होते की, आम्हाला सभा घेता आली नाही. शिस्त लावणं अशक्य होतं म्हणून सभा दुसऱ्या दिवसावर ढकलण्यात आली.

''त्या रात्री मी नि पाब्लो एकत्र झोपलो. असलं मी सांगू नये; पण उलट असं म्हणता येईल की, तुला सगळ्या गोष्टी कळणं चांगलं. निदान मी खरं ते सांगते. ऐक इंग्लिशा! फार विचित्र आहे हे.

''मी सांगत होते त्याप्रमाणे आम्ही रात्री खाल्लं. सगळं विचित्र होतं. लढाईनंतर, पुरानंतर किंवा वादळानंतर असतं तसं. प्रत्येक जण थकला होता. कुणी फारसं बोलत नव्हतं. मला ओकंओकं वाटत होतं. बरंही नव्हतं. आम्ही केलेल्या वाईट कर्मांची जाणीव होत होती नि शरमेनं मी चूर होते. ओझं असण्याची ती भावना होती. काहीतरी वाईट घडणार, असं वाटत होतं. आता सकाळी विमानं गेल्यावर वाटलं तसं. आणि तीन दिवसातच कुदशा आली.

''आम्ही खात असता पाब्लो कमी बोलत होता.

'पिलर कसं वाटलं तुला सगळं?' त्यानं शेवटी विचारलं. कोकराच्या भाजलेल्या मांसाच्या घासानं त्यानं घसा कोंडला होता. जिथून बसेस सुटतात त्या खाणावळीत आम्ही जेवण घेत होतो. खोलीत अतिशय गर्दी होती. लोक गात होते. वाढायला त्रास होत होता.

''मी म्हटलं, 'डॉन फॉस्टिनो सोडून बाकीच्यांना मारलेलं मला आवडलं नाही.'

'मला आवडलं,' तो म्हणाला.

'झालं ते सगळं?' मी विचारलं.

'सगळं!' असं म्हणून त्यानं ब्रेडचा मोठ्ठा तुकडा सुरीनं कापला नि त्यावर रस्सा लावण्यास सुरुवात केली. 'पाद्र्याशिवाय सगळं ठीक झालं.'

''मी विचारलं, 'पाद्र्याला मारलेलं तुला आवडलं नाही?' मी असं विचारलं, कारण तो फॅसिस्टांहूनही पाद्र्यांचा अधिक द्वेष करायचा.

'माझे डोळे उघडले त्यानं,' तो कष्टी सुरात म्हणाला.

''इतके लोक गात-ओरडत होते की, एकमेकांना ऐकायला जायला आम्हाला मोठ्यानं ओरडावं लागत होतं.

'ते कसं?'

'तो वाईट मरण मेला,' पाब्लो म्हणाला, 'त्यानं आब ठेवला नाही आपला.'

'जमावानं पाठलागच सुरू केल्यावर त्यानं आब ठेवायला हवा, हे काय म्हणणं?' मी म्हटलं, 'आधी, तो मानानं वागला, असं मला वाटतं. जेवढं

एखाद्याला वागता येईल, तितकं वागला.'

'कबूल,' पाब्लो म्हणाला, 'पण शेवटच्या क्षणी तो घाबरला.'

'कोण घाबरणार नाही,' मी म्हटलं, 'हातात काय काय घेऊन सगळे मागं लागले ते पाहिलंस ना?'

'पाहिलं की! पण वाईट तऱ्हेनं मेला तो असंच वाटतं मला.'

'अशा परिस्थितीत सर्वच वाईट तऱ्हेनं मरतात,' मी त्याला म्हटलं, 'एका तिकिटावर आणखी काय काय हवं तुम्हाला? सभागृहात झालेलं सगळंच खुनशी होतं.'

'हो! संघटित काही नव्हतं,' पाब्लो आणखी पाव कापीत म्हणाला, 'एक स्पॅनिश पाद्री! स्पॅनिश पाद्र्यानं चांगलं मरण मरावं.'

'अजून काय पाहिलंत?' मी डिवचीत म्हटलं, 'आज तर चळवळ सुरू होते आहे.'

'नाही!' तो म्हणाला, 'माझा भ्रमनिरास झाला.'

''मी म्हटलं, 'मला वाटतं आता तू नास्तिक होणार.'

'पिलर! तुला कळत नाही,' तो म्हणाला, 'तो स्पॅनिश पाद्री होता!'

'काय लोक आहेत हे स्पॅनिश,' मी त्याला म्हटलं.

''इंग्लिशा! किती अभिमान आहे त्यांना स्वतःचा! काय लोक आहेत हे!''

''निघालंच पाहिजे,'' रॉबर्ट जॉर्डन म्हणाला. त्यानं सूर्याकडे पाहिलं, ''दुपार झाली की!''

''हो!'' पिलर म्हणाली, ''निघू या आपण आता. पण पाब्लोचं सांगू दे मला. रात्री तो मला म्हणाला, 'पिलर! आज रात्री काही नको.'

'ठीक आहे!' मी म्हटलं.

'एवढे लोक मारल्यावर ते वाईट दिसेल,' तो म्हणाला.

'वा वा!' मी म्हटलं. 'तू अगदी संत झालास! बुलफायटर्सच्या संगतीत राहून मला काहीच कळलं नाही म्हणायचं.'

'खरं का हे पिलर?' त्यानं विचारलं.

'मी कधी खोटं बोलते का तुमच्याशी?'

'खरं आहे. पिलर! आज मी खलास झालोय अगदी. मला दोष देऊ नको.'

'नाही,' मी त्याला म्हटलं, 'पण रोज लोक मारू नको.'

''त्या रात्री तो लहान मुलासारखा झोपला. सकाळी उजाडल्यावर त्याला उठवलं. पण मला मात्र रात्रभर झोप नव्हती. मी उठले. खुर्चीत बसले. खिडकीबाहेर पाहिलं. जिथं रांगा उभ्या होत्या, तो चौक चांदण्यात दिसत होता. चौकापलीकडे झाडं चांदण्यात चमचमत होती. त्यांच्या सावल्यांचा काळेपणा दिसत होता. बाकंही चकचकीत दिसत होती नि इकडेतिकडे पडलेल्या बाटल्या चकाकत होत्या. त्यांना

सर्वांनी टाकलं होतं त्या कड्यापलीकडचं मी पाहत होते. सगळं स्तब्ध होतं. कारंज्यातल्या पाण्याचा आवाज येत होता. मी तशी बसलेली असता माझ्या मनात आलं, वाईट सुरुवात झाली.

"खिडकी उघडी होती नि चौकाच्या वरून एका बाईच्या रडण्याचा आवाज येत होता. मी उघड्या पावलांनी गच्चीत जाऊन उभी राहिले. चंद्रप्रकाशात सर्व इमारतींचे चेहरे उजळले होते. नि रडण्याचा आवाज डॉन ग्युलेमोंच्या घराच्या गच्चीकडून येत होता. त्याची बायको रडत होती. गच्चीत बसून ती रडत होती.

"मी परत खोलीत गेले. मी बसून राहिले. मला विचारही करावासा वाटत नव्हता. आणखी एक दिवस सोडला तर माझ्या आयुष्यातला तो अतिशय वाईट दिवस होता."

"दुसरा कोणता?" मेरियानं विचारलं.

"तीन दिवसांनी फॅसिस्टांनी गाव परत घेतलं तो."

"त्याचं सांगू नको मला," मेरिया म्हणाली, "मला ऐकायचं नाही ते. पुष्कळ ऐकलं. हेसुद्धा फार झालं."

"मी सांगितलंच होतं तू ऐकू नको," पिलर म्हणाला, "तू ऐकू नयेस असं मला वाटत होतं. आता झोपेत घाबरशील."

"नाही!" मेरिया म्हणाली, "पण आणखी ऐकायचं नाही मला."

"केव्हातरी पुढे आणखी सांगशील का?" रॉबर्ट जॉर्डन म्हणाला.

"सांगेन," पिलर म्हणाली, "पण मेरियानं ऐकणं ठीक नाही."

"मला ऐकायचंच नाही!" मेरिया म्हणाली, "शपथ! पिलर! मी असले तर सांगू नको. नकळत मी ऐकत राहीन."

तिचे ओठ थरथरत होते. रॉबर्ट जॉर्डनला वाटलं, ती रडणारच. तो म्हणाला, "पिलर! नको सांगू."

"ए आखूड केसे! काळजी करू नको," पिलर म्हणाली, "या इंग्लिशाला सवडीनं सांगेन."

"पण तो असेल तिथं मीही हवी," मेरिया म्हणाली, "तेव्हा मुळीच सांगू नको."

"तू कामात असशील तेव्हा सांगेन."

"नको नको. त्याबद्दल बोलायचं नाही कुणी."

"आम्ही काय काय केलं ते सांगितल्यावर पुढचं सांगणं आलंच," पिलर म्हणाली, "पण कधी तुझ्या कानावर ते येणार नाही."

"दुसऱ्या चांगल्या गोष्टी बोलायला नाहीतच का?" मेरिया म्हणाली, "भयाण गोष्टीच बोलायला हव्यात का?"

“आजची दुपार– तुझी नि इंग्लिशाची,” पिलर म्हणाली, “तुम्हाला हवं ते तुम्ही बोलत बसा.”

“ती दुपार यावी– पंखावर बसून यावी,” मेरिया म्हणाली.

“ती येईल,” पिलर म्हणाली, “नि आली की तशीच जाईलही. पंखावर. ‘उद्याही’ पंखावर जाईल.”

“आजची दुपार– आजची दुपार!” मेरिया म्हणाली. “ये गं! आजची दुपार!”

११

वरच्या कुरणावरून उतरून ते खालच्या दरीतल्या झाडीत आले. तेथून ओढ्याला समोर असलेल्या पायवाटेनं ते वर चढले. पुन्हा डावीकडे वळून चढणीवरून कातळाकडे गेले. अजूनही ते झाडांच्या सावल्यांमधूनच चालत होते. तेवढ्यात बंदूक घेतलेला एक माणूस झाडामागून पुढे आला.

"थांबा!" तो म्हणाला. मग म्हणाला, "वा! पिलर का? हा कोण आहे तुझ्याबरोबर?"

"एक इंग्लिश," पिलर म्हणाली, "पण नाव ख्रिश्चन आहे. रॉबर्टो. इथं यायचं म्हणजे साला किती चढ आहे!"

"नमस्ते कॉम्रेड!" पहारेकरी रॉबर्ट जॉर्डनला म्हणाला. त्यानं हात पुढे केला नि म्हटलं, "कसं काय?"

"ठीक!" रॉबर्ट जॉर्डन म्हणाला, "तुमचं?"

"तसंच," पहारेकरी म्हणाला. तो पोरगेला होता. बांधा हलका होता. अंगानं सडपातळ होता. नाक गरुडासारखं, गालाची हाडं वर आलेली नि डोळे घारे होते. त्यानं हॅट घातली नव्हती. त्याचे केस काळे, विस्कटलेले होते. त्याच्या हाताची पकड कडक असून तीत सद्‌भाव होता. त्याच्या डोळ्यांतही सद्‌भाव होता.

"नमस्ते, मेरिया!" तो मेरियाला म्हणाला, "तू थकलीबिकली नाहीस ना?"

"कसलं थकणं, जोकीन!" मेरिया म्हणाली, "आम्ही चाललो त्याहून बसलोच जास्त."

"सुरुंगउडवे तुम्हीच का?" जोकीननं विचारलं. "तुम्ही आल्याचं आम्ही ऐकलं."

"आम्ही पाब्लोकडे रात्र काढली," रॉबर्ट जॉर्डन म्हणाला, "हो! मीच तो सुरुंगउडव्या–"

"तुम्ही आलात– आनंद झाला," जोकीन म्हणाला.

"गाडीचं काम घेऊन आलात काय?"

"गेल्या गाडीच्या वेळी तुम्ही होता?" रॉबर्ट जॉर्डननं विचारलं नि हसला.

“मी होतो?” जोकीन म्हणाला, “मग हे कुठून आलं?” मेरियाकडे पाहून तो हसला. तो मेरियाला म्हणाला, “आता सुंदर दिसू लागली आहेस तू. कुणी म्हटलं नाही तुला?”

“गप्प बस, जोकीन!” मेरिया म्हणाली, “केस कापलेस तर तूही सुंदर दिसशील.”

“मी तुला नेलं– तुला या खांद्यावरून नेलं!” जोकीन म्हणाला.

“इतरांनीही नेलं,” पिलर खोल आवाजात म्हणाली, “कुणी नेलं नाही तिला? यजमान कुठं आहे?”

“कॅम्पात.”

“काल रात्री कुठं होता?”

“सेगोव्हियात.”

“काही बातमी?”

“हो,” जोकीन म्हणाला, “बातमी आहे.”

“चांगली की वाईट!”

“मला वाटतं, वाईट!”

“विमानं पाहिलीत?”

“हो!” जोकीन म्हणाला. त्यानं मान हलवली, “तो विषय काढू नका. सुरुंगवाले दोस्त, कोणती विमानं होती ती?”

“हँकेल वन एलेव्हन बॉम्बर्स. हँकेल नि फियाट परसुट.” रॉबर्ट जॉर्डननं सांगितलं.

“पडत्या पंखांची मोठी विमानं कोणती होती?”

“हँकेल वन एलेव्हन्स.”

“नावं काही असोत, ती वाईट होती,” जोकीन म्हणाला, “तुम्हाला उशीर करतोय मी. कमांडरकडे तुम्हाला नेतो.”

“कमांडर?” पिलरनं विचारलं.

जोकीन गंभीरपणे म्हणाला, “नायकापेक्षा ते मला आवडतं. ते जास्त सैनिकी वाटतं.”

“तुझं फार सैनिकीकरण होतंय,” पिलर म्हणाली नि हसली.

“नाही,” जोकीन म्हणाला, “मला सैनिकी संज्ञा आवडतात. त्यांनी हुकमात स्पष्टपणा येतो नि जास्त शिस्त लागते.”

“इंग्लिशा, तुझ्या आवडीचा एक भेटला,” पिलर म्हणाली, “पक्का गंभीर माणूस.”

“तुला उचलून नेऊ का?” जोकीननं मुलीला विचारलं. त्यानं तिच्या खांद्यावर हात ठेवला नि तिच्याकडे पाहून हसला.

“एकदा नेलंस तेवढं पुरे,” मेरिया म्हणाली, “काही असलं तरी उपकार मानते त्याबद्दल.”

“तुला आठवतंय?” जोकीननं विचारलं.

“मला उचलून नेलेलं आठवतंय,” मेरिया म्हणाली, “पण तू उचललेलं? नाही. मला जिप्सी आठवतो. कारण त्यानं मला खूपदा पाडलं. पण तरी तुझे उपकार झाले. केव्हातरी तुला उचलून परतफेड करीन.”

“मला ते चांगलं आठवतंय,” जोकीन म्हणाला, “तुझ्या दोन्ही तंगड्या धरलेल्या– तुझं पोट माझ्या खांद्यावर– तुझं डोकं माझ्या पाठीवर– तुझे हात माझ्या पाठीला टांगलेले.”

“तुला फार स्मरणशक्ती आहे,” मेरिया म्हणाली नि त्याच्याकडे पाहून हसली. “मला ते काहीच आठवत नाही. तुझे हातही आठवत नाहीत. खांदेही नाहीत. पाठही नाही.”

“तुला आवडेल का सांगितलेलं?” जोकीननं विचारलं.

“काय?”

“मागून गोळ्या येत होत्या, तेव्हा तू माझ्या पाठीवर होतीस. त्यानं मला इतकं बरं वाटलं तेव्हा.”

“काय हलकट आहे मेला!” मेरिया म्हणाली, “यासाठीच का जिप्सीनंही मला उचललं?”

“हो, त्यासाठीच. शिवाय तुझे पाय धरायला मिळाले.”

“वा रे माझे शूर!” मेरिया म्हणाली, “वा रे माझे तारणकर्ते!”

“ऐक!” पिलर तिला म्हणाली, “या पोरानं तुला पुष्कळ उचलून नेलं. त्या वेळी तुझे पाय बोलत नव्हते. गोळ्या काय त्या बोलक्या होत्या. तुला त्यानं तिथंच टाकली असती, तर तो केव्हाच गोळ्यांच्या माऱ्यातून पलीकडे गेला असता.”

“मी उपकार मानले आहेतच त्याचे,” मेरिया म्हणाली, “मीही त्याला तसाच कधीतरी नेईन. जरा मस्करी करू दे. त्यानं मला उचलून नेलं म्हणून दरवेळेला मी गहिवरून यायला नको. हवं का?”

“मी तुला खाली टाकली असती,” जोकीन तिला चिडवीत म्हणाला, “पण पिलरनं मला गोळीच घातली असती.”

“मी कुणाला गोळी घालीत नसते,” पिलर म्हणाली.

“खरंच आहे ते,” जोकीन म्हणाला, “गोळी घालायची तुला गरजच नाही. तोंडानंच ते तू करतेस.”

“ही रीत का तुझी बोलण्याची?” पिलर त्याला म्हणाली, “किती चांगला मुलगा होतास तू! चळवळीआधी तू काय करीत होतास?”

“काहीच करीत नव्हतो,” जोकीन म्हणाला, “मी फक्त सोळा वर्षांचा होतो.”

“पण करीत काय होतास?”

“अधूनमधून बूटजोड करीत होतो.”

“बनवीत होतास?”

“नाही. पॉलीश करीत होतो.”

“काहीतरी दडवतोय तो,” पिलर म्हणाली. तिनं त्याच्या तांबड्या तोंडाकडे, चपळ बांध्याकडे, केसांच्या झुलपांकडे नि चालण्याच्या त्याच्या ऐटीकडे पाहिलं. “तुला ते का जमलं नाही?”

“ते काय?”

“ते काय! ते काय ते तुला ठाऊक आहे. आता मिशा फुटल्यात तुला.”

“मला वाटतं भयानं.”

“तू तसा बांधेसूद आहेस चांगला,” पिलर म्हणाली, “पण चेहऱ्यात दम नाही. भयानं झालं असं तर? हो ना? गाडीच्या वेळी तू ठीक होतास.”

“आता त्यांचं भय गेलंय माझं,” तो म्हणाला, “आता नाही उरलं. बैलांपेक्षा जास्त धोक्याच्या– कितीतरी जास्त वाईट गोष्टी आम्ही पाहिल्या आहेत. कोणताही बैल झाला तरी मशीनगनइतका धोकादायक नसतो. पण आता मी जर बैलासमोर आखाड्यात उतरलो, तर पाय ताब्यात राहतीलच असा विश्वास नाही.”

“त्याला बुलफायटर व्हायचं होतं,” पिलरनं स्पष्टीकरण केलं, “पण तो भीत होता.”

“बैल आवडतात तुम्हाला, सुरुंगवाले?” जोकीननं दात दाखवीत हसत विचारलं.

“अतिशय– अतिशय आवडतात,” रॉबर्ट जॉर्डन म्हणाला.

“वालाडोविलमध्ये पाहिलेत तुम्ही?” जोकीननं विचारलं.

“हो! सप्टेंबरात– फेरियाच्या वेळी.”

“माझंच गाव ते–” जोकीन म्हणाला. “काय गाव आहे! त्या लढाईत काय भोगावं लागलंय त्या चांगल्या लोकांना!” त्याचा चेहरा गंभीर झाला. “तिथंच त्यांनी गोळी घातली माझ्या आईला, माझ्या मेव्हण्याला नि आता माझ्या बहिणीला.”

“काय रानटीपणा!” रॉबर्ट जॉर्डन म्हणाला.

असलं हे त्यानं किती वेळा ऐकलं होतं? शब्द फुटायला जड जात असतानाही लोकांना असं म्हणताना कितीदा त्यानं पाहिलं होतं? माझी आई, माझा बाप, माझी बहीण, माझा भाऊ असं म्हणताना कितीदा दाटलेला गळा नि भरलेले डोळे त्यानं पाहिले होते? आपल्या मृतांबद्दल त्यांना असं बोलताना आपण कितीदा ऐकलं असेल, तेही त्याला आठवत नव्हतं. गावाचं नाव निघताच तेही सगळे एकदम या

मुलासारखंच म्हणाले होते. तेव्हा आपण म्हणालो होतो, काय रानटीपणा!

आपण फक्त गमावले त्यांच्या कहाण्या ऐकल्या. ओढ्याच्या काठावर सांगितलेल्या आपल्या हकिगतीत जसे फॅसिस्ट मेलेले जणू प्रत्यक्ष दाखवावे, तसे पिलरने सांगितले. तसा एखादा बाप मरताना आपण पाहिला नाही. कुठल्यातरी एका परसात, शेतात किंवा मळ्यात किंवा रात्रीचा एखाद्या रस्त्याच्या बाजूला ट्रकच्या दिव्याच्या उजेडात तो मेला, एवढंच आपल्याला कळलं. टेकड्यांवरून आपण ट्रकचा उजेड पाहिला, गोळीबार ऐकला. नंतर आपण खाली रस्त्यावर आलो नि मृतदेह आढळले. ती आई, बाप, बहीण प्रत्यक्ष गोळ्या घातलेली आपण पाहिली नाहीत. त्यांच्याबद्दल ऐकले, गोळीबार ऐकला.

पिलरनं ते सारं त्या गावाच्या गोष्टीत डोळ्यांपुढे दाखवलं.

या बाईला लिहिता वाचता येत असतं तर? ते लिहिण्याचा आपण यत्न करू, जर जगलो वाचलो नि आठवता आलं, तर तिनं सांगितलेलं तसं कागदावर आणू. बाप्पा! काय गोष्ट सांगते ती! क्यूवेदोहून ती सरस आहे, त्याच्या मनात आलं. एखाद्या डॉन फॅस्टिनोचं मरण तिनं सांगितलं तसं आपल्याला कधी लिहिता आलं नाही. तिची हकिकत उतरण्याइतकं चांगलं आपल्याला लिहिता येत असतं तर! आम्ही केलं ते, दुसऱ्यांनी आम्हाला केलं ते नाही. ते सगळं ठाऊक आहे. सरहद्दीच्या मागे ते घडलेलं पुष्कळ ठाऊक आहे. पण याआधी त्या लोकांशी परिचय हवा होता. खेड्यातलं त्यांचं जीवन माहीत असायला हवं होतं. शिवाय आमच्या हालचालीमुळे नंतर उलटा टोला खायला आम्हाला कधी तिथं राहावं लागलं नसल्यानं गोष्टींचे शेवट आम्हाला कधी कळलेच नाहीत. एखाद्या शेतकऱ्याकडे त्याच्या कुटुंबात तुम्ही राहिलात. रात्री आलात, त्यांच्याबरोबर जेवलात. दिवसा तुम्ही लपून राहिलात. सकाळी गेलातही. तुमचे काम करून तुम्ही निघून गेलात. दुसऱ्या खेपेला त्या बाजूला तुम्ही आल्यावर तुम्हाला कळतं की, सगळे गोळीबारात मेले. असं होत गेलं सगळं. साधंसरळ.

ते घडले, तेव्हा नेहमी तुम्ही तिथून गेलेला होता, 'पार्टीझनां'नी नासधूस केलेली होती. ते निघूनही गेले होते. शेतकरी मागे राहायचे नि शिक्षा भोगायचे. हल्ला केल्यावर आम्ही त्यांचं काय करतो, आपल्याला ठाऊक आहे. त्याबद्दल आपल्याला तिटकारा वाटला आहे. त्याबद्दल बोललेलं ऐकलं आहे– निर्लज्जपणानं, शरमेनंही. घमेंडीत, थापा मारीत, कधी त्याची बाजू घेत, त्याचं स्पष्टीकरण देत, कधी ते नाकारीत. सर्व तऱ्हेचं त्याबद्दलचं बोलणं ऐकलं आहे. पण त्या साल्या बाईनं आपण प्रत्यक्ष तिथं असावं, असं त्याचं आपल्याला दर्शन घडवलं. ठीक! हा एक शिक्षणाचाच भाग आहे. हे सारं संपलं की एक शिक्षणच होईल. ऐकत राहिलं फक्त, तरी या लढाईत शिकता येतं. आपण नक्की शिकलोच. आपण लढाईआधी

दहा वर्षे अधूनमधून स्पेनमध्ये घालवली, हे नशीबच. मुख्यतः भाषेच्या बाबतीत त्यांना परकं वाटलं नाही. आपल्याला त्यांची भाषा नि तिच्या सर्व मोडी येतात, हे पटलं नि गावोगावचं आपल्याला ज्ञान आहे त्यामुळेही त्यांचा विश्वास बसला. प्रत्येक स्पॅनियर्ड माणूस शेवटी आपल्या खेड्याशी बांधलेला असतो. तसं स्पेन हा मुख्य आधी येतो, मग त्याची जात, मग त्याचा प्रांत, मग त्याचं गाव, त्याचं कुटुंब नि सरतेशेवटी त्याचा व्यवसाय. जर तुम्हाला स्पॅनिश भाषा आली, तर तुमच्याविषयी मत अनुकूल होतं. जर त्याचा प्रांत तुम्हाला ठाऊक असला तर उत्तमच; पण जर तुम्हाला त्याचं गाव नि त्याचा व्यवसाय कळला, तर परकीय माणूस जितका जवळ जाऊ शकतो, तितके तुम्ही जवळचे होता. आपल्याला स्पेनमध्ये परकं वाटलं नाही. बहुधा त्यांनीही कधी आपल्याला परकीयांसारखं वागवलं नाही. तुमच्यावर एखाद्यावेळी उलटले असले, ते तर निराळं. अर्थात तुमच्यावर ते उलटतातही. पुष्कळदा उलटतात. पण तसे ते प्रत्येकावर उलटतात. स्वतःवरही उलटतात. जर तिघं असले तर दोन तुमच्याविरुद्ध एक होतील नि ते दोघे एकमेकांना फसवत राहतील. असं नेहमी नाही; पण पुरेशी उदाहरणं घेऊन जर निष्कर्ष काढायचा ठरवलं, तर हवंच असल्यास सिद्ध करता येईल.

विचार करण्याची ही रीत नव्हे. पण आपल्या विचारांवर कुणी बंधनं आणलीत? आपणच. दुसऱ्या कुणी? पराभूत मनोवृत्ती बनवणारे विचार आता करायचे नाहीत. पहिलं काम ही लढाई जिंकणं. आम्ही ही जिंकली नाही, तर गेलंच सगळं! असं असलं तरी आपण सगळं पाहत आलो आहोत, ऐकत आलो आहोत. लक्षात ठेवीत आलो आहोत. युद्धात दाखलही झालो आहोत. त्यात असेपर्यंत आपण इमानी राहिलो आहोत नि अंगचोरपणा केला नाही. पण आपलं मन मात्र कुणाला मिळायचं नाही. पाहणं-ऐकणं हे शरीरधर्मही आपले आहेत. या साऱ्यांतून आपल्याला काही निष्कर्ष काढायचा असेल, तर आपण नंतर काढू; तात्पर्य काढण्याइतकं भरपूर साहित्य जमलं की! आताच खूप साहित्य आहे. जरुरीपेक्षा जास्त.

ही पिलर बाई पाहा– त्याच्या मनात आलं. काहीही होवो, वेळ असला तर उरलेली गोष्ट तिला सांगायला लावली पाहिजे. त्या दोन बच्चे लोकांबरोबर चालताना तिला पाहा. याहून अधिक चांगली स्पेनची तीन अपत्ये तुम्हाला पाहायला मिळणार नाहीत. ती पर्वतासारखी आहे नि तो पोरगा नि ती पोरगी कोवळ्या झाडांसारखी आहेत. सगळी जुनी झाडं तोडली आहेत नि नवी झाडं अशी निरागस वाढत आहेत. ती दोघं इतक्या परिस्थितीतून गेली असूनही, दुर्दैवाचं नावही ऐकलं नसावं अशी, टवटवीत, निरागस, नवी नि अस्पष्ट वाटतात. पण पिलरच्या म्हणण्याप्रमाणे मेरिया आता वळणावर आली. ती आधी भयंकर अवस्थेत असली पाहिजे.

आपल्या खेड्यातील इतर पाच मुलांबरोबर दाखल झालेला, अकराव्या तुकडीतला

एक मुलगा त्याला आठवला. दोनशेएक लोकांचं ते गाव होतं. मुलानं अद्यापपर्यंत आपलं गाव सोडलं नव्हतं. हॅन्स ब्रिगेड स्टाफमध्ये आपण त्या मुलाला प्रथम पाहिला, तेव्हा त्याचे पाच गावकरी दोस्त मेले होते. मुलाची अवस्था भयंकर होती. त्यांनी त्याला जेवण वाढण्याच्या वेळी उभं राहण्याचं काम दिलं होतं. फ्लेमिश तोंड असतं तसं त्याचं तोंड मोठं, लाल नि केस सोनेरी होते. त्याचे हात शेतकऱ्याच्या हातांसारखे बोजड होते. ताटं वाढताना तो ओझ्याच्या बैलासारखी दमदार पण बेडौल हालचाल करीत होता. पण तो सारखा रडत होता. आवाज न काढता त्याचं रडणं चालू होतं.

त्याच्याकडे केव्हाही पाहा, तो रडतोच आहे. त्याला 'दारू वाढ' म्हणा, तो रडलाच. तुमचं ताट रश्श्यासाठी पुढे करा, त्याचं रडणं सुरू. रडताना तो मान वळवी, मग रडू थांबे. पण पुन्हा त्याच्याकडे पाहिलं की, सुरू होई. दोन वाढपांत तो स्वयंपाकघरात रडे. जो तो त्याच्याशी हळुवार वागायचा. पण त्याचाही उपयोग झाला नाही. त्याचं काय झालं, याचा आपल्याला शोध घेतला पाहिजे. तो त्या रडण्यातून बाहेर आला का? सैनिक होण्यास लायक झाला की नाही?

मेरिया आता ठिकाणावर आली आहे. पण आपण मानसरोगतज्ज्ञ नाही. पिलर आहे. काल रात्री आम्ही दोघं एकत्र आलो, हे दोघांनाही बरं झालं. अर्थात भेटणं पुढे मध्येच थांबलं. नाहीतरी आपल्यावर तरी चांगला परिणाम झाला. छान वाटतंय आज. तंदुरुस्त, बेफिकीर सुखी! आपण केलं ते दिसायला वाईट झालं. पण आपलं नशीब चांगलं. अनेकांनी तिला मनात धाकधूक करीत मागणी घातली. आपणही त्या अनेकांतले. मागणी हा स्पॅनिश विचार झाला. मेरिया मोहक होती. पाहा तर तिच्याकडे! तो स्वतःला म्हणाला, 'पाहतच राहा कशी दिसते!!'

उन्हात सुखानं पावलं टाकीत त्यानं तिच्याकडे पाहिलं. तिचं खाकी पोलकं गळ्याशी उघडं होतं. शिंगरासारखी तिची चाल आहे. त्याला वाटलं, सहज चालता-चालता अशा गाठी पडत नाहीत. अशा गोष्टी सहज घडत नसतात. कदाचित ही घडली वाटणारी गोष्टही घडलेली नाही. आपल्याला स्वप्न पडलं असावं. आपण बनवली असावी, किंवा घडलीच नसावी! चित्रपटातील नायिका रात्री बिछान्यात येते, कृपादृष्टी करून जाते, तसं वाटतंय. झोपेत कित्येक वेळा आपण त्यांच्याशी झोपले आहोत. अजून आपल्याला गार्बो-हार्लो आठवतात. हार्लो तर खूपदा! त्या तसल्या स्वप्नांसारखंच हे एक स्वप्न.

ओझो ब्लँकोच्या हल्ल्याच्या आधी, रात्री गार्बो अंथरुणात आलेली अजून त्याला आठवत होती. तिच्याभोवती त्यानं हात टाकले, तेव्हा तिनं लोकरीचा रेशमासारखा मऊ स्वेटर घातलेला होता. ती पुढे वाकली. तिचे केस पुढे आले. आपल्या तोंडावर आले. तिचं आपल्यावर प्रेम असता आपण आपलं तिच्यावरचं

प्रेम बोलून का दाखवलं नाही, असं तिनं विचारलं. ती लाजत नव्हती, फटकूनही नव्हती. थंडही नव्हती. तिचा सहवास गोड होता. ती अनुरक्त होती. पूर्वी जॅक गिल्बर्टच्या वेळी झालं तसं होतं. प्रत्यक्ष घडावं तसं वाटलं. हार्लोहून तिच्यावर प्रेम जडलं. गार्बो तशी एकदाच आली. पण हार्लो? आत्ताही घडलेलं त्या स्वप्नासारखं असावं.

वाटेवर एक पाऊल टाकून त्यानं मेरियाच्या हातावर हात टेकला. त्याच्या बोटांना तो मुलायम लागला. तिनं त्याच्याकडे पाहून स्मित केलं.

''काय मेरिया?'' तो म्हणाला.

''काय इंग्लिशा!'' तिनं उत्तर दिलं. तिचा तांबडट चेहरा त्यानं पहिला. पिवळे करडे डोळे– हसरे भरलेले ओठ– उन्हात करपलेले केस. तिनं तोंड वर केलं नि त्याच्या डोळ्यांत पाहत हसली. सगळं खरं आहे– नक्की!

देवदारांच्या टोकांना एल् सार्दोचा कॅम्प दिसू लागला होता. तिथं पातेलं उपडं ठेवावं तसा एक उंचवटा होता. या भागातले असले सगळे उंचवटे गुहांनी भरले असले पाहिजेत. समोरच दोन गुहा दिसतात. खडकातून उगवलेली देवदारांची झुडपं त्यांना लपवून ठेवतात. पाब्लोपेक्षा हा जागा चांगली आहे. निदान तेवढी तरी आहे.

''तुझ्या कुटुंबावर घाला कसा आला?'' पिलरनं जोकीनला विचारलं.

''दुसऱ्या पुष्कळ लोकांप्रमाणे ते डाव्या गटाचे होते,'' जोकीन म्हणाला. ''फॅसिस्टांनी जेव्हा गाव साफ केला, तेव्हा त्यांनी वडिलांना मारलं. वडिलांनी सोशालिस्टांना मत दिलं होतं. मग त्यांनी आईला गोळी घातली. तिनंही तसंच मत दिलं होतं. आयुष्यात तिनं दिलेलं ते पाहिलंच मत. नंतर त्यांनी बहिणींपैकी एकीच्या नवऱ्याला ठार मारलं. ट्रामवे ड्रायव्हर सिंडिकेटचा तो सभासद होता. सभासद झाल्याशिवाय त्याला ट्राम चालवताच आली नसती. तो राजकारणापासून दूर होता. आमचा चांगला स्नेह होता. तो थोडा निगरगट्टही होता. तसा तो चांगला कॉम्रेड होता, असंही मला वाटत नाही. दुसऱ्या बहिणीचा नवरा ट्रामवेतच होता. तो माझ्याप्रमाणेच डोंगरात पळाला. तो कुठं लपलाय हे तिला ठाऊक आहे, असं त्यांना वाटलं. पण तिला ठाऊक नव्हतं. ती सांगत नाही असं समजून त्यांनी तिला गोळी घातली.''

''कसला रानटीपणा!'' पिलर म्हणाली, ''एल् सोर्दो कुठं आहे? कुठं दिसत नाही.''

''इथंच आहे. आत असेल बहुधा,'' जोकीन म्हणाला. मग थांबून बंदुकीचा दस्ता जमिनीवर टेकून तो म्हणाला, ''पिलर, ऐका माझं. मेरिया, तूही ऐक! माझ्या कुटुंबीयांच्या गोष्टी सांगून तुम्हाला त्रास दिला, याबद्दल माफ करा. सर्वांच्या मागे हा त्रास आहे, मला ठाऊक आहे. त्याबद्दल न बोलणंच चांगलं असतं.''

"बोलायला हवं," पिलर म्हणाली, "एकमेकांना मदत करायची नाही, तर जन्माला कशाला आलो आपण? असं ऐकायचं नि काही बोलायचं नाही, ही का मदत झाली?"

"पण मेरियाला त्याचा त्रास होईल. तिच्यामागे स्वतःचा काय कमी आहे?"

"काय बोलणं!" मेरिया म्हणाली, "माझं दुःखाचं भांडं एवढं मोठं आहे. तुझ्या पाण्यानं ते भरणार नाही. मला दुःख होतंय, जोकीन! तुझी बहीण खुशाल असो!"

"अजूनपर्यंत तरी खुशाल आहे," जोकीन म्हणाला, "तिला तुरुंगात टाकली आहे. पण फारशी वाईट वागणूक मिळत नाही."

"तुम्हाला आणखी आहे कुणी?" रॉबर्ट जॉर्डननं विचारलं.

"नाही!" मुलगा म्हणाला, "आणखी म्हणजे मीच! डोंगरात पळालेला मेव्हणा सोडला तर. तोही मेला असावा."

"तो जिवंतही असेल," मेरिया म्हणाली, "एखाद्या टोळीबरोबर दुसऱ्या डोंगरात असेल."

"माझ्यापुरता तो मेलाय!" जोकीन म्हणाला, "जुळवून घेणारा त्याचा स्वभाव नव्हताच. तो ट्रामकंडक्टर होता. डोंगरात अशा व्यवसायातला टिकेलच, असं नाही. वर्षभर तरी तो जगला असेल, याचा संशय आहे. त्याची छातीही अशक्त होती."

"नाही नाही. तरी तो खुशाल असेल," मेरियानं आपला हात त्याच्या खांद्यावर ठेवला.

"असेलच! का नाही?" जोकीन म्हणाला.

तो पोरगा तसा उभा असता मेरिया टाचेवरच उंच झाली. आपले हात त्याच्या मानेभोवती टाकून तिनं त्याचं चुंबन घेतलं. जोकीननं तोंड फिरवलं. तो रडत होता.

"माझा भाऊ तो!" ती म्हणाली, "भावाचा घ्यावा तसा तुझा पापा घेते."

पोरानं मान हलवली. आवाज न करता तो रडत होता.

"मला बहीण मान तुझी," मेरिया म्हणाली, "माझं बहिणीचं प्रेम घे. तुला आता बहीण आली. आपलं सर्वांचं आता एक कुटुंब झालंय."

"इंग्लिशाला धरून," पिलर उत्साहानं म्हणाली, "खरं की नाही, इंग्लिशा!"

"होय," रॉबर्ट जॉर्डन म्हणाला, "जोकीन, आता आम्ही सगळे तुझे कुटुंबीय आहोत."

"मी बोललो, याचीच लाज वाटते," जोकीन म्हणाला, "अशा गोष्टी बोलण्यानं सर्वांनाच विचित्र होतं. तुम्हाला त्रास दिल्याबद्दल मला खंत वाटते."

"तुझ्या लाजेत मी ×××" पिलर तिच्या सुंदर भरदार आवाजात म्हणाली, "जर मेरियानं पुन्हा तुझा पापा घेतला, तर मी सारखे तुझे पापे घ्यायला सुरुवात करीन. बुलफायटरचं चुंबन किती वर्षांत मी घेतलेलं नाही. तुझ्यासारख्या एखाद्या

पडेल बुलफायटरचंसुद्धा! कम्युनिस्ट झालेल्या पडेल बुलफायटरचं चुंबन मला घ्यायचंच आहे. त्याला धरून ठेव इंग्लिशा! मी एक झक्क पापा घेते.''

एकदम वळून तो म्हणाला, ''मला एकटा सोड! मी ठीक आहे. शरमेनं मेलोय मी.''

आपल्या भावना आवरीत तो उभा राहिला. मेरियानं रॉबर्ट जॉर्डनच्या हातात हात दिला. आपल्या कमरेवर हात ठेवून पिलर त्या पोराकडे वेडावत पाहत उभी राहिली.

''मी तुझा पापा घेईन, तेव्हा बहीण म्हणून घेणार नाही. काय युक्ती! म्हणे बहीण म्हणून पापा घ्यायचा!''

''सारखी मस्करीच करायला हवी का?'' पोरगा म्हणाला, ''सांगितलं ना मी ठीक आहे. बोललो हेच चुकलं.''

''ठीक ठीक! चलतर तुमच्या पुढाऱ्याला भेटू,'' पिलर म्हणाली, ''असल्या भावनोद्रेकानं मला थकवा येतो.''

पोरानं तिच्याकडे पाहिलं. त्याचं मन एकदम दुखावलं गेलंय, हे त्याच्या नजरेवरून कळत होतं.

''तुझा भावनोद्रेक नाही बाबा!'' पिलर म्हणाली, ''माझा बुलफायटर म्हणवतोस, किती हळवा रे तू!''

''मी पडेल ठरलो,'' जोकीन म्हणाला, ''पुन्हा तेच तेच सांगण्याची गरज नाही.''

''पण बुलफायटरची शेंडी वाढवतोच आहेस.''

''हो! का वाढवू नको? आर्थिकदृष्ट्या तिचा उपयोग आहे. त्यामुळे पुष्कळदा नोकरीधंदा मिळतो. सरकारी नियंत्रणाखाली तो धंदा येईल. मग काय सांगावं– पूर्वीसारखा मग मी भिणारही नाही.''

''नाही भ्यायचास,'' पिलर म्हणाली, ''नाही भ्यायचास.''

''पिलर! अशी निर्दय का बोलतेस तू?'' मेरिया म्हणाली, ''मला तू फार आवडतेस; पण आज तुझं वागणं भयंकरच आहे.''

''मी भयंकरच आहे,'' पिलर म्हणाली, ''इंग्लिशा, ऐक! एल् सोर्दोला काही सांगायचं ठरवलं आहेस?''

''हो!''

''तो कमी बोलणारा आहे. माझ्यासारखा नाही. तुझ्यासारखा नाही. या रडव्या हळुबाईसारखा नाही.''

''असं काय बोलतेस सारखं तू?'' मेरिया रागानं म्हणाली.

''मलाच कळत नाही,'' चालता चालता पिलर म्हणाली, ''का बोलते, वाटतं तुला?''

"मला ठाऊक नाही."

"काही वेळा पुष्कळ गोष्टींनी मला थकवा येतो," पिलर रागानं म्हणाली, "समजलं? त्यातली एक गोष्ट म्हणजे– पन्नाशी! ऐकलंस! पन्नाशी नि हे कुरूप तोंड! थट्टेत चुंबन घेईन म्हणाल्यावर, कम्युनिस्टांकडे कल असलेल्या एका पडेल बुलफायटरच्या तोंडावर आलेला घाबरटपणा."

"पिलर, हे खरं नाही," पोरगा म्हणाला, "तू असं काही पाहिलं नाहीस."

"खरं नाही म्हणे! काय बोलणं? तुम्ही खड्ड्यात जा सगळे! अरे! हा आलाच! काय दोस्ता!"

पिलरनं त्याला हाक मारली. तो बुटका नि जाड होता. त्याचं तोंड पिंगट होतं. गालाची हाडं रुंद होती. केस कोरडे होते. त्याचे डोळे पिवळसर पिंगे असून दूरदूर होते. निमुळतं गरुडासारखं नाक. वरचा लांबट ओठ. त्याचं तोंड रुंद नि पातळ होतं. त्यानं डोक्याची गुळगुळीत हजामत केलेली होती. गुहेच्या तोंडातून तो त्यांच्याकडे येत असता घोड्यावर त्याची नित्य मांड असावी, हे त्याच्या मांड्यांत असलेल्या बाकामुळे कळत होतं. हवेत गरमी होती, तरी त्यानं मेंढ्याच्या कातड्याचं जाकीट घेतलं होतं नि बटणं गळ्यापर्यंत लावली होती. पिलरपुढे त्यानं आपला काळा पिंगा हात धरला. "कसं काय, बाई?" तो म्हणाला. मग रॉबर्ट जॉर्डनलाही 'कसं काय' म्हणाला. रॉबर्ट जॉर्डनच्या चेहऱ्याकडे त्यानं तीक्ष्ण नजरेनं पाहिलं. हस्तांदोलन केलं. त्याचे डोळे मांजरासारखे पिवळे असून सापासारखे सपाट आहेत, असं रॉबर्ट जॉर्डनच्या लक्षात आलं. "बाळे!" त्या माणसानं मेरियाला म्हटलं नि तिच्या पाठीवर थोपटलं.

"जेवणं झाली?" त्यानं पिलरला विचारलं. पिलरनं 'नाही' म्हणून मान हलवली.

"मग खाऊन घे," तो म्हणाला. रॉबर्ट जॉर्डनकडे त्यानं पाहिलं, "पेय?" त्यानं विचारलं. विचारताना त्यानं अंगठ्यानं ओतण्याचा आविर्भाव केला.

"हो. हवं."

"ठीक!" एल् सोर्दो म्हणाला, "व्हिस्की?"

"व्हिस्की आहे?"

एल् सोर्दोनं मान हलवली. "इंग्लिश?" त्यानं विचारलं, "रशियन नाही?"

"अमेरिकन."

"इथं अमेरिकन थोडे आहेत."

"आता एक वाढला."

"ठीक आहे. उत्तर की दक्षिण?"

"उत्तर."

"त्याच्यासारखाच. पूल केव्हा उडवणार?"

"पुलाचं ठाऊक आहे तुम्हाला."

एल् सोर्दोनं मान हलवली.

"परवा सकाळी."

"उत्तम."

"पाब्लो?" त्यानं पिलरला विचारलं.

तिनं नकारार्थी मान हलवली. एल् सोर्दो दात दिसतील, असा हसला.

"दूर जा," तो मेरियाला म्हणाला नि पुन्हा तसाच हसला. "इकडे ये." कोटातून कातडी नाडीला लावलेलं मोठं घड्याळ काढून त्यानं पाहिलं, "अर्धा तास."

कापलेल्या ओंडक्यावर त्यानं सर्वांना बसायला सांगितलं. बाकासारखा त्याचा उपयोग होता. जोकीनकडे पाहून त्यानं अंगठ्यानं ते आले होते त्या रस्त्याकडे बोट केलं.

"मी जोकीनबरोबर खाली जाऊन येते," मेरिया म्हणाली.

एल् सोर्दो गुहेत गेला नि व्हिस्कीची एक बाटली नि तीन ग्लासेस घेऊन आला. एका काखेत बाटली धरलेली होती. त्यात हातात बोटांत धरलेले तीन पेले होते नि दुसऱ्या काखेत पाण्याचा खुजा होता. बाटली नि ग्लासेस त्यानं ओंडक्यावर ठेवले नि खुजा जमिनीवर ठेवला.

"बर्फ नाही," तो रॉबर्ट जॉर्डनला म्हणाला. नि बाटली त्याला दिली.

"बर्फ नको," पिलर म्हणाली. तिनं आपला ग्लास वर हात ठेवून झाकला.

"काल रात्री जमिनीवर होता," तो हसून म्हणाला, "सगळा वितळला. वर बर्फ आहे," डोंगराच्या माथ्याकडे बोट दाखवीत तो म्हणाला, "फार उंचावर."

रॉबर्ट जॉर्डन एल् सोर्दोच्या ग्लासात बाटलीतून ओतू लागला. एल् सोर्दोनं मान हलवीत त्याच्या स्वतःच्या ग्लासातच ओतून घ्यायची खूण केली.

रॉबर्ट जॉर्डननं व्हिस्कीचा एक मोठा घोट ग्लासात ओतला. एल् सोर्दो त्याच्याकडे उत्सुकतेनं पाहत होता. त्याचं पिऊन होताच एल् सोर्दोनं त्याला सुरई दिली. सुरई तिरपी करून तोटीतून पडणाऱ्या थंड पाण्यानं रॉबर्ट जॉर्डननं आपला ग्लास धुतला.

एल् सोर्दोनं व्हिस्कीनं अर्धा ग्लास भरला. मग उरलेला पाण्यानं भरला.

"दारू?" त्यानं पिलरला विचारलं.

"नको. पाणी."

"घे ते," तो म्हणाला, "खरं नाही तुमचं!" रॉबर्ट जॉर्डनकडे पाहत तो हसला. "पुष्कळ इंग्लिशांना मी ओळखतो. फार व्हिस्की."

“कुठलं सांगता?”

“रँच!” एल् सोर्दो म्हणाला, “मालकाचे दोस्त.”

“व्हिस्की कुठून आणलीत?”

“काय?” एल् सोर्दोला ऐकू येत नव्हतं.

“ओरडावं लागतं,” पिलर म्हणाली, “त्या कानात.”

एल् सोर्दोनं आपल्या बऱ्या कानाकडे बोट केलं. तो हसला.

“व्हिस्की कुठे मिळाली?” रॉबर्ट जॉर्डन ओरडला.

“बनवतो,” एल् सोर्दो म्हणाला. म्हणताना रॉबर्ट जॉर्डनचा ग्लासचा हात तोंडाकडे जाताना थबकलेला त्यानं पाहिला.

“छे हो!” एल् सोर्दो म्हणाला. त्यानं त्याच्या खांद्यावर हात मारून म्हटलं, “थट्टा! ला ग्रंजहून आली. काल रात्री ऐकलं, इंग्लिश सुरुंगवाला येतोय. उत्तम, छान वाटलं. व्हिस्की मिळवली. तुमच्यासाठी. आवडली?”

“अतिशय,” रॉबर्ट जॉर्डन म्हणाला, “व्हिस्की फार छान आहे.”

“समाधान वाटलं,” एल् सोर्दो हसला, “बातमी काढताना आज रात्री आणणार होतो.”

“कसली बातमी!”

“फौजांची खूप हालचाल.”

“कुठं?”

“सेगोव्हिया. विमानं पाहिली?”

“हो.”

“वाईट– अं?”

“वाईट.”

“फौजांची हालचाल.”

“व्हीला कॅस्टीन नि सेगोव्हिया यांच्या दरम्यान फार आहे. व्हाला दोलीद रस्त्यावर. व्हीला कॅस्टीन नि सॅन रॅफेल यांच्यामध्ये तर फारच. फार– फार.”

“तुम्हाला काय वाटतं?”

“आपल्याकडे काहीतरी तयारी चाललीय.”

“तसंच असावं.”

“शत्रूला ठाऊक आहे. तेही तयारीत.”

“शक्य आहे.”

“आजच का पूल उडवत नाही?”

“तसा हुकूम नाही.”

“कुणाचा हुकूम?”

“जनरल स्टाफचा.”

“अस्सं!”

“उडवण्याची वेळ महत्त्वाची आहे?” पिलरनं विचारलं.

“सर्वांत महत्त्वाची.”

“फौजा पुढे येत असल्या तर?”

“मी अन्सेल्मोला सगळ्या हालचाली नि सैन्य गोळा कुठं झालंय, याचा रिपोर्ट देऊन धाडीन. तो रस्त्याकडे लक्ष देऊन आहे.”

“रस्त्यावर माणूस आहे तुमचा?” एल् सोर्दोनं विचारलं.

बोललेलं त्याला किती ऐकू आलं, याची रॉबर्ट जॉर्डनला कल्पना आली नाही. बहिऱ्या माणसांचं काही सांगता येत नाही.

“हो,” तो म्हणाला.

“माझाही माणूस आहे. आताच का नाही पूल उडवीत?”

“हुकूम नाही तसा.”

“मला हे ठीक दिसत नाही,” एल् सोर्दो म्हणाला, “ठीक दिसत नाही हे.”

“मलाही नाही,” रॉबर्ट जॉर्डन म्हणाला.

एल् सोर्दोनं मान हलवून व्हिस्कीचा घुटका घेतला, “मी लागेन?”

“किती माणसं आहेत तुमची?”

“आठ.”

“टेलिफोन कापायला, रस्ता दुरुस्तीवाल्याच्या घराजवळच्या चौकीवर हल्ला करायला, ती घ्यायला नि पुलावर उलटून यायला?”

“सोपं आहे.”

“सगळं लेखी मिळेल.”

“कशाला घेता त्रास? नि पाब्लोचं?”

“तो खालचे टेलिफोन कापील. लाकूड गिरणीच्या चौकीवर हल्ला करील. ती घेईल नि पुलावर उलटेल.”

“नंतरच्या माघारीचं?” पिलरनं विचारलं. “आम्ही एकंदर सात पुरुष दोन बायका, पाच घोडी आहोत. तुम्ही किती?” ती एल् सोर्दोच्या कानात ओरडली.

“आठ पुरुष– चार घोडी,” तो म्हणाला, “घोडी कमी पडतात.”

“सतरा लोक नि नऊ घोडी,” पिलर म्हणाली, “वाहायला, घोड्यांचा हिशेब धरला नाही.”

सोर्दो बोलला नाही.

“घोडी मिळायला काही मार्ग नाही?” रॉबर्ट जॉर्डननं सोर्दोच्या चांगल्या कानात विचारलं.

“वर्षभर युद्धात,” सोर्दो म्हणाला, “चार आहेत.” त्यानं चार बोटं केली. “तुम्हाला उद्याला आठ हवीत?”

“हो,” रॉबर्ट जॉर्डन म्हणाला. “तुम्ही इथून सोडणारच. पूर्वीसारखं इथं सांभाळून राहायचं आता कारण नाही. इथं सावध वागण्याची जरूर नाही. तेव्हा, हळू छापा घालून आठ आणायला काय हरकत आहे?”

“नसावी,” एल् सोर्दो म्हणाला, “मिळणारही नाहीत. जास्तही मिळतील.”

“तुमच्याजवळ ऑटोमॅटिक बंदूक आहे?” रॉबर्ट जॉर्डननं विचारलं.

सोर्दोनं 'हो' म्हणून मान हलवली.

“कुठं आहे?”

“डोंगरावर.”

“कुठल्या जातीची.”

“नाव ठाऊक नाही. डब्याची आहे.”

“किती फेऱ्यांची?”

“पाच.”

“वापरायची ठाऊक आहे कुणाला?”

“मला. थोडीशी. फार चालवली नाही. आवाज व्हायला नको इथं. गोळ्याही संपायला नकोत.”

“नंतर पाहतो ती,” रॉबर्ट जॉर्डन म्हणाला, “हातबॉम्ब आहेत?”

“पुष्कळ.”

“दर रायफलीमागे किती फेरी आहेत?”

“पुष्कळ.”

“किती?”

“प्रत्येकी एकशेपन्नास– अधिकच.”

“दुसरे लोक कसे आहेत?”

“कशासाठी?”

“चौक्या घेण्यासाठी भरपूर माणसं हवीत. शिवाय मी पूल उडवीत असता पुलावर रोखून बसायला.”

“चौकी घेण्याची काळजी नको. वेळ?”

“दिवसा.”

“निश्चिंत रहा.”

“खरं सांगू? आणखी वीस माणसं मिळाली, तरी मला हवी आहेत.”

“चांगली नाहीत. बेभरवशाची आहेत.”

“नकोत. भरवशाची किती?”

“चार असावीत.”

“इतकी थोडी?”

“विश्वास नाही.”

“घोडी धरण्यासाठी?”

“घोडी धरणारी फार भरवशाची लागतात.”

“मिळाली तर आणखी दहा चांगली हवीत मला.”

“चार.”

“अॅन्सेल्मो म्हणाला, डोंगरात शंभरावर आहेत.”

“चांगली नाहीत.”

“तुम्ही तीस म्हणालात,” पिलरकडे वळून रॉबर्ट जॉर्डन म्हणाला, “काही हिस्सा तरी भरवसा देता येतील अशी.”

“एक्तिओसच्या माणसांचं काय?” पिलर सोर्दोला ओरडली.

“चांगली नाहीत.”

“दहा मिळायची नाहीत?” रॉबर्ट जॉर्डननं विचारलं. सोर्दोनं आपल्या सपाट पिवळ्या डोळ्यांतून त्याच्याकडे बघत 'नाही' म्हणून मान हलवली.

“चार.” बोटं दाखवून तो म्हणाला.

“तुमची चांगली आहेत?” रॉबर्ट जॉर्डननं विचारलं. लगेच असं विचारल्याबद्दल तो पश्चात्ताप करू लागला.

सोर्दोनं मान हलवली.

“धोक्यातल्या मर्यादा सांभाळून,” तो हसला. “काम फार खराब आहे?”

“असू शकेल.”

“मला सगळं सारखंच,” सोर्दो साधेपणानं म्हणाला. मग आढ्यता न दाखवता त्यानं तसंच पुढे म्हटलं, “पुष्कळ वाईट माणसांपेक्षा चार चांगली माणसं उत्तम. या युद्धात वाईट फार, चांगलं थोडं. दिवस जाताहेत तसे चांगले फार थोडे उरताहेत. पाब्लोचं काय?” मान हलवीत तो पिलरला म्हणाला.

“तुला ठाऊकच आहे,” पिलर म्हणाली, “दिवसा दिवसाला बिघडलाय तो.”

सोर्दोनं खांदे उडवले.

“पी!” सोर्दो रॉबर्ट जॉर्डनला म्हणाला, “मी माझी माणसं आणतो; शिवाय चार आणतो. बारा होतील. आज रात्री सारं ठरवू. माझ्याजवळ साठ सुरुंग आहेत. तुम्हाला हवेत?”

“प्रमाण किती?”

“ठाऊक नाही. नेहमीचे सुरुंग. तेच आणतो. वरचा लहान पूल आपण त्यांनी उडवू.”

रॉबर्ट जॉर्डन म्हणाला, "ते ठीक होईल. रात्री तुम्ही यालच. येताना ते आणा. आणाल ना? तो पूल उडवायचा मला हुकूम नाही; पण तो उडवायला हवा."

"रात्री मी येतो, मग घोड्यांमागे जातो."

"घोडे मिळतीलसं वाटतं?"

"मिळतीलही. आता खाऊ या."

'सगळ्यांशी तो याच तऱ्हेनं बोलतो का?' रॉबर्ट जॉर्डनच्या मनात आलं. 'की परकीयांना समजण्यासाठी तो असं बोलतो?'

"हे सगळं संपल्यावर आपण कुणीकडे जायचं?" पिलरनं सोर्दोच्या कानात ओरडून विचारलं.

त्यानं खांदे उडवले.

"हे सगळं ठरवायला हवं," पिलर म्हणाली.

"का नको?" सोर्दो म्हणाला, "हवंच!"

"आहे. स्थितीच वाईट आहे," पिलर म्हणाली, "पुढचं चांगलं आखलं पाहिजे."

"होय बाई!" सोर्दो म्हणाला.

"तुला कसली काळजी लागलीय?"

"सगळ्याचीच."

सोर्दो तिच्याकडे पाहत हसला.

"पाब्लोचं नि तुझं जमत नाही?" तो म्हणाला.

'मोडकं स्पॅनिश तो परकीयांशीच बोलतो तर!' रॉबर्ट जॉर्डनच्या मनात आलं. 'ठीक तो नेहमीसारखं बोलायला लागलाय. आवडलं.'

"आम्ही कुठं जावं असं वाटतं तुम्हाला?" पिलरनं विचारलं.

"कुठं?"

"हो. कुठं?"

"पुष्कळ ठिकाणं आहेत," सोर्दो म्हणाला, "पुष्कळ. तुला ग्रोर्दोस ठाऊक आहे?"

"तिथं गर्दी झालीय. ती सगळी ठिकाणं शत्रूला सवड मिळताच साफ होतील!"

"कबूल; पण तो प्रदेश खूप मोठा आहे, डोंगराळही आहे."

"तिथं जायला फार कठीण जाईल," पिलर म्हणाली.

"कठीण सगळंच आहे," एल् सोर्दो म्हणाला, "जर इतर कुठं जाता आलं, तर ग्रोर्दोसलाही जाता येईल. रात्री प्रवास करायचा. इथं आता धोक्याचं झालंय. इतके दिवस इथं काढता आले याचं नवल वाटतंय. ग्रोर्दोस याहून सुरक्षित आहे."

"कुठं जावंसं मला वाटतंय ठाऊक आहे?" पिलरनं विचारलं.

“कुठं? पारामेरात? तेही चांगलं नाही ठिकाण.”

“नाही,” पिलर म्हणाली, “सिरा दि पारामेरा नाही. मला रिपब्लिकमध्ये जायचंय.”

“ते जमेल.”

“तुमचे लोक येतील?”

“मी सांगितलं तर!”

“माझ्या लोकांचं मला सांगता येणार नाही,” पिलर म्हणाली, “पाब्लोला जावंसं वाटणार नाही. तरी खरं पाहता तिथंच त्याला जास्त सुरक्षित आहे. सैन्यभरतीचं त्याचं वय गेलंय. आणखी माणसं त्यांनी बोलावली तर निराळं. जिप्सीलाही जायला नको असणार. इतरांचं मला ठाऊक नाही.”

“कित्येक दिवस जातात; पण इथं काही होत नाही. त्यामुळेच धोका त्यांना कळत नाही,” एल् सोर्दो म्हणाला.

“विमानं गेलीत ना आज! आता त्यांना उमजेल,” रॉबर्ट जॉर्डन म्हणाला, “पण ग्रोर्दोसला राहून तुम्हाला चांगलं काम करता येईल, असं आपलं वाटतं.”

“काय?” एल् सोर्दो आपल्या चपट्या डोळ्यांनी पाहत म्हणाला. त्याच्या सुरात मैत्रीचा भाव नव्हता.

“तिथून जास्त परिणामकारक काम होईल,” रॉबर्ट जॉर्डन म्हणाला.

“अस्सं!” एल् सोर्दो म्हणाला. “ग्रोर्दोस ठाऊक आहे तुम्हाला?”

“होय! तिथून रेल्वेच्या मुख्य मार्गावर हल्ले करता येतील. एस्त्रेमादुरात आम्ही आणखी दक्षिणेला उडवतो तसे रेल्वेमार्ग तुम्हाला उडवता येतील. तिथं काम करणं हे लोकसत्ताकमध्ये परतण्यापेक्षा बरं,” रॉबर्ट जॉर्डन म्हणाला, “तिथं तुमचा जास्त उपयोग होईल.”

तो बोलत असता ऐकणारे दोघे मख्ख झाले होते. सोर्दोनं पिलरकडे नि पिलरनं सोर्दोकडे पाहिलं.

“तुम्हाला ग्रोर्दोसची माहिती आहे?” सोर्दोनं विचारलं, “खरंच आहे?”

“नक्की,” रॉबर्ट जॉर्डन म्हणाला.

“तुम्ही कुठं जाणं निवडाल?”

“बार्को द ॲव्हीलाच्या वर. इथल्यापेक्षा चांगली ठिकाणं आहेत. मोठ्या रस्त्यावर नि बेजार नि प्लॅनशियामधील रेल्वेवर हल्ले करा.”

“कठीण आहे.”

“एस्त्रेमादुरामध्ये त्याच रेल्वेलाइनवर आम्ही काम केलं. तो प्रदेश तर फार धोक्याचा,” रॉबर्ट जॉर्डन म्हणाला.

“हे आम्ही कोण?”

“एस्त्रेमादुरातला एक गट.”

“तुम्ही खूप आहात?”

“जवळजवळ चाळीस.”

“तो मागचा विचित्र नावाचा नि सदा अस्वस्थ तुमच्यातला होता?” पिलरनं विचारलं.

“हो.”

“तो कुठं आहे”

“मेला. सांगितलंच तुम्हाला.”

“तुम्हीही तिकडलेच?”

“हो.”

“मला काय म्हणायचंय कळलं ना?” पिलरनं विचारलं.

आपण चूक केली, रॉबर्ट जॉर्डनच्या लक्षात आलं. येथील रीत अशी की, स्वतःच्या कर्तृत्वाबद्दल कुणी बोलायचं नसतं. आपण तर यांना आपल्याला त्यांच्यापेक्षा काही चांगलं जमतं, हे सांगून चुकलो. त्यांची प्रशस्ती करायची सोडून त्यांनी काय करायला हवं, ते सांगत सुटलो. आता त्यांना घुस्सा आलाय. त्यांचा राग जाईल किंवा राहील. ग्रोर्दोसमध्ये त्यांचा जास्त उपयोग आहे, हे खोटं नाही. आपल्या म्हणण्याला पुरावा आहे. एकदा काश्कीननं गाडी उडवल्यानंतर इथं यांनी काही केलं नाही. गाडीतून काही विशेष निघालं नाही. फॅसिस्टांचं एक इंजीन गेलं, थोडे सैनिक मेले; पण त्याबद्दल इथं मात्र असं बोलताहेत की, जणू ती गाडी म्हणजे युद्धातली सर्वांत मोठी घटना होती. ग्रोर्द्रोसमध्ये गेल्यावर त्यांचा फजितवाडा होईल, काय सांगावं? आपल्यालाही हे हाकलतील इथून. एकंदर कसंही पाहिलं, तरी आपण काही फुलांवर झोपत नाही इथं.

“इंग्लिशा! ऐक,” पिलर त्याला म्हणाली, “तुझी हिंमत कशी आहे?”

“ठीक,” रॉबर्ट जॉर्डन म्हणाला “ओ.के. कारण त्यांनी धाडलेला मागचा सुरुंगवाला काम उत्तम जाणत होता; पण फार नर्व्हस होता.”

“आमच्यात नर्व्हस लोक आहेत,” रॉबर्ट जॉर्डन म्हणाला.

“तो भित्रा होता, असं मात्र म्हणायचं नाही. तशी आपली कामगिरी त्यानं छान केली,” पिलर पुढे म्हणाली, “पण त्याची बोलण्याची तऱ्हा उडतउडत, विचित्र अशी होती,” तिनं आवाज चढवून सार्दोला म्हटलं, “तुम्हाला काय वाटतं? तो होता की नाही विचित्र? तो मागचा सुरुंगवाला?”

बहिऱ्यानं आपली मान हलवली. मग रॉबर्ट जॉर्डनकडे पाहिलं. रॉबर्ट जॉर्डन त्याच्या कानात ओरडला– “तो मेला.”

“कसा?” बहिऱ्यानं विचारलं. विचारताना त्यानं आपली नजर रॉबर्ट जॉर्डनच्या

डोक्यावरून खाली ओठांकडे आणली.

"मी त्याला गोळी घातली," रॉबर्ट जॉर्डन म्हणाला, "त्याला मोठी जखम झाली होती. चालणं शक्य नव्हतं. मी त्याला गोळी घातली."

"असं काही करावं लागणार, असं तो नेहमी म्हणायचा," पिलर म्हणाली, "ती त्याची विकृतीच झाली होती."

"हो!" रॉबर्ट जॉर्डन म्हणाला, "असं करावं लागतं असं तो नेहमी म्हणायचा नि ती विकृतीच होती त्याची."

बहिऱ्यानं विचारलं, "गाडीचंच काम होतं?"

"गाडीचंच काम उरकून आम्ही परतत होतो. काम फत्ते झालं होतं. अंधारातून परतत असता एका फॅसिस्ट तुकडीशी गाठ पडली. आम्ही धावत असता त्याच्या पाठीच्या वरच्या बाजूला गोळी लागली. खांद्याच्या हाडाशिवाय दुसऱ्या कुठं गोळी लागली नाही. तसाच खूप अंतर तो आला. पण जखमेमुळे त्याला चालता येईना. मागे राहायला तो तयार होईना. मग मी गोळी घातली त्याला."

एल् सोर्दो म्हणाला, "ते ठीक केलं."

"तुमच्या नर्व्हज शाबूत आहेत ना?" पिलर रॉबर्ट जॉर्डनला म्हणाली.

"हो," तो तिला म्हणाला, "माझ्या नर्व्हज उत्तम आहेत. मला वाटतं की, हे काम संपलं की तुम्ही ग्रोर्दोस गाठावं हे उत्तम."

त्यानं हे म्हणताच बाईनं त्याला वाटेल तशा शिव्या द्यायला सुरुवात केली. एखाद्या उन्हाळ्यातल्या गरमगरम पाण्यासारख्या त्या त्याच्या अंगावर पडल्या.

एल् सोर्दो रॉबर्ट जॉर्डनकडे पाहत मान हलवीत खुशीत हसला. पिलर शिव्या देत होती नि तो हसत होता. सगळं ठीक झालं आता! रॉबर्ट जॉर्डनला कळून आलं. शेवटी एकदाच्या तिच्या शिव्या थांबल्या. तिनं पाण्याची सुरई उचलली, कलती केली. एक घोट घेऊन ती शांतपणे म्हणाली, "इंग्लिशा! आम्ही पुढे काय करावं, हा विषयच काढू नको. तू आपला लोकसत्ताकमध्ये परत जा. तुझी पोरगी तुझ्याबरोबर ने नि आम्ही सर्वांनी इथं कोणत्या डोंगरात मरावं, ते आमचं आमच्यावर सोपव."

"मरावं नाही जगावं," एल् सोर्दो म्हणाला, "पिलर, शांत हो."

"जगावं की मरावं!" पिलर म्हणाली, "सगळ्याचा शेवट मला स्पष्ट दिसतोय. तुझं काम संपलं की, आम्ही काय करायचं वगैरे सांगू नको."

"तो तुझा प्रश्न आहे," रॉबर्ट जॉर्डन म्हणाला, "मी त्यात तोंड घालीत नाही."

"तोंड घातलंस," पिलर म्हणाली. "तुझी ती केस कापलेली बाजारबसवी सटवी घेऊन लोकसत्ताकमध्ये जा. पण जे परकीय नाहीत आणि तू आईचं दूध गालावरून ओघळत होतास तेव्हापासून जे लोकसत्ताकावर प्रेम करीत आले, त्यांना लोकसत्ताकाचे दरवाजे बंद करू नको."

हे बोलणं चालू असता मेरिया पायवाटेनं वर आली. पिलर शेवटलं वाक्य रॉबर्ट जॉर्डनला ओरडून बोलली, ते तिनं ऐकलं. मेरियानं जोरानं मान हलवून रॉबर्ट जॉर्डनला बोट दाखवून इशारा केला. रॉबर्ट जॉर्डन मेरियाकडे पाहत आहे नि हसत आहे, हे पिलरनं पाहिलं. ती वळून म्हणाली, ''हो! मी सटवी म्हणाले. माझं खरंच आहे. तुम्ही दोघं व्हॅलेन्सियाला जाल, अशी माझी कल्पना आहे नि आम्ही ग्रोर्दोसमध्ये बकरीच्या लेंड्या खाऊ.''

''तुला वाटत असलं तर मी आहे बाजारबसवी,'' मेरिया म्हणाली, ''आहेच मुळी. आतातरी शांत हो. झालंय काय तुला?''

''काही नाही.'' पिलर असं म्हणून बाकावर बसली. तिचा आवाज उतरला होता नि खणखणणारा राग गेला होता. ''मी तुला तसं म्हणाले नाही. पण मलाच स्वतःला इतकं रिपब्लिकमध्ये जावंसं वाटतंय!''

''आपण सगळे जाऊ.'' मेरिया म्हणाली.

''नक्की जाऊ,'' रॉबर्ट जॉर्डन म्हणाला, ''ग्रोर्दोस नाहीतरी तुम्हाला आवडत नाहीच.''

सोर्दो त्याच्याकडे बघून हसला.

''बघू,'' पिलर म्हणाली. तिचा संताप आता गेला होता. ''तुझं ते अलभ्य पेय दे. रागानं माझा घसा सुकलाय. काय काय होतं, दिसेलंच.''

''असं पाहा, क्रॉम्रेड!'' एल् सोर्दोनं स्पष्टीकरण देत म्हटलं, ''सकाळच्या वेळचा प्रश्न आहे.''

आता तो मोडक्या स्पॅनिशमध्ये बोलत नव्हता. तसंच, बोलताना रॉबर्ट जॉर्डनकडे संशयानं किंवा खोचून न पाहता शांत, समजावण्याच्या नजरेनं पाहत होता. त्याच्या सुरात पूर्वीची, चळवळीच्या अनुभवी माणसाची आढ्यताही नव्हती.

''तुम्हाला काय काय हवंय मला ठाऊक आहे. चौक्या नाहीशा केल्या पाहिजेत. नि तुझं काम चालू असता पुलावर दाब ठेवायला हवाय. दिवस उगवण्याआधी किंवा उगवण्याच्या वेळी हे करणं सोपं जाईल.''

''हो,'' रॉबर्ट जॉर्डन म्हणाला, ''जरा जाऊन ये.'' मेरियाकडे न पाहता तिला तो म्हणाला.

मेरिया उठून दूर गेली नि ऐकू न येईल अशा ठिकाणी गुडघ्यांवर हात ठेवून बसली.

''कळलं ना?'' सोर्दो म्हणाला, ''ते काही मोठं कोडं नाही. पण नंतर दिवसाउजेडी येथून निसटून जाणं म्हणजे प्रश्न आहे.''

''दिसतंयच,'' रॉबर्ट जॉर्डन म्हणाला, ''त्याचा विचार मी केला आहे. मी माझं काम दिवसाउजेडीच करणार आहे.''

“पण तुम्ही एकटे आहात,” एल् सोर्दो म्हणाला, “आम्ही पुष्कळ आहोत.”

“पुलानंतर कॅम्पमध्ये परतून रात्र पडली की सटकायचं, असं करता येईल.” पाण्याचं भांडं ओठांशी नेऊन खाली करीत पिलर म्हणाली.

“त्यातही धोका आहे,” एल् सोर्दो म्हणाला. “त्यात जास्तच धोका आहे.”

“काय होईल, ते मला दिसतंय,” रॉबर्ट जॉर्डन म्हणाला.

“रात्री पुलाचं काम सोपं जाईल,” एल् सोर्दो म्हणाला, “तुम्ही ते दिवसा करायचं म्हणता; त्यामुळे फार अडचणी येताहेत.”

“मला ठाऊक आहे.”

“रात्री नाही करता यायचं?”

“मी गोळी खाईन.”

“तुम्ही दिवसा केलंत तर आम्ही गोळ्या खाऊ.”

“माझ्यापुरतं म्हणाल तर पूल उडवल्यावर माझं काय होईल, हा विचारच नाही,” रॉबर्ट जॉर्डन म्हणाला, “तुमचाही मुद्दा कळला मला. दिवसा तुम्हाला माघार घेता येणार नाही.”

“बरोबर!” एल् सोर्दो म्हणाला, “अशी माघारही आखता येईल. आम्हाला काळजी वाटते किंवा आम्ही त्रासतो का, ते सांगतो. युद्धातला डाव करावा तसं तुम्ही ग्रोर्दोसला जाण्याचं बोलता. ग्रोर्दोसला पोहोचणं एक चमत्कार ठरेल.”

रॉबर्ट जॉर्डन काही बोलला नाही.

“माझं ऐका,” बहिरा सोर्दो म्हणाला. “मी फार बोलतोय; पण एकमेकाला समजून घ्यायला बोलावं लागतं. इथं आम्ही जिवंत आहोत, हा चमत्कारच. फॅसिस्टांच्या मूर्खपणाचा नि आळसाचा हा चमत्कार आहे. पण लवकरच तो जाईल. अर्थात इथं आम्ही फार काळजीनं गडबड न करता राहतो, हेही आहेच.”

“मला ठाऊक आहे.”

“पण पुलानंतर आम्हाला हलावंच लागणार. तेव्हा जायचं कसं, याचा चांगलाच विचार करावा लागणार.”

“उघड आहे.”

“चल,” एल् सोर्दो म्हणाला, “खाऊ या आता. फार बोललो.”

“तुला इतकं बोलताना कधी ऐकलं नव्हतं,” पिलर म्हणाली, “यामुळे का झालं तसं?” तिनं पेला वर उचलीत म्हटलं.

“छे!” एल् सोर्दो मान हलवीत म्हणाला, “व्हिस्कीनं नाही. इतके दिवस असं काही बोलायलाच नव्हतं मला.”

“तुमची मदत नि निष्ठा मला आवडली,” रॉबर्ट जॉर्डन म्हणाला, “पूल उडवायची वेळ ठरली आहे. त्यामुळे येणाऱ्या अडचणीही मला कळतात.”

“असं बोलू नका,” एल् सोर्दो म्हणाला, “करता येईल तेवढं करायलाच आम्ही आहोत इथं; पण काम भानगडीचं आहे.”

“कागदावर फार सोपं वाटतं,” रॉबर्ट जॉर्डन हसत म्हणाला, “ज्या क्षणाला हल्ल्याला सुरुवात होईल, त्या क्षणाला पूल उडवायचा; म्हणजे रस्त्याकडे कुमक येणार नाही, असं कागद म्हणतो. फार सोपं!”

“आम्हालाही त्यानं कागदावर करून द्यावं,” एल् सोर्दो म्हणाला, “आम्हालाही कागदावर काही उतरून द्यावं नि करू द्यावं.”

“कागदाला रक्त येत नाही,” रॉबर्ट जॉर्डननं एक म्हण म्हटली.

“पण त्याचा उपयोग फार,” पिलर म्हणाली.

“पुष्कळ भांड्यासाठी होतो. तुझ्या कागदांचा उपयोग मला त्यासाठीच करावासा वाटतो.”

“मलासुद्धा!” रॉबर्ट जॉर्डन म्हणाला, “पण युद्ध अशानं जिंकता येत नाही.”

“नाही–” पिलर म्हणाली, “नाही असं वाटत. पण मला काय हवंय ठाऊक आहे?”

“रिपब्लिकला जायला हवंय,” एल् सोर्दो म्हणाला. ती बोलत होती तिकडे त्यानं चांगला कान केला होता. “हे युद्ध जिंकू; मग सगळं लोकसत्ताक होईल.”

“ठीक, ठीक!” पिलर म्हणाली, “आता कृपा करा नि जेवायला उठा.”

१२

जेवणानंतर एल् सोर्दोचं ठिकाण त्यांनी सोडलं नि ते पायवाटेनं खाली निघाले.

"नमस्ते!" तो म्हणाला, "रात्री भेटूच."

"नमस्ते कॉम्रेड!" रॉबर्ट जॉर्डन म्हणाला होता नि तिघे पायवाटेनं खाली जाऊ लागले होते. बहिरा एल् सोर्दो त्यांच्याकडे पाहत उभा होता. मेरियानं वळून त्याला निरोपवजा हात हलवला होता. एल् सोर्दोनं उलट 'निरोपाचं किरकोळ आहे' अशा तऱ्हेचे हातवारे केले. स्पॅनिश पद्धतीनं तो हात हलवीत होता. कोपरापासून वरचा हातच तुटक हलवायचा. त्याचं तसं हात हलवणं, प्रत्यक्ष कामाशी ज्या निरोपाचा संबंध नाही, तो निरोप जणू तो उडवूनच लावीत आहे, असं दिसत होतं. जेवणं चालू असता त्यानं आपल्या मेंढीच्या कातड्याच्या कोटाची बटणं काढली नव्हती. तो आस्थापूर्वक नम्रतेनं वागला होता. ऐकताना लक्षपूर्वक कान देत होता नि पुन्हा पुन्हा मोडकं स्पॅनिश बोलत लोकसत्ताकामधील परिस्थितीबद्दल रॉबर्ट जॉर्डनला त्यानं नम्रपणे विचारलं होतं. पण एवढं असूनही पाहुणे केव्हा जातील असं त्याला झालं होतं, हे स्पष्ट कळत होतं.

त्याचा निरोप घेताना पिलर त्याला म्हणाली होती– "काय सँटीगो!"

"काय? काही नाही," तो म्हणाला होता, "सारं ठीक दिसतंय. मी विचार करतोय."

"मी पण," पिलर म्हणाली होती. चढताना जड वाटलेल्या चढणीवरून आता उलट अगदी गमतीनं खाली उतरत असता पिलर काही बोलली नव्हती. रॉबर्ट जॉर्डन किंवा मेरियाही काही बोलले नाहीत. तिघे भराभरा चालत राहिले. मग एक चढण आली. दरीच्या झाडीतून जंगलामधून वाट वर चढली. ते जंगलही वाटेनं मागं टाकलं नि ती वरच्या कुरणाशी आली.

ती मे महिन्यातील शेवटच्या दिवसांतील दुपार होती. गरम होत होतं. चढणीच्या शेवटच्या अर्ध्यावर पिलर थांबली. थांबून रॉबर्ट जॉर्डननं मागं पाहिलं. तिच्या कपाळावर घामाचे थेंब आले होते. तिचा काळा चेहरा फिक्कट दिसत आहे, कातडं निस्तेज पडलं आहे नि डोळ्यांभोवती काळी वर्तुळं आली आहेत, असं त्याला वाटलं.

“मिनिटभर थांबू या,” तो म्हणाला, “फार भरभर चालतो आहोत आपण.”

“नाही,” ती म्हणाली, “जाऊ या असेच.”

“पिलर! विसावा घे,” मेरिया म्हणाली, “तुझं लक्षण ठीक दिसत नाही.”

“बोलू नको,” पिलर म्हणाली, “तुला कोणी विचारलं नव्हतं.”

ती वर निघाली; पण तिचा श्वास जोरानं होऊ लागला. चेहरा घामानं निथळला. तिला आलेल्या थकव्याबद्दल आता संशयही उरला नाही.

“बस जरा, पिलर!” मेरिया म्हणाली, “बस ना गं!”

“ठीक– बसते,” पिलर म्हणाली नि तिघे एका देवदार वृक्षाखाली बसले. त्यांनी डोंगरावरच्या कुरणापलीकडे पाहिलं. भोवताली पसरलेल्या प्रदेशामधून खुपसून वर आल्यासारखी पर्वतांची शिखरे दिसत होती. त्यांच्या माथ्यावरचा बर्फ दुपारच्या उन्हात चमकत होता.

“बर्फ खरा किती घाणेरडा असतो; पण दिसायला किती सुंदर दिसतो!” पिलर म्हणाली, “बर्फ म्हणजे माया आहे.” ती मेरियाकडे वळली. “तुझ्याशी मी उद्धट वागले, याचं मला फार वाईट वाटतंय. माझ्या अंगात काय संचारलं होतं आज कुणास ठाऊक? माझं डोकं फिरलं होतं.”

“तू चिडल्यावर काही बोललीस तरी मी मानीत नाही,” मेरिया तिला म्हणाली, “तू पुष्कळदा चिडतेस.”

“नाही. चिडण्यापेक्षा ते वाईट असतं,” पिलर पलीकडे, शिखरांकडे पाहत म्हणाली.

“तुला बरं नाही,” मेरिया म्हणाली.

“तसंच नाही,” पिलर म्हणाली, “इकडे ये बाळा! माझ्या मांडीवर डोकं टेक.”

मेरिया तिच्याजवळ सरकली. तिने आपले हात पुढे केले. नि उशीऐवजी आपण जसे हात घेतो, तसे घेऊन आपलं डोकं तिच्या हातावर ठेवून ती पडली. तोंड वर करून तिनं पिलरकडे पाहिलं. तिच्याकडे पाहून हसली. पण पिलर मात्र डोंगराकडील कुरणांकडे पाहत होती. पोरीकडे न पाहता तिनं तिचं डोकं थोपटलं. तिच्या कपाळावरून बोट फिरवलं. मग ते कानामागून नेत तिच्या मानेच्या मागे वाढलेल्या केसापर्यंत नेलं.

“थोड्याच वेळात तुझ्या स्वाधीन करते हिला, इंग्लिशा!” पिलर म्हणाली.

रॉबर्ट जॉर्डन तिच्यामागे बसला होता.

“असं बोलू नको,” मेरिया म्हणाली.

“हो, घेऊ दे त्यानं तुला,” पिलर त्यांच्यापैकी कुणाकडे न बघता म्हणाली, “तू मला कधीच नको होतीस; पण मला मत्सर वाटत होता.”

“पण पिलर, तूच तर मला समजावलंस की, आमच्यात तसं काही नाही.”

“तसं काहीतरी असतंच नेहमी,” पिलर म्हणाली.

“कशासारखं तरी काहीतरी. असू नये ते असतं नेहमी. माझं मात्र तसं नाही. खरंच नाही. तुझं सुख मी नेहमी बघते, बस्.”

न बोलता मेरिया डोकं नीट हलकं ठेवण्याचा यत्न करीत पडून होती.

“ऐक बाळे!” पिलर म्हणाली. आता तिनं आपलं बोट अनवधानतेनं मेरियाच्या गालाभोवतालून फिरवण्यास सुरुवात केली. “ऐक बाळे! माझं तुझ्यावर प्रेम आहे. तो घेतोय तुला, घेऊ दे! मी काही आमलेट नाही. पुरुषांना लागते तशी स्त्री आहे. हे खरं आहे. तुझ्याबद्दल मला फार वाटतं. दिवसाउजेडी हे सांगताना किती सुख होतंय मला.”

“माझंही तुझ्यावर प्रेम आहे.”

“काहीतरी बोलू नको. मी काय बोलते, तुला कळत नाही.”

“कळतंय.”

“कळतंय म्हणे! इंग्लिशासाठी तू आहेस. ते दिसतंच. ते ठीक, असावं तसं आहे. मला ते मान्य आहे. दुसरं काही मी मान्य करून घेतलं नसतं. मी विकृती करीत बसत नाही. खरं ते तुला सांगते. थोडे लोक असं तुला सांगतील– स्त्री तर सांगायचीच नाही. मला तुझा मत्सर वाटतो. मी स्पष्ट सांगते. आहे ते आहे. मी सांगायला भीत नाही.”

“असं बोलू नको गं!” मेरिया म्हणाली, “असं बोलू नको ना!”

“वा! म्हणे बोलू नको!” पिलर म्हणाली. अजूनही कुणाकडे न बघता ती बोलत होती. “मनाला वाटेल तोपर्यंत मी असं बोलत राहणार.” तिनं या वेळी पोरीकडे पाहिलं. “ती वेळ आता आलीय. आता यापुढे मी बोलणार नाही. समजलं?”

“पिलर!” मेरिया म्हणाली, “नको बोलू असं.”

“तू छान छबकडी आहेस,” पिलर म्हणाली, “डोकं काढ तुझं. मूर्खपणा पुरे झाला हा.”

“हा मूर्खपणा नव्हता,” मेरिया म्हणाली, “नि माझं डोकं आहे तिथं ठीक आहे.”

“नाही– काढ,” असं म्हणून पिलरनं तिच्या मानेखाली हात घालून तिचं डोकं वर केलं.

“ए इंग्लिशा!” मुलीचं डोकं तसंच धरून डोंगराकडे पाहत ती म्हणाली, “मूग गिळून का बसला आहेस?”

“मूग नाही,” रॉबर्ट जॉर्डन म्हणाला.

“मग काय?” मेरियाचं डोकं तिनं जमिनीवर टेकलं.

“मूग वगैरे काही नाही,” रॉबर्ट जॉर्डन म्हणाला.

“गिळून टाकलेस सगळे?”

“टाकले,” रॉबर्ट जॉर्डन म्हणाला.

“कसे आवडले?” पिलरनं मान फिरवली नि ती त्याच्याकडे पाहून हसली.

“फार नाही आवडले.”

“आवडले नसणारच. मला वाटलंच तसं,” पिलर म्हणाली. “हे पिल्लू तुझं तुला परत देते. तुझं पिल्लू हिसकावून घेण्याचं मी कधी केलं नाही. हे नाव तिला शोभतं हं! तूच तिला सकाळी तशी हाक मारलीस.”

रॉबर्ट जॉर्डनचं तोंड लाजेनं लाल झालं.

“तू फार कठीण बाई आहेस,” तो तिला म्हणाला.

“नाही,” पिलर म्हणाली, “इतकी साधी आहे की, फार किचकट आहे. तूही फार किचकट आहेस, इंग्लिशा!”

“नाही. पण साधाही नाही.”

“तू मला आवडतोस,” पिलर म्हणाली. मग ती हसली. पुढे वाकली, हसली नि तिनं मान हलवली. “तुझं पिल्लू तुझ्यापासून मी घेतलं किंवा तुला तुझ्या पिल्लापासून ओढलं–”

“शक्य नाही.”

“मला ठाऊक आहे,” पुन्हा हसून पिलर म्हणाली, “माझ्या मनातही यायचं नाही ते. मी तरुण होते तेव्हा जमलं असतं.”

“शक्य आहे.”

“तुला वाटतं तसं.”

“खात्रीनं!” रॉबर्ट जॉर्डन म्हणाला, “पण हा मूर्खपणा चाललाय सगळा.”

“हा तुझा स्वभाव नाही,” मेरिया म्हणाली.

“आज माझी मी शुद्धीवर नाही,” पिलर म्हणाली, “बोल इंग्लिशा! भव्य, मोठं बोलत राहा.”

“काही जरूर नाही,” रॉबर्ट जॉर्डन म्हणाला, “चला! कॅम्पकडे निघू या. फार काम पडलंय.”

“म्हणे तुझं काम!” पिलर म्हणाली, “होईल ते! मी म्हणत होते, तुम्हा दोघांना इथंच सोडावं.”

“छे! मला फार कामं आहेत.”

“तेसुद्धा कामच आहे. फार वेळ नाही लागत त्याला.”

“गप्प बस, पिलर!” मेरिया म्हणाली, “किती जंगली बोलणं!”

“मी जंगलीच आहे,” पिलर म्हणाली, “पण नाजूकही आहे मी. दोघांना इथं सोडून जाणार आहे मी. मत्सराबद्दल बोलले मी, पण तो मूर्खपणा होता. मी जाक्वीनवर संतापले होते. त्याच्या नजरेवरून आपण किती कुरूप आहोत, हे माझ्या ध्यानात आलं. तू एकोणीस वर्षांची आहेस याचा मात्र मत्सर वाटतो मला. असला मत्सर टिकत नाही. तू सारखीच एकोणीस राहणार नाही बरं! मी चलते.”

ती उभी राहिली. एक हात कमरेवर ठेवून तिनं रॉबर्ट जॉर्डनकडे पाहिलं. तोही उभा राहिला होता. मेरिया झाडाखाली खाली मान घालून बसली होती.

“आपण सगळेच कॅम्पकडे जाऊ,” रॉबर्ट जॉर्डन म्हणाला, “तेच चांगलं. शिवाय कामही फार पडलंय.”

मेरियाकडे तोंड करून पिलरनं मान हलवली. मेरिया काही न बोलता तोंड फिरवून बसली होती.

पिलर हसली नि तिनं कळतील न कळतील असे खांदे उडवले. ती म्हणाली, “तुम्हाला वाट ठाऊक आहे ना?”

“मला ठाऊक आहे,” डोकं वर न करता मेरिया म्हणाली.

“मग मी चलते,” पिलर म्हणाली, “इंग्लिशा! काहीतरी छानसं खायला करून ठेवते तुम्हाला.”

कुरणातल्या झुडपांकडे ती चालू लागली. तेथून ओढ्याकडे नि त्यातून कॅम्पकडे जाणारी वाट होती.

“थांब!” रॉबर्ट जॉर्डन म्हणाला, “आपण सर्वांनी एकत्र जाणंच चांगलं. नाही का?”

मेरिया न बोलता बसून होती.

पिलर परतली नाही.

“म्हणे एकत्र जायचं!” पिलर म्हणाली, “आता कॅम्पशी भेटू.”

रॉबर्ट जॉर्डन जागीच उभा राहिला.

“तिचं बरं आहे ना?” त्यानं मेरियाला म्हटलं, “ती आजारी दिसत होती.”

“जाऊ दे तिला.” खाली मान ठेवूनच मेरिया म्हणाली.

“मला वाटतं, तिला सोबत करावी.”

“जाऊ दे तिला,” मेरिया म्हणाली, “जाऊ दे तिला!”

१३

डोंगरावरच्या माळावरील झुडपांतून ते जात होते. रॉबर्ट जॉर्डनला, आपल्या पायांना घासून जाणारी झुडपं कळत होती. मांडीवर टांगलेल्या पिस्तुलाचं वजन कळत होतं. डोक्यावर उन्हं कळत होती. डोंगरावरून येणारा थंड वारा पाठीला कळत होता नि बोटांत बोटं अडकवून घट्ट धरलेला मेरियाचा हात कळत होता. तळहाताला तळहात लागलेला, बोटं गुंफलेली, मनगटं एकमेकांशी लागून बसलेली. त्या तळहातांमधून, त्या बोटांमधून असं काही बाहेर येत होतं, असं आल्हाददायक! शांत समुद्रावरून पाण्याची जराही हालचाल न करता हवेची पहिली तरल लहर यावी तसं. इतकं हळवं! ओठांवरून पीस फिरवावं तसं. किंवा हवेत झुळूकही नसता पान पडावं तसं. इतकं तरल की ते फक्त बोटांनाच कळावं. तरल असून इतकं भारलेलं! इतकं मस्तीला आलेलं! बोटांच्या दाबानं इतकं उल्लू, इतकं मस्तवाल, इतकं ठणकणारं! असं वाटत होतं की, जणू एक प्रवाहच हातातून वर जात, शरीर भारावून टाकीत ठणकणारी, हवीहवीशी पोकळी करीत आहे. उन्हं तिच्या सोनेरी केसांत चमकत होती. तिच्या मुलायम, श्यामसुवर्ण, सुंदर चेहऱ्यावर चमकत होती. तिच्या मानेच्या कर्दळीवर पडली होती. त्यानं तिचं डोकं मागं केलं. स्वतःशी घट्ट धरीत तिचं चुंबन घेतलं. चुंबन घेत असता तिच्या सगळ्या शरीरभर उठलेले कंप त्याला कळले. तिचं सगळं शरीर त्यानं घट्ट आवळलं. तिचे स्तन आपल्या खाकी सदऱ्यातून त्याला जाणवले. हात पुढे करून त्यानं तिच्या सदऱ्याची बटणं काढली. वाकला. चुंबन घेतलं. ती थरथरत उभी राहिली. डोकं मागे– भोवती त्याचे हात! मग आपली हनुवटी तिनं त्याच्या डोक्यावर टेकली. तिच्या हातांनी आपलं डोकं धरलेलं त्याला कळलं. नि ते आपल्याशी ती डोलवीत असल्याचं कळलं. तो उभा झाला. त्यानं तिला स्वतःशी इतकी घट्ट आवळली की, ती जमिनीवरून उचलली गेली. तिचं थरथरतं शरीर त्याला कळलं. तिचे ओठ गळ्यावर टेकलेले कळले. तिला खाली ठेवीत तो म्हणाला, ''मेरिया! माझी मेरिया!''

मग तो म्हणाला, ''कुठं जायचं?''

ती काही बोलली नाही. तिनं आपला हात त्याच्या शर्टमध्ये घातला. ती बटणं

काढीत आहे, हे त्याला कळलं. "तुझंही– मला चुंबन घ्यायचंय– तुझंही."

"नाही– पिल्ला!"

"नाही नाही. तुझ्यासारखं सगळं."

"नाही. ते कसं शक्य आहे?"

"मग– नाही– का? मग– मग– का नाही?"

मग झुडपं चिरडल्याचा वास आला नि वाकलेल्या फांद्यांचा कठीणपणा तिच्या मानेखाली जाणवला. तिच्या मिटल्या डोळ्यांवर उन्हं चकाकली. झुडपांच्या मुळात तिचं डोकं घुसलं होतं नि तिच्या गळ्याचा गोलावा जन्मभर आपल्या लक्षात राहील, असं त्याला वाटलं. तिचे आपण होऊन हळू हलते ओठ! सूर्यामुळे नि सगळ्यामुळेच घट्ट मिटलेल्या पापण्यांवरची हालचाल! उन्हात मिटलेल्या डोळ्यांमुळे तिला सगळं लाल, नारिंगी, सोनेरी लाल दिसत होतं. नि सारंच रंगीत झालं होतं– सगळंच. आलेलं, घेतलेलं, मिळालेलं, सगळंच. सगळं त्या रंगात आंधळं झालं होतं. कुठंही न गेलेल्या काळोख्या रस्त्यात असल्यासारखं त्याला वाटत होतं. एकदा कुठंही न गेलेला, पुन्हा कुठंही न गेलेला. आणखी पुन्हा कुठं न गेलेला. नेहमीचाच कुठं न गेलेला. जमिनीवर कोपरं नि कुठं न गेलेला. सदा सर्वदा कुठंतरी टांगता राहिलेला. आताही, मगही, नेहमीचा नि कुठंही न गेलेला. सहन होत नाहीसा वाटावा, असा कुठंतरी. वर वर. कुठं न गेलेला. झट्कन पोळणारा. घट्ट धरणारा. काळ थांबवणारा! काळ थांबला होता. दोघं तिथंच होती नि पृथ्वी खालून सरकते आहे, असं त्याला वाटलं.

काही वेळानं तो एका कुशीवर निजला होता. त्याचं डोकं खोल झुडपात दडलेलं होतं. पानांचा वास घेत. मुळांचा वास घेत. जमिनीचा वास घेत. पानांतून उन्हं येत होती. त्याच्या उघड्या खांद्यांना नि पाठीला भाजत होतं. मेरिया त्याच्या शेजारी अजून डोळे मिटून पडली होती. मग तिनं डोळे उघडले. त्याच्याकडे पाहून हसली. तो थकलेल्या खोल पण स्नेहल सुरात म्हणाला, "ए पिल्ला!" ती हसली नि अगदी जवळून म्हणाली, "काय रे, माझ्या इंग्लिशा?"

"मी इंग्लिश नाही," तो आळसात म्हणाला.

"आहेसच," ती म्हणाली, "तू माझा इंग्लिशच आहेस." तिनं आपले हात पुढे करून त्याचे दोन्ही कान पकडले नि त्याच्या कपाळाचं चुंबन घेतलं.

"बघ!" ती म्हणाली, "कसं जमलं? बरं जमलं का?"

थोड्या वेळानं ओढ्याच्या काठानं दोघं बरोबर चालत होते. तो म्हणाला, "मेरिया, मी तुझ्यावर प्रेम करतो. तू इतकी गोड दिसतेस! इतकी सुंदर! इतकी विलक्षण! तुझ्या सहवासात मला असं काही होतं! तुझ्याशी असताना मरावंसं वाटतं."

“हं!” ती म्हणाली, “मी दर वेळेला मरते. तू नाही मरत?”

“नाही. पण जवळजवळ तसंच. पृथ्वी हलल्यासारखी वाटली नाही तुला?”

“हो. मरताना वाटली. माझ्याभोवती हात घाल ना.”

“नको. तुझा हात हातात आहे तेवढा पुरे.”

त्यानं तिच्याकडे नि रानापलीकडे पाहिलं. तिथं एक गिधाड शिकार करीत होतं. दुपारचे मोठाले ढग डोंगरावर येत होते.

“इतरांशी तुला असंच वाटलं का?” मेरियानं विचारलं. हातात हात घालून दोघं चालत होती.

“एवढं नाही.”

“तुझा पुष्कळ स्त्रियांशी संबंध आलाय?” मेरियानं विचारलं.

“थोड्या. पण तुझ्यासारखं नव्हतं कुणी.”

“आणि ते– तसं कधी नव्हतं, खरं ना?”

“गंमत होती, पण असं नव्हतं.”

“जमीन हलली. आधी कधी हलली नाही?”

“नाही. खरंच नाही.”

“हं!” मेरिया म्हणाली, “फक्त एक दिवस आहे आपल्याला.”

तो काही बोलला नाही.

“आता तर आपल्याला मिळालं,” मेरिया म्हणाली, “मीही तुला आवडते ना रे? मी चांगली दिसते ना तुला? पुढे मी अधिक बरी दिसेन.”

“आताच तू सुंदर दिसतेस.”

“नाही,” मेरिया म्हणाली, “जाऊ दे!– माझ्या डोक्यावर थोपट.”

त्यानं तसं केलं. थोपटताना तिचे कापलेले केस बोटांना मऊ वाटले नि सपाट होऊन बोटांमधून वर डोकावू लागले. तिच्या डोक्यावर त्यानं दोन्ही हात ठेवले. तिचं तोंड वर केलं नि तिचं चुंबन घेतलं.

“मी खूप चुंबनं घेईन,” मेरिया म्हणाली, “पण मला जमत नाहीत.”

“चुंबन घेण्याची तुला जरूरच नाही.”

“का नाही? आहे. मी तुझी प्रेयसी आहे. तुला सगळ्या तऱ्हेनं आनंदी ठेवलं पाहिजे मला.”

“खूप आनंद दिला आहेस मला. यापेक्षा आनंद काय व्हायचाय? अधिक आनंदी होऊन यापेक्षा जास्त मी काय करणार?”

“पाहशील,” मेरिया सुखात येऊन म्हणाली, “माझे केस विचित्र आहेत म्हणून तुला आज गंमत वाटते. पण रोज ते वाढताहेत. ते लांब होतील. मग मी अशी कुरूप दिसणार नाही. मग तू माझ्यावर जास्त प्रेम करशीलही.”

“तुझा देह किती सुंदर आहे,” तो म्हणाला, “जगात सुंदर आहे.”

“छे! किडकिडीत नि लहान आहे.”

“नाही. सुंदर देहात जादू असते. ती कुणात असते, कुणात नसते. ते का, ते सांगता यायचं नाही. पण ती तुझ्याजवळ आहे.”

“तुझ्यासाठीच आहे ती.”

“नाही.”

“हो! तुझ्यासाठीच. सदासर्वदा तुझ्यासाठी– तुझ्यासाठी. पण हे फार थोडं होतंय! तुझी चांगली काळजी घ्यायला मी शिकेन. पण खरं सांग, पूर्वी कधी जमीन थरथरली नव्हती का?”

“कधीच नाही,” तो खरेपणे म्हणाला.

“मी किती सुखी झालेय आता!” ती म्हणाली, “आता मात्र खरं सुख झालं.”

“तू कसला तरी निराळा विचार करतो आहेस?” तिनं मध्येच विचारलं.

“हो! माझ्या कामाचा.”

“आता घोडी असती तर!” मेरिया म्हणाली, “मी आनंदी असले की वाटतं, एका छान घोड्यावरून जावं– खूप दौड करावी. बाजूला तू असावास. आणि इतके तुफान घोडे सोडावे की, आनंदाला कधीच माझ्यापुढे जाता यायचं नाही.”

“तसं हवं असलं, तर तुझ्या आनंदाला विमानातून नेऊ,” तो आपल्याच नादात म्हणाला.

त्याचे शब्द घेऊन ती पुढे म्हणाली, “होय! विमानात बसायचंय. त्या पर्स्युट विमानासारखं लहान व्हायचं नि चकाकत पुन्हा पुन्हा फेऱ्या घालायच्या. वर्तुळं घ्यायची, डुब्या मारायच्या,” ती हसली, “माझ्या आनंदाला मग पत्ताही लागायचा नाही.”

ती म्हणालेलं अर्धवट ऐकून तो म्हणाला, “तुझ्या आनंदाचं पोट मोठं आहे.”

आता त्याचं मन तिथं नव्हतं. तो तिच्याशेजारून चालत होता; पण मन मात्र पुलाच्या विचारात होतं. पुलाकडलं सगळं त्याला स्वच्छ दिसत होतं. कॅमेऱ्यात फोकस लागला की दिसतं तसं. स्पष्ट, रेखीव. त्याला तिथल्या दोन्ही चौक्या दिसल्या. ॲन्सेल्मो व जिप्सी नजर ठेवून असलेले दिसले. तिथला रस्ता रिकामा दिसला नि त्यावरची हालचाल दिसली. जास्तीत जास्त मारा करता येण्यासाठी दोन्ही ऑटोमॅटिक बंदुका कुठे ठेवू, हे दिसलं. बंदुका घेऊन कोण बसेल? त्याच्या मनात आलं. टोकाला आपण पण अलीकडे कोण? त्यानं सुरुंग पेरले. भोवती पाचरी मारल्या. घट्ट बांधले. टोपणं रोवली. ती छाटली. तारा पसरल्या, अडकवल्या, नि जुनी एक्सप्लोडरची पेटी ठेवली होती तिथं परत आला. मग तिथं जे जे घडेल ते ते त्यानं मनात आणलं. जे जे बिघडेल ते मनात आणलं. थांबव! कल्पना थांबव!

तो स्वतःला म्हणाला. या पोरीबरोबर तू रमलास. तुझं डोकं साफ झालंय, चांगलं साफ झालंय. आता तू चिंता करू लागला आहेस. अमुक गोष्ट करायची याचा विचार करणं वेगळं नि चिंता करणं वेगळं. चिंता करू नको. चिंता तू सोडली पाहिजेस. काय करावं लागणारंय तुला माहीत आहे. काय होईल, तुला माहीत आहे. तसंच होईल नक्की.

आपण कशासाठी लढतो, हे जाणून घेऊन त्यात तू पडलास. तू स्वतः जे करीत होतास, बरोबर त्याविरुद्ध तुझा लढा होता. यश मिळवायचा संभव नाही, अशी कामं तुझ्यावर आली. शेवटी यश मिळवण्यासाठी, ज्यांच्याबद्दल भावना गुंतलेल्या नाहीत असे सैनिक वापरावे, तशी ही आवडलेली माणसं वापरण्याची पाळी आली. त्यातला सर्वांत धूर्त हा पाब्लो. आपला पुलाचा बेत किती वाईट आहे, हे त्यानं तत्काळ ओळखलं. बाई बेताच्या बाजूनं होती. अजूनपर्यंत होती. पण हळूहळू हा प्रकार काय आहे हे कळू लागलं आणि तिच्यावर त्याचा परिणामही दिसू लागला आहे. सोर्दोनं ते तत्काळ जाणलं. भाग घ्यायचं त्यानं कबूल केलं. पण आपल्याला ते सारं जेवढं आवडलं, तेवढंच त्याला ते आवडलं.

तो स्वतःला म्हणाला– 'म्हणजे तुझं म्हणणं असंच ना की, आपल्याला काय होईल यापेक्षा पिलरला नि मेरियाला काय होईल, हेच तुझ्या मनात आहे? ठीक. तू इथं आलाच नसतास तर त्यांचं काय झालं असतं? तू इथं येण्यापूर्वी त्यांचं काय होतं? नि त्यांचं काय झालं? तेव्हा असा विचार तू करता कामा नये. लढाई सोडली, तर त्यांची जबाबदारी तुझ्यावर नाही. लढाईचा हुकूम तू सोडलेला नाहीस. गोल्झ सोडतो. गोल्झ तरी कोण आहे? एक चांगला सेनापती. ज्यांच्या ज्यांच्या हाताखाली तू कामं केलीस त्यांतला एक उत्तम. पण एखाद्याचे हुकूम चुकलेले कळत असूनसुद्धा का पाळावे? अगदी गोल्झसारख्याकडूनही आलेले? अगदी तुझ्या पक्षाचा नि तुझा सेनापती असलेला! पाळावे का ते? हो! कारण ते हुकूम पाळल्यानंच ते अशक्यातले आहेत, हे सिद्ध होईल. ते पाळून पाहिल्याशिवाय अशक्यातले म्हणून कसे कळायचे? शिवाय जर प्रत्येक माणूस हुकूम अशक्यातले असं म्हणून मोडू लागला, तर तुझंही काय होईल? हुकूम अशक्यातले म्हणत गेल्यावर सर्वांचंच काय होईल?'

ज्यांना प्रत्येक हुकूम अशक्यातला वाटे, असे खूप अधिकारी त्यानं पाहिले होते. एस्त्रामदुराचा तो चोर गोमेझ! त्यानं तसे हल्लेही पुष्कळ पाहिले होते. जिथं सैन्याची बगल, पुढे जाणं अशक्य आहे म्हणून पुढे घुसली नाही. छे! आपल्याला हुकमाची अंमलबजावणी केलीच पाहिजे. मग ज्यांच्यावर करायची ते किती आवडत असोत. ते नशीब समजायचं! पार्टीझन्सनं जे जे केलं, त्यातून जास्त संकटं आलीच; पण ज्यांच्यामध्ये किंवा ज्यांच्याबरोबर त्यानं कामं केली, त्या सर्वांवर संकटं आली.

कशासाठी हे मग? कशासाठी उघड आहे. यापुढे संकटाचा धोका राहू नये नि देशातलं जीवन सुखकारक व्हावं, हे तत्त्व किती जरी जुनाट वाटलं, तरी खरं आहे.

जर लोकसत्ताकाचा पराभव झाला तर त्यावर श्रद्धा असणाऱ्यांना स्पेनमध्ये राहताच येणार नाही. पण अशक्य होईल का? हो. होईल असं मनातून पटतंय. फॅसिस्टांनी जिंकलेल्या भागात जे घडलं, त्यावरून कळतंयच.

पाब्लो हलकट होता. पण बाकीचे लोक चांगले होते. हे फसवं काम करायला त्यांना लावणं हा त्यांचा विश्वासघात नाही का? असेलही. पण ते जर त्यांनी केलं नाही, तर घोडेस्वाराच्या दोन पलटणी, आठवड्यात इथं येतील नि टेकड्यांमधून त्यांची ससेहोलपट करतील.

छे! त्यांना बाजूला ठेवून काही फायदा व्हायचा नाही. एवढंच होईल की ते बाजूला राहतील, तुझा कुणाशी संबंध येणार नाही. ही आपली श्रद्धा आहे ना– आहे ना? होय आहे. मग नियंत्रित समाज वगैरेंचं काय? ते दुसऱ्यांचं काम आहे. या लढाईनंतर आपल्याला दुसरं काही करायचंय. या लढाईत आपण भाग घेतला त्याचं कारण एकतर ज्या देशावर आपलं प्रेम बसलंय, तिथे ती होत आहे. दुसरं, आपला लोकसत्तेवर विश्वास आहे. शिवाय लोकसत्ता बुडाली तर तिच्यावर श्रद्धा ठेवणाऱ्यांना जीवन अशक्य होईल. लढाई असेतोपर्यंत आपण कम्युनिस्टांच्या शिस्तीखाली आहोत. इथं स्पेनमध्ये कम्युनिस्टांनी चांगली शिस्त राखली आहे. लढाईला लागते तशी ती ठाम नि रास्त आहे. लढाईच्या काळापुरती आपण त्यांची शिस्त मानली. कारण युद्धाच्या नेतृत्वाच्या बाबतीत, कार्यक्रम नि शिस्त यांबद्दल आदर वाटावा, असा तो एकच पक्ष होता.

आपली राजकीय मतं तरी कुठली? आतातरी कुठलीच नाहीत– त्यानं स्वतःला सांगितलं. पण हे कुणाजवळ बोलू नको. कधी कबूल करू नको. बरं! नंतर तू काय करणार? आपण परत जाऊन पूर्वीप्रमाणेच स्पॅनिशचा शिक्षक होऊन जगणार. एक खरंखुरं पुस्तक आपण लिहू. पैज! तो स्वतःशी म्हणाला. पैज! जमेल ते.

राजकारणाबद्दल आपल्याला पाब्लोशी चर्चा केली पाहिजे. त्याची राजकीय घडण कशी झाली, हे पाहणं नक्की गमतीचं ठरेल. बहुधा नेहमीसारखा डावीकडून उजवीकडे तो घुसला असेल. म्हाताऱ्या लेरोक्ससारखा. पाब्लो बराचसा लेरोक्ससारखा होता. प्रिक्टो तेवढाच खराब होता. पाब्लो नि प्रिक्टो दोघांचाही अंतिम जयावर तेवढाच विश्वास होता. त्यांचं राजकारण रामोशांचं होतं. आपला लोकसत्तेवर विश्वास आहे, तो राज्यकारभाराची एक तऱ्हा म्हणून. पण बंड सुरू झाल्यावर त्या अवस्थेला तिला ज्यांनी आणली, त्या या साऱ्या चोरांना त्यातून हाकलले पाहिजे.

जनतेचे शत्रू! हाच शब्दप्रयोग आपण करणार नाही. असले ठरावीक शब्दप्रयोग आपण सोडू. मेरियाशी संबंध आला त्याचा हा एक परिणाम झाला. एखाद्या जाड

कातड्याच्या कर्मठासारखे आपल्या राजकीय मतांच्या बाबतीत आपण हटवादी नि मठ्ठ झालो होतो. आणि जनतेचे शत्रू यासारखे शब्द, त्यांचे तसले विचार नकळत डोक्यात येत होते. कसल्याही क्रांतीच्या नि देशभक्तीच्या घोषणा, चिकित्सा न करता आपण वापरल्या. अर्थातच त्या सगळ्या खऱ्या होत्या; पण त्या वापरताना चलाखी करणंही सोपं होतं. पण काल रात्रीपासून नि दुपारपासून त्या बाबतीत आपलं मन स्वच्छ नि स्पष्ट होत चाललं होतं. कट्टरपणा एक विचित्र गोष्ट आहे. कट्टरपणा यायला तुमची मतं बरोबर असल्याची तुम्हाला पक्की खात्री असावी लागते. आत्मसंयमानंच ही खात्री नि हा भाव येतो. आत्मसंयम हा पाखंडीपणाचा शत्रू आहे.

नीट तपासलं तर हा पूर्वपक्ष कसा टिकेल? म्हणूनच बहुधा कम्युनिस्ट स्वैराचारतत्त्वावर झोड उठवतात. तुम्ही जेव्हा पिऊन तर्र होता, किंवा बाह्यसंबंध ठेवता किंवा व्यभिचार करता, तेव्हा धर्माच्या जागी सहज बसलेलं जे पार्टी लाइनचं पक्षनिष्ठचं तत्त्व, त्या बाबतीतला तुमचा वैयक्तिक कमकुवतपणा तुम्ही मान्य करता. मायकोवस्कीनं आणलेल्या पापाचा– स्वैराचाऱ्यांचा पाडाव असो!

पण मायकोवस्कीला संत धरतात. कारण त्यांच्या सुदैवानं तो मेलेला आहे. आपणही सुदैवाने मेलेलो असू, त्यानं स्वतःला सांगितलं. आता असले विचार सोड. मेरिया मनात आण.

आपल्या हटवादीपणाबद्दल मेरियानं फार ताशेरे झाडले. तिच्या ताशेऱ्यांनी अजून तरी आपला निश्चय डगमगलेला नाही. पण जिवंत राहणंच आपण पत्करू. 'हुतात्म्याचा अंत' आपण आनंदानं दूर लोटू. आपल्याला इथं थर्मोपीली व्हायला नकोय किंवा एखाद्या पुलावरचा होरॅशिअस व्हायला नकोय. किंवा बांधात बोट पडलेला उंच मुलगा व्हायला नको आहे. मुळीच नको. काही काळ मेरियाजवळ राहायला मिळावं, एवढंच आपलं मागणं आहे. मेरियाजवळ तसं खूपखूप राहायला हवंय आपल्याला.

पण 'खूपखूप' पुढे आहे, यावर त्याचा विश्वास नव्हता. पण तेवढा काळ असलाच तर तो मेरियाच्या सहवासात घालवावा, असं त्याला वाटत होतं. एखाद्या हॉटेलमध्ये आम्ही जाऊ– त्याच्या मनात आलं– तिथं डॉक्टर नि सौ. लिव्हिंगस्टोन अशी नावं नोंदवू. तसंच करू.

तिच्याशी लग्न केलं तर? करायचंच. आपण तिच्याशी लग्न करू. मग आम्ही 'श्री. नि सौ. रॉबर्ट जॉर्डन. राहणार सनव्हॅली, इडाहो' असं नाव नोंदवू. इडाहो किंवा कॉपर्स ख्रिस्ती किंवा टेक्सास किंवा ब्रुट किंवा मोंटाना.

गृहिणीपदाला स्पॅनिश मुली चांगल्या. मी तशी केली नाही, म्हणून मला सांगता येतंय. परत अमेरिकेत गेल्यावर युनिव्हर्सिटीत आपल्याला काम मिळालं की इन्स्ट्रक्टरची बायको होईल. नि जेव्हा 'स्पॅनिश चार' घेणारे अंडर ग्रॅज्युएट्स

संध्याकाळी पाइप ओढायला येतील नि जेव्हा त्यांच्याशी आपण क्वेव्हेडो, लो पदव्हेगा, गोल्डोस नि दुसऱ्या अशा सन्माननीय मृतांबद्दल अनौपचारिकपणे महत्त्वाची चर्चा करू. त्या वेळी ती– मेरिया– काही निळे शर्टवाले आपली तत्त्वनिष्ठा दाखवीत आपल्या डोक्यावर कसे बसले नि दुसऱ्यांनी आपले हात पिळून आपलं वस्त्र कसं दूर केलं नि त्याचा बोळा आपल्या तोंडात कसा कोंबला, हे सांगेल.

मिसोला किंवा मोंटानात मेरिया लोकांना कशी वाटेल कुणास ठाऊक? अर्थातच मिसोलात आपल्याला काम मिळालं तरच हा प्रश्न. मला वाटतं, कम्युनिस्ट म्हणून तिथं आपल्यावर शेराही पडला असेल. आपलं नाव काळ्या यादीत दाखल असेल. काय असेल, कसं कळणार? काही सांगता येत नाही. आपण इथं काय करतो आहोत, याचा पुरावा त्यांच्याजवळ नाही. खरं म्हणजे सांगूनही त्यांना पटणार नाही. आपला स्पेनचा पासपोर्ट निर्बंधाच्या आधीचा आहे.

एकोणीसशे सदतीस साल संपत आल्यावर आपली परतायची वेळ येईल. आपण छत्तीसच्या उन्हाळ्यात निघालो. वर्षाची रजा काढली. पुढच्या वर्षाची वासंतिक सहामाही सुरू होईपर्यंत गेलं नाही तरी चालेल. टर्म संपायला खूप दिवस आहेत अजून. तसं म्हटलं तर आजच्या नि परवाच्या दिवसांतही खूप अंतर आहे. छे! युनिव्हर्सिटीची काळजी करण्याचं कारण मला वाटत नाही. शरद ऋतूत आपण तिथं हजर व्हायचं काय ते! सगळं ठीक होईल. हजर राहायचं– एवढंच आपलं काम.

गेला कितीक काळ जीवन कसं विचित्र गेलं! गेलं नसतं तर नवल. स्पेन हे आपलं काम होतं– आपला व्यवसाय होता. स्पेनमध्ये येण्यानं काही बिघडलं नाही. कुणाला काही निराळं वाटण्याचं कारण नाही. इंजिनिअरिंगच्या योजनांमध्ये आपण उन्हाळेच्या उन्हाळे घातले. जंगलाच्या नोकरीत इमारतीही बांधल्या नि सुरुंग लावायला शिकलो. तेव्हा आजचा हा मोडतोडीचा उद्योग त्या सर्वांना धरूनच आहे. त्यात जिवाची घाई उडते जरा; पण खात्रीचा आहे.

मोडतोडीचा विचार, न सुटणाऱ्या गणितासारखा धरला तर तो एक गणितच राहील. तरी मोडतोडीबरोबर काही वाईटही आलं. ते आपण पत्करलं. मोडतोडीनंतर, शत्रूचं ठीक हत्याकांड व्हावं म्हणून काय करावं लागेल, याचा अंदाज घेणं सारखं चालूच होतं. मला विचारशील तर आपण हे सारं जरा घाईनंच पत्करलं. रिपब्लिकचं काम सोडल्यावर आपण काय होऊ किंवा अधिक बरोबर शब्दांत म्हणजे नंतर आपल्याला काय करता येईल, याबद्दल आपण तरी बुवा फार फार साशंक आहोत. माझी कल्पना तर अशी आहे की, या साऱ्यावर आपण एकदा लिहिलं की, त्यातून मोकळे होऊ. एकदा लिहिलं की, ते सारं विसरून जाईल. जमलं तर पुस्तक चांगलंही होईल– पहिल्या पुस्तकाहून चांगलं होईल.

पण तोपर्यंत तुला जे आयुष्य आहे किंवा राहिलं आहे, ते आजच्या मध्ये, आजच्या रात्रीमध्ये, उद्याच्यात, आजच्या दिवसात, आजच्या रात्रीत, उद्याच्यात, पुन्हा पुन्हा खेळणार आहे– त्याच्या मनात आलं– म्हणून वेळेचा सदुपयोग कर. तेवढं तरी मिळालं म्हणून आनंद मान. पुलाचं बिघडलं समज. आताच त्याचं लक्षण ठीक दिसत नाही.

पण मेरिया छान वागली, नाही का? आयुष्यातून मिळायचं ते तिच्यातूनच. तेवढंच खरं जीवन. ते आता छत्तीस नि दहा सेहेचाळीस वर्षांचं नसून अठ्ठेचाळीस तासांचं धरायचं. किंवा अठ्ठेचाळीस तास नि वर दहा किंवा बारा धरा. एका दिवसाचे चोवीस तास म्हणजे दोनचा अठ्ठेचाळीस हिशेब झाला. तीन सबंध दिवस व्हायला वरचे बारा घ्या.

सत्तर वर्षांत जीवन जेवढं भोगता येईल, तेवढं सत्तर तासांतही भोगणं शक्य आहे, असं मला वाटतं. मात्र त्या सत्तर तासांना आरंभ होईल तोपर्यंत तुमचं जीवन संपूर्ण हवं. आणि तुमचं एक विशिष्ट वय असलं पाहिजे.

सगळाच आचरटपणा– त्याच्या मनात आलं– काही काही वेळेला तुझं डोकं विचित्र चालू लागतं. खरोखरच आचरटपणा करतोस तू. कदाचित हा आचरटपणा नसेलही. कळेलच पुढे. याआधी माद्रिदमध्ये आपल्याला एक मुलगी भेटली होती. माद्रिदमध्ये नाही. एस्कोरिअलमध्ये. तशी बरी होती ती. एकदा रात्री आपण जागे झालो नि दुसरंच कुणी शेजारी वाटलं. खरं कळेपर्यंत मन फुलून आलं होतं. राख चिवडावी तसं झालं ते. मुलगी तशी बरी होती. त्याआधी माद्रिदमध्ये अशीच मुलगी भेटली. तिथं तेच झालं. स्वतःला जरा बनवलं– काही ढोंग केलं– आपलीच समजूत घातली. बाकी सारं तसंच. त्याहूनही वाईट. एकूण स्पॅनिश बायकांना चढवणारे रोमँटिक आपण नाही नि जे काही या देशात तसले मामुली अनुभव घेतले, ते इतर देशांतल्याइतकेच मामुली ठरले. पण मेरियाशी असलं की, आपल्या प्रेमाला इतकं उधाण येतं, की मरून जाऊ असं वाटतं. याआधी, असा काही अनुभव येईल किंवा असेल, यावर आपला विश्वासही बसला नसता.

म्हणजे आपल्या सत्तर वर्षांच्या आयुष्यानं सत्तर तासांच्या आयुष्याशी सौदा केला, तरी आपण भरपूर किंमत मिळून पावलो आहोत. नि ते कळलं हेही एक भाग्यच. आणि आता जरी दीर्घायुष्य म्हणतात ते नसलं किंवा इतर जीवनही मिळालं नाही किंवा 'यानंतर' हा शब्दही उरला नाही, नि फक्त हा आत्ताचा क्षण उरलाय, तरी बिघडलं नाही. त्या 'आत्ता'चंच कौतुक करू नि सुखी होऊ. आत्ता! हा क्षण! अहोरात्र अभी! कसं मजेशीर लागतं कानाला! त्याच्या नादात सगळं विश्व नि आपलं आयुष्यही सामावलेलं वाटतं. आयू नि प्रियू. मेरिया नि– छे! नाही जुळत. फ्रेंच भाषेत तसं जुळतं. आता नि पत्नी– छे! या जोडीतूनही काही निघत नाही.

मेलेला, प्राण गेलेला, मृत! मृत या शब्दानं खरा जोर येतो. चढाई, चकमक, द्वंद्व, युद्ध! युद्ध याच शब्दानं फक्त लढाईसारखं वाटतं. प्रेयसी– लाडकी– प्रिया– छे! मेरिया नावाची सर कशालाच नाही काय?

सगळेच आता एकजुटीनं कामाला लागले आहेत. आता उशीर नाही. आतापर्यंत मात्र काही खरं नव्हतं. सकाळी जागं होताक्षणीच वाईट आठवण यावी तसं चाललं होतं. अडचणीच्या प्रसंगातून सुटण्यासाठी दिवसभर, रात्र पडेपर्यंत वाट पाहत राहावं तसं! परत जम बसण्यासाठी तुम्ही रात्र पडेपर्यंत टिकाव धरू पाहता तसं! जर रात्रीपर्यंत आपला निभाव लागला, तर आपलं जमेल. मग पुन्हा जम बसेल. मग या सकाळपासूनच निभाव धरून राहण्याचं धोरण ठेवलं तर? कसा वाटतो हा विचार? नि तो बिचारा सोर्दो आपली मोडकीतोडकी स्पॅनिश सोडून इतक्या काळजीनं सगळं स्पष्ट करत होता आपल्याला. जणू काही गोल्झनं तो विषय काढल्या वेळेपासून आपण, आपल्या मरगळलेल्या विचारात ते विचार कधी आलेच नव्हते. नि गेल्या दोन नि त्याआधीच्या रात्री अपचन व्हावं तसे तास काढले नव्हते!

काय हा धंदा! सगळं आयुष्य जातं. जरा काही अर्थ वाटू लागावा, तर सगळं निरर्थक संपतं. आज ते वाटतंय ते कधी वाटलं नव्हतं. हीच एक गोष्ट आपल्याला कधी मिळणार नाही, असं वाटलं होतं. आणि मग एक बथ्थड प्रसंग यावा, त्यात दोन घाण गॉरिला टोळ्यांना एक पूल उडवण्यासाठी एकत्र आणावं, तेव्हाच एक प्रतिहल्ला सुरू व्हावा नि अशा या मुहूर्ताला मेरियासारख्या मुलीशी गाठ पडावी! आपलं तेच झालं. जरा उशिरा मेरियाची गाठ पडली, एवढंच.

पिलरसारख्या एका बाईनं तिला जवळजवळ तुझ्या गळ्यात टाकलं. आता काय होणार? काय होणार? सांग ना काय होणार? अरे, व्हायचं काय? तेच होणार.

पिलरनं तुझ्या गळ्यात ती बांधली, असं खोटं बोलू नको. तुझ्या प्रेमाची किंमत इतकी कमी करू नको किंवा त्यावर घाण फेकू नको. तिला पाहताच तू खलास झालास. बोलण्यासाठी तिनं प्रथम तोंड उघडलं नि ती बोलू लागली त्या क्षणी सारं घडलं. तू स्वतःच स्वतःला करून घेतलंस. तसं होईल ही कल्पनाही तुला नव्हती. म्हणूनच त्यावर तू घाण फेकणं बरं नाही. तुला सारं कळतंय. गुहेच्या तोंडाशी वाकत, ती परातीत अन्न घेऊन येत असता, तिला तू प्रथम पाहिलीस, त्या क्षणी काय झालं, पुन्हा सांगायला हवं का?

त्या क्षणी तुला वेध लागला. ठाऊक असून खोटं का बोलतोस? तिला जेव्हा जेव्हा पाहिलंस, तेव्हा तुझ्या हृदयात कसं झालं? तिनं जेव्हा जेव्हा तुझ्याकडे पाहिलं, तेव्हाही तसंच झालं. मग मुकाट्यानं सारं कबूल का करीत नाहीस? ठीक बाबा! कबूल. कबूल ना? मग पिलरनं तिला तुझ्या गळ्यात बांधली याबद्दल तुला

फारतर एवढंच म्हणता येईल की, ती हुशार बाई आहे. त्या पोरीची तिनं चांगली काळजी वाहिली. आणखी, मेरिया स्वयंपाकाचं भांडं घेऊन गुहेतून बाहेर येताक्षणीच काय झालं, हेही तिनं तेव्हाच जाणलं.

पिलरनं उलट गोष्टी सुकर केल्या. तिनं त्या सुकर केल्या म्हणूनच कालची रात्र नि आजची दुपार मिळाली. ती तुझ्याहून कितीतरी सुसंस्कृत आहे. काळवेळ ती ओळखून आहे. कळलं? तो स्वतःला म्हणाला. तिनं वेळ जाणली. कबूलच करायला हवं. तिनं माघार घेतली ती केवळ आपण गमावलं ते दुसऱ्यांना गमवावं लागू नये म्हणून. नि मग तिच्यासारखं आपण हरलो हे मोठ्या मनानं कबूल करणं आपल्याला तरी जमेल का? तिथं डोंगरत तिनं हार घेतली, तेव्हा आपण तिच्या मनासाठी काय केलं?

अच्छा! सारं असं होत असतं. नि असं झालं, हे तू स्वतःशी तरी कबूल करावं. यापुढे सबंध दोन रात्रीसुद्धा मेरियाशी राहता येणार नाही. तिच्याबरोबर आयुष्य तर सोडच, एकत्र राहणंही होणार नाही. अशा जोडप्यांना राहायला मिळतं, तसंही नाही. काहीच मिळणार नाही. गेली ती एक रात्र, एकदा एक दुपार, येईल ती एक रात्र– तीसुद्धा नक्की नाही. नाही महाराज, नक्की नाही.

अवधी नाही, सुख नाही, मजा नाही, मुलं नाहीत, घर नाही, अंघोळीची खोली नाही. स्वच्छ पायमोजांची एखादी जोडीसुद्धा नाही. सकाळचं वर्तमानपत्रं नाही. एकदम जाग येऊन उठणं नाही. जागं होऊन, ती शेजारी आहे– आपण एकटे नाहीत हे वाटणं नाही. छे! काही नाही. आपल्या आयुष्यात हवंय त्यातलं, आज मिळतंय तेवढंच मिळायचं असेल! तुला हवं ते सापडल्यावरही जर एवढंच मिळायचं असेल, तर निदान एक रात्र चादरीवर झोपायलाही मिळू नये का?

असाध्य ते तुला हवंय. सालं, अशक्य ते तुला हवंय. तू म्हणतोस एवढं जर या मुलीवर तुझं प्रेम असेल, तर तू तिच्यावर इतक्या इतक्या प्रेमाचा वर्षाव आता केला पाहिजे की, जी वर्ष नि जो सहवास कमी पडणार आहे, त्याची भरपाई होईल. ऐकतो आहेस का? पूर्वी जोडप्याला सगळं आयुष्य मिळे. आता दोन रात्रीच तुम्हाला मिळत आहेत, तर तुला नशीब उजळल्यासारखं वाटतंय. दोनच रात्री. प्रेमासाठी, आनंद करण्यासाठी फक्त दोन रात्री. अपेक्षेहून खूप जास्त आहेत त्या. वाइटासाठी म्हण, चांगल्यासाठी म्हण. आजारामुळे किंवा मृत्यूमुळे– नाही त्या ओळी अशा नाहीत– आजारात नि तंदुरुस्तीत. मृत्यू फाटाफूट करीपर्यंत. दोन रात्री. अपेक्षेहून जास्तच आहेत त्या. अपेक्षेहून अधिक– आता असले विचार बंद कर. आता पुरे झालं भरकटणं. तुला ते ठीक नाही. स्वतःला ठीक नाही ते करू नये. तेच खरं शेवटी.

गोल्झ हेच सांगत होता. तो जितका घोळत बोलत राहिला, तेवढा अधिक चलाख वाटला. त्याचं हेच मागणं होतं. अनियमित आयुष्याबद्दल तो भरपाई मागत

होता. गोल्झचं असंच झालं होतं का?– हाच वेळेचा अभाव– हीच नड. नि हीच परिस्थिती! सारख्या प्रसंगांत सगळ्यांचं हेच होतं का? नि केवळ स्वतःच्या जीवनात ते घडतंय म्हणूनच त्याला ते विशेष निराळं वाटत होतं का? लाल सैन्यात घोडदळावर अधिकारी असताना गोल्झनं अशीच उभ्याउभ्या झोप घेतली होती का? आणि मेरियासारख्याच साऱ्या मुली वाटाव्या अशीच सगळी परिस्थिती त्याच्या वेळीही जमून आली होती का?

बहुधा गोल्झला या सगळ्यांचं आकलन झालं होतं. नि आपल्याला मिळणाऱ्या दोन रात्रींत आपण सारं आयुष्य ओतावं, असं त्याला वाटत होतं. इथल्या अनिश्चित जीवनात जो थोडा काळ आपला म्हणून मिळेल, तेवढ्यात सगळं आयुष्य सामावून घ्यायला हवं.

ही एक श्रद्धेचीच चांगली तऱ्हा. मेरिया असल्याच परिस्थितीतून उत्पन्न झाली आहे. आपल्याला हे पटत नव्हतं. मेरियाच्या नि आपल्या दोघांच्या परिस्थितीचा हा सारा परिपाक आहे असं धरलं, तर निराळं. एकटी तीच परिस्थिती सगळ्याला पुरेशी नाही– तेवढी पुरेशी नाही.

असंच असलं, तर असंच व्हायचं. पण आपल्याला ते प्रिय आहे, अशी जबरी करता येणार नाही. त्याच्या मनात आलं– आपल्याला ज्या भावना आल्या, तशा येतील हे ठाऊकही नव्हतं. आपल्या जीवनात असं काही घडेल, हेही ठाऊक नव्हतं. सगळ्या आयुष्यभर ते लाभावं असं आपल्याला हवंय. तुला लाभेल, त्याच्यातला दुसरा जॉर्डन म्हणाला. तुला लाभेल. आता तुला ते लाभलंय. नि हा क्षण हेच तुझं सारं आयुष्य आहे. या क्षणाशिवाय दुसरं नाहीच काही. काल नाही– एखादा उद्याही नाही. हे सारं कळायला तुला आणखी किती वाढायला हवं? तुला फक्त 'आत्ता' आहे. हा क्षण– आत्ता– जर दोन दिवसांचा असेल, तर दोन दिवस हेच तुझं आयुष्य! त्या प्रमाणात तुला सगळं मिळेल. दोन दिवसांचं तुझं सगळं आयुष्य त्याच प्रमाणात तुला जगायला लागेल. कुरकुर थांबवलीस नि मिळणार नाही ते मागायचं बंद झालास, तर उर्वरित आयुष्य सुखाचं जाईल. चांगलं आयुष्य सामान्य मापानं मोजत नसतात.

आता डोकं खाऊ नको. जे मिळतंय ते घे– आपलं काम कर, नि तुला सुखी दीर्घायुष्य लाभेल. आनंदही. तुझी कुरकुर तरी काय आहे? या कामाचं असंच असतं. त्यानं स्वतःला म्हटलं नि या विचारानं त्याला फार बरं वाटलं. आपण अशातून जे शिकतो त्यापेक्षा जी माणसं भेटतात त्याचं महत्त्व असतं. तो स्वतःशी थट्टा करू लागला होता, म्हणून तो खूश होता. त्याच स्थितीत तो मेरियाजवळ आला.

"पिल्ला! तू फार आवडतेस मला," तो तिला म्हणाला, "तू काय म्हणत होतीस?"

“मी म्हणत होते की, तुम्ही आपल्या कामाची चिंता करू नये. मी तुमच्या आड येणार नाही. त्रासही देणार नाही. माझ्याजोगतं काही असलं तर मात्र सांगा.”

“तुझ्याजोगतं काही नाही. सगळं साधंसरळ होणाराय.”

“आपल्या पुरुषाची काळजी घ्यायचं मी पिलरजवळ शिकेन. ती शिकवील तसं करीन,” मेरिया म्हणाली, “शिकताना माझं मलाच कळू लागेल. शिवाय तू सांगशीलच.”

“करायचं काही नाही.”

“काही नाही काय म्हणतोस? तुझी निजायची खोळ सकाळी झाडायला हवी होती. वाऱ्यावर उन्हात घालायला हवी होती नि दव पडण्याआधी आत घ्यायला हवी होती. ठाऊक आहे?”

“बोल.”

“तुझे मोजे धुवायला नि वाळवायला हवेत. तुला खरे दोन जोड हवेत.”

“आणखी?”

“मला शिकवलंस तर मी तुझं पिस्तूल स्वच्छ करून त्याला तेल देईन.”

“चुंबन घे माझं,” रॉबर्ट जॉर्डन म्हणाला.

“नाही. माझं बोलणं ऐक. ते महत्त्वाचं आहे आता. पिस्तुलाचं दाखवशील ना मला? पिलरजवळ चिंध्या नि तेल आहे. स्वच्छ करायची कांडी गुहेत आहे, ती त्याला चालेल.”

“दाखवीन तुला.”

“आणखी एक,” मेरिया म्हणाली, “जर गोळी चालवायला मला शिकवलं, तर आपल्यापैकी कुणी जखमी किंवा कैदी झाला नि एकाला दुसऱ्यास गोळी घालावी लागली, तर घालता येईल.”

“कल्पना छान आहे,” रॉबर्ट जॉर्डन म्हणाला, “तुला अशा नेहमी सुचतात?”

“नेहमी नाही,” मेरिया म्हणाली, “पण ही मात्र मला स्वतःला चांगली वाटते. पिलरनं मला हे दिलं नि कसं वापरायचं ते सांगितलं.” बोलताना तिनं पोलक्याच्या खिशातून एक कंगवा ठेवतात तशी चामड्याची पिशवी बाहेर काढली. तिच्यावरचं रुंद रबर काढून तिनं आतून एका बाजूला धार असलेलं एक पातं बाहेर काढलं. “हे मी नेहमी जवळ ठेवते,” तिनं सांगितलं, “या पात्यानं कानाखाली काप घ्यायचा, पिलर म्हणाली. तिथं एक मोठी रक्तवाहिनी आहे. तिथून पातं फिरलं की झालं. ती आपलं काम करते. पिलर आणखी म्हणाली की, वेदना होत नाहीत. कानाखाली पातं दाबून ओढायचं. अगदी सोपं. पकडणाऱ्याचं काही चालत नाही.”

“बरोबर आहे,” रॉबर्ट जॉर्डन म्हणाला, “ती कॅरोटीड रक्तवाहिनी आहे.”

त्याच्या मनात आलं– हे पातं ती नेहमी जवळ ठेवते, म्हणजे सगळ्या

प्रसंगांची तिनं तयारी ठेवलीय.

“पण तूच मला गोळी घाल– तेच मला आवडेल,” मेरिया म्हणाली, “असा प्रसंग ओढावलाच तर तूच मला गोळी घालशील, असं वचन दे.”

“हे घे वचन,” तो म्हणाला.

“आता बरं वाटलं मला. गोळी घालणं सोपं नाही, मला ठाऊक आहे.”

“संपलं ना तुझं?” रॉबर्ट जॉर्डन म्हणाला.

त्याच्या मनात आलं– हे सारं विसरून जातं. कामात मन ठेवलं की यादवी युद्धाच्या रम्य कथा विस्मरणात जातात. विसरलास ना? तू विसरावंस असं मला वाटतं बुवा! काश्कीनला हे विसरता आलं नाही. म्हणूनच त्याचं काम बिघडलं. का त्या बेट्याला काही कल्पना आली होती आधी? एकंदरीत सगळं विचित्रच होतं. काश्कीनला आपण गोळी घातली, तेव्हा आपल्याला काही वाटलं नव्हतं. केव्हातरी हा प्रसंग येणार, हे धरूनच आपण चाललो होतो. आपल्यालाही तो अनुभव येणार, असं वाटत होतं. अजूनपर्यंत तरी तसा काही अनुभव आला नव्हता.

“तुझ्यासाठी करता येतील अशा दुसऱ्याही गोष्टी आहेत,” मेरिया त्याला म्हणाली. त्याच्या शेजारून चालत ती अतिशय बायकी गंभीर झाली होती.

“गोळी घालण्याशिवाय दुसऱ्या?”

“हो! तुझ्या जवळच्या आयत्या सिगारेट्स संपल्या की, मी तुला वळून देईन. सिगारेट वळायला पिलरनं शिकवलंय मला. घट्ट– नेटक्या– न गळतील अशा मला येतात.”

“उत्तम,” रॉबर्ट जॉर्डन म्हणाला, “तुला आवडतात तशा?”

“हो!” मेरिया म्हणाली, “तू जखमी झालास की, मी तुझी सेवा करीन. तुझी जखम बांधीन. तुझं अंग पुशीन. जेवायला घालीन.”

“मी जखमी झालोच नाही तर?”

“मग आजारी पडशील तेव्हा तुझी काळजी घेईन. लापशी करीन. कपडे बदलीन. सगळं करीन.”

“आणि मी आजारीच पडलो नाही तर?”

“मग, तू सकाळी जागा होताच मी कॉफी करून आणीन.”

“मला कॉफी आवडत नसली तर?”

“नाही. आवडेलच,” खुशीत मेरिया म्हणाली, “आवडेलच. सकाळीच तू दोन कप घेतलीस.”

“पण समज, मला कॉफीचा कंटाळा आला. मला गोळी घालण्याचं कारण पडलं नाही. मी जखमी झालो नाही. आजारी पडलो नाही. मी सिगारेट सोडली. माझ्याजवळ पायमोजाचा एकच जोड राहिला. माझी खोळ मीच वाळत घातली–

मग काय तुझं म्हणणं– पिल्ला!''

''मग,'' मेरिया म्हणाली. ''मग पिलरची कात्री घेऊन मी तुझे केस कापीन.''

''मला केस कापलेले आवडत नाहीत!''

''मलाही नाही,'' मेरिया म्हणाली, ''तुझे केस आहेत तसेच चांगले दिसतात. तुझं जर काहीच करायला नसलं, तर तुझ्या शेजारी मी बसेन नि तुझ्याकडे पाहत राहीन. रात्री आपण मजेत घालवू...''

''ठीक,'' रॉबर्ट जॉर्डन म्हणाला, ''शेवटचा बेत आवडला आपल्याला.''

''मला तेच वाटतं, इंग्लिशा!'' मेरिया हसत म्हणाली.

''माझं नाव रॉबर्टो आहे.''

''नाही. पिलरप्रमाणे मी तुला इंग्लिश म्हणणार.''

''तरी मी रॉबर्टोच आहे.''

''नाही,'' तिनं म्हटलं, ''आता दिवसभर मी तुला इंग्लिशच म्हणणार– इंग्लिश– इंग्लिश! इंग्लिशा! माझी मदत हवीय काही?''

''नको! मला करायचंय ते एकट्याचंच आहे. डोकं थंड ठेवून एकट्यानंच करायचं आहे.''

''ठीक!'' ती म्हणाली, ''तुझं काम केव्हा संपेल?''

''दैव अनुकूल असेल तर आज.''

''बरं.''

खाली कॅम्पच्या वाटेवरची शेवटची झाडी होती.

''कोण आहे ते?'' रॉबर्ट जॉर्डननं बोट करून विचारलं.

''पिलर!'' त्याच्या बोटाच्या दिशेनं पाहत ती म्हणाली, ''खात्रीनं पिलरच!''

कुरणाच्या खालच्या मेरेला जिथं झाडीला सुरुवात होती, तिथं पिलर बसली होती. तिनं डोकं हातावर टेकलं होतं. दुरून त्यांना ती काळसर गाठोड्यासारखी दिसत होती.

''पळ!'' रॉबर्ट जॉर्डन मेरियाला म्हणाला नि त्यानं गुडघ्याएवढ्या झुडपांतून पिलरकडे धावायला सुरुवात केली. धावणं जड जात होतं नि थोडं धावल्यावर तो मंदावला. नि साधा चालू लागला. हात दुमडून त्यावर पिलरनं डोकं टेकलं होतं. बुंध्याशी ती रुंद काळी दिसत होती. तो तिच्याजवळ येऊन पट्कन म्हणाला, ''पिलर!''

पिलरनं डोकं वर करून त्यांच्याकडे पाहिलं.

''अरे!'' ती म्हणाली, ''तुमचं संपलं तर?''

''तुला बरं नाही का?''

''छे! मी झोपले होते.''

“पिलर!” मेरियाही येऊन पोहोचली होती. गुडघ्यावर होऊन तिच्या शेजारी बसत ती म्हणाली, “पिलर! कसं वाटतंय आता? बरं आहे ना?”

“झक्कं वाटतंय,” पिलर म्हणाली; पण उठली नाही. तिनं दोघांकडे पाहिलं. “काय इंग्लिशा? पुन्हा तू तुझ्या पुरुषी गमती केल्यास?”

“बरं वाटतंय ना आता?” तिच्या बोलण्याकडे लक्ष न देता तो म्हणाला.

“वाटतंय की! झोपले होते मी. तुम्ही?”

“नाही.”

“अच्छा!” पिलर मुलीला म्हणाली, “तुला मानवलेल्या दिसतात त्या.”

मेरिया लाजली नि बोलली नाही.

“तिला खिजवू नको,” रॉबर्ट जॉर्डन म्हणाला.

“तुझ्याशी कोण बोललं!” पिलर त्याला म्हणाली. “मेरिया!” ती म्हणाली. तिचा आवाज कडक होता. “मी म्हटलं, तुला मानवल्या त्या!”

“ए! तिच्या मागे लागू नको,” रॉबर्ट जॉर्डन पुन्हा म्हणाला.

“गप्प बस रे!” पिलर त्याच्याकडे न पाहता म्हणाली, “ऐक मेरिया. मला एक सांग.”

“नाही,” मेरिया मान हलवीत म्हणाली.

“मेरिया!” पिलर म्हणाली. तिचा आवाज चेहऱ्याइतकाच कठोर झाला. तिच्या तोंडावर थोडाही स्नेहभाव नव्हता. “मेरिया! तुझ्या कौमार्यभंगाचं मला एक सांग?”

मुलीनं मान हलवली.

रॉबर्ट जॉर्डनच्या मनात येत होतं– जर मला या बाईबरोबर, हिच्या दारुड्या नवऱ्याबरोबर नि तिच्या घाण लोकांबरोबर काम करायचं नसतं, तर आत्ता हिला अशी एक भडकावून दिली असती–

“गप्प बसू नको– सांगून टाक,” पिलर मुलीला म्हणाली.

“नाही,” मेरिया म्हणाली, “नाही.”

“तिला छळू नको,” रॉबर्ट जॉर्डन म्हणाला.

त्याचा आवाज त्याचा राहिला नव्हता. काही असो, तिला थोबाडतोच. काय व्हायचं ते होईल.

पिलर त्याच्याशी बोललीही नाही. तिचं ते न बोलणं सर्पानं पक्ष्यावर मोहिनी घालावी तसं नव्हतं, किंवा मांजरानं पक्ष्यावर घालावी तसंही नव्हतं. खुनशी असं त्यात काही नव्हतं. विकृत असंही नव्हतं. नागानं फणा पसरावा तसं काहीतरी त्यात होतं. त्याला ते जाणवत होतं. फणा उभारण्यातला जाणवत होता. पण फण्यातल्या वर्चस्वात वाइटापेक्षा शोध घेणंच जास्त होतं. आपल्याला हे कळायला नको होतं. रॉबर्ट जॉर्डनच्या मनात आलं. पण थोबाडीत मारण्यासारखं यात काही नाही.

“मेरिया,” पिलर म्हणाली, “मी तुला हातही लावणार नाही. तुझा कौमार्यभंग सांग.”

मुलीनं मान हलवली.

“मेरिया!” पिलर म्हणाली, “आधी सांग. तुझा कौमार्यभंग सांग. ऐकू येतंय का? काही पण सांग.”

“नाही,” मेरिया म्हणाली. अगदी हळू म्हणाली– “नाही. नाही.”

“सांगायलाच हवं,” पिलर म्हणाली, “काहीही सांग पाहा बरं! सांगतेस की नाही?”

“जमीन हलली,” बाईकडे न पाहता मेरिया म्हणाली, “खरंच. आणखी सांगता यायचं नाही.”

“अस्सं!” तिचा आवाज आता गोड, मायेचा झाला होता. त्यात जोर नव्हता. तिच्या कपाळावर नि ओठावर घामाचे थेंब आलेले रॉबर्ट जॉर्डनच्या ध्यानात आले. “ते झालं तर मग! तसं होणं बरं!”

“खरं सांगते,” बोलताना मेरियानं ओठ चावले.

“ते खरं आहे संशयच नाही,” पिलर मायेच्या सुरात म्हणाली, “पण तुझ्या लोकांपैकी कुणाला तसं सांगू नको. त्यांचा विश्वास बसायचा नाही. इंग्लिशा! तुझ्यात काली रक्त नाही.”

ती उठू लागली. रॉबर्ट जॉर्डननं तिला हात दिला. “नाही,” तो म्हणाला. “मला तरी माहिती नाही.”

“मेरियालाही माहिती असेल असं वाटत नाही,” पिलर म्हणाली, “ते चमत्कारिकच आहे सारं.”

“पण तसं झालं खरं, पिलर!” मेरिया म्हणाली.

“होणारच पोरी! मी तरुण होते तेव्हा अवकाशात तरंगावं अशी जमीन हलली, नि ती आपल्याखालून निसटेल, अशीही भीती वाटली. रोज रात्री असं होत असे.”

“तू खोटं बोलतेस,” मेरिया म्हणाली.

“होय,” पिलर म्हणाली, “मी खोटं बोलले. सबंध आयुष्यात तीनपेक्षा जास्त वेळा जमीन हलत नाही. खरंच हलली का गं?”

“हो,” मेरिया म्हणाली, “खरंच.”

“तुझं काय रे इंग्लिशा?” पिलरनं त्याला विचारलं, “खरं सांग.”

“हो! खरंच हलली.”

“छान!” पिलर म्हणाली, “छान. आता बरं वाटलं.”

“तीन वेळांचं काय म्हणालीस तू?” मेरियानं विचारलं, “असं का म्हणालीस?”

“तीनदा,” पिलर म्हणाली, “तुमचं आता एकदा झालं.”

“फक्त तीनच वेळा?”

“बहुतेकांना तो अनुभवच येत नाही,” पिलर म्हणाली, “तुझी खात्री आहे ना हलली?”

“पडेल असं वाटेल, इतकी हलली.”

“मग हलली असं धरते मी,” पिलर म्हणाली.

“चला उठा आता. कॅम्पकडे निघू.”

देवदारांतून जाताना रॉबर्ट जॉर्डननं बाईला विचारलं, “हा तीन वेळाचा मूर्खपणा काय आहे?”

“मूर्खपणा?” त्याच्याकडे वाकड्या नजरेनं बघत पिलर म्हणाली, “मूर्खपणा वगैरे म्हणू नको, इंग्लिशा!”

“हातासारखाच तो जादूटोणा आहे?”

“नाही. गिर्तानोमध्ये जे सगळीकडे सगळ्यांना ठाऊक आहे.”

“पण आपण गिर्तानोत नाही.”

“नाही. पण दैव जरा चांगलं आहे. जिप्सी नसलेलेही कधीकधी थोडे नशीबवान निघतात.”

“तीन वेळांचं तू खरं बोललीस का मग?”

तिनं त्याच्याकडे पुन्हा विचित्र नजरेनं पाहिलं.

“दूर जा इंग्लिशा! मला छळू नको. तुझ्यासाठी बोलायचं, तर तू बच्चा आहेस.”

“पण पिलर–” मेरिया म्हणाली.

“गप्प बस,” पिलर तिला म्हणाली, “तुला एकदा अनुभव आला. आणखी दोनदा येईल आयुष्यात.”

“तुला कितीदा आला?”

“दोनदा,” दोन बोटं दाखवीत पिलर म्हणाली, “दोनदा. आता तिसऱ्यांदा मिळणार नाही.”

“का नाही?” मेरियानं विचारलं.

“गप्प बस गं!” पिलर म्हणाली, “गप्प बस. तुझ्या वयाच्या पोरी मला वैताग आणतात.”

“तिसऱ्यांदा का नाही?” रॉबर्ट जॉर्डननं विचाारलं.

“गप्प बस रे!” पिलर म्हणाली, “गप्प बस.”

ठीक आहे, रॉबर्ट जॉर्डन स्वतःशी म्हणाला. आपल्याला तो अनुभव आणखी मिळणार नाही, हे नक्की. आपण पुष्कळ पोरी पाहिल्या आहेत. त्या विचित्रच असतात. पण आम्हीही तसेच आहोत. फरक एकच की, आम्हाला प्रामाणिकपणे

जगावं लागतं. आम्ही ज्या पूर्वजांमधून पुढे आलो, त्यांच्या जाती आम्हाला ठाऊक नाहीत किंवा आम्ही कोणत्या वंशजातीतून आलो, हे ठाऊक नाही. किंवा ते लोक ज्या रानात राहत होते, तिथली गूढं आम्हाला माहीत नाहीत. माहीत नाही, एवढंच आम्हाला ठाऊक आहे. रात्रीत आपल्याला काय होतं, हे आम्हाला ठाऊक नाही. दिवसा घडतं ते काहीतरी कळतं. तेव्हा घडायचं होतं, ते घडलं असं म्हणावं. आता मुलीच्या मनात नसता बाईला तिच्याकडून ते वदवून घ्यायचं होतं. एवढंच नव्हे, तर तिचं घेऊन स्वतःला चिकटवायचं होतं. तिनं त्याची जिप्सी कथा बनवली. मला वाटलं होतं, तिनं टेकडीवर माघार घेतल्याचं. पण आता नक्की माजोर होती. जर तिच्या मनात पाप असतं, तर तिला गोळीच घालायला हवी होती. पण पाप नव्हतं. तिला आयुष्यावरचा वरचढ हात सोडायचा नव्हता. त्यासाठी मेरियाचा तिनं उपयोग केला एवढंच.

या लढाईतून पार पडलास की, तू स्त्रियांचाच उभ्यास कर, तो स्वतःला म्हणाला. पिलरपासून आरंभ कर. माझं मत घेशील, तर तिनं आजचा दिवस घोटाळ्याचा करून ठेवला. हा जिप्सी मसाला तिनं आधी कधीच पुढे केला नव्हता. हाताचा प्रकार सोडायचा. हो! हाताचा प्रकार सोडावा लागेल. हाताबद्दल ती बनवाबनवी करीत होती, असं वाटत नाही. अर्थात हातात काय पाहिलं, ते सांगायला ती तयार नव्हती. तिला जे दिसलं, त्यावर तिचा स्वतःचा विश्वास दिसला; पण त्यातून काय सिद्ध होणार आहे!

''ऐक पिलर!'' तो बाईला म्हणाला.

पिलर त्याच्याकडे पाहून हसली.

''आता काय?'' ती म्हणाली.

''जादूटोणा, ज्योतिष, चेटूक यांवर माझा विश्वास नाही. किंवा जिप्सींच्या घाण चेटकावरही नाही.''

''असं!'' पिलर म्हणाली.

''नाही. नि मुलीची पाठ सोड.''

''तिची पाठ मी सोडीन.''

''नि तुझा गूढवादही सोड,'' रॉबर्ट जॉर्डन म्हणाला, ''असल्या फालतू गोष्टीशिवाय दुसरी पुष्कळ कामं पडली आहे. गूढं कमी हवी आता. काम खूप हवंय!''

''कळलं,'' पिलरनं संमतीदर्शक मान हलवीत म्हटलं, ''ऐक इंग्लिशा!'' ती त्याच्याकडे हसून म्हणाली, ''जमीन हलली का?''

''हो बाई, हो. जमीन हलली.''

पिलर हसली नि रॉबर्ट जॉर्डनकडे पाहत हसत उभी राहिली.

''अरे इंग्लिशा, इंग्लिशा!'' ती हसत म्हणाली, ''तू फार गमत्या आहेस. तुझी

प्रतिष्ठा परत येण्यास तुला आता खूप कष्ट करावे लागणार.''

''खड्ड्यात गेलीस तू–'' रॉबर्ट जॉर्डन म्हणाला. पण त्यानं आपलं तोंड मिटलंच ठेवलं. त्यांचं बोलणं चालू असता सूर्यावर ढग आले होते. त्यानं मागं वळून वर डोंगराकडे पाहिलं. आकाश ढगांनी भरून करडं झालं होतं.

''नक्की,'' पिलर आकाशात पाहत म्हणाली, ''नक्की बर्फ पडणार.''

''या वेळी, या जून महिन्यात?''

''का नाही? या डोंगरांना महिन्यांची नावं ठाऊक नाहीत. आपण मेच्या शुक्ल पक्षात आहोत.''

''बर्फ कसा असेल?'' तो म्हणाला, ''बर्फ कसा पडेल?''

''बर्फ पडणारच तरी,'' ती त्याला म्हणाली, ''बर्फ पडणार?''

सूर्य पिवळट पडला होता. रॉबर्ट जॉर्डननं करड्या आकाशाकडे पाहिलं. सूर्य नाहीसा होताना आता त्यानं पाहिला. करडा रंग सगळीकडे सारखा पसरत चालला. तो जाड, कापसासारखा वाटत होता. त्या रंगानं डोंगरांची शिखरंही व्यापण्यास सुरुवात केली.

''हो,'' तो म्हणाला, ''तुझंच बरोबर दिसतंय.''

१४

ते कॅम्पशी येईपर्यंत बर्फ पडू लागला होता नि त्याचे कण देवदारांतून तिरपे खाली येत होते. कण झाडांतून तिरकस येत असता प्रथम विरळ येत होते. मग वाटोळे फिरत पडत होते. मग डोंगरातला वारा लागताच ते भिरभिरत होते नि थर जाड होत होता. गुहेच्या समोर उभा राहून संतापून रॉबर्ट जॉर्डन ते पाहत होता.

"चिक्कार बर्फ पडणार आहे," पाब्लो म्हणाला. त्याचा आवाज जड झाला होता. डोळे लाल नि पाणारलेले होते.

"जिप्सी आला का?" रॉबर्ट जॉर्डननं विचारलं.

"नाही," पाब्लो म्हणाला, "जिप्सीही नाही नि म्हाताराही नाही."

"रस्त्याच्या वरच्या चौकीकडे माझ्याबरोबर याल?"

"नाही," पाब्लो म्हणाला, "मी यात भाग घेणार नाही."

"मग मीच काढीन शोधून."

"अशा वादळात ते सापडायचे नाहीत तुम्हाला," पाब्लो म्हणाला. "मी तरी जाणार नाही या वेळी."

"रस्त्याकडच्या उतारावर तर ते आहेत. तसंच पुढे जायचं मग."

"सापडेल तुला. बर्फ पडतंय, आता तुझे दोन्ही पहारेकरी येत असतील. तुझी नि त्यांची रस्त्यात चुकामूक होईल."

"म्हातारा माझी वाट पाहत असेल."

"नाही. बर्फ पडतंय. तो आत्ता येईल."

गुहेच्या तोंडावरून बर्फ जोरात पडत होतं. तिकडे पाब्लोनं पाहत म्हटलं, "इंग्लिशा, बर्फ तुला आवडत नाही?"

रॉबर्ट जॉर्डननं स्वतःशीच एक शिवी दिली. पाब्लोनं त्याच्याकडे आपल्या पाणारलेल्या डोळ्यांनी पाहिलं नि तो हसला.

"इंग्लिशा, तुझी चढाई इथंच संपली," पाब्लो म्हणाला, "गुहेत चल. तुझे लोक एवढ्यात येतील."

गुहेत मेरिया चुलीशी होती. पिलर जेवणाच्या टेबलाशी होती. चुलीत धूर झाला

होता. मेरिया लाकडाच्या तुकड्यानं विस्तव डिवचीत, कागदाच्या घडीनं वारा घालीत होती. तिची खटपट चालू असता एकदम भप् आवाज आला. चुलीत जाळ झाला. घातलेली लाकडे जळू लागली. चुलीवरच्या गुहेच्या तक्तपोशीच्या भोकातून वारा घुसू लागताच निखारे प्रज्वलित दिसू लागले.

"हे साला बर्फ!" रॉबर्ट जॉर्डन म्हणाला, "असाच पडत राहणार काय हा?"

"हो! खूप पडणार," पाब्लो समाधानी सुरात म्हणाला. मग पिलरला त्यानं म्हटलं, "पिलर! तुलाही हे बर्फ आवडत नाही? तू मुख्य बनली आहेस टोळीची. आता तुलाही हा आवडत नसेल."

मान वळवून ती म्हणाली, "बर्फ पडायचं असेल तर पडणारच."

"जरा दारू घे इंग्लिशा!" असं म्हणून पाब्लोनं कपाला कप लावला. रॉबर्ट जॉर्डननं त्याच्या डोळ्यांत पाहत कपावर कप किणकिणले. त्याच्या मनात आलं– अरे, पाणारलेल्या डोळ्याच्या! अरे, खुनशी डुकरा! हा कप तुझ्या दातावर वाजवावासा वाटतोय मला. जरा सबूर! त्यानं स्वतःला म्हटलं– जरा सबूर!

"काय सुंदर दिसतंय बर्फ!" पाब्लो म्हणाला, "अशा बर्फात तू बाहेर झोपणार नसशीलच!"

याच्या डोक्यात हा किडासुद्धा वळवळतोय तर! रॉबर्ट जॉर्डनच्या मनात आलं. 'पाब्लो! तुमच्या मागे फार त्रास आहेत.'

"नाही!" तो नम्रपणं म्हणाला, "नाही झोपणार."

"नसशीलच. थंडी भयंकर आहे," पाब्लो म्हणाला, "पाऊसही."

रॉबर्ट जॉर्डनच्या मनात आलं, या बेट्याला काय ठाऊक की, माझ्या थैलीतल्या दुलईला सहासष्ट डॉलर्स पडलेत ते? खरं त्यात झोपण्याचा प्रत्येक रात्रीचा मला एक डॉलर मिळायला हवा.

"मग मी आत झोपलो तर चालेल ना!" त्यानं पुन्हा नम्रपणे विचारलं.

"हो," पाब्लो म्हणाला.

"आभार आहेत," रॉबर्ट जॉर्डन म्हणाला, "मी बाहेरच झोपेन."

"बर्फात?"

"होय, (अरे साल्या, मूर्खा, गाढवा, बेअकल्या) मी बर्फातच झोपेन. (नालायका, सर्वनाशका, पराभूतवृत्तीच्या, चोरा, हरामखोरा)."

मेरिया चुलीत देवदाराचे फाटे घालीत होती, तिकडे जाऊन तो म्हणाला, "काय सुंदर दिसतंय बर्फ!"

"पण तुमच्या कामाला वाईट आहे, खरं ना?" तिनं विचारलं, "तुम्हाला काळजी वाटत असेल?"

"काळजी करून काय होणार आहे," तो म्हणाला, "जेवण केव्हा होतंय?"

“तुला भूक लागली असेल, वाटलंच,” पिलर म्हणाली, “चीजचा तुकडा देऊ एक?”

“दे,” तो म्हणाला.

चीज तक्तपोशीपासून टांगलेलं होतं. ते तिनं उघडं केलं नि सुरी चालवून एक मोठा तुकडा कापून दिला. तो खात उभा राहिला. चीजला जरा वास येत होता.

“मेरिया!” पाब्लो बसल्या टेबलावरून म्हणाला.

“काय?” मेरियानं विचारलं.

“टेबल साफ कर,” पाब्लो म्हणाला नि रॉबर्ट जॉर्डनकडे पाहून त्यानं दात विचकले.

“तुझं खरकटं तू काढ,” पिलर त्याला म्हणाली, “पहिल्यांदा तुझं तोंड पूस, मग सदरा, मग टेबल.”

“मेरिया!” पाब्लो ओरडला.

“लक्ष देऊ नको,” पिलर तिला म्हणाली, “त्याला चढलीय,”

“मेरिया!” पाब्लो ओरडला, “अजून बर्फ पडतंय. किती सुंदर दिसतोय बर्फ!”

रॉबर्ट जॉर्डनच्या मनात आलं, याला अजून निजण्याच्या थैलीचं कळलं नाही. मूर्खाला तिला मी दिलेले पासष्ट डॉलर्स ठाऊक नाहीत. जिप्सी एवढ्यात आला तर बरं होईल. जिप्सी येताच मी म्हाताऱ्यामागे जाईन. आताच मी जेवायला हवं. पण खरंच चुकामूक व्हायची. तो कुठं बसलाय कुणास ठाऊक?

“बर्फाचे लाडू करायचेत का?” तो पाब्लोला म्हणाला, “मारामारी खेळायची का?”

“काय?” पाब्लो म्हणाला, “काय आहे तुझ्या मनात?”

“काही नाही,” रॉबर्ट जॉर्डन म्हणाला, “तुझी खोगिरं नीट झाकून ठेवलीस ना?”

“हो.”

मग तो इंग्रजीत म्हणाला, “घोड्याचे केस काढणार आहेस? त्यांना खुट्यांना बांधणार आहेस? खोगीर शोधायला लावणार आहेस?”

“काय?” इंग्रजी न कळून पाब्लोनं विचारलं.

“मलाच ठाऊक नाही,” रॉबर्ट जॉर्डन म्हणाला, “फार थकलो की, मी इंग्रजीत बोलू लागतो. वैतागलो म्हणजे बोलतो. गोंधळ झाला मनाचा की, बोलतो. त्यानं बरं वाटतं– आपलंच आपण ऐकलं की! बोलून पाहा एकदा.”

“इंग्लिशा, काय म्हणतो आहेस?” पिलर म्हणाली. “मजेदार वाटतंय, पण कळत नाही.”

“काही नाही,” रॉबर्ट जॉर्डन म्हणाला, “काही नाही असं इंग्रजीत म्हणालो.”

"ठीक. आता स्पॅनिश बोल," पिलर म्हणाली, "स्पॅनिशमध्ये थोडक्यात सोपं सांगता येतं."

"नक्कीच," रॉबर्ट जॉर्डन म्हणाला. मग तो स्वतःशी म्हणाला– अरे पाब्लो! अगं पिलर! अगं मेरिया! नि कोपऱ्यात बसलेल्या दोघा भावांनो!– तुमची नावं मी विसरलो आहे. माफ करा! आठवीन मी. मला कधीकधी सगळा कंटाळा येतो. त्या कामाचा, तुमचा, माझा, लढाईचा! सगळं झाल्यावर आता बर्फ पडावा? का पडावा? कडेलोट झालाय! नाही– अजून नाही. कडेलोट नसतोच. होईल त्याला तोंड दिलं पाहिजे. आता हे 'हिरो'पण थांबव. बर्फ पडतंय ना? मग बर्फ पडतंय म्हण. क्षणापूर्वी तू म्हटलंसच तसं. आता पुढचं काम जिप्सी कुठं आहे पाहायचं नि म्हाताऱ्याला गाठायचं. पण या महिन्यात बर्फ पडावं? जाऊ दे रे! तो स्वतःला म्हणाला. जाऊ दे– मान खाली घालून राहा. पेल्याची पुराणकथा तुला ठाऊक आहे ना? काय झालं तेव्हा? एकतर आपली स्मरणशक्ती तुला वाढवायला हवी किंवा पुराणकथा आठवण्याच्या भानगडीत पडता कामा नये. कारण एकदा का ती डोक्यातून निसटली की, विसरलेल्या नावासारखी तू सारखी आठवत राहशील. त्यातून सुटका नाही. काय बरं ती कपाची गोष्ट?

"एक कप दारू देता का?" तो स्पॅनिशमध्ये म्हणाला, "राशीनं बर्फ पडतंय! नाही?" तो पाब्लोला म्हणाला.

झिंगलेल्या पाब्लोनं त्याच्याकडे पाहिलं. तो दात विचकून हसला. त्यानं मान हलविली. पुन्हा तो हसला.

"चढाई गेली. पूल गेला. फक्त बर्फ," पाब्लो म्हणाला.

"फार वेळ बर्फ टिकेल असं वाटतं," रॉबर्ट जॉर्डन त्याच्याशेजारी बसत म्हणाला, "सगळ्या उन्हाळाभर बर्फच पडणार आहे का?"

"उन्हाळाभर?" पाब्लो म्हणाला, "नाही. आज रात्री नि उद्या. एवढा मात्र पडेल."

"कशावरून म्हणतोस?"

"वादळं दोन तऱ्हेची असतात," पाब्लो जड सुरात पण चवीनं म्हणाला, "एक पायरेनिसकडून येतं– याच्याबरोबर भयंकर थंडीही येते. पण त्याची वेळ गेली."

"ठीक," रॉबर्ट जॉर्डन म्हणाला, "तुझ्या बोलण्यात मुद्दा वाटतोय."

"हे आताचं वादळ कांताब्रिकोकडून आलेलं आहे," पाब्लो म्हणाला, "ते समुद्राकडून येतं. या दिशेनं वारा आहे. तेव्हा मोठं वादळ होईल नि बर्फही फार पडेल."

"बाबा, कुठं शिकलास तू हे?" रॉबर्ट जॉर्डननं विचारलं.

त्याचा राग आता गेला होता. वादळात त्याचं मन नेहमी उल्हसित व्हायचं तसं या वादळानं झालं होतं. वावटळीत, तुफानात, उष्ण देशातील वादळात किंवा उन्हाळ्यातल्या वावटळीत त्याला जसं उल्हसित वाटे, तसं कशानं वाटत नसे. लढाईतल्यासारखी ती भावना होती. फक्त निर्मळ होती. युद्धातही एक तऱ्हेचं वारंच वाहतं. पण ते गरम असतं. ते तोंडातल्यासारखं उष्ण कोरडं असतं. ते वाहतंही जोरानं नि कोरडं घाणेरडं वाहतं. दिवसाच्या किंवा लढाईतल्या भाग्याभाग्याप्रमाणं ते बदलतं. तसलं वारं त्याच्या चांगलं परिचयाचं होतं.

पण बर्फाचं वादळ या साऱ्यापेक्षा निराळं असतं. बर्फाच्या वादळात जंगलातल्या पशूंशी गाठ पडते. पण ते भीत नाहीत. अशा वादळात आपण कुठे जातो, तेच त्यांना कळत नसतं. हरणं केबिनच्या आसऱ्यातही येऊन कधीकधी उभी दिसतात. अशा वादळात तुमचं घोडं काळविटासमोर येतं नि ते काळवीट तुमच्या घोड्याला दुसरं काळवीट समजून भेटायला पुढे येतं. बर्फाच्या वादळात शत्रू शत्रू वाटत नाही. अशा वादळात वारा तुफान असतो. पण बर्फ पांढरंस्वच्छ पडतं. वारा थांबला की, सगळीकडे स्तब्ध होतं. हे आताचं वादळ मोठं आहे. आता मजा येईल. त्यानं आपलं सारं काम बिघडणार आहे, तरी मजा येईल.

"मी पुष्कळ वर्षे ॲरोयेरोचं काम करीत होतो," पाब्लो म्हणाला, "ट्रक यायच्या आधी आम्ही डोंगरावरून सामान नेलेलं आहे बैलगाड्यांनी. त्या धंद्यात हवेचं शिकलो."

"तुम्ही या चळवळीत कसे शिरला?"

"मी नेहमी डाव्या पक्षाचा होतो," पाब्लो म्हणाला. "ऑस्ट्रेलियातल्या लोकांशी आमचे खूप संबंध होते. ते राजकारणात पुढे होते. मी नेहमी लोकसत्ताकाच्या बाजूनं होतो."

"चळवळीआधी काय उद्योग होता तुमचा?"

"झारागोझाच्या एका घोड्याच्या कंत्राटदाराकडे कामाला होतो. तो बैलझुंजीच्या रिंगणासाठी घोडे पुरवी. इथंच माझी नि पिलरची गाठ पडली. तिनं तुम्हाला सांगितल्याप्रमाणं त्या वेळी ती मेटॅडर फिनितो द पॅलेन्सियाजवळ होती."

तो हे शब्द मोठ्या अभिमानानं म्हणाला.

टेबलावर बसलेल्या भावांपैकी एक जण म्हणाला, "तो काही एवढा मेटॅडर नव्हता." पिलर चुलीपुढे होती. बोलताना तो तिच्या पाठीकडे पाहत होता.

"अस्सं!" पिलर म्हणाली. म्हणताना तिनं वळून त्याच्याकडे पाहिलं, "तो एवढा मेटॅडर नव्हता!"

पिलर चुलीसमोर उभी होती. तिला तो डोळ्यांपुढे दिसत होता. बुटका, काळपट, गंभीर चेहऱ्याचा, कष्टी डोळ्यांचा, गालांचे खळगे नि काळे ओले केस

कपाळावर आलेला. कपाळावर घट्ट बसणाऱ्या मेटॅडर टोपानं लाल वळ उठला होता. पण तो कुणाला दिसत नव्हता. पाच वर्षांच्या बैलापुढे तोंड देऊन तो उभा आहे, असा तिला दिसू लागला. बैल आपल्या शिंगांनी घोडा उडवीत आहे, घोड्यावरचा स्वार त्याच्या मानेत तलवार खुपशीत आहे. शिंगांनी घोडा वरवर ढकलला जात आहे. वरवर होत शेवटी घोडा कोसळतो. नि स्वार लाकडी कुंपणावर पडतो. बैलाचे पाय स्वाराला पुढे ढकलत आहेत. त्याची जाड मान हिसके देत शिंगांनी घोड्याचा जीव शोधीत आहे. फिनिटोला– त्या काही एवढ्या नसलेल्या वीराला– तिनं बैलापुढे पाहिला. बैलाला चकवण्याचं हातातलं फ्लॅनेलचं फडकं रक्तानं जड झालं होतं. चकवताना ते बैलाच्या खांद्याला-डोक्याला चाटून जातं. बैल वर उडाला की, पाठीवरून खाली येतं. निशाणांच्या भाल्यांचा खणखणाट होतो. तिनं बैलापासून पाच फुटांवर फिनिटोला स्पष्ट उभा पाहिला. बैल ठाण मांडून निश्चल होता. त्यानं तलवार वर केली. बैलाच्या खांद्याबरोबर आणली नि पात्यावरून पाहू लागला. बैलाचं डोकं त्याच्या डोळ्यांहून उंच गेलं होतं. त्यामुळे त्याला पातं खुपसण्याची जागा दिसत नव्हती. डाव्या हातातल्या रक्तानं ओल्या झालेल्या फडक्याच्या एका फटकाऱ्यानं त्याला ते डोकं खाली आणता आलं असतं. पण या वेळी टाचावर नाचत तो जरा मागे झाला– पात्यावरून त्यानं पाहिलं. पिचलेल्या शिंगापुढे तो रेखीव असा फडक्याकडे नजर ठेवून राहिला.

आताही तिला तो स्पष्ट दिसला. मान वळवून त्यानं काढलेला स्वच्छ कापता आवाज ऐकला. मान वळवून रिंगच्या तांबड्या कुंपणावरच्या पहिल्या रांगेकडे त्याने पाहिलं नि तो म्हणाला, "याला असंच मारता आलं तर पाहू!"

त्याचे ते शब्द तिला आताही ऐकू येत होते. तो पुढे होऊ लागल्यावर त्याच्या गुडघ्यांत आलेला बाक तिनं पाहिला. शिंगांकडे त्यानं केलेली चाल पाहिली. खाली येणाऱ्या फडक्याबरोबर बैलाची नाकपुडी खाली येऊ लागली नि त्याचबरोबर जादूनं यावी, तशी शिंगंही खाली येऊ लागली. फिनिटोचे पातळ पिंगट मनगट फडकं वळवीत होतं. त्याचबरोबर शिंगं खाली आली नि झेपावत पुढे गेली. त्याच क्षणी बैलाच्या धुळीनं माखलेल्या खांद्यात तलवार खुपसली गेली.

बैलाच्या धुळवट खांद्यात तलवारीचा चकचकीतपणा सावकाश संथ गडप झाला. जणू बैलाच्या झेपीनं तलवार आत ओढूनच घेतली. तलवार आत घुसली. तिची मूठ बैलाच्या अंगावर टेकलेली तिनं पाहिली. तलवार शिरली त्या भागावरून त्याची नजर हलली नव्हती. शिंगं लागू नये म्हणून शिंगाशी आलेलं पोट त्यानं आत घेतलं होतं. ते दूर नेत नाचत तो बैलापासून लांब झाला. हातातलं फडकं त्यानं काठीला लावलं नि उजवा हात उभारून तो बैल मरताना पाहू लागला.

उभं राहण्यासाठी बैलाची चाललेली धडपड पाहत असता तो तिला दिसला.

पडण्याआधी बैलाचे झोक जातात, ते तो पाहत होता. तो बुटका होता. विजयाचा निदर्शक म्हणून त्यानं हात उभारला होता. काम संपलं– या उसन्या पोकळ सुटकेच्या निःश्वासात घामानं निथळत तो उभा होता. आता बैल मरणार, आपल्याला कसलाही धक्का पोहोचला नाही. शिंगाची धडक बसली नाही. त्याचा हा विश्वास होता. तो उभा होता. बैलाला झोक सावरता येत नाहीसा झाला होता. आता तो खाली कोसळला. मरताना त्याचे चार पाय हवेत झाले. काळा बुटका फिनिटो, थकलेला असा कुंपणाकडे येताना तिला दिसला.

आता जरी अगदी जीव गेला, तरी तो रिंगणातून धावत येणार नाही, हे तिला ठाऊक होतं. खरा मेटॅडर ऐटीत पावलंच टाकीत येतो. कुंपणाकडे येताना ती त्याच्याकडे पाहत राहिली होती. त्यानं टुवालाला तोंड पुसलं. वर मान करून तिच्याकडे पाहिलं. मान हलवली– टुवालाला तोंड पुसलं नि रिंगणात घालायची विजयफेरी तो घालू लागला.

हळू पाय ओढीत रिंगणाभोवती जाताना तिला तो दिसला. हसत मान वाकवीत त्याचे मदतनीस त्याच्या मागून चालत होते. लोकांनी अभिनंदन करीत फेकलेले चिरूट उचलण्यासाठी वाकत, टोप्या परत फेकीत. करुण डोळ्यांनी हसत रिंगणाची फेरी करून तो तिच्यासमोर आला. तिनं त्याच्याकडे पाहिलं. तो कुंपणाच्या लाकडी पायरीवर टुवालात तोंड खुपसून पडला होता.

आता चुलीसमोर उभी असता पिलरनं ते सारं पुन्हा पाहिलं. ती म्हणाली, "तो चांगला मेटॅडर नव्हता म्हणे! आता मी राहते, त्याची तरी काय लायकी आहे?"

"तो चांगला मेटॅडर होता," पाब्लो म्हणाला, "त्याचा बुटकेपणा आड आला."

"तो चक्क क्षयी होता," प्रिमितिवो म्हणाला.

"क्षयी?" पिलर म्हणाली, "त्याचे हाल झाले. त्यातून क्षय कुणाला लागणार नाही? या देशात गरिबाला पैसे मिळण्याची आशाच नसते. पैसा मिळवायचा तर जॉन मार्चसारखं गुन्हेगार बनायला हवं किंवा बुलफायटर किंवा गायक व्हायला हवं. त्याला क्षय कसा लागणार नाही? ज्या देशात सरंजामदार अधाशासारखं खात असतात नि पोटं बिघडवीत असतात– सोडा घेतल्याशिवाय त्यांना जगता येत नाही– जिथं गरीब जन्मापासून मरणापर्यंत अर्धपोटी राहतात, तिथं त्याला क्षय कसा होणार नाही? बैलांची झुंज शिकण्यासाठी जत्रांच्या मागोमाग हिंडताना तिसऱ्या वर्गाच्या डब्यातील बाकाखाली लपून बिनातिकीट तुम्ही हिंडला असता, बाकाखालच्या धुळीत तिथल्या शिळ्या-ताज्या थुंकीत तुम्ही निजला असता, तर शिंगाच्या धडकी घेऊन तुम्हालाही क्षय लागला असता."

"तुझं बरोबर आहे," प्रिमितिवो म्हणाला, "तो क्षयी होता, एवढंच मी म्हटलं."

''तो होताच 'क्षयी',' हातात ढवळण्याचा लाकडी चमचा घेऊन पिलर म्हणाली, ''तो ठेंगूसा होता, त्याचा आवाज किनरा होता, बैलांना फार भीत होता. झुंज सुरू होण्याआधी इतका घाबरणारा मी कधी पाहिला नाही. सगळं कबूल,'' ती पाब्लोला म्हणाली, ''तू स्वतः आता मरणाला भितो आहेस. भिण्यात तुला महत्त्व वाटू लागलं आहे. पिंटो जरी आधी नेहमी घाबरलेला असे, तरी रिंगणात उतरताच सिंह बने.''

''हो, फार शूर असल्याची त्याची कीर्ती होती,'' जुळ्यातला दुसरा भाऊ म्हणाला.

''इतका भित्रा माणूस माझ्या पाहण्यात नाही,'' पिलर म्हणाली, ''बैलाचं मुंडकंही त्याला घरात चालत नसे. वालादोलच्या जत्रेत त्यानं पाब्लो रोमेटोचा बैल छान मारला.''

''मला आठवतंय,'' पहिला भाऊ म्हणाला, ''मी तेव्हा रिंगणात होतो. तो बैल साबणाच्या रंगासारखा होता. डोक्यावर कुरळे केस होते त्याच्या. शिंगं उंच होती. साडेसातशे पौंडांवर त्याचं वजन होतं. वालादोलमध्ये त्यानं मारलेला तो शेवटचा.''

''बरोबर,'' पिलर म्हणाली, ''नंतर केफे कोलोनमध्ये प्रोत्साहन मंडळानं सभा घेतली नि त्याला सभासदांत दाखल करून घेतलं. त्यानं मारलेल्या बैलाचं मुंडकं भरून एका समारंभात त्याला ते दिलं. समारंभाच्या जेवणाच्या वेळी ते मुंडकं त्यांनी समोर भिंतीवर लावलं होतं. आधी ते कपड्यात झाकून ठेवलं होतं. जेवणाला मी होते. माझ्याहून कुरूप असलेली पॅस्टोराही होती. नीना द लास पायनेस होती. अनेक जिप्सी नि वेश्या होत्या. जेवणाचा समारंभ छोटा पण भरगच्च होता. काही वाद सुरू झाला. पॅस्टोरा नि एक वेश्या दोघीत आधीपासून तेढ होती, त्यानं वादाला जोरही आला होता.''

''मी स्वतः अतिशय आनंदात होते. फिनिटोशेजारीच बसले होते. माझ्या लक्षात आलं की, तो बैलाच्या त्या मुंडक्याकडं पाहण्याचं टाळत होता. ते जांभळ्या कापडात चर्चमधील मूर्ती झाकतात, तसं झाकलेलं होतं.

''फिनिटो फारसा मजेत दिसत नव्हता. झारागोआंत आमच्या गेल्या वर्षीच्या झुंजीत बैल मारताना शिंगाचा सपाट मार त्याला लागला होता. त्यानं तो काही वेळ बेशुद्ध पडला होता. तेव्हापासून त्याच्या पोटात अन्न धरत नव्हतं. त्याच्या तोंडातून रक्त बाहेर येत होतं नि ते तो अधूनमधून तोंडाशी रुमाल नेऊन त्यात धरीत होता. सबंध जेवणभर त्याचं तेच चाललं होतं. मी काय सांगत होते?''

''बैलाच्या मुंडक्याचं,'' प्रिमितिवो म्हणाला, ''भरलेल्या मुंडक्याचं.''

''हं, आठवलं!'' पिलर म्हणाली, ''तुम्हाला सगळं समजायला मला तपशिलात जावं लागेल. फिनिटो फार खुशीत होता. आम्ही दोघं एकत्र असताना मी त्याला

कधीही कशानं हसताना पाहिलं नव्हतं. तो मूळचा गंभीर. विनोदालासुद्धा तो हसत नसे. प्रत्येक गोष्ट तो गंभीरपणे घेई. तो जवळजवळ फेरनॅन्डोसारखा गंभीर होता. पण हा खाना ऑफिसिओडोच्या, फिनिटो मंडळात संघटित झालेल्या क्लबचा होता. येथे खूश असल्याचा, मैत्रीचा नि मजा वाटत असल्याचा देखावा करणं जरूर होतं. म्हणून सबंध जेवणभर तो हसत होता. सलगीनं बोलत होता. रुमालानं त्याचं काय चाललंय, हे फक्त मलाच कळत होतं. त्याच्याजवळ तीन रुमाल होते. तिन्ही रक्तानं भरून गेले. मग अगदी हलक्या आवाजात तो मला म्हणाला, 'पिलर! मला सोसवत नाही आता. आपण जाऊ या.'

"मी म्हटलं, 'चल मग!' त्याला अतिशय वेदना होत होत्या, हे मला दिसत होतं. आतापर्यंत मंडळीत हसण्याची कमाल झाली होती. गोंगाटही फार होता.

"फिनिटो म्हणाला, 'छे! निघता यायचं नाही, तुझा रुमाल दे.'

"तो पीत होता, हे मला बरोबर वाटत नव्हतं. कारण आधी त्यानं काहीच खाल्लं नव्हतं. त्याच्या पोटाची अवस्था ती तशी! त्याला जेवणाच्या आनंदात भाग घ्यायलाही जमत नव्हतं. तो भराभर पीत होता. मी पाहत होते. मँझीलाची त्यानं सबंध बाटली घेतली. आता रुमालाऐवजी तो टुवाल तोंडाशी धरून होता.

"समारंभातला उत्साह अगदी कळसाला गेला. काही सटव्या सभासदांच्या खांद्यांवर बसून टेबलाभोवती नाचू लागल्या होत्या. पॅस्टोराला गायला लावलं होतं. एल् निफो रिकार्डो गिटारनं साथ देत होता. मनं फुलून आली होती. मोठा धुंद आनंदाचा प्रसंग होता तो. असला जल्लोश झालेला समारंभ मी कधीच पाहिला नाही. बैलाच्या मुंडक्यावरचं कापड काढण्याचा अनावरण समारंभ अजून पुढेच होता. तोच तर मुख्य होता.

"मी इतकी रमले होते! रेकॉर्डोच्या वाजवण्याला मी ठेका देत होते. निनादला पाइन्सच्या गाण्याला ठेका द्यायला मी काहींना सांगत होते. त्या गडबडीत फिनेटोचा टॉवेल भरून त्यानं माझा टॉवेल घेतल्याचं माझ्या ध्यानातही आलं नाही. तो पीतच होता. त्याचे डोळे चकाकत होते. ज्याच्यात्याच्याकडे खुशीनं तो माना डोलावीत होता. त्याला बोलता येत नव्हतं. कारण मध्येच केव्हाही त्याला टॉवेल तोंडाकडे न्यावा लागत होता. पण अगदी रंगून गेल्याचा देखावा तो करीत होता. त्यासाठीच तो तिथं आला नव्हता का?

"खाना चालूच होता. माझ्या शेजारी रॅफेल द गॅलोचा मॅनेजर होता. तो एक गोष्ट सांगत होता. गोष्टीचा शेवट असा होता– 'रॅफेल माझ्याकडे आला नि म्हणाला– जगात तू एकच खरा मित्र आहेस. तुझं मन उदार आहे. भावासारखं; मी तुझ्यावर प्रेम करतो. माझ्या मनात तुला काही भेट द्यायचे आहे,' असं म्हणून त्यानं मला एक सुंदर हिऱ्याची स्कार्फपिन दिली. माझ्या दोन्ही गालांचं त्यानं चुंबन घेतलं.

आम्हा दोघांना अगदी गहिवरून आलं. हिऱ्याची स्कार्फपिन मला दिल्यावर रॅफेल हॉटेलबाहेर निघून गेला. समोर रेटना बसली होती. तिला मी म्हटलं, 'या हलकट जिप्सीनं आताच दुसरा मॅनेजर ठेवला आहे.'

"रेटनानं विचारलं, 'म्हणजे?' मी म्हटलं, 'दहा वर्षे मी त्याचं काम केलं. दहा वर्षांत त्यानं मला कधी भेट दिली नाही. तेव्हा या भेटीचा एकच अर्थ निघतो. त्याचं म्हणणं पुढे खरं ठरलं. एल् गोलोन रॅफेलनं त्याला सोडलं.'

"या वेळीच पॅस्टोरा आमच्या संभाषणात शिरली. रॅफेलची बाजू घेण्यासाठी नव्हे; कारण रॅफेलबद्दल तिच्याएवढं वाईट कुणी बोलत नसे. रॅफेलबद्दल बोलत असता मॅनेजरनं 'घाणेरडा जिप्सी' हा शब्द वापरला, म्हणून ती मध्ये पडली. मॅनेजरवर इतक्या गलिच्छ भाषेत तुटून पडली की, मॅनेजर गप्प झाला. पॅस्टोराला आवरण्यास मी मध्ये पडले. तेव्हा एक जण मला गप्प करण्यासाठी बोलू लागला. सगळ्यांच्या बोलण्याची इतकी गडबड उडाली की, कुणाचं बोलणं कुणाला कळेनासं झालं. शेवटी एकच शब्द 'सटवी' सर्व आवाजावर घुमत राहिला. अखेर शांतता प्रस्थापित झाली. आम्ही तिघे त्या वादात मूळ होतो, ते पेल्यांकडे पाहत बसलो. फिनिटोकडे मी मध्येच पाहिलं, तर तो समोरच्या बैलाच्या मुंडक्याकडे पाहत होता. त्याच्या तोंडावर भीतीची छाया पसरली होती.

"याच वेळी सभेच्या अध्यक्षानं मुंडक्याच्या अनावरणाच्या आधीच भाषण करायला सुरुवात केली. आरोळ्या नि टेबलावर आपटलेल्या मुठी यांच्या आवाजात ते चालू असता, मी फिनिटोकडे पाहत होते. माझा टुवाल तो वापरीत होता. खुर्चीत मागेमागे होत होत नि समोर झाकलेल्या मुंडक्याकडे भ्यालेल्या डोळ्यांनी, नागाची मोहिनी पडल्यासारखा पाहत होता.

"भाषणाच्या शेवटी फिनिटो मान हलवू लागला नि सारखा खुर्चीत दडल्यासारखं करू लागला.

"मी त्याला म्हटलं, 'कसं वाटतंय तुला?' पण त्यानं मी ओळखीचीच नाही, असं माझ्याकडे पाहिलं. मान हलवीत तो म्हणाला, 'छे! छे!'

"क्लबच्या अध्यक्षानं भाषणाचा शेवट केला. मग टाळ्यांचा गजर चालू असता, तो खुर्चीवर उभा राहिला. हात उंच करून त्यानं मुंडक्यावर बांधलेल्या फडक्याची दोरी सोडली. फडकं हळूहळू तो खाली घेऊ लागला. ओढताना फडक्याचं टोक शिंगाला अडकलं, फडकं उंच करीत त्यानं काळ्या शिंगावरून ते ओढलं. फडकं निघताच, टोकदार काळ्या फताडलेल्या शिंगांचा बैल दिसला. शिंगांची पांढरी टोकं साळूच्या काट्यांसारखी तीक्ष्ण होती. मुंडकं तर अगदी जिवंत असल्यासारखं वाटत होतं. कपाळावरचं कुरळेपण तर जिवंत दिसत होतं. नाकपुड्या फेंदारल्या होत्या. डोळे चकाकत होते. तो सरळ फिनिटोकडे पाहत होता.

“जो तो टाळ्या वाजवीत वाहवा! वाहवा! करू लागला. फिनिटो आणखीनच खुर्चीत दडला. सारे शांत होऊन जेव्हा त्याच्याकडे पाहू लागले, तेव्हा तो म्हणाला, ‘नको– नको!’ बैलाकडे भयानं पाहत तो आणखी मागं झाला. नि एकदम मोठ्यानं म्हणाला, ‘नको!’ रक्ताचा बेडका एकदम त्याच्या तोंडाबाहेर आला. तो पुसायला त्यानं टुवालही वर केला नाही. रक्ताचा गोळा हनुवटीवरून ओघळला. तो बैलाकडेच पाहत होता. तो म्हणाला, ‘सगळा मोसम झुंजी घेतल्या? घेतल्या. पैसा कमावला? कमावला. खाल्लं? हो. पण आता मात्र मला खाता येत नाही. ऐकलंत? माझं पोट बिघडलंय. नि हा मोसमही संपला आहे! नको– नको– नको.’ त्यानं टेबलावर भोवताली पाहिलं. मग बैलाच्या मुंडक्याकडे पाहिलं नि पुन्हा म्हणाला, ‘नको!’ त्यानं आपलं डोकं खाली केलं. तिथं तोंडाशी टुवाल नेला नि तो तिथं तसाच बसून राहिला. शब्द बोलला नाही. जल्लोशात नि मित्रभावात सुरू झालेला तो समारंभ शेवटी पडला.”

“नंतर किती दिवसांनी तो मेला?” प्रिमितोवोनं विचारलं.

“त्याच हिवाळ्यात गेला तो,” पिलर म्हणाली, “झारगोज इथं त्याला शिंगाचा मार बसला, त्यातून तो उठलाच नाही. भोसकलं जाण्याहून असा मार वाईट. त्या माराची दुखापत आत होते. ती बरीच होत नाही. झुंज खेळताना दरवेळी त्याला तसा मार बसे. म्हणून तर त्याला यश लाभलं नाही. ठेंगूपणामुळे शिंगांपासून दूर होणं त्याला अवघड जाई. बहुतेक वेळा शिंगांच्या बाजूंचा त्याला मार लागे. त्यातले पुष्कळ मार पुसटसे असत.”

“तो इतका ठेंगू होता, तर त्यानं मेटॅडर व्हायला नको होतं.”

आता पिलर चुलीवर वाकली होती. तिच्या डोळ्यांपुढे फिनिटोचं बिछान्यावरचं रुग्ण, काळं नग्न शरीर आलं. त्याच्या दोन्ही मांड्यांवर विचकट व्रण होते. उजव्या छातीखालच्या बरगडीवर, खोल भोसकल्याचा उंच कंगोरा उठला होता नि कुशीवरून काखेपर्यंत गेलेला भरलेल्या जखमेचा पट्टा होता. तिला त्याचे मिटलेले डोळे दिसले. गंभीर चेहरा दिसला. कपाळावरून मागं सारलेले कुरळे काळे केस दिसले. ती त्याचे पाय चेपीत बिछान्यावर बसली होती. त्याच्या पोटऱ्यांचे ताठ स्नायू चोळून मर्दन करीत होती. मग हाताची बोटं मिटून थापट्या मारीत ते मोकळे करीत होती.

‘कसं वाटतंय?’ ती म्हणाली, ‘कसं आहे पायाचं?’

‘छान आहे, पिलर!’ डोळे मिटून ठेवून तो म्हणाला होता.

‘छाती चोळू का?’

‘नको पिलर! छातीला हात लावू नको.’

‘मांड्या चोळू का?’

‘नको, दुखतात त्या.’

‘चोळून मलम लावलं तर ऊब येईल त्यांना. बरं वाटेल बघ.’

‘नको पिलर! त्यांना हात न लावलास तर बरं.’

‘मी दारूनं तुला पुसून घेते.’

‘घे! पण हळूहळू.’

‘मागची झुंज तू गाजवलीस.’ ती त्याला म्हणे. मग तो म्हणे, ‘हो! छान बैल मारला तो.’

त्याला स्नान घातल्यावर अंगावर चादर घालून ती शेजारी पडून राही. आपला काळसर हात तिला लावून तो म्हणे– ‘तू खरी ललना आहेस, पिलर!’ थट्टा करण्याचा त्यानं कधी प्रयत्न केला असला तर तेवढाच. मग झुंजीनंतर तो बहुधा झोपी जाई. नि त्याचे हात दोन्ही हातात धरून त्याचा श्वास ऐकत ती पडून राही.

झोपेत तो पुष्कळदा घाबरे. तिच्या हातात धरलेला त्याचा हात आवळला जाई. कपाळावर घामाचे थेंब दिसू लागत. जर तो जागाच झाला तर ती म्हणे, ‘काही नाही रे!’ मग तो पुन्हा झोपी जाई. अशी पाच वर्षं ती त्याच्याजवळ होती. कधी बेइमान झाली नाही. जवळजवळ नाही. त्याच्या स्मशानयात्रेनंतर ती पाब्लोजवळ राहू लागली. तो रिंगणात घोडं नेण्याचं काम करी. सगळ्या आयुष्यभर फिनिटोनं जे बैल मारले, त्यांसारखाच तो होता. पण पशुबळ किंवा पशुधैर्य हे दोन्ही टिकत नाही, हे तिला आता कळलं होतं. मग टिकतं काय? आपण टिकलो. तिच्या मनात आलं. आपण टिकलो. पण कशासाठी?

“मेरिया!” ती म्हणाली, “हातातल्या कामाकडे लक्ष राहू दे. त्या विस्तवावर अन्न शिजवायचं आहे. शहर जाळायचं नाही त्यानं.”

याच वेळेला जिप्सी दारात आला. तो बर्फानं भरला होता. बंदूक धरून तो उभा होता. एकीकडे पाय आपटीत तो बर्फ झाडीत होता.

रॉबर्ट जॉर्डन उभा राहिला नि दरवाजाशी गेला.

“कसं काय?” तो जिप्सीला म्हणाला.

“सहा तासांचे पहारे. पुलावार एका वेळी दोघे,” जिप्सी म्हणाला, “रस्तादुरुस्तीच्या झोपडीशी आठ सैनिक नि एक नाईक आहे. हे तुझं क्रोनोमीटर.”

“लाकूड कारखान्याच्या चौकीचं काय?”

“म्हातारा आहे तिथं. त्याला चौकी नि रस्ता दोहोवर नजर ठेवता येते.”

“रस्त्याचं काय?”

“रोजचीच रहदारी,” जिप्सी म्हणाला, “काही निराळं नाही. खूप मोटारगाड्या आहेत.”

जिप्सी शांत दिसला. त्याचा काळपट चेहरा थंडीनं ओढलेला वाटत होता. हात लाल झाले होते. गुहेच्या तोंडात उभं राहून त्यानं आपलं जाकीट काढलं नि झाडलं.

“पहारा बदलेपर्यंत मी थांबलो,” तो म्हणाला, “पहारा एकदा दुपारी नि एकदा सहाला बदलला. पहारा लांब आहे. त्यांच्या सैन्यात मी नाही– बरं आहे.”

“म्हाताऱ्याकडे जाऊ आपण,” आपलं कातडी जाकीट चढवीत रॉबर्ट जॉर्डन म्हणाला.

“मी नाही येणार,” जिप्सी म्हणाला, “मी आत शेक घेत बसणार. गरम लापशी खात बसणार. यातल्या कुणाला तरी मी म्हाताऱ्याचं ठिकाण सांगतो. तो येईल तुझ्याबरोबर. ए उनाडांनो!” त्यानं टेबलावरच्या लोकांना म्हटलं, “म्हातारा रस्त्यावर पहारा देतोय तिथं या इंग्लिशाला कोण घेऊन जातंय, सांगा!”

“मी जातो,” फेरनॅन्डो म्हणाला, “कुठं आहे म्हातारा?”

“ऐक!” जिप्सी म्हणाला, “तो इथं– असा आहे.” नि त्यानं अॅन्सेल्मो बसला होता, ते ठिकाण सांगितलं.

१५

एका मोठ्या झाडाच्या बुंध्याच्या आडोशाला ॲन्सेल्मो अंग दुमडून बसला होता. त्याच्या दोन्ही हातांना बर्फ उडत होतं. तो झाडाला अगदी चिकटून होता. त्यानं आपले हात जाकिटाच्या समोरासमोरच्या बाह्यांत घातले होते नि डोकं जितकं जाकिटाच्या गळ्यात खुपसता येईल, तेवढं खुपसलं होतं. त्याच्या मनात आलं, 'इथं आणखी थोडा वेळ आपण थांबलो, तर आपला गोठून बर्फ होईल नि थांबण्याचा उपयोग तरी काय? इंग्लिशानं सांगितलं, कुणी सोडवायला येईपर्यंत थांब. पण त्या वेळी त्याला वादळाची कल्पना नव्हती. काही निराळी हालचालही रस्त्यावर झालेली नाही. रस्त्यापलीकडच्या लाकूड कारखान्याच्या चौकीच्या सगळ्या दशा नि सगळ्या हालचाली आपल्याला ठाऊक आहेत. आपण कॅम्पकडे परतावं आता. कुणीही जाणता मी कॅम्पकडे परतावं, असंच म्हणेल. की आणखी थोडा वेळ थांबू या?' त्यानं स्वतःशी विचार केला, 'मग कॅम्पकडे जाऊ. दोष हुकमांचा आहे. ते ताठर असतात. परिस्थितीप्रमाणे लवण्याची त्यात माया नसते.' रक्ताभिसरण चालू ठेवण्यासाठी त्यानं पायावर पाय घासले. जाकिटाच्या बाह्यांतून हात बाहेर काढून तो पुढे वाकला नि त्यानं पाय चोळले. मग तळपाय एकमेकांवर आपटले. तो झाडाच्या आसऱ्यानं वाऱ्याआड होता तिथं गारठा जरा कमी होता– पण आपल्याला लवकरच चालायला लागलं पाहिजे.

अंगाची घडी करून तो पाय चोळत बसला असता, रस्त्यावरून त्यानं एक मोटारगाडी ऐकली. ती साखळीवर होती नि साखळीचा एक दुवा आपटत होता. तो पाहत असता ती बर्फानं भरलेल्या रस्त्यानं वर आली. हिरव्या नि पिंगट रंगाच्या ठिपक्यांनी ती चितारली होती. तिच्या खिडकीच्या काचा, आतलं दिसू नये म्हणून निळ्या रंगवल्या होत्या. फक्त माथ्यावर एक लहानसं अर्धवर्तुळ आतील लोकांना बाहेरचं दिसण्यासाठी मोकळं ठेवलेलं होतं. जनरल स्टाफच्या वापरातली ती एक दोन वर्षांची जुनी शहरी रोल्स राईस गाडी होती; पण ॲन्सेल्मोला ती माहीत नव्हती. आपल्या शालीत गुरफटून बसलेले आतले ऑफिसरही त्याला दिसत नव्हते. दोघे मागच्या जागांवर बसले होते. एक घडीच्या खुर्चीवर होता. घडीच्या खुर्चीवरचा

ऑफिसर निळ्या रंगामधल्या फटीतून गाडी चालू असता खिडकीबाहेर पाहत होता; पण अॅन्सेल्मोला हे दिसत नव्हतं नि त्यांनाही तो दिसत नव्हता.

अगदी त्याच्या खालूनच बर्फातून गाडी पुढे गेली. अॅन्सेल्मोला हाकणारा दिसला. तो लाल तोंडाचा होता नि त्यानं पोलादी शिरस्त्राण घातलं होतं. त्याचं तोंड नि शिरस्त्राण पांघरलेल्या शालीच्या बाहेर डोकावत होतं. हाकणाऱ्याशेजारी बसलेल्या ऑर्डर्लीच्या ऑटोमॅटिक बंदुकीचं टोकही त्याला दिसलं. मग गाडी रस्त्यानं वर गेली नि अॅन्सेल्मोनं जाकिटाच्या आत हात घालून रॉबर्ट जॉर्डनच्या वहीतले फाडलेले दोन कागद बाहेर काढले. मोटारगाडीच्या चित्रापुढे त्यानं एक खूण केली. वर गेलेली त्या दिवसातली ती दहावी गाडी. सहा खाली आल्या होत्या. चार अजून वरच होत्या. मोटारींची एवढी हालचाल त्या रस्त्यावर नवीन नव्हती. पण अॅन्सेल्मोला गाड्यागाड्यांतला फरक कळत नव्हता. फोर्ड, फियाट, ओपेल, रेनॉल्ट– डोंगरांच्या रांगा नि घाट यांवर हुकमत ठेवणाऱ्या पलटणीच्या स्टाफच्या सिट्रोन– जनरल स्टाफच्या रोल्स राईस– लॅन्सिया, मर्सिडीस नि इसोटा इत्यादींतला फरक रॉबर्ट जॉर्डनला कळला असता. म्हाताऱ्याच्या जागी जर तो असता, तर वर गेलेल्या या गाड्यांतून त्यानं अर्थ काढला असता. पण तो तिथं नव्हता नि म्हाताऱ्यानं रस्त्यानं वर जाणाऱ्या मोटारगाडीची कागदाच्या चिठोऱ्यावर फक्त खूण केली.

अॅन्सेल्मो आता इतका गारठला होता की, काळोख पडण्यापूर्वी येथून जाणं उत्तम, असं त्यानं ठरवलं. वाट चुकण्याची त्याला धास्ती नव्हती. पण अधिक थांबणं व्यर्थ आहे, असा त्यानं विचार केला. वारा सारखा गारगार वाहत होता नि बर्फही कमी होत नव्हतं. पण उभं राहून त्यानं पाय आपटले नि पडत्या बर्फामधून रस्त्याकडे पाहिलं, तरी तो चालायला लागला नाही. देवदारवृक्षाच्या आसऱ्यात त्याला टेकून उभा राहिला.

'इंग्लिशानं मला थांबायला सांगितलं,' तो मनात म्हणू लागला. 'या वेळेपर्यंत तो इकडच्या वाटेवर असेल. मला शोधताना बर्फात तो वाट चुकेल. सगळ्या युद्धात आम्ही शिस्त न ठेवल्यानं नि हुकूम न पाळल्यानं फार नुकसान करून घेतलंय. आपण इंग्लिशाची आणखी वाट पाहावी. पण तो लवकर आला नाही तर हुकमाचं न पाहता परतावं. कारण आपल्याला रिपोर्ट द्यायचा आहे. आता खूप कामं आहेत आपल्यामागं. शिवाय इथं गोठत उभं राहणं फुकट आचरटपणा होईल.'

रस्त्यापलीकडून लाकूड कारखान्याच्या चिमणीतून धूर वर येत होता नि बर्फामधून तो तरंगत येत असता अॅन्सेल्मोला त्याचा वास कळत होता. त्याच्या मनात आलं– 'फॅसिस्ट उबेत आहेत. ते आज आरामात आहेत; पण उद्या आम्ही त्यांना मारू. किती विचित्र वाटतोय हा विचार! तो मनात आणणंही बरं वाटत नाही. दिवसभर मी त्यांना पाहतो आहे. ती आमच्याप्रमाणे माणसंच आहेत. मला त्या

गिरणीकडे जावंसं वाटतंय. दारावर ठोठावावंसं वाटतंय. आपलं नक्की चांगलं स्वागत होईल. सर्व वाटसरूंना अडवण्याचा नि त्यांचे कागद तपासण्याचा त्यांना हुकूम आहे, तो धरला नाही तर! हुकूम आमच्या आड येतात. ते लोक फॅसिस्ट नाहीत. मी त्यांना फॅसिस्ट म्हणतो, पण ते फॅसिस्ट नाहीत. आमच्यासारखेच ते गरीब आहेत. आमच्याविरुद्ध ते लढायला उभे राहायला नको होते. त्यांना मारण्याचा विचार मनाला रुचत नाही.

'त्या चौकीवरचे ते, गॅलगोस आहेत. दुपारी त्यांचं बोलणं ऐकून आपल्याला कळलं. त्यांना सैन्यातून परागंदा होणं शक्य नाही. तसं त्यांनी केलं तर त्यांच्या घरच्या लोकांना गोळ्या घातल्या जातील. गॅलगोसचे लोक, एकतर अतिशय बुद्धिवान नाहीतर मूर्ख नि क्रूर असतात. दोन्ही तऱ्हा आपल्याला ठाऊक आहेत. फ्रँको हा ज्या गावचा आहे, त्या गावचाच लिस्टर हा गॅलगोस आहे. वर्षांच्या अशा या भलत्या दिवसांत बर्फ पडलेलं पाहून गॅलगोस काय म्हणत असतील कुणास ठाऊक? त्यांच्याकडे इतके उंच डोंगर नाहीत. त्यांच्या देशात सतत पाऊस पडतो नि हिरवंगार असतं.'

लाकूड कारखान्याच्या खिडकीत उजेड झाला नि ॲन्सेल्मो शहरला. त्यानं मनात म्हटलं, 'खड्ड्यात गेला हा इंग्लिश! आमच्या देशातल्या एका घरात हे गॅलगोस उबेत आहेत नि मी एका झाडामागे गारठत आहे. डोंगरात खडकातल्या एका बिळात आम्ही पशूंसारखे राहतो. पण उद्या हे पशू विवरातून बाहेर येतील. नि आरामात आहेत ते ब्लँकेटच्या उबेत मरतील.' त्याच्या मनात आलं, 'ओटेरोवर आम्ही रात्री हल्ला केल्यावर जे मेले, त्यांच्यासारखे.' ओटेरो आठवणं त्याला अप्रिय वाटलं.

'त्या रात्री ओटेरोत आपल्या हातून पहिली हत्या घडली.' आता चौक्यांचा पाडाव करताना आपल्याला हत्या करावी लागू नये, असं त्याला वाटलं. 'ओटेरोमध्येच आपण पहारेकऱ्याच्या डोक्यावरचं ब्लँकेट ओढलं नि पाब्लोनं चाकूचा वार केला. मरणारा ब्लँकेटमध्ये गुदमरला होता. ब्लँकेटखाली रडल्यासारखा तो ओरडला. पाय झाडून तो थंड होईपर्यंत, ब्लँकेट चाचपीत त्याला चाकू मारावा लागला. त्याला गप्प बसवण्यासाठी आपण त्याच्या गळ्यावर गुडघे रोवले होते नि त्याच्या केलेल्या गाठोड्यात आपण चाकू खुपशीत होतो. तेव्हाच पाब्लोनं चौकीचे लोक झोपले होते, त्या खोलीत खिडकीतून बॉम्ब फेकला. त्याचा स्फोट झाला, तेव्हा सगळी पृथ्वी डोळ्यांसमोर लालपिवळी होऊन फुटावी तसं वाटलं. तोपर्यंत आणखी दोन बॉम्ब आत गेले होते. त्यांच्या पिना काढून ते झट्कन खिडकीतून फेकले गेले. या दुसऱ्या बॉम्बमुळे, जे झोपले असल्यानं आधी मेले नव्हते, ते जागे होऊन उठू लागताच मेले. एखाद्या तार्तारप्रमाणे देशभर पाब्लो धुमाकूळ घालीत होता. त्याच्या तेव्हाच्या

ऐन बहरातील ही गोष्ट आहे. तेव्हा एकही फॅसिस्ट चौकी सुरक्षित नव्हती.

'आणि तोच पाब्लो आता खलास झाला आहे. खच्ची केलेल्या बैलासारखा खलास झाला आहे,' अॅन्सेल्मोच्या मनात आलं. 'जेव्हा बैलाला खच्ची करण्याचं काम पुरं होतं, तेव्हा तो बैल राहत नाही. छे! तेवढा पाब्लो बिघडला नाही,' स्वतःशी हसत अॅन्सेल्मो म्हणाला. 'पाब्लोबद्दल तसं वाईटही पुष्कळ सांगता येईल. एवढं खरं की, तो भयाण आहेच नि फार बदलला आहे.

'गारठा फारच आहे,' तो मनात म्हणाला, 'इंग्लिश येवो नि चौकातल्या कुणालाही आपल्याला मारावं लागू नये,' त्याच्या मनात आलं. 'ज्यांना हत्या आवडते त्यांच्या वाटणीला हे चार गॅलगोस नि त्यांचा नाईक जावोत. इंग्लिश म्हणाला होता की, कर्तव्य म्हणून करावं लागलं, तर आपण तेही करू. पण इंग्लिश असंही म्हणाला की, पुलाच्या कामास मी त्याच्याबरोबर राहावं. आणि चौक्यांची कामगिरी इतरांनी करावी. पुलाशी लढाई होईल. आपण पुलाशी तग धरला, तर एका म्हाताऱ्यानं एका युद्धात जेवढं करायचं तेवढं केलं, असं होईल. आता ये बाबा इंग्लिशा! मी गारठलो आहे. गिरणीत उजेड दिसतोय तिथं गॅलगोस उबेत आहेत, या जाणिवेनं तर मी अधिकच गारठत आहे. स्वतःच्या घरात आता आपण असावं, अशी इच्छा होते. युद्ध संपावं, असं वाटतंय मला. पण तुला घर उरलंय कुठं?' तो स्वतःला म्हणाला, 'युद्ध जिंकलं तरच तुला तुझ्या घरी जायला मिळेल.'

लाकूड गिरणीत, आपल्या फळीवर बसून, एक सैनिक बुटांना तेल लावीत होता. दुसरा आपल्या ओवरीमध्ये झोपला होता. तिसरा स्वयंपाक करीत होता. त्यांचा नाईक वर्तमानपत्र वाचीत होता. त्यांची शिरस्त्राणं भिंतीत मारलेल्या खिळ्यांवर होती नि त्यांच्या बंदुका भिंतीच्या फळ्यांना टेकून ठेवलेल्या होत्या.

"हा देश तरी कसला आहे. जूनमध्ये इथं बर्फ पडतंय," बाकावर बसलेला सैनिक म्हणाला.

"हा एक चमत्कार आहे," नाईक म्हणाला.

"मे महिन्यातले चांदण्याचे दिवस आहेत हे," स्वयंपाक करीत असलेला शिपाई म्हणाला, "शुक्लपक्ष अजून संपायचा आहे."

"हा देश तरी कसला आहे! मे महिन्यात इथं बर्फ पडतं!" बाकावर बसलेला सैनिक पुन्हा तेच म्हणाला.

"मे महिन्यात इथं पुष्कळदा बर्फ पडतं," नाईक म्हणाला, "माद्रिदमध्ये असताना इतर कुठल्याही महिन्यापेक्षा मे महिन्यात मी गारठलो होतो."

"तिथं उन्हाळाही तसाच," स्वयंपाक करणारा सैनिक म्हणाला.

"मे महिन्यात अगदी टोकाची उष्णतामानं असतात," नाईक म्हणाला, "इथं

कास्टाईलमध्ये मे महिना गरमही असतो, तितकाच थंडही असतो.''

''पावसाचं तेच,'' फळीवरचा सैनिक म्हणाला, ''मे महिन्याचे गेले सगळे दिवस रोज पाऊस पडत होता.''

''नव्हता,'' स्वयंपाक करणारा सैनिक म्हणाला, ''नि खरं म्हणाल तर जो मे गेला म्हणता, तो एप्रिलचा शुक्ल पक्ष होता.''

''तुझं चांदणं नि बोलणं ऐकताना डोकंच फिरेल एखाद्याचं,'' नाईक म्हणाला, ''फेकून दे तुझं चांदणं नि चंद्र.''

''ज्यांचं जीवन समुद्रावर किंवा जमिनीवर अवलंबून असतं, त्यांना महिना महत्त्वाचा नसून चंद्र महत्त्वाचा आहे, हे माहीत असतं,'' स्वयंपाक करणारा सैनिक म्हणाला, ''उदाहरणार्थ, आता मेचा शुक्ल पक्ष चालू आहे, तरी महिना मात्र जून लागला आहे.''

''मग ऋतू कसे पुढे सरकत नाहीत?'' नाईक म्हणाला, ''सगळी डोकेदुखी आहे ही.''

''तुम्ही शहरातले आहात,'' स्वयंपाक करणारा सैनिक म्हणाला, ''तू ल्यूगोकडला आहेस. तुला समुद्राचं नि शेतीचं काय कळणार?''

''तुम्हा समुद्राच्या किंवा शेतीच्या लोकांपेक्षा शहरात जास्त ज्ञान असतं.''

''या शुक्ल पक्षात सार्डाइन्सचे पहिले मोठे थवे येत असतात,'' स्वयंपाक करणारा सैनिक म्हणाला, ''या शुक्ल पक्षात सार्डाइन्सच्या होड्या सज्ज होऊ लागतात की माकारेल मासे उत्तरेकडे गेलेले असतात.''

''तुम्ही नोयाकडचे आहात; मग आरमारात कसे गेला नाहीत?'' नाईकनं विचारलं.

''कारण नोयात मी नोंदवलेला नाही, तर नेग्रेइरात आहे. तिथं मी जन्मलो. नेग्रेइरा तांब्रे नदीवर आहे. तिथले लोक सैन्यात भरती केले जातात.''

''वाईट,'' नाईक म्हणाला.

''आरमारी जीवनात धोके नसतात, असं समजू नका,'' वर बसलेला सैनिक म्हणाला, ''युद्धाचा संभव सोडला, तरीसुद्धा हिवाळ्यात त्या किनाऱ्यावर धोका असतो.''

''सैन्यासारखं वाईट काही नाही,'' नाईक म्हणाला.

''नाईक असून तुम्ही हे म्हणता?'' स्वयंपाक करणारा सैनिक म्हणाला, ''काय बोलणं तुमचं हे!''

''नाही,'' नाईक म्हणाला, ''त्यातल्या धोक्याचं मी बोलतोय. बॉम्बहल्ले खावे लागतात, हल्ला करावा लागतो. ते जीवनच खंदकावरच्या सैनिकांचं आहे.''

''इथं तेवढं नाही,'' फळीवरचा सैनिक म्हणाला.

“ईश्वरी कृपाच!” नाईक म्हणाला, “कुणी सांगावं, ती पाळी आमच्यावर केव्हा येईल? एवढं खास की, आतासारखा आराम नेहमी असणार नाही.”

“आतासारखं किती दिवस राहील, असं वाटतं?”

“मला नाही माहीत,” नाईक म्हणाला, “सबंध युद्धभर हे असंच राहावं असं वाटतंय.”

“सहा तास पहारा फार होतो,” स्वयंपाक करीत असलेला म्हणाला.

“वादळ असेपर्यंत तीन तासांचा पहारा राहील,” नाईक म्हणाला, “हे सांगायला नकोच.”

“त्या स्टाफच्या गाड्यांचं काय आहे?” फळीवरचा सैनिक म्हणाला, “त्या स्टाफच्या गाड्या नजरेलासुद्धा ठीक वाटत नाहीत.”

“माझ्याही,” नाईक म्हणाला, “ही दुश्चिन्हं आहेत.”

“नि विमानांचं काय?” स्वयंपाक करीत असलेला सैनिक म्हणाला, “तेसुद्धा दुश्चिन्ह आहे.”

“पण आपलं विमानदल प्रबळ आहे,” नाईक म्हणाला, “आपल्याजवळ आहे तसं विमानदळ त्या लाल गटाजवळ नाही. सकाळी गेलेली विमानं पाहून कुणालाही बरं वाटेल.”

“त्यांचा जोर असताना मी लाल विमानं पाहिली आहेत,” फळीवरचा सैनिक म्हणाला, “त्यांची दोन मोटारींची बॉम्बफेकी विमानं मी पाहिली आहेत. त्या वेळी ती धसकाच होती.”

“होय; पण ती आपल्या विमानदलासारखी दमदार नाहीत,” नाईक म्हणाला, “आपलं विमानदल अजिंक्य आहे.”

ॲन्सेल्मो बर्फात उभा राहून रस्ता नि लाकूड कारखान्यातला उजेड पाहत असता, तिकडे लाकूड कारखान्यात असं बोलणं चाललेलं होतं.

‘हत्येची आपल्यावर वेळ येणार नाही, असं मी धरतो,’ ॲन्सेल्मो विचार करीत म्हणाला, ‘मला वाटतं, युद्ध संपल्यावर हत्येबद्दल काहीतरी मोठं प्रायश्चित्त घ्यावं लागणार. युद्धानंतर जर धर्माला स्थान राहणार नसलं, तर हत्येचं पाप धुवायला काहीतरी स्वरूपातलं सामाजिक प्रायश्चित्त असायलाच पाहिजे. तसं केलं नाही, तर आमच्या जीवनाला सत्याचा नि माणुसकीचा पायाच राहणार नाही. हत्या होणारच, मला कळतंय; पण ती होणं हे माणसाला फार वाईट आहे. मला वाटतं, युद्ध संपल्यावर नि आम्ही ते जिंकल्यावर आमच्या सर्वांच्या शुद्धीसाठी कोणत्या तरी स्वरूपाचं प्रायश्चित्त हवंच.’

ॲन्सेल्मो माणूस चांगला. नि जेव्हा जेव्हा तो एकटा राही– पुष्कळदा तो एकटाच असे– तेव्हा तेव्हा हत्येचा हा प्रश्न त्याच्या मनात पुन्हा पुन्हा उभा राही.

'इंग्लिशाचं मला कळतच नाही. त्यानं मला सांगितलं, आपल्याला हत्येचं काही वाटत नाही. तरी तो स्वतः हळवा नि कनवाळू दिसतो. तरुण लोकांना त्याचं महत्त्व वाटत नसेल. किंवा असंही असेल की, परकीय किंवा विधर्मी लोकांची वृत्तीच निराळी असेल. पण मला वाटतं, जो हत्या करतो तो कधीतरी चिरडला जाणार. हत्या आवश्यक असली, तरी ते मोठं पाप आहे! नंतर ते निवारायला आम्हाला काहीतरी बरंच करायला हवं.'

आता काळोख पडला होता. त्यानं रस्त्यापलीकडच्या दिव्याकडे पाहिलं. ऊब आणण्यासाठी हात छातीशी हलवले. त्यानं विचार केला, आता मात्र कॅम्पकडे निघावं. पण का कुणास ठाऊक, तो तसाच झाडाशीच राहिला. बर्फ जोरात पडू लागलं होतं. ॲन्सेल्मोच्या मनात आलं, 'आज रात्री जर पूल उडवता आला तर? एकदाचं सगळं उरकेल– निकाल लागेल. असल्या रात्री वाटेल ते करता येईल.'

हळूहळू पाय आपटीत तो झाडाशी उभा राहिला. नि पुलाबद्दल अधिक त्यानं मनात आणलं नाही. काळोख पडू लागल्यावर त्याला नेहमी एकाकी वाटे. आज त्याला इतकं एकाकी वाटलं! भुकेनं खोल गेलेलं वाटतं तसं. असा एकाकीपणा घालविण्यास मागे तो प्रार्थना म्हणत असे. शिकारीहून घरी परत आल्यावर तीच प्रार्थना तो वारंवार म्हणे नि त्याला बरं वाटे. पण या चळवळीपासून त्यानं प्रार्थना म्हटली नव्हती. त्याला चुकल्यासारखं वाटत होतं. पण तशी प्रार्थना करणं हे बरोबर होणार नाही, शिवाय ढोंगीपणा ठरेल, असं त्याला वाटलं. इतरांना जे आयुष्यात मिळतंय, त्याहून निराळं मागण्याची किंवा काही वर घेण्याची त्याची इच्छा नव्हती.

'छे!' त्याच्या मनात आलं. 'आपण एकाकी आहोत. पण सगळे सैनिकही एकाकी आहेत. त्यांच्या बायका एकाकी आहेत. नि ज्यांनी आपले कुटुंबीय किंवा आई-वडील गमावले आहेत, तेही एकाकी आहेत. मला बायको नाही. ती चळवळीआधीच मेली, हे चांगलं झालं. चळवळीचं तिला समजलं नसतं. आपल्याला मुलं नाहीत. पुढे कधी होणार नाहीत. दिवसा काम नसलं की, आपणास एकाकी वाटतं. पण काळोख पडला की, त्या एकाकीपणाचं ओझं फार होतं. पण कुणीही माणूस किंवा देवसुद्धा माझ्याकडून हिरावून घेणार नाही, अशी एक गोष्ट आपल्याजवळ आहे. आपण लोकसत्ताकासाठी चांगले झटलो आहोत. आपण चांगल्यासाठी काबाडकष्ट केले. पुढे त्या चांगल्याचा फायदा आम्हाला सारखा वाटून घेता येईल. चळवळीच्या आरंभापासून, करता येईल तेवढं आपण काम केलं नि लाज येईल असं काही हातून घडलं नाही.

'हत्येचंच काय ते आपल्याला दुःख आहे. पण त्याचीही भरपाई करण्याची संधी मिळेल; कारण अनेकांच्या डोक्यावर ज्या पापाचं ओझं आहे, त्यातून योग्य तो मार्ग मिळाल्याशिवाय राहणार नाही. इंग्लिशाजवळ या विषयावर बोलायला मिळालं,

तर बरं होईल. पण तो तरुण आहे. त्याला हे कळणार नाही. हत्येबद्दल तो एकदा म्हणाला, का आपणच म्हटलं? त्यानं फार हत्या केल्या असतील; पण त्या त्याला रुचल्याचं कधी दिसलं नाही. ज्यांना हत्या आवडते, त्यांच्यात एक कुजकेपणा दिसतो.

'हत्या हे महापापच असलं पाहिजे,' त्याच्या मनात आलं. 'कारण ती करण्याचा आपल्याला– माणसाला– अधिकार नाही. असं असलं तरी ती करावीच लागते, हे दिसतंय. पण स्पेनमध्ये सहज हत्या करून जातात. कधी ती करण्याची खरी जरूरही नसते. अन्यायही इतक्या झट्कन इथं केला जातो की, मागून काही करता येत नाही.' त्याला वाटलं, 'हत्येचा इतका विचार आपण करायला नको होता. आत्ताच घ्यायला सुरुवात करता येईल असं हत्येचं काही प्रायश्चित्त असेल, तर किती बरं होईल! एकटे असल्यावर आपलं मन खात राहतं, अशी तेवढीच एक गोष्ट आपल्या हातून घडली आहे. दुसऱ्या अपराधांची क्षमा होते किंवा दयेनं किंवा दुसऱ्या काही चांगल्या रीतीनं त्यांची भरपाई करता येते. पण हत्येचं पाप मात्र मोठं वाटतं. त्यासाठी काही करता आलं तर? पुढे देशासाठी काही ठरावीक दिवस सेवा देता येईल. किंवा असंच काहीतरी पाप धुतलं जाईल, असं करता येईल.' त्याच्या मनात आलं, 'देवदेवळं होती त्या काळात जसं काही देत, तसं.' या विचारानं त्याला हसू आलं. पापाला तोंड द्यायला चर्च चांगलं सिद्ध होतं, या विचारानं त्याला बरं वाटलं. अंधारात खुशीत येऊन तो स्वतःशी हसत असता रॉबर्ट जॉर्डन त्याच्याशी येऊन पोहोचला. काही आवाज न करता तो आला. तो जवळ येऊन उभा राहिल्यावरच म्हाताऱ्याला ते कळलं.

त्याच्या पाठीवर थाप मारीत रॉबर्ट जॉर्डन कुजबुजला, "कसं काय? कसं आहे, आजोबा?"

"गारठलोय!" ॲन्सेल्मो म्हणाला. फेरनॅन्डो जरा दूर उभा होता. बर्फ वाहत होतं. त्याला त्यानं पाठ दिली होती.

"चला," रॉबर्ट जॉर्डन कुजबुजला. "कॅम्पकडे चला. गरम व्हा. इतका वेळ तुम्हाला इथं तिष्ठत ठेवण्यात गुन्हा झाला."

"तो त्यांचा दिवा दिसतोय," ॲन्सेल्मोनं बोटानं दाखवीत म्हटलं.

"पहारेकरी कुठं आहे?"

"इथून दिसत नाही. तो वाकणाआड आहे."

"गेला खड्ड्यात तो!" रॉबर्ट जॉर्डन म्हणाला, "कॅम्पात गेल्यावर सांगा सगळं, चला– निघा!"

"मी दाखवतो बघा!" ॲन्सेल्मो म्हणाला.

"सकाळी पाहणारच आहे मी," रॉबर्ट जॉर्डन म्हणाला, "हा– याचा घुटका घ्या एक."

त्यानं म्हाताऱ्याला एक फ्लास्क दिला. अॅन्सेल्मोनं ते वर नेलं नि घोट घेतला.

"हा:!" तो म्हणाला. त्यानं तोंड पुसलं. "स्फुलिंग आहे नुसतं!"

"चला!" काळोखातून रॉबर्ट जॉर्डन म्हणाला, "निघू या!"

आता इतकं अंधारून आलं होतं की, अंगावरून उडत जाणारे बर्फाचे खवले नि देवदाराचे ठळक बुंधे काय ते कळत होते. फेरनॅन्डो टेकडीच्या चढावर जरा दूर उभा होता. रॉबर्ट जॉर्डनच्या मनात आलं– पाहा, हा सिगारेटच्या दुकानावरचा इंडियन पाहा– त्याला एखादा घोट द्यावा हे बरं!

"ए फेरनॅन्डो!" त्याच्याजवळ पोहोचल्यावर तो म्हणाला, "घोट हवाय?"

"नको," फेरनॅन्डो म्हणाला, "पोहोचला."

रॉबर्ट जॉर्डनच्या मनात आलं, 'पोहोचला म्हणतोय ना? बरं झालं! हे सिगार स्टोअर इंडियन पीत नाहीत हे किती उत्तम! नाहीतरी आपल्याजवळ फार उरलेलीच नाही, बेटा! म्हाताऱ्याला भेटलो आनंद झाला.' रॉबर्ट जॉर्डन विचार करू लागला. त्यानं अॅन्सेल्मोकडे पाहिलं. ते टेकडी चढू लागले तशी त्याच्या पाठीवर त्यानं थाप मारली.

"तुम्हाला पाहिलं नि बरं वाटलं," तो अॅन्सेल्मोला म्हणाला, "उदास वाटत असलं नि तुम्हाला पाहिलं की बरं वाटतं. चला! वर निघू या!"

बर्फातून ते टेकडी चढत होते.

"पुन्हा पाब्लोच्या राजवाड्याकडं," रॉबर्ट जॉर्डन अॅन्सेल्मोला म्हणाला, स्पॅनिशमध्ये शब्द छान वाटले.

"भीतीचा राजवाडा," अॅन्सेल्मो म्हणाला.

रॉबर्ट जॉर्डननं त्यावर मजेत म्हटलं, "अंडी गेलेलं घरटं."

"कसली अंडी?" फेरनॅन्डोनं विचारलं.

"थट्टा केली," रॉबर्ट जॉर्डन म्हणाला, "थट्टा आपली. खरी अंडी नव्हेत! दुसऱ्यांचं बोललो मी."

"पण अंडी गेली का म्हणता?" फेरनॅन्डोनं विचारलं.

"मला नाही ठाऊक," रॉबर्ट जॉर्डन म्हणाला, "पुस्तकात पाहून सांगेन. हवं तर पिलरला विचार." एवढं बोलून त्यानं अॅन्सेल्मोच्या खांद्याभोवती हात टाकला. चालताचालता त्याला आपल्याशी घट्ट धरलं, हलवलं नि म्हटलं– "ऐका!" तो म्हणाला, "तुम्हाला बघून आनंद झाला ऐकलंत! या देशात ज्याचा माणूस त्याला सापडणं म्हणजे काय, हे तुम्हाला कळायचं नाही."

त्याच्या देशात येऊन, त्याच्याच देशाविरुद्ध त्याच्याशीच बोलण्याची हिंमत रॉबर्ट जॉर्डनला झाली, यात त्याला अॅन्सेल्मोबद्दल केवढा आत्मविश्वास नि केवढी आत्मीयता वाटत होती, हे कळलं.

"तुला पाहून मला आनंद झाला," ॲन्सेल्मो म्हणाला, "मी येथून निघणारच होतो."

"निघायचंस बेलाशक," रॉबर्ट जॉर्डन खुशीत म्हणाला, "तू गोठूनच गेला असतास."

"तिकडे वर काय हालहवाल आहे?" ॲन्सेल्मोनं विचारलं.

"उत्तम," रॉबर्ट जॉर्डन म्हणाला, "सगळं उत्तम आहे."

क्रांतिसेनेत अधिकारावर आल्यावर जे एक एकदम क्वचित वाटणारं सुख लाभतं, तसं सुख त्याला झालं– आपली एक फळीतरी भक्कम आहे, हे कळल्यावर होतं तसं. जर दोन्ही फळ्या ठाम राहिल्या तर जे सुख वाटेल, ते अतिच होईल– त्याच्या मनात आलं. ते सुख कोणाला सोसवेल कुणास ठाऊक? फळी कोणतीही असो, तिला धरून तुम्ही गेलात की आपातत: ती एका माणसात विरते. एका माणसात! हे तात्पर्य यातून आपल्याला नको होतं. पण ॲन्सेल्मो चांगला माणूस आहे. इथं हाच एक चांगला माणूस आहे. 'जेव्हा आपण लढाईवर जाऊ, तेव्हा तुम्ही माझी डावी फळी व्हाल?'– तो ॲन्सेल्मोला स्वतःशीच म्हणाला. 'तुम्हाला एवढ्यात हे उघड सांगणं ठीक नाही. ही लढाई इवलीशी होणार आहे. पण भयंकरच छान होणार आहे. आपल्या स्वतःच्या जबाबदारीवर एक युद्ध खेळायचंच होतं आपल्या मनात. अगदी अजीनकोर्ट धरून खालपर्यंत प्रत्येक सेनापतीच्या चुकांबद्दल आपण नेहमी म्हणत होतो. चूक न करता आपण ही लढाई लढू. ही लहानशी पण खास लढाई ठरेल. जे आपल्याला करावं असं वाटतंय ते झालं, तर हे एक खास युद्ध होईल.'

"ऐका!" तो ॲन्सेल्मोला म्हणाला, "तुला बघून अगदी बरं वाटलं."

"नि मलाही तुला बघून–" ॲन्सेल्मो म्हणाला.

अंधारातून टेकडी चढत असता पाठीमागून वारा लोटीत होता नि चढता चढता वादळ बाजूनं घोंगावत जात होतं. ॲन्सेल्मोचा एकाकीपणा गेला होता. इंग्लिशानं पाठीवर थाप मारल्या क्षणापासून त्याचं एकाकीपण गेलं होतं. इंग्लिश आनंदात नि खुशीत होता. दोघे थट्टामस्करीत होते. इंग्लिश म्हणाला– सगळं ठीक चाललं आहे. नि त्याला काळजी नव्हती. पोटात गेलेल्या दारूनं त्याला ऊब दिली होती नि चढणीमुळे पायात ऊब आली होती.

"रस्त्याकडे सांगण्यासारखं झालं नाही," तो रॉबर्ट जॉर्डनला म्हणाला.

"अच्छा!" रॉबर्ट जॉर्डन त्याला म्हणाला, "मुक्कामावर गेल्यावर सांग सारं."

ॲन्सेल्मो आता आनंदात होता. टेहळणीच्या जागेवर आपण टिकून राहिलो, यामुळे तो खूश होता.

'जर तो कॅम्पकडे परत आला असता, तरी बिघडलं नसतं. तशा परिस्थितीत

स्वतःचं डोकं चालवून करावं लागतं, तसंच ते ठीक झालं असतं,' रॉबर्ट जॉर्डनच्या मनात येत होतं. 'पण हुकमाप्रमाणं तो तिथंच राहिला. स्पेनमध्ये असं अगदी क्वचित घडतं. वादळात तग धरणं यात पुष्कळ गोष्टी आल्या. जर्मन लोक वादळाला 'हल्ला' म्हणतात, ते उगीचच नव्हे. असे तग धरणारे आणखी दोनचार असते तर? आपल्या फार कामी येतील. हा फेरनॅन्डो तग धरील? धरीलही. त्यानंच तर आत्ता बाहेर पडायचं काढलं. तो तग धरील असं वाटतं तुला? तसं झालं तर उत्तमच. तो पुरेसा चिवट आहे. मला त्याची थोडी माहिती काढावी लागेल. हा सिगार स्टोअर इंडियन आत्ता काय विचार करीत असेल, कुणास ठाऊक?'

"कसला विचार चाललाय फेरनॅन्डो?" रॉबर्ट जॉर्डन म्हणाला.

"का विचारतोस?"

"कुतूहल," रॉबर्ट जॉर्डन म्हणाला, "मला कुतूहल फार."

"माझ्या डोक्यात जेवणाचं होतं," फेरनॅन्डो म्हणाला.

"जेवण फार आवडतं तुला?"

"हो– फारच!"

"पिलरचा स्वयंपाक कसा असतो?"

"बेताचा," फेरनॅन्डो म्हणाला.

'हा दुसरा कूलीज आहे,' रॉबर्ट जॉर्डनच्या मनात आलं. 'पण तरीसुद्धा हा तग धरील, असा माझा आडाखा सांगतो.'

बर्फात तिघेही टेकडीवर ढकलत चढू लागले.

१६

“एल् सोर्दो आलाय,” पिलर रॉबर्ट जॉर्डनला म्हणाली. वादळातून आता ते गुहेच्या धुरकट उबेत आले होते. मानेच्या खुणेनं पिलरनं त्याला आपल्याकडे खुणावलं होतं. “तो घोड्यांकडे आहे.”

“ठीक. काही निरोप ठेवलाय त्यानं?”

“आपण घोड्यांकडे जात आहोत एवढाच,” ती म्हणाली, “त्याच्याकडे बघ तर!”

आत शिरताच रॉबर्ट जॉर्डननं पाब्लोला पाहिलं होतं. पाब्लो तिच्याकडे पाहून हसला होता. आता पुन्हा त्यानं तिच्याकडे पाहिलं. तो फळ्यांच्या टेबलापाशी बसला होता. त्यानं हसून हात हलवला.

“इंग्लिशा!” पाब्लोनं हाक मारली, “अजून पडतंच आहे बर्फ.”

रॉबर्ट जॉर्डननं मान हलवली.

“तुझे बूट काढ नि वाळवायला दे,” मेरिया म्हणाली, “विस्तवावर धुरात ते टांगून ठेवते.”

“ते जळणार नाहीत पाहा हं!” रॉबर्ट जॉर्डन म्हणाला, “इथं अनवाणी जायला नकोय मला. काय चाललंय इथं?” त्यानं पिलरला विचारलं, “सभा घेतली काय? बाहेर पहारा कसा नाही?”

“असल्या वादळात? काय बोलणं!”

टेबलाशी सहा लोक बसले होते. त्यांनी भिंतीला पाठी टेकल्या होत्या. अ‍ॅन्सेल्मो नि फेरनॅन्डो आपल्या जाकिटावरचं बर्फ अजून झाडीतच होते. पाटलुणीवर चापट्या मारीत नि दाराजवळच्या भिंतीवर पाय घसडीत होते.

“तुझं जाकीट दे,” मेरिया म्हणाली, “त्याच्यावर बर्फ वितळू देऊ नको.”

रॉबर्ट जॉर्डननं जाकीट काढलं. पाटलुणीवरचं बर्फ थापड्यांनी पाडलं नि बुटाचे बंद सोडले.

“सगळं ओलं करशील इथलं,” पिलर म्हणाली.

“तूच मला पुढे बोलावलंस.”

“तरी दरवाजापाशी जाऊन बर्फ झाडायला तुम्हाला कुणी अडवलं नव्हतं.”

"चुकलं," रॉबर्ट जॉर्डन म्हणाला. उघड्या पायानं घाणेरड्या जमिनीवर तो उभा होता. "मेरिया! दोन मोजे शोधून आण मला."

"देव नि धनी!" असं म्हणून पिलरनं लाकडाचा तुकडा चुलीत टाकला.

रॉबर्ट जॉर्डन तिला म्हणाला, "उरल्यासुरल्या वेळेचा सदुपयोग चाललाय."

"थैलीला कुलूप आहे," मेरिया म्हणाली.

"ही किल्ली घे." त्यानं ती तिथूनच फेकली.

"या थैलीची नाही ही."

"दुसरी थैली पाहा. वरच्या बाजूच्या थैलीत पाहा."

मेरियाला मोजे सापडले. तिनं थैली बंद केली. कुलूप लावलं. किल्ली नि मोजे घेऊन त्याच्याकडे आली.

"खाली बस. पायात घाल हे नि पाय चांगले घास," ती म्हणाली. रॉबर्ट जॉर्डन तिच्याकडे पाहून हसला.

"तुझ्या केसानं वाळवता येत नाहीत तुला?" तो पिलरला ऐकू जाईल, असं म्हणाला.

"काय हलकट आहे!" पिलर म्हणाली, "आधी तो संस्थानचा राजा होता. आतातर प्रत्यक्ष परमेश्वरच समजतोय स्वतःला. फाटं उचल नि एक फटका मार त्याला."

"नको, नको." रॉबर्ट जॉर्डन म्हणाला, "खुशीत होतो. मी थट्टा केली."

"खुशीत आहेस?"

"होय!" तो म्हणाला, "सगळं ठीक चाललंय असं वाटतंय मला."

"रॉबर्टो!" मेरिया म्हणाली, "चुलीशी जा. पाय कोरडे कर. गरमगरम काहीतरी प्यायला आणते मी."

"तुला वाटतंय या माणसाचा पाय जन्मात पहिल्यांदा ओला झालाय?" पिलर म्हणाली, "बर्फाचा एक कणही त्याच्यावर कधी पडलेला नाही?"

मेरियानं एक मेंढीचं कातडं आणलं. गुहेच्या मातीच्या जमिनीवर तिनं ते ठेवलं. "इकडे बघ!" ती म्हणाली, "तुझे बूट वाळेपर्यंत यावरच पाय राहू दे."

मेंढीचं कातडं ताजंच वाळलेलं होतं. कमावलेलंही नव्हतं. रॉबर्ट जॉर्डननं आपले मोज्याचे पाय त्यावर ठेवताच ताडपत्रीसारखं ते कडकड वाजलेलं त्याला कळलं.

चुलीत धूर झाला होता. पिलर मेरियाला म्हणाली, "नालायक! चुलीत फुंकर घाल. हे धुराचं घर नाही."

"तूच घाल फुंकर," मेरिया म्हणाली, "एल् सार्दो ठेवून गेला ती बाटली शोधते आहे."

“ती त्याच्या थैल्यांमागे आहे,” पिलर म्हणाली, “अंगावरच्या मुलाइतकी का तू याची काळजी घेणार?”

“नाही,” मेरिया म्हणाली, “एक गारठलेला नि भिजलेला माणूस म्हणून काळजी घेणार. जणू स्वतःच्या घरात तो येतोय, अशी काळजी घेणार. ही घे!” रॉबर्ट जॉर्डन बसला होता तिथं ती बाटली घेऊन आली.

“दुपारचीच बाटली आहे ही. हिचा दिवा किती चांगला होईल! वीज पुन्हा येईल, तेव्हा या बाटलीचा दिवा करता येईल,” तिनं बाटलीकडे कौतुकानं पाहिलं. “कशी घेतोस ही, रॉबर्टो?”

“मला वाटलं, मी इंग्लिश आहे.”

“दुसरे असताना मी तुला रॉबर्टो म्हणणार,” ती हळू आवाजात म्हणाली नि म्हणताना लाजली. “कशी घेणार ही, रॉबर्टो?”

“रॉबर्टो!” पाब्लो जड सुरात तिच्याच सुरात म्हणाला. रॉबर्ट जॉर्डनकडे त्यानं हताशपणे मान हलवली. “कशी घेणार, रॉबर्टो!”

“तुला हवी थोडी?” रॉबर्ट जॉर्डननं त्याला विचारलं.

पाब्लोनं मानेनं नकार दिला.

“पिऊन मी स्वतःला नशा चढवीत आहे,” तो प्रतिष्ठित सुरात म्हणाला.

“बच्चूबरोबर जा!” रॉबर्ट जॉर्डन स्पॅनिशमध्ये म्हणाला.

“बच्चू कोण?” पाब्लोनं विचारलं.

“तुझा एक दोस्त,” रॉबर्ट जॉर्डन म्हणाला.

“मी तर कधी ऐकला नाही,” धाप टाकून पाब्लो म्हणाला, “या डोंगरात तरी नाही.”

“ॲन्सेल्मोला एक कपभर दे,” रॉबर्ट जॉर्डन मेरियाला म्हणाला, “तो खरा गारठलाय.” तो स्वतः सुके मोजे चढवीत होता नि पाणी नि व्हिस्कीचं मिश्रण काहीसं उबदार, नितळ लागत होतं. ॲबसिंथ जसं जिभेवर रेंगाळत राहतं, तसं हे राहत नाही. ॲबसिंथला तोड नाही!

‘इथं, असल्या या ठिकाणी, व्हिस्की मिळेल असं कुणाला वाटेल तरी का? पण एकंदर विचार केला तर, स्पेनमध्ये कुठं व्हिस्की मिळायची असेल, तर ला ग्रंजच बरोबर वाटतं. एका सुरुंगउडव्यासाठी सोर्दो बाटली काढतो. कल्पना करा! येताना ती घेऊन यायची आठवण नि ठेवून जायचीही आठवण त्याला राहते! केवळ चांगली रीतभात म्हणून त्यानं हे केलं नाही. रीतभात म्हणजे, बाटली काढायची, एक पहिलं अगत्याचं पेय द्यायचं. फ्रेंच लोकांनी असंच केलं असतं. नि उरलेली दुसऱ्या प्रसंगाला ठेवली असती. छे! इथं तसं केलं नाही. पाहुण्याला ती आवडेल या बुद्धीनंच ती आणली. मन व्यग्र असता नि कामं असतानाही केवळ पाहुण्याचा

शौक व्हावा म्हणून ती बरोबर घेऊन येणं ही एकट्या स्पॅनिश लोकांचीच रीत. स्पॅनिशच ती पाळू जाणे!' त्याच्या मनात आलं, 'व्हिस्की आणण्याचं सुचणं असल्या कारणांनीच आपलं या लोकांवर प्रेम बसलं आहे. अनेक कारणांतलं हे एक कारण. त्यांच्यावर एवढे किल्ले बांधू नको. अमेरिकनांत जेवढ्या स्वभावाच्या तऱ्हा आहेत, तेवढ्याच स्पॅनिशांतसुद्धा आहेत. पण व्हिस्की आणणं हे विशेषच.'

"आवडली?"

चेहऱ्यावर हसू खेळवीत म्हातारा चुलीशी बसला होता. त्याच्या मोठाड हातात कप होता. त्यानं 'नाही' म्हणून मान हलवली.

"नाही?" रॉबर्ट जॉर्डननं त्याला विचारलं.

"त्या पोरीनं पाणी घातलं तीत." अॅन्सेल्मो म्हणाला.

"रॉबर्टो घेतो तशी मी दिली," मेरिया म्हणाली, "तू काय साहेब लागून राहिलास?"

"छे!" अॅन्सेल्मोनं तिला म्हटलं, "साहेब वगैरे काही नाही. पण घशातून उतरताना जळत गेलेली मला आवडते."

"ती मला दे," रॉबर्ट जॉर्डन म्हणाला, "नि ती कडक आहे त्यातली त्याला घाल."

त्यानं त्याच्या कपातली आपल्या कपात ओतून घेतली. रिकामा कप मेरियाजवळ दिला. तिनं बाटलीतून नीट काळजीनं कपात ओतली.

"हा:!" अॅन्सेल्मोनं कप घेतला. डोकं वर केलं. कप घशात ओतला. मेरिया बाटली घेऊन उभी होती. तिच्याकडे पाहत त्यानं डोळे मिचकावले. एकीकडे त्याच्या डोळ्यांतून अश्रू गळत होते.

"वा! काय आहे!" तो म्हणाला, "काय आहे!" त्यानं ओठ चाटले. "पछाडणारी भुतं हिनंच पळून जातात."

"रॉबर्टो!" मेरिया म्हणाली नि त्याच्याजवळ आली. बाटली हातात तशीच होती.

"जेवायचं ना आता?"

"तयार आहे का जेवण?"

"तू म्हणशील तेव्हा तयार आहे."

"दुसरे जेवले?"

"तुम्ही, अॅन्सेल्मो व फेरनॅन्डोशिवाय बाकीचे जेवले."

"मग जेवून घेऊ या," त्यानं तिला म्हटलं, "तुझं काय?"

"मी नंतर जेवीन पिलरबरोबर."

"आमच्या पंगतीला बस."

“नाही. तसं चांगलं दिसत नाही.”

“चल ये! माझ्या देशात पुरुष आपल्या बायकोआधी जेवीत नाहीत.”

“मी माझ्या देशात आहे. इथं नंतर जेवणं योग्य.”

“जेव त्याच्याबरोबर,” टेबलावरून मान वर करीत पाब्लो म्हणाला, “त्याच्याबरोबर जेव– त्याच्याबरोबर पी. त्याच्याबरोबर झोप. त्याच्याबरोबर मर. त्याच्या देशाची रीत पाळ.”

पाब्लोपुढे उभा राहत रॉबर्ट जॉर्डन म्हणाला, “तुला चढली काय?” दाढीच्या खुंटांनी भरलेला, घाणेरडा पाब्लो, त्याच्याकडे खुशीत पाहत होता.

“हो!” पाब्लो म्हणाला, “इंग्लिशा! बायका-पुरुष एकत्र जेवतात, तो तुझा देश कोणता?”

“युनायटेड स्टेट्‌समध्ये, मोंटाना संस्थान.”

“तिथंच पुरुष स्त्रियांसारखे स्कर्ट घालतात?”

“नाही. तसं स्कॉटलंडमध्ये आहे.”

“तरी ऐक!” पाब्लो म्हणाला, “इंग्लिशा, तुम्ही जेव्हा तसा स्कर्ट घालता-”

“मी घालीत नाही.” रॉबर्ट जॉर्डन म्हणाला.

“तसा स्कर्ट घातल्यावर आत तुम्ही काय घालता?” पाब्लोनं पुढे विचारलं.

“स्कॉटिश लोक आतून काय घालतात मला ठाऊक नाही,” रॉबर्ट जॉर्डन म्हणाला, “मीच कित्येकदा नवल केलंय त्याचं.”

“एस्कोसेसेस नव्हेत,” पाब्लो म्हणाला, “एस्कोसेसेसचं सोड! असल्या चक्कर नाव असलेल्या गोष्टींची फिकीर कशाला, इंग्लिशा! तुझं बोल, तुझं! तुमच्या देशात तुम्ही स्कर्टखाली काय घालता?”

“तुला दोनदा सांगितलं, आम्ही स्कर्ट घालीत नाही,” रॉबर्ट जॉर्डन म्हणाला, “पिऊन झिंगलो तरी नाही. थट्टेतही नाही.”

“पण तुमच्या स्कर्टखाली–” पाब्लो हट्टानं म्हणाला, “सर्वांना तुम्ही स्कर्ट घालता हे ठाऊक आहे. तुमचे सैनिकसुद्धा घालतात. मी फोटो पाहिले आहेत. शिवाय मी प्राईसच्या सर्कशीतही पाहिलाय. इंग्लिशा, तुमच्या स्कर्टखाली तुम्ही काय घालता?”

“परमेश्वरानं दिलंय ते,” रॉबर्ट जॉर्डन म्हणाला.

ॲन्सेल्मो हसला. इतरही हसले. फेरनॅन्डो फक्त हसत नव्हता. स्त्रियांसमोर असं बीभत्स बोललेलं त्याला लागलं होतं.

“अच्छा! ते सर्वांनाच आहे,” पाब्लो म्हणाला, “ते पुष्कळ असले, तर कुणी स्कर्टच घालणार नाही.”

“इंग्लिशा, त्याचा हा चावटपणा थांबव,” सपाट तोंडाचा, मोडक्या नाकाचा

प्रिमितोवो म्हणाला, "तो नशेत आहे. तुझ्या देशात कोणती जनावरं पाळतात?"

"गुरं नि मेंढ्या," रॉबर्ट जॉर्डन म्हणाला, "भरपूर धान्य नि बी-बियाणं. साखरेसाठी खूप बीटही लावतो आम्ही."

तिघे आता टेबलावर बसले होते. पाब्लोशिवाय बाकीचे शेजारी बसलेले होते. पाब्लो एकटाच दारूच्या भांड्यासमोर बसला होता. परवा रात्रीसारखाच रस्सा आज पुन्हा केला होता. रॉबर्ट जॉर्डननं तो अधाशीपणे खाल्ला.

"तुझ्या देशात डोंगर असतीलच. नावावरून कळतं डोंगर असणार." संभाषण चालू ठेवायला प्रिमितोवोनं सभ्यपणे विचारलं. तो पाब्लोच्या झिंगण्यानं संकोचला होता.

"डोंगर खूप आहेत नि उंचही आहेत."

"चांगली कुरणं आहेत?"

"झक्क कुरणं आहेत. जंगलातली आहेत. उन्हाळी कुरणं आहेत. डोंगरी कुरणं नि सरकारनियंत्रित अशीही आहेत. नंतर हिवाळ्यात गुरांना खालच्या डोंगरावर आणतात."

"जमिनीची मालकी शेतकऱ्यांची आहे?"

"जे कसतात, त्यांची बहुधा ती जमीन असते. मुळात सगळी जमीन सरकारी होती. तिथं राहायला येऊन. शेती करण्याचा उद्देश कळवल्यावर प्रत्येक माणसाला दीडशे एकर जमीन मिळत होती."

"हे कसं ठरवलं, सांग," आगस्तीन म्हणाला, "शेतीसुधारणेचंच तत्त्व आहे त्यात. त्यात तथ्य आहे."

रॉबर्ट जॉर्डननं वस्ती करण्याची पद्धत समजावून सांगितली. ती शेतीसुधारणेच्या तत्त्वावर आहे, हे आधी त्याच्या कधी लक्षात आलं नव्हतं.

"झकासच आहे," प्रिमितोवो म्हणाला, "म्हणजे तुमच्या देशात कम्युनिझमच आहे म्हणायचा."

"नाही. सगळं लोकसत्ताकाखाली आहे."

"माझं मत, रिपब्लिकखाली सगळं करता येतं. दुसऱ्या तऱ्हेच्या सरकारची मला गरजच दिसत नाही."

"तुमच्याकडे बडे जमीनदार नाहीत?"

"पुष्कळ आहेत."

"मग वाईट गोष्टी आल्याच."

"नक्कीच. पुष्कळ वाईट गोष्टी आहेत आमच्याकडे."

"त्या तुम्हाला नाहीशा करता येतील?"

"आम्ही जास्तीत जास्त प्रयत्न करतो. पण काही राहिल्याच आहेत अजून."

“मोठ्या इस्टेटी नाहीशा नाही करता यायच्या?”

“हो. पण करामुळे त्या नाहीशा होतील, असं पुष्कळांना वाटतं.”

“कसं?”

खिरीचं भांडं पुशीत रॉबर्ट जॉर्डननं इन्कम टॅक्स नि वारसा कर कसा बसवतात, हे समजावून सांगितलं. “इतकं असून मोठ्या इस्टेटी राहतातच. शिवाय जमिनीवरही टॅक्स आहे,” शेवटी तो म्हणाला.

“पण मोठे धंदेवाले नि श्रीमंत, कराविरुद्ध क्रांती करतील, हे नक्की. असले कर मला क्रांतिकारक वाटतात. त्यांच्यावर गदा आलीसं वाटलं की, ते सरकारविरुद्ध उठतील. फॅसिस्टांनी इथं हेच केलं,” प्रिमितोवो म्हणाला.

“शक्य आहे.”

“मग आम्ही लढतो, तसं तुमच्या देशात तुम्हाला लढावं लागेल.”

“होय. आम्हाला लढावं लागेल.”

“पण तुमच्या देशात फॅसिस्टच जास्त नाहीत का?”

“आपण फॅसिस्ट आहोत, हे पुष्कळांना ठाऊकच नाही. वेळ आली की, त्यांना कळेल ते.”

“पण त्यांनी बंड उभारल्याशिवाय तुम्हाला त्यांचा नाश करता येणार नाही.”

“नाही,” रॉबर्ट जॉर्डन म्हणाला, “त्यांचा नाश करता यायचा नाही. पण फॅसिझमची लोकांना भीती वाटेल, असं शिक्षण आम्हाला देता येईल. नि फॅसिझम म्हणजे काय हे ओळखून ते तोंड द्यायला तयार होतील.”

“कुठे फॅसिस्ट नाहीत, असं ठिकाण आहे का?” अँड्रीजनं विचारलं.

“कुठं म्हणजे?”

“पाब्लोच्या गावात,” अँड्रीज म्हणाला नि हसला.

“त्याच्या गावात काय झालं ठाऊक आहे?” प्रिमितोवोनं विचारलं.

“हो! ऐकलंय मी.”

“पिलरकडून?”

“हो.”

“त्या बाईकडून ती सगळी गोष्ट कशी कळणार?” पाब्लो जड सुरात म्हणाला. “तिनं गोष्टीचा शेवट पाहिला नाही. ती खुर्चीवरून पडली, खिडकीबाहेरच्या.”

“तू सांग मग काय झालं ते?” पिलर म्हणाली, “मला माहीत नाही ना? सांग मग.”

“नाही,” पाब्लो म्हणाला, “मी सांगितली नाही ती कधी.”

“नाही,” पिलर म्हणाली, “तू ती सांगणारही नाहीस. ती झाली नसती तर बरं, असं वाटतंय तुला आता.”

“छे!” पाब्लो म्हणाला, “हे खरं नाही. नि जर मी मारले तेवढे फॅसिस्ट सर्वांनी मारले असते, तर आताची ही लढाई झालीच नसती. पण जे घडलं, ते घडू दिलं नसतं मी.”

“असं का म्हणता?” प्रिमितोवो म्हणाला, “तुझी मतं बदललीत?”

“नाही. पण सगळं जंगली होतं,” पाब्लो म्हणाला, “त्या काळात मी रानटी होतो.”

“नि आता झिंगला आहेस,” पिलर म्हणाली.

“हो,” पाब्लो म्हणाला, “तुझ्या कृपेनं.”

“तू जंगली होतास, तेव्हा मला जास्त आवडत होतास,” पिलर म्हणाली, “सगळ्या पुरुषांत दारुड्या हा घाणेरडा! चोर जेव्हा चोरी करीत नाही, तेव्हा चार लोकांसारखाच असतो. जुलूम करणारा घरात जुलूम करीत नाही. खुनी घरी असला की, हाततरी धुतो. दारुड्याला मात्र सदा घाण येत असते. तो बिछान्यात ओकतो नि आतडी दारूमय करतो.”

“तू एक बाई आहेस. तुला काय कळणारंय?” पाब्लो तोडीस तोड म्हणाला. “मी दारूनं झिंगतो नि त्यात मला सुख होतं. फक्त हल्ला केला त्याचं सोड. त्याचंच मला दुःख होतंय,” त्यानं विषण्णपणे मान हलवली.

“सोर्दोनं आणलेल्यातली त्याला दे थोडी,” पिलर म्हणाली, “अंगात जीव येईल, असं काहीतरी द्या त्याला. तो फारच दुखरा झालाय हल्ली– पाहवत नाही अगदी.”

“जर मारलेल्यांना जिवंत करता आलं, तर मी करीन,” पाब्लो म्हणाला.

“खड्ड्यात जा!” आगस्तीन म्हणाला, “हे घर आहे का काय आहे?”

“त्यांना जिवंत करता आलं, तर मी करीन,” पाब्लो कष्टी सुरात म्हणाला, “प्रत्येकाला करीन.”

“तुझ्या ×××!” आगस्तीन त्याच्या अंगावर ओरडला, “बंद कर ही बडबड. नाहीतर बाहेर हो. तू मारलेस ते फॅसिस्ट होते.”

“मी काय म्हटलं ऐकलंस?” पाब्लो म्हणाला, “सर्वांना जिवंत करीन मी.”

“मग तू पाण्यावरून चालत जाशील, नक्की,” पिलर म्हणाली, “माझ्या उभ्या जन्मात मी असला माणूस पाहिला नाही. कालपर्यंत तुझ्यात काही पुरुषत्व होतं. आज तुझ्यात तसूभर उरलं नाही. तुला स्वतःच्या घाणीत आनंद वाटू लागलाय.”

“आपण एकतर सगळ्यांना मारायचं होतं, नाहीतर कुणाला नव्हतं,” पाब्लो म्हणाला, “सगळ्यांना नाहीतर कुणालाच नव्हतं.”

“ऐक इंग्लिशा!” आगस्तीन म्हणाला, “तू स्पेनला कसा आलास? पाब्लोकडे

लक्ष देऊ नको. तो नशेत आहे.''

"बारा वर्षांपूर्वी या देशाचा अभ्यास करायला प्रथम मी आलो,'' रॉबर्ट जॉर्डन म्हणाला, "मी एका महाविद्यालयात स्पॅनिश शिकवतो.''

"तू प्राध्यापकासारखा दिसतोसच,'' प्रिमितोवो म्हणाला.

"त्याला दाढी नाही,'' पिलर म्हणाली, "पाहा! त्याला दाढी नाही.''

"तुम्ही खरंच प्राध्यापक आहात?''

"इन्स्ट्रक्टर आहे.''

"पण तुम्ही शिकवता?''

"हो!''

"पण स्पॅनिशच का मग?'' अँड्रीजनं विचारलं, "तू इंग्लिश आहेस. इंग्लिश शिकवणं सोपं नाही तुला?''

"आपण बोलतो, तसं स्पॅनिश त्याला बोलता येतं,'' ॲन्सेल्मो म्हणाला, "मग त्यानं स्पॅनिश का शिकवू नये?''

"हरकत नाही. पण एका दृष्टीनं परकीयानं स्पॅनिश शिकवणं अप्रस्तुत वाटतं,'' फेरनॅन्डो म्हणाला, "व्यक्तिशः तुझ्याबद्दल हे बोलत नाही मी, रॉबर्टो!''

"तो नकली प्राध्यापक आहे,'' पाब्लो स्वतःवर खूश होत म्हणाला, "त्याला दाढी नाही.''

"इंग्लिश तुला चांगलंच येत असेल,'' फेरनॅन्डो म्हणाला, "मग तुला इंग्लिश शिकवणं अधिक सोपं, सरळ, चांगलं नाही का?''

"स्पॅनिअर्ड्सना स्पॅनिश शिकवीत नाही,'' पिलर मध्येच म्हणाली.

"शिकवत नाही, हे बरं आहे,'' फेरनॅन्डो म्हणाला.

"ए गाढवा! मला पुरतं बोलू दे,'' पिलर त्याला म्हणाली, "तो अमेरिकनांना स्पॅनिश शिकवतो– उत्तर अमेरिकन लोकांना.''

"त्यांना स्पॅनिश येत नाही?'' फेरनॅन्डोनं विचारलं, "दक्षिण अमेरिकनांना येतं.''

"गद्धा!'' पिलर म्हणाली, "तो उत्तर अमेरिकनांना स्पॅनिश शिकवतो. त्यांची भाषा इंग्लिश आहे.''

"तरीसुद्धा, त्याची मातृभाषा इंग्लिश असेल, तर इंग्लिश शिकवणंच त्याला सोपं जाईल, असं अजून माझं मत आहे.''

"तो स्पॅनिश बोलतो– तुझ्या कानात शिरत नाही?'' रॉबर्ट जॉर्डनकडे पाहून हताशपणे पिलरनं मान हलवली.

"हो! पण विशिष्ट बोलीच.''

"कुठली?'' रॉबर्ट जॉर्डननं विचारलं.

“एस्त्रेमादुराकडली,” फेरनॅन्डो चट्‌कन म्हणाला.

“आई, आई!” पिलर म्हणाली, “काय हा माणूस!”

“शक्य आहे,” रॉबर्ट जॉर्डन म्हणाला, “मी तेथूनच इकडं आलोय.”

“त्याला कळतंय ते,” पिलर म्हणाली.

“तुला पुरेसं झालं?”

“असलं तर आणखी जेवीन मी,” फेरनॅन्डो म्हणाला, “तुझ्याबद्दल मला काही म्हणायचं नव्हतं, डॉन रॉबर्टो!”

“दूध,” आगस्तीन म्हणाला, “आणखी दूध हवंय. एका कॉम्रेडला डॉन रॉबर्टो म्हणायचं एवढ्यासाठीच आपण क्रांती करणार आहोत?”

“सर्वांना डॉन म्हणता यावं यासाठीच ही क्रांती आहे, असं मला वाटतं,” फेरनॅन्डो तिला म्हणाला, “लोकसत्ताकमध्ये असंच हवं.”

“दूध,” आगस्तीन म्हणाला, “काळं दूध.”

“अजून माझं मत आहे, डॉन रॉबर्टोला इंग्लिश शिकवणं सोपं जाईल.”

“डॉन रॉबर्टोला दाढी नाही,” पाब्लो म्हणाला, “तो नकली प्राध्यापक आहे.”

“मला दाढी नाही– हे काय बोलणं झालं?” रॉबर्ट जॉर्डन म्हणाला, “मग हे काय आहे?” तीन दिवस वाढलेल्या हनुवटीच्या नि गालांवरच्या खुटांवर हात फिरवीत तो म्हणाला.

“ती दाढी नाही,” पाब्लो म्हणाला. त्यानं मान डोलावली. “ती काही दाढी नाही,” तो आता अगदी रंगात आला. “नकली प्राध्यापक आहे हा.”

“तुम्ही सगळे खड्ड्यात जा,” आगस्तीन म्हणाला, “हा वेड्यांचा बाजार भरलाय.”

“तू पीत जा,” पाब्लो म्हणाला, “मला सगळं नेहमीसारखं वाटतंय. फक्त डॉन रॉबर्टोला दाढी नाही.”

मेरियानं रॉबर्ट जॉर्डनच्या दाढीवरून हात फिरवला.

“याला दाढी आहे,” ती पाब्लोला म्हणाली.

“तुलाच कळायची,” पाब्लो म्हणाला नि रॉबर्ट जॉर्डननं त्याच्याकडे पाहिलं.

त्याला एवढी चढलेली दिसत नाही, रॉबर्ट जॉर्डनच्या मनात आलं. इतकी चढलेली नाही. आपण सावध राहावं हे चांगलं.

“ए!” तो पाब्लोला म्हणाला, “बर्फ असंच पडत राहील, वाटतं तुला?”

“तुला काय वाटतं?”

“मी तुला विचारतोय.”

“दुसऱ्या कुणाला विचार,” पाब्लो त्याला म्हणाला, “मी तुझा चिटणीस नाही.”

‘‘तुझं माहितीपत्र तुझ्याजवळ आहे. या बाईला विचार. ती मुखत्यार आहे इथं.’’

‘‘मी तुला विचारलंय.’’

‘‘खड्ड्यात जा,’’ पाब्लो म्हणाला, ‘‘तू– ती बाई– नि ती मुलगी.’’

‘‘त्याला चढलीय,’’ फेरनॅन्डो म्हणाला, ‘‘इंग्लिशा! लक्ष देऊ नको.’’

‘‘एवढी चढलेली वाटत नाही,’’ रॉबर्ट जॉर्डन म्हणाला.

मेरिया त्याच्यामागे उभी होती नि पाब्लो तिच्याकडे आपल्या डोक्यावरून पाहत असल्याचं रॉबर्ट जॉर्डनच्या लक्षात आलं. वाटोळ्या, कुरळ्या केसाच्या डोक्यातले त्याचे डोळे अस्वलासारखे वाटत होते. रॉबर्ट जॉर्डनच्या मनात आलं– या युद्धात आपण पुष्कळ खुनी पाहिले आहेत. आधीही पाहिले. पण ते निराळेच होते सारे. गुन्हेगाराची जात म्हणून खास अशा गोष्टी नसतात. पण पाब्लो नक्कीच सुंदर नाही दिसायला.

‘‘तुला पिता येणार हे मला पटत नाही,’’ तो पाब्लोला म्हणाला, ‘‘किंवा तू नशेत आहेस हे पटत नाही.’’

‘‘मला चढली आहे,’’ पाब्लो म्हणाला, ‘‘पिणं काही विशेष नाही. चढणं हे खरं.’’

‘‘मला पटत नाही,’’ रॉबर्ट जॉर्डन त्याला म्हणाला, ‘‘पिणं भ्याडपणाचं मात्र आहे, नक्की!’’

एकदम गुहेत शांतता पसरली. इतकी की, पिलर जिथं चुलीशी होती तिथं जळणाऱ्या लाकडांचा आवाज त्याला कळू लागला. पायांवर वजन देताच मेंढीच्या कातड्याची झालेली कुरकुर त्याला ऐकू आली. बाहेर पडणाऱ्या बर्फाचासुद्धा आवाज ऐकू येतोसा त्याला वाटला.

रॉबर्ट जॉर्डन विचार करीत होता– एकदा त्याला मारून मोकळं झालेलं बरं! त्याचा काय बेत आहे, आपल्याला ठाऊक नाही; पण तो चांगला नसणारच. परवा पुलाचं काम आहे. हा माणूस बिघडला आहे. सगळ्या बेताला तो धोका होऊन बसलाय. पुढे हो. मिटवून टाक कायमचं!

पाब्लो त्याच्याकडे बघून हसला. त्यानं एक बोट वर केलं. गळ्यावरून फिरवलं. डोकं हलवलं. पण जाड मानेमुळे ते थोडंसंच हललं.

‘‘नको इंग्लिशा!’’ तो म्हणाला, ‘‘मला चिथवू नको,’’ त्यानं पिलरकडे पाहून म्हटलं, ‘‘माझा तुमच्या मागचा ताप चुकणार नाही.’’

‘‘भित्रा!’’ रॉबर्ट जॉर्डन त्याला म्हणाला. मनात त्यानं काहीतरी ठाम केलं.

‘‘शक्य आहे,’’ पाब्लो म्हणाला. ‘‘पण मी चिथावला जाणार नाही. थोडी पी इंग्लिशा! नि त्या पिलरला ‘जमलं नाही’ अशी खूण कर.’’

‘‘थोबाड बंद कर,’’ रॉबर्ट जॉर्डन म्हणाला, ‘‘तुला माझ्या बळावर चिथावतोय मी.’’

''कशाला व्यर्थ तसदी घेतोस?'' पाब्लो म्हणाला, ''मी चिडणार नाही.''

आता सुरू झालंच आहे तेव्हा ते अर्धं सोडण्याची तयारी नसल्यानं रॉबर्ट जॉर्डन म्हणाला, ''घाण किडा आहेस तू.''

आलेली संधी सोडण्याची त्याची तयारी नव्हती. आता दुसऱ्यांदा तरी नव्हती. आपण बोलत आहोत हे सगळं एकदा बोलून झालंय, हे त्याला कळत होतं. वाचलेलं किंवा स्वप्नातलं आठवून तेथे तेच तेच करावं, तशी भावना त्याला आली होती.

''कबूल!'' पाब्लो म्हणाला.

असा नमुना मिळणार नाही. अजब नमुना आहे! नशाही चढली आहे याला.

''तुझे कुशल असो इंग्लिशा!'' दारूच्या भांड्यात पाब्लोनं पेला बुडवला नि वर केला.

हा अजब नमुना आहे! ठीक आहे. रॉबर्ट जॉर्डनच्या मनात आलं. धूर्त आहे, भानगड्या आहे. आपल्या श्वासाच्या आवाजात त्याला आता चुलीतला आवाज येत नाहीसा झाला.

''तुझेही कुशल असो!'' रॉबर्ट जॉर्डन म्हणाला नि त्यानं पेला दारूत बुडवला. या असल्या शपथांवाचून विश्वासघाताला मजा नाही. आधी शपथा हव्यातच. त्याचं कुशल चिंतलंस आता शपथ घे. ''सालूद– क्षेम असो!'' तो म्हणाला. ''सालूद! आणखी– सालूद! सालूद तू!'' त्याच्या मनात आलं– सालूद तू!

''डॉन रॉबर्टो!'' पाब्लोचे शब्द जड झाले.

''डॉन पाब्लो!'' रॉबर्ट जॉर्डन म्हणाला.

''तू नकली प्राध्यापक आहेस,'' पाब्लो म्हणाला, ''कारण तुला दाढी नाही. मला दूर करायचं असेल, तर तुला माझा काटाच काढावा लागेल. आणि ते करायचं तर तुझ्याजवळ 'कोजोन्स' नाहीत.''

''सालूद– क्षेम असो!'' रॉबर्ट जॉर्डन म्हणाला. त्यानं पेला वर केला नि त्यातून प्याला. ''तुझ्याजवळून मी फार शिकलो.''

''मी प्राध्यापकाला शिकवलं!'' पाब्लोनं डोकं हलवलं, ''ये, डॉन रॉबर्टो! आपण मित्र होऊ.''

''आपण मित्र आहोतच,'' रॉबर्ट जॉर्डन म्हणाला.

''आता अधिक चांगले मित्र होऊ.''

''मी चाललो इथून,'' आगस्तीन म्हणाला, ''आयुष्यात खूपखूप अनुभव घ्यावा, असं म्हणतात. या क्षणाला माझ्या प्रत्येक मज्जापेशीत शेरावारी अनुभव भरला गेलाय.''

''ए निग्रो! काय झालं?'' पाब्लो त्याला म्हणाला, ''माझी नि रॉबर्ट जॉर्डनची मैत्री तुला पाहवत नाही?''

"निग्रो म्हणताना जीभ आवर," आगस्तीन उठून त्याच्याकडे गेला. पाब्लोसमोर हात खाली टांगते ठेवून उभा राहिला.

"तुझं टोपणनाव आहे ते."

"तू नाही ठेवलेलं."

"ठीक आहे– ब्लँको!"

"तेसुद्धा नाही."

"मग काय हाक मारायची तुला? लाल्या?"

"होय. लाल्याच. सैन्याचा लाल तारा. ज्याला लोकसत्ताक हवाय असा. माझं नाव ऐक, आगस्तीन."

"केवढा देशभक्त!" पाब्लो म्हणाला, "बघ इंग्लिशा! जातिवंत देशभक्त बघायचाय?"

आगस्तीननं त्याच्या तोंडावर डाव्या हातानं लगावली. पंजाची मागची बाजू मारून त्याचा हात झटक्यात पुढे आला. पाब्लो बसूनच राहिला. त्याच्या ओठांचे कोपरे दारूनं डागाळले होते. त्याचा चेहरा मात्र बदलला नाही. पण फार उजेडात मांजराची बुबुळं चिरीसारखी होतात, तसे त्याचे डोळे झाल्याचं रॉबर्ट जॉर्डननं पाहिलं.

"याचाही उपयोग नाही," पाब्लो म्हणाला, "असल्यावरही मदार ठेवू नको पिलर!" तो पिलरकडे वळून म्हणाला, "मला चीड येणार नाही."

आगस्तीननं पुन्हा त्याला फटका हाणला. या वेळेला त्यानं मूठ आवळून तिनं तोंडावर फटका दिला. टेबलाखाली रॉबर्ट जॉर्डननं पिस्तूल काढून धरलं होतं. पिस्तुलाचा सेफ्टी कॅच त्यानं लोटला होता नि मेरियाला डाव्या हातानं बाजूला केलं होतं. ती जरा दूर सरली, तेव्हा ती आणखी दूर जाण्यासाठी त्यानं डाव्या हातानं तिच्या बरगडीवर जोराचा धक्का दिला. ती एव्हाना गेलीही होती. डोळ्यांच्या कोपऱ्यातून त्याला दिसत होतं. गुहेच्या भिंतीनं सरकत ती चुलीकडे गेली नि रॉबर्ट जॉर्डन पाब्लोच्या तोंडाकडे नजर ठेवून राहिला.

आपल्या सपाट लहान डोळ्यांनी आगस्तीनकडे पाहत पाब्लो बसला होता. बुबुळं अधिकच बारीक झाली होती. त्यानं ओठांवरून जीभ फिरवली. हाताच्या पाठीनं तोंड पुसलं. खाली पाहिलं नि त्याला हातावर आलेलं रक्त दिसलं. ओठांवरून जीभ फिरवून तो थुंकला.

"अशानंही जमणार नाही," तो म्हणाला, "मी मूर्ख नाही. मी चिडणार नाही."

"भ्याड!" आगस्तीन म्हणाला.

"तुलाच कळायचंय," पाब्लो म्हणाला, "बाईचा तुझा परिचय आहेच."

आगस्तीननं पुन्हा त्याला तोंडावर जोराचा तडाखा दिला नि त्याच्याकडे पाहत बसला. ओठाच्या लाल रेषेच्या आत त्याचे पिवळे, मोडलेले खराब दात दिसले."

“सोडून दे,” पाब्लो म्हणाला नि पेला घेऊन त्यानं बुडवण्यासाठी दारूच्या भांड्याकडे नेला. “इथं मला मारायची हिंमत कुणाला नाही. नि तू जो प्रकार चालवला आहेस, तो मूर्खपणाचा आहे.”

“भ्याड!” आगस्तीन म्हणाला.

“शब्दही फुकट आहेत. त्यानंही काही बनणार नाही.” त्यानं दारू तोंडात खुळखुळण्याचा आवाज केला. जमिनीवर चूळ टाकली, “मी शब्दापलीकडे गेलो आहे.”

आगस्तीन त्याच्याकडे पाहत उभा होता नि त्याला शिव्या देत होता. संथ, स्वच्छ, कडवट शिव्या त्याच्या तोंडातून येत होत्या. जणू गाडीतलं खत तो फावड्यानं शेतात ओढीत होता.

“यानंही काही होणार नाही,” पाब्लो म्हणाला, “सोडून दे आगस्तीन. यापुढे मला थापडू नको. तुझाच हात दुखेल.”

आगस्तीन त्याच्यापासून वळून दाराकडे गेला.

“बाहेर जाऊ नको, बर्फ पडतंय. इथंच आरामात बस.”

“तू! तू! तू!” दाराकडे गेलेला आगस्तीन ‘तू’मध्ये शक्य तेवढा तिटकारा ओतीत ओरडला.

“हो. मीच,” पाब्लो म्हणाला, “तू मरशील पण मी जिवंत असेन.”

त्यानं दुसरा पेला दारूत बुडवला. वर रॉबर्ट जॉर्डनकडे धरला. “प्राध्यापकाचे कुशल असो,” तो म्हणाला. मग पिलरकडे वळला. “कमांडर बाईचे कुशल असो.” असं म्हणून सर्वांचं कुशल चिंतीत तो प्यायला. “सगळ्या ज्ञात्यांचे कुशल असो.”

आगस्तीन झटदिशी त्याच्याकडे परत आला. एका फटक्यानं त्यानं त्याच्या हातातला कप उडवला.

“फुकट घालवलीस,” पाब्लो म्हणाला, “बावळटपणा आहे.”

आगस्तीन त्याला काही भयंकर म्हणाला.

“छे!” दुसरा कप बुडवून घेत पाब्लो म्हणाला, “मला चढली आहे. दिसते तुला? चढल्यावर मी बोलत नाही. आधीच मी जास्त बोलत नाही. पण अडाण्यांच्या संगतीत राहायची पाळी आली की, बुद्धिवानांनाही कधीकधी पिऊन झिंगावं लागतं.”

“ऊठ– नीघ! तुझ्या भ्याडपणात कुजत राहा,” पिलर त्याला म्हणाली, “तुझं नि तुझ्या भित्रेपणाचं मला सगळं ठाऊक आहे.”

“कशी बोलते बाई!” पाब्लो म्हणाला, “मी माझ्या घोड्यांकडे चाललो.”

“जा ऊड त्याच्यावर,” आगस्तीन म्हणाला, “तुझी तीही एक तऱ्हा आहे ना!”

“नाही,” पाब्लो म्हणाला. त्यानं डोकं हलवलं. तो खिळ्यावरून आपली मोठी घोंगडीची शाल काढीत होता. त्यानं आगस्तीनकडे पाहिलं.

“तू नि तुझी मस्ती!”

“घोड्यांशी जाऊन काय करतोस?” आगस्तीननं विचारलं.

“त्यांची निगा करतो,” पाब्लो म्हणाला.

“उडतोस,” आगस्तीन म्हणाला, “घोड्यांचा दादला.”

“मला त्यांचं फार वाटतं,” पाब्लो म्हणाला, “पाठीकडूनही ते सुंदर दिसतात नि इथल्या या लोकांपेक्षा त्यांना जास्त अक्कल असते. त्यांच्यात मन रंजवता येतं.” तो हसला नि म्हणाला, “इंग्लिशा! पुलाचं त्यांच्याशी बोल. हल्ल्याच्या वेळचं त्यांचं काम त्यांना सांग. माघार कशी घ्यायची, ते बोल इंग्लिशा! पुलानंतर त्यांना कुठे घेऊन जायचंय? तुझ्या देशभक्तांना तू कुठं नेणार? पीत असता दिवसभर मी तेच करीत होतो.”

“काय विचार केलास तू?” आगस्तीन म्हणाला.

“काय विचार केलाय?” पाब्लो म्हणाला नि तोंडातल्या तोंडात त्यानं जीभ फिरवली. “मी काय विचार केलाय?”

“सांगून टाक,” आगस्तीन म्हणाला.

“फार विचार केलाय,” पाब्लो म्हणाला. त्यानं घोंगडी डोक्यावर ओढली. घोंगडीच्या पिवळसर चुण्यातून त्याचं वाटोळं डोकं वर आलं. “फार विचार केलाय.”

“काय?” आगस्तीन म्हणाला, “काय!”

“माझ्या मनात आलं, तुम्ही अतिविद्वान लोक आहात,” पाब्लो म्हणाला, “डोकं मांड्यांत आहे अशा एका बाईनं नि सत्यनाश करायला आलेल्या एका परकीयानं तुमचे लगाम धरले आहेत.”

“बाहेर हो!” पिलर त्याला ओरडली, “बाहेर जा नि बर्फात हलव. तुझं काळं तोंड येथून घेऊन जा.”

“काय बोलली!” आगस्तीन कौतुकानं पण लक्ष नसल्यासारखं म्हणाला. त्याचा चेहरा चिंतेनं घेरला होता.

“मी जातो,” पाब्लो म्हणाला, “पण लवकरच परत येईन.” त्यानं गुहेच्या तोंडावरचं घोंगडं वर केलं नि तो बाहेर गेला. मग दारातूनच म्हणाला, “इंग्लिशा! अजून पडतंच आहे बर्फ.”

१७

आता गुहेमध्ये आवाज होता तो चुलीचाच काय तो! छपरावर धुरासाठी ठेवलेल्या धुराडेवजा भोकातून बर्फ खाली विस्तवात पडून, आवाज येत होता.

''पिलर,'' फेरनॅन्डो म्हणाला, ''आणखी रस्सा आहे?''

''गप्प बसा हो!'' पिलर म्हणाली. पण मेरियानं फेरनॅन्डोचं भांडं घेतलं नि ती चुलीशी ठेवलेल्या मोठ्या भांड्याकडे गेली. त्यात तिनं ते बुडवलं. मग टेबलाकडे आणलं, टेबलावर ठेवलं नि फेरनॅन्डोनं खाण्यासाठी खाली मान केली तेव्हा त्याच्या खांद्यावर थोपटलं. पण फेरनॅन्डोनं वर पाहिलं नाही. तो रश्श्यात दंग झाला होता.

आगस्तीन चुलीशेजारी उभा होता. दुसरे बसलेले होते. पिलर रॉबर्ट जॉर्डनसमोर टेबलाशी होती.

''इंग्लिशा!'' ती म्हणाली, ''दिसला ना आता तो कसा आहे?''

''काय करील तो?'' रॉबर्ट जॉर्डननं विचारलं.

''काहीही!'' पिलरनं खाली पाहिलं, ''काहीही. तो काहीही करील.''

''ऑटोमॅटिक रायफल कुठं आहे?'' रॉबर्ट जॉर्डननं विचारलं.

''तिकडे– कोपऱ्यात ब्लॅंकेटात गुंडाळलेली आहे,'' प्रिमितोवो म्हणाला, ''हवीय का तुला?''

''नंतर लागेल,'' रॉबर्ट जॉर्डन म्हणाला, ''कुठे ठेवलीय एवढंच मला हवं होतं.''

''आहे ती तिथंच,'' प्रिमितोवो म्हणाला, ''मीच ती आत आणली नि कोरडी राहण्यासाठी ब्लॅंकेटात गुंडळली. पॅन्स थैलीत आहेत.''

''तसलं काही तो करणार नाही,'' पिलर म्हणाली, ''तो त्या रायफलशी काही करणार नाही.''

''पण तो काहीही करील, असं तू म्हणालीस.''

''कदाचित करील,'' पिलर म्हणाली, ''पण रायफलची त्याला सवय नाहीये. तो बॉम्ब वगैरे फेकील. ते त्याच्यात बसतं.''

''त्याला मारलं नाही, हा बावळटपणा नि हळवेपणाच झाला,'' जिप्सी म्हणाला.

सबंध संध्याकाळभर त्यानं बोलण्यात भाग घेतला नव्हता. ''काल रात्रीच रॉबर्टोनं त्याला मारायला हवं होतं.''

''माराच त्याला,'' पिलर म्हणाली. तिचा मोठाड चेहरा थकला– काळवंडलेला दिसत होता. ''मी तयार आहे त्याला आता.''

''मीच विरुद्ध होतो मारण्याच्या,'' आगस्तीन म्हणाला. हात बाजूला ठेवून तो चुलीसमोर उभा होता. गालांच्या हाडाखाली वाढलेल्या खुंटांची सावली गालावर होती नि चुलीच्या उजेडात गालांची पोकळी कळत होती. ''आता मात्र मी मारावं म्हणतो,'' तो म्हणाला, ''त्याच्यात आता विष भिनलं आहे. नि आपला सत्यानाश करायला तो पाहील.''

''सगळ्यांची मतं घेऊ,'' पिलर म्हणाली. तिचा आवाज थकलेला होता. ''तू अँड्रीज?''

''मारावं.'' कपाळावर अगदी खाली टोकदार केस उतरलेला भाऊ म्हणाला नि त्यानं मान डोलवली.

''एलॅडो?''

''माझंही तेच,'' दुसरा भाऊ म्हणाला, ''तो मोठा धोक्याचा होऊन बसलाय असं मला वाटतं. त्याचा उपयोगही काही नाही.''

''प्रिमितोवो?''

''माझंही तेच.''

''फेरनॅन्डो?''

''त्याला कैद करून ठेवला तर?'' फेरनॅन्डोनं विचारलं.

''कैद्याकडे कोण बघणार?'' प्रिमितोवो म्हणाला, ''कैद्याकडे नजर ठेवायची म्हणजे दोन माणसं लागणार. नि शेवटी तरी त्याचं काय करायचं?''

''त्याला फॅसिस्टांना विकून टाकू,'' जिप्सी म्हणाला.

''तसं काही करायचं नाही,'' आगस्तीन म्हणाला, ''तसलं खराब करायचं नाही काही.''

''एक कल्पना म्हणून सांगितली रॅफेल,'' जिप्सी म्हणाला, ''मला आपलं वाटलं की, फॅसिस्ट खूश होतील त्याला घ्यायला.''

''विचारच सोड तो,'' आगस्तीन म्हणाला, ''घाणेरडा आहे तो.''

''पाब्लोहून नक्कीच घाणेरडा नाही,'' जिप्सी आपली बाजू मांडीत म्हणाला.

''एका घाणीनं दुसरी घाण पुसत नाही,'' आगस्तीन म्हणाला, ''बरं– ते ठरलं. फक्त इंग्लिशाचं नि म्हाताऱ्याचं मत राहिलं.''

''ते आपल्यातले नाहीत,'' पिलर म्हणाली, ''तो काही त्यांचा पुढारी नाही.''

''एक मिनिट!'' फेरनॅन्डो म्हणाला, ''मला बोलायचंय.''

"बोल!" पिलर म्हणाली, "तो परतेपर्यंत बोल– त्यानं ब्लँकेटमध्ये एखादा हातबॉम्ब फिरवीपर्यंत नि हे सारं उडवीपर्यंत बोल. इथल्या सुरुंगांसह सारं उडवीपर्यंत."

"तू जरा अतिरेक करतेस, पिलर!" फेरनॅन्डो म्हणाला, "त्याच्या डोक्यात तसं काही असेलसं मला वाटत नाही."

"मलासुद्धा तसं असेलसं वाटत नाही," आगस्तीन म्हणाला, "कारण तसं त्यानं केलं तर आतली दारूसुद्धा उडेल नि थोड्या वेळातच त्याला दारू लागेल."

"एल् सोर्दोच्या स्वाधीन त्याला का करून नये? नि एल् सोर्दोनं त्याला फॅसिस्टांना विकून टाकावं," रॅफेलनं सुचवलं, "त्याचे डोळे काढा. त्याला ठेवायला सोपं जाईल."

"गप्प बस रे!" पिलर म्हणाली, "तू बोलू लागलास की तुझ्याबद्दलही मला काही काही वाटू लागतं."

"नाहीतरी फॅसिस्ट काही त्याचे पैसे देणार नाहीत," प्रिमितोवो म्हणाला. "इतरांनी ते करून पाहिलंयही. त्यांनी काही दिलं नाही. ते नेणाऱ्यालाही गोळी घालतील."

"मला वाटतं, डोळे काढल्यावर त्याची काहीतरी किंमत येईल," जिप्सी पुन्हा तेच म्हणाला.

"गप्प बस!" पिलर म्हणाली, "पुन्हा डोळे काढण्याचं बोल, तुझी तीच गत होईल."

"पण पाब्लोनंच जखमी झालेल्या नागरिक दलातल्यांचे डोळे काढले होते," पुन्हा रॅफेल म्हणाला, "ते विसरलीस तू."

"तोंड बंद ठेव तुझं!" पिलर त्याला म्हणाली. रॉबर्ट जॉर्डनसमोर डोळे काढण्याचं हे बोलणं निघाल्यानं ती शरमली होती.

"मला पुरतं बोलूनच दिलेलं नाही," फेरनॅन्डो मध्येच म्हणाला.

"बोलून टाक," पिलर त्याला म्हणाली, "बोलून टाक पुरतं."

"पाब्लोला कैद करून ठेवणं अव्यवहार्य आहे," फेरनॅन्डो बोलू लागला, "नि त्याला विकणंही घाण आहे–"

"लवकर संपव," पिलर म्हणाली.

"कोणत्याही तऱ्हेनं वाटाघाटी करा," फेरनॅन्डो शांतपणे म्हणाला, "पण माझं मत आहे त्याला नाहीसं करणं उत्तम. त्याला नाहीसं केल्यानं सुरू केलेली कार्ये देशाच्या दृष्टीनं निर्वेध होतील."

पिलरनं त्या लहानसर माणसाकडे पाहिलं. डोकं हलवलं, ओठ चावले नि काही बोलली नाही.

"माझं मत हे असं आहे," फेरनॅन्डो म्हणाला, "माझी श्रद्धा आहे की,

लोकसत्ताकाला त्याचा धोका आहे असं जे आपल्याला वाटतंय, त्यात गैर नाही.''

"माझे आई!'' पिलर म्हणाली, "इथं अशा वेळीसुद्धा एक माणूस शब्दांनी सरंजामशाही आणू शकतो!''

"पाब्लोचं बोलणं नि क्रिया या दोहोंतून–'' फेरनॅन्डो पुढे म्हणाला, "आणि चळवळीच्या मागच्या कालखंडात त्याच्या हातून झालेलं कार्य मान्य करूनही– अगदी आतापर्यंत मान्य करूनही–''

पिलर चुलीकडे गेली होती. आता ती परत टेबलाकडे आली.

"फेरनॅन्डो!'' ती शांतपणे म्हणाली नि तिनं एक भांडं त्याच्या हाती दिलं. "हा रस्सा घे. मानापानानं तुला देते. त्यानं तोंड भर नि बोलू नको. तुझं मत आम्हाला कळलंय.''

"पण– मग आता–'' प्रिमितोवो विचारू लागला नि मध्येच थांबला.

"ऐका!'' रॉबर्ट जॉर्डन म्हणाला, "तुम्ही म्हणता ते करायला मी तयार आहे. तुम्ही सर्वांनीच ते करायचं ठरवलंय, तेव्हा मी हवी ती मदत देईन.''

काय झालंय आपल्याला? त्याच्या मनात आलं. फेरनॅन्डोचं ऐकताऐकता आपणही तसेच फर्डे बोलू लागलो! ती लागण करणारी भाषा असावी. फ्रेंच भाषा राजकारणी डावपेचाची तर ही स्पॅनिश सरंजामशाहीची.

"नको–'' मेरिया म्हणाली, "नको.''

"यात तुझा संबंध नाही,'' पिलर तिला म्हणाली, "तुझं तोंड बंद ठेव.''

"आज रात्री उरकून टाकतो मी,'' रॉबर्ट जॉर्डन म्हणाला.

ओठावर बोटं ठेवून पिलर आपल्याकडे पाहत असल्याचं त्याला दिसलं. ती दरवाजाकडे पाहत होती.

गुहेच्या तोंडाशी बांधलेलं ब्लँकेट वर झालं नि पाब्लोनं डोकं आत केलं. सर्वांकडे पाहून तो हसला. मग सगळा आत आला, वळला नि पुन्हा ब्लँकेट ठाकठीक केलं. तो वळून जागीच उभा राहिला. ब्लँकेटची शाल त्यानं वर डोक्यावर ओढली नि वरचा बर्फ झाडला.

"माझ्याविषयी चाललं होतं?'' त्यानं सर्वांना म्हटलं, "माझी अडचण होते?''

कुणी उत्तर केलं नाही. भिंतीतल्या खुंटीवर त्यानं खोबळ अडकवले नि टेबलाकडे गेला.

"कसं काय?'' त्यानं विचारलं. टेबलावर पडलेला आपला रिकामा कप त्यानं उचलला नि दारूच्या भांड्यात घातला. "दारू संपलीय,'' तो मेरियाला म्हणाला. "जा काढून आण थोडी!''

मेरियानं भांडं उचललं. भिंतीशी खाली गळा करून टांगलेल्या बुधल्याशी ती गेली. तो धुरळ्यानं भरला होता. वजनानं लोंबकळला होता. नि धुरानं काळा पडला

होता. बुधल्याशी जाऊन तिनं त्याच्या पायाचं बूच इतपत सैल केलं की, नेमकी हवी तेवढी धार भांड्यात पडावी. ती खाली वाकून भांडं धरून असता पाब्लो तिच्याकडे पाहत होता. बुधल्यातून पडणारी फिकी तांबडी दारू पाहत होता. धार भांड्यात इतक्या जोरानं पडत होती की, भांड्यात लहानसा भोवराच उत्पन्न झाला.

"काळजी घे," तो मेरियाला म्हणाला, "गळ्याशी आलीय."

कुणी काही बोललं नाही.

"आज मी घशाशी येईपर्यंत प्यायलो," पाब्लो म्हणाला. तो पुढे म्हणाला, "एका दिवसाचं काम केलं. काय झालंय काय तुम्हा सर्वांना? जिभा लुळ्या पडल्या काय?"

कुणी काही म्हटलं नाही.

"बूच लावून टाक, मेरिया!" पाब्लो म्हणाला, "सांडेल."

"हवी तेवढी राहील तुझ्यात," आगस्तीन म्हणाला, "तुला पिऊन तर्र राहता येईल."

"एकाला आवाज सापडला आपला," पाब्लो म्हणाला. आगस्तीनकडे पाहत त्यानं मान हलवली. तो त्याला म्हणाला, "अभिनंदन! मला वाटलं, तुमची वाचाच गेली."

"कशानं?" आगस्तीननं विचारलं.

"मी आल्यानं."

"तुझ्या येण्याला इतकं महत्त्व देतोस तू?"

तो स्वतःला प्रसंगाला तयार करीत असावा, रॉबर्ट जॉर्डनच्या मनात आलं. हा आगस्तीनच उरकून टाकील. तो तेवढा तिटकारा करतोच त्याचा! आपल्याला त्याची घाण वाटते, पण तिटकारा वाटत नाही. त्याची ती डोळे काढण्याची हकिकत विलक्षणच. त्या गोष्टीमुळे तो एका खास वर्गात जमा होतो. शेवटी हे युद्ध त्यांचं आहे. तरी पुढचे दोन दिवस तो आसपास नसलेला चांगला. आपण यातून अंग काढलेलं असावं, त्याच्या मनात आलं. आज रात्री एकदा त्याच्या बाबतीत आपण एक मूर्खपणा केला. त्याला नाहीसा करायला आपण तयार आहोत; पण त्याच्याशी अधिक मूर्खपणा करायची आपली तयारी नाही. आणि या इथंच सुरुंग ठेवून दिलेले असता कसलीही पिस्तुलाची चकमक किंवा तसला चावटपणा नको आहे. पाब्लोच्या डोक्यात हे आलंच असेल. नक्की. नि आपल्या डोक्यात हे आलं होतं का? नाही. आपल्याला नाही, आगस्तीनच्याही नाही. आता घडेल त्याचे परिणाम भोगलेच पाहिजेत आपल्याला, त्याच्या मनात आलं.

"आगस्तीन," तो म्हणाला.

"काय?" आगस्तीननं चिडखोरपणे वर पाहिलं नि पाब्लोकडून नजर फिरवली.

“तुझ्याशी बोलायचंय,” रॉबर्ट जॉर्डन म्हणाला.

“मग.”

“आताच,” रॉबर्ट जॉर्डन म्हणाला.

रॉबर्ट जॉर्डन गुहेच्या तोंडाकडे गेला होता. पाब्लोचे डोळे त्याच्याकडे होते. उंच नि खोल गाल गेलेला आगस्तीन त्याच्याकडे आला. त्याचं चालणं नाइलाजाचं वाटत होतं. त्यात तिटकारा होता.

“थैलीत काय आहे विसरलास?” कुणाला ऐकू न जाईल अशा आवाजात रॉबर्ट जॉर्डन म्हणाला.

“दूध!” आगस्तीन म्हणाला, “सवय लवकर होते एखाद्या गोष्टीची नि विसरतोही.”

“मीही विसरलो होतो.”

“दूध!” आगस्तीन म्हणाला, “काय गाढव आहोत आपण!” शरीर मोकळं सोडीत तो टेबलाकडे वळला. खाली बसत म्हणाला, “पी! पाब्लो– दोस्ता! घोडे कसे आहेत तुझे?”

“छान,” पाब्लो म्हणाला, “बर्फही कमी झालंय.”

“थांबेलसं वाटतंय?”

“होय,” पाब्लो म्हणाला. “निवळलंय आता. नि तुकडेही लहान लहान पडताहेत. वादळ राहील; पण बर्फ थांबणार आहे. वारा बदललाय.”

“उद्यापर्यंत साफ होईल?” रॉबर्ट जॉर्डननं त्याला विचारलं.

“होय. मला वाटतंय गारठा येईल नि साफ होईल. वारा बदललाय.”

पाहा पाहा! रॉबर्ट जॉर्डनच्या मनात आलं. आता तो दोस्ती करतोय. वाऱ्यासारखाच तो बदललाय. त्याचं तोंड नि देह डुकरासारखा आहे. तो शतशः खुनी आहे; पण चांगल्या बॅरोमीटरसारखा तो तल्लख आहे. हो! तो स्वतःशी म्हणाला, डुक्करही बुद्धिमान जनावर असतं. पाब्लो आमचा तिटकारा करतो. कदाचित आमच्या योजनांपुरताच तिटकारा असेल. त्या तिटकाऱ्यानं तो दुसऱ्याची इतकी मानहानी करतो की, त्याला मारावं असं वाटतं. ते टोक येऊन पोहोचलेलं त्याला कळतं– तो एकदम खाली उतरतो; मग पुन्हा नव्यानं ताजी सुरुवात करतो.

“इंग्लिशा, हवा छान मिळेल आपल्या कामाला–” पाब्लो रॉबर्ट जॉर्डनला म्हणाला.

“आपण?” पिलर म्हणाली, “आपल्याला?”

“होय. आपण– आपल्याला.” पाब्लो तिच्याकडे पाहून हसला नि थोडी आणखी दारू प्यायला. “आपण का नाही? मी बाहेर असता सगळा विचार केला. आपला मतभेद नाही.”

"कशात?" पिलरनं विचारलं, "कशात?"

"सगळ्यातच," पाब्लो तिला म्हणाला, "या पुलाच्या बाबतीत मी तुमच्याशी सहमत आहे."

"आता तू सहमत होतो आहेस!" आगस्तीन म्हणाला, "ते सगळं बोलल्यावर?"

"होय!" पाब्लो त्याला म्हणाला, "हवा बदलली नि मी तुमच्याशी सहमत झालो."

आगस्तीननं मान हलवली. "हवा!" तो म्हणाला. त्यानं पुन्हा मान हलवली. "तुझ्या तोंडात चपराक लगावली मी– तरीही?"

"हो," पाब्लो हसून म्हणाला. त्यानं आपल्या ओठांवरून बोट फिरवलं. "त्या प्रकारानंतरही."

रॉबर्ट जॉर्डन पिलरकडे नजर ठेवून होता. एखाद्या विचित्र प्राण्याकडे पाहावं, तशी ती पाब्लोकडे पाहत होती. डोळे काढण्याचा उल्लेख आल्यावर जो भाव तिच्या तोंडावर आला होता, त्याची सावली अजून तिथं होती. जणू तो भाव घालवायला तिनं डोकं हलवलं नि मागे फेकलं.

"ऐक," ती पाब्लोला म्हणाली.

"काय म्हणतेस?"

"तुला झालंय तरी काय?"

"काही नाही," पाब्लो म्हणाला, "माझं मन बदललंय. आणखी काही नाही."

"तू दाराशी कान लावून होतास?" ती त्याला म्हणाली.

"हो!" तो म्हणाला, "पण काही ऐकू आलं नाही."

"आम्ही तुला ठार मारू अशी भीती वाटते तुला?"

"नाही," तो तिला म्हणाला, "त्याला मी भीत नाही. तुला ठाऊकच आहे."

"मग झालंय तरी काय तुला?" आगस्तीन म्हणाला, "एका क्षणाला तू पिऊन तर्र होतोस, आमच्यावर तोंडसुख घेतोस नि हातातल्या कामाकडे पाठ फिरवतोस. आमच्या शेवटाबद्दल घाणेरडं बोलतोस. या बाईचा अपमान करतोस नि करायच्या कामाला विरोध करतोस–"

"मी फार प्यालो होतो," पाब्लो त्याला म्हणाला.

"नि आता–"

"आता प्यालेली नाही– चढलेली नाही," पाब्लो म्हणाला, "नि माझं मनही बदललंय."

"दुसरे तुझ्यावर विश्वास ठेवतील, मी नाही," आगस्तीन म्हणाला.

"विश्वास ठेव– ठेवू नको," पाब्लो म्हणाला, "तुम्हाला ग्रेडॉसला जायचं असेल तर माझ्याशिवाय कुणी नाही."

"ग्रेडॉस?"

"पुलानंतर जायला तीच एक जागा आहे."

रॉबर्ट जॉर्डननं पिलरकडे पाहत आपला पाब्लोकडे नसलेला हात वर केला नि विचारांत बोटांनी थापटला.

पिलरनं मान हलवली. पुन्हा एकदा हलवली. ती मेरियाला काहीतरी म्हणाली नि मेरिया रॉबर्ट जॉर्डनच्या शेजारी येऊन उभी राहिली.

"ती म्हणते त्यानं ऐकलंय सगळं," मेरिया रॉबर्ट जॉर्डनच्या कानात म्हणाली.

"मग काय, पाब्लो!" फेरनॅन्डो चाणाक्षपणे म्हणाला, "तू आता आमच्यात आला आहेस नि पुलाचंही तुला कबूल आहे."

"होय, बाबा!" पाब्लो म्हणाला. त्यानं फेरनॅन्डोच्या डोळ्याला डोळा दिला नि मान हलवली.

"खरं?" प्रिमितोवोनं विचारलं.

"शपथ!" पाब्लो त्याला म्हणाला.

"पुलाचं पार पडेल असं तुला वाटतंय?" फेरनॅन्डोनं विचारलं, "तुला आता आत्मविश्वास वाटतोय?"

"का नाही?" पाब्लो म्हणाला, "तुला खात्री नाही?"

"हो!" फेरनॅन्डो म्हणाला, "पण मला नेहमीच खात्री होती."

"मी इथून जातो," आगस्तीन म्हणाला.

"बाहेर गारठा आहे," पाब्लो मैत्रीच्या सुरात त्याला म्हणाला.

"असेल," आगस्तीन म्हणाला, "पण या वेड्यांच्या घरात मी आता थांबू शकत नाही."

"या गुहेला वेड्यांचं घर म्हणू नको," फेरनॅन्डो म्हणाला.

"गुन्हेगार वेड्यांचं घर," आगस्तीन म्हणाला, "माझं डोकं फिरण्यापूर्वीच मी जातो इथून."

१८

जत्रेतल्या चक्रासारखं आहे सारं. रॉबर्ट जॉर्डनच्या मनात आलं. मात्र बॅन्डच्या तालावर भरभर फिरणाऱ्या चक्रासारखं नाही. अंगाशिंगांवर सोनेरी वर्ख लावलेल्या बैल-वाघांच्या लाकडी चित्रांवर मुलं बसलेली आहेत. धरायला, काठ्यांना कड्या लावल्या आहेत. ॲव्हेन्यू द मेनच्या गॅसच्या ज्योतीनं उजळलेल्या निळ्या प्रकाशात संध्याकाळचा प्रकाश मिसळला आहे. शेजारच्या दुकानात तळलेले मासे विकत आहेत. आणि सोरटीचा काटा फिरत आहे. काट्याच्या कातडी शेपट्या फिरताना आकड्यांच्या चौकोनावर आपटत आहेत. बक्षीस म्हणून पेपरमिंटच्या गोळ्यांच्या चळती ठेवल्या आहेत. छे! हे तसलं जत्रेतलं चक्र नाही. लोक भोवताली टक लावून उभे आहेत. त्यांच्या डोक्यावर टोप्या आहेत नि बायकांनी स्वेटर घातले आहेत. त्यांची माथी गॅसच्या प्रकाशात चकाकत आहेत. केसही चकाकत आहेत. सोरटीचा काटा गरगर फिरत आहे नि सगळी पाहत उभी आहेत. तशीच इथली ही माणसं उभी आहेत. पण इथलं चक्र मात्र निराळं आहे. हे उभं फिरणारं आहे.

आतापर्यंत याच्या दोन फेऱ्या झाल्या आहेत. हे चक्र प्रचंड आहे. जरा कोन करून उभं आहे. दरवेळेला ते फिरतं नि परत पहिल्या जागी येऊन उभं राहतं. एक बाजू दुसऱ्याहून उंच आहे. झेपीसरशी ते तुम्हाला उचलतं नि होता तिथं परत आणतं. इथं बक्षिसंही ठेवलेली नाहीत. त्याच्या मनात आलं, कुणी आपण होऊन या चक्रावर बसणारही नाही. प्रत्येक वेळेला तुम्ही बसण्याचं मनात नसताही फेरी पुरी करता. एकच फेरी होते. मोठी. अंडाकृती. वर जाऊन खाली येते नि निघालेल्या जागी आणून ठेवते. आम्ही पुन्हा पहिल्या जागी आलो आहोत. निर्णय काही नाही.

गुहेत गरम होत होतं नि बाहेर वारा पडला होता. आपली वही पुढे घेऊन तो टेबलावर पूल उडवण्याच्या तांत्रिक भागांचा आढावा घेत होता. त्यानं तीन आराखडे काढले. फॉर्म्युले मांडले. किंडरगार्टन पद्धतीची पूल उडवण्याची दोन स्वच्छ ड्रॉइंग्ज तयार केली. पूल उडवताना मध्येच आपल्याला काही झालं, तर त्यावरून बघून ॲन्सेल्मोला काम पुरं करता यावं. त्यानं आकृत्या काढणं संपवलं नि त्यांचा अभ्यास तो करू लागला.

मेरिया त्याच्या शेजारी बसली नि त्याचं काम चालू असता वरून पाहत राहिली. टेबलापलीकडे बसलेला पाब्लो त्याला कळत होता. दुसरे बोलत असलेले नि पत्ते खेळत असलेले कळत होते. गुहेतले वासही येत होते. वास आता बदललेले होते. जेवणाचे नि स्वयंपाकाचे वास जाऊन धुराचे, माणसांचे, तंबाखूचे, दारूचे नि घामट अंगाचे वास येऊ लागले होते. त्याचं ड्रॉइंग पुरं होत आलेलं पाहत असता, मेरियानं आपला हात टेबलावर ठेवला. त्यानं तो डाव्या हातानं उचलला, वर तोंडाकडे नेला. धुणं धुतल्यानंतरचा ताजा साबूचा वास त्या हाताला आला. तिच्याकडे न पाहता तिचा हात त्यानं खाली ठेवला नि काम करीत राहिला. तिचं लाजणं त्याला दिसलं नाही. त्याच्या हाताजवळ, तिथंच, तिनं आपला हात राहू दिला; पण पुन्हा तो त्यानं उचलला नाही.

पूल उडवण्याची योजना त्यानं आता संपवली होती. त्यानं वहीचं नवं पान घेतलं नि त्यासंबंधीच्या कामाच्या सूचना तो लिहू लागला. त्याविषयी त्याला छान स्वच्छ विचार सुचत होते. कागदावर उतरत होतं, त्यावर तो खूश होता. त्यानं वहीची दोन पानं लिहिली नि काळजीपूर्वक वाचली.

'मला वाटतं– झालं,' तो स्वतःशीच म्हणाला. सगळं स्पष्ट झालंय. कुठं बोट शिरकवायला जागा नाही. दोन्ही चौक्यांचा निकाल लावायचा. पूल गोल्झच्या हुकमाप्रमाणे उडवला जावा. आपली जबाबदारी तेवढीच. पाब्लोच्या प्रकरणाशी आपली गाठ बसायला नको होती. पण ते प्रकरण असं नाही तसं सोडवलं जाईल. पाब्लो यात असेल, नाहीतर नसेल. मला त्याचं काही नाही. पण पुन्हा त्या चक्रावर आपण स्वार होणार नाही. दोनदा आपण त्या चक्रावर स्वार झालो नि दोनदा ते परत फिरून होतं त्या जागी आलं. आपण त्यावर यापुढे स्वार होणार नाही.

त्यानं वही मिटली नि वर मेरियाकडे पाहिलं. "कसं काय पोरी?" तो तिला म्हणाला, "काही कळलं का यातलं?"

"नाही, रॉबर्टो!" मेरियानं म्हटलं नि आपला हात त्याच्या पेन्सिलीच्या हातावर ठेवला. "संपलं तुझं?"

"हो! सगळं कागदावर आलंय नि शिक्का झालाय."

"काय करीत होतास तू, इंग्लिशा!" पाब्लोनं टेबलावरून विचारलं. त्याचे डोळे पुन्हा पाणारले होते.

रॉबर्ट जॉर्डननं त्याच्याकडे निरखून पाहिलं. 'चाकापासून दूर राहा,' त्यानं स्वतःशी म्हटलं. 'त्यावर पाय ठेवू नको. पुन्हा ते फिरू लागलेलं दिसतंय.'

"पुलाच्या प्रश्नावर काम केलं," तो सभ्यपणे म्हणाला.

"कसं झालंय?" पाब्लोनं विचारलं.

"झक्क!" रॉबर्ट जॉर्डन म्हणाला, "सगळं छान जमलंय."

“मी माघारीच्या प्रश्नावर विचार करीत होतो,” पाब्लो म्हणाला. रॉबर्ट जॉर्डननं त्याच्या झिंगलेल्या डुकरासारख्या डोळ्यांकडे नि दारूच्या भांड्याकडे पाहिलं. भांडं जवळजवळ रिकामं होतं.

‘चाकापासून दूर हो!’ त्यानं स्वतःला सांगितलं. ‘तो पुन्हा पिऊ लागलाय. नक्कीच. पण तू मात्र त्या चाकावर पुन्हा जाऊ नको. सिव्हिल वॉरमध्ये ग्रँटसुद्धा बहुशः पिऊन तर्र असे, अशी समजूत नाही काय? असेच तर्र तो! ग्रँटनं पाब्लोला पाहिलं, तर या तुलनेनं तो नक्की संतापेल. ग्रँट चिरूटही ओढीत असे. अच्छा! पाब्लोला चिरूट मिळवून देण्याचं काम आपलं. चित्र पुरं करायला तेवढा एक अर्धवट चघळलेला चिरूट बाकी आहे. पाब्लोला चिरूट कुठून देता येईल?’

“ठीक चाललाय ना विचार?” नम्रपणे रॉबर्ट जॉर्डननं विचारलं.

“उत्तम!” पाब्लोनं म्हटलं नि जाण असल्यासारखी मान हलवली.

“तुझ्या डोक्यात काही कल्पना आलीय?” पत्ते खेळत होते तेथून आगस्तीननं विचारलं.

“हो!” पाब्लो म्हणाला, “नाना कल्पना आल्या आहेत.”

“कल्पना कुठे सापडल्या तुला? दारूच्या भांड्यात?” आगस्तीन जोरानं म्हणाला.

“तिथंही सापडल्या असतील,” पाब्लो म्हणाला, “मेरिया! एवढं भांडं भर. भरतेस?”

“त्या बुधल्यात आणखी छान कल्पना असल्या पाहिजेत,” आगस्तीन खेळाकडे वळला. “त्या बुधल्यात रांगत शिरूनच का शोधीत नाहीस?”

“नाही,” पाब्लो शांतपणे म्हणाला, “मी आपला भांड्यातच शोधतो या.”

‘तोही चक्रावर चढत नाही–’ रॉबर्टच्या मनात आलं. ‘ते रिकामंच फिरत असलं पाहिजे. मला वाटतं, त्या चक्रावर फार काळ स्वार होताच येत नाही. ते बहुधा ‘घात-चक्र’ असावं. त्याच्यावरून खाली उतरलो, ठीक झालं. दोन-चार वेळा तरी त्यानं आपल्याला चक्कर आणली. हे चक्र असं आहे की ज्यावर दारुडे, हलकट, नि क्रूर तेवढे स्वार होतात. ते फिरतं, वर जातं. त्याचा झोका तोच तो नसतो. फिरून ते खाली येतं. फिरू दे त्याला,’ तो म्हणाला. ‘त्यांना कुणालाही त्याच्यावर मला स्वार करता येणार नाही पुन्हा! नाही– महाराज! सेनापती ग्रँट– नाही! मी त्या चक्रापासून दूर आहे.’

पिलर चुलीशी बसली होती. तिनं खुर्ची अशी वळवली की, खेळणाऱ्यांपैकी दोघे मान वळवताच दिसावे. त्या दोघांच्या पाठी तिच्याकडे होत्या. ती त्यांचा खेळ पाहत होती.

‘इथला घातक खेळ संपून अगदी घरगुती वातावरण आलंय. हा बदल

चमत्कारिक वाटतो,' रॉबर्ट जॉर्डनच्या मनात आलं. 'ते सालं चक्र खाली आलं की, तुमच्या मानगुटीवर बसतं. पण आपण त्या चक्रावर नाही. नि त्यावर कुणालाही आपल्याला चढवता येणार नाही.

'पिलर, पाब्लो किंवा हे इतर कुणी या जगात असतील, अशी दोन दिवसांपूर्वी आपल्याला कल्पना तरी होती का?' त्याच्या मनात आलं. 'मेरिया म्हणून एखादी गोष्ट या जगात नव्हती. जग सरळसाधं होतं. आपल्याला गोल्झकडून सूचना मिळालेल्या होत्या. त्याही अगदी स्पष्ट नि सहज पाळता येतील, अशा वाटत होत्या. तशा त्यात थोड्या अडचणी नि काही गुंतावळा होता. पूल उडवल्यानंतर परत सैन्यात जाणार, अशी कल्पना होती. किंवा जाणार नाही अशी होती. नि जर सैन्यात परतावं लागलं, तर माद्रिदमध्ये काही काळ काढायला आपण मागणार होतो. या युद्धात रजा कुणाला मिळत नाही. पण माझी खात्री आहे, माद्रिदमध्ये राहायला आपल्याला दोन-तीन दिवस मिळाले असते.

'माद्रिदमध्ये आपल्याला काही पुस्तकं घ्यायची होती. फ्लोरिडाला जायचं होतं. तिथं एक खोली घ्यायची होती. गरम पाण्यानं स्नान करायचं होतं. तेथल्या ल्यूस पोर्टरला ॲबसिंथची बाटली आणायला बाहेर धाडणार होतो. ग्रॅन व्हायावरच्या माँटेक्केरियास, लिओनेसास किंवा इथल्याच एखाद्या ठिकाणी त्याला ती मिळाली असती, तर पाहिलं असतं. मग अंघोळीनंतर आपण वाचीत नि ॲबसिंथचे घोट घेत बिछान्यात पडणार होतो. मग आपण गेलॉर्डला फोन करणार होतो. तिथं जेवायला मिळेल का, विचारणार होतो.

'ग्रान व्हायात आपल्याला जेवायला नको असतं; कारण तिथलं जेवण खरोखरच चांगलं नसतं. शिवाय तिथं वेळेवर गेलं तर बरं; नाहीतर असलेलंच संपलेलं असतं. शिवाय तिथं आपल्या ओळखीचे पुष्कळ बातमीदार येत असतात. मग तोंड गप्प ठेवावं लागतं. ते आपल्याला आवडलं नसतं. आपल्याला ॲबसिंथ घ्यायला नि बोलायला हवं असतं. मग गेलॉर्ड्समध्ये जाऊन कारकोवबरोबर खायला हवं. तिथं जेवणही चांगलं असतं. प्यायला बिअर असते. तिथं युद्धाच्या बातम्याही कळतात.'

खरं म्हणजे गेलॉर्ड्स हॉटेल त्याला आवडलं नव्हतं. माद्रिदमधलं हे हॉटेल रशियनांनी ताब्यात घेतलं होतं. ते ऐशआरामी दिसलं. तेथलं अन्न वेढ्यात पडलेल्या शहराला न शोभेल इतकं चांगलं वाटलं. तिथली बोलणीही युद्धकालाला न शोभतील इतकी अश्रद्ध वाटली. म्हणूनच तो तिथं गेला. 'पण आपण त्या मानानं फारच लवकर बिघडलो,' त्याच्या मनात आलं. 'असल्या कामगिरीवरून परत आल्यावर एखाद्याला देता येईल तेवढं चांगलं अन्न का देता येऊ नये? पहिल्यांदा आपल्याला अश्रद्ध वाटलेली तिथली बोलणी पुढे पुष्कळ खरी ठरली होती. गेलॉर्ड्समध्ये गेल्यावर काहीतरी सांगायला झालं आता,' त्याच्या मनात आलं.

'अर्थात इथलं काम उरकल्यावरच. हो! हातातलं काम संपल्यावरच.

'मेरियाला गेलॉर्ड्समध्ये घेऊन जाता येईल का? छे! ते नाही जमायचं. पण तिला हॉटेलमध्ये ठेवता येईल. तिथं ती गरम पाण्यानं अंघोळ करील नि गेलॉर्ड्समधून आपण परत आल्यावर आपली वाट पाहत बसलेली असेल. होय! आपल्याला असं काहीतरी करता येईल. मग कारकोवच्या कानावर तिच्याबद्दल घातल्यावर पुढे केव्हातरी तिला तिथं नेता येईल. पुढेच केव्हातरी न्यावी तिला. तिला पाहायचं वगैरे बरंच कुतूहल सर्वांना असेल.

'काय सांगावं! गेलॉर्ड्समध्ये जाणंही जमणार नाही आपल्याला. ग्रॅन व्हायातच आपण लवकर जेवण उरकू नि परत घाईनं फ्लोरिडाला जाऊ. पण गेलॉर्ड्समध्ये जाण्याचं आपल्या मनात आलं, याला कारण आहे. इथल्या कष्टानंतर आपल्याला पुन्हा ते ठिकाण पाहण्याची इच्छा झाली. तिथलं अन्न पुन्हा खावंसं वाटलं. पुन्हा एकदा तिथला आराम घ्यावासा वाटला. तिथली चैन अनुभवावीशी वाटली. मग आपण फ्लोरिडात परत येऊ. मेरिया तिथं असेल. इथलं संपल्यावर– हो! इथलं संपल्यावर. जर हे काम आपल्या हातून चांगलं झालं, तरच गेलॉर्ड्सचं जेवण!

'आधी कोणत्याही तऱ्हेचं पद नसलेले नि युद्धाच्या आरंभीच्या काळात जनतेमधून आलेले शेतकरी नि कामकरी स्पॅनिश सेनाधिकारी, गेलॉर्ड्समध्येच भेटतात. त्यांतले पुष्कळच रशियन बोलताना दिसतात. काही महिन्यांपूर्वी त्यामुळेच आपली पहिली मोठी फसवणूक झाली होती नि आपण अश्रद्ध बनू लागलो होतो. पण रशियन बोलण्याचा हा प्रकार कसा घडतो, हे ध्यानात येताच सारं ठीक झालं. ते लोक खरोखरीच शेतकरी-कामकरी होते, एकोणीसशे चौतीसच्या क्रांतीत त्यांनी भाग घेतला होता नि क्रांती कोसळली तेव्हा त्यांना हा देश सोडून जावं लागलं होतं. रशियात आल्यावर त्यांना तिथं सैनिकी शाळेत नि कॉमिन्टर्ननी चालवलेल्या लेनिन विद्यालयात धाडण्यात आलं होतं. पुन्हा क्रांतीची वेळ आली की, त्यांनी लढण्यासाठी तयार असावं नि सत्ता हाती घ्यायला जरूर ते लष्करी शिक्षण त्यांना मिळावं म्हणून!

'कॉमिन्टर्ननी त्यांना तिथं शिकवलं होतं. क्रांतीमध्ये तुम्हाला कुणी मदत दिली, हे बाहेरच्या लोकांना सांगता येत नाही. किंवा त्याबद्दल जेवढी रास्त त्याहून जास्त माहिती असून चालत नाही, हे आपण शिकलो. एखादी गोष्ट मूलतः बरोबर असेल, तर ती करताना खोटं करावं लागलं तरी बिघडलं नाही, असं धरलं जात होतं. खोटेपणा मात्र खूप होता. प्रथम तिकडे आपण लक्षच दिलं नाही. खोटेपणाचा आपल्याला तिटकारा होता. पण पुढे खोटेपणा आपल्याला आवडू लागला. आपण त्यांच्यापैकीच झाल्याचा तो एक पुरावा होता. पण एकंदर सारं वातावरण माणसाला बिघडवणारं होतं.

'गेलॉर्ड्समध्येच आपल्याला कळलं की व्हॅलेंटीन गोंझालेझ, ज्याला एल्

कॉम्पोसिनो किंवा पिजंट असंही म्हणतात, तो खरा कधीच शेतकरी नव्हता. स्पॅनिश फोरेन लीजनमध्ये तो सार्जंट होता. तो तेथून पळाला होता नि अब्द एल् करीमला मिळाला होता. तेही ठीक होतं. तो सार्जंट का नसावा? अशा तऱ्हेच्या या युद्धात भराभर शेतकऱ्यांमधून पुढारी यावे लागतात, नि खरा शेतकरी पुढारी पाब्लोसारखाच निघण्याचा संभव जास्त. खरा म्हणता येईल, असा शेतकरी पुढारी निघण्याइतकी सवड नसते. नि निघालाच तर त्याच्यात शेतकऱ्याचंच जास्त असायचं. तेव्हा शेतकरी पुढारी तयार करून काढणंच भाग पडतं. त्यातून कॉम्पोसिनोचं आपण पाहिलं त्यावरून, त्याच्यासारखा काळ्या दाढीचा, जाड निग्रो ओठांचा, एकटक घाबरट नजरेचा शेतकरी पुढारी, खऱ्या शेतकरी पुढाऱ्याइतकाच तापदायक होत असतो. मागच्या वेळी त्याची गाठ पडली होती. तेव्हा त्याला मिळालेलं नाव त्याच्या अंगात घुमलं होतं. स्वतःला तो शेतकरी समजू लागला होता. तो शूर, चिवट होता. जगात असा शूर नसेल. पण हरे राम! किती बडबड त्याची! जेव्हा त्याच्या बोलण्याचा स्फोट व्हायचा, तेव्हा तर तो काहीही बोलायचा. असल्या आचरट बोलण्याचे परिणामही पाहायचा नाही. तोपर्यंत त्याला ते भोगावेही लागले होते.

'लढाईत बाजू साफ उलटते, अशा वेळीतरी तो उत्कृष्ट ब्रिगेड कमांडर होता. लढाई गमावल्याचं त्याला कधी कळत नसे; पण तशी गमावली, तर तो तोंड देऊन बाहेर येई.

'या गेलॉर्ड्समध्येच आपल्याला तो साधासुधा घिसाडी, एनरिक लिस्टर भेटला. तो आता एका डिव्हिजनवर अधिकारी होता. त्याला रशियनही येत असे. अंदात्र्युसिदाचा सुतार, जॉन मॉडेस्टोही इथंच भेटला. त्याला नुकतीच आर्मी कॉप्स दिली गेली होती. प्यूर्टो सान्ता द मेरियामध्ये आपली रशियन तो शिकला नव्हता. हे सुतार जिथं गेले, ती शाळा जर बेरलिट्झ शाळा असती, तर कदाचित तो शिकला असता. सगळ्या तरुण सैनिकांत एकट्या त्याच्यावर रशियनांचा विश्वास होता. कारण तो खरा 'पार्टीचा' माणूस होता. 'शंभर टक्के,' ते म्हणत. अमेरिकन शब्दप्रयोग करताना त्यांना फार बरं वाटे. लिस्टर किंवा एल् काम्पोसिनोहून त्याला जास्त डोकं होतं.

'शिक्षण पुरं करायला जसं लागतं, तसं गेलॉर्ड्स हे ठिकाण होतं. नक्कीच. गोष्टी कशा असाव्यात यापेक्षा त्या खरोखर कशा असतात, याचं शिक्षण आपल्याला तिथंच मिळालं. आत्ता कुठं आपले धडे सुरू झाले होते,' त्याच्या मनात आलं. 'ते पुढे आणखी किती सुरू ठेवता येईल, हे आपलं आपल्याला ठाऊक नाही. गेलॉर्ड्स हॉटेल छान, स्थैर्य असलेलं, आपल्याला हवं तसं होतं. आरंभी जेव्हा निरर्थक गोष्टींवर आपली निष्ठा होती, तेव्हा ते हॉटेल म्हणजे धक्काच बसला होता. पण आता या हॉटेलसारख्या फसव्या गोष्टींची जरुरी कबूल करण्याची समज आपल्याला

आली आहे. गेलॉर्ड्समध्ये आपण जे शिकलो, त्यामुळे ज्या गोष्टी असत्य असल्याचा आपला विश्वास होता, त्या अधिकच दृढ झाल्या. खरं काय आहे जे जाणून घ्यावंसं आपल्याला वाटलं, ते कसं असावं असला विचार आला नाही. युद्धात खोटेपणा नेहमीच असतो. पण लिस्टर, मॉडेस्टो किंवा एल् कॉम्पोसिनो या लोकांचं सत्य हे खोटेपणापेक्षा किंवा दंतकथेपेक्षा पुष्कळ बरं! असो. केव्हातरी ते लोक जगाला सत्य सांगून टाकतील. मधल्या वेळात धडे घ्यायला गेलॉर्ड्स आहेच. हेही एक बरं!

'बस्स! माद्रिदमध्ये गेल्यावर, पुस्तकं विकत घेतल्यावर, गरम पाण्याची अंघोळ केल्यावर, एखाददोन दारूचे घोट घेतल्यावर नि थोडा वेळ वाचल्यावर आपण तिथंच त्या गेलॉर्ड्समध्ये जाऊ. पण हा सगळा बेत मेरिया आयुष्यात येण्यापूर्वीचा. अच्छा! आम्ही दोन खोल्या घेऊ नि आपण गेलॉर्ड्समध्ये गेल्यावर तिला हवं ते करीत तिनं घरी राहावं. नि जशी या वेळेपर्यंत डोंगरात आपली वाट पाहत राहिली असेल, तशीच गेलॉर्ड्समधून आपण परत येण्याची वाट पाहत ती फ्लोरिडा हॉटेलमध्ये बसेल. माद्रिदमध्ये आपल्याला तीन दिवस मिळतील. तीन दिवस पुष्कळ होतील. आपण तिला घेऊन 'मार्क्स ब्रदर्स' चित्रपट बघायला जाऊ. तीन महिने तो सतत चालला आहे नि आणखी तीन महिने राहील. तिला 'मार्क्स ब्रदर्स' आवडेल,' त्याच्या मनात आलं. 'तिला तो फार आवडेल.'

'गेलॉर्ड्सपासून या गुहेपर्यंत बराच पल्ला आहे. छे! तो लांबचा पल्ला नव्हता. लांबचा पल्ला आहे तो या गुहेपासून गेलॉर्ड्सचा. काश्किननं प्रथम आपल्याला तिथं नेलं. ते आपल्याला तेव्हा आवडलं नव्हतं. काश्किननं आपल्याला म्हटलं, आपण कारकोवला भेटावं; कारण अमेरिकनांशी ओळख होणं त्याला हवं असतं. शिवाय लोप द व्हेगाचा जगातला तो सर्वांत मोठा प्रेमी आहे. फँट एव्हेजुनासारखं नाटक लिहिलं गेलेलंच नाही, असं त्याचं मत होतं. असेलही तसं; पण रॉबर्ट जॉर्डनचं मत निराळं होतं.

'कारकोव माणूस आपल्याला आवडला होता. पण ते ठिकाण– गेलॉर्ड्स– आपल्याला आवडलं नव्हतं. आतापर्यंत आपल्याला भेटले, त्यांत कारकोवइतका बुद्धिमान कुणी नव्हता. त्याचे काळे घोडदौडीचे बूट, करडी पाटलून नि करडा सदरा. किडलेल्या दातातून थू थू करीत बोलण्याची त्याची तऱ्हा. पहिल्या भेटीत आपल्याला तो गमत्याच वाटला होता. पण आपल्या ओळखीतल्या कुठल्याही माणसापेक्षा त्याला जास्त डोकं होतं. मनाची अधिक प्रौढता होती. वरवर तो उर्मट होता; पण त्याला विनोदबुद्धी होती.

'खुद्द गेलॉर्ड्स ऐशआरामी, बीभत्स नि नासकं वाटलं होतं. पण जगाच्या सहाव्या भागावर ज्यांचं आधिपत्य आहे, त्यांच्या प्रतिनिधीनं थोडंसं सुख घेऊ नये? अच्छा! तीच सुखं ते घेत होते. ती पाहून आपल्याला पहिल्यांदा तोंड फिरवावंसं

वाटलं होतं; पण नंतर आपण ते सारं मान्य केलं होतं. त्यात रंगलोही होतो. काश्किननं आपलं भलतंच कौतुक केलं होतं. कारकोव सुरुवातीला अपमानास्पद वाटेल, इतका नम्र वागला होता. पण जेव्हा आपण 'नायक' वगैरे असल्यासारखे नम्र वागलो नाही, उलट आपल्या स्वभावाला साजेशी एक गमतीदार गोष्ट सांगितली, तेव्हा कारकोवचं नम्र वागणं बदलून ते एकदम मोकळं, रोखठोक, उद्दाम झालं नि आम्ही मित्र बनलो.

'काश्किनचं फक्त तिथंच चालून घेतलं जातं होतं. काश्किनचं काहीतरी बिघडलं होतं, हे दिसतंच होतं. स्पेनमध्ये तो त्याची भरपाई करीत होता. त्याचं काय बिघडलं होतं, हे कुणी सांगत नव्हतं. कदाचित आता तो मेला आहे, तेव्हा सांगतील. काही का असेना, आपण नि कारकोव मित्र झालो होतो. त्याच्या किडकिडीत, ओढलेल्या चेहऱ्याच्या काळ्या, प्रेमळ, नर्व्हस, स्वतःला हरवून बसलेल्या गोड बायकोशीही आपली मैत्री झाली होती. ती किडकिडीत होती. आपल्या शरीराकडे तिचं लक्ष नव्हतं. तिच्या काळ्या केसांत पांढरेपण डोकावू लागलं होतं नि ते आखूड कापलेले होते. टँक कॉर्पसमध्ये ती दुभाषी होती. कारकोवनं ठेवलेल्या बाईशीही आपली दोस्ती होती. तिचे डोळे मांजरासारखे होते. केस तांबडट सोनेरी होते. (कधी जास्त तांबडे वाटत. कधी जास्त सोनेरी. केशरचनेवर ते अवलंबून असे.) शरीर सुस्त मादक होतं. (जणू दुसऱ्या शरीराशी मिलन करण्यास उत्पन्न केलेलं!) ओठ दुसऱ्या ओठात बसावे, असे होते नि ती मूर्ख, महत्त्वाकांक्षी पण अतिशय श्रद्धावंत होती. या बाईला गप्पा आवडत नि अधूनमधून बेताचं असं बिघडावंसं वाटे. ती कुणाबरोबर अशी जराशी वाहवली की, कारकोवला गंमत वाटे. टँक कॉर्पसमधल्या बायकोखेरीज कारकोवला आणखी एक बायको असल्याची सर्वांची समजूत होती. कदाचित तिसरीही बायको असेल त्याला. कुणाला खात्री नव्हती. रॉबर्ट जॉर्डनला त्याची बायको नि प्रेयसी दोघी आवडत. ओळख असती, तर त्याची ती दुसरी बायकोही आपल्याला आवडली असती बहुतेक. अर्थातच ती असती तर! कारकोवची बायकांची निवड चांगली होती.

'गेलॉर्ड्समध्ये, खाली पोर्चच्या बाहेर संगीन घेतलेले पहारेकरी होते. आज रात्री वेढ्यात कोंडलेल्या साऱ्या माद्रिदमध्ये ते सर्वांत जास्त आरामाचं ठिकाण असेल. आज रात्री इथल्यापेक्षा तिथं असणं आपण पसंत करू. इथंसुद्धा काही वाईट नाही. याचं ते चक्रही थांबलं आहे. नि आता बर्फही थांबला आहे.

'कारकोवला आपली मेरिया दाखवणं आपल्याला फार आवडेल. पण पहिल्यांदा त्यानं बोलावल्याशिवाय मेरियाला तिथं नेता येणार नाही. शिवाय या ट्रिपनंतर आपल्याला तिथं कितपत विचारतील, हेही बघावं लागेल. हा हल्ला संपल्यावर गोल्झही तिथं असेल. नि आपलं काम ठीक पार पाडलं तर गोल्झच्या तोंडून सर्वांना

कळेल. मेरियावरून गोल्झ आपली थट्टा करील. आपण मुलीबद्दल जे नाही– नाही म्हटलं होतं, त्यानंतर दुसरं काय होणार?

पाब्लोपुढील भांड्याकडे त्यानं हात नेला नि पेला भरून दारू घेतली. "घेऊ ना?" त्यानं म्हटलं.

पाब्लोनं 'हो' म्हणून मान हलवली. 'मला वाटतं, तो आपल्या लष्करी अभ्यासात गुंतला आहे,' रॉबर्ट जॉर्डनच्या मनात आलं. 'तोफेच्या तोंडी जाण्याची नश्वर कीर्ती तो शोधीत नाही, तर आपल्या पुढच्या प्रश्नांचे उत्तर पलीकडल्या त्या दारूच्या भांड्यात शोधतोय. आजपर्यंत इतके दिवस ही टोळी व्यवस्थित चालू ठेवली त्या अर्थी या चोराच्या अंगी सामर्थ्य असलंच पाहिजे, हे कुणी सांगायला नको.' पाब्लोकडे पाहता पाहता त्याला वाटलं, 'अमेरिकन यादवी युद्धात हा काय तऱ्हेचा पुढारी झाला असता? कितीतरी होते तसाच,' त्याच्या मनात आलं, 'पण त्यांच्याविषयी माहिती फार नाही. थोडीशीच आहे. क्लाँट्रील्सची म्हणत नाही आपण. मोसबीजची नाही, खुद्द आपल्या आजोबांचीही नाही; तर या छोट्या छोट्या लोकांची माहिती थोडीशीच मिळते. नि पिण्याबद्दल? ग्रँट खरोखरीच पिऊन तर्र असे असं तुला वाटतं का? आपले आजोबा आपण नेहमी तर्र असायचो, असं म्हणत. दुपारी चारला ते थोडेसे प्यायलेले असत. विक्सवर्गच्या आधी, वेढा पडला होता त्या वेळी ते फारच प्यायलेले होते. पण आजोबा बढाई मारीत की, आपण किती प्यायलेलो असलो, तरी आपलं वागणं नेहमीप्रमाणे राही. म्हटलंच तर कधीकधी त्यांना शुद्धीवर आणायला फार त्रास पडे. पण त्यांना उठवता आलं, तर ते नेहमीसारखे वागत.

'अजूनपर्यंत तरी या युद्धात कोणत्याही पक्षाकडे एकही ग्रँट नव्हता. शेरमन नव्हता किंवा स्टोनवाल जॅक्सनही नव्हता. कुणी नव्हताच. कुणी जेवस्टुअर्ट नव्हता किंवा शेरिडिनही नव्हता. मॅकक्लेलन्स मात्र येथे भरभरून वाहत होते. फॅसिस्टांकडे भरपूर मॅकक्लेलन्स होते. आमच्या बाजूला तीन होते.

'या युद्धात आपल्याला लष्करी बुद्धिमत्ता कुठंही आढळली नाही. एकही नाही. त्यांच्या जवळपास येईल अशीही नाही. क्लेरीर, ल्यूकाझ, हन्स यांनी आंतरराष्ट्रीय पथकामधून माद्रिदचं रक्षण करताना, आपापल्या परीनं बरी कामगिरी केली होती. तो मैजा! थेरडा, टकल्या, शेफारलेला, चश्मिस्ट, मूर्ख, शूर, बैलासारखा ठोंब्या. माद्रिदचा त्राता म्हणून गाजावाजा झालेला तो मैजा! केबलरला तेव्हा प्रसिद्धी मिळाल्यावर त्याला इतका मत्सर वाटला की, त्यानं त्याला अधिकारावरून काढून व्हॅलेन्सियाला पाठवायला भाग पाडलं. क्लेबर चांगला सैनिक होता; पण त्याला मर्यादा होत्या. आपल्या जागेला चालणार नाही अशी बडबड तो करी. गोल्झही चांगला सेनापती होता. उत्तम सैनिक होता. पण त्याला नेहमीच खाली ठेवत आले

नि त्याला कधी मोकळा हात दिला नाही. आजपर्यंतच्या हल्ल्यात हा हल्ला सर्वांत मोठा होता. हल्ल्याबद्दल रॉबर्ट जॉर्डननं ऐकलं होतं, ते काही बरं वाटलं नव्हतं. तसाच तो हंगेरियन– गॉल! त्याच्याबद्दल गेलॉर्ड्समध्ये ऐकलेलं अर्धं जरी खरं असलं, तरी त्याला गोळी घालून मारायला हवं. गेलॉर्ड्समध्ये ऐकलं त्याच्या एकदशांश खरं असलं तरी!

'गुदालजाराच्या पलीकडच्या मैदानावर इटालियनांना हाणलं, तेव्हाची लढाई आपल्याला बघायला मिळायला हवी होती. पण तेव्हा आपण खाली एस्त्रामादुरात होतो. दोन आठवड्यांपूर्वी एका रात्री गेलॉर्ड्समध्ये हॅन्सनं तिचं आपणास सांगितलं होतं. जवळजवळ डोळ्यांपुढे उभीच केली ती त्यानं. तेव्हा तिथं एक क्षण असा आला होता की, लढाई हरल्यासारखं वाटलं होतं. ट्रिज्यूकजवळ इटालियन्सनी फळी फोडली होती. टोरिजा-ब्रिहुजा रस्ता बंद झाला असता, तर बारावी ब्रिगेड कोंडलीच गेली असती. "पण इटालियन्सचं आम्हाला माहिती असल्याकारणानं," हॅन्स म्हणाला होता, "आम्ही डाव टाकला तो, इतर कुणाचं सैन्य असतं तर चुकीचा ठरला असता, तो इथं यशस्वी ठरला."

'तो डाव युद्धनकाशावर हॅन्सनं आपल्याला दाखवला होता. युद्धनकाशा आपल्या नकाशाच्या पिशवीत ठेवूनच तो हिंडत असे. त्या डावपेचांच्या चमत्कारांचं अजून त्याचंच त्याला नवल नि समाधानही वाटत होतं. हॅन्स चांगला सैनिक होता. दोस्त म्हणूनही चांगला होता. लिस्टरचं, मॉदेस्तोचं तसंच कॉम्पेसिनोचं स्पॅनिश सैन्य त्या युद्धात चांगलं लढलं होतं. हॅन्सनंच आपल्याला हे सांगितलं होतं. युद्ध चांगलं लढलं गेल्याचं श्रेय त्यांच्या पुढाऱ्यांना नि त्यांनी सैन्यात बाणवलेल्या शिस्तीला होतं. पण त्यांनी केलेल्या डावपेचांतले पुष्कळ डावपेच त्यांच्या रशियन लष्करी सल्लागारांनी लिस्टर, कॉम्पोसिनो नि मॉडेस्टो यांना सांगितले होते. दुहेरी नियंत्रण असलेलं विमान उडवणाऱ्या विद्यार्थ्यांसारखं त्यांचं होतं. त्यानं चूक करताच पायलटला ताबा घेता येतो. अच्छा! ते किती नि कसं शिकले आहेत, ते या वर्षी कळेलच. काही काळानंतर ही दुहेरी नियंत्रणं जातील. सैन्य विभाग नि आर्मी कॉर्प्स यांना मग एकेकट्यानंच सारं सांभाळायचं कितपत जमेल, हे कळेलच.

'ते कम्युनिस्ट होते नि शिस्तीचे होते. जी शिस्त ते लावतील, त्यानं चांगलं सैन्य तयार होईल. लिस्टर तर शिस्तीच्या बाबतीत खुनशी होता. खरा माथेफिरू होता तो. स्पॅनिश लोकांप्रमाणेच प्राणाबद्दल बेदरकार होता. पश्चिमेवर तार्तारांचा पहिला हल्ला झाल्यापासून, त्याच्या अधिकारात जेवढ्यांना क्षुल्लक कारणावरून तडकाफडकी उडवण्यात आलं, तेवढं फारच थोड्या सैन्यात आलं असेल. पण एखादा सैन्यविभाग लढाईला कसा तयार करायचा, हे त्याला कळत होतं. मोर्चे बांधून बसणं ही निराळी गोष्ट आहे. मोर्च्यांवर हल्ला करणं नि ते घेणं हे आणखी

निराळं आहे. रणांगणात सैन्याची हालचाल करणं हे सर्वाहून अगदी वेगळं आहे.’ टेबलावर बसल्या बसल्या रॉबर्ट जॉर्डनच्या हे सारं मनात आलं. ‘लिस्टरचं जे आपल्याला माहीत आहे त्यावरून, दुहेरी नियंत्रण जाताच लिस्टरला सगळं कसं झेपेल, हेच बघायचं. नाही– कदाचित रशियन जाणारही नाहीत. ते गेले तरच नवल! किंवा त्यांचं बळ आणखीनच वाढेल. या सगळ्यात रशियनांची भूमिका काय आहे, कुणास ठाऊक? गेलॉर्ड्स हे बरोबर ठिकाण आहे. आपल्याला ज्या गोष्टी आता कळायला हव्यात, त्यासाठी गेलॉर्ड्स योग्य ठिकाण आहे.

‘गेलॉर्ड्स आपल्याला रुचणारं नाही, असं एकवेळ आपल्याला वाटत होतं. व्हेलाजक्वेझ त्रेसष्टमधल्या पुरातन नि कर्मठ कम्युनिझमपेक्षा इथं अगदी उलट होतं. माद्रिद राजवाड्याचं रूपांतर राजधानीतल्या आंतरराष्ट्रीय पलटणीच्या मुख्य ठाण्यात केलं होतं व त्यालाच व्हेलाजक्वेझ त्रेसष्ट हे नाव दिलं होतं. व्हेलाजक्वेझ त्रेसष्टमध्ये एखाद्या धर्मपंथाचे सभासद अनुयायी असल्यासारखे वाटत होतं. पाचवी पलटण मोडून नवसैन्याची पथकं त्यातून उभी होण्याआधी तिच्या हेडक्वार्टर्समध्ये जी भावना येत असे, तिच्यापासून गेलॉर्ड्समधलं वातावरण मैलोगणती दूर होतं.

‘त्या दोन्हीपैकी कुठल्याही ठिकाणी धर्मयुद्धात पडल्यासारखं वाटायचं. धर्मयुद्ध हाच शब्द योग्य होता. खरं म्हणजे तो शब्द वापरून वापरून इतका गुळगुळीत झालाय की, त्याचा खरा अर्थ गेलेला आहे. नोकरशाही, नालायकपणा, पक्षातली भांडणं सारं असूनही, पहिली दीक्षा घेताना जी भावना यावी असं वाटतं, पण येत नाही, ती तुम्हाला येते. जगातील सर्व दलितांसाठी ‘अर्पणा’ची ती भावना होती. तिच्याविषयी बोलणं हे दैवी अनुभवाविषयी बोलण्याइतकंच कठीण किंवा विचित्र होतं. तरी ती भावना, बॉश ऐकावा किंवा चार्टर्स कॅथेड्रलमध्ये उभं राहावं किंवा लिआच्या कॅथेड्रलमध्ये उभं राहावं तशी होती. तिथल्या मोठ्या खिडक्यांतून येणारा उजेड पाहावा, किंवा प्रोडोमध्ये मॉंटेगो, ग्रेसो किंवा ब्रुगेल पाहावं तशी होती. ज्या गोष्टीत तुमची पूर्ण श्रद्धा आहे नि जीत रत असलेल्यांबद्दल तुम्हाला पूर्ण बंधुता वाटते, त्या गोष्टीशी ती भावना तुम्हाला एकजीव करून टाकते. पूर्वी कधी जी ठाऊकही नसते, ती आता अनुभवाला येते. तुम्ही तिला इतकं महत्त्व देता, तिची इतकी वकिली करता की, स्वतःचं मरण तिच्यापुढे तुम्हाला क्षुद्र वाटू लागतं. मृत्यू कर्तव्य करण्याच्या आड येतो, म्हणून केवळ तुम्ही टाळता.

‘म्हणून आपण लढलो,’ त्याच्या मनात आलं. ‘त्या लढण्यात पुढे भावनेची शुद्धता उरली नाही. जे युद्धातून वाचले, जे चांगले लढले त्यांच्याबद्दल शुद्ध भावना उरली नाही. पहिल्या सहा महिन्यांतच उरली नाही.

‘एखाद्या ठिकाणाचा किंवा शहराचा बचाव हा युद्धाचा असा एक भाग असतो की, जीत पहिल्या तऱ्हेची भावना राहू शकते. सीरियामधलं युद्ध या तऱ्हेचं होतं.

क्रांतीतल्या बंधुत्वाच्या खऱ्या नात्यानं सारे तिथं लढले. तेव्हा तिथं शिस्त राखण्याची आवश्यकता होती, ती आपल्याला मान्य झाली– समजलीही. गोळे पडू लागताच लोक भ्याडपणे पळू लागले. पळणाऱ्यांना गोळ्या घातलेल्या त्यानं पाहिल्या. रस्त्याच्या कडेला त्यांची शरीरं कुजत, फुगत टाकली होती. त्या शरीरांवरचे छर्रे नि इतर मोलाच्या वस्तू काढून घेण्याशिवाय त्यांच्यासाठी कुणी काही केलं नाही. वस्तू घेणं हे ठीक होतं. त्यामुळे अराजकांना त्या मिळाल्या नाहीत.

'जी माणसं पळत सुटली, त्यांना गोळ्या घालणं हे योग्य नि जरूरच वाटलं होतं. त्यात काही चुकलं नव्हतं. त्यांचं पळून जाणं स्वार्थी होतं. फॅसिस्टांनी हल्ला चढवला होता. आम्ही त्यांना खडकांच्या उतारावरच्या देवदारात नि गॉदारामाच्या टेकड्यांशी थोपवलं होतं. विमानांच्या बॉम्बहल्ल्यातही रस्त्यावर आम्ही तग धरली होती नि आपला तोफखाना त्यांनी वर आणल्यावर तोफेच्या गोळ्यांतही आम्ही तग धरली होती. नि दिवस संपत आल्यावर उरलेल्यांनी प्रतिहल्ला करून शत्रूला हटवलं होतं. हटवल्यानंतर शत्रू जेव्हा डावीकडून खड्ड्यातून, झाडातून लपतछपत उतरू लागला, तेव्हा आम्ही सॅनिटोरियममध्ये दबा धरला. त्याच्या छपराखिडक्यांतून आम्ही गोळ्या घातल्या. सॅनिटोरियमच्या दोन्ही हातांनी शत्रुसैनिक गेले होते. आपण वेढले गेलो, अशी भावना आम्हाला आली होती. शेवटी प्रतिहल्ला केला नि शत्रूला रस्त्यापार हटवण्यात आलं.

'त्या वेळी भीतीनं घशातोंडाला कोरड आणली होती. गोळ्यांच्या धक्क्यांनी प्लॅस्टरची धूळ पडत होती. गोळ्यांचा स्फोट होताच उजेड पडत होता. त्या उजेडात पडणाऱ्या, कोसळणाऱ्या भिंती दिसत होत्या. चालवणारा पडला की त्याला बाजूला ओढून बंदूक साफ करीत होतो. पडलेला तोंड वर करून दगडामातीत पडला होता. त्याला ओढून त्याच्या शरीराची ढाल करून बंदूक चालवीत होतो. मोडलेली पॅन काढून बंदुकीचा पट्टा नीट करीत होतो. शरीराच्या ढालीमागं सरळ निजून रस्त्यावर बंदूक रोखून फिरवीत होतो. करायच्या त्या साऱ्या गोष्टी करीत होतो नि त्या ठीक चालल्या आहेत, हे कळत होतं.

'तेव्हा आपल्याला लढाईतली घशाला कोरड आणणारी, गलित करणारी, भयविकल उत्कटता कळली. त्या उन्हाळा-हिवाळाभर जगातल्या दलितांसाठी आपण लढलो. सगळ्या जुलमांविरुद्ध लढलो. श्रद्धा असलेल्या गोष्टींसाठी लढलो. आपल्याला शिकवलेल्या नव्या जगासाठी लढलो,' त्याच्या मनात आलं. 'हिवाळ्यात थंडी सहन करायला शिकलो. थंडीत, पावसाळ्यात, चिखलात दीर्घकाळ खणताना किंवा तटबंदी करताना होणाऱ्या हालांकडे दुर्लक्ष करायला शिकलो. उन्हाळा, हिवाळा वगैरे भावनाच तेव्हा नव्हती. ती थकव्याखाली, झोपेच्या गुंगीखाली, नर्व्हसपणाखाली नि अस्वास्थ्यात खोल खाली दडली होती. अजूनही ती दडूनच

होती. भोगलेल्या भोगांमुळे ती बळकट मात्र होत होती. त्या काळातच काय तो आपण खरा, खोल नि स्पर्शी अभिमान अनुभवला. त्यामुळेच गेलॉर्ड्सचं जीवन आपल्याला कंटाळवाणं वाटलं असावं-' एकदम त्याच्या मनात आलं.

'छे! गेलॉर्ड्समध्ये तेव्हा आपलं जमलंच नसतं,' त्याच्या मनात आलं. 'आपण अगदीच भोळे होतो. एक तऱ्हेच्या शपथेखाली आपण तेव्हा होतो. कदाचित तेव्हा गेलॉर्ड्सही आज आहे तसं नसेल. त्या वेळी जे थोडे रशियन तिथं होते, ते पॅलेस हॉटेलमध्ये राहत होते. आपली त्यांच्याशी कुणाशी ओळख नव्हती. पहिला पार्टिझन ग्रूप बनवण्याच्या आधीची ही गोष्ट आहे. काश्किन किंवा इतर कुणी भेटण्याआधीची ती आहे. उत्तरेत सॅनसॅबेस्टियनात ड्यूरन येथे काश्किन होता नि विटोरियात लढाया अपयशी झाल्या तिथं होता. जानेवारीपर्यंत तो माद्रिदमध्ये आलाच नव्हता. काराबँचेल नि उसेऱ्याला, फॅसिस्टांची फळी माद्रिदच्या हल्ल्यात तीन दिवस रोखली होती तिकडे आपण लढत होतो. मूर्स नि टेरसियोनाला शत्रूला घराघरांतून हुसकत मागे हटवीत, उन्हात करपणाऱ्या माळरानाच्या कडेचं उद्ध्वस्त उपनगर शत्रूला झोडपीत साफ केलं होतं. शहराचा कोपरा तरी वाचेल म्हणून त्या उंचीवरही संरक्षणफळी उभारली होती. त्या वेळी कारकोव माद्रिदमध्ये होता.

'कारकोव त्या वेळी संशयात्म्यासारखं बोलत नव्हता. सगळं चाललं होतं तेव्हाच्या त्या काळात बंधुभाव नांदत होता. तेव्हा सगळ्या बाजूनं पाडाव चालू असता, कसलीही पदवी किंवा पदक शिकवील त्याहूनही वागण्यातील समजूत प्रत्येकाला होती.

'सरकारनं शहर सोडलं होतं. जाताना, युद्धखात्याकडून साऱ्या मोटारगाड्या ते घेऊन गेले होते. मग म्हाताऱ्या मैजाला फळी बांधण्यासाठी जागा पाहायला सायकलवरून जावं लागलं होतं. अर्थात या कथेवर आपला विश्वास नव्हता. देशभक्तीच्या आत्यंतिक उमाळ्यातून केलेल्या कल्पनेतसुद्धा आपल्याला सायकलवरचा मैजा डोळ्यांसमोर आणणं शक्य नव्हतं. पण ती हकिगत खरी असल्याचं कारकोव म्हणाला होता. बहुधा नेहमीप्रमाणं लिहिल्यावर ती त्याला खरी वाटू लागली असावी.

'पण दुसरी एक हकिगत कारकोवनं लिहिली नव्हती. तीन जखमी रशियन्स पॅलेस हॉटेलमध्ये होते. त्यांची जबाबदारी त्याच्यावर होती. त्यांतले दोघे रणगाडा हाकणारे नि एक वैमानिक होता. जखमांमुळे त्यांना हलवणं शक्य नव्हतं. त्या वेळची परिस्थिती अशी होती- स्पेनमधील आपली लुडबुड न्याय्य आहे असं दाखवण्यास रशियनांना तिच्याबद्दलचा कोणताही पुरावा फॅसिस्टांच्या हाती पडायला नको होता. म्हणूनच हे शहर फॅसिस्टांच्या हाती पडलंच, तर हे तीन रशियन्स त्यांच्या हाती रशियनांना पडायला नको होते. कारकोवची जबाबदारी ती होती.

‘शहर फॅसिस्टांच्या हाती देण्याची वेळ आलीच, तर आपण पॅरिस हॉटेल सोडण्यापूर्वी त्या तीन रशियनांना विष घालून ते ओळखू न येतील इतकी त्यांची शरीरं विच्छिन्न करायची– कारकोवकडे हे काम होतं. त्यांना विष घातलं. एकाच्या पोटात तीन गोळ्या झाडल्या. दुसऱ्याचा जबडा फाडला, घसा फोडला. तिसऱ्याचं मांडीचं हाड छिन्नविच्छिन्न केलं. एकाच्या डोळ्याच्या पापण्या काढल्या. दुसऱ्याच्या भुवया भादरल्या, तिसऱ्याचं तोंड, हात जाळलं– फक्त जाळण्याचे फोड राहिले. इतकं केल्यावर ते रशियन होते हे कुणाला सिद्ध करता येणार होतं? हॉटेलातल्या बिछान्यावरचे त्यांचे देह पाहून कुणालाही ते रशियन आहेत, हे कळलं नसतं. एक नागवा मृतदेह रशियन आहे, हे सिद्ध होणार नव्हतं. आपण मेलो की आपली राष्ट्रीयता नि राजकारण दोन्हीही आपल्याबरोबर जातात.

‘हे कृत्य करायला लागणार याबद्दल तुम्हाला काय वाटतं, असा प्रश्न रॉबर्ट जॉर्डननं कारकोवला विचारला होता. आपण त्याचा विचार केला नाही, असं तो म्हणाला होता. मग रॉबर्ट जॉर्डननं विचारलं होतं, “पण तुम्ही कसं केलं असतं ते? कुणाला आपलं असं एकदम विष घालणं सोपं नाही.” कारकोव म्हणाला होता, “तसं सोपं असतं ते.” मग त्यानं आपली सिगारेटची डबी उघडून कोपऱ्यात ठेवलेलं विष दाखवलं होतं.

“पण तुम्हाला कुणी कैद केलीच तर पहिल्यांदा ते तुमची सिगारेटची पेटी घेतील,” रॉबर्ट जॉर्डननं मुद्दा काढला होता. “हात वर करायला लावतील तुम्हाला.”

“आणखी एके ठिकाणी विष ठेवलेलं आहे माझ्यापाशी,” कारकोव हसत म्हणाला होता नि आपल्या जाकिटाची बाही त्यानं दाखवली होती. “ही बाही अशी तोंडात पकडायची, एक चावा घ्यायचा नि गिळायचं.”

“हे काहीतरी पटतंय,” रॉबर्ट जॉर्डन म्हणाला होता, “काय हो! डिटेक्टिव्ह गोष्टीतून नेहमी लिहिलेलं असतं, तसा त्याला कडू बदामाचा वास येतो?”

“मला काय ठाऊक?” तो गमतीनं म्हणाला होता. “मी कधी वासच बघितला नाही त्याचा. बघायचीय का कुपी फोडून?”

“नको. राहू द्या.”

“हो,” कारकोव म्हणाला नि सिगारेटची पेटी त्यानं दूर केली. “मी कधी हार खात नाही. पण तसा आणीबाणीचा प्रसंग पुन्हा यायचा नि हे मिळायचं नाही, ही भीती. तुम्ही कारडोवा आघाडीचं वृत्त वाचलंत? काय छान होतं! सगळ्या वृत्तांत मला ते आवडतं हल्ली.”

“काय होतं ते?” कार्दोबन आघाडीवरून रॉबर्ट जॉर्डन माद्रिदला आला होता. ज्या गोष्टीची फक्त आपणच थट्टा करावी, दुसऱ्या कुणी करू नये असं वाटतं, तिची थट्टा कुणी करू लागला की जी भावना मनात येते, ती त्याला आली. तो म्हणाला,

“सांगा.” आपल्या चमत्कारिक स्पॅनिशमध्ये कारकोव काहीतरी म्हणाला.

“छे! असं असणं शक्य नाही,” रॉबर्ट जॉर्डन संशय वाटून म्हणाला.

“आपली विजयी सेना एक पाऊलभरही जमीन न देता पुढे सरकत आहे,” कारकोव तेच इंग्रजीत म्हणाला. “बातमीपत्रात अगदी हे शब्द आहेत. वाटलं तर दाखवतो.”

‘आपल्या ओळखीपैकी पाशोब्लँकाच्या धुमश्चक्रीत जे मेले, ते आपल्याला आठवले. पण गेलॉर्ड्समध्ये ती सारी थट्टा होती.

‘गेलॉर्ड्समध्ये असं वातावरण होतं हल्ली! पण केव्हातरी एकदा गेलॉर्ड्स नव्हतं. मागच्या उरलेल्यांतून, गेलॉर्ड्ससारख्या ठिकाणाचं पुनरुज्जीवन होण्यासारखी स्थिती असली, तर अजूनही ते पाहण्यात नि कळून घेण्यात आपल्याला आनंदच होईल. सीरिया, कार्बांचेल, उसेरा इथं ज्या भावना होत्या, त्या भावनांपासून आपण आज खूप लांब सरकलो आहोत,’ त्याला वाटलं. ‘बिघडतं कुणीही; पण आपली घसरगुंडी सुरू झाली ती बिघडण्यानं की आरंभी जो नवथरपणा होता तो गेल्यानं? सगळीकडे असंच होत असेल का? तरुण डॉक्टर्स, धर्मोपदेशक किंवा सैनिक यांनी ज्या शुद्धतेनं आरंभ केला, ती मनाची शुद्धता कुणी राखली आहे? धर्मोपदेशकांनी नक्की राखली. नाहीतर त्यांचं स्थानच जातं. नाझींनी ती राखली. पण कारकोवचं काय?

‘कारकोवबद्दल विचार करायचा आपल्याला कधीच कंटाळा येत नाही. गेल्या वेळी आपण गेलॉर्ड्समध्ये असता, स्पेनमध्ये बराच काळ घालवलेल्या एका ब्रिटिश अर्थशास्त्रज्ञाशी कारकोव फार सुंदर वागला होता. या शास्त्रज्ञाचं लिखाण आपण कित्येक वर्षं वाचीत आलो होतो. त्याची काही माहिती नसूनही आपणास त्याच्याबद्दल आदर वाटत होता. स्पेनविषयी त्यानं काय लिहिलंय, याचा आपण कधी विचार केला नव्हता. त्यानं लिहिलेलं स्वच्छ साधं होतं. तसं उघड पण झाकलेलं होतं. आपल्याला व्हावंसं वाटतंय तसं वळवून लिहिलेलं होतं. पुष्कळ आकडेतज्ज्ञ हे जाणून होते. पण जो देश आपल्याला ठाऊक आहे, त्या देशाबद्दल येणाऱ्या वृत्तपत्रीय लिखाणाकडे आपण कधी पाहिलंही नाही,’ त्याच्या मनात आलं, ‘एखाद्या व्यक्तीविषयीचा आदर शेवटी त्याच्या हेतूवरून आपण ठरवतो.

‘काराब्लँचेवर हल्ला झाला, तेव्हा अखेर त्या माणसाची गाठ पडली. दुपारी गाठ पडली. बैलझुंजीच्या आखाड्याच्या सावलीत ते बसले होते. खालच्या दोन्ही रस्त्यांवरून गोळीबार होत होता. प्रत्येक जण हल्ल्याची वाट पाहत नर्व्हस होता. एक रणगाडा मिळायचा ठरला होता. पण अजून तो आला नव्हता. माँटारो डोकं हातात धरून म्हणत होता, “रणगाडा आला नाही– रणगाडा आला नाही.”

‘थंडीचा दिवस होता. पिवळट धूळ रस्त्यावरून उडत होती. माँटेरोला डाव्या

हाताला गोळी लागली होती. हात जड होत चालला होता, ''रणगाडा हवाच,'' तो म्हणाला. ''रणगाड्याची वाट पाहायलाच हवी. पण वाट पाहायची सवड नाही.'' हाताच्या जखमेनं तो तिरसट बनला होता.

'रॉबर्ट जॉर्डन मग रणगाडा पाहायला गेला होता. ट्रामलाइनवरच्या कोपऱ्यावरच्या चाळीमागे रणगाडा अडकला होता, असं माँटेरोचं म्हणणं होतं. खरोखरच तो तिथं अडलेला होता. पण तो रणगाडा नव्हता. कशालाही स्पॅनिश लोक तेव्हा रणगाडा म्हणत. ती एक जुनी चिलखती गाडी होती. चाळीच्या कोपऱ्याची सुरक्षित जागा त्या ड्रायव्हरला सोडावीशी वाटत नव्हती. बुलरिंगशी त्याला ती आणायची नव्हती. गाडीच्या पत्र्याशी हात जखडून तो मागे उभा होता. कातडी अस्तराचं शिरस्त्राण घातलेलं आपलं डोकं त्यानं हातावर टेकलेलं होतं. रॉबर्ट जॉर्डन त्याच्याशी बोलला तेव्हा त्यानं मान हलवली. डोकं हातावर टेकलेलंच ठेवलं. मग रॉबर्ट जॉर्डनकडे न पाहता त्यानं मान फिरवली.

''तिकडे येण्याचा मला हुकूम नाही,'' तो चिडखोरपणे म्हणाला.

'रॉबर्ट जॉर्डननं कमरेचं पिस्तूल काढून त्याची नळी ड्रायव्हरच्या कातडी जाकिटावर टेकली.

''तुला हुकूम हवाय ना?– घे हा!'' त्यानं मग ड्रायव्हरला म्हटलं होतं. त्या माणसानं मान हलवली. फुटबॉल खेळाडूप्रमाणं त्याचं कातडी अस्तराचं शिरस्त्राण हललं. तो म्हणाला, ''मशीनगनला दारूगोळा नाही.''

''बुलरिंगशी आमच्याजवळ दारूगोळा आहे,'' रॉबर्ट जॉर्डननं त्याला सांगितलं होतं. ''चल! निघू या! पट्टे तिथं भरून घेऊ. चलो!''

''बंदूक चालवायला कुणी नाही,'' ड्रायव्हर म्हणाला.

''चालवणारा कुठं आहे? तुझा सोबती कुठं आहे?''

''मेला,'' ड्रायव्हर म्हणाला, ''तो आत आहे.''

''त्याला बाहेर काढ,'' रॉबर्ट जॉर्डन म्हणाला होता, ''तिथून बाहेर काढ त्याला.''

''त्याला हात लावायला कसंसंच वाटतं–'' ड्रायव्हर म्हणाला होता, ''शिवाय तो बंदुकीच्या नि चाकाच्यामध्ये अडकून पडला आहे. त्याला ओलांडून जाता येत नाही.''

''चल!'' रॉबर्ट जॉर्डन म्हणाला होता, ''दोघे मिळून काढू या त्याला.''

'चिलखती गाडीत शिरताना आपलं डोकं आपटलं होतं. नि भुवईवर चीर पडून रक्त ओघळू लागलं होतं. गाडीतला मेलेला इतका जड नि ताठ झाला होता की, त्याला वाकवणं शक्य नव्हतं. त्याचं डोकं ठोकून अडकलेल्या जागेतून आपल्याला काढावं लागलं होतं. चाक नि बसायची जागा दोहोत तोंड खाली अशा अवस्थेत

तो अडकला होता. शेवटी मानेखालून गुडघ्यानं वर ढकलीत आपण त्याचं डोकं वर काढलं. डोकं मोकळं झाल्यावर, पाठीमागून कंबरेवर लोटीत तो त्याचा मृतदेह आपण स्वतः दरवाजाकडे लोटला.

"जरा हात दे मला," आपण ड्रायव्हरला म्हणालो होतो.

"मी बोटही लावणार नाही त्याला," ड्रायव्हर म्हणाला होता. तो रडत असल्याचं आपल्या लक्षात आलं. त्याच्या दोन्ही नाकपुड्यांच्या बाजूनं अश्रू ओघळत होते. नाकातूनही पाणी वाहत होतं.

'दरवाज्याच्या बाजूला उभं राहून आपण मृतशरीर बाहेर लोटलं होतं. ते तशाच वाकलेल्या, दुमडलेल्या अवस्थेत ट्रामलाइनशेजारच्या पायरस्त्यावर पडलं. मोटारीत होते तसेच त्या प्रेताचे हात, सिमेंटच्या पायरस्त्यावर पडल्यावरही अंगाखाली राहिले होते. त्याचं तोंड मेणासारखं भुरकं पडलं होतं.

"सालं! हो आत!" हातातल्या पिस्तुलानं ड्रायव्हरला खुणावीत आपण म्हणालो होतो, "हो आत!"

'चाळीच्या सावलीतून, तेवढ्यात, आपण या माणसाला बाहेर येताना पाहिलं. आलेल्या या माणसानं लांब ओव्हरकोट घातला होता. डोक्यावर काही नव्हतं. त्याचे केस पांढरे होते. गालाची हाडं रुंद, डोळे खोल नि जवळ होते. त्याच्या हातात चेस्टरफिल्ड सिगारेटचं पाकीट होतं. त्यातली एक काढून त्यानं आपल्यापुढे केली होती. आपण पिस्तुलानं ड्रायव्हरला मोटारीत ढकलत होतो.

"दोस्त! एक मिनिट फक्त!" तो आपल्याला स्पॅनिशमध्ये म्हणाला होता, "या लढाईबद्दल काही सांगाल का?"

'आपण सिगारेट घेऊन आपल्या निळ्या मेकॅनिक जाकिटाच्या वरच्या खिशात सारली होती. आपण या दोस्ताला त्याच्या फोटोवरून ओळखलं होतं. तो तोच ब्रिटिश अर्थशास्त्रज्ञ होता.

"खड्ड्यात जा!" आपण प्रथम इंग्रजीत मग स्पॅनिशमधून ड्रायव्हरला म्हणालो होतो. "तिकडे– त्या बुलरिंगपाशी. कळलं का?" मग आपण एका झटक्यासरशी मोटारीचं जड दार ओढून लावून घेतलं होतं. नि आपली मोटार उतारावरून निघाली असता मोटारीवर गोळीबार सुरू झाला होता. लोखंडी भट्टीत गारगोट्या फेकाव्यात तसं वाटतं होतं. मोटारीवर मशीनगनचा मारा सुरू झाल्यावर तर, हातोडीनं भराभर टप् टप् ठोकावं तसं वाटलं होतं. बुलरिंगच्या पडवीच्या मागं आपण आलो होतो. तिथल्या तिकिटाच्या खिडकीशी गेल्या ऑक्टोबरमधील जाहिराती अजून अडकलेल्या होत्या. दारूगोळ्याच्या पेट्या आदळून उघड्या झाल्या होत्या. बंदुका घेतलेले कॉम्रेड्स ग्रेनेड्स अडकवून नि खिशात ठेवून तिथं आसऱ्याला उभे होतो. मॉंटेरो म्हणाला होता– "छान झालं! रणगाडा आला. आता हल्ला करता येईल."

‘अगदी उशिरा रात्री टेकडीवरची घरं घेतल्यावर आपण विटांच्या भिंतीमागं आरामात पडलो होतो. भिंतीला एक भोक पाडलेलं होतं. त्यातून आपण पलीकडे पाहिलं. फॅसिस्टांनी माघार घेतलेल्या उंचवट्याच्या नि आपल्यामध्ये एक सपाट गोळीबार मैदान पसरलं होतं. आपल्याला एक उत्तन सुखासीनता आली होती. त्या सुखाच्या धुंदीत टेकडीवरच्या उंचवट्याबद्दल एक विचार आपल्या मनात आला. टेकडीची डावी फळी सावरीत एक मोडतोड झालेला वाडा उभा होता. आपण गवताच्या राशीत पडलो होतो. घामानं डबडबलेले कपडे अंगावर होते नि पुसतापुसता आपण ब्लँकेट अंगाभोवती लपेटलेलं होतं. असं पडलो असता त्या अर्थशास्त्रज्ञाचा विचार आपल्या मनात आला नि आपण हसलो. एकदम आपण त्याच्याशी उद्धटपणे वागल्याबद्दल आपल्याला वाईट वाटलं. ज्या क्षणी त्यानं ती सिगारेट आपल्या हातात दिली, त्या वेळचं त्याचं ते सिगारेट पुढे करणं, माहिती मिळण्यासाठी लाच द्यावी तसं वाटलं होतं. नि लढणाऱ्यांना जो न लढणाऱ्यांचा संताप वाटतो, तो आपल्याला ताब्यात ठेवता आला नव्हता.

‘आता टेबलावर बसल्या बसल्यात्याला गेलॉर्ड्स आठवलं नि कारकोव याच माणसाबद्दल बोलताना दिसू लागला, “तिथे त्याची नि तुमची भेट झाली तर!” कारकोव म्हणाला होता, “त्या दिवशी पांते द तोलेदेच्या पुढे मला जाता आलं नव्हतं. तो अर्थशास्त्रज्ञ आघाडीच्या फारच जवळ होता. त्याच्या शौर्याचा तो शेवटचा दिवस ठरला असावा. दुसऱ्याच दिवशी त्यानं माद्रिद सोडलं. मला वाटतं, त्याचं सगळं शौर्य तोलेदोला दिसलं. तोलेदोला त्यानं गाजवली! आम्ही अलकाझार घेतलं त्या योजनेत तोही होता. तोलेदोला तुम्ही पाहायलाच हवं होतं त्याला. माझी खात्री आहे त्याच्याच प्रयत्नामुळे नि सल्ल्यामुळे तो वेढा जिंकला. त्या लढाईतला तो वेढा म्हणजे एक मूर्खपणाच होता. पुढे तर त्या मूर्खपणाचा अगदी कळस झाला. अमेरिकेत या माणसाबद्दल काय म्हणतात?”

“अमेरिकेत,”– आपण म्हणालो होतो, “अमेरिकेत तो फार मॉस्कोधारणी आहे असं समजतात.”

“छे, तो नाही,” कारकोव म्हणाला.

“पण त्याचा चेहरा उमदा आहे. त्याच्या चालीची छाप पडते. माझ्यासारख्या रूपाचा माणूस काही छाप पाडू शकणार नाही. माझ्या आयुष्यात जे काही हातून झालं, त्याचा माझ्या रूपाशी संबंध नाही. कारण त्या रूपानं कुणी कार्यप्रवृत्त होऊ शकत नाही. कुणाची हृदयं हलवून त्यांचं प्रेम घेता येत नाही. नि कुणाचा विश्वास संपादन करता येत नाही. पण या मिचेल गृहस्थाचा लाखाचा चेहरा आहे. तो कटवाल्याचा चेहरा होता. पुस्तकांतून ज्यांनी कटाच्या हकिगती वाचल्या असतील, ते तत्क्षणी त्याच्यावर विश्वास ठेवतात, शिवाय त्याचं सारं वागणं कटवाल्याचंच

वाटतं. खोलीत शिरताना त्याला पाहताच, पाहणाऱ्याला त्याच क्षणी नंबर एक कटवाल्याच्या संगतीत आल्याची भावना येते. श्रद्धा आहे म्हणून किंवा भावनाप्रधानतेनं किंवा या पक्षाचा कधी जय झालाच तर कातडी बचावली जावी म्हणून, रशियाला मदत करणारे जे श्रीमंत दोस्त आहेत, ते तर याला पाहताच हा कॉमिन्टार्नचा विश्वासू हेरच आहे असं धरतात.''

''मॉस्कोशी त्याचा काही संबंध नाही?''

''मुळीच नाही. ऐका, कॉम्रेड जॉर्डन! दोन मूर्खांची गोष्ट ठाऊक आहे तुम्हाला?''

''एक साधा– एक बनेल?''

''नाही. रशियात आमच्याकडे दोन तऱ्हेचे मूर्ख आहेत,'' हसून कारकोव म्हणाला, ''पहिला मूर्ख हिवाळी मूर्ख होय. हा हिवाळी मूर्ख तुमच्या दाराशी येऊन जोरानं ठोठावतो. तुम्ही उठता. दार उघडता, त्याला पाहता. आधी कधी त्याला पाहिलेलंही नसतं तुम्ही. दिसायला तो मोठा रुबाबदार असतो. शरीरानं मोठ्ठाड. पायात गुडघ्यापर्यंतचे बूट, लोकरीचा कोट, लोकरीची हॅट. सबंध बर्फाने भरलेला असतो. प्रथम तो बूट आपटतो, त्यांच्यावरचा बर्फ पडतो. मग तो लोकरीचा कोट काढतो नि झाडतो नि आणखी बर्फ पाडतो. मग पुन्हा तो बूट आपटतो नि खोलीत येतो. मग तुम्ही त्याच्याकडे पाहता नि तो मूर्ख असल्याचं कळतं. हा हिवाळी मूर्ख झाला. आता उन्हाळी– हा मूर्ख रस्त्यातून हातवारे करीत माना हालवीत चाललेला असतो नि दोनशे वावांच्या अंतरावरूनही कुणालाही सांगता येतं हा मूर्ख आहे. हा उन्हाळी मूर्ख. आपला अर्थशास्त्रज्ञ हिवाळी मूर्ख आहे.''

''पण इथं लोकांचा त्याच्यावर विश्वास का आहे?'' रॉबर्ट जॉर्डननं विचारलं.

''त्याच्या चेहऱ्यामुळे,'' कारकोव म्हणाला, ''त्याचा सुंदर कटवाल्याचा चेहरा! जिथं आपल्यावर अतिशय विश्वास आहे नि आपण महत्त्वाचे धरले जातो अशा ठिकाणाहून आपण आलो आहोत, असं भासवण्याची त्याची क्लृप्ती,'' तो हसला. ''ही क्लृप्ती यशस्वी करायला त्याला फार प्रवास करावा लागतो. तुम्हाला स्पॅनिश लोक कसे विचित्र आहेत, ठाऊकच आहे,'' कारकोव म्हणाला. ''इथं सरकारजवळ पुष्कळ पैसा आला आहे. सोनंच खूप. आपल्या मित्राला हे लोक काही देणार नाहीत. तुम्ही मित्र आहात? ठीक आहे! तुम्ही सारं फुकट करावं. त्याबद्दल काही मागू नये. पण एखादी बडी कंपनी किंवा ज्या देशावर वजन पाडायला हवाय अशा मित्र नसलेल्याही देशाचे प्रतिनिधी– अशा लोकांना ते खूप देतात. नीट पहिलं की, या प्रकाराची गंमत वाटते.''

''मलाही ते पसंत नाही. बरं, तो पैसाही कुणाचा? स्पॅनिश जनतेचा.''

''तुमच्या बरं वाटण्याचा प्रश्न नाही. समजून घेण्याचा आहे,'' कारकोव त्याला म्हणाला होता. ''आपली भेट झाली की, मी तुला थोडेथोडे धडे देतो. म्हणजे सहज

जाताजाता तुमचं शिक्षण पुरं होईल. प्रोफेसराला शिकवणं गमतीचं ठरेल!''

''मी परत गेलो की प्रोफेसर राहीन की नाही, कुणास ठाऊक? मला 'लाल' धरून ते हाकलतीलच बहुधा.''

''कदाचित तुम्हाला सोव्हिएट युनियनला जाता येईल नि शिक्षण चालू ठेवता येईल. तसंच करणं सोयीचं होईल तुम्हाला.''

''माझं क्षेत्र स्पॅनिश आहे.''

''स्पॅनिश भाषा असलेले पुष्कळ देश आहेत,'' कारकोव म्हणाला होता. ''काही करायचं असलं तर स्पेनसारखं तिथं जड जाणार नाही. शिवाय एक लक्षात घ्या. जवळजवळ नऊ महिने आता तुम्ही प्राध्यापक नाही. या नऊ महिन्यांत एखादा नवीन उद्योगही तुम्ही शिकून गेला असाल. तुम्ही डायलेक्टिक्स किती वाचलाय?''

''एमिल बर्न्सनं संपादित केलेलं मार्क्सिस्ट हॅन्डबुक मी वाचलंय. बस् इतकंच.''

''तुम्ही ते सगळं वाचलं असलं, तर काही कमी नाही. पंधराशे पानं आहेत त्याची नि प्रत्येक पानावर काहीतरी वेळ द्यावाच लागला असेल. पण दुसऱ्याही काही गोष्टी तुमच्या वाचनात यायला हव्यात.''

''वाचायला वेळ नाही आता.''

''मला ठाऊक आहे,'' कारकोव म्हणाला होता, ''माझं म्हणणं सहज जाताजाता वाचावं. भोवती घडणाऱ्या गोष्टी कळण्यासाठी वाचायला हवं. आज घडतंय त्यातून एखादं पुस्तक बाहेर येणं आवश्यक आहे. कळायला हव्या असलेल्या पुष्कळ गोष्टी ते सांगेल. मीच ते लिहीन कदाचित. ते लिहिणारा मीच निघेन असं वाटतं.''

''तुमच्याहून ते चांगलं लिहील असा माझ्या माहितीत नाही.''

''चढवू नका मला,'' कारकोव म्हणाला होता, ''मी आपला पत्रकार आहे. पण सगळ्या पत्रकारांप्रमाणे मलाही लिहावंसं वाटतं. सध्या काल्वो सेटोलोवर मी काम करतोय. तो एक चांगला फॅसिस्ट होता. जातिवंत फॅसिस्ट. फ्रँको किंवा दुसरे काय, खरे फॅसिस्ट नाहीत. सेटोलोचे लेख नि भाषणं यांचा मी अभ्यास करीत आलो आहे. तो अतिशय बुद्धिवान होता. त्याचा वधही फार डोक्यानं झाला.''

''मला वाटलं होतं, तुमचा राजकीय हत्येवर विश्वास नाही.''

''सगळीकडेच ती चालते,'' कारकोव म्हणाला होता, ''अगदी सगळीकडे.''

''पण–''

''माझा व्यक्तिगत दहशतवादावर विश्वास नाही,'' कारकोव हसला होता. ''म्हणजे गुन्हेगारी प्रवृत्तीच्या दशतवाद्यांवर नि प्रतिक्रांतिकारी संघटनांवर. बुखेरीनवादी विध्वंसक, खुनशी लांडग्यांच्या दुष्ट दुतोंडीपणाचा आम्ही तिटकारा करतो. तसंच, झिनोनेव, कामेनेव, रायकोव नि त्यांचे हुजरे यांच्यासारख्या मानवतेचा गदळाचा आम्ही तिटकारा करतो. असल्या मूर्तिमंत सैतानांचा आम्हाला तिटकारा नि किळसही आहे.''

तो पुन्हा हसला. ''तरी मला वाटतं, राजकीय वध सगळीकडेच आहेत.''

''म्हणजे– तुमचं म्हणणं–''

''माझं म्हणणं काही नाही. पण असले जातिवंत हैवान नि मानव्यात घाण असलेली विश्वासघातकी सेनापतींची कुत्री आम्ही मारतो किंवा त्यांचा आम्ही नाश करतो, हे नक्की. ठेवलेल्या भरवशाचा घात करणाऱ्या सेनापतींनाही आम्ही नष्ट करतो. आम्ही त्यांचा नाश करतो, त्यांच्यावर मारेकरी घालीत नाही. फरक लक्षात आला का?''

''अस्सं!'' रॉबर्ट जॉर्डन म्हणाला होता.

''मी कधीकधी थट्टाही करतो. थट्टेतसुद्धा थट्टा करणं किती धोक्याचं आहे, हे तुम्हाला ठाऊकच आहे. ठीक. मी थट्टा करतो म्हणून तुम्ही समजाल की, आता अधिकारावर असलेल्या काही सेनापतींना गोळ्या घालून मारलं नाही, याबद्दल स्पॅनिश लोकांना पश्चात्ताप करावा लागणार नाही. तरी मला गोळ्या घालणं आवडत नाही. लक्षात घ्या!''

''गोळ्यांना माझी हरकत नाही,'' रॉबर्ट जॉर्डन म्हणाला होता, ''मला तसलं काही आवडत नसलं, तरी आता त्याला माझी हरकत नाही.''

''मला ठाऊक आहे,'' कारकोव म्हणाला होता, ''मला सांगितलंय ते.''

''काही विशेष वाटतं त्यात?'' रॉबर्ट जॉर्डन म्हणाला, ''मी खरं ते सांगत होतो.''

''वाईट आहे तुमचं,'' कारकोव म्हणाला होता, ''पण तुमच्यासारखं 'खरं सांगतो' म्हणण्यानंच काहींना विश्वासार्ह धरलं जातं. खरं म्हणजे कुणालाही विश्वासार्ह धरण्यापूर्वी फार काळ जाऊ द्यावा लागेल.''

''माझी खात्री वाटते का?''

''तुमच्या कामापुरते तुम्ही विश्वासाचे धरले जाता. तुमचं मन बघायला मला कधीमधी तुमच्याशी बोलायला लागेल. आपण गंभीरपणे कधी बोलत नसतो, हे वाईट आहे.''

''युद्ध चालू आहे तोपर्यंत माझं मन टांगतं राहणार आहे.'' रॉबर्ट जॉर्डन म्हणाला होता.

''मग तुझी ही अवस्था बहुधा फार काळ राहणार नाही. तरी जरा अभ्यास वाढवण्याकडे लक्ष द्या.''

''मी मुंडो ऑब्रेरो वाचतो,'' रॉबर्ट जॉर्डननं त्याला सांगितलं होतं. नि कारकोव म्हणाला होता, ''अच्छा! अच्छा! ठीक! थट्टा कळते मला. पण मुंडो ऑब्रेरोत काही डोक्याच्या गोष्टी आहेत. या लढाईवर लिहिलं गेलेलं एक डोक्याचं पुस्तक आहे ते.''

“होय,” रॉबर्ट जॉर्डन म्हणाला होता. “माझं एकमत आहे. पण जे घडलंय त्याचं संपूर्ण चित्र कळायला केवळ पार्टीचं मुखपत्र वाचून चालायचं नाही.”

“नाही,” कारकोव म्हणाला होता, “पण वीस पानं वाचूनही असं संपूर्ण चित्र मिळणार नाही. नि एवढं करूनही तुम्हाला संपूर्ण चित्र मिळालंच तर त्याचं तुम्ही काय करणार, मला समजत नाही. असं चित्र सतत माझ्या डोळ्यांपुढे असतं. नि मी ते विसरण्याचा यत्न करतो.”

“इतकं का ते वाईट आहे?”

“तसं होतं, त्याहून बरं आहे आता. काही वाईट गोष्टींमधून आम्ही सुटत आहोत. पण एकंदरीत वाईटच आहे. हल्ली आपण एक मोठं सैन्य उभारीत आहोत. त्यातले मॉडेस्टो, एल् कॉम्पोसिनो, लिस्टर, ड्युरान यांसारखे काही विश्वासाचे आहेत. त्याहूनही ते अधिक आहेत. ते विलक्षणच आहेत. तुम्ही पाहालच. त्यांची भूमिका बदलत आहे हे खरं असलं, तरी विलक्षण आहेत. पण वाईट नि चांगलं मिळून झालेलं सैन्य कधीही विजयी होणार नाही. सर्वांना एका विशिष्ट राजकीय पातळीवर आणायला हवं. आपण का लढतो हे कळायला हवं. ते महत्त्वाचं. आपण लढतो त्या लढाईवर त्यांचा विश्वास हवा. सर्वांनी शिस्त मानली पाहिजे. सक्तीच्या सैन्यात शिस्त बाणावी लागते. ती बाणून द्यायला अवधी न देता आपण घाईनं मोठं सक्तीचं सैन्य उभारीत आहोत. सक्तीच्या सैन्याला जी शिस्त हवी, ती मात्र नाही. वरून गोळ्या जात असताही त्यांनी डगमगता कामा नये. आपण आपल्या सैन्याला लोकसैन्य म्हणतो; पण सक्तीच्या सैन्याला लागणारी कडक शिस्त त्यात असणार नाही. पाहालंच तुम्ही. हे सारंच धोक्याचं आहे.”

“आज तुम्ही फारसे खुशीत नाही?”

“नाही,” कारकोव म्हणाला होता, “मी आताच व्हॅलेन्सियाहून आलोय. तिथं पुष्कळांना मी भेटलो. व्हॅलेन्सियाहून आल्यावर कुणी खुशीत राहत नाही. माद्रिदमध्ये कसं छान मोकळं वाटतं! यशाची खात्री वाटते. व्हॅलेन्सियाचं निराळं आहे. माद्रिदहून पळालेले भ्याड तिथं राज्य करताहेत. नोकरशाहीच्या घाणीत ते खुशीनं पहुडले आहेत. माद्रिदच्या लोकांचा ते तिरस्कार करतात. आज सैन्याचा मोदीखाना कमकुवत व्हावा, ही त्यांचीच विकृती आहे. नि बार्सिलोना? बार्सिलोना पाहावंच तुम्ही.”

“तिथं काय आहे?”

“तिथं अजून सारं विदूषकघरच आहे. आरंभी तो चक्रमांचा नि रोमँटिक क्रांतिकारकांचा स्वर्गच होता. आता तो नकली सैनिकांचा स्वर्ग आहे. त्यांना गणवेश घालायला हवा. छाती पुढे काढून चालायला हवं. मोठ्या गप्पा हव्यात नि काळेतांबडे मफलर गुंडाळायला हवेत. युद्धातलं हे असलं त्यांना प्रिय! फक्त लढणं आवडत नाही. व्हॅलेन्सियात ओकारीच येते. बार्सिलोनात हसू येतं.”

“पी.ओ.यू.एम.च्या उठावाचं ते काय?”

''पी.ओ.यू.एम. कधीच कामाला लागलं नाही. चक्रमांचं नि उनाडांचं ते पाखंडच होतं. खरं पाहता त्यांचं पोरकटच होतं सगळं. काही वाट चुकलेले प्रामाणिक त्यात होते. एक बऱ्या डोक्याचा त्यांच्यात होता. फॅसिस्ट पैसा होता. फार नव्हता. बिचारे पी.ओ.यू.एम.! अगदी मूर्ख लोक होते ते.''

''पण उठावात फार मेले का?''

''नंतर गोळ्या घालून मारले गेले किंवा जातील, तितके तेव्हा मेले नाहीत. पी.ओ.यू.एम. नावासारखेच आहेत ते. गमत्ये! त्यांना एम.यू.एम.पी.एस. (गालगुंड) असं नाव होतं. किंवा एम.ई.एस.एल.ई.एस. (देवी) असंही चाललं असतं. पण नाही. देवीच्या नावात फार धोका. देवीचा डोळ्यांवर नि कानांवर फार परिणाम होतो. तुम्हाला त्यांनी केलेला एक कट ठाऊक आहे?– मला, वॉल्टरला, मॉडेस्टोला नि प्रियेतोला मारण्याचा किती घोटाळा करावा तेव्हा त्यांनी? तरी बरं, आम्ही एकसारखे एक नाही. बिचारे पी.ओ.यू.एम.! आम्ही कुणालाच त्यांनी कधी मारलं नाही. कुठं कुणाला मारलं नाही. युद्धाच्या आघाडीवर मारलं नाही. कुठंच नाही. बार्सिलोनात त्यांनी थोडेसे मारले.''

''तुम्ही तिथं होता तेव्हा?''

''होय. त्या खुनी ट्रॉटस्काइटांच्या बदनाम संघटनेच्या हलकटपणाबद्दल नि त्यांच्या फॅसिस्ट मनोवृत्तीबद्दल एक निषेधपर तार मी धाडली आहे. पण आपल्यातच बोलायचं, तर त्यात एवढं मनावर घेण्यासारखं काही नाही या पी.ओ.यू.एम.चं! त्यांच्याकडे एकच माणूस– नीन्. आम्ही कैद केला होता त्याला. पण सुटला.''

''कुठं आहे तो हल्ली?''

''पॅरिसमध्ये. आम्ही सांगत असतो पॅरिसमध्ये आहे म्हणून. तसा माणूस छान होता तो, त्याचं राजकीय स्खलन सोडलं तर.''

''पण फॅसिस्टांशी त्याचे संबंध होते. खरं ना?''

''कुणाचे नव्हते?''

''आपले नाहीत.''

''कुणास ठाऊक? तशी आशा करायची. तुम्ही नेहमी त्यांच्या पिछाडीला जाता,'' तो हसला. ''पॅरिसमधील रिपब्लिकन अॅम्बसीच्या सेक्रेटरींपैकी एकाच्या भावानं, गेल्या आठवड्यात बर्गोच्या लोकांना भेटायला सेंट जीन द लीझची फेरी केली.''

''मला आघाडीच आवडते,'' रॉबर्ट जॉर्डन म्हणाला होता, ''जितके आघाडीजवळ यावं तितके लोक चांगले.''

''फॅसिस्ट आघाडीच्या मागे कसं असतं?''

''छान! तिथं आपली चांगली मंडळी आहेत.''

''अच्छा! मग आमच्याही आघाडीमागे त्यांची चांगली मंडळी असली पाहिजेत.

बरोबर आहे ना? आपण त्यांचे हेर शोधून मारतो. ते आपले शोधून मारतात. जेव्हा तुम्ही त्यांच्या हद्दीत जाता, तेव्हा आपल्या हद्दीत त्यांचे किती लोक असतील, याचा विचार तुम्ही नेहमी केला पाहिजे.''

''तो विचार केलाय मी.''

''ठीक,'' कारकोव म्हणाला होता, ''आजच्यापुरतं तुझ्या डोक्याला पुरेसं खाद्य झालंय. भांड्यात राहिलेली बिअर पिऊन टाक नि पळ इथून. मला लोकांना भेटायला वरच्या मजल्यावर जायचं आहे. वरचे लोक! पुन्हा ये मला भेटायला लवकर.''

'होय,' रॉबर्ट जॉर्डनच्या मनात आलं. 'आपण गेलॉर्ड्समध्ये खूपच शिकलो. कारकोवनं आपण लिहून प्रसिद्ध केलेलं एकुलतं एक पुस्तक वाचलेलं होतं. पुस्तक यशस्वी ठरलं नव्हतं. ते सारं दोनशे पानांचं होतं नि दोन हजार लोकांनी ते वाचलं असेल की नाही, शंकाच होती. स्पेनमधून पायी, तिसऱ्या वर्गाच्या डब्यातून, बसनं, घोड्यावरून, खेचरावरून नि ट्रकमधून आपण स्पेनभर हिंडलो त्या वेळी दिसलेलं आपण त्यात टिपलं होतं. बास्क प्रदेश, नावरे, आरगॉन, गॅलिशिया, दोन्ही कॅस्टाइल्स नि एस्त्रामादुरा एवढ्याची आपल्याला चांगली माहिती झाली. बारो फोर्ड नि इतरांनी इतकी चांगली पुस्तकं लिहिली होती यावर की, आपणास फारच थोडी भर घालता आली. पण कारकोव मात्र आपल्या पुस्तकाला चांगलं म्हणाला होता.

''मी तुम्हाला म्हणून त्रास देतो,'' तो म्हणाला होता, ''तुम्ही प्रामाणिकपणानं लिहिता– असं क्वचित आढळतं. म्हणून तुम्हाला आणखी ज्ञान व्हावं, असं मला वाटतं.''

'ठीक! या युद्धातून मोकळं झाल्यावर आपण एक पुस्तक लिहू. खरोखरीच आपल्याला ज्याची माहिती आहे तेच लिहू– जे कळलं ते लिहू. पण या गोष्टी लिहायच्या म्हणजे याहून अधिक चांगलं लिहिता यायला पाहिजे,' त्याच्या मनात आलं. 'ज्या गोष्टी या युद्धात आपणास कळल्या, त्या इतक्या साध्या नाहीत.'

११

“इथं बसून काय करता तुम्ही?” मेरियानं त्याला विचारलं. ती त्याच्या शेजारीच जवळ उभी होती. त्यानं आपलं तोंड वळवलं, तिच्याकडे पाहिलं नि तो हसला.

“काही नाही,” तो म्हणाला, “मी आपला विचार करीत होतो.”

“कशाचा? पुलाचा?”

“नाही. पुलाचा विचार संपला. मी तुझा नि माद्रिदमधल्या एका हॉटेलचा विचार करीत होतो. तिथले काही रशियन माझ्या ओळखीचे आहेत. शिवाय कधीकाळी मला एक पुस्तक लिहायचं आहे, त्याचाही विचार करीत होतो.”

“माद्रिदमध्ये पुष्कळ रशियन आहेत?”

“नाही. थोडेसे आहेत.”

“पण फॅसिस्ट वर्तमानपत्रांतून तर तिथं शेकडो, हजारो रशियन असल्याचं येतं.”

“ते खोटं लिहितात. फार थोडे आहेत रशियन.”

“तुम्हाला रशियन आवडतात? इथं पूर्वी आला होता तो रशियनच होता.”

“तुला आवडला होता तो?”

“हो. मी तेव्हा आजारी होते. मला वाटतं, तो फार शूर नि सुंदर होता.”

“सुंदर म्हणे! काहीतरी बोलतेस,” पिलर म्हणाली, “त्याचं नाक तळहातासारखं सपाट होतं. नि मेंढीच्या पुठ्ठ्यासारखी त्याच्या गालांची हाडं रुंद होती.”

“तो माझा चांगला मित्र नि कॉम्रेड होता,” रॉबर्ड जॉर्डन मेरियाला म्हणाला, “मला त्याच्याबद्दल अतिशय वाटायचं.”

“नक्कीच,” पिलर म्हणाली, “पण तूच त्याला गोळी घातलीस.”

तिनं हे वाक्य म्हणताच टेबलावर खेळणारे वर पाहू लागले. पाब्लोनं रॉबर्ट जॉर्डनकडे टक लावली. कुणी काही बोललं नाही. तेव्हा रॅफेलनं– जिप्सीनं– विचारलं, “हे खरं का, रॉबर्टो?”

“होय!” रॉबर्ट जॉर्डन म्हणाला, पिलरनं हा विषय काढायला नको होता नि आपणही एल् सोर्दोला तो प्रसंग सांगायला नको होता, असं त्याला वाटलं. तो

म्हणाला, ''त्यानं विनवलं म्हणूनच ते केलं मी. त्याला जबर दुखापत झाली होती.''

''तो आमच्यात होता तेव्हा सदा असं काही होणार, असं म्हणायचा. तू केलंस तसंच करायचं वचन मी त्याला किती वेळा दिलं असेल. काय चमत्कारिक माणूस–'' मान हलवीत जिप्सी पुन्हा म्हणाला.

''चमत्कारिकच माणूस होता तो,'' प्रिमितोवो म्हणाला, ''अगदी निराळा.''

''बघा!'' दोघा भावांतला अँड्रीज म्हणाला, ''तुम्ही प्राध्यापक वगैरे आहात. आपल्याला पुढे काय होईल हे एखाद्याला कळतं, यावर तुमचा विश्वास आहे?''

''पुढचं कुणाला कळत नाही, असं मला वाटतं,'' रॉबर्ट जॉर्डन म्हणाला. पाब्लो विचित्रपणे त्याच्याकडे पाहत होता. तोंडावर शून्य भाव ठेवून पिलर त्याच्याकडे बघत होती.

''या रशियन कॉम्रेडच्या बाबतीत एक गोष्ट होती. फार काळ आघाडीवर असल्याचा त्याच्यावर परिणाम झाला होता. इरनला तो लढला. तिथं कशी वाईट स्थिती होती, तुम्हाला ठाऊकच आहे. फारच वाईट. नंतर तो उत्तरेत लढला. आघाडीमागे काम करण्यासाठी पहिले गट बनवले तेव्हापासून त्यानं इथं, एस्त्रेमादुरात नि आंदाल्युसियात काम केलं. मला वाटतं तो अतिशय कंटाळला होता. नर्व्हसही होता. काहीतरी भेसूर कल्पनाही करीत होता.''

''त्यानं नक्की खूपच वाईट गोष्टी पाहिल्या असतील,'' फेरनॅन्डो म्हणाला.

''सगळं जग पाहतं तशाच,'' अँड्रीज म्हणाला, ''पण इंग्लिशा, माझं ऐक जरा. आपल्या भविष्यात असं होणार आहे, हे कळणारा माणूस असणं शक्य आहे.''

''नाही,'' रॉबर्ट जॉर्डन म्हणाला, ''ती वेडगळ समूजत आहे. तो अडाणीपणा आहे.''

''पुढे सांग,'' पिलर म्हणाली, ''प्रोफेसरांची मतं ऐकू या आपण.'' एखाद्या मागासलेल्या मुलाशी बोलावं तशी ती बोलली.

''मला वाटतं भीतीमुळे वाईट स्वप्नं पडतात,'' रॉबर्ट जॉर्डन म्हणाला, ''दुश्चिन्हं पाहणं–''

''उदाहरणार्थ, आजची विमानं,'' प्रिमितोवो म्हणाला.

''किंवा तुझं आगमन,'' पाब्लो हळूच म्हणाला.

रॉबर्ट जॉर्डननं टेबलावरून त्याच्याकडे पाहिलं. चिडवण्यासाठी पाब्लो हे म्हणाला नव्हता. विचार बोलून दाखववावा तसं तो बोलत आहे, हे त्याच्या ध्यानात आलं. तो पुढे म्हणाला, ''दुश्चिन्हं दिसली की, भित्रा माणूस 'शेवट आला' अशी कल्पना करून घेतो. दैवी शक्तीमुळे ती कल्पना येते, असं त्याला वाटतं.'' रॉबर्ट जॉर्डन शेवटी म्हणाला, ''यापेक्षा त्या प्रकारात काही विशेष आहे, असं मला वाटत

नाही. जादूटोणा, मणी, माळा किंवा आधिदैविक गोष्टी यांवर माझा विश्वास नाही.''

''पण त्या विचित्र नावाच्या माणसाला आपल्या नशिबात काय आहे, हे स्पष्ट दिसलं होतं,'' जिप्सी म्हणाला, ''नि तसंच झालं शेवटी.''

''त्याला काही दिसलं नाही,'' रॉबर्ट जॉर्डन म्हणाला, ''असं काही होईल, या भीतीखाली तो होता. ती त्याची विकृती झाली होती. त्याला पुढचं दिसलं, असं कुणी म्हणू नये.''

''मीही?'' पिलरनं विचारलं. मग चुलीतली राख उचलून तिनं तळहातावर घेतली नि फुंकरीनं उडवली. ''मीसुद्धा म्हणायचं नाही?''

''नाही. जादूटोणे, चमत्कार, जिप्सीगिरी सगळं धरूनही म्हणू नको.''

''तू बहिरा बनला आहेस. कान झाकून घेतले आहेस या गोष्टींना,'' पिलर म्हणाली. मेणबत्तीच्या उजेडात तिचा मोठाड चेहरा कठोर रुंदट दिसत होता. ''तू काही मूर्ख नाहीस. फक्त कान झाकलेले आहेस. बहिऱ्याला गाणं ऐकू येत नाही. रेडिओ ऐकू येत नसल्यानं तो म्हणेल, असली वस्तूच नाही. लोखंडानं लासावं तसं त्या विचित्र नावाच्या माणसाचं मरण मला त्याच्या तोंडावर दिसलं होतं.''

''तुम्हाला काही दिसलं नव्हतं,'' रॉबर्ट जॉर्डन हट्टानं म्हणाला, ''तू काय पाहिलंस तर भीती व अंदेशा! तो ज्या प्रसंगांतून गेला, त्यामुळे भीती उत्पन्न झाली होती. नि वाईट होण्याच्या कल्पनेतून अंदेशा आला होता.''

''काहीतरीच,'' पिलर म्हणाली, ''त्याच्या खांद्यावर कुणी बसावं असा मला तिथं मृत्यू दिसला. त्याला मृत्यूचा वासही येत होता. आणखी काय सांगू?''

''मृत्यूचा वास?'' रॉबर्ट जॉर्डन खवचटपणे म्हणाला, ''भीतीचा असेल एखादवेळी. भीतीला एक वास असतो.''

''मृत्यूचा,'' पिलर म्हणाली, ''ऐक! ब्लँकेटची गोष्ट ऐका! आतापर्यंत झालेल्या पिओन द ब्रेगात ब्लँकेट हा सर्वश्रेष्ठ होता. तो ग्रॅनेरोच्या हाताखाली काम करीत होता. त्यानंच मला सांगितलं की, ज्या दिवशी मॅनोला ग्रॅनोरोला मरण आलं, त्या दिवशी रिंगणाकडे जाताना ते वाटेतल्या एका देवळात गेले होते. त्या वेळी मॅनोलोला मृत्यूचा एवढा घमघमाट सुटला होता की, ब्लँकेटला तर मळमळू लागलं. तरी बरं की रिंगणाकडे निघण्यापूर्वी मॅनोलोनं उतरलेल्या हॉटेलात अंघोळ केली होती नि कपडे चढवले होते, तेव्हा तो त्याच्याजवळच होता. त्या वेळी काही वास नव्हता. तसंच नंतर मोटारीत दाटीवाटीनं बसून बैलांच्या रिंगणाकडे ते निघाले, तेव्हाही नव्हता. एवढंच नव्हे तर तो वासही वॉन म्युईस दि ला रोजा याच्याशिवाय देवळात दुसऱ्या कुणाला येत नव्हता. मार्सिदलला किंवा चिक्यूक्लोला तेव्हाही वास आला नाही. किंवा नंतर ते पॅसिओसाठी रांगेनं उभे राहिले, तेव्हाही आला नाही. पण वॉन म्युईस मात्र पांढरा फिकट पडला होता. ब्लँकेटनेच मला सांगितलं. ब्लँकेट वॉन

म्युईसला म्हणाला, ‘तुलाही येतोय वास?’

“असातसा नाही. माझा श्वास गुदमरतोय,” वॉन म्युईस त्याला म्हणाला, ‘तुझ्या मातादोरचाच आहे तो.’

‘त्याला कोण काय करणार?’ वॉन म्युईस म्हणाला, ‘आपलं चुकतंही असेल, एखादवेळी.’

‘दुसऱ्यांना येतोय का?’ वॉन म्युईसनं ब्लँकेटला विचारलं.

‘छे!’ ब्लँकेट म्हणाला, ‘मुळीच नाही. पण याला मात्र भयंकर घाण येते. जोस एन तालवेरापेक्षा जास्त.’

“त्याच दुपारी व्हेराग्वाच्या रँचच्या पोकापेना नावाच्या बैलानं मॅनोला ग्रॅनेरोला उडवलं. माद्रिदच्या प्लाझा द तोरोमधल्या दुसऱ्या रांगेतील समोरच्या कुंपणांच्या फळ्यावर त्याला उडवलं. मी फिनिटोबरोबर तिथं होते. मी सारं पाहिलं. बैलानं त्याला फेकलं होतं त्या कुंपणाच्या मुळातच त्याचं डोकं अडकून बसलं होतं. शिंगांनी कवटीचा निकाल लागला होता.”

“पण तुला कसला वास आला नाही?”

“नाही,” पिलर म्हणाली, “मी फार दूर होते. मी तिसऱ्या गॅलरीत सातव्या रांगेत होते. मला मजेदार कोपरा मिळाला होता. त्या कोपऱ्यातून घडलेलं सारं मला दिसत होतं. त्याच रात्री जोसेफच्या हाताखाली असलेल्या ब्लँकेटनं फोर्नोस इथं हे सगळं फिनिटोला सांगितलं. हा जोसिलीटोही मारला गेला. फिनिटोनं वॉन लुईस दला रोजला विचारलं, पण तो त्यासंबंधी बोलायला तयारच होईना. त्यानं सारं खरं असल्याची मान हलवली. या बोलण्याच्या वेळी मी हजर होते, इंग्लिशा! म्हणूनच चिक्येलो, मार्सियल, लालंदा, त्यांचा सगळा कंपू पिकॅडोर्स व्हॉन ल्युईसचे सारे सभ्य नि मॅनोला ग्रेनोरो या सगळ्यांना त्या दिवशी त्याचं जसं काही कळलं नाही, तसंच तुला काही गोष्टींचं कळत नाही, असंच म्हटलं पाहिजे. पण व्हॉन ल्युईस नि ब्लँकेट यांनी कान झाकले नव्हते. मीही अशा गोष्टींना बहिरी नव्हते.”

“वास नाकाला असतो. तू बहिरी बहिरी का म्हणतेस वास न येण्याला?”

“इंग्लिशाऐवजी तूच प्राध्यापक शोभशील,” पिलर म्हणाली, “दुसऱ्या गोष्टी माझ्याजवळ आहेत सांगायला, इंग्लिशा! तेव्हा, आपल्याला दिसत नाही किंवा कळत नाही, त्याबद्दल बोलत जाऊ नये. कुत्र्याला ऐकू येतं, ते तुला ऐकू येतं का? किंवा त्याला वास येतात, ते तुला येतात का? माणसाला वाटेल ते होऊ शकते, याचा अनुभव तुला आहेच.”

मेरियानं रॉबर्ट जॉर्डनच्या खांद्यावर हात ठेवला नि तिथंच राहू दिला. त्याच्या झट्‌कन मनात आलं, ‘चला! पुरे झाला हा वितंडवाद. आपल्याला वेळ आहे त्याचा फायदा घेतला पाहिजे. पण फार लवकर होतंय अजून. अजून संध्याकाळ जायचीय.’

हे सगळं डोक्यात येऊन तो पाब्लोला म्हणाला, "ए, तुझा विश्वास आहे का जादूटोण्यावर?"

"मला समजत नाही त्यातलं," पाब्लो म्हणाला, "माझं मत बरंचसं तुझ्यासारखं आहे. कुठलीही दैवी गोष्ट माझ्या आयुष्यात घडलेली नाही. भीती मात्र पुष्कळदा वाटते. तरी मला वाटतं की, पिलरला हातावरून भविष्य सांगता येतं; तिनं खोटं सांगितलं नाही तर! तिला मृत्यूचा वास आला, हेही खरं असेल कदाचित."

"मी खोटं का सांगावं?" पिलर म्हणाली, "माझ्या मनाचं मी सांगत नाही. हा ब्लँकेट गृहस्थ वृत्तीनं अत्यंत गंभीर नि श्रद्धाळू होता. तो काही जिप्सी नव्हता. तो व्हॅलेन्सियाचा सरंजामदार होता. त्याला कधी पाहिलेलं नाहीस तू?"

"होय," रॉबर्ट जॉर्डन म्हणाला, "त्याला खूपदा पाहिलाय मी. तो लहानसा पांढुरक्या तोंडाचा होता. बैलाशी झुंज घेताना त्याच्या केपाइतकं कौशल्य कुणाच्या केपात नव्हतं. सशासारखा तो चपळ होता."

"बरोबर!" पिलर म्हणाली, "हृदयाचा विकार असल्यानं त्याचं तोंड पांढुरकं होतं. जिप्सी म्हणत, मृत्यू त्याच्या पाठीशी नेहमी असे! पण टेबल झाडावं तसा तो आपल्या केपनं मृत्यूला नेहमी झटकीत असे. पण स्वतः जिप्सी नसूनही जेव्हा जोसेलो तलवेराला लढला तेव्हा त्याच्याशी त्याला मृत्यू उभा दिसला. पण ताडीच्या वासावर त्याला तो वास कसा आला, हेच मला कळत नाही. या प्रकाराबद्दल ब्लँकेट नंतर अशी काही मान टाकून बोलला! पण ज्यांच्याशी बोलला, ते तो कल्पनेचा खेळ आहे असं म्हणाले. ब्लँकेटला वास आला तो काखेतल्या घामाचा असावा. पण नंतर मानोलो ग्रानेरोचा प्रकार घडला. वॉन ल्युईस द ला रोजासुद्धा त्यात होता. वॉन ल्युईसला तशी फारशी प्रतिष्ठा नव्हतीच. पण स्वतःच्या बाबतीत तो हळवा होता. नि स्त्रियांना जिंकण्यात मोठा पटाईत होता. ब्लँकेट मात्र अतिशय गंभीर वृत्तीचा– फार शांत. खोटं सांगायला त्याला जमत नसे. मी सांगते ना, तुझ्या मित्राच्या पाठीशी मला मृत्यू उभा दिसला."

"माझा विश्वास नाही," रॉबर्ट जॉर्डन म्हणाला, "शिवाय तू म्हणतेस की, झुंजीच्या लगेच आधी आपल्याला ब्लँकेटच्या पाठीशी मृत्यू दिसला. तुमचं नि काश्किनचं गाडीचं काम यशस्वी पार पडलं होतं. त्या कामात तो मेला नाही. मग तुम्हाला मृत्यू दिसला कसा?"

"त्याचा संबंध दिसण्याशी नसतो," पिलरनं स्पष्टीकरण केलं. "इंग्नाशिओ सँचेज मोजीयाच्या शेवटच्या मोसमात ब्लँकेटला मरणाचा इतका वास येत होता की, उपाहारगृहात त्याच्याशेजारी बसण्याचं अनेकांनी टाळलं. सगळ्या जिप्सींना ते माहीत होतं."

"मरणानंतर असल्या गोष्टी निघतात," रॉबर्ट जॉर्डन म्हणाला, "सँचेज मोजीया

मरणाच्या वाटेवर आहे, हे प्रत्येकाला ठाऊक होतं. कारण बरेच दिवस त्याला झुंजीची सवय नव्हती. शिवाय त्याची झुंजीची पद्धत अवजड दगा देणारी होती. त्याची शक्ती नि पायातला चपळपणाही गेला होता. पूर्वीसारखा त्याच्यात तल्लखपणाही राहिला नव्हता.''

''नक्कीच!'' पिलर त्याला म्हणाली, ''हे सगळं खरं आहे. पण सगळ्या जिप्सींना त्याला मृत्यूचा वास येऊ लागलेलं कळत होतं. नि त्या वेळी जेव्हा जेव्हा तो व्हिलारोजमध्ये येई, तेव्हा तेव्हा रेकार्डो नि फिलीप गोंझेलेझसारखे बारच्या मागच्या दरवाजानं हळूच सटकत.''

''ते देणं लागत असावेत त्याचं,'' रॉबर्ट जॉर्डन म्हणाला.

''तसंही असेल,'' पिलर म्हणाली, ''शक्य आहे. पण त्यांना मृत्यूचाही वास आला नि चांगला कळला.''

''इंग्लिशा, ती म्हणते ते खरं आहे,'' जिप्सी म्हणाला, ''आमच्या लोकांना सर्वांना ते चांगलं ठाऊक आहे.''

''अशा कशावर माझा विश्वास नाही,'' रॉबर्ट जॉर्डन म्हणाला.

''ऐक इंग्लिशा!'' ॲन्सेल्मो म्हणाला. ''मी या असल्या जादूटोण्याच्या विरुद्ध आहे. पण पिलरची असल्या गोष्टीत चांगली गती असल्याबद्दल कीर्ती आहे.''

''कशाचा वास येतो?'' फेरनॅन्डोनं विचारलं, ''कशाचा वास असतो मृत्यूला? जर वास असला तर तो अमुक एक नक्की असायला हवा.''

''फेरनॅन्डो, हवाय का तुला कळायला?'' पिलर त्याच्याकडे पाहून हसली. ''तुला तो वास येईल असं वाटतं?''

''जर वासच असला तर इतरांप्रमाणं मलाही तो का येऊ नये?''

''का येऊ नये?'' पिलर त्याची गंमत करीत म्हणाली. तिनं आपले हात गुडघ्याभोवती ठेवले होते. ''तू कधी जहाजावर गेला आहेस फेरनॅन्डो?''

''नाही. माझी जायचीही इच्छा नाही.''

''मग तो वास कदाचित तुला कळायचाही नाही. त्या वासात वादळ असतं. नि पोर्टहोल्स बंद असल्यावर जहाजावर जो वास असतो, त्याचा अंश असतो. जहाज वादळात हेलकावे घेत असता स्क्रू घट्ट पिळून बंद केलेल्या पोर्टहोलशी तुमचं नाक न्या. खाली जहाजाची जमीन हलत असते नि पोट खोल जात असतं तेव्हा तिथं जो वास येतो, त्याचा अंश त्या वासात असतो.''

''मी जहाजावर कधी जाणार नसल्यानं तो ओळखता येणं कठीणच.'' फेरनॅन्डो म्हणाला.

''मी अनेकदा जहाजात बसले,'' पिलर म्हणाली, ''मेक्सिकोला नि व्हेनेझुआलाला जाताना.''

"उरलेला अंश कशाचा असतो?" रॉबर्ट जॉर्डननं विचारलं. पिलरनं त्याच्याकडे वेडावत पाहिलं. आपल्या सफरीची आठवण येऊन तिला अभिमान वाटला.

"ठीक इंग्लिशा! कळून घे. कळून घ्यायचं तर कळून घे. ठीक. जहाजाचं ऐकलंसच. आता माद्रिदच्या टेकडीखाली आपल्याला गेलं पाहिजे. तेसुद्धा अगदी सकाळी. पॉन्ते दि तालोदेकडे मेता दोरोला. जेव्हा मांझानेरेसकडून धुकं येतं, तेव्हा तिथं ओल्या पायवाटेवर उभं राहिलं पाहिजे. तिथं उभं राहून, पहाटेच मारलेल्या जनावराचं रक्त प्यायला गेलेल्या चेटकिणीची वाट पाहत राहिलं पाहिजे. मेटादोरोमधून अशी एखादी म्हातारी चेटकीण, आपली शाल गुंडाळून बाहेर आली की, इंग्लिशा, आपले हात तिच्याभोवती घट्ट दाबून धर. तिला स्वतःशी घट्ट आवळून तिचं ओठावर चुंबन घे. तिचा चेहरा फिकट असेल, डोळे खोल असतील, बीनमधील बियामधील मोड उगवतो, तसे ते तिच्या पांढऱ्या मेणचट तोंडावर दिसतील. तिच्या तोंडावरच्या मरणकळेत ते कोमेजलेले असतील. तिचं चुंबन घेताच वासाचा राहिलेला भाग तुला कळेल."

"यानं माझी भूक उडून गेली," जिप्सी म्हणाला. "मोडाचं काहीतरीच वाटतं ऐकायला."

"आणखी ऐकायचंय?" पिलर रॉबर्ट जॉर्डनला म्हणाली.

"जरूर," तो म्हणाला, "जर हे सारं कळून घेतल्याशिवाय वास कळत नसला, तर कळून घ्यायलाच हवं."

"मोडाचं ऐकून मला मळमळायला लागलं," जिप्सी म्हणाला, "म्हातारीलाच तो वास का यावा, पिलर? आपल्याला येत नाही तो."

"नाही," पिलर त्याला वेडावीत म्हणाली. "तरुण वयात एकदा किडकिडीत असलेली म्हातारी घे. किडकिडीत म्हणजे त्या पहिल्या वयातला तिच्या नवऱ्याला आवडणारा तिचा उन्नत भाग सोडायचा. तो उन्नत भाग सोडून– किडकिडीत– प्रत्येक जिप्सी जो उन्नत भाग आणखी उन्नत करीत चालते, तो उन्नत भाग सोडला."

"असलं बोलू नको," जिप्सी म्हणाला, "घाणेरडं बोलतेस अगदी."

"तुझ्या मनाला लागलं तर!" पिलर म्हणाली. "तू एखादी गिताना पाहिली आहेस? जिला दिवस राहिलेले नाहीत किंवा आताच दिवस राहिलेले आहेत अशी?"

"साली!"

"जाऊ दे!" पिलर म्हणाली. "बोलल्यावर मनाला लागत नाही असं कोण आहे? उतारवयात सर्वंच कुरूप होत असतात. त्याचं बारीकसारीक वर्णन करण्याची जरुरी नाही. पण अजून जर तो वास इंग्लिशाला कळून घ्यायचा असेल, तर त्यानं अगदी सकाळी मातादोराला गेलं पाहिजे."

"मी जाईन," रॉबर्ट जॉर्डन म्हणाला, "त्या म्हाताऱ्या जात असता मी त्यांचा पण वास घेईन; पण चुंबन घेणार नाही. त्या मोडांची रॅफेलप्रमाणंच मला भीती वाटते."

"एकीचं तरी घे," पिलर म्हणाली. "ज्ञान व्हायला हवं असेल तर एकीचं तरी घे इंग्लिशा! तो वास नाकात भरलेला असतो. शहराकडे नीघ. एखादी वाळलेल्या फुलांनी भरलेली कचऱ्याची पेटी तुला दिसली की, त्यात नाक खुपस नि खोल श्वास घे. तुझ्या नाकात जो आधीचा वास होता, त्यात तो मिसळू दे."

"केलं," रॉबर्ट जॉर्डन म्हणाला, "फुलं कोणती होती ती?"

"खिसँथेमम्स.'

"पुढे," रॉबर्ट जॉर्डन म्हणाला, "आला वास."

"मग–" पिलर म्हणाली, "तो दिवस हिवाळ्यातला, पावसाचा किंवा धुक्याचा किंवा निदान हिवाळ्याच्या आरंभीचा तरी असावा, हे लक्षात ठेव. तू शहरातून चालत राहा– कालदसालदवरून पुढे. वास येतील ते घेत जा. तिथं कासास द पुतास झाडण्याचं काम चालू असेल. घाण पाण्याच्या बरण्या ओतणं चालू असेल. हा फुकट प्रेमिकाचा वास, साबणपाण्याच्या नि सिगारेटच्या थोटकांसमोर अस्पष्टसा तुझ्या नाकात शिरत असता तू जार्दीन बोटॅनिकोकडे जा. तिथं, या वेळेनंतर घरातून आपला धंदा चालू ठेवता येत नाही, त्या पोरी तुला दिसतील. बागेच्या लोखंडी दरवाजाशी, लोखंडी तारांच्या कुंपणाशी, फुटपाथवर आपला धंदा करताना त्या दिसतील. तिथल्या झाडांच्या अंधारात नि लोखंडी कुंपणाशी पुरुषाला हवं ते त्या करत असतील. दहा आण्यांपासून रुपयापर्यंतच्या मोबदल्यात, जे महान कृत्य करायला आपण सारे जन्म घेतो, ते त्या करीत असतील. तिथं न खुडलेल्या, पुन्हा न लावलेल्या, मेलेल्या फुलझाडाच्या ताटव्यावर तुला एक पिशवी टाकलेली सापडेल. त्या पिशवीला ओल्या जमिनीचा, कोमेजून सुकलेल्या फुलांचा, नि रात्रीच्या कर्मांचा वास येईल. त्या पिशवीत सगळ्या वासांचा अर्क असेल– भाकड जमिनीचा, नि कोमेजलेल्या देठाचा नि नासलेल्या पाकळ्यांचा वास असेल. माणसाचे जन्ममृत्यू दोन्ही त्या वासात असतील. ती पिशवी गळ्यात बांधून तिचा वास पाहा."

"नाही."

"हो," पिलर म्हणाली, "ती पिशवी तू डोक्याभोवती बांधशील– त्यातून वास घेशील– मग खोल श्वास आत घेऊनही मागचे सगळे वास मेले नाहीत, तर आम्ही म्हणतो तो मृत्यूचा वास तुला येईल."

"ठीक आहे," रॉबर्ट जॉर्डन म्हणाला, "तुझं म्हणणं हेच ना की, काश्किन इथं असताना पुढच्या मृत्यूचा वास त्याला आला."

"वाहवा!" जिप्सी म्हणाला नि बाकीचे हसले.

“छान छान!” प्रिमितोवोनं पाठिंबा देत म्हटलं, “आता थोडा वेळतरी तिचं तोंड बंद राहील.”

“पण पिलर!” फेरनॅन्डो म्हणाला, “रॉबर्ट जॉर्डनसारख्या सुशिक्षित माणसानं तू सांगितलेल्या घाण गोष्टी कराव्या, असं का तुझं म्हणणं?”

“नाही,” पिलरनं कबूल केलं.

“तू सांगितलेलं ते सगळं ओकारी आणणारं आहे.”

“होय.” पिलरनं कबूल केलं.

“असल्या हलकट गोष्टी त्यानं कराव्या, असं तुझं म्हणणं आहे?”

“नाही. झोपायला जा आता– जातोस की नाही!” पिलर म्हणाली.

“पण पिलर–” फेरनॅन्डो पुढे बोलू लागला.

“ए, गप्प बस तू!” पिलर त्याला एकदम जोरानं म्हणाली, “मूर्खासारखं करू नको. नि मी पण बोललेलं कळत नाही, त्याला सांगण्याचा मूर्खपणा करणार नाही.”

“कबूल आहे. मला कळत नाही?” फेरनॅन्डोनं सुरुवात केली.

“तुला कबुलीजबाब नकोय नि समजून घेणे नकोय,” पिलर म्हणाली, “अजून बर्फ पडतंय का?”

रॉबर्ट जॉर्डन गुहेच्या तोंडाशी गेला. ब्लँकेट वर करून त्यानं बाहेर पाहिलं. बाहेर रात्र स्वच्छ गार होती. बर्फही पडत नव्हतं. त्यानं काड्यांच्या बुंध्यातून पलीकडे पाहिलं. पलीकडे बर्फाचा पांढरटपणा पसरला होता. झाडातून वर पाहिल्यावर आकाश स्वच्छ दिसत होतं. श्वास घेताना हवेचा तीक्ष्ण गारठा त्याच्या फुप्फुसांना कळत होता.

“एलसोदानं आज घोडे चोरले तर खूप खुणा ठेवीत जाईल तो–” त्याच्या मनात आलं.

ब्लँकेट खाली सोडून तो धुरकट गुहेत परत आला, “सगळं स्वच्छ आहे,” तो म्हणाला. “वादळ संपलं.”

२०

आता रात्री स्वस्थ पडून तो मेरियाची वाट पाहत होता. वारा पडला होता. अंधारात देवदार स्तब्ध उभे होते. जमिनीवर सर्वत्र पडलेल्या बर्फातून झाडांचे बुंधे वर फुटले होते. आपल्या झोपण्याच्या घोळीतल्या, स्वतःच घातलेल्या अंथरुणाचा सळसळीतपणा अनुभवीत तो पडला होता. त्यानं घोळीच्या उबेत पाय ताठ केले होते. डोक्याला झोंबरी थंड हवा लागत होती. श्वास घेताना ती नाकात झोंबत होती. तो कुशीवर निजला होता. उशाला बूट गुंडाळलेल्या कपड्यांची गुंडाळी होती. झोपायच्या वेळी अंगावरचे कपडे काढताना म्यानातून आपलं मोठं ऑटोमॅटिक पिस्तूल त्यानं काढून ठेवलं होतं. ते साखळीनं मनगटाला बांधलं होतं. पिस्तुलाचा थंड स्पर्श त्याच्या अंगाला कळत होता. अंगाखालचं पिस्तूल त्यानं बाजूला केलं. घोळीत आणखी खोल घुसमटला नि पलीकडचे गुहेच्या तोंडाशी असलेले काळे उघडे फत्तर पाहू लागला. आकाश स्वच्छ होतं. बर्फामुळे त्याचा उजेड झाडांचे बुंधे नि खडकांची धुडं दिसण्याइतका परावर्तित होत होता.

त्याआधी संध्याकाळी कुऱ्हाड घेऊन तो गुहेबाहेर गेला होता. नव्यानं पडलेल्या बर्फातून माळाच्या टोकाशी जाऊन एक लहानसं फरचं झाड त्यानं तोडलं होतं. बुंध्याला धरून ओढीत त्यानं ते गुहेच्या तोंडाच्या भिंतीशी, आडोशाला आणून खडकाशी उभं केलं होतं. मग झाडाचा बुंधा एका हातात गच्च धरला होता. कुऱ्हाडीच्या मुठीवर अगदी डोक्याशी धरून त्यानं साऱ्या डहाळ्या छाटल्या होत्या. पायाशी त्यांची रास झाली होती. फांद्या जमिनीवर पडू देऊन बोडका केलेला बुंधा त्यानं बर्फावर आडवा टाकला होता. मग गुहेतल्या भिंतीशी पाहून ठेवलेलं एक फळकूट आणण्यास तो आत गेला होता. खडकाच्या भिंतीपासचा बर्फ फळकुटानं खरवडून खालची जमीन त्यानं उघडी केली होती. मग डहाळ्या हलवीत त्याच्या वरचा बर्फ पाडून त्या त्यानं पिसं एकमेकांवर चढवलेली असतात तशा जमिनीवर रांगेत पसरल्या होत्या. नि त्याचा बिछाना तयार झाला होता. पसरलेल्या फांद्या हलू नयेत म्हणून झाडाचा उघडा बुंधा त्यानं डहाळ्यावर पायगती ठेवला होता. मग फळीचे दोन टोकदार तुकडे काढून, जमिनीत ठोकून बुंध्याची दोन्ही टोकं गच्च केली होती.

उरलेली फळी नि कुऱ्हाड त्यानं गुहेत नेली. शिरताना ब्लँकेटशी डोकं खाली करून तो गेला. आतल्या भिंतीशी त्यानं त्या दोन्ही वस्तू उभ्या करून ठेवल्या.

"बाहेर काय चाललं होतं तुझं?" पिलरनं विचारलं होतं.

"अंथरुण तयार केलं?"

"माझ्या नव्या सेल्फाचे तुकडे तोडू नको तुझ्या अंथरुणासाठी."

"चुकलं."

"जाऊ दे," पिलर म्हणाली. "लाकूड गिरणीशी पुष्कळ फळ्या आहेत. कसलं अंथरुण केलंस?"

"आमच्या देशात करतात तसं."

"गाढ झोप त्यात," पिलर म्हणाली, "तुझ्या सामानाचं माझ्याकडे लागलं."

फेरनॅन्डो त्याच्याबरोबर बाहेर पडला होता. रॉबर्ट जॉर्डननं टाकलेल्या बिछान्याशी तो जरा उभा राहिला. तो म्हणाला, "डॉन रॉबर्टो! उघड्यावर झोपण्याची तुमची कल्पना विलक्षण आहे." आपली ब्लँकेटची शाल भोवती गुंडाळून तो अंधारात उभा होता. त्याची बंदूक पाठीवर लोंबकळत होती.

"मला सवय आहे ती. नमस्ते."

"सवय आहे? मग प्रश्नच नाही."

"तुमचा पहारा केव्हा संपतो?"

"चारला."

"तेव्हा थंडी फार वाढेल."

"सवय आहे मला."

"सवय आहे? मग प्रश्नच नाही," रॉबर्ट जॉर्डन नम्रपणे रीतीप्रमाणे म्हणाला.

"हो!" फेरनॅन्डो म्हणाला, "मला हलायलाच हवं आता. नमस्ते, डॉन रॉबर्टो!"

"नमस्ते, फेरनॅन्डो."

काढलेल्या कपड्यांची मग त्यानं उशी केली होती. थैलीत शिरून पडून राहिला होता, मेरियाची वाट पाहत. थैलीतल्या फ्लॅनेलच्या अस्तराच्या पिसेरी उबदारपणाखालील पानातला ग्रीष्मामधला वसंत त्याला जाणवत होता. बर्फापलीकडच्या गुहेच्या तोंडाकडे पाहत छातीची धडधड ऐकत त्यानं वाट पाहिली होती.

रात्र निर्भर होती. हवेप्रमाणंच त्याचं डोकं निर्भर थंड होतं. अंगाखालच्या देवदारांच्या फांद्यांतून उन्हाळ्याचा वास येत होता. पानांचा तो वास! तोडलेल्या फांद्यांमधून झिरपणाऱ्या चिकाचा वास! 'पिलर! ती पिलर!' त्याच्या मनात आलं. पिलर नि तिचा तो मृत्यूचा वास! आपल्याला आवडतो तो वास हा. हा आवडतोच, शिवाय ताज्या तोडलेल्या लवंगांचा. बैलामागं जाताना येणारा कुस्करलेल्या कापूरकचरीचा.

लाकडाच्या धुराचा नि हिवाळ्यात जाळलेल्या पानांचा. पिलर म्हणाली तो वास घाणीचा असला पाहिजे. मिसोलोमध्ये हिवाळ्यात रस्त्यांमध्ये जवळ ठेवलेल्या कुजक्या पानांच्या राशीचा. कुठला वास आपण पत्करू? आपल्या टोपल्यांना इंडियन लावतात तो? धुरकटलेल्या कातड्यांचा? पाऊस पडल्यानंतर वसंतात जमिनीला येतो तो? गॅलिसियामध्ये माळरानावरून कण्हेरीतून चालत असता येणारा? काळोखात क्यूबाकडे येत असता जमिनीवरून येणाऱ्या वाऱ्याचा? तो कॅक्टस फुलांचा, मिमोसाचा नि समुद्रद्राक्षांच्या झुडपांचा वास होता, की सकाळी भूक लागलेली असता येणारा तळलेल्या बेकनचा वास आपल्याला चालेल? की सकाळच्या कॉफीचा? की पहिला चावा घेताच येणारा जेनाथन सफरचंदाचा? की सायडरच्या गिरणीत दळण चालू असता किंवा भट्टीतून काढलेल्या ताज्या पावाचा? आपल्याला भूक लागली असली पाहिजे. त्याच्या मनात आलं. तो कुशीवर झाला नि गुहेच्या तोंडाकडे पाहू लागला. ताऱ्यांचा प्रकाश बर्फावरून परावर्तित झाला होता.

कुणीतरी ब्लँकेटखालून बाहेर आलं. गुहेत शिरण्यासाठी फोडलेल्या दगडाशी कुणीतरी उभं होतं ते त्याला दिसलं. मग त्यानं बर्फातून धडपडत गेल्याचा आवाज ऐकला नि जे कुणी होतं, ते परत आत गेलं.

त्याच्या मनात आलं, 'सारे झोपल्याशिवाय ती येणार नाही. वेळेचा अपव्यय आहे हा! वेळ फुकट चाललाय. रात्र अर्धी गेलीच. मेरिया! ये ना ग लवकर आता. मेरिया! वेळ थोडा उरलाय.' त्यानं फांदीवरून खाली पडणाऱ्या बर्फाचा मंद आवाज ऐकला. वारा थोडा चढला होता. तोंडावर तो कळत होता. एकदम ती येणार नाही असं वाटून तो घाबरला. चढत्या वाऱ्यानं सकाळ जवळ येत असल्याचं कळत होतं. देवदारांच्या शेंड्यांतून आता अधिक वारा वाहू लागला नि फांद्यांवरून अधिक बर्फ खाली पडलं.

मग त्यानं तिला गुहेच्या तोंडावरच्या ब्लँकेटखालून बाहेर येताना पाहिली. तोंडाशीच ती एक क्षण थबकली. तीच आहे, त्यानं ओळखलं. पण तिथं ती काय करीत आहे, त्याला कळलं नाही. त्यानं हळूच शिट्टी घातली. गुहेच्या तोंडाशी काळोखातच ती काहीतरी करीत उभी होती. मग हातात काहीतरी धरून ती धावत आली. लांब टांगांनी धावताना त्यानं तिला पाहिली.

मग ती त्याच्या अंथरुणाशी, आपलं डोकं त्याच्या डोक्याशी जोरानं दाबीत नि आपल्या पायाचा बर्फ झाडीत, गुडघ्यावर आली. तिनं त्याचं चुंबन घेतलं नि त्याला हातातलं बंडल दिलं.

"तुझ्या उशीशेजारी ठेव," ती म्हणाली, "मी वेळ मोडू नये म्हणून तिथंच काढले."

"तू उघड्या पायानं बर्फातून आलीस?"

"होय!" ती म्हणाली, "फक्त एक झगा घालून आले."

त्यानं तिला हातानं स्वतःशी घट्ट आवळली. तिनं आपलं डोकं त्याच्या

हनुवटीशी घासलं.

“पाय दूर राहू दे माझे, रॉबर्टो! फार ओले आहेत.”

“इथं ठेव ते उबेत.”

“नाही,” ती म्हणाली, “आत्ता त्यांना ऊब येईल; पण पहिल्यांदा माझ्यावर प्रेम आहे म्हण.”

“तुझ्यावर प्रेम आहे.”

“बरं! बरं! बरं!”

“पिल्ला! माझं प्रेम आहे तुझ्यावर.”

“माझा झगा आवडतो तुला?”

“तो नेहमीसारखाच आहे.”

“हो, काल रात्री होता तोच.”

“तुझे पाय इकडे ठेव.”

“नाही, ते अप्रशस्त होईल. आपसूकच वाळतील ते. मला ते गरम वाटतात. बर्फानंच तुला ते थंड वाटताहेत. पुन्हा म्हण ना!”

“पिल्ला! तुझ्यावर प्रेम आहे माझं.”

“माझंही! मी तुझी बायको आहे.”

“सगळ्यांना झोप लागली?”

“नाही,” ती म्हणाली, “पण मलाच राहवेना. नि त्यात काय बिघडलं? त्याचं काय एवढं?”

“काहीच नाही,” तो म्हणाला. बारीकशी, लांबटशी, उबदारशी, सुंदरशी त्याला ती आपल्याशी जाणवली. “दुसऱ्या कशाचं काही नाही.”

“तुझा हात डोक्यावर ठेव ना माझ्या,” ती म्हणाली, “तुझं चुंबन घेता येतं का बघते.”

“बरं जमलं?” तिनं विचारलं.

“होय,” तो म्हणाला. “झगा काढ.”

“काढूच का?”

“गारठा वाटत नसेल तर.”

“काय! गारठा? मी पेटलीय.”

“मीसुद्धा! तुझा गारठा जाईल.”

“नाही. नंतर आपण जंगलातले एक प्राणी होऊ. आपण इतके एक होऊ की, आपल्यापैकी एकाला दुसरा आहे कळायचं नाही– सांगता यायचं नाही. आपलं हृदय एक आहे, वाटत नाही तुला?”

“हो. काही अंतर नाही.”

“आता बघ! मी तू आहेस, तू मी आहे. नि दोघं मिळून दुसरं एकजण आहे. किती रे मला आवडतोस तू! किती रे आवडतोस तू! खरंच आपण एक आहोत! तुला वाटत नाही?”

“होय,” तो म्हणाला. “खरंच आहे.”

“बघ चाचपून. माझ्याशिवाय तुला हृदयच नाही.”

“पाय नाहीत– पावलं नाहीत– शरीर नाही.”

“पण आपण निरनिराळे आहोत,” ती म्हणाली, “आपण अगदी सारखे हवे होतो.”

“खरंच तुला असं वाटतं?”

“हो खरंच– अगदी खरंच! हेही मला तुला सांगायचं होतं.”

“खरंच म्हणतेस का तू?”

“नाही– नसावंही तसं,” त्याच्या खांद्याशी ओठ टेकून ती हळूच म्हणाली. “पण मला तसं म्हणावंसं वाटलं खरं! आपण निराळे आहोत. मग तू रॉबर्टो आहेस अन् मी मेरिया आहे याचा मला आनंद आहे; पण जर तुला कधी बदलावंसं वाटलं तर मला बदलायला आनंद वाटेल. मी तू होईन. कारण मला तू इतका आवडतोस!”

“मला बदलायला नकोय. आहोत तेच ठीक.”

“पण आता आपलं मिलन होईल नि वेगळेपणा उरणार नाही.” मग ती म्हणाली, “तू नसशील तेव्हा मी तू होईन. तू इतका आवडतोस मला. मी तुझं सगळं करीन.”

“मेरिया!”

“हं.”

“मेरिया!”

“हं.”

“मेरिया!”

“हं. काय रे!”

“तू गारठलीस ना?”

“नाही. मुळीच नाही. थैली डोक्यावरून घे.”

“मेरिया!”

“बोलताच येत नाही रे.”

“मेरिया, मेरिया, मेरिया!”

बाहेर रात्र गारठली होती नि आत दोघं उबेत एकत्र होती. तिचं कपाळ त्याच्या हनुवटीला लागलेलं होतं. ती सुस्त आनंदात त्याच्याशी पडली होती. ती हळूच म्हणाली– “तुझं रे?”

“तसंच! तुझ्यासारखं,” तो म्हणाला.

“हो,” ती म्हणाली. “पण दुपारसारखं वाटलं नाही.”

“नाही.”

“तरी फार आवडलं. दर वेळेला मरावंसं वाटायलाच नको.”

“नको.” तो म्हणाला.

“मी त्या ह्यानं नाही म्हटलं!”

“कळलं मला. तुझं म्हणणं कळलं. दोघांचं तेच म्हणणं आहे आपल्या.”

“मग मला म्हणायचं होतं त्याहून वेगळं का म्हटलंस?”

“पुरुषांचं निराळं असतं.”

“आपण निराळे आहोत हेच बरं.”

“मलाही तेच वाटतं,” तो म्हणाला. “मरणाचं म्हणालीस ते मला कळलं. मी पुरुष बोलतात तसं सवयीनं बोलतो. तुझ्यासारखंच मला वाटतंय.”

“तू कसाही असलास नि कसाही बोललास तरी तसाच मला हवास.”

“नि तूही मला आवडतेस. तुझं मेरिया नावही आवडतं.”

“हे नेहमीचं नाव आहे.”

“नाही,” तो म्हणाला. “हे नेहमीचं नाही.”

“झोपायचं का आता?” ती म्हणाली. “मला लगेच झोप येईल.”

“झोपू या,” तो म्हणाला. त्याला तिचं लांब हलकं शरीर स्वतःशी उबदार जाणवलं. आपल्याशी ते सुखदायक वाटलं, त्याचा एकटेपणा जादूसारखा पळाला. तिच्या खांद्यांच्या, पायांच्या नि कमरेच्या साध्या स्पर्शानं पळाला. मृत्यूविरुद्ध जणू त्याच्याशी त्या सर्वांनी एकजूट केली. तो म्हणाला, “चांगली झोप!– माझ्या लहान लांब पिल्ला!”

ती म्हणाली, “मी झोपलेसुद्धा!”

“मीही झोपतो,” तो म्हणाला. “गाढ झोप लाडके!” एवढं म्हणून तो झोपला नि झोपताना सुखात आला.

पण रात्री तो जागा झाला नि त्यानं तिला घट्ट आवळलं; जणू तीच सारं आयुष्य होती नि कुणीतरी ते हिरावत होतं. आयुष्य होतं ते तीच होती या भावनेनं त्यानं तिला घट्ट धरली होती नि ते खरं होतं; पण तिला गाढ झोप लागली होती नि ती जागीही झाली नाही. तेव्हा तो एका कुशीवर वळला, तिच्या डोक्यावर त्यानं घोळ ओढली नि पांघरुणाखालीच त्यानं तिच्या मानेचं चुंबन घेतलं. मग पिस्तुलाची साखळी वर ओढून त्यानं ते सहज हाताशी येईल असं कुशीशी ठेवलं. अंधारात तो विचार करीत पडला.

२१

दिवसाच्या उजेडाबरोबर उबदार वारा आला. झाडावरचा वितळणारा बर्फ त्याला ऐकू येत होता. खाली पडणारी त्यांची टपटप कळत होती. संपत आलेल्या वसंतातील ती सकाळ होती. पहिला श्वास घेताच त्याच्या लक्षात आलं– हा वळवाचा बर्फ पडतोय. दुपारपर्यंत तो राहणारही नाही. इतक्यात त्याला एक घोडा येताना ऐकू आला. घोडेस्वार दुडक्या चालीनं येत होता. घोड्याच्या खुरांवर गोळा होत चाललेल्या बर्फामुळे खुरांचा आवाज बर्फावर दबका येत होता; संगिनीची लोंबती म्यान आपटत असलेली त्याला ऐकू आली नि कातडं करकरलेलं कळलं.

"मेरिया," अशी हाक मारीत त्यानं तिला खांदा धरून हलवलं. "घोळीतच राहा," असं म्हणून त्यानं एका हातानं शर्टाची बटणं घातली. ऑटोमॅटिक पिस्तूल दुसऱ्या हातात धरलं. एकीकडे अंगठ्यानं त्याचा कॅच सोडला. मेरियाचे कापलेले केस झटक घोळीत गेलेले त्यानं पाहिले. मग झाडीतून येणारा घोडेस्वार त्याला दिसला. तो चटकन घोळीत लपला नि दोन्ही हातांत पिस्तूल धरून त्यानं आपल्याकडे येत असलेल्या स्वारावर नेम धरला. येणाऱ्या माणसाला त्यानं पूर्वी कधी पाहिलं नव्हतं.

आता घोडेस्वार जवळजवळ त्याच्या समोर येऊन पोहोचला होता. तो करड्या घोड्यावर स्वार होता, त्यानं खाकी घट्ट टोपी घातली होती. ब्लँकेटची शाल पांघरली होती नि पायात जाडजूड काळे बूट होते. त्याच्या जिनच्या उजव्या बाजूनं एक मूठ नि आखूड ऑटोमॅटिक रायफलची निरुंद पट्टी वर डोकावत होती. त्याचा चेहरा तरुण नि कणखर होता. एकदम त्याच वेळी त्यानं रॉबर्ट जॉर्डनला पाहिलं.

त्यानं आपला हात खाली तलवारीकडे नेला. हात नेण्यासाठी तो वाकून वळून तलवार ओढत असताना, त्याच्या खाकी ब्लँकेटच्या शालीच्या छातीच्या डाव्या बाजूवर असलेला जांभळा ताईत त्यानं पाहिला.

त्याच्या छातीच्या मध्यावर, ताइताच्या काहीसा खाली नेम धरून, रॉबर्ट जॉर्डननं गोळी झाडली.

पिस्तुलाचा आवाज जंगलात दुमदुमला.

टाच मारावी तसा घोडा झुकला. तो तरुण घोडेस्वार तलवारीशी झगडत असतानाच, वरून जमिनीकडे घसरला. त्याचा उजवा पाय रिकिबीमध्ये गुंतला. पाय अडकून राहिल्यानं त्याचं तोंड जमिनीवर आलं, तेव्हाच घोडा उधळला नि त्याला ओढत फरफटत झाडीकडे पळाला. रॉबर्ट जॉर्डन, एका हातात पिस्तूल धरून जय्यत उभा राहिला.

स्वाराचं ते मोठं करडं घोडं देवदारातून दौडत सुटलं होतं. स्वार ओढला जात होता, तसा त्याच्या शरीराचा रुंद पट्टा बर्फावर उठत होता. पट्ट्याची कड रक्तानं लाल झाली होती. लोक गुहेतून बाहेर येऊ लागले होते. रॉबर्ट जॉर्डन खाली वाकला. गुंडाळलेली विजार उलगडून तो चढवू लागला.

"कपडे घाल." तो मेरियाला म्हणाला. डोक्यावर उंचावरून चाललेल्या विमानाचा आवाज आला. घोडा थांबला होता, ती जागा त्याला झाडीतून दिसत होती. घोडेस्वार रिकिबीला अडकून तोंडावर पडला होता. घोडा स्तब्ध उभा होता.

"जा! घोडं पकड ते," आपल्याकडे यायला निघालेल्या प्रिमितोवोला तो म्हणाला. "वर पहारा कुणाचा होता?"

"रॅफेलचा." पिलर गुहेतून म्हणाली. ती तिथं तोंडाशी उभी राहिली. दोन वेण्या सोडलेले तिचे केस अजून तसेच होते.

"शत्रूचं घोडदळ बाहेर पडलंय," रॉबर्ट जॉर्डन म्हणाला. "तुमची ती साली बंदूक घेऊन वर जा."

पिलरनं गुहेत वळून 'आगस्तीन' अशी हाक मारलेली त्यानं ऐकली. ती गुहेत गेली नि दोघे धावत बाहेर आले. एकानं तिपाईसह ऑटोमॅटिक रायफल खांद्यावर घेतलेली होती. दुसऱ्यानं पॅनचं पोतं घेतलं होतं.

"त्यांच्याबरोबर वर जा," रॉबर्ट जॉर्डन ॲन्सेल्मोला म्हणाला. "तुम्ही बंदुकी शेजारी पडून पाय घट्ट धरा तिचे."

ते तिघे झाडांतून धावत पायवाटेनं वर गेले.

सूर्य अजून डोंगरावर आला नव्हता. रॉबर्ट जॉर्डन विजारीची बटणं घालत, पट्टा आवळत सरळ उभा होता. त्याचं मोठं पिस्तूल मनगटाच्या साखळीवरून लोंबत होतं. त्यानं पिस्तूल पट्ट्यावरच्या कातडी म्यानात ठेवलं. साखळीची गाठ खाली सरकवून सैल केली नि झालेलं वळं डोक्यातून घातलं.

'कधीतरी या फासानं तुझा गळा आवळणार आहे कुणीतरी,' तो स्वतःलाच म्हणाला. 'अच्छा! आता झाली सुरू धुमश्चक्री!' त्यानं म्यानातून पिस्तूल बाहेर काढलं, क्लिप काढली; कातडी म्यानाच्या कडेला रांगेत ठेवलेल्या काडतुसांपैकी एक आत घातलं. पिस्तुलाच्या मुठीत क्लिप परत सरकवून दिली.

प्रिमितोवो घोड्याचे लगाम धरून पडलेल्या स्वाराचा पाय रिकिबीमधून सोडवत

होता. तोंड खाली करून स्वाराचा देह पडला होता. प्रिमितोवो स्वाराचे खिसे चाचपत होता, ते तो पाहू लागला.

"चल रे!" त्यानं हाक मारली. "घोडा आण."

आपले सोलाच्या तळाचे बूट चढवीत तो खाली वाकला. तो वाकला असताना घोळीत आपल्या गुडघ्याशी मेरिया कपडे करीत असलेली त्याला कळत होती. त्याच्या आयुष्यात त्या वेळी तिला स्थान नव्हतं.

त्याच्या मनात आलं, त्या घोडेस्वाराच्या मनात काहीही आलं नसेल. घोड्याच्या खुणा बघत तो जात नव्हता, तो पुरेसा हुशारही नव्हता. इशारा मिळाल्याचं सोडाच, तो चौकीपर्यंतच्या खुणासुद्धा पाहत चालला नव्हता. या टेकड्यांत पसरलेल्या घोडेस्वारांपैकी तो एक असला पाहिजे; पण जेव्हा घोडदळाच्या लक्षात येईल, तेव्हा ते त्याचा माग घेत इथं येतील. बर्फ वितळलाच तर निराळं. त्याच्या मनात आलं. घोडदळालाच काही झालं तर वेगळं!

"तुम्ही तिकडे खाली जा बरं!" तो पाब्लोला म्हणाला.

एव्हाना ते सारे बाहेर आले होते. आपल्या बंदुका घेऊन नि पट्ट्यावर हातबॉम्ब अडकवून उभे होते. हातबॉम्बची एक कातडी थैली पिलरनं रॉबर्ट जॉर्डनपुढे केली. त्यानं त्यांतले तीन घेतले नि आपल्या खिशात ठेवले. तो वाकून गुहेत गेला. त्यानं आपल्या दोन थैल्या शोधल्या. ज्यामध्ये सब-मशीनगन होती ती त्यानं उघडली. तिची नळी नि स्टॉक बाहेर काढला. स्टॉक पुढच्या भागात बसवला. बंदुकीमध्ये एक क्लिप घातली नि तीन खिशात ठेवल्या. त्यानं थैलीला कुलूप लावलं नि तो दाराकडे निघाला.

या अवजड भरलेल्या दोन पिशव्या! त्यांच्या शिवणी टिकोत– त्याच्या मनात आलं. गुहेबाहेर येऊन तो पाब्लोला म्हणाला, "मी तिकडे वर जातो आहे. आगस्तीनला ती बंदूक चालविता येईल का?"

"हो!" पाब्लो म्हणाला. प्रिमितोवो घोडा आणत होता, तिकडे तो पाहत होता.

"मी तो माझ्या घोड्यांत ठेवीन." पाब्लो म्हणाला.

"नाही," रॉबर्ट जॉर्डन म्हणाला. "तो खुणा ठेवीत आत इथपर्यंत आला आहे. त्यानंच त्या पुसल्या पाहिजेत."

"बरोबर आहे." पाब्लो कबूल करीत म्हणाला. "मी त्याला बाहेर घेऊन जातो नि लपवून ठेवतो. हा खेळ खलास झाला की, परत आणीन. तू आज खूप डोकं लढवलंस, इंग्लिशा!"

"कुणालातरी खाली धाड," रॉबर्ट जॉर्डन म्हणाला. "आपल्याला तिकडे वर पोहोचायला हवं."

"काही जरूर नाही," पाब्लो म्हणाला. "त्या बाजूनं स्वारांना येता येणार नाही. मात्र, आपल्याला तिकडून जाता येईल. याशिवाय दोन वाटा आहेत. विमानं येणार

असतील तर खुणा न ठेवणं उत्तम! पिलर, मला दारूचा बुधला दे.''

''कशाला? पिऊन तर्र पडायला?'' पिलर म्हणाली. ''त्याऐवजी हे ने.''

त्यानं हात पुढे केले नि दोन बॉम्ब उचलून खिशात टाकले.

''काय बोलतेस? तर्र पडायला म्हणे! मामला गंभीर आहे. तरी बुधला देच. पायांवर राहून पुढचं धकायचं नाही.''

त्यानं हात वर केले. लगाम हातात घेतले नि जीनवर उसळी मारली. हसून स्वाराच्या घाबरलेल्या घोड्याला त्यानं थोपटलं. मग आपले पाय जिव्हाळ्यानं घोड्याच्या पोटावर घासताना रॉबर्ट जॉर्डननं त्याला पाहिलं.

''काय सुंदर घोडा!'' तो म्हणाला. ''काय सुंदर घोडा!'' त्यानं पुन्हा घोड्याला थोपटलं, ''चला! जितक्या लवकर घोड्याचं काम उरकू, तेवढं बरं!''

त्यानं हात खाली करून स्वाराच्या कातडी पिशवीतून त्याची हलकी हवेशीर नळीची ऑटोमॅटिक बंदूक बाहेर ओढली. ती खरी नऊ मि.मी. पिस्तुलाच्या काडतुसांची सब-मशीनगन होती. बंदूक काढून त्यानं तिच्याकडे पाहिलं. ''यांची शस्त्रं तरी पाहा!'' तो म्हणाला, ''अद्ययावत घोडदळ आहे त्यांचं.''

''त्याच्या तोंडावरूनच कळतंय ते,'' रॉबर्ट जॉर्डन म्हणाला. तो पुढे म्हणाला, ''ए अँड्रीज! जीन घालून घोडे जय्यत करून धरून उभा राहा. गोळीबार ऐकू आलाच तर झाडीच्या फटीतून त्यांना मागच्या बाजूला आण. तुझी हत्यारं घेऊन ये नि बायकांना घोडी धरायला सांग. फेरनॅन्डो! माझ्या थैल्या आणण्याचं पाहा! लक्षात ठेव. थैल्या काळजीपूर्वक आणायच्या. माझ्या थैल्यांकडे तूसुद्धा नजर ठेवायची,'' तो पिलरला म्हणाला. ''घोड्यांबरोबर त्या आल्या की नाही बघायचं.'' मग तो म्हणाला, ''निघू या!''

''मेरिया नि मी, आम्ही दोघी सगळी निघण्याची तयारी करू.'' पिलर म्हणाली. मग रॉबर्ट जॉर्डनला म्हणाली, ''त्याची ऐट तर बघ!'' करड्या घोड्यावर बसलेल्या पाब्लोकडे पाहून तिनं मान वेडावली. पाब्लो धनगरासारखी मांड ठोकून बसला होता. त्यानं ऑटोमॅटिक बंदुकीची क्लिप बदलताच घोड्याच्या नाकपुड्या फेंदारल्या होत्या. पिलर पुढे म्हणाली, ''साध्या एका घोड्यानं त्याच्यात केवढा बदल केलाय! पाहाच!''

''दोन घोडी असती तर?'' रॉबर्ट जॉर्डन आवेगानं म्हणाला.

''संकटच तुझं घोडं आहे.''

''मग खेचर पत्करलं,'' रॉबर्ट जॉर्डन म्हणाला. ''त्याच्यावरचं सगळं काढून आणा,'' तोंड बर्फात लोळत आहे असा घोडेस्वार पडला होता, तिकडे मान उडवीत तो म्हणाला, ''सगळं आणा. कागदपत्रं वगैरे सगळं नि माझ्या थैलीच्या बाहेरच्या खणात ठेवा. सगळं हं! समजलं?''

''हो.''

“व्हॅमोनॉस.” तो म्हणाला.

पाब्लोनं आपलं घोडं पुढे काढलं नि मागचे दोघे एकामागून एक बर्फात खुणा राहू नयेत, असे चालू लागले. रॉबर्ट जॉर्डननं नळी खाली करून सब-मशीनगन घेतली होती. पुढच्या मुठीनं त्यानं ती भरली होती. सॅडलगनमध्ये जेवढ्या गोळ्या मावतात, तेवढ्या त्यात मावल्या तर? त्याच्या मनात आलं; पण तेवढ्या मावणार नाहीत. ही काश्किनची बंदूक होती.

सूर्य आता डोंगरावर येत होता. उबदार वारा वाहत होता नि बर्फ वितळत होता. ती वसंतातील शेवटची सुंदर सकाळ होती.

रॉबर्ट जॉर्डननं मागे पाहिलं नि मेरिया पिलरपाशी उभी असलेली त्याला दिसली. मग ती पायवाटेनं धावत वर आली. तिच्याशी बोलायला तो प्रिमितोवोच्या मागे पडला.

“ए!” ती म्हणाली. “तुझ्याबरोबर येऊ का?”

“नको! पिलरच्या हाताशी राहा.”

ती त्याच्या मागून चालत होती. तिनं आपला हात त्याच्या दंडावर ठेवला.

“मी येते.”

“नाही.”

ती मागून त्याला लगटून चालत राहिली.

“अॅन्सेल्मोला म्हणालास तसे बंदुकीचे पाय मलाही धरता येतील.”

“तू पायबीय काही धरायचे नाहीस. बंदुकीचे नाही, कसलेच नाही.”

त्याच्या शेजारून चालत तिने पुढे होऊन त्याच्या खिशात हात घातला.

“नाही,” तो म्हणाला. “पण तुझ्या लग्नाच्या पोशाखाची काळजी घे.”

“माझं चुंबन घे,” ती म्हणाली. “जातो आहेस तर घेऊन जा.”

“तू निर्लज्ज आहेस.” तो म्हणाला.

“हो,” ती म्हणाली. “पुरी निर्लज्ज आहे.”

“मागे जा आता. पुष्कळ कामं राहिलीत. जर घोड्यांचा माग काढत घोडदळ आलं तर इथं लढाईला तोंड द्यावं लागेल.”

“ए!” ती म्हणाली. “त्या स्वाराच्या छातीवर काय होतं पाहिलंस?”

“हो! पाहिलं का नाही?”

“पवित्र ताईत होता.”

“हो! नावारेचे सगळे लोक तो लावतात.”

“नि त्यावर तू गोळी झाडलीस?”

“नाही. त्याच्याखाली. मागे जा.”

“थूः” ती म्हणाली. “मी पाहिलं सगळं.”

"तू काही पाहिलं नाहीस. एक माणूस– एक घोड्यावरचा माणूस पाहिलास. बस्स्!"

"माझ्यावर प्रेम आहे– म्हण."

"नाही– आत्ता नाही."

"आत्ता प्रेम नाही!"

"मागे जा पाहू. हे सारं करताना कुणी प्रेम करत नसतं."

"मला बंदुकीचे पाय धरायला यायचंय– नि बंदूक चालू असताना त्या वेळी तुझ्यावर प्रेम करायचंय."

"डोकं फिरलंय तुझं. मागे जा."

"डोकं फिरलं नाही," ती म्हणाली. "माझं प्रेम आहे तुझ्यावर."

"मग मागे फिर."

"ठीक आहे. जाते मी. जर तुझं प्रेम नसलं माझ्यावर, तरी मी दोघांना पुरेल एवढं प्रेम करते."

तो आपल्या विचारातच तिच्याकडे पाहून हसला.

"गोळीबार ऐकलास की घोडे घेऊन ये," तो म्हणाला. "माझ्या थैल्या वाहायला पिलरला मदत कर. काही होणारही नाही कदाचित– आशा करायची."

"मी चालले!" ती म्हणाली. "काय घोडा आहे पाब्लोचा!"

पाब्लोचा करडा घोडा पायवाटेनं वर चढत होता.

"हो आहे; पण जा आता."

तिची त्याच्या खिशात आवळलेली मूठ जोरानं त्याच्या मांडीवर बसली. त्यानं तिच्याकडे पाहिलं. तिच्या डोळ्यांत पाणी होतं. तिनं त्याच्या खिशातली मूठ बाहेर काढली. आपले दोन्ही हात त्याच्या गळ्याभोवती घट्ट आवळले नि त्याचं चुंबन घेतलं.

"जाते मी," ती म्हणाली. "जाते."

त्यानं मागे पाहिलं. ती उभीच दिसली. सूर्याचं सोनेरी, पिवळट ऊन तिच्या पिंगट तोंडावर नि कापलेल्या काळपट सोनेरी, पिवळट तांबूस केसांवर पडलं होतं. मूठ उचलून तिनं त्याच्याकडे वर केली. मग वळून खालच्या पाऊलवाटेनं परत निघाली.

प्रिमितोवोनं मागे वळून तिच्याकडे पाहिलं.

"केस एवढे आखूड कापले नसते तर ती आणखी सुंदर दिसली असती." तो म्हणाला.

"हो." रॉबर्ट म्हणाला. त्याचे वेगळेच विचार चालू होते.

"बाई म्हणून कशी आहे ती?" प्रिमितोवोनं विचारलं.

"काय?"

"बाई म्हणून."

"जीभ आवरून बोल."

"असा अपमान घेऊ नये माणसानं. अशा–"

"छोड दो!" रॉबर्ट जॉर्डन म्हणाला. तो मोर्च्यांच्या जागा पाहत होता.

२२

“देवदाराच्या फांद्या काढून झटकन घेऊन ये.” रॉबर्ट जॉर्डन प्रिमितोवोला म्हणाला.

“तिथं, ती बंदूक बरी वाटत नाही.” तो आगस्तीनला म्हणाला.

“का?”

“ती तिकडे ठेव,” रॉबर्ट जॉर्डननं बोटानं दाखवत म्हटलं. “नंतर तुला सांगेन, का ते.”

“इथं अशी. मी हात देतो तुला.” तो म्हणाला. मग उकिडवा बसला.

दरडीच्या अरुंद पट्ट्यातून दोन्ही हातांच्या खडकांची उंची अजमावत त्यानं पाहिलं.

“जरा पुढे हवी,” तो म्हणाला. “आणखी पुढे. ठीक. इथंच. आता ठीक आहे. नंतर नीट बसवता येईल. तिकडे– दगड तिकडे ठेव. हा एका बाजूला झाला. दुसरा त्या बाजूला ठेव. नळी फिरायला माया राहू दे. दगड अधिक इकडे हवा. ॲन्सेल्मो, गुहेकडे जा. एक कुऱ्हाड घेऊन ये झटकन.”

“बंदुकीसाठी तुम्ही कधी योग्य जागा केली नाही?” तो आगस्तीनला म्हणाला.

“आम्ही नेहमी इथंच ठेवत आलो.”

“काश्किन कधी ‘तिथं’ ठेवायची म्हणाला नाही?”

“नाही. तो गेल्यावर बंदूक आली.”

“ती माहीतगारांपैकी कुणी आणली नाही?”

“नाही. पोर्टरांनी आणली.”

“असं करतात का कधी?” रॉबर्ट जॉर्डन म्हणाला. “काही माहिती न देताच तुमच्या स्वाधीन केली?”

“होय– देणगी द्यावी तशी. एक आम्हाला– एक सोर्डोला. चार माणसांनी ती आणली. ॲन्सेल्मोनं त्यांना वाट दाखवली.”

“चार माणसांनिशी सरहद्द ओलांडताना शत्रूनं ती लांबवली कशी नाही?”

“माझ्याही मनात ते आलं,” आगस्तीन म्हणाला. “मला तर वाटलं, ज्यांनी त्यांना धाडलं, त्यांना ते खलास व्हायलाच हवे होते; पण ॲन्सेल्मोनं त्यांना नीट आणलं.”

"चालवायची माहिती आहे तुम्हाला?"

"हो. चालवून पाहिली मी. मला माहीत आहे. पाब्लोला माहीत आहे. प्रिमितोवोला माहीत आहे. फेरनॅन्डोलासुद्धा! गुहेत, ती सुटी करून परत जागी बसवण्याचा आम्ही अभ्यासच केला. एकदा आम्ही ती सुटी केली नि दोन दिवस लागले परत बसवायला; तेव्हापासून आम्ही ती सुटी केली नाही."

"आता चालू आहे ती?"

"हो; पण जिप्सीला किंवा कुणालाच आम्ही तिच्याशी खेळू देत नाही."

"होती तिथे तिचा उपयोग नव्हता. आता कळलं ना?" तो म्हणाला. "पाहा! ज्या खडकांनी तुमच्या बगला सांभाळायला हव्यात, ते खडकच तुमच्यावर हल्ला करणाऱ्यास आडोसा होत होते. या तऱ्हेच्या बंदुकीला मोकळी जागा लागते, मारा करायला. शिवाय तुम्ही बगलेकडून मारा केला पाहिजे. पाहा! आता पाहा! सगळं माऱ्यात आलं."

"आलं लक्षात!" आगस्तीन म्हणाला. "आमचं गाव घेतलं त्याशिवाय आम्ही कधीच बचावानं लढलो नाही. गाडीच्या वेळी मॅक्वीना घेतलेले सैनिक होते."

"मग आपण सगळे एकदमच शिकू," रॉबर्ट जॉर्डन म्हणाला. "काही नियम करावे लागतील आपल्याला. जिप्सी इथं असायला हवा होता. कुठं आहे तो?"

"मला ठाऊक नाही."

"कुठं असेल तो?"

"तेही ठाऊक नाही."

पाब्लो घाटातून बाहेर पडला होता. एकदा वळला होता. घोड्यावरून वरच्या सपाटीवरून वर्तुळं घेत पलीकडे गेला होता. ऑटोमॅटिक बंदुकीच्या पल्ल्यात तो होता. घोडेस्वार इकडे येताना झालेल्या खुणांच्या आजूबाजूनं उतारावरून खाली जाताना रॉबर्ट जॉर्डननं त्याला पाहिलं. डावीकडून वळून तो झाडीत नाहीसा झाला.

'घोडदळाच्या तोंडातच तो पडू नये, म्हणजे झालं,' रॉबर्ट जॉर्डनच्या मनात आलं. 'मला भीती वाटते, तो नेमका इथं आमच्या पुढ्यात येऊन टपकायचा.'

प्रिमितोवोनं फांद्या आणल्या. रॉबर्ट जॉर्डननं बर्फातून खालच्या न गोठलेल्या जमिनीत त्या रोवल्या. बंदुकीवर दोन्ही बाजूनं त्यानं त्यांची कमान केली.

"आणखी आणा," तो म्हणाला. "जे दोघे इथं राहतील, त्यांनाही झाकायला हवं. हेही एवढं चांगलं जमलं नाही; पण कुऱ्हाड येईपर्यंत ठीक आहे. ऐका!" तो म्हणाला, "विमान आलेलं ऐकलंत की, असाल तिथं खडकांच्या सावलीत, भुईसपाट व्हा. मी बंदुकीशी असेन."

आता सूर्य वर आला होता. उबदार वारा वाहत होता. खडकांच्या त्या बाजूला उन्हं पडली होती तिथं छान वाटत होतं. चार घोडी– रॉबर्ट जॉर्डनच्या मनात आलं–

'दोन स्त्रिया, आपण स्वतः ॲन्सेल्मो, प्रिमितोवो, फेरनॅन्डो, आगस्तीन, त्या दुसऱ्या भावाचं नाव काय? म्हणजे आठ झाले. जिप्सी वगळून. मग नऊ होतील. नि पाब्लो घोड्यावर गेलाय तो दहावा. हं! दुसऱ्या भावाचं नाव अँड्रीज. पहिला एलॅडिओ. असे दहा झाले. प्रत्येकाच्या वाटणीला अर्धा घोडाही येणार नाही. तिघं इथं शत्रू अडवून धरतील. चौघांना निसटता येईल. पाब्लो धरून पाच. वर दोघे राहतात. एलॅडिओबरोबर तीन. कुठं आहे तो लेकाचा?

घोड्याच्या बर्फातल्या खुणा शत्रूनं हेरल्या तर सोर्दोची काय गत होईल? बर्फ पडायचा थांबला हे वाईट झालं. आता तो वितळू लागेल. मग सर्वत्र हालचाल वाढेल. सोर्दोची तेवढी वाढणार नाही. सोर्दोसाठी काही करणंही शक्य नाही.

'आजचा दिवस आम्ही टिकाव धरला किंवा आज आम्हाला लढावं लागलं नाही तर हातात असलेल्या साहित्यानिशीही आम्ही उद्या पारडं फिरवू. नक्कीच फिरवू. कदाचित तितकंसं फिरवणार नाही; पण जेवढं हवं तेवढं तरी फिरवू. शत्रूला अगदी बोट शिरकवायला जागा राहणार नाही एवढं मात्र नाही. आमच्याकडून व्हायला हवं तेवढंही नाही. सर्वांच्या साह्यानं आम्ही पारडं फिरवू. अर्थातच आज लढावं लागलं नाही तर! लढावं लागलं, तर देवावरच भरवसा!

'तोपर्यंत दबा धरून बसायला याहून तरी चांगली जागा दिसत नाही. आम्ही आताच येथून निघालो तर खुणा ठेवत जाऊ. कुठल्याही जागेइतकी ही चांगली आहे. वाइटात वाईट झालंच तर सुटकेला तीन वाटा आहेत. काळोख पडल्यावर आम्ही डोंगरात कुठेही गेलो, तरी इथं दिवसाउजेडी परत येऊन पुलाचं काम करता येईल. आपण आधीच का काळजी करत बसलो कुणास ठाऊक? किती सोपं वाटतंय आता सारं! आमची विमानं एकदा तरी वेळेवर येऊन पोहोचावीत. आशा करायला हरकत नाही. उद्या रस्त्यावर धूळ येईल.

'ठीक! आज एक मजा तरी येईल किंवा कंटाळवाणं होईल. घोडदळातलं ते घोडं इथून हलवलं हे छान केलं. शत्रू इथं शोधत आला, तरी त्याला खुणांवरून माग काढता येईल असं वाटत नाही. त्यांना वाटेल, तो थांबला– आपल्याच भोवती फिरला. ते पाब्लोनं केलेल्या खुणांवरून जातील. तो चोर कुठं जाईल कुणास ठाऊक? रानात संचार करावयास निघालेल्या काळवीट नराप्रमाणे तो मागे खुणा ठेवत वर जाईल नि बर्फ वितळला की, फेरा घेऊन येईल. घोड्यानं केवढी उमेद दिली त्याला! घोडा घेऊन तो निघूनही जाईल. त्याची काळजी त्याला. गेले पुष्कळ दिवस तो तेच करत आलाय. अर्थातच कुणी मी एव्हरेस्ट शिखर फेकतो असं सांगितलं तर त्याच्यावर आपण जेवढा विश्वास ठेवू, तेवढाही विश्वास आपण पाब्लोवर ठेवणार नाही.

'ती बंदूक लपवण्यास या खडकांचा चांगला उपयोग करून दाखवणं हे

तिच्यासाठी मोर्चा बांधण्याइतकंच डोक्याचं आहे. मोर्चा बांधायला निघालो तर शत्रू येऊन ठेपला तरी आम्ही खंदकाचा खड्डाच खणत राहू. अगदी अंगावरच्या कपड्यांनिशी आम्ही पकडले जाऊ. विमानं आली तरी त्यानं फरक पडणार नाही. आता ठेवली आहे त्या जागेवरून बंदूक शत्रूला रोखील– अर्थात रोखण्याचा उपयोग होईल तोपर्यंत. काही झालं तरी लढाईसाठी आपल्याला इथं थांबता यायचं नाही. आपल्या थैल्या घेऊन आपल्याला पुलाकडे सटकावं लागेल. अॅन्सेल्मोलाही आपण बरोबर घेऊ. लढावं लागलं तर आमची सुटका करायला इथं तोंड देत कोण उभं राहील?'

समोर जेवढा प्रदेश दिसत होता तेवढा निरखून पाहत असतानाच डावीकडच्या खडकांमधून त्यानं जिप्सीला येताना पाहिलं. तो चवडे उंच करून हेलकावे घेत, डुलतडुलत चालत होता. त्याची बंदूक त्याच्या पाठीवर टांगलेली होती. त्याचा तांबडा चेहरा हसरा होता. प्रत्येक हातात एक असे दोन ससे त्यानं धरले होते. त्यानं ते पायानं पकडले होते. त्यांची लोंबती डोकी हेलकावे घेत होती.

"ए रॉबर्टो!" तो खुशीनं ओरडला.

रॉबर्ट जॉर्डननं आपलं बोट ओठांवर ठेवलं नि जिप्सी दचकल्यासारखा दिसला. खडकावरून सरकत, झुडपानं झाकलेल्या ऑटोमॅटिक बंदुकीशेजारी रॉबर्ट जॉर्डन दुमडून पडला होता, तिथं तो आला. तोही शेजारी खाली दुमडला. बर्फावर त्यानं ससे ठेवले. रॉबर्ट जॉर्डननं त्याच्याकडे पाहिलं. तो हळूच म्हणाला, "कुठं होतास साल्या तू?"

"मी यांच्यामागे होतो," जिप्सी म्हणाला. "दोघंही बर्फातच प्रेमात आले होते."

"तुझ्या पहाऱ्याचं काय?"

"फार वेळ गेलो नव्हतो मी," जिप्सी कुजबुजला. "काय झालं?"

"घोडदळ बाहेर पडलंय शत्रूचं."

"तू पाहिलंस?" जिप्सी म्हणाला.

"कॅम्पजवळ त्यांच्यातला एक पडलाय," रॉबर्ट जॉर्डन म्हणाला. "तो भोजनाला आला होता."

"मी एक गोळी का कायसं ऐकलं," जिप्सी म्हणाला. "काय झालं? तो इकडून आला?"

"इथून– तुझ्या पहाऱ्यातून?"

"मी कपाळकरंटा आहे." जिप्सी म्हणाला.

"तू जिप्सी नसतास, तर तुला गोळीच घातली असती."

"नको रॉबर्ट! असं बोलू नकोस. माझं चुकलं. या सशांनी घोटाळा केला. उजाडण्याआधीपासून यातला नर ससा बर्फात धपधपताना ऐकला. त्यांच्या किती भानगडी चालू होत्या म्हणून सांगू? मी आवाजामागे गेलो; पण ते पळाले. मी

बर्फातल्या खुणेमागे गेलो नि वर दोघांना एकत्र पाहिलं आणि मग इतमामात दोघांना मारलं. या दिवसांच्या मानानं हे किती लठ्ठ आहेत पाहा! त्या दोघांचं पिलर काय बनवील कल्पना कर! माझं चुकलं रॉबर्टो! तुझ्याइतकंच झाल्या प्रकाराचं मला वाटतंय. घोडेस्वाराला मारलं?''

''हो!''

''तू?''

''हो.''

जिप्सी बुद्ध्याच त्याला चढवीत म्हणाला, ''अजब आहेस तू!''

''तुझ्या ××ला!'' रॉबर्ट जॉर्डन म्हणाला; पण हसल्यावाचून त्याला राहवेना.

''तुझे हे ससे घेऊन जा नि काहीतरी खायला आण आपल्याला.''

हात पुढे करून त्यानं ससे चाचपून पाहिले. लिबलिबीत, लांबसर, गुबगुबीत, लांबड्या कानाचे, मोठ्या पायांचे! ते बर्फावर निर्जीव पडले होते. त्यांचे वाटोळे डोळे उघडे होते.

''खरंच लठ्ठ आहेत.'' तो म्हणाला.

''लठ्ठ!'' जिप्सी म्हणाला. ''त्यांच्या फासळ्यांवर चरबीचा हंडाच आहे. उभ्या आयुष्यात स्वप्नातसुद्धा आपण तरी असे पाहिले नव्हते.''

''चल, नीघ आता!'' रॉबर्ट जॉर्डन म्हणाला. ''जेवण घेऊन ये झटकन. येताना त्या स्वाराचे कागद घेऊन ये. पिलरला विचार ते.''

''माझ्यावर रागावला नाहीस ना रॉबर्टो?''

''रागावलो नाही; पण तू पहारा सोडलास म्हणून वैतागलो आहे. जर एका स्वाराऐवजी घोडदळच आलं असतं तर?''

''किती विचारी आहात तुम्ही!'' जिप्सी म्हणाला.

''ऐक! पुन्हा कधी पहारा सोडून जाऊ नकोस. कधीच जाऊ नको. गोळी घालीन म्हटलं, ती चेष्टा नाही.''

''आता कसा सोडीन पहारा! हां! आणखी एक. या दोन सशांसारखा योग जन्मात कधी येणार नाही. एकाच माणसाच्या एका आयुष्यात तरी नाही.''

''चल नीघ,'' रॉबर्ट जॉर्डन म्हणाला. ''धावत परत ये.''

जिप्सीनं दोन्ही ससे उचलले नि तो परत खडकांत शिरला. रॉबर्ट जॉर्डननं दरडीच्या फटीतून खाली टेकडीच्या उतारावर पाहिलं. एका कावळ्यानं वर फेरी घातली नि तो खालच्या देवदार वृक्षात उतरला. मग दुसरा कावळा त्याला येऊन मिळाला. कावळे पाहत रॉबर्ट जॉर्डन मनात म्हणाला– 'हे माझे पहारेकरीच आहेत. ते शांत वागताहेत तोपर्यंत झाडीतून कुणी येत नाही असं समजायला हरकत नाही.'

'जिप्सी नालायक आहेच,' त्याच्या मनात आलं. 'त्याला राजकीय विचारसरणी

नाही, शिस्तही नाही. त्याच्यावर कुणालाच विश्वास ठेवता येणार नाही; पण उद्या त्याची गरज आहे आपल्याला. उद्या त्याचा उपयोग होणार आहे. युद्धात जिप्सी दिसणं हे विचित्रच वाटतं. कळून विरोध करणाऱ्यांना वगळतात, तसं युद्धातून त्यांना वगळायला हवं. शरीरानं किंवा बुद्धीनं अपात्र ठरलेल्यांना वगळतात, तसं वगळायला हवं. जिप्सी कुचकामी जात आहे; पण कळून ज्यांचा विरोध आहे, अशांना या युद्धातून वगळलं नाही. कुणालाच वगळलं नाही. सर्वांवरच युद्ध सारखं पसरलं. अच्छा! आता ते या सुस्त टोळीशी आलंय. ते सापडले युद्धात.'

आगस्तीन नि प्रिमितोवो झुडपं घेऊन आले. रॉबर्ट जॉर्डननं ऑटोमॅटिक बंदुकीसाठी त्यांचं एक छप्पर बांधलं. ते असं बांधलं की, वरून बंदूक दिसू नये नि जंगलातून पाहिलं असता तिथं झुडूप वाटावं. खडकावर उंच उजव्या हाताला कुठं माणूस ठेवला की, त्याला खालचा नि उजवीकडचाही सगळा प्रदेश दिसेल, हे त्यानं दाखवलं नि दुसरा कुठं ठेवला की, उजवी भिंत, जिथून शत्रूला चढून येता येईल तो पट्टा दिसेल, हेही त्यानं दाखवलं.

"तिकडून कुणी येताना दिसलं की, गोळी झाडू नका," रॉबर्ट जॉर्डन म्हणाला. "आल्याची सूचना म्हणून एक लहानसा दगड खाली गडगडत लोटून द्या नि आपल्या बंदुकीनं आम्हाला अशी खूण करा," बोलताना रॉबर्ट जॉर्डननं आपली बंदूक डोकं निवारावं तशी डोक्यावर धरली नि वर-खाली केली. "जर घोडेस्वार उतरून येत असतील तर बंदुकीची नळी जमिनीकडे करा, अशी; पण तिथून मॅक्वीनची फेरी ऐकल्याशिवाय गोळी घालू नका. इतक्या उंचीवरून गोळी घातलीच तर गुडघ्यावर नेम धरा. या शिट्टीचे दोन आवाज ऐकलेत की मागे लक्ष ठेवत, लपत खाली या. मॅक्वीन आहे तिथं या."

प्रिमितोवोनं बंदूक वर केली.

"समजलं," तो म्हणाला. "सोपं आहे."

"आधी सूचना म्हणून लहानसा खडा लोटा. मग शत्रूची दिशा नि संख्या दाखवा. तुम्ही नजरेस पडणार नाही असं पाहा!"

"हो!" प्रिमितोवो म्हणाला. "जर हातबॉम्ब टाकता आला तर?"

"मॅक्वीनचा गोळीबार आल्याशिवाय नाही. घोडदळ आपल्या हरवलेल्या सोबत्याला शोधत येईल; पण इथं येण्याचा प्रयत्न करणारही नाही. ते पाब्लोच्या खुणांमागे जातीलही. जर टाळता आली तर चकमक नकोय आपल्याला. आपण ती टाळावी हेच बरं! आता चला तिकडे."

"बरं आहे!" प्रिमितोवो म्हणाला नि संगीन घेऊन उंच खडक चढू लागला.

"अरे! आगस्तीन," रॉबर्ट जॉर्डन म्हणाला. "तुला या बंदुकीचं कळतं का काही?"

आगस्तीन खाली झाला– उंच, काळा, दाढीचे खुंट वाढलेला, खोल डोळ्यांचा, पातळ ओठांचा नि जड कामानं हाताला घट्टे पडलेला.

"ठासणं, नेम धरणं, मारणं, आणखी काय?"

"शत्रू पन्नास मीटरच्या आत आल्याशिवाय मारता कामा नये. गुहेकडे येणाऱ्या घाटरस्त्यातून ते येताहेत, ही खात्री हवी. त्याशिवाय नाही." रॉबर्ट जॉर्डन म्हणाला.

"ठीक! पन्नास मीटर म्हणजे किती?"

"तो खडक आहे तिथपर्यंत."

"येणाऱ्यांमध्ये ऑफिसर असेल, त्याला प्रथम गोळी घाल. मग दुसऱ्यावर बंदूक ने. हळू फिरव अगदी. तिला हळू फिरवावं लागतं. मी फेरनॅन्डोला तिच्यावर थापटी मारायला शिकवीन. ती उडेल म्हणून घट्ट दाबून धर नि काळजी घेऊन नेम घेत जा. शक्य असेल तर एका वेळी सहा गोळ्यांच्या वर गोळ्या मारू नको. कारण बंदुकीचा गोळीबार वर होत जातो. प्रत्येक वेळी एका माणसावरच गोळी झाड मग दुसऱ्याकडे वळ. घोडेस्वार असेल तर पोटावर गोळ्या घाल."

"हो."

"एकानं बंदुकीची तिवई घट्ट धरावी म्हणजे ती उडणार नाही, अशी. त्यानंच बंदूक भरावी."

"तुम्ही कुठे असणार?"

"मी डाव्या हाताला असेन इथं– वर. जिथून मला सगळं दिसेल असा. या लहान मॅक्वीन बंदुकीनं तुमची डावी बगल मी सांभाळीन. इथं जर शत्रू आलाच तर कत्तलही करता येईल; पण तो तितका जवळ आल्याशिवाय तुम्ही गोळीबार करता कामा नये."

"मला वाटतं, आम्हाला कत्तल उडवता येईल."

"मला वाटतं, तो येणार नाही."

"तुझ्या पुलाचं नसतं तर इथं कत्तल उडवून आम्हाला सुटता आलं असतं."

"कत्तलीनं काही होणार नाही. काही साधणार नाही. पूल हा युद्ध जिंकायच्या योजनेतला एक भाग आहे. ही कत्तल काहीच उपयोगाची ठरणार नाही. एक प्रसंग घडला एवढंच. किरकोळ!"

"किरकोळ? प्रत्येक मारलेला फॅसिस्ट फॅसिस्टांतून वजा होणारच."

"होय! पण या पुलामुळे आपणास सेगोव्हिया घेता येईल. एका प्रांताची राजधानी आहे ती. याचा विचार करा. पहिलीच अशी राजधानी आपण घेऊ."

"तुला खरंच वाटतं, असं होईल? सेगोव्हिया आपल्याला घेता येईल?"

"हो! पूल नीट बरोबर उडाला तरच."

"मला इथं कत्तल उडवायला आवडेल नि पूलही उडालेला आवडेल."

“तुझी भूक फार आहे.” रॉबर्ट जॉर्डन म्हणाला. बोलणं चालू असतानाच सर्वकाळ तो कावळ्यांकडे नजर ठेवून होता. त्यांतला एक काहीतरी पाहत असल्याचं त्याच्या आता लक्षात आलं. कावऽ कावऽ करून तो वर उडाला; पण दुसरा मात्र अजून झाडातच होता. रॉबर्ट जॉर्डननं खडकावरच्या प्रिमितोवोच्या उंच ठिकाणाकडे पाहिलं. तो खालच्या प्रदेशाकडे पाहत असलेला दिसला; पण काही खूण मात्र करत नव्हता. रॉबर्ट जॉर्डन पुढे वाकला. ऑटोमॅटिक बंदुकीचं कुलूप उघडलं, त्यानं कप्प्यातील रीळ पाहिलं नि कुलूप तसंच ठेवून दिलं. दुसरा कावळा अजून झाडातच होता. उडालेल्या बर्फावरून वाटोळा उडाला नि परत येऊन बसला. उन्हानं नि कोमट वाऱ्यानं देवदारांच्या भरलेल्या फांद्यांवरून बर्फ पडत होता.

“तुझ्यासाठी उद्या एक कत्तल ठेवलीय,” रॉबर्ट जॉर्डन म्हणाला. “लाकूड गिरणीशी असलेली चौकी उडवणं भाग आहे.”

“माझी तयारी आहे.” आगस्तीन म्हणाला.

“शिवाय पुलाखाली रस्तादुरुस्तीच्या माणसाच्या झोपडीपाशी एक चौकी आहे तीसुद्धा!”

“मी ती एकच उडवायची की दुसरीही उडवायची की दोन्ही?” आगस्तीन म्हणाला.

“दोन्ही नाही. दोन्ही एकाच वेळी उडवायच्या आहेत.” रॉबर्ट जॉर्डन म्हणाला.

“म्हणजे कोणती तरी एक,” आगस्तीन म्हणाला. “पुष्कळ दिवस झाले या युद्धात काहीतरी आपल्या हातून घडावं असं मला वाटत होतं. पाब्लोनं स्वस्थ ठेवून आम्हाला निकामी केलं इथं.”

ॲन्सेल्मो कुऱ्हाड घेऊन आला.

“आणखी फांद्या हव्यात?” त्यानं विचारलं.

“फांद्या नकोत,” रॉबर्ट जॉर्डन म्हणाला. “दोन लहान झाडं हवीत. एक इकडे नि एक तिकडे अशी लावून खरी वाटतील, असं करता येईल. खरी दिसण्याइतपत इथं झाडंच नाहीत.”

“आणतो.”

रॉबर्ट जॉर्डननं आपल्या मागे झाडीत कुऱ्हाडीचे घाव ऐकले. त्यानं खडकावर असलेल्या प्रिमितोवोकडे पाहिलं नि त्यानं समोरच्या खुल्या जागेपलीकडील खालच्या देवदारांकडे पाहिलं. इतक्यात त्यानं अगदी उंचावरून आलेली विमानाची घरघर ऐकली. त्यानं वर पाहिलं. वरच्या उन्हात ते चांदीच्या ठिपक्यासारखं लहान दिसत होतं. ते हलतंय हेही कळत नव्हतं.

“त्यांना दिसायचो नाही आपण,” तो आगस्तीनला म्हणाला. “पण पडून राहणं चांगलं. हे दुसरं टेहळणी विमान आजचं.”

“नि कालची?” आगस्तीननं विचारलं.

“अशुभ स्वप्नासारखी वाटतात ती आता.” रॉबर्ट जॉर्डन म्हणाला. “ती सेगोव्हियावर असावीत. अशुभ स्वप्नं खरी करायला ती थांबली आहेत.”

विमान डोंगरावरून पलीकडे दिसत नाहीसं झालं होतं; पण अजून आवाज मात्र येत होता.

रॉबर्ट जॉर्डन पाहत असता त्यानं कावळ्याला वर उडताना पाहिलं. तो झाडातून कावऽ कावऽ करत सरळ वर उडाला.

२३

"खाली हो!" रॉबर्ट जॉर्डन आगस्तीनशी कुजबुजला. त्यानं तोंड वळवलं नि तो हातानं ॲन्सेल्मोला 'खाली- खाली' अशी खूण करू लागला. देवदाराचं एक झाड घेऊन तो दरडीतून येत होता. नाताळातलं झाड आणावं तसं ते त्यानं खांद्यावर टाकलं होतं. खांद्यावरचं झाड खडकामागे टाकताना रॉबर्ट जॉर्डननं त्याला पाहिलं. मग तो खडकाआड नाहीसा झाला. रॉबर्ट जॉर्डन दरडीच्या फटीतून पलीकडच्या रानातल्या झाडीत पाहू लागला. काही आवाज नव्हता– काही दिसत नव्हतं. तरी आपली छाती धडधडताना त्याला कळत होती.

इतक्यात दगडावर दगड आपटल्याचा आवाज आला. गडगडत गेलेल्या लहान दगडाचा खटखट आवाज झाला. त्यानं उजवीकडे मान केली. वर पाहताच त्याला प्रिमितोवोची आडवी धरलेली बंदूक चार वेळा वरखाली झालेली दिसली. नंतर मात्र समोर पसरलेल्या बर्फाशिवाय, त्याच्यावरच्या घोड्याच्या वर्तुळाकार खुणांशिवाय नि पलीकडच्या झाडीशिवाय दुसरं काही दिसलं नाही.

"घोडदळ." आगस्तीनला तो हळूच म्हणाला.

आगस्तीननं त्याच्याकडे पाहिलं. त्याचे काळे खोल गाल तो हसला, तेव्हा मुळाशी रुंद झाले. त्याला घाम फुटलाय, हे रॉबर्ट जॉर्डनच्या लक्षात आलं. त्यानं हात लांब करून त्याच्या खांद्यावर ठेवला. तो हात तिथं असतानाच झाडीतून चार घोडेस्वार आलेले त्यांनी पाहिले. त्यानं उजवीकडे मान वळवली नि आगस्तीनच्या पाठीच्या स्नायूंची हालचाल त्याच्या हाताला लागली.

एक घोडेस्वार पुढे होता. तिघे मागे होते. पुढचा बर्फातल्या घोड्याच्या खुणा बघत चालला होता. दौडत असताना तो खाली पाहत होता. तिघे झाडीतून पसरून असे त्याच्या मागून चालले होते. सगळे लक्षपूर्वक पाहत होते. रॉबर्ट जॉर्डन छातीवर पडला होता. त्यानं कोपरं लांब ठेवली होती नि ऑटोमॅटिक बंदुकीच्या कावळ्यातून तो पाहत असता बर्फाशी टेकलेल्या आपल्या छातीचे ठोके त्याला ऐकू येत होते.

माग घेत, पुढे असलेला स्वार, पाब्लो वाटोळा फिरला होता तिथं आला नि थांबला. मागचे त्याच्याजवळ येऊन थांबले.

ऑटोमॅटिक बंदुकीच्या निळसर नळीवरून रॉबर्ट जॉर्डनला ते स्पष्ट दिसले. त्याला त्यांचे चेहरे दिसले. लटकवलेल्या संगिनी दिसल्या. घामानं काळे झालेले घोड्यांचे पुठ्ठे दिसले. खाकी शालींचे तिकोन दिसले नि खाकी टोप्यांचे नावारीज कोन दिसले. पुढच्या स्वारानं, बंदूक ठेवली होती त्या खडकाच्या थेट तोंडाकडे घोडा वळवला नि रॉबर्ट जॉर्डनला त्याचा उन्हा-वाऱ्यानं काळपटलेला तरुण चेहरा दिसला. जवळजवळ असलेली त्याची डोळ्यांची ठेवण दिसली. गरुडासारखं नाक नि अतिलांब, पाचरीसारखी हनुवटी दिसली.

घोडा वळवून त्यांचा पुढारी तिथंच थांबला. त्याच्या घोड्याची छाती रॉबर्ट जॉर्डनकडे होती. डोकं उंच धरलेलं होतं. त्याच्या खोगिराच्या उजव्या बाजूच्या म्यानामधून फुलक्या ऑटोमॅटिक बंदुकीचा दस्ता बाहेर डोकावत होता. पुढाऱ्यानं घोडा थांबवून बंदूक होती त्या दरडीकडे बोट दाखवलं.

रॉबर्ट जॉर्डननं कोपरं जमिनीत रोवली. बंदुकीच्या नळीवरून बर्फात थांबलेल्या चार घोडेस्वारांकडे पाहिलं. त्यांच्यापैकी तिघांनी आपल्या ऑटोमॅटिक बंदुका बाहेर काढल्या होत्या. दोघांनी खोगिरांच्या उंच टोकावर आडव्या धरल्या होत्या. तिसरा बंदुकीचा दस्ता कमरेवर आधारून तिची नळी उजवीकडे बाहेर झुकवून घोड्यावर स्वार झाला होता.

'ते, इतक्या अंतरावरून दिसणं कठीणच!' त्याच्या मनात आलं. 'या बंदुकीच्या नळीवरून नीटसे दिसत नाहीत. बहुधा मागचं भिंग उचललेलं राहतं. मग माणसं, बाहुल्या दिसतात. त्यांना भिंगात आणणं तापच असतो किंवा ते धावत हात हलवीत येतात. त्यांच्यावर गोळ्या झाडण्याऐवजी आपण एखाद्या उतरंडीवर, रस्त्यातल्या दुकानावर आणि खिडक्यावरच गोळ्या झाडत राहतो किंवा रस्त्यावर खूप दूर ते कवाईत करत असल्यासारखे दिसतात– आगगाडीतून दिसतात तसे. आता दिसताहेत तसेच तेव्हा दिसतात. हे चौघेच असले तर त्यांना सहज उधळून लावता येईल. या अंतरावरून भिंगामधून ते दुप्पट मोठे दिसतात.'

बंदुकीच्या मागच्या कावळ्याच्या खोबणीत त्यानं पुढचा कावळा बसवला. पुढच्या कावळ्याच्या पाचेरूकडे बघत पाचेरूचं टोक त्यानं घोडेस्वारांच्या पुढाऱ्याच्या छातीच्या मध्यावर घेतलं. त्याच्या छातीवरच्या ताइताच्या जरा उजव्या बाजूला. त्याच्या खाकी शालीवरचा तो ताईत सकाळच्या उन्हात चमकत होता. 'ए!' तो स्वतःशी म्हणाला. हे तो स्पॅनिशमध्ये म्हणाला. ट्रिगर गार्डला टेकलेली बोटं, बंदूक सुरू होऊन सटसट सुटत, घुसत, थडथडत गोळ्या सुरू होऊ नयेत म्हणून त्यानं पुढे दाबून ठेवली. 'ए!' पुन्हा त्याच्या मनात आलं. 'ऐन तारुण्यात तू मरणार आहेस आणि ए! तू!' त्याच्या मनात आलं. 'नि तूही; नि तू पण! देव करो असं घडू नये! असं घडू नये.'

शेजारी आगस्तीनला खोकला येत असल्याचं त्याच्या लक्षात आलं. त्यानं तो दाबल्याचं लक्षात आलं, घशात अडकल्याचं नि गिळल्याचं लक्षात आलं. त्याची बोटं ट्रिगर गार्डवर दाबलेलीच होती नि नळीच्या निळ्या तेलकट भागावरून बंदुकीवर ठेवलेल्या फांद्यांच्या फटीतून पाहत असताना घोडेस्वारांच्या प्रमुखानं घोडा वळवलेला त्यानं पाहिलं नि पाब्लो गेला होता त्या झाडीकडे त्यानं बोट केलं. ते चौघे स्वार दुडकत झाडीत गेले नि आगस्तीन हळूच म्हणाला– "घोडदळ."

रॉबर्ट जॉर्डननं, आपल्या मागे ॲन्सेल्मोनं झाड टाकलं होतं त्या खडकामागे पाहिलं.

खडकामधून रॅफेल त्यांच्याकडे येत होता. कापडी जिनाची जोडी त्याच्या हातात होती. बंदूक पाठीवर टांगलेली होती. रॉबर्ट जॉर्डननं त्याला वाकून यायला खुणावलं नि जिप्सी गपकन दिसेनासा झाला.

"चारी स्वारांना मारता आलं असतं." आगस्तीन शांतपणे म्हणाला. अजून तो घामानं ओला होता.

त्याच वेळी दुसरा दगड गडगडत गेल्याचा आवाज आला. त्यानं चमकून पाहिलं; पण जिप्सी नि ॲन्सेल्मो दोघे नजरेत नव्हते. त्यानं मनगटावरील घड्याळाकडे पाहिलं नि वर प्रिमितोवो बंदूक वरखाली करीत होता तिकडे पाहिलं. बंदूक वरखाली होताना हाताचे हेलकावे अतिसूक्ष्म वाटत होते. पाब्लोला पंचेचाळीस मिनिटं मिळाली आहेत, रॉबर्ट जॉर्डनच्या मनात आलं. मग घोडदळाचा आवाज त्याच्या कानावर आला.

"काळजी करू नको," तो आगस्तीनला म्हणाला. "आधीचे गेले तसे हेही जातील."

नव्यानं आलेलं घोडदळ जोड्या करून, झाडीच्या बाजूनं दुडकत जाताना दिसलं. वीस घोडेस्वार होते. मागच्या स्वारांसारखेच शस्त्रसज्ज, गणवेशधारी. त्यांच्या तलवारी झुलत होत्या, संगिनी म्यानात होत्या. मागचे गेले तसेच हेही झाडीत नाहीसे झाले.

"म्हटलं नाही?" रॉबर्ट जॉर्डन आगस्तीनला म्हणाला.

"फारच होते." आगस्तीन म्हणाला.

"पहिल्यांना आपण मारलं असतं तर मग या मागच्यांना तोंड द्यावं लागलं असतं." रॉबर्ट जॉर्डन अगदी हळूच म्हणाला. त्याची छाती शांत झाली होती. छातीखालचा बर्फ वितळल्यानं छातीवर ओलं ओलं वाटत होतं. तिथं पोकळी वाटत होती.

बर्फावर उन्हं चमकत होती नि बर्फ भराभर वितळत होता. झाडांच्या बुंध्यांवरून सुटताना, निसटताना तो दिसत होता. बंदुकीपुढील डोळ्यांसमोरचा पृष्ठभाग दमट

झाला होता. पृष्ठभाग वितळल्यामुळे बर्फ छान ठिसूळ वाटत होता. त्यावर जमिनीचा उबदारपणा तरंगत होता.

रॉबर्ट जॉर्डननं प्रिमितोवोच्या जागेकडे पाहिलं. त्यानं केलेली खूण त्याला कळली. दोन्ही हातांची फुली करून– तळवे खाली करून 'कुणी नाही'ची ठरलेली खूण त्यानं केली.

ॲन्सेल्मोचं डोकं खडकावर डोकावलं. रॉबर्ट जॉर्डननं त्याला हलण्यासाठी खुणावलं. म्हातारा खडकाखडकांतून लपत सरकत आला. जवळ येऊन बंदुकीशी सपाट उपडा पडला.

"खूप होते," तो म्हणाला. "खूपच!"

"झाडाची जरुरी नाही," रॉबर्ट जॉर्डन म्हणाला. "आता रान करण्याची गरज नाही."

ॲन्सेल्मो नि आगस्तीन दोघं हसले.

"आपण केलेलं रान परीक्षेला चांगलं उतरलं. आता यानंतर झाड लावणं धोक्याचं आहे. शत्रू परत येईल. तो काही मूर्ख नाही."

त्याला आगस्तीनशी असं बोलावंसं वाटलं, बाका प्रसंगातून गेल्याचा हा परिणाम होता. प्रसंगानंतर असं बोलण्याची जी इच्छा होते, तिच्या तीव्रतेवरून प्रसंग किती बाका होता, हे त्याला सांगता येत असे.

"आपला 'आडपडदा' छानच जमला होता."

"चांगलाच!" आगस्तीन म्हणाला. "फॅसिझमची सारी सुगुणता खड्ड्यात जाओ. चौघाही स्वारांना मारता आलं असतं. पाहिलंस ना तू?" तो ॲन्सेल्मोला म्हणाला.

"पाहिलं." ॲन्सेल्मो म्हणाला.

"ए!" रॉबर्ट जॉर्डन ॲन्सेल्मोला म्हणाला. "तुला कालच्या चौकीकडे जायचंय. कालच्याच किंवा तुला हव्या त्या. तिथं रस्त्यावर पहारा ठेवायचाय. कालच्याप्रमाणंच सर्व हालचाली पाहायच्या. आधीच जायला हवं होतंस तू. काळोख पडेपर्यंत तिथं राहा. मग परत ये. तुझ्या जागी दुसऱ्याला धाडू."

"माझ्या खुणा राहतील त्याचं काय?"

"बर्फ वितळताच खालच्या बाजूनं जा. तिथं बर्फ वितळल्यानं चिखल झालेला असेल. ट्रक्स फार गेलेत का किंवा रस्त्यावर रणगाड्यांच्या खुणा दिसतात का, याची नोंद कर. तुझा पहारा सुरू होईपर्यंत आणखी सांगता येणार नाही.

"जसा हुकूम."

"हुकूमच!"

"तुम्ही सांगाल तसं करीन. ला ग्रंजमध्ये जाऊन तिथं काल रात्री काय झालं

हे काढायला मी जावं, हा बेत कसा वाटतो? कुणाला तरी शिकवून माझ्या जागी पहाऱ्याला धाडता येईल. तिथं गेलेला तुम्हाला रात्री रिपोर्ट देईल. सर्वांत उत्तम म्हणजे ला ग्रंजला बातमी काढण्यासाठी मी जाणं."

"तुला घोडदळाशी गाठ पडायची भीती वाटत नाही?"

"बर्फ वितळल्यावर भीती नाही."

"ला ग्रंजमध्ये बातमी देणारं कुणी आहे?"

"होय आहे. एक बाई आहे. ला ग्रंजमध्ये विश्वास टाकावा अशा स्त्रिया आहेत."

"मला पटतं हे," आगस्तीन म्हणाला. "पुष्कळ आहेत. मला ठाऊक आहे. दुसरीही कामं करणाऱ्या पुष्कळ आहेत. मी जाऊ का?"

"म्हाताऱ्याला जाऊ दे. तुला ही बंदूक येते. अजून दिवस अंगावर आहे."

"बर्फ वितळताच मी निघतो," ॲन्सेल्मो म्हणाला. "बर्फ भराभर वितळतंय."

"पाब्लो पकडला जाण्याचा किती संभव आहे?" रॉबर्ट जॉर्डननं आगस्तीनला विचारलं.

"पाब्लो चलाख आहे," आगस्तीन म्हणाला. "शहाण्या काळविटाला कुत्री घेऊन का पकडता येतं?"

"कधीकधी."

"पाब्लोला नाही," आगस्तीन म्हणाला. "तो पूर्वी होता त्या मानानं आता पोतेरं राहिला आहे हे दिसतंच; पण तो जिवंत आहे यात काही अर्थ आहे. डोंगरात तो आरामात आहे. मरेमरेतो पिण्याची ताकद आहे त्याच्यात. या वेळेपर्यंत दुसरे अनेक भिंतीत चिणलेही गेले."

"म्हणतात तितका चलाख आहे का तो?"

"पुष्कळच चलाख आहे."

"इथं त्याची कर्तबगारी जाणवली नाही."

"जर तो कर्तबगार नसता तर काल रात्रीच मेला असता, इंग्लिशा! तुला राजकारण समजत नाही, असं मला वाटतं. तुला गनिमी लढाईही समजत नाही. राजकारणात किंवा असल्या लढाईत जिवंत राहणं हेच फार असतं. काल रात्री तो कसा जिवंत राहिला पाहा. तुझ्याकडून नि माझ्याकडून किती अपमान करून घेतले ते आठव."

पाब्लो आता परत त्यांच्या टोळीच्या हालचालीत भाग घेऊ लागला होता, तेव्हा रॉबर्ट जॉर्डनला त्याच्याविरुद्ध बोलण्याची इच्छा नव्हती. पाब्लोच्या कर्तबगारीबद्दलचा संशय तोंडातून जाताच, त्याला ते बोलण्याचा पश्चात्ताप झाला. पाब्लो किती हुशार आहे, हे त्याला कळत होतं. पूल उडवायच्या हुकमात ज्या चुका होत्या, त्या पाब्लोनं तत्क्षणी ओळखल्या होत्या. त्यानं स्वतः पाब्लोविषयी जो शेरा

मारला होता, तो केवळ पाब्लो आवडत नव्हता म्हणून! तो शेरा मारताक्षणीच त्याला स्वतःला तो चूक आहे, हे कळलं होतं. ताण पडल्यानंतर बोलण्यातून काहीतरी येऊन जातं, तसं झालं होतं; तेव्हा त्यानं तो विषयच थांबवला नि ॲन्सेल्मोला म्हणाला, ‘‘भर दिवसा ला ग्रंजमध्ये जायचं?’’

‘‘वाटतं तेवढं ते धोक्याचं नाही,’’ म्हातारा म्हणाला. ‘‘मी सैनिकाबरोबर जाणार नाही कुणा.’’

‘‘गळ्यात घंटा बांधूनही नाही,’’ आगस्तीन म्हणाला. ‘‘झेंडा नाचवतही नाही.’’

‘‘मग कसे जाणार?’’

‘‘जंगलातून, वरच्या नि खालच्या बाजूनं.’’

‘‘तुम्हाला पकडलं तर?’’

‘‘माझ्याजवळ हवी ती कागदपत्रं आहेत.’’

‘‘तशी आमच्याजवळही आहेत; पण नको असलेली तुम्हाला गडप करावी लागतील.’’

ॲन्सेल्मोनं मान हलवीत छातीवरच्या जाकिटाचा खिसा थोपटला.

‘‘किती वेळा मी तसा बेत केला असेल,’’ तो म्हणाला. ‘‘कागद गिळणं मला कधीच आवडलं नाही.’’

‘‘कागदपत्रांबरोबर थोडा मसाला नेला तर बरं, असं मला नेहमी वाटत आलंय,’’ रॉबर्ट जॉर्डन म्हणाला. ‘‘मी माझ्या छातीवरच्या डाव्या खिशात आपले कागद बाळगतो. उजव्या खिशात फॅसिस्ट कागदपत्रं असतात. म्हणजे ऐनवेळी काही चूक होत नाही.’’

सगळेच इतके बोलत होते की, घोडदळाच्या पहिल्या टेहळणीच्या पुढाऱ्यानं तेव्हा इकडे जे बोट दाखवलं होतं, त्याचा फारच परिणाम झाला असला पाहिजे. फारच! रॉबर्ट जॉर्डनच्या मनात आलं.

‘‘असं पाहा रॉबर्टो!’’ आगस्तीन म्हणाला. ‘‘असं म्हणतात की, सरकार दर दिवसाला उजवं होत चाललंय. रिपब्लिक देशात आता कुणी कॉम्रेड वगैरे म्हणत नाही. सिनॉर, सिनोरा असं म्हणू लागले आहेत. खिशाची चलाखी करणं कसं जमायचं?’’

‘‘सरकार पुरेसं उजवं होईल तेव्हा माझी कागदपत्रं मी कुल्ल्यावरच्या खिशात बाळगत जाईन,’’ रॉबर्ट जॉर्डन म्हणाला. ‘‘नि मध्ये शिवण घालीन.’’

‘‘ती तुमच्या सदऱ्यातच ठेवा,’’ ॲन्सेल्मो म्हणाला. ‘‘लढाई जिंकायची नि क्रांती हरायची, असं का होणार आहे?’’

‘‘नाही,’’ रॉबर्ट जॉर्डन म्हणाला. ‘‘पण ही लढाई आपण जिंकलो नाही तर क्रांती होणार नाही किंवा लोकसत्ताक किंवा तू किंवा मी किंवा काहीच असणार नाही.’’

"म्हणूनच मी म्हणतो," ॲन्सेल्मो म्हणाला. "हे युद्ध आम्ही जिंकावं."

"नि नंतर अराजकांना गोळ्या घालाव्यात. कम्युनिस्टांना नि त्यांच्या सगळ्या दोस्तांना गोळ्या घालाव्यात. चांगले रिपब्लिकन तेवढे वगळावेत." आगस्तीन म्हणाला.

"हे युद्ध आपण जिंकावं नि कुणाला गोळ्या घालू नयेत," ॲन्सेल्मो म्हणाला. "आपण न्यायानं राज्य करावं नि सर्वांना त्याच्या फायद्यातून धडपड केली असेल त्या प्रमाणात हिस्सा मिळावा आणि जे आपणाविरुद्ध लढले, त्यांना त्यांची चूक कळण्यासाठी सुशिक्षित करावं."

"पुष्कळांना आपल्याला गोळ्याच घालाव्या लागतील," आगस्तीन म्हणाला. "पुष्कळांना- पुष्कळांनाच!"

त्यानं आपल्या डाव्या तळहातावर उजव्या हाताची मूठ आपटली.

"कुणाला गोळी घालू नये आपण. पुढाऱ्यांनासुद्धा घालू नये. त्यांना काम देऊन सुधारावं."

"त्यांना कोणतं काम द्यायचं ते ठरवलंय मी." आगस्तीन म्हणाला. त्यानं खालचा बर्फ उचलून तोंडात घातला.

"कोणतं रे, दुष्टा?" रॉबर्ट जॉर्डननं विचारलं.

"दोन अतिशय डोक्याची कामं."

"कोणती?"

आगस्तीननं आणखी थोडा बर्फ तोंडात घातला नि घोडदळ गेलं होतं त्या मोकळ्या जागेकडे पाहिलं. मग तोंडातला वितळलेला बर्फ त्यानं थुंकला. "वा! काय जेवण!" तो म्हणाला. "तो भंपक जिप्सी कुठं मेला?"

"कोणती दोन कामं?" रॉबर्ट जॉर्डन म्हणाला. "बोल."

"विमानातून पॅराशूटशिवाय उडी टाकायची," आगस्तीन म्हणाला. त्याचे डोळे चमकले. "ज्यांचं आम्हाला प्रेम वाटतं त्यांच्यासाठी हे काम नि दुसऱ्यांसाठी– त्यांना कुंपणाच्या वाशांना खिळ्यांनी ठोकायचं नि पलीकडे लोटून द्यायचं."

"घाण बोलणं आहे हे," ॲन्सेल्मो म्हणाला. "अशानं लोकसत्ताक कधीच व्हायचं नाही."

"त्या सर्वांच्या ×××च्या केलेल्या खिरीतून दहा फर्लांग पोहत जाणं आपल्याला आवडेल."

आगस्तीन म्हणाला, "मी जेव्हा त्या चार घोडेस्वारांना पाहिलं नि त्यांना ठार मारता येईल असं मनात आलं, तेव्हा तबेल्यामध्ये घोड्याची वाट पाहणाऱ्या मादीसारखं वाटलं मला."

"पण त्यांना आपण मारलं का नाही, हे तुमच्या लक्षात आलं ना?" रॉबर्ट जॉर्डननं शांतपणे विचारलं.

“हो!” आगस्तीन म्हणाला. “हो; पण तापलेल्या घोड्यासारखं त्यांना मारण्याचं माझ्या मनात शिवशिवत होतं. असं कधी वाटलंच नसलं तर ते तुम्हाला कळायचं नाही.”

“केवढा घाम फुटला होता तुम्हाला!” रॉबर्ट जॉर्डन म्हणाला. “मला वाटलं, भीतीनं सुटलाय.”

“भीतीनं? हो,” आगस्तीन म्हणाला. “भीती होती; शिवाय ती भावनाही होती आणि जीवनात त्या दुसऱ्या भावनेइतकी कुठलीच भावना प्रबळ नाही.”

‘खरं आहे,’ रॉबर्ट जॉर्डनच्या मनात आलं. ‘आम्ही ते थंडपणे करतो; पण हे लोक करत नाहीत किंवा कधी केलेलं नाही. हा त्यांचा आणखी एक धर्म आहे. मेडिटरेनिअनच्या टोकावरून आलेल्या नव्या धर्माआधीचा त्यांचा तो जुना धर्म आहे. तो जुना धर्म त्यांनी कधी टाकला नाही. युद्ध नि धर्मच्छळाच्या आणीबाणीच्या काळात आधार घेण्यासाठी दाबून ठेवला– लपवला. ते ‘ॲटो द फी’चे लोक आहेत; हत्या ही त्यांची श्रद्धा आहे. हत्या करावीच लागते; पण आमची हत्या त्यांच्याहून निराळी आहे. आपण–’ त्याच्या मनात आलं. ‘आपण त्यांच्यामुळे बिघडता कामा नये. सीरियात हत्या झाली नाही? उसेरात नाही? एस्ट्रेमादुरातल्या दिवसांत झाली नाही? कधीच कुठं नाही?– काय बोलणं?’ तो स्वतःशीच म्हणाला. ‘प्रत्येक गाडीशी झालीय हत्या.’

‘बर्बर्स नि पुरातन इबेरिअन्सविषयी भाकडकथा रचणं पुरे कर. ठार मारायला इतर सैनिकांइतकंच तुला आवडलंय, हे कबूल कर. त्या सैनिकांना केव्हातरी एकदा ते आवडलं होतं– तसं. मग ते सैनिक खरं सांगोत की खोटं. ॲन्सेल्मोला माणसं मारणं आवडत नाही, कारण तो शिकारी आहे– सैनिक नाही. त्याचाही एवढा गौरव करू नको. शिकारी लोक प्राण्यांना मारतात, सैनिक माणसांना! खरं-खोटं करत बसू नको.’ त्यानं स्वतःला म्हटलं किंवा कथाही रचू नको. पुष्कळ दिवस झाले माणसांच्या हत्येचा डाग तुला लागलाय. ॲन्सेल्मोविषयी मन कलुषित करू नको. तो ख्रिश्चन आहे. कॅथॉलिक देशात असा विरळाच.

‘आपल्याला वाटलं, आगस्तीन भितो आहे. लढाईआधीची ती सहज भीती! या भीतीमध्ये आणखीही काही लपलेलं होतं. तो आता गप्पा मारतोय. तो चांगलाच घाबरला होता. जिथं माझ्या हाताला भीती कळली! अच्छा! आता पुरे झाली बडबड.’

“जिप्सीनं जेवण आणलं का पाहा!” तो ॲन्सेल्मोला म्हणाला. “त्याला वर येऊ देऊ नका. तो गाढव आहे. तुम्ही स्वतः त्याच्याजवळचं अन्न आणा. त्यानं कितीही आणलं असलं, तरी आणखी आणायला परत धाडा. मला फार भूक लागली आहे.”

२४

सरत्या मे महिन्यातील सकाळ होती. आकाश उंच वाटत होतं नि स्वच्छ होतं. रॉबर्ट जॉर्डनच्या खांद्यावरून गरम वारा वाहत होता. बर्फ भराभर वितळत चालला होता. ते न्याहरी घेत होते. न्याहरीला मटणाची सँडविचेस होती नि प्रत्येकाला बकरीच्या चीजचा एकेक वाटा आला होता. रॉबर्ट जॉर्डननं आपल्या घडीच्या चाकूनं कांद्याच्या जाड फोडी कापल्या होत्या. मटणाच्या प्रत्येक बाजूला त्यानं त्या ठेवल्या होत्या नि ब्रेडच्या तुकड्यात चीज ठेवलं होतं.

''तुझ्या तोंडाचा कांद्याचा वास जंगलातून फॅसिस्टांपर्यंत पोहोचेल.'' भरलेल्या तोंडानं आगस्तीन म्हणाला.

''मला दारूचा बुधला दे, त्यानं तोंड धुतो.'' रॉबर्ट जॉर्डन म्हणाला. त्याचं तोंड मटणानं, चीजनं, कांद्यानं नि चावलेल्या ब्रेडनं भरलं होतं.

इतकी भूक त्याला कधीच लागली नव्हती. त्यानं तोंड भरून दारू घेतली. बुधल्यातून चव घेत ओतत त्यानं ती गिळली. पुन्हा त्यानं तोंड भरून दारूचा घोट घेतला. बुधल्याचा तळ वर करत त्याची धार त्यानं थेट घशात धरली. वर झालेला बुधला बंदुकीवर लावलेल्या देवदाराच्या पानांना लागला होता. बंदूक पानाखाली झाकली होती. पिण्यासाठी मान मागे केल्यावर त्याचं डोकंही फांद्यांना लागलं होतं.

''आणखी सँडविच हवं का तुला?'' बंदुकीवरून त्याच्याकडे सँडविच करीत आगस्तीन म्हणाला.

''नको. तू खा.''

''मला नाही जायचं. सकाळी मला जात नाही.''

''नाही. खाच.''

रॉबर्ट जॉर्डननं सँडविच घेतलं. आपल्या मांडीवर ठेवलं. एकीकडे त्यानं ग्रेनेडस ठेवलेल्या खिशातून कांदा काढला. कांदा कापायला चाकू उघडला. खराब झालेली त्याची वरची चंदेरी साल त्यानं कापून टाकली. मग एक जाड फोड कापली. बाहेरची एक फोड मोकळी पडली. ती त्यानं उचलली. ती वाकवून त्यानं वर्तुळ पुरं केलं नि ती सँडविचमध्ये ठेवली.

"न्याहरीला तू नेहमी कांदे घेतोस?" आगस्तीननं विचारलं.

"असले तर."

"तुझ्या देशात सगळे असेच खातात?"

"नाही," रॉबर्ट जॉर्डन म्हणाला. "कांदा खाणं चांगलं मानत नाहीत तिकडे."

"बरं वाटलं मला. अमेरिका एक सुसंस्कृत देश आहे, असं मी धरत आलो होतो."

"तू एवढा कांद्याविरुद्ध का?"

"वास; बाकी काही नाही. तसा तो गुलाबासारखा आहे."

भरलेल्या तोंडानं रॉबर्ट जॉर्डन हसला.

"गुलाबासारखा!" तो म्हणाला. "चक्क गुलाबासारखा. गुलाब बरोबर गुलाब बरोबर कांदा."

"कांद्यानं तुझं डोकं चढलंय," आगस्तीन म्हणाला. "काळजी घे."

"कांदा म्हणजे कांदा म्हणजे कांदाच!" रॉबर्ट जॉर्डन खुशीत म्हणाला. नि त्याच्या मनात आलं, 'दगड म्हणजे शिळा म्हणजे खडक म्हणजे दरड म्हणजे गारगोटी.'

"तोंड दारूनं खळखळव," आगस्तीन म्हणाला. "इंग्लिशा! अगदी विचित्र आहेस तू. तुझ्यात नि मागे आमच्याबरोबर काम केलेल्या सुरुंगउडव्यात फार फरक आहे."

"हो! एक मोठा फरक आहे."

"सांग पाहू."

"मी जिवंत आहे, तो मेलाय." रॉबर्ट जॉर्डन म्हणाला. मग त्याच्या मनात आलं, 'आपल्याला झालंय तरी काय? ही काय बोलण्याची तऱ्हा? अन्नानं आपण इतके खुशीत येतो? काय, झालंय काय? कांदा चढलाय? आता मरणाबद्दल एवढंच वाटतंय तुला? कधी वाटलंच नव्हतं फारसं.' त्यानं खरं ते स्वतःला सांगितलं. 'काही वाटावं असा यत्न केला; पण कधी वाटलंच नाही काही. किती काळ उरलाय आता आपला? तेवढ्यात स्वतःला फसवायचं कशाला?'

"नाही," तो आता गंभीरपणानं म्हणाला. "त्या माणसानं खरोखरच फार भोगलं."

"नि तू? तू भोगलं नाहीस?"

"नाही," तो म्हणाला. "मी कमी त्रास करून घेणाऱ्यातला आहे."

"माझंही तसंच आहे," आगस्तीन म्हणाला. "काही त्रास करून घेणारे असतात. काही करून घेत नाहीत. मला स्वतःला अतिशय कमी त्रास होतो."

"तेच ठीक!" रॉबर्ट जॉर्डननं पुन्हा दारूचा बुधला वर केला. "नि हे मिळालं की, त्रास आणखी कमी होतो."

“दुसऱ्यासाठी मला त्रास होतो.”

“ते सगळ्या चांगल्या माणसांचं होतं.”

“माझ्या स्वतःसाठी थोडा होतो.”

“लग्न झालंय तुझं?”

“नाही.”

“माझंही नाही.”

“पण आता मेरिया आहे तुला.”

“हो.”

“ती एक नमुनाच आहे,” आगस्तीन म्हणाला. “गाडीच्या हल्ल्यानंतर ती आमच्यात आली, तेव्हापासून पिलरनं तिला आम्हा सगळ्यांपासून आवेशानं जोगिणीसारखी लांब ठेवली. किती आवेशानं तिने तिला जपलं, हे सांगून कळणार नाही. तू आलास नि एखादी वस्तू भेट द्यावी तशी पिलरनं तुला ती देऊन टाकली. माझं पटतंय तुला?”

“भेट वगैरे वाटली नाही मला.”

“मग?”

“पालकासारखी माझ्या स्वाधीन केली तिला.”

“मग, तिच्याबरोबर रात्ररात्र घालवणं हीच का तुझी पालनाची कल्पना?”

“हे नशीब आहे.”

“काळजी घेण्याची ही रीत की काय?”

“अशीसुद्धा कुणाची तरी काळजी घेता येते, ठाऊक नाही?”

“मग तशी काळजी आमच्यापैकी कुणालाही घेता आली असती.”

“पुरे करू हा वाद,” रॉबर्ट जॉर्डन म्हणाला. “माझ्या नाजूक भावना आहेत तिच्याविषयी.”

“फार नाजूक!”

“जगात तेवढं कुणाबद्दल वाटत नाही मला.”

“नंतर पुढचं काय? पूल उडवल्यावर काय?”

“मी घेऊन जाईन तिला.”

“ठीक!” आगस्तीन म्हणाला. “आता तो विषय बंद– तुम्हाला आमचा आशीर्वाद आहे.”

त्यानं दारूचा बुधला उचलून एक मोठा घोट घेतला नि मग रॉबर्ट जॉर्डनला दिला.

“आणखी एक गोष्ट– इंग्लिशा!” तो म्हणाला.

“बोल.”

“मलाही तिच्याबद्दल फार वाटायचं.”

रॉबर्ट जॉर्डननं आपला हात त्याच्या खांद्यावर ठेवला.

"फार," आगस्तीन म्हणाला. "फार– फार. कुणाला कल्पना यायची नाही."

"मला येते."

"तिनं माझ्यावर जादू केली ती पुसतच नाही."

"मला कळतंय."

"ऐक! मनापासून बोलतोय मी."

"बोल."

"मी तिला कधी स्पर्शही केला नाही किंवा काही केलं नाही, तरी तिच्याबद्दल मला फार वाटतं, इंग्लिशा! तिला नीट वागव. ती तुझ्याजवळ झोपते म्हणजे वेश्या नाही."

"मी तिची काळजी घेईन."

"तुझ्यावर विश्वास आहे माझा; पण पुढे ऐक. जर ही क्रांती नसती तर अशी मुलगी कशी असती, हे तुला कळायचं नाही. तुझ्यावर फार जबाबदारी आहे. तिनं फार यातना भोगल्या आहेत. आपल्यासारखं तिचं नाही."

"मी तिच्याशी लग्न करीन..."

"नाही. त्याचं म्हणत नाही मी. क्रांतीच्या छायेत असल्या गोष्टींना महत्त्व नाही. पण–" मान हलवीत तो म्हणाला. "तसं केलंस तर बरंच!"

"मी तिच्याशी लग्न करीन," रॉबर्ट जॉर्डन म्हणाला नि म्हणताना त्याचा गळा दाटून आला. "मला फार वाटतं तिच्याबद्दल."

"सावकाश!" आगस्तीन म्हणाला. "सवड झाली की लग्न करा. तसं मनात असणं हे महत्त्वाचं आहे."

"तसं मनात आहे माझ्या."

"ऐक," आगस्तीन म्हणाला. "बोलायचा अधिकार नाही त्या विषयात मी लुडबुड करतोय; पण या देशातल्या पुष्कळ मुलींशी तुझा परिचय झालाय?"

"थोड्या."

"वेश्या?"

"काही वेश्या नव्हत्या."

"किती?"

"पुष्कळ."

"त्यांच्याशी तुझा संबंध आलाय?"

"नाही."

"कळलं?"

"हो!"

“माझं म्हणणं हे की, मेरियाचा हा थिल्लरपणा नाही.”

“माझाही नाही.”

“तुझा आहे असं वाटलं असतं तर काल रात्री तू आणि ती दोघं एकत्र झोपलात तेव्हा गोळीच घातली असती तुला. अशा कारणानं इथं पुष्कळ खून होतात.”

“ऐक दोस्ता!” रॉबर्ट जॉर्डन म्हणाला. “वेळ नव्हता म्हणून आम्ही रीत सोडून वागलो. आम्हाला पुरेसा वेळ नाही. उद्या आपणाला लढावं लागणार. अर्थात त्याचं मला काही वाटत नाही; पण मेरियाच्या नि माझ्या दृष्टीनं या थोड्याशा वेळात आम्हाला सगळं आयुष्य जगायला हवं आहे.”

“एक दिवस नि एक रात्र– फारच थोडा काळ होतो.” आगस्तीन म्हणाला.

“होय; पण आम्हाला काल मिळाला, परवाची रात्र मिळाली आणि कालची रात्र.”

“ऐक,” आगस्तीन म्हणाला. “माझी मदत हवी का?”

“नको. आमचं ठीक जमलंय,”

“तुझ्यासाठी किंवा मेरियासाठी काही करायला हवं असलं तर–”

“नको.”

“खरंच आहे. एक माणूस दुसऱ्यासाठी किती थोडं करू शकतो!”

“नाही. पुष्कळ करता येण्याजोगं आहे.”

“काय?”

“आज-उद्या युद्धाचं काहीही होवो. मला तुझा विश्वास मिळायला हवाय. मग मला सांगायचंय ते किती विचित्र वाटो.”

“तुझ्यावर विश्वास आहे माझा. या घोडेस्वारामुळे नि त्या घोड्याला तू लांब धाडलंस; त्यामुळे विश्वास बसला आहे.”

“त्यात विशेष काय केलं? तुम्ही पाहताच की, आपली एका विशिष्ट गोष्टीसाठी धडपड आहे– युद्ध जिंकायचं. आपला जय झाला नाही तर बाकी सगळ्या गोष्टी व्यर्थ आहेत. उद्या आपल्याला एक महत्त्वाची गोष्ट करायची आहे– खरोखर महत्त्वाची. लढाई ही होणारच. त्यात शिस्त हवी. वरवर दिसतात तशा सगळ्या गोष्टी नसतात. परस्परांबद्दलच्या विश्वासातून नि आत्मविश्वासातून अंगात शिस्त बाणली पाहिजे.”

आगस्तीन जमिनीवर थुंकला.

“मेरिया नि या असल्या गोष्टी निराळ्या आहेत,” तो म्हणाला. “दोन मनुष्यप्राणी म्हणून तू नि मेरियानं असलेल्या वेळेचा उपयोग केला पाहिजे. माझी काही मदत होणार असेल तर सांग आणि उद्याचे तुझे सर्व हुकूम मी डोळे मिटून पाळीन. उद्याच्या कामात वेळ आली तर प्राण द्यायला हवा असला तरी कुणीही आनंदानं, खुशीनं मरेल.”

“माझी तीच भावना आहे,” रॉबर्ट जॉर्डन म्हणाला. “तरी ती तुझ्या तोंडून ऐकताना मला आनंद होतोय.”

“आणखी–” आगस्तीन म्हणाला. “तो वर आहे तो–” त्यानं प्रिमितोवोकडे बोट दाखवलं. “तो विश्वासातला माणूस आहे. तुला कल्पना नसेल एवढा. पिलरही आहे. म्हातारा अँन्सेल्मो आणि अँड्रीजसुद्धा! एलॅडिओही. अगदी शांत पण विश्वासाचा. नि फेरनॅन्डो. त्याच्याबद्दलचं तुझं मत मला ठाऊक नाही. तो पाऱ्याहून जड आहे हे खरं! काळविटानं मोठ्या रस्त्यानं गाडी ओढत न्यावी त्याहून तो कंटाळवाणा आहे; पण लढण्यात नि हुकूम पाळण्यात? तू पाहशीलच.”

“म्हणजे आपण नशीबवान आहोत.”

“नाही. दोन दुवे कच्चे आहेत आपल्यात. जिप्सी नि पाब्लो; पण आपण बैलाच्या खताहून जितके चांगले आहोत, तितकी सोर्दोची टोळी आपल्याहून चांगली आहे.”

“सगळं उत्तमच आहे की मग!”

“हो,” आगस्तीन म्हणाला. “पण पुलाचं काम आजच हवं होतं.”

“मला तेच वाटतं. एकदाचं संपलं असतं ते.”

“काम बिघडेल असं वाटतं तुला?”

“बिघडेलही.”

“इंग्लिशा, तू तर खुशीत दिसतोस.”

“होय.”

“मीसुद्धा! मेरियाचं नि पुलाचं हे असं असूनही.”

“का, ठाऊक आहे? कळतंय का, का ते?”

“नाही.”

“मलासुद्धा नाही. दिवसाचा परिणाम असतो एकेका. दिवस चांगला आहे.”

“तसंच असावं,” रॉबर्ट जॉर्डन म्हणाला. “पण पुलाचं काही करायचं नाही. काही असलं तरी नाही. आजचा दिवस जाऊ देणं जरुरीचं आहे.”

“कुणी सांगावं! आजही सुरू होईल लढाई.”

तो बोलत असताना त्याला कसलातरी आवाज ऐकू आला. झाडांमधून वाहणाऱ्या उबदार वाऱ्याबरोबर तो कुठूनतरी लांबून आला. आवाजाचा त्याला अंदाज करता येईना. तेव्हा प्रिमितोवोकडे पाहत तोंड उघडं ठेवून तो ऐकू लागला. हा आवाज त्याला एकदा ऐकल्यासारखा वाटला; पण ऐकता ऐकता तो विरला होता. देवदारांतून वारा वाहत होता. रॉबर्ट जॉर्डन कानात प्राण आणून ऐकू लागला. मग वाऱ्याबरोबर आलेला अस्पष्टसा त्याला तो कळला.

“मला दुःख वगैरे काही नाही,” त्यानं आगस्तीनचे शब्द ऐकले. “मेरिया मला

मिळत नाही यात काही नाही. मी वेश्यांकडे जातो तसा जात राहीन.''

''गप्प बस.'' न ऐकताच आगस्तीनशेजारी पाठ फिरवून पडत तो म्हणाला. आगस्तीननं झटकन त्याच्याकडे पाहिलं.

''काय झालं?'' त्यानं विचारलं.

आपल्या तोंडावर हात ठेवून रॉबर्ट जॉर्डन ऐकत राहिला. पुन्हा येतोय आवाज! दुरून अस्पष्ट, कोरडा, दबलेला येतोय. आता संशयच नाही. ऑटोमॅटिक रायफलचा गडगडत कडकडणारा आवाज आहे हा! ऐकू येणार नाही इतक्या लांबून लवंगी फटाक्यांच्या माळा लावाव्यात तसा तो येत होता.

रॉबर्ट जॉर्डननं प्रिमितोवोकडे पाहिलं. त्याचं तोंड वर होतं नि तो त्यांच्याकडे पाहत होता. त्याचे हात कानावर होते. तो पाहत असताना प्रिमितोवोनं वरच्या प्रदेशाकडच्या डोंगराकडे बोट केलं.

''एल् सोर्दोशी लढाई चालू आहे.'' रॉबर्ट जॉर्डन म्हणाला.

''चला. त्यांच्या मदतीला निघू या,'' आगस्तीन म्हणाला. ''गोळा करा लोकांना.''

''नाही,'' रॉबर्ट जॉर्डन म्हणाला. ''आपण हलायचं नाही.''

२५

आपली बंदूक धरून, बोट दाखवत प्रिमितोवो आपल्या टेहळणीच्या जागी उभा होता, तिकडे रॉबर्ट जॉर्डननं पाहिलं. त्यानं त्याच्याकडे मान हलवली; पण तो बेटा कानांवर हात ठेवून बोटच दाखवत राहिला. आपली खूण समजली नसावी, असे वाटून तो सारखा बोट दाखवत राहिला होता.

''तुम्ही बंदुकीशी राहा! शत्रू इकडेच येतो आहे. अगदी पक्की खात्री झाली तरच गोळीबार सुरू करा. तरीसुद्धा शत्रू त्या झुडपाशी येईपर्यंत गोळ्या झाडू नका,'' रॉबर्ट जॉर्डननं तिकडे बोट दाखवत म्हटलं. ''आलं लक्षात?''

''हो! पण–''

''पणबिण काही नाही. नंतर समजावून सांगेन. मी प्रिमितोवोकडे जातोय.''

ॲन्सेल्मो त्याच्याजवळच होता. त्या म्हाताऱ्याला तो म्हणाला, ''आगस्तीन बंदुकीशी आहे. तिथंच राहा तुम्ही.'' मग घाई न करता सावकाश म्हणाला, ''घोडदळ इथं शिरेपर्यंत त्यानं बंदूक सुरू करायची नाही. शत्रूनं नुसतं तोंड दाखवलं तर आपण पूर्वी त्याला जाऊ दिलं तसंच आताही जाऊ द्यायचं. बंदूक चालवण्याची वेळ आलीच तर तिच्या तिवईचे पाय गच्च धरा नि पॅन्स रिकामे होताच आगस्तीनला नवे द्या.''

''ठीक,'' ॲन्सेल्मो म्हणाला. ''ला ग्रंजचं काय?''

''नंतर पाहू.''

मग रॉबर्ट जॉर्डन करड्या कातळावरून वळसे घेत वर चढला. हाताचा आधार घेऊन वर जाताना कातळ ओले असल्याचं कळत होतं. उन्हानं त्यांच्यावरचा बर्फ भराभर वितळत होता. त्यांचे पृष्ठभाग सुके पडत चालले होते. चढताचढता त्यानं सभोवार पाहिलं. त्याला देवदारांचं जंगल दिसलं. झाडांतील उघडी लांबट बखळ दिसली. पलीकडील डोंगराच्या पायथ्याशी असलेल्या जमिनीची खोली दिसली. मग प्रिमितोवोशेजारी येऊन दोन कातळांच्या खोबणीत तो उभा राहिला. तो बुटका श्यामवर्ण माणूस त्याला म्हणाला,

''शत्रू सोर्दोवर हल्ला करतोय. काय करायचं आता?''

“बर्फ वितळला तेव्हाच त्यांची आशा सोडली होती. आपण तिकडे वर गेलो तर आपलंही तेच होईल. आपली शक्ती दुभागणं शक्य नाही.”

प्रिमितोवोच्या हनुवटीवर, ओठावर नि गळ्याखाली करड्या खुंटांचे ठिपके पसरले होते. त्याचा बाकी चेहरा सपाट तपकिरी होता. मोडलेलं, सपाट झालेलं नाक, नि खोल घारे डोळे. त्याच्याकडे पाहतापाहता त्याच्या ओठांच्या कोपऱ्यावरचे नि मानेच्या शिरांवरचे खुंट थरथरू लागलेले रॉबर्ट जॉर्डनला दिसले.

“ऐका– ऐका!” तो म्हणाला. “कत्तल चाललीय. त्या सगळ्या खोलगट भागाला वेढा पडला असेल तर तेच होणार,” रॉबर्ट जॉर्डन म्हणाला. “काही निसटलेही असतील.”

“आता शत्रूवर चालून गेलो तर पिछाडीवर चकित करता येईल,” प्रिमितोवो म्हणाला. “आपण चौघे घोडे घेऊन जाऊ या.”

“बरं पुढे? तुम्ही पिछाडीवर हल्ला केला की काय होईल?”

“आपण सोर्दोशी हातमिळवणी करू.”

“कशाला– मरायला? उन्हं पाहा– दिवस खूप आहे.”

निरभ्र आकाश उंच वाटत होतं. सूर्य त्यांच्या पाठीवर तापत होता. त्याच्या खालच्या माळरानाच्या दक्षिणेच्या उतारावर आता मोठाले भाग दिसू लागले. देवदारांवरचा सगळा बर्फही पडून गेला होता. इतका वेळ बर्फ वितळल्यानं खालचे खडक ओले होते. तेही आता सूर्याच्या उष्णतेनं वाफारू लागले.

“धीरानं घ्यायला हवं,” रॉबर्ट जॉर्डन म्हणाला. “लढाईत अशा गोष्टी व्हायच्याच.”

“आपल्याला काहीच करता येणार नाही? खरंच?” प्रिमितोवोनं त्याच्याकडे पाहिलं. त्याचा आपल्यावर असलेला भरवसा रॉबर्ट जॉर्डनच्या ध्यानात आला. “ही मशीनगन घेऊन मला किंवा दुसऱ्या कुणालाही धाडता येणार नाही तिकडे?”

“सगळं व्यर्थ होईल.”

त्याला वाटलं, आपण ज्याची वाट पाहत होतो ते दिसलं; पण तो एक ससाणा होता. वाऱ्याबरोबर झेपावत तो खाली आला. अगदी लांबच्या देवदारांच्या जंगलावर चढला. “आपण सगळे गेलो तरी व्यर्थ आहे.” तो म्हणाला.

त्याच वेळी गोळीबाराची तीव्रता दुप्पट झाली. हातबॉम्बची धडपड त्याच आवाजात मिसळत होती.

“साले!” शिव्यांवर राग काढत प्रिमितोवो म्हणाला. त्याच्या डोळ्यांत पाणी आलं होतं. गाल थरथरत होते, “परमेश्वरा! त्यांच्या नरकात त्यांनाच बुडव.”

“शांत हो!” रॉबर्ट जॉर्डन म्हणाला, “लवकरच त्यांच्याशी लढावं लागेल आपल्याला. पिलरबाई येतेय बघा!” पिलर त्यांच्याकडे चढून येत होती. शिळा चढणं तिला जड जात होतं.

प्रिमितोवो बोलतच होता, "साले! देवा, त्यांना नरकात घाल." गोळीबाराच्या वाऱ्याबरोबर येणाऱ्या प्रत्येक आवाजात त्याचं असलं बोलणं चालू होतं. रॉबर्ट जॉर्डन पिलरला हात द्यायला खाली उतरला.

"बये!" पिलरला मनगटानं धरून शिळेवर ओढत तो म्हणाला.

"तुझी दुर्बीण." ती म्हणाली. हे म्हणताना तिनं दुर्बिणीचा पट्टा डोक्यातून काढला. "सोर्दोची पाळी तर."

"हो."

ती कष्टी सुरात म्हणाली, "बिचारा सोर्दो!"

चढणीनं तिला जोराचा श्वास लागला होता. तिनं समोरचा प्रदेश बघताबघता रॉबर्ट जॉर्डनचा हात हातात घेतला नि घट्ट दाबला.

"कशी चाललीय लढाई?"

"वाईट– फार वाईट!"

"तो जाणार?"

"मला वाटतं."

"घोड्यांमुळे हे झालं." ती म्हणाली.

"बहुधा."

"बिचारा!" पिलर म्हणाली, "रॅफेलनं मला घोडदळाची एक कादंबरीच सुनावली. किती आलंय घोडदळ?"

"एक गस्तदल नि स्क्वाड्रनचा एक भाग."

"कुठपर्यंत आले आहेत?"

गस्तदल थांबलं होतं त्या ठिकाणाकडे रॉबर्ट जॉर्डननं बोट केलं. बंदूक लपवलेली जागा दाखवली. ते जिथं उभे होते तेथून आडोशाच्या मागच्या बाजूला आलेले आगस्तीनचे बूट दिसत होते.

इथून त्यानं गोळीबार स्पष्ट ऐकला. त्यानं समोर दरीकडे दूरवर पाहिलं. जिथं प्रदेश पुन्हा सरळ चढण घेत गेला होता, तिथल्या झाडीतून घोडेस्वारांचं एक दल बाहेर आलं. गोळीबाराच्या दिशेनं ते टेकडी चढू लागलं. टेकडीवर कोनात चढताना, माणसांची नि घोड्यांची बर्फाच्या पांढऱ्या पार्श्वभूमीवर झालेली जुळी, काळी, लांब रांग त्याला दिसली. ती जुळी रांग त्यानं घळीच्या माथ्यावर येऊन झाडीत शिरलेली पाहिली.

"आपण सोर्दोच्या मदतीला जायला हवं," प्रिमितोवो म्हणाला. त्याचा सूर कोरडा नि सपाट होता.

"नाही जमायचं," रॉबर्ट जॉर्डन त्याला म्हणाला. "असं होणार हे मला सकाळपासूनच वाटत होतं."

“कसं?”

“सोर्दोचे लोक काल रात्री घोडी चोरायला गेले होते. बर्फ पडायचा थांबल्यावर त्यांच्या खुणा पाहत घोडदळ तिथं गेलं.”

“तरी आपण मदतीला जायला हवं,” प्रिमितोवो म्हणाला. “त्यांना एकट्यांना शत्रूच्या तोंडी सोडता येणार नाही. ते आपले भाई आहेत.”

रॉबर्ट जॉर्डननं आपला हात त्याच्या खांद्यावर ठेवला.

“काही करता येणार नाही आपल्याला,” तो म्हणाला. “करता आलं असतं तर मी केलं असतं.”

“वरून त्यांच्यापर्यंत पोहोचायला वाट आहे– घोडी नि बंदुका घेऊन त्या वाटेनं जाता येईल. तुझी बंदूक नि खालची! अशी मदत करता येईल.”

“ऐक–” रॉबर्ट जॉर्डन म्हणाला.

“दुसरं मी ऐकणार नाही.”

गोळीबाराच्या लाटा एकावर एक ऐकू येत होत्या. मग ऑटोमॅटिक बंदुकीच्या आवाजात दबून जड झालेले हातबॉम्बचे आवाज त्यांनी ऐकले.

“त्यांची आशा नाही.” रॉबर्ट जॉर्डन म्हणाला.

“जिप्सीनं सांगितलं, शत्रूच्या प्रमुखाच्या घोड्याच्या छातीशी बंदुकीची नळी लागली इतके ते पुढे गेले,” पिलर म्हणाली. “काय जात आहे जिप्सींची! तुझी दुर्बीण गुहेत राहिली होती.”

“तू आवराआवरी केलीस?”

“नेता येण्यासारखं सगळं आवरलं. पाब्लोची काय बातमी?”

“घोडदळाच्या आधी चाळीस मिनिटं तो निघाला होता. ते त्याच्याच मागावर गेले आहेत.”

पिलर त्याच्याकडे पाहून हसली. अजून त्याचा हात तिनं हातात धरला होता. आता तिनं तो सोडला. “तो त्यांच्या नजरेसही पडायचा नाही,” ती म्हणाली. “बरं, सोर्दोचं काय? त्याच्यासाठी काही करता येईल?”

“काही नाही.”

“बिचारा!” ती म्हणाली. “मला तो फार आवडायचा. मला फार लळा होता त्याचा. त्याची आशा नाही– नक्की ना?”

“होय! फार घोडेस्वार दिसले.”

“इथं होते त्याहून?”

“आणखी एक पलटण वर गेलीय.”

“ऐक, ऐक!” पिलर म्हणाली. “बिचारा! बिचारा सोर्दो!”

दोघे गोळीबार ऐकत राहिले.

“प्रिमितोवोच्या मनात तिकडे जायचं होतं,” रॉबर्ट जॉर्डन म्हणाला. “कसली माणसं तरी जन्माला येतात इथं!”

“सोर्दोच्या मदतीला जावंसं वाटलं.”

“वा रे!” पिलर म्हणाली. “हा एक दुसरा कवी! तिकडे जाण्याचा त्रास घेण्यापेक्षा, हवं असल्यास इथंही झटपट मरण येईल. कळत नाही तुला?”

रॉबर्ट जॉर्डननं तिच्याकडे पाहिलं. तिच्या पिंगट चेहऱ्याकडे, त्यावरच्या गालांच्या उंच हाडांकडे, काळ्या दूर ठेवणीच्या डोळ्यांकडे नि जाड ओठांच्या हसऱ्या तोंडाकडे.

“मर्दासारखा वाग,” ती प्रिमितोवाला म्हणाली. “एवढा वाढलास! केस पांढरे झाले तुझे.”

“थट्टा करू नको!” प्रिमितोवो घुश्शात म्हणाला. “कुणाला थोडंसं मन– थोडीशी कल्पना–”

“असली तर त्यानं ती ताब्यात ठेवायला शिकावं,” पिलर म्हणाली. “आमच्याबरोबरही मरायला फार उशीर नाही आता! परक्यांतच जाऊन मरण्याचं कारण नाही. तुझ्या कल्पनांबद्दल बोलायचं तर एका जिप्सीचं तसलं डोकं पुरे आहे. काय बनवून सांगितलं त्यानं मला!”

“तू इथं असतीस तर बनवून वगैरे म्हणाली नसतीस,” प्रिमितोवो म्हणाला. “प्रसंगच तसा बाका होता.”

“वा रे वा!” पिलर म्हणाली. “एक घोडदळ आलं नि परत गेलं नि लागलीच तुम्ही स्वतःला वीर केलंत! आळसामध्ये राहिल्यानं आमची ही अवस्था झाली आहे.”

“हा सोर्दोवरचा प्रसंगही गंभीर नाही?” प्रिमितोवो तिटकाऱ्यानं म्हणाला. वाऱ्याबरोबर येणाऱ्या गोळीबाराच्या प्रत्येक आवाजानं त्याला यातना होत होत्या. एक तर त्याला तिकडे लढायला जायला हवं होतं किंवा आपल्याशी कुणी बोलायला नको होतं.

“काही असो!” पिलर म्हणाली. “अंगावर बेतलंय ते बेतलंय. दुसऱ्याच्या संकटानं स्वतःचा तोल जाऊ देऊ नको.”

“मसणात जा!” प्रिमितोवो म्हणाला. “बायका इतक्या मूर्ख, निष्ठुर असाव्यात– पटत नाही.”

“प्रजोत्पत्ती करायला निर्बल असलेल्या पुरुषांना मदत करायला नि धीर द्यायला त्या असतात,” पिलर म्हणाली. “काही पाहण्याजोगं नसेल तर मी चालले.”

त्याच वेळी रॉबर्ट जॉर्डननं डोक्यावर उंचावरून चाललेलं विमान ऐकलं. त्यानं वर पाहिलं. आधी सकाळी पाहिलेलं निरीक्षक विमानच पुन्हा आलं होतं. आता ते

सरहद्दीवरून परत येत होतं. एल् सोर्दोवर हल्ला सुरू होता त्या उंच प्रदेशाकडे ते चाललं होतं.

"हा अशुभ पक्षी पाहा!" पिलर म्हणाली. "तिकडे चाललंय ते त्याला दिसेल का?"

"नक्की!" रॉबर्ट जॉर्डन म्हणाला. "ते आंधळं असलं तरच दिसणार नाही."

सूर्याच्या प्रकाशात, वर संथपणे चाललेलं विमान ते पाहू लागले. विमान डावीकडून येत होतं. त्याच्या दोन फिरत्या पंखांनी केलेल्या प्रकाशाच्या वाटोळ्या तबकड्या त्यांना कळत होत्या.

"खाली व्हा." रॉबर्ट जॉर्डन म्हणाला.

मग, विमान अगदी डोक्यावर आलं. मोकळ्या रानावरून त्याची सावली धावत गेली. त्याची घरघरही वाढत शिगेला गेली. मग ते पुढे गेलं नि दरीच्या माथ्याकडे निघालं. आपल्या वाटेनं संथपणे जात ते नाहीसं होईपर्यंत त्यांनी पाहिलं. मग पसरट उतरत्या वर्तुळात ते परत येताना दिसलं. दोनदा ते सोर्दोच्या उंच प्रदेशावरून फिरलं नि सेगोव्हियाच्या दिशेनं नाहीसं झालं.

रॉबर्ट जॉर्डननं पिलरकडे पाहिलं. तिच्या कपाळावर घाम आला होता. तिनं मान हलवली. तिनं खालचा ओठ दातांखाली धरला होता.

"प्रत्येकजण कशाला तरी भितो," पिलर म्हणाली. "मी यांना भिते."

"मग माझी भीती तुझ्या मानगुटीला बसली," प्रिमितोवो टोचून म्हणाला.

"नाही." तिनं त्याच्या खांद्यावर हात ठेवला.

"मानगुटीवर बसायला तुला भयच नाही. मला ठाऊक आहे. तुझी वाटेल तशी थट्टा केली, याचं मला फार वाटतंय. आपण सगळे एकाच होडीत आहोत."

मग ती रॉबर्ट जॉर्डनला म्हणाली, "मी दारू नि जेवण धाडून देते. आणखी काही हवंय तुला?"

"आत्ता तरी नकोय. दुसरे कुठे आहेत?"

"तुझे राखीव सैन्य घोड्यांशी व्यवस्थित आहे," ती हसली. "सगळे नजरेआड आहे. निघण्याची सगळी तयारी आहे. मेरिया तुझ्या सामानाशी आहे."

"जर काही होऊन विमानहल्ला झालाच तर मेरियाला गुहेत ठेव."

"होय– महाराजा! इंग्लिशा!" पिलर म्हणाली. "तुझा जिप्सी (तो तुला दिलाय मी) त्याला मी सशांबरोबर शिजवायला आळंबी गोळा करायला धाडलाय. पुष्कळ आळंबी उगवली आहेत आता. माझ्या मनात आलं, ससे खाऊन टाकावेत. उद्या किंवा परवा खाल्ले असते, तरी चाललं असतं."

"मला वाटतं, खाऊन टाकावेत हे चांगलं." रॉबर्ट जॉर्डन म्हणाला. मशीनगनच्या पट्ट्याची त्याच्या छातीवर फुली झाली होती. आपला हात तिनं त्याच्या खांद्यावर

ठेवला. मग तो वर नेऊन त्याच्या केसातून तिनं बोटं चाळवली.

''काय आहे इंग्लिशा!'' पिलर कौतुकानं म्हणाली. ''अन्न तयार झालं की, मेरियाबरोबर पाठवते.''

आता दूरचा नि वरचा गोळीबार जवळजवळ थांबला होता. अधूनमधून एखादी गोळी झडत होती.

''संपलंसं वाटतंय तुला?'' पिलरनं विचारलं.

''नाही,'' रॉबर्ट जॉर्डन म्हणाला. ''ऐकलेल्या आवाजावरून शत्रूनं हल्ला केला; पण तो मार खाऊन परतलाय. मला वाटतं, शत्रू सोर्दोला वेढतोय आता. शत्रू आडोशाला झाला आहे नि विमानांची वाट पाहतोय.''

पिलर प्रिमितोवोला म्हणाली, ''ए! तुझा अपमान करण्याचं मनात नव्हतं माझ्या– कळलं ना?''

''हात्तिच्या!'' प्रिमितोवो म्हणाला. ''तुझ्याकडून यापेक्षा मानहानी करून घेतलीय मी. तुझी जीभच खराब आहे; पण आता मात्र जपून बोल. सोर्दो माझा दोस्त होता.''

''माझा नव्हता का?'' पिलर म्हणाली. ''ऐक, फताड्या तोंडा! युद्धाच्या काळात आपल्या भावना बोलून दाखवता येत नाहीत. आपलंच ओझं आपल्याला पुरेसं झालंय. सोर्दोचं कोण घेणार?''

प्रिमितोवो अजून दुर्मुखलेला होता.

''जरा व्यायाम कर,'' पिलर म्हणाली. ''मी आता जेवणाच्या मागे लागते.''

''तू ते कागदपत्र आणलेस?'' रॉबर्ट जॉर्डननं विचारलं.

''किती मूर्ख आहे मी!'' पिलर म्हणाली. ''साफ विसरले. आता मेरियाबरोबर धाडते हं!''

२६

विमानं यायला दुपारचे तीन वाजले. दुपारपर्यंत सगळा बर्फ जाऊन खडक उन्हाने तापले होते. आकाशात ढग नव्हते नि रॉबर्ट जॉर्डन सदरा काढून उन्हात आपली पाठ तापवत बसला होता. एकीकडे तो मृत घोडेस्वाराच्या खिशातली पत्रे वाचत होता. अधूनमधून वाचणं थांबवून तो उताराकडे, झाडांच्या सीमेपर्यंतचा नि पलीकडचा प्रदेश पाहत होता नि पुन्हा पत्रांकडे वळत होता. आणखी घोडदळ आलं नव्हतं. अधूनमधून एल् सोर्दोच्या तळाकडून एखादा गोळीचा आवाज येत होता; पण गोळीबार एकंदरीत उडतउडतच होता.

मृताचे सैनिकी कागद चाळत असताना त्याला बऱ्याच गोष्टी कळल्या. तो पोरगा नावारामधील ताफालाचा होता. त्याचं वय एकवीस होतं. लग्न झालेलं नव्हतं नि त्याचा बाप लोहार होता. त्याची पलटण एन वी घोडदळ होतं. ते वाचून रॉबर्टला आश्चर्य वाटलं, कारण ती पलटण उत्तरेत आहे, अशी त्याची समजूत होती. तो मुलगा कार्लिस्ट होता नि युद्धाच्या आरंभीच इरनसाठी लढताना तो जखमी झाला होता.

रॉबर्ट जॉर्डनच्या मनात आलं, 'आपण त्याला पाम्प्लोनामध्ये, फेरियाशी, जत्रेत रस्त्यामधून बैलांच्या पुढे धावताना पाहिलंही असावं. ज्याला मारावंसं वाटतं त्याला युद्धात कधीही मारता येत नाही,' तो स्वतःशीच म्हणाला. 'क्वचितच मारता येतं.' स्वतःला असं सुधारत तो पुढे कागद वाचू लागला.

पहिलीपहिली पत्रं फार काळजीनं लिहिलेली; पण साधी नित्याची होती. गावच्या घडामोडी त्यात होत्या. ती बहिणीकडून आलेली होती. त्यावरून रॉबर्ट जॉर्डनला कळलं की, ताफालात सर्व ठीक आहे. त्याचे वडील क्षेम होते. आईचं नेहमीसारखंच होतं. फक्त पाठीच्या काही तक्रारी होत्या. तो स्वतः खुशाल असेल नि फार धोक्यात नसेल, अशी आशा तिनं व्यक्त केली होती नि कम्युनिस्टांना मारून स्पेन मार्क्सवादी लुटारूंपासून सोडवीत होता त्याबद्दल तिनं आनंद व्यक्त केला होता. पुढे तिच्या मागच्या पत्रानंतर ताफालामधील जे मुलगे मेले होते किंवा फार जखमी झाले होते, त्यांची एक यादी होती. मेलेले दहा तिनं लिहिले होते. ताफालासारख्या लहान गावाच्या मानानं ते फार होते.

पत्रात देवधर्माबद्दलही पुष्कळ लिहिलेलं होतं. सेंट अॅन्थनीची तिनं प्रार्थना केली होती. पिलरच्या दिव्य कुमारिकेची केली होती नि दुसऱ्या इतर कुमारिकांचीही केली होती. 'त्यांनी त्याचा सांभाळ करावा!' शिवाय त्याच्या गळ्यात जो जीझसचा पवित्र ताईत घातलेला होता; तो त्याचं संरक्षण करत आहे हे त्यानं कधी विसरू नये, असंही तिनं म्हटलं होतं. कोणत्याही वेळी तो त्याच्या छातीवर असताना गोळ्या थांबवण्याची शक्ती त्यात होती, हे अनेकदा सिद्ध झालं होतं– तशी तिची श्रद्धा होती. 'अनेकदा सिद्ध झालं होतं' याखाली तिनं रेघ ओढली होती. 'तुझी सदाची प्रेमळ बहीण' हेही शेवटी होतं.

हे पत्र कडांना जरा डागाळलं होतं. रॉबर्ट जॉर्डननं ते परत सैनिकी कागदांत ठेवून दिलं नि जरा कमी काळजीनं लिहिलेलं दुसरं पत्र उघडलं. ते त्याच्या प्रेयसीचं होतं नि त्याच्या जिवाच्या काळजीनं वेडं होऊन, साधं सोपं असं लिहिलेलं होतं. रॉबर्ट जॉर्डननं ते सबंध वाचलं नि सारी पत्रं एकत्र करून इतर कागदांबरोबर कमरेखालच्या खिशात ठेवली.

'मला वाटतं, आजच्या वाटणीचं 'चांगलं' काम मी केलंय,' तो स्वतःशीच म्हणाला. 'तू केलं आहेस!' पुन्हा तो स्वतःशी म्हणाला.

''तू काय वाचत होतास?'' प्रिमितोवोनं विचारलं.

''सकाळी आपण मारला त्याचे कागद नि पत्रं. बघायचंय तुम्हाला?''

''मला वाचता येत नाही,'' प्रिमितोवो म्हणाला. ''काही विशेष होतं?''

''नाही,'' रॉबर्ट जॉर्डन म्हणाला. ''ती खासगी पत्रं होती.''

''तो आला तिकडे काय हालचाल आहे? पत्रांवरून कळतंय काही?''

''ठीक चाललेलं दिसतंय त्यांचं,'' रॉबर्ट जॉर्डन म्हणाला. ''गावातले पुष्कळजण गमावले.''

ऑटोमॅटिक बंदुकीवरची फांद्यांची झापडं आता बर्फ वितळल्यावर काहीशी बदलली होती, तिकडे त्यानं पाहिलं. आता ती खरी वाटत होती. त्यानं पलीकडच्या प्रदेशाकडे पाहिलं.

''कोणत्या गावचा आहे तो?'' प्रिमितोवोनं विचारलं.

''ताफाला.'' तो म्हणाला.

'अच्छा!' तो स्वतःशी म्हणाला. 'पत्रं वाचली हे चुकलं. माझं चुकलं. त्यानं बरं वाटत असेल तर म्हणतो तसं. बरं वगैरे काही वाटत नाही.' तो स्वतःला म्हणाला.

'ठीक आहे मग! जाऊ दे.' –तो स्वतःशी म्हणाला.

'ठीक आहे. –जाऊ दिलं.'

पण जाऊ देणं इतकं सोपं नव्हतं. 'तू किती लोक मारलेस?' त्यानं स्वतःला

विचारलं. –'मला ठाऊक नाही. एखाद्याला मारण्याचा आपल्याला अधिकार आहे असं तुला वाटतं? –नाही; पण मारावंच लागतं. तू मारलेस त्यातले खरे फॅसिस्ट किती होते? –अगदी थोडे; पण आमच्या विरुद्ध पक्षातल्या सैन्यातले सारे आमचे शत्रूच आहेत; पण स्पेनमधल्या इतर कुठल्याही भागापेक्षा तुला नावारातले लोक अधिक आवडतात. हो! तू त्यांना ठार केलंस. हो! जर तुझी श्रद्धा नाही तर छावणीकडे जा. ठार मारणं चूक आहे, हे तुला कळत नाही? हो. पण तू ते करतोसच? हो! आणि तरीसुद्धा आपलं कार्य बरोबर आहे, अशी तुझी पक्की श्रद्धा आहे?'

'ते बरोबर आहेच,' त्यानं स्वतःला सांगितलं. 'पटून नाही. अभिमानानं! माझा लोकांवर विश्वास आहे नि त्यांनी आपल्या इच्छेप्रमाणं स्वतःवर राज्य करावं यावरही आहे; पण तू हत्येवर विश्वास ठेवता कामा नये,' त्यानं स्वतःला म्हटलं. 'अवश्य –गरज म्हणूनच तू ते करावं –श्रद्धा ठेवू नये. जर तशी तुझी श्रद्धा असली तर चुकलं.'

'पण तू किती मारले असशील, असं तुला वाटतं? मला ठाऊक नाही. मी हिशेब ठेवलेला नाही; पण तुला माहीत आहे? होय. किती? नक्की आकडा सांगता येणार नाही. आगगाड्या उडवल्या की पुष्कळजण मरतात; पुष्कळच! पण आकडा कळत नाही. ज्यांचा आकडा कळतो ते? वीसहून जास्त भरतील नि त्यांतले खरे फॅसिस्ट किती होते? दोघांची मला खात्री आहे, कारण उसेरात त्यांना कैद केल्यावर मला मारावं लागलं होतं नि तुला काही वाटलं नाही? नाही! तुला आवडलंही नाही ते? नाही! पुन्हा तसं करायचं नाही असा मी निश्चय केला नि मी ते टाळतही आलो आहे. जे निःशस्त्र असतात, त्यांना मारण्याचं टाळलंय मी.'

'ऐक,' त्यानं स्वतःला सांगितलं. 'हे विचार सोडून दे. तुला, तुझ्या कार्याला ते वाईट आहेत.' मग तो परत स्वतःला म्हणाला, 'ऐकून घे! बघ! तू काही विशेष गंभीर काम करतो आहेस म्हणून तुला समज आणण्यासाठी मला यात पडावं लागतं. तुझे विचार नीट ठिकाणावर आणावे लागतात. कारण तुझं डोकं ठिकाणावर नसेल तर तू करत असलेल्या गोष्टी करण्याचा तुला अधिकार नाही. मग तू करतोस ते गुन्ह्यात जमा होईल नि दुसऱ्याचं फार वाईट होत असताना ते थांबवण्याचा हेतू त्यात नसेल तर हत्या करण्याचा अधिकार कुणालाही नाही, तेव्हा नीट समजावून घे; स्वतःला फसवू नको.'

'ट्रॉफीची आकडेवारी करावी किंवा बंदुकीतल्या नॉचेस मोजाव्यात तशी, मारलेली माणसं मी मोजत बसणार नाही,' त्यानं स्वतःला म्हटलं. 'मोजमाप न ठेवण्याचा मला हक्क आहे. हत्या विसरण्याचाही आहे.'

'नाही.' त्याचा 'स्वतः' म्हणाला. 'काही विसरण्याचा तुला अधिकार नाही.

हत्यांकडे डोळेझाक करण्याचा किंवा त्या विसरण्याचा किंवा त्यावर पांघरूण घालण्याचा किंवा त्याचं नाव बदलण्याचा, कसलाच अधिकार तुला नाही.'

'गप्प बस!' त्यानं 'स्वतः'ला म्हटलं. 'तू बढाईखोर बनला आहेस– त्या विषयात स्वतःची फसवणूक करण्याचाही तुला अधिकार नाही,' त्याचा 'स्वतः' पुढे म्हणाला.

'अच्छा!' त्यानं 'स्वतःला' सांगितलं. 'तू चार शब्द सांगितलेस. उपकार झाले. बरं! मेरियावर प्रेम करणं तरी ठीक आहे का?'

'हो!' त्याचा 'स्वतः' म्हणाला.

'शुद्ध भौतिक रूप असलेल्या समाजात प्रेम ही चीजच नसली तर?'

'केव्हापासून तुझ्या डोक्यात ही कल्पना शिरली?' 'स्वतः'नं विचारलं. 'कधी शिरलीच नाही. ही कल्पना तुला सुचणंही शक्य नाही. तू खरा मार्क्सिस्ट नाहीसच हेही तुला ठाऊक आहे. स्वातंत्र्य, समता, बंधुता यांवर तुझा विश्वास आहे. आयुष्यावर, स्वातंत्र्यावर नि सुखाच्या शोधावर तुझी श्रद्धा आहे. अति भाष्य करून बनवू नकोस. काही लोकांसाठी ठीक आहे ते; तुला नाही. मठ्ठपणा डोक्यात शिरू नये म्हणून तुला ही माहिती हवी. युद्ध जिंकण्यासाठी आयुष्यातल्या पुष्कळ गोष्टी तू टांगत्या, अर्धवट ठेवल्या आहेस. युद्ध हरलं तर त्या गोष्टीही विरतील.

'युद्धानंतर विश्वास नसलेल्या गोष्टी तुला सोडता येतील. तुझा ज्यावर विश्वास नाही, अशा पुष्कळ गोष्टी आहेत; तसेच तुझा विश्वास असलेल्याही पुष्कळ आहेत.

'आणि दुसरं एक– कुणावर प्रेम आहे अशी स्वतःची बनवाबनवी करू नको. काही त्यात नशीबवान ठरतात इतकंच! पूर्वी तुला ते कधी लाभलं नव्हतं– आता लाभलंय. मेरियाचं तुझं प्रेम आजच्या दिवस टिकेल– उद्या काही वेळ टिकेल किंवा ते जन्मभर टिको. आयुष्यात घडणाऱ्या महत्त्वाच्या गोष्टींतलं ते आहे. आपल्याला प्रेम मिळालं नाही म्हणू प्रेम नाहीच म्हणणारे नेहमी भेटतील; पण मी सांगतो, ते सत्य आहे– तुला मिळालेलं आहे– उद्या मेलास तरीसुद्धा तू नशीबवान आहेस.'

'मरणाचं सोड–' तो स्वतःला म्हणाला. 'आपण असं बोलू नये. आपले अराजक मित्र असं बोलतात. गोष्टी बिघडू लागल्या की, त्यांना काहीतरी जाळून टाकायला किंवा मरायला हवं असतं. त्यांची वृत्तीच विचित्र. फार विचित्र! आजच्या दिवसातून आपण पार पडणार बाबा!' तो स्वतःला म्हणाला. 'आता तीन वाजायला आले आहेत. आत्ता नाहीतर जरा वेळानं जेवण येईल. अजून सोर्दोच्या बाजूनं गोळीबार ऐकू येतोय. याचा अर्थ शत्रूनं त्याला वेढलं आहे नि शत्रू कुमक येण्याची वाट पाहत आहे. काळोख पडण्यापूर्वी त्यांना सारं आटपावं लागेल.'

'सोर्दोकडे काय चाललं असेल कुणास ठाऊक? शत्रूला वेळ मिळाला तर आमच्यावरही तीच वेळ येणार आहे. सोर्दो काही मजेत नाही. माझी कल्पनाच.

नक्की मजेत नाही. त्या घोड्यामुळे आम्ही सोर्दोला अडचणीत आणलं. नक्कीच. स्पॅनिशमध्ये कसं म्हणायचं हे– 'एकतोंडी गल्लीत सोडलं?' आपल्यावर असा प्रसंग आला तर आपण त्यातून ठीक तऱ्हेनं जाऊ. एक व्हायचं ते होतं नि संपतं. वेढले गेल्यावर शरण जाता येतं अशा लढाईत लढणं ही चैनच नाही का? 'वेढले गेलो आहोत–' या युद्धातली ही सर्वांत घबराट होती. दुसऱ्या क्षणाला तुम्हाला गोळी बसत होती. गोळी बसण्याआधी तुमच्या नशिबानंच आणखी काही वाईट नाही झालं तर!

'पण सोर्दोचं ते नशीब नाही. आमच्यावर प्रसंग आला तर आमचंही असणार नाही.'

तीन वाजले होते. त्यानं दूरवरून येणारी घरघर ऐकली. वर पाहिल्यावर त्याला विमानं दिसली.

२७

एल् सोर्दोचा लढा एका टेकडीच्या माथ्यावर चालला होता. ही टेकडी त्याला आवडली नव्हती. जेव्हा त्यानं ती पाहिली, तेव्हा त्याला ती गरमीच्या व्रणाच्या आकाराची वाटली; पण या टेकडीशिवाय त्याला उपायच नव्हता. दुरून पाहून निवडता आली, तितकी त्यानं ती निवडली होती. पाठीवरची ऑटोमॅटिक बंदूक जड झाली होती. घोडा ताण देत चढत होता. बंदुकीची नळी त्याच्या मांड्यांमध्ये झेपावत होती. एका बाजूला हातबॉम्बचं पोतं हेलकावत होतं. दुसऱ्या बाजूला बंदुकीच्या डब्यांचं– पॅन्सचं– पोतं आपटत होतं. बंदूक माऱ्याच्या जागी रोवण्यास त्याला वेळ मिळावा म्हणून जोक्वीन नि इग्नेशिओ गोळ्या झाडत होते– जरा थांबत होते– पुन्हा झाडत होते.

अजून जमिनीवर बर्फ होता. त्या बर्फानंच त्यांचा सत्यनाश केला होता. त्याच्या घोड्याला गोळी लागल्यावर टेकडीच्या शिखराचा भाग तो हळू, हिसकावत, धडपडत चढला होता नि चढताना चकमकीत, लवलवत्या फवाऱ्यांनी बर्फ उडाला होता. घोड्याला लगामानं धरून सोर्दोनं वर खेचलं होतं. घोड्याला वर ओढत असताना लगाम त्याच्या खांद्यावर होते. शत्रूच्या गोळ्या खडकावर येऊन आपटत होत्या. घोड्यावरून काढून घेतलेली दोन ओझी त्याच्या खांद्यांना ओढ देत होती. मग घोड्याच्या आयाळीला धरून त्यानं त्याच्यावर झटकन गोळी झाडली होती. हळुवारपणे– कुशल हातानं– जिथं हवी तिथं! गोळी घालताच घोडा खचला. त्याचं डोकं खाली गेलं नि दोन खडकांमध्ये तो बुचासारखा पडला. सोर्दोनं त्याच्या पाठीवर खाली गोळ्या झाडता येतील अशी आपली बंदूक ठेवली होती. बंदुकीच्या डब्या रिकाम्या केल्या होत्या. बंदूक थडथडत होती. रिकामी काडतुसं बर्फात घुसत होती. बंदुकीची तापलेली नळी घोड्याच्या पाठीवर टेकलेली होती. पाठीच्या कातडीवरील जळत्या केसांचा वास येत होता. टेकडीवर चढणाऱ्या शत्रूवर तो गोळ्या मारत होता. शत्रूला आडोसे घेत इतस्ततः पसरायला लावत होता. मागे काय आहे हे कळत नसल्याने त्याच्या पाठीत थंडीची, धास्तीची चमक येत होती. त्याच्या बरोबरच्या पाचांपैकी शेवटचा एकदाचा वर येऊन पोहोचला, तेव्हा काय तो त्याच्या पाठीतला गारठा गेला. पॅन्स उरल्या होत्या त्या वाचल्या. पुन्हा वेळ येईपर्यंत वाचल्या.

उतारावर दोन घोडे मेले होते. टेकडीच्या माथ्यावर आणखी तीन मेले होते. काल रात्री त्याला फक्त तीन घोडे चोरून आणता आले. गोळीबार सुरू झाल्यावर त्यांच्या उघड्या पाठीवर बसण्याचा प्रयत्न केला असता एक पळाला होता.

जे पाच वर पोहोचले होते, त्यांतले तिघे जखमी झाले होते. सोर्दो स्वतः पोटरीत जखमी झाला होता नि त्याच्या हातांना दोन जागी जखमा झाल्या होत्या. त्याला तहान लागली होती. त्याच्या जखमाही आंबल्या होत्या. डाव्या हातातील एका जखमेतून भयंकर वेदना येत होत्या. डोकंही फार दुखत होतं. तो विमान येण्याची वाट पाहत बसला असताना त्याला स्पॅनिशमधला एक विनोद आठवला– 'ॲस्पिरिनची गोळी घ्यावी, तसं मरण घ्यावं लागेल;' पण त्यानं हा विनोद मोठ्यांदा केला नाही. डोकेदुखीच्या वेदनांत कुठंतरी तो हसला. दुखावणारा हात जेव्हाजेव्हा त्याला हलवावा लागे, तेव्हा वेदनांतून येणाऱ्या उमाशांतून तो हसला. आपल्या टोळीमधल्या उरल्यासुरलेल्यांकडे त्यानं भोवताली पाहिलं.

उरलेसुरलेले पाचजण ठिपक्यांनी काढलेल्या ताऱ्यासारखे पसरून पडले होते. हाता-गुडघ्यांनी जमीन खणून, त्यांनी आपल्या डोक्या-खांद्यांसमोर धुळी दगडांच्या राशी केल्या होत्या. त्या राशींआड राहून त्या एकेक धुळी दगडांनी जोडत होते. अठरा वर्षांचा जोक्वीन आपल्या शिरस्त्राणानं खणत होता आणि त्यातून माती देत होता. गाडी उडवली तेव्हा हे शिरस्त्राण त्याला मिळालं होतं. शिरस्त्राणाला गोळीनं एक भोक पडलं होतं. शिरस्त्राण ठेवल्याबद्दल प्रत्येकानं त्याची चेष्टा केली होती; पण गोळीनं पडलेल्या भोकाची टोकं त्यानं ठाकठोक करून सपाट, गुळगुळीत केली होती. भोकात लाकडी बूच मारलं होतं. बुचाचा वर आलेला भाग कापून शिरस्त्राणाच्या आतल्या अंगासरशी सपाट केला होता.

गोळीबार सुरू झाल्यावर, शिरस्त्राण त्यानं इतक्या जोरानं आपल्या डोक्यावर ठेवलं होतं की, धुपाटणं मारावं तसं ते त्याच्या डोक्यावर आपटलं होतं. टेकडीच्या चढणीवरच शेवटच्या धाव्यात छाती फाटली होती. पाय तुटून आले होते. तोंड सुकलं होतं. खालून सणसणत, कडकडत, गूंऽ गूंऽ करत गोळ्या येत होत्या. त्या गोळ्यांनी त्याचा घोडा मेला होता. शिरस्त्राणाचं ओझं वाढलं होतं. शिरस्त्राणाच्या लोखंडी पट्टीमुळे डोकं फुटेलसं झणाणलं होतं. तरी त्यानं शिरस्त्राण तसंच डोक्यावर ठेवलं होतं. आता तो त्याच संथपणाने यंत्राच्या आवेशानं खणत होता. अजून त्याला गोळी लागली नव्हती.

"शिरस्त्राणाचा उपयोग झाला तर शेवटी!" सोर्दो त्याला आपल्या खोल घोगऱ्या आवाजात म्हणाला.

"जागच्या जागी राहा नि हिंमत धरा– जय तुमचाच!" जोक्वीन म्हणाला. जोक्वीनचं तोंड भयानं शुष्क होऊन लाकडासारखं ताठ झालं होतं. लढाईमुळे नेहमी

येणारी शुष्कता त्यापुढे काहीच नव्हती. जोक्वीन जे वाक्य म्हणाला, तो कम्युनिस्ट पक्षाचा एक आदेश होता.

सोर्दोनं दूर उतारावर पाहिलं. तिथल्या एका खडकाआडून एक घोडेस्वार गोळ्या झाडत होता. सोर्दोला जोक्वीनचा फार लळा होता; पण त्याच्याकडून आदेश घेण्याच्या मनःस्थितीत तो नव्हता.

"काय म्हणालात तुम्ही?"

सोर्दोच्या माणसांपैकी एकानं दगड-माती रचताना डोकं वर केलं. हा माणूस सपाट उपडा पडला होता. पडल्या पडल्या हनुवटी जमिनीशी ठेवून दगड लावण्यासाठी काळजी घेत त्यानं हात लांब केला होता.

आपलं खणणं न थांबवता, आपल्या वयाच्या मुलाच्या घोगरट आवाजात जोक्वीननं पुन्हा तो आदेश म्हणून दाखवला.

"शेवटचा शब्द काय होता?" जमिनीवर हनुवटी ठेवली होती त्यानं विचारलं.

"तुमचाच."

"घाण!" जमिनीला हनुवटी टेकलेला म्हणाला.

"आपल्याला लागू पडेल असा दुसरा आदेश आहे." जोक्वीन म्हणाला. ताईत काढावेत तसे तो एकेक आदेश काढत होता. "पॅसिओनारिया म्हणतो, गुडघ्यावर होऊन जगण्यापेक्षा पायांवर असताना मरणं चांगलं."

"पुन्हा घाण!" तो माणूस म्हणाला. मग दुसरा खांद्यावरून म्हणाला– "आपण आपल्या पोटावर आहोत. गुडघ्यावर नाही."

"ए कम्युनिस्टा! चळवळीच्या आरंभापासून तुझ्या वयाचा एक मुलगा, तुझ्या पॅसिओनारियाला रशियात होता. ठाऊक आहे?"

"खोटं आहे ते." जोक्वीन म्हणाला.

"काय? खोटं आहे?" दुसरा म्हणाला. "त्या पहिल्या विचित्र नावाच्या सुरुंगउडव्यानंच मला हे सांगितलं. तो तुझ्याच पक्षाचा होता. तो खोटं कशाला बोलेल?"

"खोटंच!" जोक्वीन म्हणाला. "तो असं आपल्या मुलाला लढाईतून वाचवायला रशियात दडवून ठेवणारच नाही."

"मी रशियात असतो तर!" सोर्दोचा तिसरा माणूस म्हणाला. "ए कम्युनिस्टा! तुझी पॅसिओनारिया मला रशियात धाडील का?"

"एवढं तुला तुझ्या पॅसिओनारियाचं वाटतंय, तर तिला या टेकडीतून आपली सुटका करायला का नाही लावत?" मांडीला बॅन्डेज बांधलेला सोर्दोचा एक माणूस म्हणाला.

"फॅसिस्ट ते काम करतील." धुळीत हनुवटी टेकलेला म्हणाला.

“असलं काही बोलू नका.” जोक्वीन म्हणाला.

“तुझं ओठावरचं आईचं दूध पूस नि टोपीभर माती दे,” हनुवटी मातीवर टेकलेला म्हणाला. “आपल्यापैकी कुणालाही आज सूर्यास्त दिसणार नाही.”

एल् सोर्दो विचार करीत होता– या टेकडीचा आकार गरमीच्या व्रणासारखा आहे की पोरीच्या अग्र नसलेल्या स्तनासारखा? की ज्वालामुखीच्या शंकूसारखा? आपण कधी ज्वालामुखी पाहिलेला नाही. पाहणारही नाही. ही टेकडी मात्र गरमीच्या व्रणासारखी दिसते. ज्वालामुखी सोड. ज्वालामुखी राहिले तुझे.

मेलेल्या घोड्याच्या कातडीकडे त्यानं अगदी नीट पाहिलं. उताराच्या अगदी खालून एका खडकावरून पटापट गोळ्या आल्या. सब-मशीनगनमधून आलेल्या त्या गोळ्या घोड्याच्या शरीरात थडथडत रुतलेल्या त्यानं ऐकल्या. तो रांगतरांगत घोड्यापर्यंत गेला. घोड्याचा पुठ्ठा नि खडक यांच्या फटीतून त्यानं खाली पाहिलं. ऑटोमॅटिक बंदुकीच्या मागे दडून फॅसिस्ट शिखराकडे घुसले होते. त्या वेळच्या गोळीबारात पडलेल्यांचे देह उतारावर पडलेले होते. सोर्दोनं नि त्याच्या माणसांनी हातबॉम्ब फेकून, ते उतारावरून लोटून देऊन तो हल्ला मोडला होता. टेकडीच्या शिखराच्या पलीकडच्या उतारावर दुसरे देह पडले होते, ते त्याला दिसत नव्हते. वर येता येईल अशी सोयीची जागा कुठेही नव्हती. जोपर्यंत आपला दारूगोळा नि हातबॉम्ब टिकून आहेत नि चार माणसं उभी आहेत, तोपर्यंत येथून आपल्याला हुसकावणं शक्य नाही. त्यांनी खंदकी गरनाळ तोफ आणली तर निराळं. गरनाळ आणायला त्यांनी ला ग्रंजला कुणाला पिटाळलं असल्याचं मात्र ठाऊक नाही. कुणाला पिटाळलं नसेलही बहुधा; कारण लवकरच विमानं येतील त्यांची. टेहळणीची विमानं येऊन गेल्याला चार तास झाले होते.

‘ही टेकडी खरोखरच गरमीच्या व्रणासारखी दिसते,’ सोर्दोच्या मनात आलं. ‘आम्ही त्या व्रणातले पू आहोत. शत्रूनं तो मूर्खपणा केला तेव्हा आम्ही पुष्कळांना मारलं. असं आम्हाला चकित करता येईल, असं त्यांना वाटलं तरी कसं? त्यांच्याजवळ अद्ययावत शस्त्रं आहेत म्हणून फाजील आत्मविश्वास आला आहे. त्यानंच त्यांचा विचार गेला. ज्यानं हल्ल्यात पुढाकार घेतला होता, त्या अधिकाऱ्याला आपण हातबॉम्बनं ठार केलं. शत्रू वाकून येत असताना आपला हातबॉम्ब उड्या घेत, घरंगळत खाली गेला होता. स्फोटाच्या पिवळ्या उजेडात नि धुराच्या धुरकट धडधडाटात आपण त्या अधिकाऱ्याला पुढे उसळी घेताना पाहिलं. हल्ला कुठपर्यंत आला त्याची खूण ठेवत, आता तो सोडलेल्या कपड्याच्या बोचक्यासारखा जड होऊन तिथं पडला आहे.’ त्या देहाकडे सोर्दोनं पाहिलं. तेथून दुसऱ्या देहाकडे पाहिलं. ‘ते मूर्ख पण शूर लोक आहेत,’ त्याच्या मनात आलं. ‘तरीही विमानं येईपर्यंत हल्ला न करण्याएवढी अक्कल त्यांना आहे. तोफखानाच आला तर मात्र

निराळं. तोफखानाच योग्य होता. तोफखाना येताच आम्ही सारे खलास होऊ.' पण लगेच जेव्हा त्याच्या मनामध्ये येणाऱ्या विमानांचा विचार आला, तेव्हा त्या टेकडीच्या माथ्यावर उघडं वाटलं. जणू आपले कपडेच नव्हे तर कातडंही कुणीतरी काढलं आहे.

'आपल्याला वाटतंय त्यापेक्षा जगात काहीही जास्त नग्न असणं शक्य नाही. कातडं सोललेला ससाही त्या तुलनेनं अस्वलासारखा झाकलेला असेल; पण त्यांनी विमानं का आणावीत? तोफखाना आणवून आम्हाला त्यांना इथून घालवता येईल. स्वतःच्या विमानांचं त्यांना फार वाटतं, हेच खरं! विमानं आणतीलही ते. त्यांना आपल्या ऑटोमॅटिक बंदुकीचंही फार वाटतं; त्यामुळेच त्यांनी मघाशी मूर्खपणा केला; पण तोफखाना त्यांनी मागवलाच असेल.'

सार्दोपैकी एकानं गोळी झाडली. पुन्हा बोल्ट खेचला. पुन्हा भरकन गोळी झाडली. "गोळ्या वाचव तुझ्या." सोर्दो म्हणाला.

"एकजण साला खडकाकडे यायला निघाला." त्या माणसानं दाखवलं.

"लागली का गोळी?" कष्टानं मान वळवीत सोर्दोनं विचारलं.

"नाही," तो माणूस म्हणाला. "साल्यानं हुकवली. नादानांतली नादान कोण असेल तर ती पिलर आहे," धुळीत हनुवटी रोवलेला म्हणाला. "त्या रांडेला आम्ही मरतो आहोत हे कळतंय."

"ती काय करणार?" सोर्दो म्हणाला. बोलणारा त्याच्या ऐकू येणाऱ्या कानाकडून बोलल्यामुळे मान न वळवता त्याला ऐकू आलं होतं. "ती काय करणार?"

"या अजागळांच्या पिछाडीवर तुटून पडायचं."

"सबंध टेकडीभोवती शत्रू पसरलेला आहे. ती त्यांच्यावर कुठून हल्ला करणार? शत्रू जवळजवळ दीडशे आहे. आता तर जास्तच!" सोर्दो म्हणाला.

"पण काळोखापर्यंत आपण टिकाव धरला तर?"

"ख्रिसमस ईस्टरमध्ये आला तर?" धुळीत हनुवटी रोवलेला म्हणाला.

"तुझ्या आत्याला मिशा असत्या तर?" दुसराही त्याला म्हणाला. "तुझ्या पॅसिओनारियाला बोलाव. तीच तारील आता."

"तिच्या मुलाचं बोललात ते पटत नाही," जोक्वीन म्हणाला. "जर तो रशियात असणारच तर वैमानिकाचं किंवा तसलंच काही शिक्षण घेत असेल."

"कातडं बचावण्यासाठी त्याला लपवलाय."

"तो भाषेचा अभ्यास करतोय. तुझी पॅसिओनारिया तिकडे गेली होती. तसेच लिस्टर मॉडेस्टो नि इतरही गेले होते. विचित्र नावाच्यानं मला सांगितलं."

"त्यांनी शिक्षण घ्यायला जावं नि आम्हाला साह्य करण्यास परत यावं."

"म्हणे आम्हाला साह्य करण्यास यावं!" दुसरा म्हणाला. "रशियातल्या

सगळ्या चोरांच्या बगलबच्च्यांनी साह्य करायला यावं म्हणे!'' त्यानं एक गोळी झाडली नि म्हटलं, ''हुकली पुन्हा.''

''गोळ्या राखून ठेव. एवढी बडबडही करू नको; तहान लागेल,'' सोर्दो म्हणाला. ''इथं या टेकडीवर पाणीही नाही.''

''हे घे.'' तो माणूस म्हणाला नि एक लोळण घेऊन त्यानं आपला कातडी बुधला पुढे ओढला. त्यानं तो खांद्याला अडकवला होता. आपल्या गळ्यातून त्याचा पट्टा काढून त्यानं तो सोर्दोला दिला. ''चूळभर घे. इतक्या जखमा झाल्यात तुला– तहानलेला असशील.''

''सर्वांनीच घेऊ या.'' सोर्दो म्हणाला.

''मग पहिल्यांदा मी घेतो.'' बुधल्याचा मालक म्हणाला. दुसऱ्यांना देण्यापूर्वी त्यानं एक लांब धार तोंडात धरली.

''सोर्दो, विमानं केव्हा येतील असं तुला वाटतं?'' धुळीत हनुवटी टेकलेल्यानं विचारलं.

''केव्हाही!'' सोर्दो म्हणाला. ''आधीच यायला हवी होती.''

''ते रांडीचे पुन्हा हल्ला करतील, असं वाटतं?''

''विमानं आली नाहीत तर.''

तोफखान्याबद्दल काही सांगण्याची जरूर आहे, असं सोर्दोला वाटलं नाही. तोफखाना आला तर कळेलच लवकर.

''देवाशपथ! काल पाहिलं त्यावरून त्यांच्याजवळ भरपूर विमानं दिसतात.''

''फारच!'' सोर्दो म्हणाला.

त्याचं डोकं भयंकर दुखत होतं. त्याचा हात आखडत चालला होता. तो हलवताना होणाऱ्या वेदना असह्य होत होत्या. आपल्या चांगल्या हातानं दारूचा बुधला वर करताना त्यानं आकाशाकडे पाहिलं. ते उन्हाळ्याच्या आरंभी असतं तसं उंच, निळं, चकचकीत होतं. त्याला बावन्नावं वर्षं होतं नि हे आकाश आपण शेवटचं पाहत आहोत, अशी त्याची खात्री होती.

तो मरणाला भीत नव्हता; पण मरायलाच लायक असलेल्या या असल्या टेकडीवर आपण कोंडलं जावं, याचा त्याला राग होता. जर– जर इथून सुटतो तर– त्याच्या मनात आलं. त्या लांब दरीमधून येणं त्याला भाग पाडलं असतं किंवा वाटेतच आम्ही फुटून निघालो असतो तर ठीक झालं असतं; पण ही साली टेकडी! तिचा जेवढा फायदा करून घेता येईल तेवढा घेतला पाहिजे. आतापर्यंत तरी चांगला घेतला.

इतिहासात किती लोक या टेकडीवर मेले हे त्याला ठाऊक असतं तर त्याला मुळीच आनंद झाला नसता; कारण ज्या क्षणातून तो जात होता त्या क्षणात तसल्याच परिस्थितीत दुसऱ्याचं काय झालं, हे कुणी पाहत नसतं. एका दिवसाच्या

विधवेला असेच दुसऱ्याचे प्रिय नवरे मेले हे सांगण्याचा उपयोग होत नाही, तसंच हे होतं. मृत्यूचं भय असो-नसो, आपल्या मरणाची कल्पना मानणं कठीण जातं. सोर्दोनं ती मानली होती; पण वयाच्या बावन्नाव्या वर्षीही तीन जखमा झाल्या असतानाही नि टेकडीवर वेढला गेला असताना ती गोड करून घेण्याचं त्याच्या मनात नव्हतं. त्यानं त्या वाटण्याची स्वतःशीच थट्टा केली. मग आकाशाकडे पाहिलं. दूरच्या डोंगराकडे पाहिलं. दारूचा घोट घेतला. ती त्याला बेचव लागली. जर मरण टळत नाही– त्याच्या मनात आलं– जर प्रत्येकाला मरावं लागणार तर आपल्यालाही मरता येईल; पण मरणाचा आपल्याला तिटकारा आहे.

मरण म्हणजे काही नाही. त्याच्या मनात मरणाचं चित्रही उभं नव्हतं. भीतीही नव्हती; पण जीवनाचं चित्र नाही. टेकडीच्या बाजूचं उभं शेत वाऱ्यानं डोलावं तसं जीवन होतं. जीवन म्हणजे आकाशातला ससाणा होता. झोडपलेल्या धान्याच्या गदळात पाण्याचं मडकं ठेवावं नि फुपाटा उडावा– जीवन तसं होतं. तुमच्या मांडीमधल्या घोड्यासारखं जीवन होतं. मांडीखालच्या बंदुकीसारखं नि एक टेकडी नि एक दरी नि काठानं झाडं असलेला एक प्रवाह नि दरीची पलीकडची बाजू नि पलीकडच्या टेकड्या– हे सारं जीवन होतं.

सोर्दोनं दारूचा बुधला परत केला. 'झक्क!' अशी मान हलवली. पुढे वाकून ऑटोमॅटिक बंदुकीनं कातडं जळलं होतं त्या खांद्यावर घोड्याला थोपटलं. अजून जळलेल्या केसांचा वास येत होता. त्याच जागेवर आपण घोड्याला धरलं होतं, हे त्याच्या मनात आलं. थरथर कापत, भोवतालून सणसणत, थडथडत गोळ्यांचा मारा चालूच होता. वरून-खालून गोळ्या सुटत त्यांचा पडदाच पसरला होता. डोळे नि कान यांना विभागणाऱ्या रेषेवर त्यानं काळजीपूर्वक गोळी झाडली होती. गोळी झाडल्यावर घोडा खाली खचताच त्याच्या गरम, ओलसर पाठीच्या मागे आपण दडलो होतो नि शत्रू वर येऊ लागताच बंदूक चालवू लागलो होतो.

''तू उमदं जनावरं होतास!'' सोर्दो घोड्याला म्हणाला.

आपल्या शाबूत बाजूवर होऊन एल् सोर्दोनं आकाशाकडे पाहिलं. तो काडतुसाच्या रिकाम्या डब्यांवर पडला होता; पण डोकं खडकाआड सांभाळून होतं नि शरीर घोड्याच्या आसऱ्यानं होतं. त्याच्या जखमा फार आंबल्या होत्या. वेदनाही फार होत्या. त्याला हलण्याचीही शक्ती नव्हती.

''काय होतंय बाबा तुला?'' शेजाऱ्यानं त्याला विचारलं.

''काही नाही. मी विसावा घेतोय थोडा.''

''झोप,'' दुसरा म्हणाला. ''ते आले की जागं करतीलच.''

त्याच वेळी उतारावरून कुणीतरी ओरडलं, ''ऐका! चोरांनो!'' सगळ्यात जवळची ऑटोमॅटिक बंदूक जिथं होती, त्या खडकाआडून आवाज आला, ''विमानं

येऊन तुमचे तुकडे करण्याआधी शरण या.''

''काय म्हणतोय तो?'' सोर्दोनं विचारलं.

जोक्वीननं सांगितलं. सोर्दो एका बाजूवर लोळला नि पुन्हा बंदुकीमागे लपला.

''विमानं येणारही नाहीत,'' तो म्हणाला. ''त्यांना उत्तर देऊ नका. गोळी झाडू नका. पुन्हा त्यांना हल्ला करायलाही लावता येईल.''

''त्यांना थोड्या शिव्या दिल्या तर?'' ला पॅसिओनारियाच्या मुलाबद्दल जो बोलला होता, तो म्हणाला.

''नको,'' सोर्दो म्हणाला. ''तुझं मोठं पिस्तूल दे. कुणाजवळ आहे मोठं पिस्तूल?''

''इकडे आहे.''

''इकडे दे ते.'' गुडघ्यावर शरीर दुमडून त्यानं पुढे केलेलं मोठं नऊ एम.एम.स्टार पिस्तूल घेतलं नि मेलेल्या घोड्याशेजारी जमिनीत गोळी झाडली. त्यानं नंतर जरा वाट पाहिली. मग चार वेळा कमीजास्त थांबून गोळ्या झाडल्या. मग साठ आकडे म्हणेपर्यंत तो थांबला नि मृत घोड्याच्या शरीरात शेवटची गोळी झाडली. हसून त्यानं पिस्तूल परत केलं.

''भरा ते!'' तो कुजबुजला, ''आता प्रत्येकानं आपलं तोंड बंद ठेवा. कुणी गोळी झाडू नका.''

''चोरांनो!'' खालून खडकामागचा आवाज ओरडला. टेकडीवरचा कुणी काही बोलला नाही.

''ते दात-ओठ खाऊन आहेत.'' सोर्दो खुशीत कुजबुजला. मग त्यानं लक्ष ठेवलं नि एका माणसानं खडकावर डोकं केलं. टेकडीवरून गोळी आली नाही. डोकं पुन्हा खाली गेलं. एल् सोर्दो नजर ठेवून वाट पाहत राहिला; पण काही झालं नाही. त्यानं डोकं वळवून आपापल्या उतारावर लक्ष ठेवत असलेल्या माणसांकडे पाहिलं. तो पाहत असताना त्यांनी माना हलवल्या.

''कुणी हलू नका.'' तो कुजबुजला.

''रांडेच्या लेकांनो!'' खडकाआडून पुन्हा आवाज आला.

''तांबड्या डुकरांनो! आईवर चढणाऱ्यांनो! आपल्या बापाचं लोणी खाणाऱ्यांनो!''

सोर्दो हसला. आपला चांगला कान तिकडे करून खालच्या शिव्या त्याला जेमतेम ऐकू आल्या. ॲस्पिरिनपेक्षा हे बरं– त्याच्या मनात आलं. किती मिळतील आपल्याला? इतका मूर्खपणा करतील ते?

आवाज पुन्हा थांबला होता. तीन मिनिटं त्यांनी काही ऐकलं नाही नि हालचालही पाहिली नाही. उतारावरच्या शंभर वारावरच्या खडकामागील एका स्नायपरनं स्वतःला उघडं केलं नि गोळी झाडली. गोळी खडकावर लागून गुणगुणत परत फिरली.

मग ओणवा झालेला एक माणूस, ऑटोमॅटिक बंदूक होती त्या खडकाआडून निघून, उघड्यावर स्नायपर लपला होता, त्या खडकाकडे धावताना त्यानं पाहिला. खडकाआड त्यानं जवळजवळ बुडीच मारली.

सार्दोनं भोवताली पाहिलं. इतरांनी आपापल्या समोरच्या उतारावर काही हालचाल नसल्याचं खुणेनं सांगितलं. एल् सोर्दो खुशीनं हसला. त्यानं आपली मान हलवली. ॲस्पिरिनहून हे दसपट बरं! त्याच्या मनात आलं. तो वाट पाहत राहिला. शिकारी शिकार आटोक्यात येताच खुशीत येतो, तसा तो खुशीत होता.

उतारावर, दगडांच्या राशीआडून खडकाच्या आसऱ्याला धावलेला माणूस, स्नायपरशी बोलत होता.

"वरचे मेलेत, तुम्हाला पटतंय."

"मला ठाऊक नाही." स्नायपर म्हणाला.

"मेलेत हेच बरोबर आहे." बोलणारा मुख्य अधिकारी होता. तो पुढे म्हणाला, "ते वेढले गेले आहेत. मरणाशिवाय दुसरं काय आहे त्यांच्यापुढे?"

स्नायपर काही बोलला नाही.

"तुम्हाला काय वाटतं?" अधिकाऱ्यानं विचारलं.

"काही नाही."

"गोळ्या ऐकू आल्यानंतर काही हालचाल दिसली?"

"काही नाही."

अधिकाऱ्यानं मनगटावरील घड्याळात पाहिलं. तीनला दहा कमी होते.

"तासापूर्वीच विमानं यायला हवी होती." तो म्हणाला. त्याच वेळी दुसरा अधिकारी खडकामागं उड्या मारत आला. त्याला जागा करण्यासाठी स्नायपर बाजूला सरकला.

"ए पास्को!" पहिला अधिकारी म्हणाला. "तुला काय वाटतं?"

ऑटोमॅटिक बंदुकीच्या जागेपासून, टेकडीवरून धावत, उड्या मारत आल्यानं दुसऱ्या अधिकाऱ्याला श्वास लागला होता.

"मला यात लबाडी दिसते." तो म्हणाला.

"लबाडी नाही. इथं असं तिष्ठत, मेलेल्या माणसांना वेढा घालून बसल्यानं केवढं हसं होईल आपलं!"

"हसं होण्यापेक्षा आपण जास्त वाईट करून बसलो आहोत," दुसरा अधिकारी म्हणाला. "त्या उतारावर पाहा!"

उतारावर मेलेले पसरून पडले होते तिकडे त्यानं पाहिलं. जिथून तो पाहत होता तिथून इतस्ततः पडलेले दगड, डोकावणाऱ्या तंगड्या, पोटं, सोर्दोच्या घोड्याचे नाल मारलेले पाय नि खणण्यानं उधळलेली ताजी धूळ दिसत होती.

"तोफखान्याचं काय?" दुसऱ्या अधिकाऱ्यानं विचारलं.

"आधी नाही तरी तासाभरात यायला हवा."

"मग त्याची वाट पाहू या. आधीच खूप मूर्खपणा झालाय."

"चोरांनो!" एकदम पायावर उभा होऊन, खडकाच्या खूपच उंच डोकं काढून पहिला अधिकारी ओरडला. तो उभा होताच टेकडीचा माथा अगदी जवळ आलासा वाटला, "लाल लुच्चा! भ्याड!"

दुसऱ्या अधिकाऱ्यानं स्नायपरकडे पाहून हताशपणे मान हलवली. स्नायपरनं मान वळवली. ओठ चावले नि आवळले.

खडकावर डोकं काढलेला पहिला ऑफिसर, तसाच पिस्तुलाच्या मुठीवर हात ठेवून उभा राहिला. टेकडीच्या माथ्याला उद्देशून त्यानं शिव्या नि आव्हानं दिली. काही हालचाल झाली नाही. मग खडकाआडून दूर होत तो मोकळा उभा राहिला नि टेकडीकडे वर पाहत ओरडला,

"भ्याडांनो, जिवंत असाल तर झाडा गोळी. रांडेच्या पोटी आलेल्या लाल बावटेवाल्यांनो! या हिंमतबहाद्दरावर गोळी झाडा."

हे शेवटचं वाक्य ओरडायला चांगलंच लांब झाल्यानं, ते म्हटल्यावर अधिकाऱ्याचं तोंड लाल पडलं नि श्वास कोंडला.

दुसऱ्या अधिकाऱ्यानं पुन्हा हताशपणे मान हलवली. उन्हानं काळा पडलेला पातळसा असा तो माणूस होता. डोळे शांत, ओठ पातळ पण लांब नि त्याच्या खोल गालांवर दाढीचे खुंट होते. पहिला हल्ल्याचा हुकूम ज्यानं दिला, तोच तो ओरडणारा अधिकारी होता. उतारावर मरून पडलेला तरुण लेफ्टनंट हा या दुसऱ्या लेफ्टनंटचा खास मित्र होता. त्याचं नाव पत्को बेरेंडो असं होतं. तो कॅप्टनचं ओरडणं ऐकत होता. कॅप्टनचं डोकं चढलं आहे, हे उघड दिसत होतं.

"माझ्या बहिणीला नि आईला ज्यांनी मारलं, तेच हे हलकट." कॅप्टन म्हणाला. त्याचं तोंड लाल होतं नि ब्रिटिश माणसासारखी त्याला पिंगट मिशी होती. त्याच्या डोळ्यांत काहीतरी बिघाड वाटत होता, ते फिकट निळे होते नि पापण्याही विरळ होत्या. त्याच्या डोळ्यांत पाहिलं की, तो चाचपडत बघतो आहे, असं वाटे. मग "लाल बावटेवाल्यांनो!" तो ओरडला. "भ्याडांनो–" नि पुन्हा शिव्या देऊ लागला.

तो आता अगदी मोकळ्यावर उभा राहिला. काळजीपूर्वक पाहत त्यानं नेम धरण्याजोगी जी एकच एक वस्तू टेकडीवर होती, तिच्यावर पिस्तूल झाडलं. सोर्दोच्या मेलेल्या घोड्यावर त्यानं पिस्तूल झाडलं. त्या गोळीनं घोड्याच्या खालच्या बाजूला पंधरा फुटावर धुळीचा फवारा उडाला. कॅप्टननं पुन्हा पिस्तूल झाडलं. गोळी खडकावर आपटून गूंऽ गूंऽ करत उडाली.

कॅप्टन टेकडीवरच्या माथ्याकडे पाहत उभा राहिला. कॅप्टन बेरेंडो टेकडीच्या

अगदी माथ्याखाली पडलेल्या दुसऱ्या लेफ्टनंटच्या देहाकडे पाहत होता. स्नायपर पायाखालच्या जमिनीकडे पाहत होता. मग त्यानं कॅप्टनकडे पाहिलं.

"वर कुणीही जिवंत नाही," कॅप्टन म्हणाला. "ए, वर जाऊन पाहून ये."

स्नायपरनं खाली पाहिलं. तो काही बोलला नाही.

"ऐकू येत नाही का तुला?" कॅप्टन त्याच्यावर ओरडला.

"होय, कॅप्टनसाहेब!" त्याच्याकडे न बघता स्नायपर म्हणाला.

"मग ऊठ नि चालू लाग," कॅप्टनचं पिस्तूल अजून हातातच होतं. "ऐकू आलं?"

"होय कॅप्टनसाहेब."

"मग हलत का नाहीस?"

"मला जायला नकोय, कॅप्टनसाहेब!"

"जायला नकोय?" कॅप्टननं पिस्तुलाचं टोक त्याच्या मानेमागं रोवलं. "जायला नकोय काय तुला?"

"मला भय वाटतं, कॅप्टनसाहेब." शिपाई भारदस्तपणे म्हणाला.

लेफ्टनंट बेरेंडो, कॅप्टनचा चेहरा नि विचित्र झालेले डोळे पाहत होता. त्याच्या मनात आलं, कॅप्टन याला गोळी घालणार.

"कॅप्टन मोरा." तो म्हणाला.

"काय, लेफ्टनंट बेरेंडो?"

"शिपायाचं बरोबर असण्याचा संभव आहे."

"आपण भितो हे त्याचं म्हणणं बरोबर आहे? हुकूम पाळणार नाही हे त्याचं म्हणणं बरोबर आहे?"

"नाही. वरच्यांची ट्रिक आहे, हे बरोबर आहे."

"ते सगळे खलास झाले आहेत," कॅप्टन म्हणाला. "मी सांगतो ना ते मेलेत, ऐकू येत नाही?"

"ते म्हणजे उतारावर पडलेले आपले गडी का?" बेरेंडोनं विचारलं. "तुझं माझं एकमत आहे मग."

"पॅको!" कॅप्टन म्हणाला. "मूर्खासारखं बोलू नको. ज्यूलियनची काळजी तुला एकट्यालाच होती, असं का तुला वाटतं? लाल बावटावाले मेले आहेत– मी सांगतो बघ!"

तो उभा राहिला. खडकावर दोन्ही हातांचा जोर देऊन गुडघे विचित्र वाकवत वर गेला नि वर उभा राहिला.

"हाणा गोळी," तो ओरडला. ग्रॅनाइटच्या त्या करड्या खडकावर उभं राहून त्यानं दोन्ही हात हलवले. "घाला गोळी, मारा मला."

टेकडीच्या माथ्यावर मेलेल्या घोड्यामागे सोर्दो पडला होता. तो हसला.

"काय माणसं आहेत!" त्याच्या मनात आलं. तो हसू दाबत हसला, कारण हसण्यानं त्याचा हात दुखत होता.

"लाल बावटेवाल्यांनो!" खालून हाक आली. "लाल गुंडांनो! गोळी घाला. मारा मला."

हसू दाबताना सोर्दोची छाती हलत होती. त्यानं हळूच घोड्याच्या दुमचीमधून डोकावलं. कॅप्टन खडकावर उभा राहून हात हलवत असलेला दिसला. खडकाशी दुसरा अधिकारी उभा होता. स्नायपर दुसऱ्या बाजूला उभा होता. लावलेली नजर सोर्दोनं होती तिथंच ठेवली नि खुशीत मान हलवली.

"घाल मला गोळी," तो अगदी हळू स्वतःशीच म्हणाला. "मार मला." त्याचे खांदे दाबलेल्या हसण्यानं पुन्हा हलू लागले. हसण्यानं त्याच्या हाताला वेदना झाल्या नि प्रत्येक हसण्याच्या वेळी डोकं फुटेल असं वाटलं; पण आकडी यावी तसा हसण्यानं तो हलू लागला.

कॅप्टन मोरा खडकावरून खाली उतरला.

"काय पटलं का आता मी म्हणतो ते, पॅको?" त्यानं लेफ्टनंट बेरेंडोला विचारलं.

"नाही." लेफ्टनंट बेरेंडो म्हणाला.

"साले!" कॅप्टन म्हणाला. "इथं सगळे मूर्ख नि भ्याड भरले आहेत."

स्नायपर आता काळजी घेत खडकामागे गेला होता नि लेफ्टनंट बेरेंडो त्याच्या मागे उकिडवा बसला.

खडकाशेजारी उभा राहून कॅप्टन टेकडीच्या माथ्याकडे शिव्या फेकू लागला. स्पॅनिश इतकी घाण भाषा नाही. प्रत्येक घाण शब्दाला इंग्लिश घाण शब्द आहेच. इंग्लिशमधल्या सगळ्या घाण शब्दांना पर्यायी शब्दही आहेतच; पण ज्या देशात धर्माचे पावित्र्य नि कुचेष्टा हातात हात घालून वावरत असतात, तिथं प्रचारात असलेले शब्द नि परिपोषही या भाषेत आहेत. लेफ्टनंट बेरेंडो श्रद्धाळू कॅथॉलिक होता. स्नायपर पण तसाच होता. तो नावाराकडला कार्लिस्ट होता. दोघेही संतापल्यावर शिव्या देत, तरी तसं करणं हे पाप मानत नि नित्यनेमानं धर्मात सांगितल्याप्रमाणे ते त्याची कबुली देत.

आताही खडकामागून ओणवून कॅप्टनच्या शिव्यांचा ओरडा ऐकत असताना दोघांनी या शिव्यांशी आपला काही संबंध नाही, असं मनोमन ठरवलं. काय सांगावं, आज आपलं मरणही ओढवेल. अशा दिवशी सद्बुद्धीला न पटणारी बोलणी ऐकायला नकोत. असं बोलणं शुभ नाही– स्नायपरच्या मनात आलं. देवाबद्दल असं बोलणं अशुभ आहे. लाल डगलेवाल्यांहून हा अधिक खराब बोलतोय.

ज्यूलियन तर मेला– लेफ्टनंट बेरेंडो विचार करत होता. अशा या दिवशी तो तिथं उतारावर मरून पडलाय नि हा गलिच्छ तोंडाचा इथं उभा राहून आपल्या शिव्या-शापांनी दुर्भाग्य ओढवून आणतोय.

कॅप्टन ओरडण्याचा थांबला. लेफ्टनंट बेरेंडोकडे तो वळला. त्याचे डोळे फारच विचित्र होते.

"पॅको!" तो खुशीत म्हणाला. "तुम्ही नि मी दोघे वर जाऊ या."

"मी नाही."

"काय?" पुन्हा पिस्तूल सरसावत कॅप्टन म्हणाला.

या पिस्तूल नाचवणाऱ्यांचा आपल्याला तिटकारा आहे. बेरेंडोच्या मनात येत होतं. पिस्तूल काढल्याशिवाय त्यांना हुकूमच देता येत नाही. ते जेव्हा विधी करायला जातात, तेव्हाही पिस्तूल काढत असावेत. विधी व्हायलाही त्यांना हुकूम लागतो.

"तुमचा हुकूमच असेल तर जातो; पण निषेध व्यक्त करून." लेफ्टनंट बेरेंडो कॅप्टनला म्हणाला.

"मग मी एकटाच जातो," कॅप्टन म्हणाला. "भ्याडपणाची घाण येथे सुटेलच."

उजव्या हातात पिस्तूल धरून तो धिमेपणानं टेकडीवर चढू लागला. बेरेंडो नि स्नायपर दोघे त्याच्याकडे पाहत राहिले. आडोसा घेण्याचा तो थोडासाही यत्न करीत नव्हता. तो सरळ समोर खडकांकडे पाहत होता– मेलेल्या घोड्याकडे पाहत होता नि टेकाडावरच्या ताज्या लिदकडे पाहत होता.

खडकाच्या कोपऱ्यात मृत घोड्यामागे एल् सोर्दो पडला होता. कॅप्टन टेकडीवर चढत असताना त्याचं लक्ष होतं.

फक्त एकच– फक्त एक आम्हाला मिळतोय. त्याची बोलण्याची तऱ्हा पाहा– चालण्याची पाहा. काय प्राणी आहे पाहा. पुढे पावलं टाकताना त्याला पाहा. हा वाटणीचा घास आहे. माझ्याबरोबर याला मी सहलीला नेणार. हा वर येतोय. त्याचा नि माझा प्रवासमार्ग एकच आहे. ये पुढे! प्रवासी मित्रा! पावलं टाकत ये. असाच ये. असाच भेटीला ये. चालत राहा. थबकू नको. सरळ ये. जसा येतो आहेस तसाच ये. थांबू नको. त्यांच्याकडे पाहू नको. बरोबर! खालीसुद्धा पाहू नको. नजर समोर ठेवून पुढे येत राहा. पाहा! त्याला मिशा आहेत. मिशांचं काय वाटतं तुला? प्रवासी मित्रा? तो कॅप्टन दिसतो. त्याच्या बांध्याकडे पाहा. मी म्हणालो नाही तो काझा मेअर होता. त्याचा चेहरा इंग्लिश आहे. पाहा पाहा! ते लाल तोंड, सोनेरी केस, निळे डोळे. वर टोपी नाही. मिशी पिवळी आहे. डोळे निळे आहेत. फिकट निळे. निळे; पण काहीतरी दोष वाटतो त्यांत. अधू निळे डोळे. जवळ आहेत– फार जवळजवळ आहेत. ए प्रवासी मित्रा! मुशाफिर मित्रा! ये! प्रवासी मित्रा!

त्यानं ऑटोमॅटिक बंदुकीचा खटका हळूच दाबला. तीन वेळा ती त्याच्या खांद्यावर आपटली. तिपाईवर उभी केलेली बंदूक निसटते धक्के देते, तशी ती देत होती.

कॅप्टन टेकडीवर तोंडावर पडला. त्याचा डावा हात त्याच्या खाली होता. पिस्तूल धरलेला त्याचा उजवा हात डोक्यापुढे पसरला होता. खालच्या उतारावरून पुन्हा सर्वांनी टेकडीच्या माथ्यावर गोळीबार सुरू केला होता. लेफ्टनंट बेरेंडो खडकामागे लपला होता. गोळ्यांच्या माऱ्यातून उघड्यावरून आपल्याला पलीकडे जावं लागेल असं त्याच्या मनात येत असतानाच टेकडीवरून सोर्दोचा खोल, घोगरा आवाज आला.

"चोरांनो! बदमाशांनो!" आवाज म्हणाला. "बदमाशांनो! मला गोळी घाला! ठार करा."

सोर्दो आपल्या ऑटोमॅटिक बंदुकीमागे टेकडीच्या माथ्यावर पडला होता. हसताहसता त्याची छाती दुखू लागली. आपली टाळू स्फोट होऊन उडेल, असं त्याला वाटलं.

"बदमाशांनो!" तो पुन्हा खुशीनं ओरडला. "मारा मला. बदमाशांनो!" त्यानं खुशीत डोकं हलवलं. वरच्या प्रवासासाठी पुष्कळ सोबती आहेत आपल्याला– त्याच्या मनात आलं.

त्यानं आपला खडकाचा आडोसा सोडताच दुसऱ्या ऑफिसरला ऑटोमॅटिक बंदुकीनं मारण्याचा तो यत्न करणार होता. आता नाहीतर मग– त्याला खडक सोडावाच लागणार होता. तेथून त्याला काही करता येण्याजोगं नव्हतं, हे सोर्दोला कळत होतं. त्याला मारण्याला पुष्कळ संधी होती.

याच वेळी टेकडीवरच्या दुसऱ्या लोकांनी येणाऱ्या विमानांचा आवाज ऐकला.

"ए इग्नेशिओ, तिपाईचे पाय धर जरा!" ते त्या पोराच्या पाठीवरून लोंबकळत होते नि जोक्वीनच्या शरीराच्या धक्क्यांनी बंदुकीची नळी हलत होती. येणाऱ्या विमानांची घरघर ऐकून खालच्या मानेनं तो दुडपून पडला होता. शरीराचं कापणं त्याला आवरत नव्हतं.

पोटावर उपडं निजून, येणाऱ्या विमानांकडे पाहत, इग्नेशिओनं तिपाईचे पाय दोन्ही हातांत धरले नि बंदूक स्थिर केली.

"डोकं खाली कर," तो जोक्वीनला म्हणाला. "डोकं पुढे ठेव."

'पॅसिनोरिया म्हणतो, चांगलं मरण म्हणजे'– विमानांचा आवाज जवळ येत असता जोक्वीन स्वतःशी म्हणत होता. मग त्यानं म्हणायची वाक्यं झटकन बदलली– 'अगं मेरी! कृपेची सागर! ईश्वर तुझा पालनकर्ता आहे. स्त्रियांत तूच कृपावंत आहेस. तुझ्या पोटी आलेला कृपावंत आहे. तो म्हणजे जीझस. दिव्य मेरी,

त्या परम आत्म्याची तू माता आहेस! आम्हा पाप्यांसाठी आता आमचा मृत्यूचा क्षण आला असताना दया भाक. तथास्तु! दिव्य मेरी! परमात्म्याचे माते!' त्यानं प्रार्थनेला सुरुवात केली नि विमानांचा घरघराट असह्य होताच त्याला एकदम नामजप आठवला. त्यानं नामजपाला सुरुवात केली– 'परमेश्वरा! तुला मी दूषण लावलं, त्याबद्दल मला कष्ट होत आहेत. तुझ्या भक्तांसाठी तूच एक त्राता आहेस.'

मग कानाचे पडदे फाटतील असे स्फोट त्याच्या कानांवरून गेले. त्याच्या खांद्यावरची बंदुकीची नळी तापली. पुन्हा दणदणाट झाले. नळीतल्या स्फोटानं त्याच्या कानात दडे बसले. इग्नेशिओ तिपाई गच्च धरून बसला होता. नळी त्याची पाठ भाजत होती. आता ती गर्जत धडधडू लागली. त्याला नामजपाच्या पुढच्या ओळी आठवेनात.

त्याला आठवत होती ती एकच एक ओळ– आमच्या मृत्यूच्या या क्षणी– तथास्तु! आमच्या मृत्यूच्या समयी– तथास्तु! मृत्युसमयी– तथास्तु. दुसरे गोळीबार करीत होते. आमच्या मृत्यूच्या वेळी– तथास्तु!

मग बंदुकीच्या खडखडाटात, आकाश फाटावं तशी शीळ आली नि नंतरच्या लाल-काळ्या गर्जनेत त्याच्या पायाखालची जमीन फिरली, त्याच्या तोंडावर धडाका देत वर उडाली. मग माती नि खडकाचे तुकडे त्याच्या साऱ्या अंगावर पडले. इग्नेशिओ त्याच्यावर पडला नि बंदूक इग्नेशिओवर आली; पण तो मेला नव्हता, कारण पुन्हा शिट्टी आली. पुन्हा जमीन उसळली. गर्जना करीत. मग पुन्हा ती शिट्टी आली नि त्याच्या पोटाखालची जमीन खचली. मग टेकडीच्या माथ्याची एक बाजू वर उडाली नि ते सारे पडले होते त्यांच्यावर पडली.

तीन वेळा विमानं पुनःपुन्हा आली नि टेकडीवर बॉम्ब टाकून गेली; पण कुणाला कळलं नाही. मग विमानांनी मशीनगनमधून गोळ्या झाडल्या नि ती निघून गेली. आपल्या मशीनगन झाडीत शेवटच्या खेपेला त्यांनी टेकडीवर सूर मारला, तेव्हा पहिलं विमान वर चढलं– पंख तिरपे करत; मागोमाग प्रत्येक विमानाने तेच केलं. शिड्यांमागून शिड्या करून त्यांनी इंग्रजी व्ही अक्षराचा आकार घेतला नि सेगोव्हियाच्या दिशेनं ती आकाशात दूर गेली.

टेकडीच्या माथ्यावर जोराचा मारा चालू ठेवत, लेफ्टनंट बेरेंडोनं एक दल बॉम्बनं केलेल्या खड्ड्याशी नेलं. तेथून त्यांना खड्ड्यावर हातबॉम्ब फेकता आले असते. कुणी जिवंत आहे का याची वाट पाहायला तो तयार नव्हता. विमानांच्या गोंधळातून वर येण्याची वाट पाहायला तयार नव्हता. मेलेले घोडे, फुटलेले, चिरलेले खडक स्फोटांनी पिवळट पडून घाण येणारी उद्ध्वस्त माती, या साऱ्यामध्ये त्यानं चार बॉम्ब फेकले. मग तो बॉम्बच्या खड्ड्यातून वर आला नि काय झालं ते पाहू लागला.

जोक्वीनशिवाय टेकडीच्या माथ्यावर कुणीही जिवंत नव्हता. इग्नेशिओच्या मृत शरीराखाली तो बेशुद्ध होता. त्याच्या नाकाकानांतून रक्त येत होतं. गडगडाटाच्या ऐन मध्यात एकदम सापडल्यानंतर त्याला कसली भावनाच राहिली नव्हती. काही कळलंही नव्हतं. बॉम्ब इतक्या जवळ पडताच त्याचा श्वासच कोंडला होता. लेफ्टनंट बेरेंडोनं क्रॉसची खूण करून नमस्कार करत त्याच्या मानेमागे गोळी घातली. झटकन, अगदी हळुवार घातली. अशी गोष्ट हळुवार करता येत असती तर! सोर्दोनं घोड्याला हळुवार घातली होती तशी.

लेफ्टनंट बेरेंडो टेकडीच्या माथ्यावर उभा राहिला. त्यानं आपल्या बाजूच्या उतारावरील मृतांकडे पाहिलं. सोर्दो इथं कोंडला गेला, त्याआधी ते इथं दौडले होते. सैन्याच्या सगळ्या हालचाली त्याच्या लक्षात आल्या. मग त्यानं मेलेल्यांचे घोडे वर आणण्याचा हुकूम सोडला. ला ग्रंजला धाडावी लागली तर हवीत म्हणून त्यांची प्रेतं त्यांनी घोड्यावर लादायला सांगितली.

“त्याचंही घ्या.” तो म्हणाला. ऑटोमॅटिक बंदुकीवर हात ठेवलेला तो सोर्दोच असावा. तो सर्वांत जुना होता. बंदूक धरलेला तोच होता. “त्याचं डोकं कापा नि गुंडाळून घ्या,” त्यानं क्षणभर विचार केला. “सगळ्यांचीच डोकी कापून घ्या. पहिल्यांदा उतारावर दिसले तेवढ्या साऱ्यांची कापा. बंदुका नि पिस्तुलं गोळा करा. ती बंदूक घोड्यावर घाला.”

“युद्ध खराबच.” तो स्वतःशी म्हणाला.

मग त्यानं पुन्हा क्रॉसची खूण केली नि तो टेकडी उतरू लागला. उतरताना आपल्या मित्रांच्या आत्म्यांना शांती मिळावी म्हणून आपला परमेश्वर पिता नि हेलमेरीचे पाच मंत्र म्हटले. आपला हुकूम अमलात आणला गेल्याचं पाहण्यासाठी तो थांबला नाही.

२८

विमानं निघून गेल्यावर रॉबर्ट जॉर्डन नि प्रिमितोवो यांनी गोळीबार सुरू झालेला ऐकला. त्याचबरोबर त्यांची हृदयं पुन्हा ठिकाणावर आल्यासारखी झाली. ते उभे होते त्या उंचीवरून दिसणाऱ्या शेवटच्या शिखरावरून धुराचा ढग तरंगत गेला. गेलेली विमानं तीन ठिपके होऊन आकाशात पुढेपुढे जात राहिली.

शत्रूनं स्वतःच्या घोडदळावर बॉम्ब टाकून त्याचा निकाल लावलेला दिसतोय. सोर्दो नि त्याची माणसं सुखरूप असावीत– रॉबर्ट जॉर्डन स्वतःशी म्हणाला. ही साली विमानं काळजाचा ठाव घेतात; पण ठार मारत नाहीत.

''लढाई चालूच आहे.'' जोरदार गोळीबार ऐकून प्रिमितोवो म्हणाला. प्रत्येक बॉम्बच्या धडाक्याला तो दचकला होता. त्यानं आपल्या कोरड्या ओठांवरून जीभ फिरवली.

''चालूच असणार,'' रॉबर्ट जॉर्डन म्हणाला. ''विमानं कधी कुणाला मारत नाहीत.''

मग गोळीबार अजिबात थांबला. त्यानं एकही गोळी ऐकली नाही. लेफ्टनंट बेरेंडोच्या पिस्तुलाचा बार इतक्या दूर गेला नाही.

गोळीबार थांबल्यावर पहिल्यांदा त्याला काही वाटलं नाही; पण नंतर स्तब्धता तशीच राहिली, तेव्हा मात्र त्याला छातीत खोल वाटू लागलं. मग त्याला हातबॉम्ब फुटलेले ऐकू आले नि क्षणभर आशा वाटली. मग पुन्हा सारं शांत झालं. शांतता तशीच राहिली. तशी राहिली, तेव्हा सारं संपल्याचं त्याला कळलं.

मसालेदार रश्श्यात आळंबी घालून, वाफेवर शिजवलेला ससा लोखंडी बादलीत घेऊन मेरिया कॅम्पकडून आली. पावाचं एक पोतं, दारूचा कातडी बुधला, चार टिन प्लेट्स, दोन कप नि चार चमचे हेही तिनं बरोबर आणलं होतं. बंदुकीशी ती थांबली. आगस्तीनला नि एलॅडिओला दोन प्लेट्स भरून दिल्या. दोघे बंदुकीशी, अॅन्सेल्मोच्या जागी होते. त्यांना तिनं पाव दिला. दारूच्या बुधल्याला लावलेलं शिंगाचं बूच काढलं नि दोन कप दारू ओतली.

आपल्या पहाऱ्याच्या जागेकडे चपळाईनं चढत येताना रॉबर्ट जॉर्डननं तिला पाहिलं. पोतं खांद्यावर टाकलेलं. एका हातात बादली आणि आपला एक हात प्रिमितोवोच्या गळ्याभोवती टाकत तिनं त्याचं चुंबन घेतलं.

“खा, बाबा!” ती म्हणाली. “आपली शक्ती आपणच सांभाळली पाहिजे.”

प्रिमितोवोनं तोंड दूर नेलं. त्यानं दारूचा बुधला घेतला. डोकं मागे नेऊन, धार घशात सोडत तो संथपणे पिऊ लागला. मग त्यानं आपली प्लेट बादलीतून भरून घेतली नि खायला सुरुवात केली.

रॉबर्ट जॉर्डननं मेरियाकडे पाहून मान हलवली. ती त्याच्या शेजारी बसली. त्याच्या खांद्याभोवती तिनं हात टाकले. दुसऱ्याची भावना प्रत्येकाला कळत होती. सगळे तसे बसून राहिले. रॉबर्ट जॉर्डन रस्सा खाऊ लागला. त्यानं आळंबी शेवटी चवीला म्हणून ठेवल्या. तो दारू प्यायला. कुणी काही बोललं नाही.

“पोरी, हवं असल्यास थांब इथंच.” खाऊन झाल्यावर जरा वेळानं तो म्हणाला.

“नाही,” मेरिया म्हणाली. “पिलरकडे जायला हवं.”

“इथं थांबलीस तरी हरकत नाही. आता काही होईल, असं वाटत नाही.”

“नाही. पिलरकडे जायलाच हवं. ती मला धडे देतीय.”

“कसले?”

“धडे रे!” तिनं हसून त्याचं चुंबन घेतलं. “धार्मिक विधी म्हणून काही कानावर आहे का तुझ्या?” ती लाजली. “तसेच कसलेतरी धडे आहेत.” ती पुन्हा लाजली. “जरा निराळे!”

“जा धडे घ्यायला.” तो म्हणाला. त्यानं तिला डोक्यावर थोपटलं.

ती पुन्हा त्याच्याकडे पाहून हसली. मग प्रिमितोवोला म्हणाली, “खालून काही हवंय का तुला?”

“नाही मुली!” तो म्हणाला. दोघांच्या लक्षात आलं– त्याचं मन अजून ताळ्यावर आलेलं नाही.

“येते मी बाबा!” ती त्याला म्हणाली.

“ऐक!” प्रिमितोवो म्हणाला. “मरणाला मी भीत नाही; पण त्यांना असं एकाकी सोडणं–” त्याला बोलवेना.

“दुसरं काय करणार?” रॉबर्ट जॉर्डन म्हणाला.

“मला कळतंय. तरीही–”

“काही उपायच नव्हता,” रॉबर्ट जॉर्डन म्हणाला. “आता त्याविषयी न बोलणं उत्तम!”

“होय रे! पण तिकडे ते एकटे पडलेले– आपलीही मदत नाही.”

“त्याबद्दल न बोलणंच उत्तम,” रॉबर्ट जॉर्डन म्हणाला. “पिल्ला! तू सांगितलेल्या कामाला जा.”

त्यानं तिला खडकांतून खाली जाताना पाहिलं. नंतर तो बराच वेळ समोरचा प्रदेश पाहत, विचार करत बसून राहिला.

प्रिमितोवो त्याच्याशी बोलला; पण त्यानं उत्तर दिलं नाही. उन्हं कडक होती. टेकड्यांचे उतार नि सर्वांत मोठ्या उतारावरचे देवदारांचे पुंजके पाहत असताना त्याला उन्हाची जाणीव झाली नाही. एक तास गेला. सूर्य, शत्रू प्रथम आलेला पाहिला त्या वेळेपेक्षा खूप डाव्या हाताला गेला होता. आता पुन्हा शत्रूचे स्वार उताराच्या वरच्या टोकावरून येताना त्यानं पाहिले. त्यानं आपली दुर्बीण उचलली.

टेकडीच्या लांबलचक हिरव्या उतारावर पाहिले. दोन घोडेस्वार दिसू लागले. त्यांची घोडी लहान, इवलीशी दिसली. नंतर आणखी चार घोडेस्वार टेकडीच्या रुंद भागावर पसरून, खाली येऊ लागले. मग त्यानं माणसा-घोड्यांची जोडरांग दुर्बिणीपुढून सरकताना पाहिली. ती पाहत असताना आपल्या काखेतून घाम गळून बाजूनं वाहताना त्याला कळला. रांगेच्या पुढ्यात एक माणूस घोड्यावर होता. मग आणखी घोडेस्वार आले. मग स्वार नसलेली घोडी आली. त्यांच्या जीनवर ओझी बांधलेली होती. मग दोन घोडेस्वार दिसले. नंतर जखमी आले. त्यांच्या घोड्यांशेजारून माणसं चालत होती. घोडदळ येऊन रांगेचा शेवट आणखी झाला.

रॉबर्ट जॉर्डननं सर्वांना उतारावरून खाली येऊन झाडांमध्ये नाहीसं होताना पाहिलं. इतक्या दूर अंतरावरून एका खोगिरावरचं एक गाठोडं त्याला दिसत नव्हतं. ते गाठोडं झग्यात गुंडाळलेलं होतं. झग्याची दोन्ही तोंडं बांधून टाकलेली होती. शिवाय झग्याच्या लांबीवर अंतराअंतरानं आवळून घेतलं होतं. भरलेल्या वस्तूंची टेंगळं झाली होती नि सबंध झगा दाणे असलेल्या शेंगेसारखा दिसत होता. हे गाठोडं खोगिरावर बांधून टाकलं होतं. लगामाच्या पट्ट्यांना त्याची दोन्ही टोकं आवळून बांधली होती. खोगिरावर या गाठोड्याशेजारीच सोर्दो वापरत असलेली ऑटोमॅटिक बंदूक ऐटीत बांधलेली होती.

लेफ्टनंट बेरेंडो रांगेच्या पुढे चालत होता. दोन्ही हातांचे सैनिक पसरून चालत होते. त्याच्या तुकडीचं खास लढाऊ पथक बाहेरून चालत होतं. बेरेंडोत उर्मटपणा दिसत नव्हता. चकमक संपल्यावर येणारी पोकळी तो अनुभवत होता. त्याच्या मनात येत होतं– ‘मुंडकी कापून नेणं रानटी आहे; पण पुरावा म्हणून नि ओळख पटण्यासाठीही तसं करणं जरूर आहे. केलेल्याचा मलाच त्रास होणार आहे. काय सांगावं! मुंडकी आणलेली त्यांना आवडतीलही. असल्या गोष्टी प्रिय असलेले त्यांच्यात आहेत. सगळी मुंडकी ते बर्गोजलाही पाठवतील. सगळा जंगलीपणा आहे! विमानं फारच होती– फारच! पण जवळजवळ काही न गमावता एका तोफेनिशीही हे करता आलं असतं. गोळ्यांसाठी दोन खेचरं. एका खेचराच्या खोगिराला दोन्ही बाजूंना एकेक तोफ बांधून आणली असती. मग झक्क थाटलं असतं आमचं सैन्य. आमच्या जवळच्या या ऑटोमॅटिक शस्त्रांच्या जोडीला आणखी एक खेचर. नाही. दारूगोळ्यासाठी दोन खेचरं असती– चल! पुरे झाले विचार– त्यानं स्वतःलाच म्हटलं. हे घोडदळ उरलं नाही आता– तू स्वतःचं सैन्यच उभं करू

लागला आहेस. उद्या तुला डोंगरी तोफ हवीशी वाटेल.'

मग त्याच्या मनात ज्यूलियनचा विचार आला. टेकडीवर मरून पडलेला. आताही मेलेलाच आणलेला. पहिल्या तुकडीशी घोड्यावर बांधलेला. उतारावरून जात बेरेंडो देवदारांच्या काळोख्या झाडीत शिरला नि सूर्यप्रकाश मागे राहिला. जंगलाच्या काळोखातून जाताना तो पुन्हा स्वतःशी प्रार्थना करू लागला.

'हे दयासागरा!–' त्यानं सुरुवात केली. 'तूच आमचं जीवन आहेस. आमची आशा आहेस. या अश्रूमय जगातील आमची दुःखं, आमचे भोग–'

घोड्यावरून जाताजाता त्याची प्रार्थना चालू होती. देवदारांच्या पाचोळ्यावर घोड्यांचे खूर मऊ पडत होते. देवळाच्या गवाक्षातून यावे तसे झाडांतून उन्हाचे कवडसे आले होते. प्रार्थना म्हणत असताना आपल्या दोन्ही हातांचे स्वार झाडीतून चाललेले त्याला कळत होते.

तो जंगलातून बाहेर पिवळ्या रस्त्यावर आला. हा रस्ता ला ग्रंजकडे जात होता. घोड्यांच्या खुरांनी उडालेला धुरळा त्यांच्यावरच तरंगत होता. मृतांची तोंडं खाली करून त्यांना घोड्यांच्या पाठीवर बांधलं होतं. त्यांच्यावर धूळ साठत होती. जखमी नि त्यांच्या शेजारून चाललेले सर्वजण दाट धुळीत होते.

ते या ठिकाणी आले असतानाच ॲन्सेल्मोनं त्यांना धुळीतून जाताना पाहिलं. त्यानं मृतांची संख्या मोजली, जखमी मोजले नि सोर्दोची ऑटोमॅटिक बंदूक त्यानं ओळखली. झग्यात गुंडाळलेलं बोचकं काय होतं, ते त्याला ठाऊक नव्हतं. लगामाचे पट्टे उडत होते, त्याबरोबर तेही घोड्याच्या दोन्ही पोटांवर आपटत होतं; पण गुहेकडे येताना वाटेत तो जेव्हा सोर्दो पाहत होता त्या टेकडीशी अंधारात आला, तेव्हा गुंडाळलेलं काय असावं हे एकदम त्याच्या ध्यानात आलं. टेकडीवर कोण आलं होतं, हे त्याला अंधारात सांगता आलं नसतं; पण तिथं पडलेले त्यानं मोजले नि तो टेकडीवरून तडक पाब्लोच्या मुक्कामाकडे निघाला.

अंधारातून एकटं जात असताना बॉम्बनं केलेल्या खड्ड्यांनी नि टेकडीवर पाहिलेल्या देखाव्यानं त्याचं हृदय गारठलं होतं. दुसऱ्या दिवसाचे सारे विचार त्यानं मनातून बाहेर टाकले होते. केवळ बातमी देण्यासाठी म्हणून जितक्या लवकर चालायला हवं, तेवढा भरभर तो चालत होता. चालताना सोर्दोच्या नि त्याच्या टोळीच्या आत्म्यांच्या शांतीसाठी तो प्रार्थना करत होता. चळवळ सुरू झाल्यापासून तो आज प्रथमच प्रार्थना करत होता.

'हे दयाळू, उदार, देवाधिदेवा!' त्यानं प्रार्थना केली.

पण शेवटी उद्याचा विचार मनात आणल्याशिवाय त्याला राहावलं नाही. त्याच्या मनात आलं– 'इंग्लिश सांगेल तसं आपण करायचं. तो जसं कर म्हणेल तसं करायचं; पण आपल्याला त्याच्याशी राहू द्यावं. ईश्वरा! त्यानं काटेकोर सूचना

द्याव्यात. कारण विमानातून बॉम्ब पडू लागल्यावर माझा माझ्यावर ताबा राहील असं वाटत नाही. परमेश्वरा, माझा पाठीराखा हो! आपल्या शेवटच्या घटिकांत माणसाला ज्या धीरानं वागावं लागतं, त्या धीरानं वागायची शक्ती मला दे. त्या वेळी कसं वागावं, काय करावं हे मला स्पष्ट कळण्यासाठी तुझं साह्य दे. देवा! तो घातक क्षण आला की, मी पळू जाऊ नये म्हणून माझे पाय ताब्यात ठेवायला मला बळ दे. उद्याच्या लढाईत पुरुषासारखं वागावं, असा संयम मला दे. मी तुझे साह्य मागतो आहे ते दे. तसा गंभीर प्रसंग नसता तर ते मागितलं नसतं, हे जाण. त्यानंतर मी तुझ्याजवळ कधी काही मागणार नाही.'

अंधारातून एकटं जात असताना परमेश्वराची करुणा भाकल्यानं त्याला आता पूर्वीपेक्षा बरं वाटलं आणि मनावर ताबा राहील, अशी पक्की खात्री वाटली. उंच भागावरून खाली उतरत असताना तो सोर्दोच्या लोकांसाठी प्रार्थना करू लागला नि थोड्याच वेळात तो वरच्या चौकीशी पोहोचला. तिथं फेरनॅन्डोनं त्याला परवलीचा शब्द विचारला.

"मी आहे!" ॲन्सेल्मो म्हणाला. "ॲन्सेल्मो."

"ठीक." फेरनॅन्डो म्हणाला.

"दोस्ता! तुला सोर्दोचं ठाऊक आहे?" ॲन्सेल्मोनं फेरनॅन्डोला विचारलं. मोठ्या खडकाच्या तोंडाशी ते काळोखात उभे होते.

"का नाही?" फेरनॅन्डो म्हणाला. "पाब्लोनं सांगितलं आम्हाला."

"पाब्लो तिकडे आला होता?"

"का नाही?" फेरनॅन्डो म्हणाला. "घोडदळ जाताच तो गुहेकडे आला."

"त्यानं सांगितलं?"

"त्यानं सारं सांगितलं," फेरनॅन्डो म्हणाला. "काय रानटी आहेत हे फॅसिस्ट! असला जंगलीपणा आपण स्पेनमधून नाहीसा केला पाहिजे." तो थांबला. मग कडवटपणे म्हणाला, "त्यांच्यात सभ्यपणाचा अंश नाही."

अंधारात ॲन्सेल्मो हसला. तासापूर्वी आपण पुन्हा जन्मात कधी हसू, असं त्याच्या स्वप्नातही आलं नसतं. 'अजब आहे हा फेरनॅन्डो!' त्याच्या मनात आलं.

"हो!" तो फेरनॅन्डोला म्हणाला, "आपण त्यांना धडा शिकवला पाहिजे. त्यांची विमानं काढून घेतली पाहिजेत. त्यांची ऑटोमॅटिक शस्त्रं, रणगाडे, त्यांचं पायदळ सारं काढून घेऊन त्यांना सभ्यता शिकवली पाहिजे."

"बरोबर!" फेरनॅन्डो म्हणाला. "माझ्यासारखंच तुझं मत ऐकून बरं वाटलं."

आपल्या सभ्यतेशी त्याला तिथंच उभं ठेवून ॲन्सेल्मो त्याच्याकडून निघाला नि खाली गुहेकडे गेला.

२१

ॲन्सेल्मोला गुहेमध्ये, फळ्यांनी बनवलेल्या टेबलाशी रॉबर्ट जॉर्डन दिसला. पाब्लो त्याच्यासमोर बसला होता. त्या दोघांमध्ये एक भरलेलं दारूचं भांडं होतं. प्रत्येकानं एक/एक कप दारू टेबलावर ठेवली होती. रॉबर्ट जॉर्डननं आपली वही बाहेर काढली होती. पिलर नि मेरिया गुहेच्या आत नजरेआड होत्या. त्या दोघांतलं संभाषण ऐकू येऊ नये म्हणून पिलरनं तिला दूर ठेवलं होतं. ॲन्सेल्मोला हे कळण्याचं कारण नव्हतं नि म्हणूनच पिलर टेबलाशी नसावी, याचं त्याला विचित्र वाटलं होतं.

गुहेच्या तोंडावरच्या ब्लँकेटखालून ॲन्सेल्मो आत येताच रॉबर्ट जॉर्डननं त्याच्याकडे पाहिलं. पाब्लोचे डोळे सरळ टेबलाकडे होते. खरं तर त्याचे डोळे दारूच्या भांड्याकडे होते; पण ते ॲन्सेल्मोला दिसत नव्हते.

''मी वरून आलो.'' ॲन्सेल्मो रॉबर्ट जॉर्डनला म्हणाला.

''पाब्लोनं सांगितलं आम्हाला.'' रॉबर्ट जॉर्डन म्हणाला.

''टेकडीवर सहाजण मेलेले होते नि शत्रूनं त्यांची डोकी कापून नेली होती,'' ॲन्सेल्मो म्हणाला. ''मी अंधारात तिथंच होतो.''

रॉबर्ट जॉर्डननं मान हलवली. पाब्लो दारूच्या भांड्याकडे पाहत काही न बोलता बसला होता. त्याच्या चेहऱ्यावर भावच नव्हता. त्याचे लहानसर डुकरासारखे डोळे दारूच्या भांड्याकडे असे बघत होते, जणू काही तसलं भांडं त्यानं हयातीत कधी पाहिलं नव्हतं.

''बस.'' रॉबर्ट जॉर्डन ॲन्सेल्मोला म्हणाला. टेबलाशी कातड्यानं मढवलेल्या एका स्टुलावर ॲन्सेल्मो बसला. सोर्दोनं भेट पाठवलेली दारूची बाटली रॉबर्ट जॉर्डननं बाहेर काढली. ती अर्धी भरलेली होती. रॉबर्ट जॉर्डननं हात लांब करून एक पेला घेतला. व्हिस्कीचा एक घोट घेतला नि टेबलावरून ॲन्सेल्मोकडे सरकवला.

''पी एवढी, बाबा!'' तो म्हणाला.

ॲन्सेल्मो पीत असताना दारूच्या भांड्यावरून पाब्लोनं त्याच्या तोंडाकडे पाहिलं नि परत दारूच्या भांड्याकडे पाहिलं.

व्हिस्की पीत असताना ॲन्सेल्मोला नाकात, डोळ्यांत, तोंडात जळजळल्यासारखं

झालं. मग पोटात छान ऊब आली, त्यानं हाताच्या पाठीनं तोंड पुसलं. मग रॉबर्ट जॉर्डनकडे पाहत त्यानं म्हटलं, ''आणखी एक मिळेल का?''

''अवश्य!'' रॉबर्ट जॉर्डन म्हणाला. त्यानं बाटलीतून दुसरा घोट ओतला. या वेळी टेबलावरून न सरकवता पेला त्यानं त्याच्या हातात दिला.

या वेळी गिळताना त्याला जळजळल्यासारखं वाटलं नाही. मात्र, पोटातली ऊब दुप्पट वाढली. भयंकर रक्तस्राव झालेल्या माणसाला सलाइनचं इंजेक्शन जसं काम देतं, तसं त्याच्या खचलेल्या मनाला त्या घोटानं वाटलं.

म्हाताऱ्यानं पुन्हा बाटलीकडे पाहिलं.

''उरलेली उद्याला!'' रॉबर्ट जॉर्डन म्हणाला.

''रस्त्याकडची काय हालहवाल आहे?''

''बरीच हालचाल होती,'' ॲन्सेल्मो म्हणाला. ''तुम्ही सांगितल्याप्रमाणं सर्व टिपलं आहे. आताही मी तिथं एकाला पाहायला आणि टिपायला ठेवला आहे. तो रिपोर्ट घ्यायला मी नंतर जाईन.''

''अँटिटँक गन्स पाहिल्यात? रबरी टायरवरच्या लांब नळ्याच्या?''

''हो,'' ॲन्सेल्मो म्हणाला. ''चार रोडवान रस्त्यावरून गेले. प्रत्येकात तशी बंदूक देवदारांच्या फांद्यांनी झाकलेली होती. ट्रक्सवरून सहा माणसं तशी बंदूक घेऊन गेले.''

''चार बंदुका म्हणतोस?'' रॉबर्ट जॉर्डननं विचारलं.

''चार.'' ॲन्सेल्मो म्हणाला. त्यानं कागदाकडेही पाहिलं नाही.

''रस्त्यावरून आणखी काय गेलं सांग!''

तो रस्त्यावरून आणखी काय काय गेलं सांगत असताना रॉबर्ट जॉर्डन ते टिपून घेत होता. त्यानं अगदी सुरुवातीपासून क्रमवार सांगितलं. ज्यांना लिहितावाचता येत नाही अशांना विलक्षण स्मरणशक्ती असते, ती त्यानं दाखवली. त्यानं सर्व दोनदा सांगितलं. तो सांगत असताना पाब्लोनं भांड्यातून आणखी दारू घेतली.

''एल् सोर्दो लढला त्या पठारावरून ला ग्रंजमध्ये प्रवेश केलेले घोडदळही तेथून गेलं.'' ॲन्सेल्मो सांगू लागला.

मग त्यानं पाहिलेल्या जखमींची नि घोड्यावर घालून नेलेल्या मृतांची संख्या सांगितली.

''एका खोगिरावर एक गाठोडं टांगलेलं होतं, ते मात्र मला समजलं नाही,'' तो म्हणाला. ''आता मला कळलं, ती डोकी होती.'' न थांबताच तो हे एका श्वासात म्हणाला. ''ती घोडदळाची तुकडी होती– त्यांच्यातला फक्त एक अधिकारी राहिला होता. तुम्ही बंदुकीशी असताना अगदी सकाळी तो आला होता, तो तो नव्हता. मेलेल्यांत तो असावा. मेलेल्यांतले दोघे अधिकारी होते हे त्यांच्या फितींवरून

कळले. ते खोगिरांवर उपडे बांधलेले होते. त्यांचे हात लोंबकळत होते. शिवाय डोकी बांधलेल्या खोगिरावरच एल् सोर्दोची मॅक्वीना होती. तिची नळी वाकलेली होती. बस! संपली माझी हकिकत.'' त्याने हकिकत संपवली.

''पुरे झाली इतकी.'' रॉबर्ट जॉर्डन म्हणाला. त्यानं आपला कप दारूच्या भांड्यात बुडवला.

''शत्रूच्या फळीतून लोकसत्ताक हद्दीत तुझ्याशिवाय दुसरा कोण गेला होता?''

''अँड्रीज नि एलॅडिओ.''

''त्यात अधिक चांगला कोण आहे?''

''अँड्रीज.''

''इथून नावासेरादीला पोहोचायला किती वेळ लागेल त्याला?''

''सामान जवळ नसलं, सावधगिरीनं गेला नि दैव अनुकूल असलं तर तीन तास लागतील. आमच्याबरोबर सामान होतं म्हणून आम्ही फेरा घेऊन धोका नसलेल्या रस्त्यानं गेलो.''

''त्याला जमेल नक्की?''

''नक्की असं काही नसतं.''

''तुझ्या बाबतीतही?''

''हो.''

'प्रश्नच नाही,' रॉबर्ट जॉर्डननं स्वतःशी विचार केला. 'आपल्याला नक्की जमेल असं तो म्हणाला असता तर आपण त्याला नक्की पाठवलं असतं.'

''तुझ्याइतकंच अँड्रीजलाही तिकडे जाणं जमेल?''

''तितकंच किंवा जास्तही! तो तरुण आहे.''

''कुणीही जा; पण हे एवढं तिकडे पोहोचायला हवं.''

''मध्ये काही झालं नाहीतर पोहोचेल नि काही झालंच तर ते कुणालाही होईल.''

''मी एक पत्र लिहितो, त्याच्याबरोबर द्यायला,'' रॉबर्ट जॉर्डन म्हणाला. ''सेनापती कुठं भेटेल, हे मी त्याला स्पष्ट करून सांगेन. तुकडीच्या एस्टॅडो मेअरशी तो असेल.''

''त्याला हे तुकडीचं वगैरे समजायचं नाही,'' अॅन्सेल्मो म्हणाला. ''मीसुद्धा गोंधळात पडतो. त्याच्याजवळ सेनापतीचं नाव नि पत्ता द्यावा.''

''पण तुकडीच्या एस्टॅडो मेअरशी हाच पत्ता आहे त्याचा. तिथंच सेनापती सापडेल.''

''ते एक ठिकाणच आहे ना प्रत्यक्ष?''

''प्रश्नच नाही. ते एक ठिकाणच आहे,'' रॉबर्ट जॉर्डननं शांतपणे सांगितलं. ''पण हे ठिकाण सेनापतीनं निवडलेलं असतं. युद्धाची प्रमुख छावणी तो तिथं ठोकतो.''

“मग ते आहे कुठं?”

ॲन्सेल्मो थकला होता नि थकल्यामुळे त्याचं डोकं बथ्थड झालं होतं. शिवाय पलटण, तुकडी, आर्मी कॉर्प्स हे शब्द त्याला गोंधळात टाकत. पहिल्यांदा कॉलम्स होत्या. मग रेजिमेंट असत. मग ब्रिगेड्स होत्या. आता ब्रिगेड्स नि डिव्हिजन दोन्ही आहेत. काही समजतच नाही. ठिकाण म्हणजे ठिकाण!

“जरा समजून घे बाबा!” रॉबर्ट जॉर्डन म्हणाला. ‘जर ॲन्सेल्मोला आपल्याला हे समजावून देता आलं नाही तर ते ऑंड्रीजलाही समजावून सांगता येणार नाही.’ “तुकडीचं एस्टॅडो मेअर हे ठिकाण म्हणजे सेनापतीनं रणांगणाशेजारी हुकूम सोडण्यासाठी निवडलेली जागा. तो एका डिव्हिजनवर हुकमत ठेवतो. म्हणजे दोन ब्रिगेड्सवर. ही जागा दर वेळी वेगळी ऐनवेळी निवडतात. ती निवडली तेव्हा मी तिथं नव्हतो; म्हणून मला ती ठाऊक नाही. ती जागा एखादी गुहा, खंदक किंवा कोपऱ्यातली जागाही असेल. तिकडे तारा गेलेल्या दिसतील. ऑंड्रीजनं सेनापतीची नि डिव्हिजनच्या एस्टॅडो मेअरची चौकशी करायची. हा लखोटा त्यानं सेनापतीला-एस्टॅडो मेअरच्या प्रमुखाला किंवा मी नाव लिहीन त्याला द्यायचा. दुसरे जरी हल्ल्याच्या तयारीच्या पाहणीसाठी बाहेर असले, तरी त्यांतला एकतरी जागेवर असेल. आता तरी समजलं?”

“हो.”

“मग ऑंड्रीजला गाठ. मी लखोटा लिहून काढतो नि या सिलानं सील करतो.” त्यानं त्याला लहानसा, वाटोळा, लाकडी मुठीचा रबरी शिक्का दाखवला. तो S. I. M.चा शिक्का होता. आपल्या खिशात नेहमी असलेलं वाटोळं, पत्र्याचं, अधेलीहून फारसं मोठं नसलेलं एक शाईचं पॅड त्यानं दाखवलं. “या शिक्क्याला ते मानतील. ऑंड्रीजला बोलावून आण. त्यालाही मी समजावून सांगतो. त्यानं ताबडतोब निघायला हवं; पण आधी त्याला सगळं समजलं पाहिजे.”

“मला समजलं की, त्याला समजेल; पण तू अगदी स्पष्ट, व्यवस्थित सांगायला हवंस. हे स्टाफ नि डिव्हिजन मला कोडंच वाटतं. आपल्या घराकडे जावं तसा मी नेहमी पत्ता असलेल्या ठिकाणीच गेलो आहे. नावासेरादीला हुकूम मिळण्याची जागा एका जुन्या हॉटेलात आहे. गाडारामात ती बाग असलेल्या एका घरात आहे.”

“या सेनापतीच्या बाबतीत,” रॉबर्ट जॉर्डन म्हणाला. “ती कुठेतरी जवळ असेल. विमानापासून वाचण्यासाठी ती जमिनीत असेल. काय विचारायचं कळलं तर ऑंड्रीजला ती जरा चौकशी करताच सहज कळेल. मी लिहिलेलं त्यानं दाखवलं की झालं. त्याला आताच तातडीनं ताबडतोब घेऊन ये. हा गेला पाहिजे.”

लोंबत्या ब्लॅंकेटखालून वाकून ॲन्सेल्मो बाहेर गेला. रॉबर्ट जॉर्डननं आपल्या वहीत लिहायला सुरुवात केली.

“ऐक इंग्लिशा!” पाब्लो अजूनही दारूच्या भांड्याकडे पाहत म्हणाला.

“मी लिहितोय.” वर न बघता रॉबर्ट जॉर्डन म्हणाला.

“ऐक इंग्लिशा!” तो दारूच्या भांड्यालाच म्हणाला. “या साऱ्या प्रकारानं कच खाण्याचं कारण नाही. सोर्दो नसला तरी आपल्याजवळ चौकी घ्यायला नि पूल उडवायला पुष्कळ माणसं आहेत.”

“ठीक.” लिहिणं न थांबवता रॉबर्ट जॉर्डन म्हणाला.

“खूपच!” पाब्लो म्हणाला. “आज तुझ्या तारतम्याचं मला कौतुक वाटतंय.” पाब्लोनं दारूच्या भांड्याला म्हटलं, “तुला फार डोकं आहे. तू माझ्याहून चलाख आहेस. माझा तुझ्यावर भरवसा आहे.”

एकीकडे तो गोल्झला लिहायच्या निरोपावर मन केंद्रित करीत होता. शक्य तेवढ्या कमी शब्दांत बसवीत होता; तरीही लिहिलेलं पटावं, असं करत होता. हल्ला रहित करावा, एकदम रहित करावा असं प्रतिपादत होता; पण त्याच वेळी हातातल्या कामाची आपल्याला भीती वाटते म्हणून आपण लिहीत नाही, असं पटवून देत होता. केवळ आपण वस्तुस्थिती मांडत आहोत, यावर भर देत होता नि हे सारं लिहिणं नि विचार करणं चालू असताना त्याचं अर्धं लक्ष पाब्लोकडे होतं.

“इंग्लिशा!” पाब्लो म्हणाला.

“मी लिहितोय.” वर न पाहता रॉबर्ट जॉर्डन म्हणाला.

खलित्याच्या दोन नकला पाठवाव्यात, असं त्याच्या मनात आलं. दोन नकला देऊन दोन माणसं धाडली तर पूल उडवायला पुरेशी राहणार नाहीत. हा हल्ला का केला जातोय, आपल्याला ठाऊक नाही. हा फक्त शत्रूला थोपवण्यासाठीच असेल किंवा त्यांना दुसरीकडून कुठून फौज काढून घ्यायची असेल. ती उत्तरेकडची विमानं बाहेर काढायला हा हल्ला असेल. तसलंच काही असेल. हल्ला यशस्वी व्हायला हवा, असंही नसेल. आपल्याला काय ठाऊक आहे? हा आपला खलिता गोल्झला आहे. हल्ला सुरू होण्याआधी आपण पूल उडवत नाही. आपल्याला मिळालेले हुकूम स्पष्ट आहेत. हल्ला रहित केला तर आपण काही पूल उडवत नाही. तरीसुद्धा हुकूम अमलात आणायला लागणारं कमीतकमी माणूसबळ तरी आपल्याला इथं राखलं पाहिजे.

“काय म्हणालात?” त्यानं पाब्लोला म्हटलं.

“माझा भरवसा आहे इंग्लिशा!” पाब्लो अजून दारूच्या भांड्याशीच बोलत होता.

‘बाबा! मला भरवसाच हवा होता.’ रॉबर्ट जॉर्डनच्या मनात आलं.

३०

‘जेवढं काही करण्यासारखं होतं तेवढं रात्रीपर्यंत करून झालं होतं. सगळे हुकूम दिलेले होते. प्रत्येकाला आपण सकाळी काय करायचं, ते ठाऊक होतं. अँड्रीज गेल्याला तीन तास झाले होते. उजाडता उजाडता हल्ला येईल किंवा येणारच नाही. मला वाटतं, येईल,’ रॉबर्ट जॉर्डननं स्वतःला म्हटलं. वरच्या ठाण्यावरून तो प्रिमितोवोशी बोलायला गेला होता. तेथून परत येताना त्यानं स्वतःशी म्हटलं होतं.

‘गोल्झ हल्ला करणार आहे; पण तो स्थगित करण्याचा अधिकार त्याला नाही. हल्ला स्थगित करण्याचा हुकूम माद्रिदहून यायला हवा. तिकडच्या कुणालाच त्याला झोपेतून जागं करता येणार नाही, असाही संभव आहे. त्यातून ते जागे झालेच तर विचार करण्याइतके जागे होणार नाहीत. आपल्या हल्ल्याला तोंड द्यायची शत्रूनं केलेली तयारी याआधीच गोल्झला कळायला हवी होती. काही घडण्यापूर्वीच इथलं आपण काय कळवणार? काळोख पडेपर्यंत शत्रूनं सामग्री आणलीच नव्हती. रस्त्यावरची कुठलीही हालचाल शत्रूला विमानातून दिसायला नको होती; पण शत्रूच्या विमानांचं काय? त्या फॅसिस्ट विमानांचं काय?

‘या विमानांमुळे तरी आमच्या लोकांना नक्की आधी इशारा मिळाला असला पाहिजे; पण या विमानांबरोबरच, ग्वादालाजालाखाली दुसरी खोटी आघाडी उघडण्याचा बनाव फॅसिस्टांनी कदाचित केला असावा. सोरियात इटालियन पलटणी एकत्र झाल्याची समजूत होती. उत्तरेत पलटणी आहेतच. शिवाय सुगेंझालाही पुन्हा तोच प्रकार चालू होता. खरं पाहता दोन आघाड्या उघडण्याइतकं सैन्य फॅसिस्टांपाशी नाही. ते अशक्य आहे.– तो बनावच असला पाहिजे.

‘पण इटालियन्सनी गेल्या नि मागच्या महिन्यात कादीझला किती सैन्य उतरवलं, आम्हाला ठाऊक आहे. पुन्हा तेच ग्वादालाजालावर येण्याची सारखी शक्यता आहे. पूर्वीसारखा मूर्खपणा करत येणार नाही; पण तिहेरी बाण करून घुसत पसारा वाढवीत येईल नि पठाराच्या पश्चिमेला नदीच्या अंगानं मुसंडी मारील. शत्रूला तसं करायला एक मार्ग होता. हॅन्सनं आपल्याला दाखवला होता. पहिल्या वेळी शत्रूनं खूप चुका केल्या. त्यांची सगळी योजनाच भरीव नव्हती. माद्रिद-व्हॅलेन्सिया

रस्त्याविरुद्ध आर्गांदाच्या चढाईत वापरलेल्या सैनिकांपैकी कोणतंही सैन्य शत्रूनं ग्वादालाजालाला वापरलं नव्हतं. एकाच वेळी त्यांनी त्या मुसंड्या का मारल्या नाहीत? का? का? का? ते आम्हाला केव्हा कळणार?

'दोन्ही वेळा त्याच सैन्यानिशी आम्ही शत्रूला थोपवलं होतं. दोन्ही ठिकाणी त्यानं एकाच वेळी मुसंडी मारली असता तर आम्हाला त्यांना कधीच थोपवता आलं नसतं. कशाला डोकं खातोस?' त्यानं स्वतःलाच म्हटलं. 'असल्याच यापूर्वी घडलेल्या चमत्कारांकडे पाहा. एकतर तुला सकाळी तो पूल उडवायचाय; नाहीतर नाही; पण तो उडवावाच लागणार अशी स्वतःची फसवणूक करून घेऊ नको. हा पूल नाहीतर दुसरा. नंतर काय करायचं याची जबाबदारी तुझ्यावर ठेवलेली नाही. तू हुकमांचा बंदा आहेस; ते पाळ. अधिक विचार करून नको.

'इथले तुला मिळालेले हुकूम स्पष्ट आहेत. फारच स्पष्ट आहेत. उगीच काळजी करू नको. नाहीतर घाबरशील नि भिण्यात वाटणारं सुख घेऊ लागलास तर तुझ्याबरोबर काम करणाऱ्यांच्या मनात भीती शिरेल.

'तरी डोकी कापण्याचा तो प्रकार विलक्षणच,' त्यानं स्वतःला म्हटलं. 'तशात तो म्हातारा टेकडीवर तसा एकटाच सापडावा? त्याच्यासारखा तू तिथं एकटा सापडलास तर? आता पटलं? नाही? हो. पटलं जॉर्डन! आज अनेकदा 'पटलं' म्हणण्याची वेळ तुझ्यावर आली आहे; पण तू ठीक वागत आला आहेस. आतापर्यंत तरी ठीक वागत आला आहेस.

'मोंटानाच्या महाविद्यालयात स्पॅनिश शिकवणारा प्राध्यापक म्हणून तू चांगला शोभतोस!' त्यानं स्वतःची थट्टा करीत म्हटलं. 'तेच तुला ठीक. आपण कुणी विशेष आहोत, असं डोक्यात घेऊ नको. या कामात अजून तू विशेष असं काही केलं नाहीस. ड्यूरन आठव! त्याला कसलंही सैनिकी शिक्षण नव्हतं. तो संगीततज्ज्ञ होता नि चळवळीआधी रस्त्यावरचं साधं पोर होता. तोच आता एका तुकडीचा समर्थ सेनापती आहे. बुद्धिबळात विलक्षण डोकं चालवणाऱ्याला जशी बुद्धिबळं तसंच ते सारं ड्यूरेनला सोपं सरळ गेलं. तू बच्चा असल्यापासून लढाईच्या कलेसंबंधी वाचत, अभ्यास करत आला आहेस. अमेरिकन नागरी युद्धातल्या तुझ्या आजोबांकडूनच तुला धडा गिरवायला मिळाला. तुझे आजोबा त्या युद्धाला बंडाचं युद्ध म्हणत होते इतकंच! पण ड्यूरेनशी तुलना करता, विलक्षण बुद्धीच्या मुलासमोर एका दर्दी खेळाडूनं बसावं तसं वाटतं. दोस्त ड्यूरेन! त्याला भेटायला मजा येईल. ही लढाई थांबली की, गेलॉर्ड्समध्ये त्याला गाठू. ही लढाई संपल्यावर त्याचं कसं चाललंय ते पाहू.

'त्याला गेलॉर्ड्समध्ये गाठूच,' तो पुन्हा स्वतःशी म्हणाला. 'ही लढाई संपल्यावर. स्वतःला फसवू नको,' तो म्हणाला. 'आधी तुझं सगळं ठाकठीक, व्यवस्थित उरक.

थंड डोक्यानं. स्वतःला न बनवता. तुझी नि ड्यूरेनची आता यापुढे गाठ पडायची नाही. त्याला महत्त्वही नाही. तसाही होऊ नको,' त्यानं स्वतःला म्हटलं. 'तसल्या भेटीच्या चैनीमागं लागू नको.

'शौर्याबद्दल विरक्तीही दाखवू नको. या टेकड्यांत असली शौर्याबद्दल विरक्ती दाखवणारी माणसं आम्हाला नको आहेत. तुझे आजोबा चार वर्षं यादवी युद्धात लढले नि तू आता कुठं या लढाईतलं पहिलं वर्ष पुरं करतो आहेस. तुला ती पुष्कळ काळ चाल करायची आहे अजून. या कामाला तू चांगला आहेस. शिवाय तुला मेरियाही लाभली आहे. बघ बरं! तुला सगळं काही मिळालं आहे. काळजी कसली करतोस? घोडदळाच्या पलटणीत नि एका गनिमी टोळीत एक लहानशी चकमक झाली तर त्याचा एवढा बाऊ कशाला करतो आहेस? हे काहीच नाही. त्यांनी डोकी कापून नेली तर काय झालं? डोकी कापल्यानं काय झालं असं? काही नाही.

'यादवी युद्धानंतर आजोबा किअर्नीच्या फोर्टमध्ये असताना इंडियन्स नेहमी डोकी नेत. तुझ्या वडिलांच्या कचेरीतील कॅबिनेटमध्ये, शेल्फवर असलेली बाणांची टोकं आठवतात तुला? भिंतीवर टांगलेली ती शिरस्त्राणाला लावायची गरुडाची पिसं? आठवतात ती? त्यांचा कलता पिसारा. पायांच्या धुरकटलेल्या कातड्याचा वास. मणी लावलेल्या मोकॅसिनचा स्पर्श नि तो सदरा. फडताळाच्या एका कोपऱ्यात टेकून ठेवलेली बैलाच्या हाडाच्या धनुष्याची वाकडी काठी. शिकारीच्या नि लढाईच्या बाणांचे दोन भाते. बाणांच्या काठ्यांच्या त्या जुडीभोवती बोटं ठेवली की, कसं वाटायचं?

'अशा काहीतरी आठवणी काढ. असं काही व्यवहारातलं नेमकं असं आठव. आजोबांची तलवार आठव. चकचकीत, तेल प्यायलेली, मढवलेल्या म्यानात ठेवलेली. अनेकदा धार लावल्यानं तिचं पातं कसं पातळ झालंय, ते आजोबांनी तुला दाखवलं होतं. आजोबांचं स्मिथ नि वेसन पिस्तूल आठव. ते एकबारी. .३२ ऑफिसर मॉडेल होतं. त्याला ट्रिगर गार्ड नव्हता. त्याचा चाप कसा गुळगुळीत गोड होता ओढायला! त्याला नेहमी तेलपाणी दिलेलं असे. वरून जरी ते जुनं झालेलं होतं, तरी त्याची नळी स्वच्छ असे. नळी कातडी पिशवीत काढून-घालून गुळगुळीत झालेली होती. ते कातडी म्यानात ठेवलेलं होतं. म्यानाच्या झडपेवर U.S. असा ठसा होता. बरोबर स्वच्छ करण्याचं सामान होतं. शंभर काडतुसं ठेवलेली होती. असं ते पिस्तूल फडताळाच्या खणात पुठ्ठ्याच्या एका डब्यात मेणचट दोऱ्यानं बांधून ठेवलेलं होतं.

तू ते खणातून काढून नेहमी हातात घेत होतास. "हवं तसं वापर!" आजोबांचं म्हणणं असे; पण ते शस्त्रच भयंकर होतं. त्याच्याशी तुला खेळता येत नव्हतं.

'यानं कुणाला मारलंत का?' असं तू आजोबांना एकदा विचारलंस.

आजोबा म्हणाले, "हो."

मग तू म्हणालास, "केव्हा, आजोबा?"

ते म्हणाले, "बंडाच्या युद्धात आणि नंतरही."

तू म्हटलंस, "मला सांगा ना सगळं."

ते म्हणाले, "मला ते सांगावंसं वाटत नाही, रॉबर्ट!"

'नंतर याच पिस्तुलानं तुझ्या वडिलांनी स्वतःला मारून घेतल्यावर नि तू शाळेतून माघारी आल्यावर अंत्यविधी झाला होता. पुढे चौकशीनंतर कॉरोनरनं पिस्तूल परत करताना म्हटलं होतं, "बॉब, मला वाटतं, तुला हे पिस्तूल परत हवंय. मी ते जप्त करून ठेवायला हवं; पण तुझ्या बापाचं त्यावर फार मन होतं." कारण त्याच्या वडिलांनी ते लढाईभर बाळगलं होतंच; शिवाय घोडदळाबरोबर पहिल्यांदा तो निघाला, तेव्हाही हे त्याच्यापाशी होतं नि अजून ती साली चांगली चीज आहे! आज दुपारी मी ते वापरून पाहिलं. तसा फारसा पल्ला नाही त्याचा; पण मारा होऊ शकतो.'

फडताळात होतं त्या खणात त्यानं ते ठेवून दिलं होतं; पण दुसऱ्या दिवशी त्यानं ते बाहेर काढून तो घोड्यावरून रेड लॉजवरच्या उंच भागावर गेला होता. चब बरोबर होता. तेथील घाटातून कुक शहराकडे आता रस्ता झाला होता. तेथून बिअर टुथ पठारापलीकडे तो गेला होता. तिथं वारा हळू होता. नि टेकड्यांवर सर्व उन्हाळाभर बर्फ होता. ते तळ्याशी थांबले होते. ते तळं आठशे फूट खोल असल्याची समजूत होती. त्याचा रंग गर्द हिरवा होता. चबनं दोन्ही घोडी धरली होती. तो खडकावर चढला नि वरून डोकावल्यावर त्याला खाली तळ्यात संथ पाण्यात स्वतःचा चेहरा दिसला होता. हातात धरलेलं पिस्तूल दिसलं होतं. मग त्यानं मुठीला धरून ते सोडलं होतं. पाण्यात बुडताना त्याचे बुडबुडे आलेले दिसले होते. स्वच्छ पाण्यात ते शेवटी लहान घड्याळासारखं वाटलं होतं. मग दिसत नाहीसं झालं होतं. खडकावरून तो परत आला होता, तेव्हा बकच्या खोगिरावर उडी मारून त्यानं बकला टाचेनं असा फटका दिला होता की, तो खेळातल्या झुलत्या घोड्यासारखा मागे झुकला होता. त्याला तसंच दोन्ही पाय उंच केलेले ठेवून त्यानं तळ्याच्या काठानं काढलं होतं. मग ताळ्यावर आल्यावर तो रस्त्यानं परत फिरला होता.

"तू बंदुकीचं असं का केलंस, मला ठाऊक आहे." चब म्हणाला.

"ठीक! मग बोलण्याचं कारण नाही आपल्याला!"

ते त्यावर कधीच बोलले नाहीत. आजोबांच्या तलवारीशिवायच्या इतर हत्यारांची कथा संपली होती. ती तलवार तेवढी त्याच्या इतर वस्तूंबरोबर मिसोला इथं अजून ट्रंकेत होती.

'या साऱ्या घटनेबद्दल आजोबांच्या मनात तेव्हा काय असेल याचं आपल्याला अजून नवल आहे,' त्याच्या मनात आलं. 'जर म्हणतात तसं 'मृत्यूनंतर' वगैरे काही खरं असलं तर! तसं काही नाही, आपली खात्री आहे.' त्याच्या मनात आलं. 'आपल्याला आपल्या मृत आजोबांशी बोलायला मिळालं तर बरं होईल, कारण आपल्याला कळायला हव्या होत्या, अशा पुष्कळ गोष्टी राहिल्या आहेत. आयुष्यात अशाच गोष्टी आपल्याला कराव्या लागल्या; त्यामुळे काही विचारण्याचा अधिकार आपल्याला आला आहे. आपल्या विचारण्याला त्यांची हरकत असावी, असं वाटत नाही. पूर्वी मात्र विचारण्याचा अधिकार नव्हता, तेव्हा आपल्याला ते जाणत नव्हते म्हणून त्यांनी काही सांगितलं नाही हे ठीकच! पण आता त्यांचं नि आपलं जमेल. आता काही शंका विचारून त्यांचा सल्ला मिळाला तर आवडेल. गेलं खड्ड्यात! सल्ला नाही, तरी बोलायला मिळालं तरी पुष्कळ! आम्ही दोघे सारख्या वृत्तीचे आहोत. आमच्यात काळाची एवढी दरी असावी ही लाजिरवाणी गोष्ट आहे.'

मग अधिक अधिक विचार करू लागल्यावर त्याच्या ध्यानात आलं की, अशी 'मृत्यूनंतर' भेट असलीच तर त्या वेळी वडीलही तिथं असतील. मग मात्र विचित्र होईल. अशी भेट घेण्याचा प्रत्येकाला अधिकार असला, तरी ती घेणं चांगलं नाही. आपल्याला समजतंय ते; पण पटत नाही. त्याला लॅचे हा शब्द आहे. समजतंय का तुला काही? खरंच समजतंय; पण– हो. पण अशी गोष्ट करायची तर तुला मन व्यग्र ठेवायला हवं.

'अच्छा! आजोबा इथं हवे होते,' त्याच्या मनात आलं. 'एक तासभर तरी. माझ्यात त्यांचं जे थोडं आलं आहे, ते बंदुकीचा दुरुपयोग करणाऱ्या वडिलांमधून त्यांना देता आलं तेवढंच आहे, असंही असेल. आजोबा नि माझ्यामधला एवढाच दुवा असेल. जाऊ दे सालं! खरंच जाऊ दे! हा मधला काळ गेला तो नको होता. वडिलांना मला कधी शिकवावं लागलं नाही, ते मी आजोबांजवळ शिकलो असतो. पण समज, वडिलांना ज्या भीतीतून जावं लागलं, त्यावर मात करून चार वर्षांत त्यातून मुक्त व्हावं लागलं. मग इंडियनांशी लढाया झाल्या (त्यात भीतीचा शेष नव्हता.) या सर्वांतून माझ्या वडिलांमध्ये घाबरटपणा आला असला तर? जसा बैलांशी झुंज घेणाऱ्यांच्या दर दुसऱ्या पिढीत येतो तसा! काय कल्पना! तसंही असेल. घराण्याचं चांगलं रक्त माझ्या वडिलांना डावलून माझ्यात शिरलं.

'आपले वडील भित्रे होते हे पहिल्यांदा कळलं, तेव्हा किती शिसारी आली! सरळ म्हण की, भ्याड म्हणून! असं एकदा म्हणून गेलास की बरं. नालायका, दुसऱ्या एखाद्या भाषेत तेच म्हणण्यात काय मुद्दा! तसे वडील नालायक नव्हते. भ्याड होते. तो नशिबाचा भाग आहे. जर ते भ्याड नसते तर आईला त्यांनी तोंड दिलं असतं. तिचा वरचष्मा चालू दिला नसता. जर दुसऱ्या एखाद्या स्त्रीशी त्यांचं लग्न

झालं असतं तर आपण कसे असतो? ही एक गोष्ट अशी आहे– ती कळणं शक्य नाही; पण–' तो हसला. 'तिच्या अरेरावीपणानं वडिलांमध्ये जे कमी होतं त्याची भरपाई झाली असेल आणि तुझं रे? अस्सल रक्ताचं सारखं बोलू नको. उद्याचा दिवस पार पडल्याशिवाय काही बोलूच नको. इतक्या लवकर बढाया मारू नको. बढाईखोर बनू नको. मुळीच नको. तुझ्या रक्ताची प्रत उद्या कळायची आहे.

'पण पुन्हा आजोबांबद्दल त्याच्या मनात येऊ लागलं.

"रॉबर्ट! जॉर्ज कस्टर घोडदळातला हुशार अधिकारी नव्हता," आपले आजोबा म्हणाले होते. "त्याला डोकंही नव्हतं."

आजोबा तसं म्हणाल्यावर वाटलेला तिटकारा त्याला आठवला. रेड लॉजमधील भिंतीवर टांगलेल्या तैलचित्रातला तो त्याला दिसला. सिआक्स इंडियनांनी भोवताली वेढा घातला आहे. हातात पिस्तूल धरून, बकस्किन सदऱ्यात, केसांची पिवळी झुलपं हलताना तो उभा आहे. या अशा माणसाविषयी एखाद्यानं तसं बोलावं?

"प्रसंग ओढवून घ्यायचा नि मग त्यातून बाहेर पडायचं, एवढीच एक हिकमत त्याच्यात होती," त्याचे आजोबा पुढे म्हणाले होते. "लिटल बिग हॉर्नच्या वेळी असाच प्रसंग ओढवून घेतला; पण त्याला बाहेर सटकता आलं नाही."

'फिल शेरडीन हा बुद्धिमान होता. तसा जेब स्टुअर्टही होता; पण जॉन मोस्बी हा एक उत्तम घोडदळप्रमुख होता. त्याच्या ट्रंकेत जनरल फिल शेरडीनचं म्हाताऱ्या किली द हॉर्स किल्पाट्रकीला आलेलं एक पत्र होतं. त्या पत्रात आपले आजोबा जॉन मोस्बीहूनही घोडदळाचे जास्त चांगले अधिकारी आहेत, असं मत होतं.

'गोल्झला आपल्या आजोबांबद्दल सांगितलं पाहिजे,' त्याच्या मनात आलं. 'अर्थात त्यानं आजोबांबद्दल कधी ऐकलंही नसेल. त्यानं जॉन मोस्बीबद्दलही ऐकलं नसेल. युरोपातल्या लोकांपेक्षा आमच्या यादवी युद्धाचा जास्त अभ्यास करावा लागल्यानं ब्रिटिशांनी दोघांचं नाव ऐकलं असेल. हे युद्ध थांबल्यावर हवं असल्यास आपण मॉस्कोच्या लेनिन इन्स्टिट्यूटमध्ये जावं, असं कारकोव आपल्याला म्हणाला. वाटलं तर आपण रेड आर्मीच्या शाळेत जावं, असंही त्यानं सुचवलं होतं. आजोबांना काय वाटलं असतं याचं? ते कधी जाणूनबुजून डेमोक्रॅटबरोबर जेवायलाही बसले नव्हते.

'छे! आपल्याला सैनिक व्हायचं नाही,' त्याच्या मनात आलं. 'व्हायचं नाही हे नक्की ठाऊक आहे. तो प्रश्नच नाही. हे युद्ध जिंकावं एवढंच आपल्याला हवंय. उत्तम सैनिक, इतर विषयांत क्वचित चांगले असतात; पण हे खरं नाही. नेपोलियन किंवा वॉशिंग्टन पाहा. तू मूर्खासारखा विचार करतो आहेस आज!

'बहुधा आपल्या मनाचं नि आपलं जमतं. आज रात्री आजोबांबद्दल विचार करताना जमलं. मग वडिलांचा विचार मनात आला नि तोल गेला. वडिलांचं मन

आपल्याला समजलं. आपण त्यांना सारं माफ केलं. त्यांची कीव आली; पण लाजही वाटली.

'आपण विचारच करता कामा नये,' त्यानं स्वतःला म्हटलं. 'लवकरच आपण मेरियाजवळ असू. मग विचार बंद होतील. सगळं ठरलंय, हे चांगलं झालं. एखाद्या गोष्टीवर मन केंद्रित करायला लागलं की, विचार आवरत नाहीत. तुमचं मन वजन गेलेल्या फ्लायव्हीलसारखं गरगरू लागतं. विचारच नको हे उत्तम!

'पण असं समज,' त्याच्या मनात आलं. 'समज, विमानांनी बॉम्ब फेकून अँटिटँक बंदुकीच्या ठिकऱ्या उडवल्या. ठाण्यांचा निकाल लावला. ते बेटे रणगाडे एकदा, चढत असलेल्या टेकड्या शेवटच्या चढून आले. त्यांच्यापुढे असलेल्या क्वाटोरझैम ब्रिगेडच्या वीरांना, माथेफिरूंना, मूर्खांना, दारुड्यांना गोल्झनं धूळ चारली आणि आम्ही रात्री सेगोव्हियात शिरलो. समज!

'हो, समजच! आपण ला ग्रंजमध्ये राहू; पण आपल्याला अजून तो पूल उडवायचा आहे.' त्याला एकदम जाणीव झाली. 'त्यातून सुटका नाही. तू आता ज्या कल्पना करत होतास, त्या हा हल्ला आखणाऱ्यांच्या डोक्यात आल्या तशा होत्या. आपल्याला पूल उडवावा लागेल, हे नक्की! अँड्रीजचं काय होईल ते होवो.'

पायवाटेनं, अंधारातून एकटं खाली येत असताना चार तासांत करायचं ते सर्व केलेलं आहे, ही भावना त्याला होती. प्रत्यक्ष कामाचा विचार करण्यानं त्याला आत्मविश्वास आला होता. आपल्याला पूल उडवावा लागणार, ही कल्पना त्याच्या मनात आली नि त्याचं मन सुखानं भरून आलं.

तारखांच्या बाबतीत गैरसमजूत झाल्यानं पाहुणे जेवायला येतात की नाही, या अनिश्चिततेत आपण राहतो, तसा अनिश्चितपणा– अनिश्चितपणाची फुगलेली भावना अँड्रीजला खलिता देऊन धाडला तेव्हापासून झाली होती. ती सारी आता गेली. जेवण रहित होणार नाही, अशी खात्री झाली. खात्री होणं चांगलं! खात्री होणं चांगलं असतं.

३१

अशी ती दोघं आता पुन्हा घोळीत एकत्र आली. रात्रीचा उशीर झाला होता. मेरिया त्याला अगदी चिकटून झोपली होती. तिच्या मांड्यांचा लांब गुळगुळीत स्पर्श त्याच्या मांड्यांशी होता. एखाद्या विस्तृत मैदानावर एक विहीर असावी नि दोन लहान टेकड्या असाव्यात, तसे तिचे स्तन वाटत होते. तिच्या गळ्याच्या खोलगट भागावर त्यानं ओठ टेकले होते. तो भाग टेकडीपलीकडील प्रदेशासारखा होता. तो अगदी स्तब्ध पडून होता. ती त्याच्या केसांवर थोपटत होती.

"रॉबर्टो!" मेरिया हळूच म्हणाली नि तिनं त्याचं चुंबन घेतलं. "मला लाज वाटते रे! मनात असूनही तुझी निराशा करावी लागणार. सारं आंबल्यासारखं झालंय– दुखतंय. आज माझा काही उपयोग नाही तुला."

"असंच आंबतं, दुखतं," तो म्हणाला. "पिल्ला, त्यात बिघडलं नाही. तुला त्रास होईल, असं काही करायचं नाही."

"त्याचं नाही रे! मला माझ्या मनातून हवंय तसं तुला मिळणार नाही."

"त्याचं काय एवढं? चालायचंच! आपण एकत्र निजलो की, मिलन धरायचं."

"हो! तरी मला लाज वाटते. माझ्यावर अत्याचार झाला तेव्हापासून हा त्रास होतोय, असं वाटतं. आपल्या दोघांमुळे नाही."

"तो विषयच नको."

"मलाही नकोय तो. आजच्या रात्री तुझ्या इच्छा अपुऱ्या राहिलेल्या मला सहन होणार नाहीत, म्हणून मी बोलले."

"ऐक पिल्ला!" तो म्हणाला. "असल्या गोष्टी तात्पुरत्या असतात. पुढे त्या आठवणीतही राहत नाहीत." पण हे बोलत असताना त्याच्या मनात मात्र आलं की, शेवटच्या रात्री असं होणं हा चांगला शकुन नाही.

मग आपल्या विचाराची लाज वाटून तो म्हणाला, "पिल्ला! अगदी चिकटून झोप. काळोखात अशी माझ्याशी झोपलीस की, प्रत्यक्ष केल्याइतकीच तू मला आवडतेस."

"मला फार शरमल्यासारखं होतंय रे! एल् सोर्दोकडून येताना वाटेत मोकळ्यावर

झालं तसं होईल, अशी माझी कल्पना होती.''

''जाऊ दे,'' तो म्हणाला. ''रोजच तसं व्हावं असं का आहे? मला त्याच्याइतकंच हेही आवडतं.''

मनात निराशा वाटत होती तरी तो खोटं बोलला. ''आपण असंच इथं शांत पडू नि झोपू. आपण बोलू या! तू मला तुझं काहीच सांगितलं नाहीस.''

''उद्याचं किंवा तुझ्या कामाचं बोलायचं का? तू तुझ्या कामाचं बोल. मला आवडेल.''

''नको.'' तो म्हणाला. घोळीत तो आरामात पसरला. आपले गाल तिच्या खांद्याशी ठेवून शांत पडून राहिला. ''आज काय झालं किंवा उद्या काय होणार, याबद्दल या वेळी बोलणं सुज्ञपणाचं नाही. झालेल्या नुकसानीचंही आत्ता बोलायचं नाही. उद्या करायचं ते करणारच आहोत आपण. तू घाबरली नाहीस ना?''

''घाबरली असेन,'' ती म्हणाली. ''मला नेहमीच भय वाटतं; पण या क्षणी तुझ्याबद्दलच मला इतकी भीती वाटते की, माझी भीती पळाली.''

''भीती वाटू देऊ नको, पिल्ला! मी पुष्कळ प्रसंगांतून गेलोय. याहूनही ते वाईट होते.'' तो खोटं म्हणाला.

मग तो एकदम विरघळला. काल्पनिक गोष्टींत रमण्याचं सुख त्याला घ्यावंसं वाटलं. तो म्हणाला, ''आपण माद्रिदबद्दल बोलू. आपण माद्रिदला गेल्याचं बोलू.''

''किती छान!'' ती म्हणाली. मग तिनं म्हटलं, ''तुझी निराशा केल्याचं मला फार वाटतंय रे रॉबर्टो! तुझ्यासाठी दुसरं काही करू का, सांग.''

त्यानं तिच्या डोक्यावर थोपटून तिचं चुंबन घेतलं. तो तिच्या अधिक जवळ झाला नि शरीर सैल सोडून रात्रीची शांतता ऐकत राहिला.

''माद्रिदचं माझ्याशी तुला बोलता यायचं नाही,'' तो म्हणाला. मग त्याच्या मनात आलं– उफाळून येणारं तसलं सारं आपण उद्याला ठेवू. ते सारं आपल्याला उद्याला लागेल. उद्या त्याची आपल्याला जेवढी आवश्यकता आहे, तेवढी आता या पाचोळ्याला नाही. बायबलमधला जमिनीवर बीज टाकणारा तो कोण? ओनान. ओनानचं काय झालं? त्याच्या मनात आलं. ओनानचं कधी नावही ऐकल्याचं आठवत नाही. तो काळोखात हसला.

मग तो पुन्हा वाहवत जाऊन कल्पनांत रममाण झाला. आधी काही संकेत नसताना रात्री अचानक मिळालेल्या संभोगसुखात जसा फक्त मिळाल्याचा आनंद असतो, तसा कल्पनेत वाहवत जाण्याचा हा महाआनंद त्याला वाटला.

''लाडके!'' तो म्हणाला नि त्यानं तिचं चुंबन घेतलं. ''ऐक! गेल्या रात्री मी माद्रिदबद्दल विचार करत होतो. तिथं कसा जाईन, तिथं गेल्यावर रशियनांच्या हॉटेलात त्यांच्या भेटीगाठी घ्यायला जाताना तुला हॉटेलात कसा ठेवून जाईन, असं

सगळं मनात येत होतं; पण त्या सगळ्या कल्पनाच! तुला कुठल्याही हॉटेलात मला सोडवणार नाही.''

''का?''

''कारण मी सारखा तुझ्याकडेच पाहत बसेन. मी तुला कधीही सोडणार नाही. कागद मिळवण्यासाठी मी तुझ्याबरोबर सेग्युरिदादला जाईन. मग आपल्याला जे कपडे हवे आहेत, ते विकत घ्यायला तुझ्याबरोबर येईन.''

''थोडेसेच तर आहेत. तुला घेता येतील.''

''नाही. पुष्कळ आहेत. आपण एकत्र जाऊ नि चांगले विकत घेऊ. तू सुंदर दिसशील मग.''

''आपण खोलीतच राहिलो नि कपडे मागवले तर? हॉटेल कुठंसं आहे?''

''प्लाझा देल कालामोवर. हॉटेलातल्या खोलीतही आपण बराच वेळ काढू. तिथं स्वच्छ चादरीचा रुंद बिछाना आहे. टबबाथमध्ये नळाचं कढत पाणी असतं. तिथं दोन कपाटं आहेत. एकात मी माझ्या वस्तू ठेवीन. दुसरं तू घे. उंच, रुंद, उघडत्या खिडक्या आहेत. बाहेर रस्त्यावर वसंत फुलला आहे. बेकायदेशीर पण चांगलं अन्न देणारी ठिकाणं मला ठाऊक आहेत. अजूनही दारू नि व्हिस्की मिळते, अशी ठिकाणं मला ठाऊक आहेत. आपल्याला भूक लागेल तेव्हा खाण्यासाठी आपण खोलीत काहीतरी ठेवू या. मला प्यावीशी वाटेल म्हणून व्हिस्की ठेवू. मी तुझ्यासाठी मॅन्झानिला आणीन.''

''मी व्हिस्की घेऊन पाहीन.''

''पण ती मिळवणं कठीण जातं. जर तुला मॅन्झानिला आवडत असेल तर बरंच!''

''व्हिस्की तुझी तुला ठेव रॉबर्टो!'' ती म्हणाली. ''मला किती रे आवडतोस तू! तू नि तुझी ती मला न आवडणारी व्हिस्की! किती बथ्थड आहेस रे तू!''

''नाही. तुला ती घेऊन पाहावीच लागेल; पण बायकांसाठी ती चांगली नव्हे.''

''बायकांना ज्या गोष्टी चांगल्या, तेवढ्याच मला मिळत आल्या आहेत,'' मेरिया म्हणाली. ''माझं लग्नाचं पोलकं मला तिथेही निजताना घालता येईल.''

''नाही. मी तुला नाना तऱ्हेचे रात्री घालण्याचे अंगरखे आणीन. तुला पायजमे आवडतील तर तेही आणीन.''

''मी लग्नाचे सात पोशाख घेईन,'' ती म्हणाली. ''रोज एक, असे आठवडाभर! नि तुझ्यासाठीही एक तसलाच स्वच्छ पोशाख घेईन. तू आपला सदरा कधी धुतोस का रे?''

''कधीकधी.''

''मी सगळं कसं स्वच्छ ठेवीन. तुझ्या ग्लासात व्हिस्की ओतीन नि सोर्दोकडे

घातलं तसं त्याच्यात पाणी घालीन. तू ती पीत असताना तुला खाण्यासाठी, ऑलिव्ह खारे कॉड मासे नि हॅझेल नट आणीन. आपण सबंध महिनाभर खोलीतच राहू. कधी बाहेर जाणार नाही. जर तुला घेता येण्यासारखी माझी स्थिती असली तर– '' ती एकदम दु;खी होऊन थांबली.

''त्याचं सोड,'' रॉबर्ट जॉर्डननं तिला म्हटलं. ''खरंच काही नाही त्याचं. जेव्हा तिथं तुला जखम झाली असेल नि त्याचा राहिलेला व्रण ताप देत असेल. असंच असेल; पण तोही जाईल. तसं काही असलंच तर माद्रिदमध्ये चांगले डॉक्टर आहेत.''

''आधी सगळं ठीक होतं रे!'' ती अनुनय करीत म्हणाली. ''त्यावरून दिसतंच की, पुढेही ठीक होणार.''

''आपण पुन्हा माद्रिदचं बोलू चल.'' तिनं आपले पाय त्याच्या पायात ठेवले. आपली टाळू त्याच्या खांद्यावर घासली. ''पण माझ्या कापलेल्या केसांमुळे तुला लाज वाटेल इतकी कुरूप मी दिसायची नाही ना?''

''नाही. तू सुंदर आहेस. तुझा मुखडा किती गोड आहे. तुझा देह लांब, सुंदर, हलका आहे. तुझी कातडी मुलायम आहे. तुझा रंग सोनेरी आहे. प्रत्येकजण तुला माझ्यापासून पळवायला पाहील.''

''काहीतरीच काय बोलतोस रे! तुझ्यापासून पळवणार म्हणे!'' ती म्हणाली. ''कुणीही परका पुरुष माझा जीव जाईपर्यंत मला स्पर्श करू शकणार नाही. तुझ्यापासून पळवणार? काय बोलणं?''

''पुष्कळजण तुला पळवायला बघतील. पाहशील तू!''

''माझं तुझ्यावरचं प्रेम ते पाहतील. ते त्यांना कळलं म्हणजे मला स्पर्श करणंही, वितळलेल्या शिशाच्या भांड्यात हात घालावा तसं त्यांना होईल; पण तुझं सांग! तुझ्या जातीतल्या सुंदर स्त्रिया तू पाहशील, तेव्हा माझी तुला लाज वाटणार नाही ना?''

''कधीच नाही. शिवाय मी लग्न करीन तुझ्याशी.''

''तुझ्या मनात असेल तसं कर,'' ती म्हणाली. ''पण इथं देव-देऊळ नसल्यानं धार्मिक विधी करता येणार नाही; तेव्हा इथल्या लग्नात अर्थ नाही.''

''आपण लग्न केलेलं मला आवडेल.''

''जशी तुझी इच्छा! पण ऐक. आपण देव-देऊळ असलेल्या एखाद्या देशात असतो तर तिथं लग्न लावता आलं असतं.''

''माझ्या देशात अजून देव-देऊळ आहे,'' त्यानं तिला म्हटलं. ''जर लग्नाचं तुला एवढंच असेल तर आपल्याला तिथं लग्न करता येईल. माझं आधी लग्न झालेलं नाही, तेव्हा प्रश्न नाही.''

"खरंच तुझं लग्न झालेलं नाही? मला किती बरं वाटलं!" ती म्हणाली. "पण मला सांगितल्यास त्या गोष्टी तुला ठाऊक आहेत, याचाही मला आनंद झाला. तुझा पुष्कळ बायकांशी संबंध आलाय, असं त्यातून निघतं. पिलर म्हणते, अशा पुरुषांतूनच लायक नवरा मिळू शकतो; पण आता दुसऱ्या बायकांना घेऊन तू पळणार नाहीस ना? मग माझा जीवच जाईल."

"बायकांबरोबर मी पळालेलो नाही," त्यानं खरं तेच सांगितलं. "खरं तर तू भेटेपर्यंत प्रेम म्हणजे काय, मला ठाऊक नव्हतं."

तिनं त्याच्या गालावर चापटी मारली. मग तिनं त्याच्या मानेमागे आपल्या हाताचा विळखा घातला, "तू पुष्कळ स्त्रियांशी संगत केलेली असावीस."

"प्रेमात पडून नाही."

"ऐक! पिलरनं मला काही सांगितलंय–"

"सांग काय ते."

"नाही. न सांगणं चांगलं. आपण पुन्हा माद्रिदविषयी बोलू या!"

"मला सांगावंसं वाटत नाही."

"जर विशेष काही असेल तर सांगितलेलं बरं.'

"तुला वाटतंय विशेष आहे?"

"हो."

"पण माझं म्हणणं कळण्याआधीच त्यातलं विशेष तुला कसं कळलं?"

"तुझ्या बोलण्याच्या तऱ्हेवरून!

"मग लपवून ठेवत नाही तुझ्यापासून. पिलरनं सांगितलं,– आपण सगळे उद्या मरून जाणार.– तिच्याप्रमाणं तुलाही हे माहीत आहे; पण तुला त्याचं काही विशेष वाटतंय असं दिसत नाही." ती कौतुकानं म्हणाली. त्यामध्ये नावं ठेवण्याचा सूर नव्हता.

"असं म्हणाली पिलर?" तो म्हणाला. 'चक्रम बाई!' त्याच्या मनात आलं. मग तो म्हणाला, "त्यात तिचा जिप्सी मेंदू आहे बराचसा. बाजारात हिंडणाऱ्या म्हाताऱ्या नि हॉटेलामध्ये गप्पा मारत बसणारे भ्याड असं बोलत असतात. हे सगळं घाण उपसावी तसं आहे." त्याला आपल्या काखेत सुटलेला घाम कळला. हाताखालून कुशीवरून ओघळलेला कळला. तो स्वतःशीच म्हणाला, 'तूही भ्यायलास तर!' तो मोठ्यानं म्हणाला, "त्या बयेची जीभच घाणेरडी आहे. आपण माद्रिदचं बोलू या."

"मग ते काहीच तुला ठाऊक नव्हतं."

"अर्थातच नव्हतं. मुळीच नव्हतं. असलं घाण बोलू नको," तो कडक शब्दांत बजावत म्हणाला.

पण नंतर तो माद्रिदबद्दल बोलू लागला, तेव्हा त्याला पुन्हा स्वप्नसृष्टीत जाता

आलं नाही. आता केवळ युद्धाआधीची रात्र घालवण्यासाठी एका मुलीशी नि स्वतःशी तो खोटं बोलत होता. त्यालाही ते कळत होतं. त्याला स्वप्नसृष्टीत जायला हवं होतं; पण सगळी गंमत गेली होती.

"मी तुझ्या केसांचा विचार केलाय," तो म्हणाला. "त्यांचं काय करता येईल बघू. प्राण्यांच्या अंगावरच्या लोकरीसारखे ते तुझ्या डोक्यावर एकसारखे वाढले आहेत. मला आवडतात. छान वाटतात. सुंदरच आहेत. मी वरून हात फिरवला की, कसे वाऱ्यातल्या गव्हाच्या शेतासारखे वरखाली होतात!"

"हात फिरव त्याच्यावरून."

त्यानं हात फिरवला. फिरवून तिथंच राहू दिला. आपला गळा दाटून येत आहे, असं त्याला वाटलं नि तिच्या गळ्याशी तो बोलत राहिला. "पण माझ्या मनात आलंय की, माद्रिदमध्ये गेल्यावर आपण दोघं केशकर्तनालयात जाऊ. तिथं माझ्याबरोबर तुझेही केस ते बाजूनं, मागून नीट कापतील. ते वाढू लागले की, शहरातही चांगले दिसतील."

"मग मी तुझ्यासारखी दिसेन," असं म्हणून तिनं त्याला जवळ घेतलं. "मग मी वळण कधी बदलणार नाही."

"नाही. ते वाढतच राहतील. नीट सारखे वाढावे म्हणून केस कापायचे. वाढायला किती दिवस लागतील त्यांना?"

"किती वाढायला? खूप?"

"नाही. तुझ्या खांद्यापर्यंत. मला तितके हवेत ते."

"सिनेमातल्या गार्बोसारखे?"

"होय." तो घसा दाटून म्हणाला.

आता स्वप्नांचा खेळ पुन्हा सुरू झाला होता. सगळा दोष त्याचाच होता. त्या खेळाच्या मायेत तो सापडला होता. स्वतःला तसंच वाहवू देत तो म्हणाला,

"म्हणजे ते तुझ्या खांद्यावर रुळू लागतील. समुद्राची लाट जशी वक्र असते, तसे ते टोकांना कुरळे होतील. पिकलेल्या गव्हासारखे दिसतील नि मग तुझं तोंड मुशीतल्या सोन्यासारखं दिसेल. तुझे डोळे केसांचा रंग घेतील. तुझी कातडी गर्द तांबूस सोनेरी दिसेल. मग मी तुझं डोकं मागे करून तुझ्या डोळ्यांत पाहीन. तुला घट्ट धरीन."

"कुठं?"

"आपण असू तिथं. तुझे केस वाढायला किती दिवस घेतील?"

"मला नाही ठाऊक! कारण आधी कधी मी केस कापले नव्हते. तरी सहा महिन्यांत कानाखाली लोंबावेत. वर्षात अगदी तुला हवे तेवढे ते होतील; पण आधी काय होईल ठाऊक आहे?"

"काय?"

"तुझ्या त्या प्रख्यात हॉटेलातील प्रख्यात खोलीत, स्वच्छ मोठ्या बिछान्यात आपण असू. आपण तुझ्या त्या प्रख्यात बिछान्यावर बसू. समोरच्या भिंतीवरच्या आरशात बघू. आरशात तू असशील नि मी असेन. मग मी तुझ्याकडे अशी वळेन, असे गळ्यात हात टाकीन, असं चुंबन घेईन."

मग काळोखातच ते स्तब्ध चिकटून पडून राहिले. ठुसठुसत, ठणकत, गरम होत त्यानं तिला अगदी घट्ट धरलं. ज्या गोष्टी घडणार नाहीत हे त्याला कळत होतं, त्याच जणू तो घट्ट धरून बसला होता. त्याच स्वप्नाळू सुरात तो मुद्दाम म्हणाला, "पिल्ला! आपण काही नेहमीच त्या हॉटेलात राहणार नाही."

"का नाही?"

"माद्रिदमध्येच, ब्यू रेटिरोच्या बागेच्या बाजूनं जाणाऱ्या रस्त्यावर आपल्याला जागा मिळेल. या चळवळीच्या आधी एक अमेरिकन बाई आपल्या घरातल्या सुसज्ज खोल्या भाड्याने देत होती. मला ठाऊक आहे. चळवळीच्या आधीच्या भाड्यातच ती कशी मिळवायची हेही मला ठाऊक आहे. त्या घराला बागेकडे तोंड असलेल्या खोल्या आहेत नि त्यांच्या खिडक्यांतून सगळी बाग दिसते. बागेचं लोखंडी कुंपण, वाळू पसरलेले रस्ते, त्यांना लागून केलेली हिरवळ, सावलीची गर्द झाडी, खूपखूप कारंजी. सगळं दिसतं. आता चेस्टनटची झाडं बहराला आली असतील. माद्रिदमध्ये आपल्याला बागेतून फिरता येईल. तळ्यात पाणी आलं असेल तर होडीतून सहल करता येईल."

"पाणी का नसेल?"

"नोव्हेंबरमध्ये त्यांनी ते काढलं, कारण बॉम्ब फेकायला येणाऱ्या विमानांना ते वरून सहज दिसतं; पण आतापर्यंत परत पाणी घातलं असेल. खात्री नाही; पण तळ्यात पाणी नसलं तरी बागेत आपल्याला दूरदूर फिरता येईल. तिथं सगळ्या जगातील झाडं आणून एक जंगलच केलेलं आहे. झाडांवर त्या त्या झाडांची नावं आहेत. त्या पाट्यांवरून ते झाड कोणतं हे कळतं. कुठचं हेही कळतं."

"मी जितक्या लवकर जमेल तेवढी आपली सिनेमालाच जाईन," मेरिया म्हणाली. "पण तुझी झाडांचीही कल्पना चांगली आहे. लक्षात राहिली तर मीही शिकेन तुझ्याबरोबर झाडं."

"म्यूझिअममध्ये असतात तशी ती नाहीत. ती नैसर्गिक आहेत. बागेचा एक भाग जंगलवजा आहे. बागेजवळच पुस्तकांचा बाजार आहे. तिथं फुटपाथच्या दोन्ही बाजूंना जुन्या पुस्तकांची शेकडो दुकानं आहेत. चळवळीनंतर बॉम्बने पडलेली घरं लुटताना नेलेली नि फॅसिस्टांच्या घरांतून काढलेली अशी पुष्कळ पुस्तकं चोरी करणाऱ्यांनी विकायला आणली आहेत. माद्रिदमध्ये वेळ मिळाला तर चळवळीआधी मी करायचो तसा सबंध दिवस त्या दुकानात घालवीन."

"तू पुस्तकांकडे गेलास की, मी खोलीत काहीतरी काम काढीन," मेरिया

म्हणाली. "आपल्याला नोकर ठेवायला जमेल का?"

"नक्की! तुला आवडली तर हॉटेलमधील ती पेत्रा ठेव. तिचा स्वयंपाक चांगला असतो. ती स्वच्छही आहे. वर्तमानपत्रातल्या लोकांसाठी ती स्वयंपाक करते, तो मी खाल्ला आहे. त्यांच्या खोल्यांतून विजेच्या शेगड्या आहेत."

"तुला बरी वाटत असली तर ती ठेवीन," मेरिया म्हणाली. "नाहीतर मीही शोधीन एखादी; पण तुझ्या कामासाठी तू सारखाच घराबाहेर राहणार नाहीस ना? तुझ्या कामाच्या वेळी मला कुणी तुझ्याबरोबर येऊ देणार नाही."

"माद्रिदमध्ये मला काम मिळेल. मी पुष्कळ दिवस पुलाची कामं करत आलोय; पण चळवळीच्या सुरुवातीपासून मी युद्धात आहे. आता बहुधा ते मला माद्रिदमध्येच काम देतील. अर्थात मी कधी विचारलेलं नाही तसं. मी नेहमी आघाडीवर किंवा असल्याच कामावर होतो.

"तुझी भेट होईपर्यंत मी काहीही मागितलं नाही. मला काही नकोही होतं. चळवळीशिवाय नि युद्ध जिंकण्याशिवाय दुसरा विचारच मी केला नाही. माझ्या महत्त्वाकांक्षा शुद्ध होत्या. मी फार काम केलंय आधी. आता तुझ्यावर प्रेम बसलंय नि–" आता अशक्य ते शक्य धरून तो बोलू लागला, "आम्ही लढलो त्या ध्येयावर जेवढं प्रेम केलं, तेवढंच तुझ्यावर करतो. स्वातंत्र्यावर, मानावर, माणसाच्या काम करण्याच्या नि उपाशी न राहण्याच्या हक्कांवर जेवढं प्रेम केलं, तेवढंच तुझ्यावर करतो. मेले फार– पुष्कळच. किती ते कल्पना करूनही सांगता यायचं नाही. जगात ज्यावर माझं अत्यंत प्रेम आहे तेवढंच तुझ्यावर आहे. त्याहूनही जास्त, पिल्ला! मी तुझ्यावर फारफार प्रेम करतो! सांगता यायचं नाही एवढं! मला कधी बायको नव्हती. आता तू आहेस नि मी फार सुखी आहे."

"मला करता येईल तेवढा मी तुझा संसार चांगला करीन," मेरिया म्हणाली. "मला काही शिक्षण नाही, हे उघडच आहे; पण त्याची भरपाई मी करीन. आपण माद्रिदमध्ये राहिलो तर उत्तम! जर दुसऱ्या एखाद्या ठिकाणी आपणास राहावं लागलं, तरी बिघडणार नाही. जर आपलं एका जागी राहणं नसलं तर मी तुझ्याबरोबर येत जाईन. तसंही चालेल. जर आपण तुझ्या देशात गेलो, तर नेहमी बोललं जाणारं सर्वसाधारण इंग्रजी मी शिकेन. मी तिथल्या सगळ्या रितीभाती शिकेन नि सारं त्यांच्याप्रमाणे करीन."

"तुझा विनोदच होईल मग."

"होऊ दे. मी चुका केल्या तर तू सुधारून घेशील ना! मी एक चूक कधी दोनदा करणार नाही किंवा फारतर दोनदा करीन. तिकडे गेल्यावर इकडचं अन्न तुला खावंसं वाटलं तर ते शिजवीन. संसार उत्तम करायला शिकवण्याच्या शाळा तिकडे असल्या, तर त्यातही शिकेन."

''तशा शाळा आहेत; पण तुला गरज पडणार नाही.''

''पिलर म्हणाली, तुझ्या देशामध्ये तसे वर्ग असावेत, असं वाटतं. तिनं कुठल्या तरी मासिकात ते पाहिलं होतं. तिनंच मला सांगितलं की, मला इंग्रजी शिकायला लागेल. चांगलं इंग्रजी शिकायला लागेल, म्हणजे तुला माझी लाज वाटणार नाही.''

''तिनं केव्हा सांगितलं तुला हे?''

''आज आम्ही आवराआवर करीत होतो, तेव्हा तुझा संसार करण्याच्या दृष्टीनं मला काय काय करावं लागेल, हेच ती सारखं बोलत होती.''

'मला वाटतं, ती पण माद्रिदला जायचं ठरवते आहे,' रॉबर्ट जॉर्डनच्या मनात आलं. तो म्हणाला, ''ती आणखी काय म्हणाली.''

''ती म्हणाली, मी माझ्या शरीराची निगा राखायला हवी. आपण बुलफायटर आहोत, असं रेखीव शरीर ठेवायला हवं आणि हे सारं फार महत्त्वाचं आहे.''

''आहेच!'' रॉबर्ट जॉर्डन म्हणाला. ''पण तुला पुष्कळ वर्षं त्याची काळजी करायला लागणार नाही.''

''नाही,'' ती म्हणाली. ''आमच्या जातीच्या लोकांनी विशेष सावध राहायला हवं, कारण त्यांना एकदम लठ्ठपणा येतो. तिनं सांगितलं की, ती एकदा माझ्यासारखीच किडकिडीत होती. त्या स्त्रिया व्यायाम घेत नसत. मी कोणता व्यायाम घ्यावा, हे तिनं सांगितलं. जास्त न खायला सांगितलं. कोणते पदार्थ खायचे नाहीत, हेही तिनं सांगितलं. मी ते विसरले आहे. तिला पुन्हा विचारेन.''

''बटाटे!'' तो म्हणाला.

''हो,'' ती पुढे म्हणाली. ''बटाटेच म्हणाली पिलर नि तळकट पदार्थ. मी जेव्हा तिला हे आंबण्याचं सांगितलं, तेव्हा मी तुला त्याचं काही सांगायचं नाही– सहन करायचं, असंही ती म्हणाली; पण तुझ्याशी कधी खोटं बोलायचं नसल्यानेच मी ते तुला सांगते. आता तुला ते सांगितल्यावर तुझ्या-माझ्यातला आनंद गेला तर, वर एकदा जे घडलं ते तुला खरं घडलंच नाही असं वाटायचं, अशी मला भीती वाटली.''

''सांगितलंस ते बरं केलंस.''

''खरंच? मी शरमून गेलेय रे! तुझी इच्छा असेल ते करायला मी तयार आहे. नवऱ्यासाठी काय काय करायचं, ते पिलरनं मला सांगितलं आहे.''

''काही वेगळं करायची जरूर नाही. आपलं जे आहे, ते आपल्या दोघांचं मिळून आहे. आपण ते अबाधित राखू. त्यावर लक्ष ठेवून राहू. तुझ्या शेजारी असं पडून राहण्यातही मला आनंद आहे. तुला स्पर्श करण्यात, तू खरंच शेजारी आहेस यात, साऱ्यात आनंद आहे. तू तयार झालीस की, हवं ते सारं घेऊ आपण.''

“मला करता येईल असं तुझं काही नाही का? तिनं तेही मला स्पष्ट केलंय.”

“नाही. आपल्याला हवंय ते मिळूनच आहे. तुझ्याहून वेगळं असं माझं काही नाही.”

“तर मग बरंच आहे; पण लक्षात ठेव, तुझी इच्छा असेल ते मी करीन. मी अडाणी आहे, तू मला सांगायला हवंस. पिलरनं सांगितलं त्यातलं पुष्कळसं मला कळलं नाही. मला विचारायला लाज वाटली. तिचं शहाणपण इतकं मोठं नि बहुरंगी आहे.”

“पिल्ला!” तो म्हणाला. “तू विलक्षण आहेस.”

“असेन,” ती म्हणाली. “पण फक्त एका दिवसात, तेसुद्धा कॅम्प आवरत असताना, वर एक लढाई सुरू असता नि दुसऱ्या लढाईची तयारी चालू असता संसारातल्या सगळ्या गोष्टी शिकवणं नि शिकणं हीच एक विलक्षण गोष्ट आहे. शिवाय ती बोलत होती, तेही इतकं किचकट होतं.”

“आणखी काय सांगितलं तिनं?”

“इतकं सांगितलं की, काही स्मरणातच नाही,” ती म्हणाली. “ती म्हणाली– केलेल्या गोष्टी सारख्या सारख्या मनात येऊ लागल्या तर सांगून टाकाव्यात, कारण तू चांगला आहेस. तुला सगळं समजलंच आहे. मात्र, पूर्वीसारख्या त्या मनात भेडसावत असल्याशिवाय तुझ्यासमोर न काढणं चांगलं. तुला सांगून माझं मन त्या भीतीतून मुक्त होईल.”

“आता त्रास होतोय त्यांचा?”

“नाही. आपलं पाहिलं मिलन झाल्यानंतर त्या घडल्याच नाहीत, असं वाटतंय. माझ्या आई-वडिलांचं दुःख मात्र मनात नेहमी असतं; पण ते राहणारच. मी तुझी बायको होणार असले तरी तुझ्या मानासाठी तुला माहिती हवं ते माझं, मी सारं सांगेन. मी कुणाला वश झालेले नाही. मी नेहमी विरोधच केला. मला हतबल करायला त्यांच्यातले दोघे किंवा अधिकच लागले. एकाला माझ्या डोक्यावर बसून मला धरून ठेवावं लागलं. तुझ्या मानासाठी सांगते हे.”

“माझा मान तुझ्यात आहे. काही सांगू नकोस.”

“मी मानाचं म्हटलं ते तुला तुझ्या बायकोत वाटावा, त्या मानाचं! आणखी सांगते– माझे वडील आमच्या गावचे मेअर होते. एक सन्मान्य गृहस्थ होते. माझी आई एक सच्छील स्त्री होती. चांगली धार्मिक होती. तिला माझ्या वडिलांबरोबरच शत्रूंनी गोळी घालून मारलं. माझे वडील लोकसत्तावादी होते. राजकीय मतांमुळे त्यांना मारलं. आई-वडिलांना दोघांना मारताना मी पाहिलं. आमच्या गावच्या खाटीकखान्याच्या भिंतीशी त्यांना गोळी घातली, तेव्हा ते म्हणाले, ‘लोकसत्ताकाचा विजय असो.’

''माझी आई त्याच भिंतीशी उभी राहून म्हणाली, 'माझे पती – या गावचे मेअर – त्यांचा विजय असो.' मलाही ते गोळी घालतील या आशेत मी होते. गोळी घालताना मी ओरडायचं ठरवलं होतं– लोकसत्ताकाचा विजय असो, माझ्या आई-वडिलांचा विजय असो! पण मला गोळी वगैरे न घालता त्यांनी ते तसं केलं.

''ऐक! आणखी एक सांगते ते ऐक. कारण त्याच्याशी आपणा दोघांचा संबंध आहे. त्या वेळी ज्या माझ्या नातलगांना त्यांनी गोळ्या घातल्या नाहीत– फक्त बघत उभं ठेवलं– त्या आम्हा सर्वांना नंतर टेकडीच्या चढणीवरून गावाच्या मुख्य चौकात आणलं. जवळजवळ सगळेच रडत होते; पण काहीजण पाहिलेल्या देखाव्यानं बधिर झाले होते. त्यांचे अश्रू आतच सुकले होते. मला स्वतःला तर रडताच येत नव्हतं. भोवताली चाललेलं मला काही कळत नव्हतं. मला फक्त गोळ्या घातल्यावेळचे माझे आई-वडील दिसत होते. माझी आई– 'माझे पती, या गावचे मेअर– त्यांचा विजय असो.' असं म्हणताना दिसत होती. माझ्या डोक्यात तो प्रसंग अखंड किंकाळीसारखा घुमत होता. माझी आई लोकसत्ताक मताची नव्हती. ती– लोकसत्ताक विजयी होवो, असं म्हणणं शक्यच नव्हतं. म्हणूनच आपल्या पायाशी, तोंड खाली करून पडलेल्या माझ्या वडिलांबद्दल 'ते चिरायू होवोत' असं ती म्हणाली.

''पण ती हे म्हणाली तेव्हा किंकाळी फोडावी, अशा आवाजात म्हणाली. मग त्यांनी तिला गोळी घातली. ती पडली, तेव्हा मी रांगेतून पुढे जाण्याचा यत्न केला; पण आम्हा सर्वांना बांधून ठेवलेलं होतं. गोळ्या घातल्या त्या नागरी दलानं. आणखी गोळ्या घालायला ते थांबले होते; पण फॅलेंजिस्टांनी आम्हाला गोळा करून दूर नेलं. त्यांनी आम्हाला टेकडीवरून नेलं नि नागरिक दलाचे सैनिक बंदुकीवर वाकून होते तिथंच उभे राहिले. नि पडलेली शरीरंही भिंतीशीच राहिली. आम्ही सगळ्या मुली, बायका एका रांगेत मनगटांनी बांधलेल्या होतो. त्यांनी आम्हा सर्वांना गोळा करून टेकडीच्या कडेनं रस्त्यावरून चौकात नेलं. चौकात ते न्हाव्याच्या दुकानासमोर थांबले. न्हाव्याचं दुकान चौकात सिटी हॉलच्या समोर होतं.

''मग त्या दोघांनी आमच्याकडे पाहिलं नि एकजण म्हणाला, 'ही तर मेअरची मुलगी आहे.' दुसरा म्हणाला, 'तिच्यापासूनच सुरुवात करू.'

''मग त्यांनी माझ्या दोन्ही मनगटांवरचे दोर कापले. एक दुसऱ्याला म्हणाला, 'टोकं बांधून रांग बंद करून टाका.' त्या दोघांनी मला दंडाला धरून न्हाव्याच्या दुकानात नेलं. मला वर उचलून न्हाव्याच्या खुर्चीत ठेवून दाबून ठेवलं.

''न्हाव्याच्या आरशात मी माझं तोंड पाहिलं. मला धरणाऱ्या दोघांचे चेहरे पाहिले. नि तिसरे तिघे माझ्यावर वाकले होते त्यांचे चेहरे पाहिले. त्यातला एकही चेहरा माझ्या ओळखीचा नव्हता; पण आरशात मला मी स्वतः नि ते सारे दिसत होते; पण त्यांना मात्र फक्त मी दिसत होते. मला वाटत होते, जणू मी दातांच्या

दवाखान्यातल्या खुर्चीत आहे. भोवती पुष्कळ दातांचे डॉक्टर आहेत नि सारे वेडे आहेत. दुःखानं माझा चेहरा पार बदलला होता. माझा मलाच ओळखू येत नव्हता. मी त्या चेहऱ्याकडे पाहिलं नि तो माझाच आहे हे ओळखलं; पण माझं दुःख एवढं मोठं होतं की, मला कसली भीती वाटत नव्हती. फक्त दुःख होतं.

''त्या वेळी मी दोन वेण्या घालत असे. मी तशी आरशात पाहत असताना एकानं माझी एक वेणी वर केली. त्यानं ती ओढताच माझ्या दुःखातूनही त्याची वेदना जाणवली. ती वेणी अगदी माझ्या डोक्याशी त्यानं वस्तऱ्यानं कापली. मग त्यानं दुसरी वेणी कापली. त्या वेळी त्यानं ती ओढली नाही नि वस्तरा थोडासा माझ्या कानाला लागला. त्यातून रक्त आलेलं मी पाहिलं. बोटानं तिथला व्रण कळत नाही तुला?''

''हो! पण याबद्दल बोलणंच बंद करू या.''

''हे काहीच नाही. जे वाईट झालं त्याचं मी बोलणार नाही. त्यानं माझ्या दोन वेण्या अशा डोक्याशी कापल्या. दुसरे हसू लागले. कानावर कापलेलं मला कळलंही नाही. मग तो माझ्यासमोर आला नि कापलेल्या वेण्यांनी माझ्या तोंडावर फटका दिला. इतरांनी मला धरून ठेवलंच होतं. मारणारा म्हणाला, 'अशा बनवतो आम्ही लाल संतिणी! आपल्या श्रमिक बंधूंशी एकता कशी साधायची, हे आता कळेल. लाल ख्रिस्ताची वधू!'

''त्यानं पुनःपुन्हा माझ्याच वेण्यांनी माझ्या तोंडावर फटके मारले. मग त्यानं त्या लगामासारख्या माझ्या तोंडातून घट्ट ओढून मानेमागे आणल्या नि मागच्या बाजूला गाठी मारून माझ्या मुसक्या बांधल्या. मला धरणारे हसू लागले.

''त्यांच्यातल्या ज्यांनी ते पाहिलं, तेही हसू लागले. त्यांना असं हसताना पाहून, गोळीबारानंतर ज्या मला रडायलाही आलं नव्हतं, ती मी रडू लागले.

''ज्यानं माझ्या मुसक्या बांधल्या होत्या, त्यानं मग माझ्या सगळ्या डोक्यावरून न्हाव्याची मशीन फिरवली. पहिल्यांदा कपाळापासून मागे मानेपर्यंत त्यानं एक पट्टा मारला. मग टाळूवर मारला. मग सगळ्या डोक्यावरून कानांच्या मागून मशीन फिरवली. त्यानं मला अशी धरून ठेवली होती की, चाललेलं सारं मला आरशात दिसावं. ते दिसत असतानासुद्धा, असं काही होत आहे यावर माझा विश्वासच बसत नव्हता. मी रडले– इतकी रडले! आपला विद्रूप होत चाललेला चेहरा, उघडं तोंड, त्यातल्या वेण्या नि मानेवर बोडकं होत चाललेलं आपलं डोकं या सगळ्यांवरून माझी आरशातील नजर वळेच ना!

''जेव्हा मशीन घेतलेल्याचं काम संपलं, तेव्हा त्यानं शेल्फमधून आयोडिनची बाटली घेतली. (दुकानाच्या मूळ न्हाव्याला त्यांनी आधीच गोळी घातली होती. तो उंबरठ्यावर पडला होता. मला आत आणताना त्याच्या अंगावरून उचलूनच आणलं होतं.) आयोडिनच्या बाटलीतल्या काचेच्या नळीवर आयोडिन घेऊन त्यानं माझ्या

कापलेल्या कानावर लावलं. तेव्हाचं ते थोडंसं झोंबणं माझ्या दुःख– भीतीच्या भावनांवर उसळून आलं.

"मग तो माझ्यासमोर उभा राहिला. त्यानं माझ्या कपाळावर U.H.P.अशी अक्षरं लिहिली– चित्रकारानं काढावी तशी त्यानं ती काळजी घेत रेखून काढली. चाललेलं सारं मी आरशात पाहत होते. आता मी रडत नव्हते. माझ्या वडिलांचं नि आईचं जे झालं, त्यानं माझं मन बधिर झालं होतं. आपलं आता काही झालं, तरी त्याची मला पर्वा नव्हती. मला ते कळत होतं.

"अक्षरं काढून झाल्यावर फॅलेंजिस्ट मागे झाला. झालेलं काम पाहण्यास त्यानं माझ्याकडे पाहिलं. मग आयोडिनची बाटली खाली ठेवून त्यानं मशीन उचललं. नि तो म्हणाला, 'पुढची'. माझ्या दोन्ही दंडांना गच्च धरून त्यांनी मला न्हाव्याच्या दुकानाबाहेर आणलं. न्हावी अजून उंबऱ्यातच, पांढरा चेहरा वर असा पाठीवर पडलेला होता. त्याला मी अडखळले नि त्याच वेळी तिथं दारातच माझ्या प्रिय मैत्रिणीची– कन्शेप्शन ग्रेसियाची– नि माझी जवळजवळ टक्करच झाली. दोघेजण तिला धरून आत आणत होते. तिनं मला पाहिलं; पण ओळखलंच नाही. मग ओळखलं नि तिनं किंकाळीच फोडली. ते मला चौकाकडे ढकलत असताना तिचं किंचाळणं सतत चालू होतं. सिटी हॉलच्या दरवाजातून नि जिन्यातून, त्यांनी मला वडिलांच्या कचेरीत नेलं नि कोचावर ठेवलं. तिथंही ते ऐकू येत होतं. तिथंच माझ्यावर अत्याचार झाला."

"माझ्या पिल्ला!" रॉबर्ट जॉर्डन म्हणाला नि त्यानं तिला जितकी हळुवार जवळ घेता आलं, तेवढी घेतली. माणसाचं मन तिटकाऱ्यानं जेवढं भरणं शक्य आहे, तेवढं त्याचं भरलं होतं. "ते बोलणंच नको. आणखी काही सांगू नको. माझा संताप अनावर झालाय." तो म्हणाला.

त्याच्या बाहूंत ती लाकडासारखी थंड, कडक होऊन राहिली होती. ती म्हणाली, "नाही. यापुढे तो विषय बोलणार नाही; पण ती फार वाईट माणसं आहेत. तुझ्याबरोबर त्यांच्यातल्या काहींना मारणं मला आवडेल; पण हे सारं मी तुझी बायको व्हायची आहे म्हणून तुझ्या मानासाठी तुला सांगितलं. तुला समजावं म्हणून."

"तू सांगितलंस ते बरं केलंस," तो म्हणाला. "उद्या दैव अनुकूल असेल तर आपण खूप मारू."

"फॅलेंजिस्टांना आपण मारू का? त्यांनीच हे सारं केलं."

"ते लढत नाहीत," तो खट्टू होत म्हणाला. "ते पिछाडीला मारतात. लढाईत ते समोर नसतात."

"पण काही करून त्यांना मारता यायचं नाही? काहीजणांना तरी मारावं, असं माझ्या मनात फार आहे."

"त्यांनाही मी मारलंय," तो म्हणाला. "आम्ही त्यांना पुन्हा मारू. गाडीच्या वेळी त्यांना मारलंय आम्ही."

"गाडीच्या कामासाठी मी तुझ्याबरोबर येईन," मेरिया म्हणाली. "पण आणखी एक गोष्ट मला सांगायचीय. सांगायला हवी ती. ती सांगितल्यावर तू माझ्याशी कदाचित लग्न करणारही नाहीस, रॉबर्टो! पण माझ्याशी तुला लग्न करायचं नसलं, तरी आपण एकत्र राहायला काय हरकत आहे?"

"मी लग्न लावीन तुझ्याशी."

"नाही. मी विसरूनच गेले होते. तू विसरू नयेस. तुला मुलगा किंवा मुलगी काहीच देता यायचं नाही मला, असंही व्हायचा संभव आहे, कारण पिलर म्हणाली, ते व्हायचं असतं तर त्या गोष्टी घडल्या, तेव्हाच मला व्हायला हवं होतं. हेही तुला मी सांगायला पाहिजे होतं आधी. देवा, कसं विसरले मी सांगायचं?"

"पिल्ला, त्यालाही महत्त्व नाही," तो म्हणाला. "पहिलं म्हणजे, तसं होईलच असं नाही. ते डॉक्टरांनाच सांगता येईल. आजच्या या जगात एखादा मुलगा किंवा मुलगी आणण्याचं पाप मी करणार नाही. शिवाय माझं सगळं प्रेम मी तुलाच देऊन टाकलंय."

"तुझ्यापासून मला मुलगा किंवा मुलगी हवी," तिनं त्याला म्हटलं. "फॅसिस्टांविरुद्ध लढायला जर आपल्याजवळ संतती नसेल, तर हे जग चांगलं कसं होईल?"

"ए," तो म्हणाला. "मी तुझ्यावर प्रेम करतो– ऐकतेस ना! आता झोपलं पाहिजे, पिल्ला! मला भल्या पहाटे उठायचं आहे. या महिन्यामध्ये पहाट फार लवकर येते."

"मग मी शेवटी सांगितलं त्याचं काही नाही ना? अजून लग्न होईल ना आपलं?"

"आत्ताच झालंय आपलं लग्न. आत्ताच मी लग्न लावलंय तुझ्याशी. तू माझी पत्नी आहेस. आता झोप पिल्ला! वेळ थोडा उरलाय."

"आपण अगदी खरं लग्न करायचं. नुसतं बोलण्यात नव्हे."

"खरं. अगदी खरं."

"मग झोपते मी. जाग आलीच तर त्याचाच विचार करीन."

"मी पण."

"अच्छा! माझ्या पतिराजा!"

"अच्छा!" तो म्हणाला. "अच्छा! माझे अर्धांगी!"

तिचा संथसा श्वास त्यानं ऐकला. तिला झोप लागली, हे त्याला कळलं. तो जागा राहिला. आपण थोडंसंही हललो, तर ती जागी होईल म्हणून अगदी स्तब्ध पडून राहिला. तिनं सांगितलेल्या गोष्टीतले भाग त्यानं मनात आणले नि सकाळी शत्रूची कत्तल होणार याचं त्याला बरं वाटलं. 'पण आपण ती आपल्या स्वतःच्या सुडासाठी करता कामा नये,' त्याच्या मनात आलं.

‘पण स्वतःला यातून बाजूला तरी कसं काढायचं? आम्हीही त्यांच्यावर अत्याचार केले आहेत, हे आपल्याला ठाऊक आहे. आम्ही अडाणी होतो, काही कळत नव्हतं म्हणून तसं झालं; पण शत्रूनं ते जाणूनबुजून केले. त्यांच्यातल्या ज्यांनी हे अत्याचार केले, ते त्यांच्यात वरच्या स्तरातले सुसंस्कृत लोक आहेत. ते स्पॅनिश पराक्रमाचे तुरे आहेत. काय माणसं होती ती! कार्टेझ, पिझारो, मेंडेज द अॅव्हिलापासून थेट खाली एनरिक लिस्टर ते पाब्लोपर्यंतची ती अवलाद! यांच्याहून जास्त वाईट किंवा जास्त चांगलीही जगात नसतील. इतके दयाळू किंवा इतके क्रूरही नसतील. त्यांचं कुणी ओळखलंय? आपण तरी नाही. आपण ओळखत असतो, तर सर्वांना माफ केलं असतं. ओळखणं म्हणजे क्षमा करणं. हेही तितकंसं खरं नाही. क्षमेचं स्तोम फार वाढलंय. क्षमेची कल्पना ख्रिश्चन आहे. स्पेन कधी ख्रिश्चन नव्हता. चर्चच्या चर्चमध्येच त्यांची स्वतःची निराळी दैवतं होती. एवढ्या दैवतांत ‘आणखी एक कुमारी’ (मेरी). त्यामुळेच शत्रूंच्या कुमारिकांचा ते नाश करत असावेत. स्पॅनिश धर्मवेड्यांच्या मनात चर्च खोल रुजलं होतं, तेवढं सर्वसामान्य लोकांत नव्हतं. जनता चर्चपासून दूर राहिली; पण चर्च सरकारी होतं नि सरकार नेहमी नासलेलं होतं. या एका देशातच कधी सुधारणा पोहोचली नाही. आपण केलेल्या धर्मच्छळाचं ते आता प्रायश्चित्त घेत आहेत; ठीकच आहे.

‘विचार करण्याजोगं आहे सारं. कामाच्या काळजीपासून मन लांब ठेवायला बरं आहे ते तंत्र! ढोंग करण्यापेक्षा हे चांगलं! आज रात्री आपण खूप ढोंगं केली. पिलरनं दिवसभर तेच केलं. नक्कीच! उद्या आम्ही सारे मेलो तर काय? पुलाचं व्यवस्थित झाल तर काय बिघडलं मेलो म्हणून? उद्या तेवढंच एक काम करायचं आहे.

‘काही बिघडलं नाही. अशा गोष्टी अखंडपणे करत राहता येत नाहीत. शिवाय, आपण काही चिरंजीव होणार नाही. या तीन दिवसांत आपण आपलं सगळं आयुष्य भोगलंही असेल,’ त्याच्या मनात आलं. ‘हे खरं असलं तरी कालची रात्र निराळी जायला हवी होती; पण शेवटच्या रात्री कधीच चांगल्या नसतात. शेवटचं काहीच चांगलं नसतं. हो, पण कधीकधी शेवटचे शब्द चांगले असतात– ‘माझ्या पतीचा– ते मेअर होते– त्यांचा विजय असो.’

ते वाक्य चांगलं होतं. कारण ते स्वतःशी बोलल्यावर अंगावर शहारा आला. तो पुढे झाला नि त्यानं मेरियाचं चुंबन घेतलं. ती जागी झाली नाही. इंग्रजीत तो अतिशय शांतपणे कुजबुजला– “मला तुझ्याशी लग्न करायला हवंय, पिल्ला! तुझ्या कुटुंबाचा मला फार अभिमान वाटतो.”

३२

त्याच रात्री माद्रिदमधल्या गेलॉर्ड हॉटेलात पुष्कळ लोक होते. हॉटेलच्या पोर्चखाली एक मोटार येऊन थडकली. तिचे पुढचे दिवे निळे रंगवलेले होते. घोडरपेटीचे काळे बूट, करडी विजार नि करड्या रंगाचं बंद गळ्याचं जाकीट घातलेला एक माणूस मोटारीमधून उतरला. दरवाजा उघडताच त्यानं दोन्ही पहारेकऱ्यांचा सलाम घेतला. टेबलाशी बसलेल्या पोलिसानं ओळखीची मान हलवली नि तो लिफ्टमध्ये शिरला. हॉलच्या संगमरवरी प्रवेशद्वारात दोन पहारकेरी खुर्च्या टाकून बसले होते. यांनीच काय ते, आपल्या अंगावरून लिफ्टच्या दाराशी गेलेल्या या लहानसर माणसाकडे मान वर करून पाहिलं. आत जाणाऱ्या प्रत्येक अनोळखी माणसाच्या काखेखाली नि पाटलुणच्या कुल्ल्याच्या खिशांवर चाचपून, त्याच्याजवळ पिस्तूल वगैरे काही नाही ना, हे पाहणं त्यांचं काम होतं. कुणाजवळ असे पिस्तूल असले तर ते हवालदाराजवळ ठेवायला लावणं हेही त्यांचं काम होतं. घोडरपेटीचे बूट घातलेला बुटका माणूस त्यांच्या ओळखीचा होता; त्यामुळेच तो पुढून गेला, तेव्हा त्यांनी मानही वर केली नाही.

गेलॉर्डमध्ये ज्या खोल्यांत त्याचा मुक्काम होता, त्या खोल्यांत तो येताच त्याला त्या गजबजलेल्या दिसल्या. लोक बसलेले होते, इकडेतिकडे उभे होते, आपापसात बोलत होते. स्त्री-पुरुष व्होडका, व्हिस्की, सोडा नि मोठ्या भांड्यांतून घेतलेली बिअर लहान ग्लासांतून पीत होते. चार पुरुष गणवेशात होते नि दुसऱ्यांनी कातडी जाकिटं घातलेली होती. चार स्त्रियांपैकी चौघींच्या अंगावर रोजचे साधेच पोशाख होते. चौथी स्त्री भयंकर काटकुळी नि काळी होती. तिनं स्त्रियांचा लष्करी गणवेश घालून पायांत उंच टाचेचे बूट घातले होते.

खोलीत शिरताच तो गणवेशधारी स्त्रीजवळ गेला नि अभिवादन करून हस्तांदोलन केलं. ती त्याची बायको होती. तो तिला रशियन भाषेत काहीतरी म्हणाला. ते कुणाला ऐकू गेलं नाही. खोलीत शिरताच त्याच्या डोळ्यांत असलेला उद्दाम भाव क्षणभर गेला होता. पलीकडच्या महागनी रंगाच्या केसाच्या, प्रेमधुंद डोळ्यांच्या नि नीटस पोशाखाच्या मुलीकडे पाहताच तो भाव पुन्हा परत आला. ती मुलगी त्याची ठेवलेली होती. तो मोजक्या पावलांनी तिच्याकडे आला, त्यानं

अभिवादन करून हस्तांदोलन केलं. हे सर्व त्यानं असं काही केलं की, आधी बायकोशी केलेल्या अभिवादन वगैरेची ती नक्कलच नाही ना, असं वाटावं. तो पलीकडे गेला, तेव्हा बायकोनं त्याच्याकडे पाहिलं नव्हतं. ती एका सुंदर स्पॅनिश अधिकाऱ्याजवळ उभी होती. ते दोघे आता रशियन भाषेत बोलत होते.

"तुझा प्रेमवीर अलीकडे जरा लठ्ठ दिसू लागलाय," कारकोव मुलीला म्हणाला. "लढाईचं दुसरं वर्ष संपत आलंय नि आपले सारे वीर अंगावर मांस चढवून राहिले आहेत." ज्या माणसाबद्दल तो हे बोलत होता, त्याच्याकडे तो बघत नव्हता.

"खेकड्याचा मत्सर कराल इतके तुम्ही कुरूप आहात," मुलगी गमतीनं म्हणाली. ती जर्मनमध्ये बोलत होती, "उद्या चढाईला तुमच्याबरोबर येऊ?"

"नको. चढाईच नाही."

"सगळ्यांना माहिती आहे," मुलगी म्हणाली. "इतकं लपवून नको करायला. डोलोरेस जाणार आहे. मी तिच्याबरोबर किंवा कारमेनबरोबर जाईन. पुष्कळजण जाणार आहेत."

"हवं असेल त्याच्याबरोबर जा," कारकोव म्हणाला. "मी जाणार नाही."

मग मुलीकडे वळून त्यानं गंभीरपणे विचारलं, "कुणी सांगितलं तुला चढाईचं? नेमकं नाव सांग."

"रिचर्ड." ती तितक्याच गंभीरपणे म्हणाली.

कारकोवनं खांदे उडवले नि तिला तिथंच उभी ठेवून तो दूर गेला.

"कारकोव!" मध्यम उंचीच्या, जाड लोंबत्या फिकट चेहऱ्याच्या, फुगीर डोळ्यांच्या, वरचा ओठ तुटलेल्या एका माणसानं त्याला रोगट स्वरात हाक मारली. "एक चांगली बातमी ऐकलीस का?" त्यानं कारकोवला विचारलं.

कारकोव त्याच्याकडे गेला. तो माणूस म्हणाला, "मला एवढ्यातच कळलं. दहा मिनिटंही झाली नाहीत. बातमी छान आहे. सेगोव्हियाजवळ फॅसिस्ट आपापसात लढताहेत. ऑटोमॅटिक बंदुका नि मशीनगन वापरून, झालेले उठाव दाबणं त्यांना भाग पडलं. दुपारी तर स्वतःच्याच विमानातून स्वतःच्याच सैन्यावर ते बॉम्ब टाकत होते."

"असं?" कारकोवनं म्हटलं.

"खरं सांगतो," तो फुगीर डोळ्यांचा माणूस म्हणाला. "डोलोरेसनं स्वतः ही बातमी आणली. बातमी घेऊन आली, तेव्हा ती आनंदानं फुलली होती. मी तिला कधीच अशी पाहिली नव्हती. बातमी खरी आहे, हे तिच्या तोंडावरूनच दिसत होतं. तो तिचा मस्त चेहरा–" तो खुशीत म्हणाला.

"तो मस्त चेहरा!" कारकोव गुळचट थंड सुरात म्हणाला.

"तुम्ही तिच्या तोंडूनच ती ऐकली असती तर!" फुगीर डोळ्यांचा म्हणाला.

“बातमी तिच्या तोंडावर तेजानं तळपत होती. ते तेज साधं नव्हतं. तिचा प्रत्येक शब्द खरा आहे, हे तिच्या आवाजातसुद्धा कळत होतं. इझ्वेस्तियात एका लेखात मी घालतोय हे. तिच्या भव्य कणवेनं नि सत्यानं भरलेल्या आवाजात मी ती बातमी ऐकली, तेव्हा या युद्धातला सर्वांत मोठा क्षण अनुभवतो आहोत, असंच मला वाटलं. एखाद्या संतापासून शिवाचा नि सत्याचा साक्षात्कार व्हावा, तसा साक्षात्कारच मला घडला. उगाच नाही तिला ‘हृदयफूल’ म्हणत.”

“उगीच नाही म्हणत!” कारकोव मलूल सुरात म्हणाला. “तुम्ही आताच इझ्वेस्तियाचा लेख लिहून काढा; नाहीतर ती शेवटची सुंदर वाक्यं विसराल.”

“अशा स्त्रीची थट्टा करणं बरोबर नाही. तुझ्यासारख्या संशयात्म्यानं तरी करू नये,” फुगीर डोळ्यांचा म्हणाला. “तू तिचा तेव्हाचा आवाज नि चेहरा पाहायलाच हवा होतास.”

“तो मस्त आवाज,” कारकोव म्हणाला. “तो मस्त चेहरा! मला सांगू नको आता. माझ्यावर वेळ वाया घालवू नको. जा, आत्ताच जाऊन लिहून काढ.”

“आत्ता नाही.”

“आत्ताच लिही बाबा!” बोलताना कारकोवनं त्याच्याकडे पाहिलं. मग पलीकडे त्याची नजर नेली. तो फुगीर डोळ्यांचा माणूस, हातात व्होडकाचा पेला धरून, आपल्या फुगीर डोळ्यांनी जे त्यानं ऐकलं नि पाहिलं होतं, त्यातलं सौंदर्य पुन्हा अनुभवत मिनिट-दोन मिनिटं उभा राहिला. मग खोली सोडून लिहायला गेला.

कारकोव, पन्नाशीतल्या एका दुसऱ्या माणसाकडे गेला. तो बुटका लठ्ठ होता. आनंदी वृत्तीचा, फिकट निळ्या डोळ्यांचा. त्याचे केस पिंगट नि विरळ होते. मिशा पिवळ्या झुबकेदार होत्या. खाली हसरे ओठ होते. तो गणवेशात होता. तो डिव्हिजनल कमांडर होता नि हंगेरियन होता.

“डोलोरेस आली तेव्हा तुम्ही इथं होता?”– कारकोवनं त्याला विचारलं.

“हो.”

“काय भानगड आहे?”

“फॅसिस्ट आपापसात लढत असल्याचं ती सांगत होती. तसं असलं तर आनंदाची बातमी आहे.”

“उद्याबद्दलही फार ऐकू येतंय.”

“अफवा! या खोलीतल्या जवळजवळ सगळ्या लोकांना– बातमीदार धरून गोळ्या घालाव्यात. तो रिचर्ड म्हणून जर्मन लुडबुड्या– त्याला तर आधी. ज्यानं त्या कुडमुड्याला ब्रिगेडचा अधिकार दिला, त्याला गोळी घालावी. तुम्हाला नि मलाही गोळ्या घालाव्यात. ती अफवा शक्यातली आहे,” सेनापतीसाहेब हसले. “तरी दुजोरा देऊ नका तिला.”

"तसली बोलणीच मला आवडत नाहीत," कारकोव म्हणाला. "इथं कधीकधी येत असे ना, तो अमेरिकन तिकडेच आहे. जॉर्डन नाव त्याचं. तो पार्टीझन ग्रूपमध्ये आहे. जिथं हा प्रकार झाल्याची अफवा आहे, तिथंच तो आहे."

"मग त्याला हे कळवायला हवं आज रात्री," सेनापतीसाहेब म्हणाले. "माझं नि त्याचं जमत नाही. नाहीतर मीच गेलो असतो. गोल्झबरोबर तो काम करतो ना? उद्या गोल्झला भेटा."

"उद्या उजाडतानाच भेटेन."

"सगळं ठीक चाललंय तोपर्यंत त्याच्या नादी लागू नको," सेनापतीसाहेब म्हणाले. "मी करतो, तेवढाच तो तुमचा तिटकारा करतो. मनाचा तोल त्याला जास्त आहे एवढंच!"

"पण या अफवेचं काय?"

"ती एक चाल आहे फॅसिस्टांची," सेनापतीसाहेब म्हणाले. "गोल्झही त्यांच्यावर काही चाली टाकतो का पाहू. गोल्झचं होऊ द्या एकदा! गुदालाजाराला आपल्या खेळून झाल्यात चाली."

"तुम्हीही जाणार असं ऐकतो." कारकोव म्हणाला. म्हणताना तो हसला. त्याचे किडलेले दात दिसले. सेनापतीसाहेब एकदम संतापले.

"मी जाणार! आता अफवा माझ्यावर घसरत आहे. आपल्या सर्वांचीच तोंडं मोकळी सुटली आहेत. गप्पांचा हा तुमचा बायकी चव्हाटा! जर एकाची श्रद्धा असेल तर तोंड बंद ठेवणारा एक माणूस देशाला वाचवील."

"तुमच्या प्रिसेतो मित्राला तोंड दाबून बसता येतं."

"पण लढाई जिंकू अशी श्रद्धा त्याला नाही. जनतेवर तुमची श्रद्धा नसेल तर युद्ध कसं जिंकता येईल?"

"ते तुमचं तुम्ही ठरवा," कारकोव म्हणाला. "मी थोडी झोप मिळाली तर पाहतो."

धुरानं नि अफवांनी भरलेली खोली सोडून तो मागच्या निजायच्या खोलीत गेला. बिछान्यावर बसला. बूट काढले. अजून बाहेरची बोलणी ऐकू येत होती, म्हणून त्यानं दार लोटलं नि खिडकी उघडली. त्यानं पोशाख उतरून ठेवण्याचा त्रास घेतला नाही; कारण पहाटे दोनलाच त्याला आघाडीकडे निघायचं होतं. कॉलमेनार, सेरसेडा, नावासेरेदावरून गोल्झ हल्ला सुरू करणार होता. त्या आघाडीकडे त्याला मोटारीनं निघायचं होतं.

३३

पिलरनं त्याला जागं केलं, तेव्हा पहाटेचे दोन वाजले होते. तिच्या हाताचा स्पर्श झाला, तेव्हा त्याला पहिल्यांदा वाटलं, मेरियाच आहे. तो तिच्याकडे लोळत जात म्हणाला, "पिल्ला!" मग पिलरचे जाडजूड हात त्याचा खांदा हलवू लागले नि तो एकदम पुरा जागा झाला. त्याच्या उघड्या मांडीशी असलेल्या पिस्तुलाच्या मुठीवर त्याचा हात गेला नि पिस्तुलाचा सेफ्टीकॅच दिल्यावर ते तल्लख झालं, तसा तोही तल्लख झाला.

अंधारात त्याला पिलर कळली. त्यानं हातातल्या घड्याळाच्या तबकडीकडे पाहिलं. वरच्या बाजूला लहानसा कोन करीत घड्याळाचे काटे चमकत होते. फक्त दोनच वाजलेले पाहून तो म्हणाला– "काय झालंय तुला? बाई!"

"पाब्लो गेला." पिलरनं त्याला सांगितलं.

"केव्हा?" त्यानं विचारलं.

"तास झाला असेल."

"पुढे?"

"तुझं काहीतरी त्यानं नेलं." ती कष्टानं म्हणाली.

"मग?"

"मला कळत नाही काय ते– तूच येऊन पाहा."

काळोखात ते गुहेच्या तोंडापर्यंत आले. ब्लँकेटखालून वाकले नि आत गेले. रॉबर्ट जॉर्डन तिच्या मागेच होता. राखाडीतून– कुंद हवेतून नि आत झोपलेल्यांच्या दर्पातून, बॅटरीचा उजेड फेकत, जमिनीवर झोपलेल्या कुणावर पाय न पडेल अशा बेतानं तो जात होता. अ‍ॅन्सेल्मो जागा झाला नि त्यानं विचारलं, "वेळ झाली?"

"नाही," रॉबर्ट जॉर्डन म्हणाला. "झोपा आजोबा!" पिलर झोपली होती ती जागा इतर भागापासून एक ब्लँकेट टांगून वेगळी केलेली होती. तिच्या अंथरुणाच्या उशाशी दोन्ही थैल्या होत्या. रॉबर्ट जॉर्डन तिच्या अंथरुणावर वाकला. अंथरुणाला कुबट घामाचा, मळमळवणारा गोड वास होता. त्यानं दोन्ही थैल्यांवर बॅटरीचा झोत टाकला. प्रत्येक थैली वरपासून खालपर्यंत चिरलेली होती. टॉर्च डाव्या हातात धरून रॉबर्ट जॉर्डननं उजव्या हातानं पहिली थैली चाचपली. यात आपण निजण्याची

घोळ ठेवीत असल्यानं ती पुरी भरलेली नसणार! ती पुरी भरलेली नव्हतीच. फ्लॉडर गेला होता नि व्यवस्थित गुंडाळून, लावून ठेवलेले डिटोनेटर्स सिगारबॉक्ससह गेले होते. तसाच फ्यूज नि कॅप्ससह स्क्रू टॉप टीनही गेला होता.

रॉबर्ट जॉर्डननं दुसरी थैली चाचपली. ती दारूगोळ्यानं होती तशीच भरून होती. एखादं पॅकेट गेलं असेल.

उभा राहून त्यानं पिलरकडे पाहिलं. अपरात्री जागं केल्यावर माणसाला एक भकास भावना येते. ती आता त्याला हजारपटीनं आली होती.

"एखाद्याचं सामान सांभाळण्याची ही रीत का तुझी?" तो म्हणाला.

"माझं डोकं थैल्यांवर टेकून मी झोपले. एक हात त्यांना लावून ठेवलेला होता." पिलर म्हणाली.

"झोपेला रंग आला होता तुझ्या!"

"ऐक!" पिलर म्हणाली. "तो रात्री उठला. मी विचारलं, 'पाब्लो, कुठं निघालास?' 'लघवीला,' तो म्हणाला नि मी पुन्हा झोपले. पुन्हा मला जाग आली तेव्हा किती वेळ गेला, हे कळलं नाही; पण माझ्या मनात आलं, तो बाहेर गेला की, आपली घोडी बघून येतो. त्याची सवयच आहे ती." मग ती कष्टी होऊन म्हणाली, "तो जेव्हा बाहेर आला नाही, तेव्हा मला चिंता वाटू लागली. मी थैल्या चाचपून सारं जागच्या जागी आहे का पाहू लागले नि हाताला या चिरा लागल्या; मग मी तुझ्याकडे आले."

"चल." रॉबर्ट जॉर्डन म्हणाला.

दोघे गुहेबाहेर आले. अपरात्री बाहेर सारं इतकं शांत होतं की, सकाळची चाहूलही वाटत नव्हती.

"पहाऱ्याच्या वाटा सोडून, दुसऱ्या एखाद्या वाटेनं त्याला घोडी घेऊन जाता येईल का?"

"तशा दोन वाटा आहेत."

"वर कोण आहे पहाऱ्याला?"

"एलॅडिओ."

कुरणाशी घोडे चरायला बांधले होते तिथं येईपर्यंत रॉबर्ट जॉर्डन काही बोलला नाही. तिथं तीनच घोडी चरत होती. मोठा वळू नि करडा असे दोन घोडे त्यात नव्हते.

"तुला सोडून किती वेळ झाला असेल त्याला?"

"तास झाला असेल."

"मग उपाय नाही," रॉबर्ट जॉर्डन म्हणाला. "माझ्या थैलीतलं उरलंसुरलं घेऊन मी झोपायला जाणार."

"मी थैल्यांवर लक्ष ठेवीन."

"तू लक्ष ठेवशील? एकदा ठेवलंस की चांगलं!"

''इंग्लिशा!'' पिलर म्हणाली. ''झाल्या गोष्टींचं तुला जेवढं वाटतंय, तेवढंच मला वाटतंय. तुझं सामान परत आणायला मी काय करणार नाही? मला तू टोचून बोलण्याचं कारण नाही. पाब्लोनं आपणा दोघांना बनवलंय.''

तिचं ऐकत असताना रॉबर्ट जॉर्डनच्या ध्यानात आलं की, कडू बोलण्याचं सुख इथं परवडणार नाही. या बाईशी भांडण परवडणार नाही. आजचा दिवस याच बाईबरोबर काम करायचं आहे. त्यातला दोन तासांपेक्षा जास्त वेळ गेलेलाच आहे.

त्यानं तिच्या खांद्यावर हात ठेवला, ''काही विशेष गेलं नाही, पिलर!'' तो म्हणाला, ''गेलं ते किरकोळ गेलं. गेलं त्या जागी दुसरं काही वापरता येईल.''

''काय काय नेलं त्यानं?''

''काही नाही गं!''

''स्फोट करण्याच्या यंत्राचा भाग नेला?''

''होय! पण स्फोट दुसऱ्याही मार्गानं करता येतो. मला एवढंच सांग, पाब्लोजवळ कॅप्स नि फ्यूज नव्हत्या? त्यांनी त्याला दिल्याच असल्या पाहिजेत.''

''त्याही त्यानं नेल्या,'' ती दुःखानं म्हणाली. ''मी पहिल्यांदा त्याच शोधल्या. त्या जागेवर नव्हत्या.''

झाडीतून दोघे परत गुहेशी आली.

''थोडी झोप घे,'' तो म्हणाला. ''पाब्लो गेला. चांगलं झालं.''

''मी एलॅडिओला भेटते.''

''पाब्लो दुसऱ्या वाटेनं गेला असेल.''

''मी सगळ्या वाटांनी जाईन. बावळटपणा करून मी तुझा घात केलाय.''

''नाही. थोडी झोप काढ. चारला आपल्याला निघावं लागेल.''

तिच्याबरोबर तो गुहेत गेला. त्यानं दोन्ही थैल्या पुढे ओढल्या. उचलताना त्यानं त्या अशा हातात धरल्या की, फाटलेल्यातून काही सांडू नये.

''मी शिवून देते.''

''निघण्याच्या आधी शिव,'' तो म्हणाला. ''तुझ्यावर विश्वास नाही म्हणून मी त्या नेतोय, असं नाही. माझ्या मनासाठी नेतोय.''

''शिवायच्या असल्या तर त्या लवकर दे.''

''लवकर देईन,'' त्यानं तिला सांगितलं. ''तू झोप घे थोडी.''

''नाही,'' ती म्हणाली. ''तुझं काम मी फसवलं. मी रिपब्लिकचं काम फसवलं.''

''थोडी झोप घे गं!'' तो अगदी हळू म्हणाला. ''थोडी झोप घे.''

३४

त्या टेकड्यांची माथी फॅसिस्टांच्या हाती होती. शिवाय एक दरी अशी होती की, तिथं कुणाचाच ताबा नव्हता. नाही म्हणायला फक्त एका झोपडीत फॅसिस्टांची चौकी होती. झोपडीच्या भोवती असलेल्या बेड्याचा नि इतर बांधकामाचा उपयोग करून फॅसिस्टांनी झोपडीची तटबंदी केली होती. रॉबर्ट जॉर्डनचा खलिता घेऊन गोल्झकडे निघालेल्या अँड्रीजनं या चौकीभोवतालून काळोखातून एक वळसा घेतला. तिथं तारेला स्पर्श होताच आपोआप उडणारी बंदूक कुठं ठेवली आहे, हे त्याला ठाऊक होतं. काळोखात त्यानं ती शोधून काढली नि तिच्यावरून तो अलगद पलीकडे गेला. काठावर पापलरचे वृक्ष असलेल्या एका ओढ्याच्या बाजूने तो चालत राहिला. रात्रीच्या वाऱ्यात वृक्षांची पाने हलत होती. झोपडीतला एक कोंबडा आरवला. तीच फॅसिस्ट चौकी होती. ओढ्याच्या काठानं जाता जाता त्यानं मागे वळून पाहिलं. पापलरच्या बुंध्यांमधून नि झोपडीच्या खिडकीच्या खालच्या फटीतून त्याला दिवा दिसला. रात्र शांत, निरभ्र होती. ओढा मागे टाकून अँड्रीज कुरणात शिरला.

कुरणात गवताच्या चार उडव्या उभ्या होत्या. पलीकडच्या वर्षी जुलैत लढाई सुरू झाल्यापासून त्या तशाच तिथं होत्या. चार ऋतू त्यांच्यावरून गेल्यामुळे त्या पार सपाट झाल्या होत्या. त्यातलं गवत कवडीमोलाचं झालं होतं.

दोन उडव्यांमधून गेलेल्या एका तारेवरून उडी घेताना अँड्रीजच्या मनात आलं, 'काय हा नाश! लोकसत्ताकवाल्यांना ते कुरणापलीकडच्या ग्वादारामाच्या चढावरून न्यावं लागलं असतं म्हणून त्यांनी ते नेलं नाही. फॅसिस्टांना तर त्याची जरूरच नाही. मला तरी असं वाटतं.

'लागेल तेवढं गवत नि लागेल तेवढं धान्य फॅसिस्टांजवळ आहे,' तो विचार करू लागला. 'पण उद्या आम्ही त्यांना असा काही तडाखा हाणू! सोर्दोबद्दल आम्ही त्यांना काहीतरी टोला देऊच. काय जंगली लोक आहेत ते! उद्या सकाळी रस्त्यावर धूळ असेल.'

त्याला एकदाचं हे खलिता पोहोचवण्याचं काम उरकून टाकायला हवं होतं. ते उरकून हल्ल्याच्या वेळी चौकीवर परत यायला हवं होतं. खरंच आपल्याला परत

यायला हवंय का? परत यायला हवं, असं आपण ढोंग करत आहोत. इंग्लिशानं खलिता घेऊन जा म्हटलं, तेव्हा वाटलेली निराशा त्याला आठवली. सकाळी होणाऱ्या हल्ल्याला शांतपणे तोंड देण्याची त्यानं तयारी ठेवली होती. तसंच करायला हवं. आपलं मतही त्यानं त्या बाजूनंच दिलं होतं. त्याप्रमाणे तो करणार होताच. शत्रूनं सोर्दोला साफ केलं त्याचा परिणाम त्याच्या मनावर फार होता; पण सोर्दो तो सोर्दो! ही माणसं तो नव्हता. ही माणसं बरोबर करतील.

इंग्लिशानं जेव्हा खलित्याचं काढलं, तेव्हा लहानपणी वाटे तसं त्याला वाटलं होतं. आपल्या गावातल्या जत्रेच्या दिवशी, लहानपणी सकाळी जागं होताच पाऊस पडताना ऐकल्यासारखं वाटलं होतं, तसं.

तो मुलाच्या वयाचा होता, तेव्हा बैल खेळवणं त्याला फार आवडे. बैलांची झुंज केव्हा सुरू होईल नि आपण उन्हात तापलेल्या चौकात केव्हा उभं राहू, असं त्याला होई. ती धूळ, प्रवेशद्वाराशी लावलेल्या बैलगाड्या. झुंजीची जागा मेरेला बैलगाड्या लावून केलेली असे. आतल्या त्या बंदिस्त केलेल्या आखाड्यात बैल सोडले जात. आपल्या पिंजऱ्यातून घसरत बैल खाली उतरत. पिंजऱ्याचं दार उघडलं जाई, तेव्हा चारी पाय जमिनीवर दाबून ते आपली घसरगुंडी कमी करत. ती गडबड, ती गंमत, भीतीनं फुटणारा घाम! तो सारा क्षण केव्हा येतो, असं त्याला वाटे. पिंजऱ्याच्या लाकडी गजांवर बैलांच्या शिंगांचा आवाज येई. मग घसरत, थबकत, डोकं वर करून नाकपुड्या फेंदारत, कानांची थरथर करत बैल पिंजऱ्यातून बाहेर पडत असताना छातीत असं काही होई! त्यांच्या काळ्या कातडीवरची धूळ, त्यांच्या पुठ्ठ्यांवर उडालेले शेणाचे फटकारे, डोळ्यांची रुंद ठेवण, पॉलिशपेपरनं घासून केलेल्या लाकडासारखी त्यांची भरीव, गुळगुळीत शिंगं. शिंगांखालचे सदा ताठ डोळे. शिंगांची वर वळलेली, डोळ्यांत भरणारी टोकं. ती पाहत असताना छातीत असं काही होई!

सबंध वर्षभर तो त्या क्षणाची वाट पाही. बैल चौकात उतरेल त्या क्षणाची. आपण त्याच्या डोळ्यांत पाहत असतो नि कुणावर हल्ला करावा हे क्षणात ठरवून, डोकं खाली करून शिंगं रोखून तो मांजरासारखी उडी घेतो, तेव्हा क्षणभर सगळं थांबल्यासारखं वाटतं. लहान असताना वर्षभर तो त्या क्षणाकडे डोळे लावून असे. पण इंग्लिशानं खलित्याचा हुकूम दिला, तेव्हा तीच, जत्रेच्या सकाळी छपरावर, भिंतीवर, डबक्यावर पाऊस सडसडत असल्याची भावना त्याला आली.

जत्रेतल्या त्या बैलांच्या झुंजीत तो अतिशय धीट होता. गावात जेवढे धीट होते किंवा शेजारच्या गावात होते त्यांच्याएवढाच! दुसऱ्या गावातल्या झुंजींना तो जात नसे; पण काही दिलं असतं, तरी आपल्या गावची वार्षिक झुंज त्यानं चुकवली नसती. झुंज सुरू झाली नि बैलाची धडक आली की, तसंच स्तब्ध उभं राहणं त्याला

जमत असे. अगदी शेवटच्या क्षणाला तो बाजूला उडी घेई. बैलाखाली कुणी सापडला की, बैलाला हुसकावयाला तो त्याच्या नाकपुडीसमोर फडकं हलवी. बैलानं कुणाला जमिनीवर घेतल्यावर त्याच्या शिंगांना तो टांगला होता नि शिंगांना धरून बैलाला त्यानं दूर ओढलं होतं. पाडलेल्याला सोडेपर्यंत बैलाच्या तोंडावर त्यानं लाथा नि चापट्या मारल्या होत्या. शेवटी पाडलेल्या माणसाला सोडून बैल दुसऱ्यावर धावला होता.

पडलेल्या माणसावरून बैलाला काढण्यासाठी त्यानं बैलाची शेपटी पाय घट्ट रोवून, पिळत जोरानं ओढली होती. एकदा तर त्यानं शेपटी इतकी पिळली की, त्याचा दुसरा हात शिंगांना पोहोचला होता. मग बैलानं त्याला धडक मारण्यासाठी डोकं वर केलं, तेव्हा तो तसाच मागे सरला होता. बैलाचं शेपूट त्यानं तसंच धरून ठेवलं होतं; त्याच्या शिंगावरचा हातही तसाच ठेवला होता नि अंगावर येणाऱ्या बैलाबरोबरच तो वाटोळा फिरत राहिला होता. शेवटी सगळेजण बैलावर तुटून पडले होते नि त्याला त्यांनी भोसकलं होतं. धुळीच्या फुपाट्यात, उकाड्यात, ओरडण्यात, बैलाच्या, माणसाच्या नि दारूच्या दर्पातून, गर्दीमधले जे कुणी पहिले बैलावर स्वार होत, त्यांतला तो असे. मांडीखाली बैल उसळ्या घेतो, ढुशा देतो, तेव्हाची भावना त्याला परिचयाची होती. एका शिंगाच्या खाली एक हात अडकवून दुसऱ्या शिंगाला हातानं घट्ट धरून, बैलाच्या ढोसण्याबरोबर शरीरावर उडत, फेकलं जाईल असं वाटत असताना तो बोटानं गच्च आवळून धरत बैलाच्या वशिंडावर बसला होता. बैलाच्या गरम, धुळकट, केसाळ मानेच्या उतारावर बसल्यावर तो आपला डावा हात कोपरातून उखडेल असं त्याला वाटलं होतं. बैलाचा एक कान त्यानं दातात घट्ट आवळला होता. बैलाच्या उसळत्या मानेच्या गुबगुबीत मांसल भागावर आपल्या हातातला चाकू तो पुनःपुन्हा हाणत होता. तेथून उसळणारं गरम रक्त त्याच्या मुठीवर उडत होतं. आपलं सारं वजन त्यानं वशिंडाच्या उतारावर टाकलं होतं नि उडत्या वशिंडावरून उसळणारं गरम रक्त मुठींना कळत होतं; तरी तो सारखा चाकूनं हाणतच होता.

पहिल्यांदा जेव्हा त्यानं असा कान चावून धरला होता नि बैलाच्या ढोसण्याला तोंड देत मान नि जबडा आवळून ठेवला होता, तेव्हा सर्वांनी त्याची गंमत केली होती. जरी सगळे त्याची गंमत करत, तरी त्याच्याबद्दल त्यांना फार वाटे. त्या वर्षानंतर त्याला दरवर्षी कान पकडण्याचा प्रयोग करून दाखवावा लागे. सर्वजण त्याला व्हिलाकोन्झेसचा कुत्रा म्हणत. तो गुरं कच्ची खातो, म्हणून थट्टा करीत; पण दरवर्षी त्यानं ते करावं, असं सर्वांना वाटे. दरवर्षीचं त्याला ठाऊक होतं की, बैल पिंजऱ्याबाहेर येईल. मग त्याच्या धडका सुरू होतील. स्वार होणाऱ्यांना पाठीवरून फेकणं सुरू होईल. मग बैलाला मारून टाकण्याचा शेवटचा ओरडा होईल, तेव्हा

हल्ला करणाऱ्यांच्या गर्दीतून पुढे होऊन तो जागेवर उभा राहील नि बैलाच्या पाठीवर आपल्या ठरलेल्या ठिकाणी उडी घेईल. मग सारं संपून, बैल थंड होऊन मरून पडल्यावर इतर मारणाऱ्यांच्या आपल्या अंगावर पडलेल्या ओझ्याखालून तो बाहेर येईल नि उभा राहील. मग आपल्या कान पकडण्याची त्याला लाज वाटू लागेल. त्याच वेळी अभिमानही वाटेल. भोवती लावलेल्या बैलगाड्यांमधून तो दगडी कारंज्याकडे हात धुवायला जाईल. भोवतालचे त्याच्या पाठीवर थाप मारतील. त्याच्यापुढे दारूचा बुधला धरून म्हणतील, "हुर्रे! बुलडॉग! तुझी आई खूप जगो!" त्याला लाजल्यासारखं होईल. उदास वाटेल; पण अभिमान नि समाधानही वाटेल. सर्वांना दूर ढकलत तो हात धुईल. मग एक दारूचा बुधला उचलून त्या वर्षीचा कानाचा वास धुऊन काढील. पिण्यासाठी बुधला वर करण्यापूर्वीच दारूची चूळ तो कारंज्याच्या दगडी कठ्ठ्यावर टाकील; मग बुधला वर करून घशात धार सोडील.

हो नक्की! तो व्हिलाकोन्झेसचा बुलडॉग होता. आपल्या गावच्या जत्रेत कान चावण्याचा तो प्रकार त्यानं कधी अनुभवला नसता; पण त्या सकाळी पावसाचा आवाज ऐकल्यावर तो आपल्याला आज करावा लागणार नाही, हे कळताच जी सुटकेची भावना यावयाची तिच्याइतकी दुसरी कोणतीच भावना नाही, हे त्याला माहीत होतं.

'तरीही आपल्याला परत गेलंच पाहिजे,' त्यानं स्वतःला म्हटलं. 'चौक्यांच्या नि पुलाच्या कामासाठी आपल्याला परत जायला हवं, यात प्रश्नच नाही. आपला भाऊ एलॅडिओ तिकडेच आहे. आपल्या रक्तामांसाचा आहे तो. ॲन्सेल्मो, प्रिमितोवो, फेरनॅन्डो, आगस्तीन, रॅफेल. रॅफेलचं विशेष नाही. त्या दोन बाया तसेच पाब्लो नि इंग्लिश– तो धरायचा नाही. तो परका आहे. शिवाय हुकमानं आला आहे. असे सगळे या प्रसंगात आहेत. खलित्याची सबब पुढे करून आपणास सुटता येणार नाही. हा खलिता नीट झटकन पोहोचवला पाहिजे. चौकीवर हल्ला करण्याच्या वेळेवर परतण्याची घाई केली पाहिजे. खलित्याचं निमित्त करून आपण हल्ल्यात भाग न घेणं नीचपणाचं होईल. ते रास्त होणार नाही.' इतका वेळ युद्धाची कठीण बाजू मनात आणून तो विचार करीत होता. एकदम युद्धाची दुसरी मजा आणणारी बाजू आठवून तो स्वतःशी म्हणाला, 'शिवाय काही फॅसिस्टांना मारण्याचा आनंद उद्या मिळेल. फार दिवस झाले, आपण त्यांना मारलं नाही. उद्या छान धुमश्चक्री उडेल. उद्या हातातून प्रत्यक्ष काम होईल. उद्याचा दिवस कामी लागलेला ठरेल. उद्या उजाडावं, आपण तिथं असावं.'

याच वेळी तो कण्हेरीच्या पिवळ्या फुलांनी भरलेल्या काटेरी झुडपात लोकसत्ताकच्या सरहद्दीकडे जाणाऱ्या चढणीवर आला. त्याच्या पायाखालून एक कवडा उडाला. काळोखात त्याच्या पंखांची फडफड झाली नि क्षणभर भयानं त्याचा श्वास कोंडला.

'कवड्याच्या अवचित उडण्यानं आपण भ्यायलो,' त्याच्या मनात आलं. 'पंखांची इतकी फडफड कशी होते यांच्या? त्यांचा घरटं बांधण्याचा उद्योग चालू असेल आता. अंड्यांजवळून गेलो असू आपण! ही लढाई नसती तर आपण या झुडपाला रुमाल बांधून ठेवला असता. मग दिवसाउजेडी परत आलो असतो. घरटं शोधून अंडी घेतली असती नि घरी आणून घरी बसलेल्या कोंबडीखाली ठेवली असती. अंडी उबल्यावर खुराड्यात आम्हाला कवड्याची दोन लहान पिल्लं मिळाली असती. ती आमच्या डोळ्यांखाली वाढली असती नि वाढल्यावर आपण त्यांना हाके म्हणून वापरलं असतं. ती माणसाळलेली असतील; त्यामुळे त्यांचे डोळे काढावे लागले नसते की ती उडून जातील असं वाटतंय तुला? जातीलही. मग त्यांचे डोळे काढावे लागतील आपल्याला.

'पण त्यांना वाढवल्यावर त्यांचे डोळे काढणं आपल्याला बरं वाटणार नाही. त्यांचे पंख कापता येतील. मग जेव्हा हाकांची वेळ येईल, तेव्हा त्यांच्या पायाला दोरी बांधता येईल. ही लढाई नसती तर फॅसिस्ट चौकीजवळच्या त्या मागच्या ओढ्यातून क्रे मासे पकडायला आपण एलॅडिओला घेऊन गेलो असतो. एका वेळी तर त्या ओढ्यातून आपल्याला एका दिवसात चार डझन मासे मिळाले होते. या पुलाच्या कामानंतर आम्ही सिरिदा द ग्रेदोसला गेलो तर ट्राउट पकडण्यासाठी तिथले ओढे चांगले आहेत. क्रे मासेही तिथं चांगले मिळतात,' त्याच्या मनात आलं. 'ग्रेदोसला जाण्याची आशा धरू या! उन्हाळ्यात ग्रेदोसमध्ये चांगले दिवस जातील... शिशिरातही! पण हिवाळा मात्र कडक जाईल; पण काय सांगावं? हिवाळ्यापर्यंत आम्ही युद्ध जिंकूही.

'जर आमचे वडील रिपब्लिकन नसते तर आपण नि एलॅडिओ दोघे आता फॅसिस्टांमध्ये सैनिक असतो. त्यांचा सैनिक झाल्यावर काही प्रश्नच नाही. आपण हुकूम पाळावे, जगावं किंवा मरावं नि शेवटी व्हायचं ते झालं असतं. एखाद्या सत्तेशी युद्ध करण्यापेक्षा त्याखाली राहणं चांगलं.

'हे अनियमित युद्ध फार जबाबदारीचं. जर तुम्ही डोक्याला त्रास करून घेणारे असाल तर फारच त्रास! एलॅडिओ माझ्याहून जास्त विचार करतो. तो काळजीही फार करतो. आमच्या कार्यावर माझी श्रद्धा आहे नि आपण काळजी करीत नाही. पण एकंदरीत हे जीवन जबाबदारीचंच.' त्याच्या मनात आलं.

'आपण फार कठीण काळात जन्माला आलो,' त्याच्या मनात आलं. 'दुसरा काळ कदाचित सोपा असता. कष्ट सहन करण्याची सवय झाल्यानं कष्टाचं कमी वाटतं. ज्यांना त्रास होतो ते या वातावरणाला योग्य नाहीत; पण काय करायचं हे ठरवायला हा काळ कठीण आहे. फॅसिस्टांनी हल्ला करून, आम्ही काय करावं ते परस्पर ठरवलं. जिवंत राहण्यासाठी आम्ही लढतो; पण या झुडपाला रुमाल

बांधण्यास, दिवसा तिथं परत येण्यास, ती अंडी नेण्यास नि कोंबडीखाली ठेवण्यास नि त्यातून निघालेली पिल्लं खुराड्यात पाहण्यास, या साऱ्यांसाठी आपण लढू. अशा लहान नित्याच्या गोष्टी राहाव्यात असं आपल्याला वाटतं.

'पण तुला स्वतःला घरच उरलं नाही. नसलेल्या घराला खुराडंही नाही,' त्याच्या मनात आलं. 'तुला स्वतःचं कुटुंब नाही. फक्त एक भाऊ आहे. तोही उद्या लढाईवर जाणार. तुझ्या मालकीचं फक्त आकाश, सूर्य नि हे खोल गेलेलं पोट आहे. वारा तर हळूच आहे. सूर्यही नाही. तुझ्या खिशात चार हातबॉम्ब आहेत; पण फेकण्याशिवाय त्यांचं काय करणार? तुझ्या पाठीवर बंदूक आहे; पण गोळ्या उडवण्यासच ती काय ती चांगली आहे. तुझ्याजवळ द्यायला एक संदेश मात्र आहे नि तू विष्ठेनं भरलेला आहेस; तेवढी तुला पृथ्वीवर टाकता येईल.' तो अंधारात हसला. 'ती तुला मुतानं माखवता येईल. तुझ्याजवळ आहे ते सारं द्यायचंच आहे. तत्त्वज्ञानाचा तू एक नमुना आहेस. तू दुर्दैवी माणूस आहेस–' त्यानं स्वतःला म्हटलं नि तो हसला.

पण हे सर्व उच्च विचार असूनही थोड्याच वेळापूर्वी त्याच्या मनात औदासीन्य होतं. झुंजीच्या दिवशी गावात पाऊस पडल्याचा आवाज ऐकू येणार. आता त्याच्यासमोर डोंगरावर सरकारी ठाणं उभं होतं. तिथं आपली चौकशी होणार, हे त्याच्या ध्यानात आलं.

३५

रॉबर्ट जॉर्डन, घोळीत मेरियाशेजारी पडला होता. ती झोपलेलीच होती. तिच्याकडे पाठ करून तो एका कुशीवर झाला होता. तिचं शरीर त्याच्या पाठीला कळत होतं, एवढंच! त्या शरीराचा स्पर्श आता थट्टा वाटली होती. 'ए!' तो स्वतःवर संतापला. 'तूच तो! त्याला पहिल्यांदा पाहिलंस, तेव्हा तूच म्हणाला होतास– हा मैत्रीचं सोंग करील तेव्हा दगा देईल. मूर्खा! गद्ध्या! अकलेल्या कांद्या! शिव्या बस्स कर. शिव्या देतच का बसणार का तू आता?

'त्यानं ते लपवले असतील, फेकूनही दिले असतील; तेही चांगलं नाही. शिवाय अंधारात फेकलेले सापडणारही नाहीत. त्यानं ते दडवूनही ठेवले असतील. काही सुरुंगही त्यानं लांबवले. गलिच्छ, दुष्ट, कृतघ्न माणूस! गदळ! एक्स्प्लोडर नि डिटोनेटर्स एवढ्या दोन वस्तू घेऊन त्यानं काळं तोंड केलं असतं, तरी चाललं असतं. त्या साल्या बाईजवळ त्या ठेवून जाण्याइतके मूर्ख आपण कसे झालो? धूर्त! गलिच्छ! घातकी! साप!

'शिव्या थांबव! आस्ते घे!' त्यानं स्वतःलाच म्हटलं. 'शेवटी तुला दैवावरच ठेवायला हवं. नाहीतर दुसरं काय करणार? शेणाचा सडा झाला तुझा. अगदी शेणखळीत पडावं तसं. उंच पतंगाहून जास्त फजिती झाली तुझी. डोकं ताळ्यावर ठेव. राग सोड. हा बायकी शोक आवर. गेलं ते गेलं. त्याला– त्या पाब्लोला नरकात जाऊ दे. या प्रसंगातूनही तुला बाहेर पडता येईलच. आलंच पाहिजे बाहेर तुला. काही झालं तरी पूल उडवायलाच हवा तुला. मग तिथं– बस्स कर! आजोबांना विचारून ये!

'गेले खड्ड्यात आजोबा! गेला खड्ड्यात तो घातकी, शेणखळीतला देश! त्यातला स्पॅनिश माणूस खड्ड्यात जाओ, नरकात जाओ– त्यांचा देश, त्यातले लोक दोघं नरकात बुडोत. लार्गो, प्रिएटो, ॲसेन्सिओ, मैजा, रोजो सगळे सगळे शेण खाओत, नरकात जाओत. विश्वासघातानं भरलेला हा देश नरकात बुडो. त्यांचा स्वार्थ, त्यांचा मान, त्यांची बढाई नि त्यांचा विश्वासघात– सारं नरकात बुडो, सदाचं! आम्ही त्यांच्यासाठी मरायच्या आधी हे घडो. ते मरोत, नरकात जाओत. देव

पाब्लोला नरकात नेओ. पाब्लो त्यांचाच एक नमुना आहे. ईश्वर स्पॅनिश लोकांवर कीव करो. जो त्यांचा पुढारी असेल, तो असाच दगा देणार त्यांना. पाब्लो इग्लेशिया– गेल्या दोन हजार वर्षांत तेवढाच एक माणूस त्यांच्यात. बाकी त्यांचे सारे पुढारी लोकांना नरकात नेताहेत. या लढाईत तो कसा ठाम उभा राहिला असता कुणास ठाऊक? लार्गो ठीक आहे असं आपल्याला वाटत होतं, ते आठवतंय. दुरूती चांगला होता. पुंत द लॉ फ्रान्सिस येथे त्याच्याच लोकांनी त्याला गोळी घातली. त्यांनी हल्ला करावा असं त्याला वाटत होतं, म्हणून घातली. भेकड कुत्री! साऱ्यांना नरकात जाऊ द्या– मरू द्या! नि आता हा पाब्लो! साल्यानं माझा एक्स्प्लोडर नि डिटोनेटर घेऊन तोंड काळं केलं. तो भयाण नरकात पडो. छे! नाही. त्यानं आम्हालाच नरक आणला आहे. कॉर्टेझ, मेंदेज द ॲव्हिलापासून खाली मैजापर्यंत सगळेच आमच्या तोंडात शेण घालतात. मैजानं क्लेबरला काय केलं? टकल्या, उद्दाम, बोकड! मूर्ख, मथ्थड, दासीपुत्र. स्पेनवर सतत राज्य करणाऱ्या या सैन्याधिकारी वेड्या, घातकी, गर्विष्ठ बोकडांच्या तोंडात शेण पडो. जनतेशिवाय सर्वांच्या तोंडात शेण घाला. मग जनतेच्या हाती सत्ता आल्यावर मात्र काळजी घ्या.'

तो कल्पना चढवीत चालला, तसतसा त्याचा राग उतरत चालला. आपण घृणा नि तिरस्कार इतका स्वैर नि अन्यायानं चौफेर टाकत कसे गेलो, हे त्याचं त्यालाच कळेना. त्याचा स्वतःवरच विश्वास बसेना. तू म्हणतोस हे सगळं खरं असलं, तर तू इथं का? तू बोललास ते तितकं खरं नाही, हे तुला ठाऊक आहे. जे चांगले आहेत, त्यांच्याकडे पाहा. आपल्या हातून झालेला अन्याय त्याचा त्यालाच सहन होईना. त्याला क्रौर्याचा तिटकारा होता तसा अन्यायाचाही होता. स्वतःबद्दलच्याच संतापात मन कोंडल्यानं तो जरा पडून राहिला. शेवटी हळूहळू राग निवळला. लाल, काळा, आंधळा, मारणारा राग साफ गेला. प्रेम नसलेल्या स्त्रीबरोबर राहताना जो थंडपणा असतो, तसं त्याचं मन एका शांत, पोकळ, तीक्ष्ण थंडपणानं भरलं.

"बिचाऱ्या पिल्ला!" पुढे होऊन तो मेरियाला म्हणाला. ती झोपेतच हसली नि झोपेतच त्याच्याजवळ सरकली, "तू जरा आधी मध्येच काही बोलली असतीस, तर मी तुला मारलंच असतं. रागानं माणूस कसा पशू बनतो!"

३६

सरकारी ठाण्याशी आल्यावर अँड्रीजनं आव्हान दिलं होतं. म्हणजे, कुंपणाच्या तिहेरी तारांच्या पट्ट्याखाली जमीन एकदम खाली उतरली होती, तिथं तो पडला होता नि चौकीजवळच्या खडकांकडे नि मातीच्या जमिनीकडे वर पाहत ओरडला होता. या भागात एकसंच अशी संरक्षित सरहद्द नव्हती. अधूनमधून चौक्या होत्या, तेव्हा ही चौकी टाळून काळोखातून त्याला निसटताही आलं असतं नि कुणी परवली विचारण्यापूर्वीच पलीकडच्या सरकारी प्रदेशात जाता आलं असतं; पण परवलीतून जाणं त्याला सुरक्षित वाटलं.

"तुमचं क्षेम असो," तो ओरडला. "नमस्ते सैनिकांनो!"

खटका मागे ओढल्याचा आवाज त्याला ऐकू आला. मग वरच्या जमिनीपलीकडून एक बंदूक झडली. अंधारात जमिनीकडे पिवळी ठिणगी दिसली. खटक्याच्या आवाजाबरोबरच अँड्रीजनं स्वतःला भुईसपाट केलं होतं.

"भाईंनो! बंदूक झाडू नका!" अँड्रीज ओरडला. "गोळी मारू नका. मला वर जायचंय."

"कितीजण आहात?" वरून कुणीतरी विचारलं.

"एकजण. मी एकटा."

"कोण आहेस तू?"

"व्हिलॅकोनिजोजचा अँड्रीज लोपेझ. पाब्लोच्या टोळीतला. एक खलिता आणलाय."

"बंदूक वगैरे आहे काही तुझ्याजवळ?"

"होय बाबा!"

"बंदूक वगैरे काही नसली तरी आम्हाला कुणाला घेता येणार नाही," तो आवाज म्हणाला, "तीनपेक्षा जास्त माणसंही घेता येणार नाहीत."

"मी एकटा आहे," अँड्रीज ओरडला. "काम महत्त्वाचं आहे. मला वर येऊ द्या."

वरच्या चोपलेल्या जमिनीमागे वरचे पुन्हा बोलू लागले. मग आवाज आला, "तुम्ही कितीजण आहात?"

"एकजण, एकटाच आहे मी. कृपा करा. येऊ द्या वर."

चोपलेल्या जमिनीमागून त्यांचं आपापसातील बोलणं ऐकू येत होतं; पण कळत नव्हतं. पुन्हा पहिलाच आवाज वरून ओरडला, “तुम्ही किती आहात?”

“मी एकटा आहे. कृपा करून वर येऊ द्या.”

पुन्हा ते वर, आपापसात बोलू लागले. मग तो आवाज म्हणाला. “ऐक, फॅसिस्टा!”

“मी फॅसिस्ट नाही,” अँड्रीज ओरडला. “पाब्लोच्या टोळीतला मी गॉरिला आहे. जनरल स्टाफसाठी मी एक खलिता घेऊन आलोय.”

“डोकं फिरलंय त्याचं!” कुणीतरी म्हटलेलं त्यानं ऐकलं. “एक बॉम्ब टाका त्याच्यावर.”

“ऐका!” अँड्रीज म्हणाला. “मी एकटा आहे. अगदी अगदी एकटा आहे. मला वर येऊ द्या.”

“हा ख्रिश्चनासारखं बोलतोय.” त्यानं कुणालातरी म्हणताना नि हसताना ऐकलं.

मग कुणीतरी म्हणालं, “सर्वांत उत्तम म्हणजे त्याच्यावर इथून बॉम्ब टाकणं.”

“नाही,” अँड्रीज म्हणाला. “ती घोडचूक होईल. फार महत्त्वाचं काम आहे माझं. मला वर येऊ द्या.”

कटकट सुरू झाली. त्याच्या मनात आलं. या अशा कटकटीमुळेच तर सरहद्दीवरून आतबाहेर घालावयास लागणाऱ्या फेऱ्या त्याला कधी आवडल्या नव्हत्या. त्यातली एखादी अध्येमध्ये बरी होई; पण बहुतेक वाईटच होत.

“तुम्ही एकटे आहात?” आवाजानं पुन्हा म्हटलं.

“किती वेळा सांगायचं– मी एकटा आहे?” अँड्रीज ओरडला.

“तू एकटा असलास तर उभा राहा नि बंदूक डोक्यावर आडवी धर.”

अँड्रीज उभा राहिला. आपली बंदूक त्यानं दोन्ही हातांत धरून, डोक्यावर घेतली.

“आता तारेतून ये. आम्ही तुझ्यावर मॅक्वीना रोखली आहे.” वरचा आवाज म्हणाला.

अँड्रीज तारेच्या पहिल्या नागमोडीत होता. “तारेतून यायला माझे हात मोकळे हवेत.” तो ओरडला.

“हात वरच ठेव.” आवाजानं हुकूम दिला.

“तारेत अडकून पडलोय मी.” अँड्रीज म्हणाला.

“त्याच्या अंगावर बॉम्ब टाकून मोकळे झालो असतो.” एक आवाज म्हणाला.

“त्याला बंदूक टांगती ठेवून येऊ द्या,” दुसरा आवाज म्हणाला. “डोक्यावर हात ठेवून त्याला तारेतून कसं येता येईल? जरा डोकं वापरा.”

“सगळे फॅसिस्ट सारखेच!” दुसरा आवाज म्हणाला. “एक अट पुरी होताच दुसरी घातलीच त्यांनी.”

“ऐका!” अँड्रीज ओरडला. “मी फॅसिस्ट नसून पाब्लोच्या टोळीतला एक गॉरिला आहे. टायफॉइडनं मारले त्याहून जास्त फॅसिस्ट आम्ही मारले आहेत.”

“पाब्लोच्या टोळीचं नाव मी कधी ऐकलं नाही.” म्हणणारा चौकीचा मुख्य अधिकारी असावा, हे उघड होतं. “पीटरचंही नाव मी ऐकलं नाही, पॉलचंही नाही की कुणा संताचं किंवा शिष्याचंही नाही. त्यांच्या टोळ्यांचं नाही. बंदूक खांद्याला अडकव नि हातांनी तारेतून ये.”

“आम्ही मॅक्वीना झाडण्यापूर्वी हे कर.” दुसरा ओरडला.

“तुम्ही जमवून घेणारे लोक नव्हेत.” अँड्रीज ओरडला.

तो तारेतून वाट काढत होता.

“जमवून?” कुणीतरी त्याच्यावर ओरडला. “ही लढाई आहे माणसा!”

“तसं वाटू लागलंय खरं.” अँड्रीज म्हणाला.

“काय म्हणतोय तो?”

अँड्रीजनं पुन्हा खटका ऐकला.

“काही नाही,” अँड्रीज ओरडला. “माझं काही म्हणणं नाही. या फाडणाऱ्या तारेतून बाहेर पडेपर्यंत गोळी घालू नका.”

“आमच्या तारेला नावं ठेवू नको,” कुणीतरी ओरडला. “नाहीतर आम्ही बॉम्ब टाकू.”

“काय सुंदर तार आहे ही!” अँड्रीज ओरडला. “हे नरकाधिपते! काय सुंदर तार! मित्रांनो, लवकरच मी तुमच्या तिथं येऊन पोहोचेन.”

“एक बॉम्ब टाकून द्या त्याच्यावर,” त्यानं तो पूर्वीचा आवाज म्हणताना ऐकला. “अशा प्रसंगाला तीच एक तोड आहे.”

“भाई हो!” अँड्रीज म्हणाला. तो घामानं थबथबला होता. कोणत्याही क्षणाला बॉम्बची वकिली करणाऱ्याला बॉम्ब फेकता येईल, हे त्याला कळत होतं. “माझं बोलणं मनावर घेऊ नका. ते महत्त्वाचं नाही. मी एक क्षुद्र माणूस आहे.”

“मला तेच वाटतं.” बॉम्बवाला म्हणाला.

“तुमचं बरोबर आहे,” अँड्रीज म्हणाला. तारेच्या तिसऱ्या पदरातून तो जपून वर येत होता. तो वरच्या जमिनीच्या अगदी जवळ पोहोचला होता, “मी क्षुद्र प्राणी आहे; पण माझं काम महत्त्वाचं आहे.”

“स्वातंत्र्याशिवाय दुसऱ्या कुठल्याही गोष्टीला महत्त्व नाही,” बॉम्बवाला ओरडला. “स्वातंत्र्याशिवाय एखादी गोष्ट तुला विचाराजोगी वाटते?” त्यानं आव्हानपूर्वक विचारलं.

“नाही बाबा! एकही नाही.” अँड्रीज सुटकेचा श्वास टाकत म्हणाला. आपली कुठल्या चक्रमांशी गाठ आहे, हे त्याला कळलं होतं. काळे-तांबडे रुमालवाल्यांशी. “स्वातंत्र्याचा विजय असो!” तो ओरडला.

“एफ.ए.आय.चा विजय असो! सी.एन.टी.चा विजय असो!” वरून त्याच्याकडे पाहत ते ओरडले.

अँड्रीज ओरडला, “आपण सर्व चिरायू होवो.”

“आपल्याच पंथाचा तो दिसतोय,” बॉम्बवाला म्हणाला. “नि मी बॉम्ब फेकून त्याला ठार करणार होतो!”

आपल्या हातातल्या हातबॉम्बकडे त्यानं पाहिलं. अँड्रीज वर आला तसं त्याला अतिशय गदगदून आलं. हातातला बॉम्ब तसाच ठेवून अँड्रीजच्या खांद्याभोवती हात टाकून आलिंगन घेत असताना त्यानं त्याच्या दोन्ही गालांचं चुंबन घेतलं. “भाई! तुला काही झालं नाही याचं मला किती बरं वाटतंय सांगू!” तो म्हणाला. “फार बरं वाटतंय मला!”

“तुमचा अधिकारी कुठं आहे?”

“मीच मुख्य आहे इथं,” तो म्हणाला. “तुझे कागद बघू.” मग ते कागद घेऊन तो एका खड्ड्यात गेला नि त्यानं ते मेणबत्तीच्या उजेडात पाहिले. त्यांत घडी केलेलं रिपब्लिकच्या (लोकसत्ताकाच्या) रंगाचं रेशीम होतं. अँड्रीजचं नाव, वय, उंची, जन्म दिलेला, चांगल्या वर्तणुकीचा कागद होता. वहीच्या कागदांवर रॉबर्ट जॉर्डननं खरडलेलं काम होतं. त्यावर एस.आय.एम.चा रबरी शिक्का मारलेला होता. गोल्झला द्यावयाची घडी केलेली चार पत्रे होती. ती दोरीनं बांधलेली होती. मेणानं सील करून वर एस.आय.एम.चा ठसा उमटवलेला होता. रबर स्टॅम्पच्या लाकडी मुठीच्या वरच्या टोकाला सील बसवलेलं होतं.

“हे पाहिलंय मी,” चौकीचा अधिकारी म्हणाला. नि त्यानं रेशमी तुकडा परत केला. हे तुमच्या सर्वांपाशी असतं, मला ठाऊक आहे. याचा काही उपयोग नाही इथं. त्यानं चांगल्या वर्तणुकीचा दाखला उचलून पुन्हा संपूर्ण वाचला.

“तुझा जन्म कुठं झाला?” त्यानं विचारलं.

“व्हिलॅकोनिजोज.” अँड्रीज म्हणाला.

“तिथं काय पिकतं?”

“कलिंगडं,” अँड्रीज म्हणाला. “सगळ्या जगाला हे ठाऊक आहे.”

“तिथं कुणाला ओळखतोस?”

“का? तुम्ही तिकडचे आहात?”

“नाही; पण मी तिकडे होतो. मी अरेंझुएचा आहे.”

“ठीक! कुणाबद्दलही मला विचार.”

“जोसे रिनकानचं वर्णन कर.”

“गुत्तेवाला का?”

“गुत्तेवाला.”

“भादरलेलं डोकं, मोठं पोट, एका डोळ्यात वडस.”

“बरोबर,” तो माणूस म्हणाला नि त्यानं कागद परत केले. “पण शत्रूच्या मुलखात तुझं काय चाललंय?”

“चळवळीच्या आधी माझे वडील व्हिलाकॅस्टिनला स्थायिक झाले होते,” अँड्रीज म्हणाला. “पर्वतापलीकडच्या खालच्या मैदानावर. तिथं चळवळीनं आम्हाला धक्काच दिला. चळवळीच्या आरंभापासून मी पाब्लोच्या टोळीबरोबर आहे; पण आता लवकर आटपा! खलिता न्यायच्या मी फार घाईत आहे.”

“फॅसिस्टांच्या मुलखात काय हालचाल आहे?” चौकीच्या अधिकाऱ्यानं विचारलं. तो मुळीच घाईत नव्हता.

“आज आम्ही पुष्कळ टोमॅटो खाल्ले,” अँड्रीज म्हणाला. “दिवसभर रस्त्यावर फार धूळ होती. आज त्यांनी सोर्दोची टोळी खलास केली.”

“हा सोर्दो कोण?”

“डोंगरातल्या टोळ्यांपैकी एका उत्तम टोळीचा नायक.”

“तुम्ही सर्वांनी रिपब्लिकमध्ये येऊन सैन्याला मिळावं,” चौकीचा अधिकारी म्हणाला. “गॉरिलाचा हा मूर्खपणा पुरे झाला आता! तुम्ही सर्वांनी आम्हाला मिळावं नि आमची शिस्त पाळावी. जेव्हा गॉरिले धाडावेसे वाटतील, तेव्हा गरज पडतील तसे इकडून धाडता येतील.”

अँड्रीजमध्ये शांतपणाचा एक विलक्षण गुण होता. तारांमधून येण्याचा प्रसंग त्यानं शांतपणे घेतला होता. तसाच आताही या प्रश्नांनी तो गोंधळून गेला नव्हता. आपल्या गॉरिला टोळ्यांबद्दल किंवा त्यांच्या कामाबद्दल याला काही माहिती नसावी, हेही त्याला बरोबर वाटलं. त्यानं मूर्खपणानं बोलावं, हेही ओघानंच आलं. हा मूर्खपणा हळूहळू जाईल, हेही त्याबरोबर धरायला हवं; पण आता त्याला घाई होती.

“ऐका,” तो म्हणाला. “तुमचं म्हणणं बरोबरही असेल; पण मला हा खलिता पस्तिसाव्या डिव्हिजनच्या सेनापतीला द्यावयाचा आहे. ती डिव्हिजन सकाळी या डोंगरावर हल्ला करणार आहे. बरीच रात्र गेली. मला वेळेवर पोहोचायला हवं.”

“हल्ला? कसला हल्ला? हल्ल्याचं तुला काय ठाऊक?”

“नाही. मला काही ठाऊक नाही; पण मला आता काही झालं तरी नवासेरेदेला गेलंच पाहिजे. तेथून मला पुढे जायचंय. तुझ्या अधिकाऱ्यांशी मला गाठ घालून दे. तो तेथून माझ्या वाहनाची सोय करील. माझ्याबरोबर कुणीतरी ओळखीसाठी दे म्हणजे उशीर होणार नाही.”

“तू सांगतो आहेस; पण अजून माझा विश्वास बसत नाही,” तो म्हणाला. “तू खाली तारेशी असतानाच तुला गोळी घातली असती, तर भानगडच नसती.”

“भाई! तू माझे कागद पाहिलेस. मी तुला माझं काम काय, तेही सांगितलंय,” अँड्रीज शांतपणे म्हणाला.

“कागद खोटे करता येतात,” चौकीचा अधिकारी म्हणाला. “कुणाही फॅसिस्टाला असलं काम बनवून सांगता येईल. मी स्वतः तुझ्याबरोबर कमांडरकडे येतो.”

“उत्तम!” अँड्रीज म्हणाला. “तू येतोस हे उत्तम! आता घाई कर.”

“ए, मला हुकूम सोडतोस काय?” अधिकारी म्हणाला. “तुला तुझी कामं कळतात तशी मला माझी कळतात.” आपल्या माणसांकडे वळून तो म्हणाला, “ए! या भाई म्हणवणाऱ्याला मी कमांडरकडे नेतोय.”

टेकडीच्या माथ्यामागील उथळ खंदकाच्या खाली ते निघाले. उतारावर असलेल्या खड्ड्यातून, अंधारातच. टेकडी राखणाऱ्या लोकांची सगळ्या विधींची घाण अँड्रीजच्या नाकात शिरली. तिरपं डोकं असलेल्या मुलासारखे हे धोकेबाज लोक त्याला आवडले नाहीत. घाण, गलिच्छ, बेशिस्त, मूर्ख, दयाळू, प्रेमळ, अडाणी; पण हातात शस्त्र आल्यामुळे धोकेबाज. लोकसत्ताकाच्या बाजूनं असण्याशिवाय अँड्रीजला राजकारणाचं काही नव्हतं. या लोकांतलं बोलणं त्यानं पुष्कळदा ऐकलं होतं. ते पुष्कळदा ऐकायला छान, सुंदर असे; पण खुद्द त्याला ते आवडलं नव्हतं. ‘स्वतःची घाण न पुरणं हे काही स्वातंत्र्य नव्हे,’ त्याच्या मनात आलं. ‘मांजर सर्वांत जास्त अराजक आहे. मांजरापासून हे काही शिकत नाहीत, तोपर्यंत यांच्याबद्दल आपल्या मनात आदर उत्पन्न होणार नाही.’

त्याच्या समोर पुढ्यातच चौकीचा अधिकारी चालताना एकदम थांबला. “तुझ्याजवळ अजून तुझी बंदूक आहे!”

“मग?” अँड्रीज म्हणाला. “असणारच.”

“ती इकडे दे,” चौकीचा अधिकारी म्हणाला. “माझ्या पाठीत गोळी घालशील.”

“का?” अँड्रीज म्हणाला. “तुझ्या पाठीत का गोळी घालीन मी?”

“काही नेम नाही,” अधिकारी म्हणाला. “माझा कुणावर विश्वास नाही. बंदूक इकडे दे.”

अँड्रीजनं बंदूक काढून त्याच्याजवळ दिली.

“तुलाच वाहून न्यावीशी वाटत असली–” तो म्हणाला.

बंदूक घेत अधिकारी म्हणाला, “आता ठीक. आता धोका नाही.”

अंधारातच दोघे टेकडीवरून खाली उतरले.

३७

रॉबर्ट मेरियाजवळ निजला होता नि मनगटावर वेळ चाललेला पाहत होता. वेळ कळेल न कळेल असा चालला होता, कारण घड्याळ फार लहान होतं नि सेकंदकाटा दिसत नव्हता; पण मिनिटकाट्याकडे नीट लक्ष दिलं तर त्याची हालचाल कळते, हे त्याच्या लक्षात आलं होतं; मेरियाचं डोकं त्याच्या हनुवटीखाली होतं नि घड्याळ पाहायला मान हलवली की, तिचे कापलेले केस गालावर रुळत होते. ते रेशमाच्या गुंडाळीप्रमाणं मऊ, जीव असल्यासारखे वाटत होते. सापळ्यात मार्टिन पकडल्यावर, सापळ्याचं दार उघडून, त्याला हातात घेऊन, त्याच्या अंगावरून हात फिरवताना त्याचे केस दबत वर होतात, तसं वाटत होतं. त्याचा गाल मेरियाच्या केसांवरून फिरताच त्याचा घसा दाटून आला. नि मग आपले हात तिच्याभोवती धरताच एक पोकळ वेदना अंगभर पसरली. डोकं खाली झालं– डोळे अगदी घड्याळापाशी गेले. भाल्याच्या तोंडाच्या आकाराचा चकाकणारा काटा तबकडीच्या डाव्या भागाकडे फिरत होता. काट्याची हालचाल त्याला स्पष्ट संथशी कळत होती. त्याची चाल मंद व्हावी म्हणून त्यानं मेरियाला घट्ट धरलं. त्याला ती जागी व्हायला नको होती; पण या शेवटच्या क्षणी तिला एकटंही सोडवत नव्हतं. त्यानं आपले ओठ तिच्या कानामागं टेकले नि मानेवरून फिरवीत वर नेले. तिथल्या मऊ कातडीचा नि केसांचा स्पर्श त्याला जाणवला. घड्याळाचा काटा त्याला फिरताना दिसत होता. त्यानं तिला अधिक घट्ट धरलं नि जिभेचा शेंडा तिच्या गालावरून फिरवीत कानाच्या पाळीकडे नेला. तेथून वरच्या घट्ट पोकळीकडे आणला नि त्याची जीभ थरथरू लागली. ती थरथर पोकळ वेदनांनी शरीरभर पसरली नि घड्याळाचा काटा एकदम कोन करीत तबकडीच्या डोक्यावर, तासकाट्याकडे जाताना दिसला. ती अजून झोपेतच होती नि त्यानं तिचं डोकं वळवलं. आपले ओठ तिच्या ओठांवर ठेवले. तिच्या झोपलेल्या घट्ट ओठांचा स्पर्श घेत त्याचे ओठ जरा वेळ तसेच राहिले. मग ते त्यानं हळुवार तिच्या ओठांवर फिरवले. तो तिच्या बाजूला वळला नि तिच्या शरीरभर गेलेली थरथर त्याला कळली. मग तिनं उसासा टाकला– झोपेतच नि ती झोपेतच राहिली. मग झोपेतच तिनं त्याला घट्ट धरलं. मग जागी झाली नि जागेपणीचे आपले ओठ त्याच्या

ओठांवर घट्ट मिटले नि तो म्हणाला– "तुला त्रास होईल."

ती म्हणाली, "नाही– आता त्रास नाही."

"पिल्ला!"

"नको– बोलू नको रे!"

"माझ्या पिल्ला."

"बोलू नको– बोलू नको."

मग त्यांचं मिलन झालं नि आता घड्याळावरचा काटा नकळत हलला असता, आपल्यापैकी एकाला जे होईल ते दुसऱ्याला झाल्याशिवाय राहणार नाही, ही भावना दोघांना आली. यापेक्षा अधिक विशेष काही घडणार नाही, घडणं शक्य नाही. जे त्यांना मिळणार नव्हतं, ते मिळत होतं. त्यांना आता मागे, नेहमी नि आता मिळत होतं. हा क्षण हाच क्षण; हा क्षण– हाच हाच हाच! हा क्षण– हा क्षण– फक्त हा क्षण– सर्व क्षणांचा हा क्षण! या क्षणाशिवाय दुसरा क्षण नाही. हा क्षण प्रेषिताचा आहे. हा क्षण– हा क्षण शाश्वत क्षण. ये क्षणा, ये! कारण तुझ्याशिवाय क्षण नाही. हा क्षण– फक्त हाच– दुसरा नाही. हाच क्षण आहे. एक फक्त एकच. दुसरा एक नाही– हा फक्त एक. एक चाललेला– उगवणारा– तरंगणारा– गतिमान– फिरणारा– विहरणारा– दूर गेलेला– खूप दूर गेलेला. एक नि एकच क्षण. एकम् एकम् एकम्– अजून एकम्– अजूनही एकम्च. उतरता एकच– हळुवार एकच– हवासा एकच. पृथ्वीवरचा एकच– देवदाराच्या कापलेल्या फांद्यांचा– झोपलेल्या फांद्यांचा– कोपरं ठेवलेल्या फांद्यांचा, फांद्यांच्या वासाचा, वर चढणाऱ्या वासाचा नि रात्रीचा, नि शेवटी जमिनीवर ठाकलेला नि दिवसाचं आगमन होत असलेला. मग तो म्हणाला, (कारण आतापर्यंत बोलला असं काहीच नव्हतं) "मेरिया! माझं प्रेम आहे तुझ्यावर, मला किती आवडतेस तू! फार दिलंस मला तू आज!"

मेरिया म्हणाली, "बोलू नको– बोलू नये असं."

"बोलायलाच हवं– फार सुख–"

"नाही."

"पिल्ला!"

तिनं त्याला घट्ट धरलं नि डोकं मागे केलं. त्यानं हळूच विचारलं, "दुखलं का पिल्ला?"

"नाही," ती म्हणाली–

"पुन्हा आनंदात न्हाऊन निघाल्याचं मला वाटतंय."

नंतर ते शांत पडून राहिले. एकमेकांच्या घोट्याला घोटा– गुडघ्यास गुडघा– खांद्यांना खांदे लावून. रॉबर्ट जॉर्डननं घड्याळ दिसेल असं ठेवलं नि मेरिया म्हणाली, "आपलं दैव चांगलं."

"हो!" तो म्हणाला. "आपण नशीबवान आहोत."

"झोपायला वेळ नाही आता."

"नाही. आत्ता सुरू होईल काम."

"उठायचंच असलं तर लवकर उठून खाऊन घे काही."

"ठीक आहे."

"ए, तुला काहीच काळजी वाटत नाही का रे?"

"नाही."

"खरंच?"

"खरंच नाही– आत्ता नाही."

"पण आधी वाटत होती."

"थोडा वेळ."

"माझी मदत होईल तुला?"

"नाही," तो म्हणाला. "तुझी खूप मदत झाली आहे."

"याचं म्हणतोस? हे तर माझ्यासाठी झालं."

"दोघांसाठी," तो म्हणाला. "एकटं कुणी नसतं. ऊठ पिल्ला! कपडे घालू."

आता तो मेरियाशी बोलत होता; पण त्याचा खरा मित्र त्याचं मनच होतं. नि ते 'ला ग्लोरिया'चा विचार करीत होतं. आनंदात न्हाऊन गेल्याचं म्हणताना तिनं 'ला ग्लोरिया' शब्द वापरला. त्याचा 'कीर्ती' किंवा फ्रेंच लोक लिहितात किंवा वापरतात त्या 'ला ग्लोरिया'शी संबंध नव्हता. कान्तो होंदो किंवा साएतासमध्ये जो आहे तो अर्थ त्याला होता. ग्रेसोमध्ये आणि अर्थातच सॅन वॉन द ला क्रुझमध्ये नि दुसरीकडेही त्याच अर्थानं तो आहे. आपण काही मांत्रिक नाही; पण ती भावना नाही म्हणणं हे टेलिफोनच नाही किंवा पृथ्वी सूर्याभोवती फिरत नाही किंवा दुसरे ग्रहच नाहीत, असं म्हणण्यासारखं आहे.

'अज्ञातातलं आपल्याला किती ठाऊक आहे? आज मृत्यू होणार तो टळून खूप जगावंसं माझ्या मनात येतंय. कारण या चार दिवसांत आयुष्याचं आपण फार शिकलो. आधीच्या सगळ्या वर्षांहून जास्त शिकलो आहोत. म्हातारं होऊन सारं ज्ञान यायला आपल्याला फार आवडेल. आपण सारखे शिकतच असतो. आयुष्यातली एकेकाची शिकण्याची मर्यादा असते? ज्या गोष्टी आपल्याला कळत नाहीत, त्या कळल्या आहेत असं आपल्याला वाटत होतं. आणखी काळ मिळाला तर!'

"तू मला फार शिकवलंस पोरी!" तो इंग्रजीत म्हणाला.

"काय म्हणालास?"

"तुझ्याजवळून मी फार धडे घेतले."

"काय बोलणं!" ती म्हणाली. "तूच माझ्यापेक्षा जास्त शिकलेला आहेस."

'शिकलेला!' त्याच्या मनात आलं. 'शिक्षणाची थोडीशी कुठं सुरुवात आपण केली. थोडीशीच! जर आज आपण मेलो तर सारं व्यर्थ जाईल, कारण आता थोडं ज्ञान आपल्याला आलं आहे. अशाच वेळी आपण शिकतो, कारण वेळ थोडा असल्यानं आपण तल्लख राहत असलो पाहिजे. अर्थातच वेळ थोडा किंवा फार असा असू शकत नाही. आपल्याला हे कळायला हवं. आता इथं मी या टेकड्यांत राहिलो. ॲन्सेल्मो मला जुना दोस्त वाटू लागला आहे. चार्ल्स, चब किंवा गाय यांच्यापेक्षा मी इथल्यांना जास्त जाणतो. घाणेरड्या तोंडाचा आगस्तीन माझा भाऊच आहे. आपल्याला भाऊ नव्हता. मेरिया तर हृदय नि माझी पत्नी आहे. खरं प्रेम मला कधी मिळालं नव्हतं. आपल्याला पत्नीही नव्हती. ती माझी बहीणही आहे. आपल्याला बहीण नव्हती. माझी मुलगीही तीच आहे. आपल्याला मुलगी कधी होणार नाही. इतक्या चांगल्या गोष्टी सोडून जाणं जिवावर येतं.' आपले सोलाच्या तळाचे बूट बांधणं त्यानं पुरं केलं.

"आयुष्यात गंमत आहे," तो मेरियाला म्हणाला. ती त्याच्याशेजारी थैलीवर बसली होती. हात आपल्या गुडघ्यांभोवती अडकवले होते. गुहेच्या तोंडावरचं ब्लँकेट कुणीतरी दूर केलं नि दोघांनी आतला उजेड पाहिला. अजून रात्र होती. सकाळची काहीच चिन्हं नव्हती. फक्त त्यानं वर पाहिलं तेव्हा देवदारांमधून खाली उतरलेले तारे त्याला दिसले. या महिन्यात सूर्य लवकर उगवत राहील.

"रॉबर्टो!" मेरिया म्हणाली.

"काय पोरी?"

"आज आपण दोघे बरोबर राहणार ना?"

"काम सुरू झाल्यानंतर."

"सुरू होण्याच्या वेळेला नाही?"

"नाही. तू घोड्याशीच राहायचं."

"तुझ्याबरोबर नाही?"

"नाही. माझं मलाच केलं पाहिजे, असं ते आहे. तू तिथं असलीस तर मी तुझीच काळजी करीत राहीन."

"मग काम आटोपल्यावर लगेच येशील?"

"लगेच," तो म्हणाला नि अंधारात हसला. "चल पोरी, जाऊन खाऊ या!"

"तुझी थैली?"

"गुंडाळ, तुला वाटली तर."

"मला वाटते."

"मी हात देतो."

"नको. मला एकटीला गुंडाळू दे."

थैली उलगडून पसरून गुंडाळण्यासाठी ती खाली वाकली. मग विचार बदलून ती उभी राहिला नि तिनं फडफडत झाडली. मग पुन्हा सरळ अंथरायला नि गुंडाळायला वाकली. रॉबर्ट जॉर्डननं दोन्ही थैल्या उचलल्या. त्यांच्या फाटक्यातून काही न सांडेल अशा जपून धरल्या. देवदाराच्या गुहेच्या तोंडाकडे तो निघाला. तोंडाशी धुरकट ब्लँकेट टांगलेलं होतं. आपल्या कोपरानं त्यानं ब्लँकेट बाजूला केलं नि तो गुहेत शिरला, तेव्हा त्याच्या घड्याळात तीनला दहा मिनिटं कमी होती.

३८

दोघे आता गुहेत आली होती. मेरिया वारा घालत होती तिथं चुलीपुढे पुरुषमंडळी उभी होती. पिलरनं भांड्यात कॉफी तयार ठेवली होती. रॉबर्ट जॉर्डनला जागं केल्यावर ती झोपलेली नव्हती. धुरानं भरलेल्या त्या गुहेत आता ती रॉबर्ट जॉर्डनची चिरलेली पिशवी शिवत होती. एक पिशवी शिवूनही झाली होती. चुलीचा उजेड तिच्या तोंडावर पडला होता.

''आणखी खीर घे,'' ती फेरनॅन्डोला म्हणाली. ''खूप पोट भरून काय बिघडणार आहे? पोट चिरलं जाईल, तेव्हा डॉक्टरही असणार नाही.''

''असलं काही या वेळी बोलू नको बये!'' आगस्तीन म्हणाला. ''तुझी जीभ वाह्यात आहे.''

तो ऑटोमॅटिक बंदुकीशी वाकला होता. बंदुकीचे पाय नळीशी मिटलेले होते. त्याचे खिसे हातबॉम्बनं भरून गेले होते. पॅन्सचं एक पोतं त्याच्या खांद्यावरून लोंबत होतं. दुसऱ्या खांद्यावर दारूगोळ्यानं भरलेला तोस्तानचा पट्टा होता. तो सिगारेट ओढत होता नि एका हातात कॉफीचं भांडं होतं. ते तोंडाकडे नेत असताना त्यानं त्याच्या काठावरूनच धूर सोडला.

''तू चालतंफिरतं दुकानच झाला आहेस,'' पिलर त्याला म्हणाली. ''हे ओझं घेऊन शंभर यार्डही जाता येणार नाही तुला.''

''का बरं बये?'' आगस्तीन म्हणाला. ''सगळा उतार तर आहे!''

''चौकीकडे चढण आहे,'' फेरनॅन्डो म्हणाला. ''उतार सुरू व्हावयाच्या आधी तो चढ लागेल, त्याचं?''

''मी बकरीसारखा चढेन, तो.'' आगस्तीन म्हणाला.

''तुझ्या भावाचं काय?'' त्यानं एलॅडिओला विचारलं. ''तुझ्या प्रख्यात भावानं तोंडच काळं केलेलं दिसतंय.''

एलॅडिओ भिंतीशी उभा होता.

''थोबाड बंद कर!'' तो म्हणाला.

तो नर्व्हस होता. सर्वांना ते कळतंय, हे त्याला कळत होतं. कामापूर्वी तो नेहमी नर्व्हस नि त्रासिक होत असे. भिंतीपासून हलून तो टेबलाकडे गेला नि टेबलाच्या

पायाला टेकून ठेवलेल्या कच्च्या चामड्याच्या उघड्या पेटाऱ्यातून हातबॉम्ब काढून खिशात भरू लागला.

रॉबर्ट जॉर्डन त्याच्या शेजारी पेटाऱ्याजवळ उकिडवा बसला. हात लांब करून त्यानं पेटाऱ्यातले चार हातबॉम्ब काढले. तीन अंडाकृती होते. ते मिल्स जातीचे होते. जड लोखंडी– वर खवले असलेले. आकडी लावलेल्या कॉटरपिननं त्यांची स्प्रिंग लिव्हर जागी दाबून ठेवलेली होती.

"हे कुठून आले?" त्यानं एलॅडिओला विचारलं.

"ते? ते रिपब्लिकमधून आले आहेत. म्हाताऱ्यानं आणले."

"कसे आहेत?"

"प्रत्येक लाख मोलाचा आहे." एलॅडिओ म्हणाला.

"हो. मीच आणले ते," ॲन्सेल्मो म्हणाला. "एका पेटीत साठ. नव्वद पौंड, इंग्लिशा!"

"वापरून पाहिलेत ते?"

"काय प्रश्न! म्हणे, वापरून पाहिलेत ते!" पिलर म्हणाली. "ओटेरोतल्या चौकीतल्यांना पाब्लोनं मारलं, तिथं तेच वापरले होते."

तिनं पाब्लोचं नाव तोंडातून काढताच आगस्तीननं शिव्या द्यायला सुरुवात केली. रॉबर्ट जॉर्डननं चुलीच्या उजेडात पिलरच्या तोंडावरचे भाव पाहिले.

"सोडून दे!" पिलर म्हणाली. "शिव्या देण्यानं काही होत नाही."

"यांचा बिनचूक स्फोट होतो?" रॉबर्ट जॉर्डननं करड्या रंगाचा हातबॉम्ब हातात घेतला. आपल्या अंगठ्याच्या नखानं तो त्याची कॉटरपिन वाकवण्याचा प्रयत्न करू लागला.

"बिनचूक!" एलॅडिओ म्हणाला. "आम्ही त्यातले एवढे वापरले; पण एकही फुसका निघाला नाही."

"किती वेळात उडतो?"

"हाताच्या फेकीच्या अंतरात उडतो. झटकन, अगदी झटकन."

"नि हे?"

त्यानं एक साबणाच्या डबीच्या आकाराचा बॉम्ब वर धरला. त्याला एका तारेच्या वळ्यांभोवती टेप गुंडाळलेला होता.

"ते चोथा आहेत," एलॅडिओ म्हणाला. "ते उडतात. जाळही दिसतो; पण तुकडे उडत नाहीत."

"पण हे मात्र बिनचूक उडतात?"

"बिनचूक?" पिलर म्हणाली. "बिनचूक हा शब्द कुणालाच लागू नाही. त्यांच्या दारूगोळ्याला नाही. आपल्या नाही."

“पण तू तर म्हणालीस त्यांचा बिनचूक स्फोट होतो.”

“मी म्हटलं नाही तसं,” पिलर म्हणाली. “तू दुसऱ्याला विचारलंस. मला नाही. त्या सामानात अचूक काही असलेलं माझ्या तरी पाहण्यात नाही.”

“ते सगळे बॉम्ब उडालेत,” एलॅडिओ म्हणाला. “खरं बोल जरा बये!”

“सगळे उडालेले तुला कसे कळले?” पिलर म्हणाली. “पाब्लोनं ते फेकले. ओटेरोत तू तर एकही ठार केला नाहीस.”

“बाजारबसवीचा लेक साला!” आगस्तीननं पाब्लोचं नाव ऐकताच सुरुवात केली.

“जाऊ दे!” पिलर ताडकन म्हणाली. नंतर ती म्हणाली, “सगळे सारखेच, इंग्लिशा! पण पन्हळीचे आहेत तेवढे साधे आहेत वापरायला.”

‘प्रत्येक गटात यांतला एकेक आपण वापरू,’ रॉबर्ट जॉर्डननं विचार केला. ‘पण हे पन्हळीचे बांधायला सोपे जातील नि नीट बसतीलही.’

“इंग्लिशा, तू बॉम्ब फेकणार आहेस?” आगस्तीननं विचारलं.

“का नाही?” रॉबर्ट जॉर्डन म्हणाला; पण ओणवं होऊन बॉम्ब निवडत असताना त्याचे हे विचार चालू होते– ‘सारं अशक्यप्राय आहे. ते शक्य धरून आपण स्वतःला कसं ठकवलं, हेच कळत नाही. बर्फ थांबल्यानंतर सोर्दो संपला, तेवढेच सोर्दोवर हल्ला झाल्यावर आम्ही संपलो. आपल्याला ते कबूल करवत नाही एवढंच! आपल्याला काम करत राहिलं पाहिजे. तडीस जाणार नाहीत हे ठाऊक असलं, तरी बेत आखले पाहिजेत. बेत आपणच आखलेले आहेत. ते तितकेसे चांगले नाहीत, हेही आपल्याला कळतंय. या सकाळच्या वेळी तरी ते चांगले वाटत नाहीत. आपल्याजवळ जेवढी सामग्री आहे तेवढ्यानिशी चौकी घेता येईल हे नक्की! पण दोन्ही चौक्या घेता येणार नाहीत. म्हणजे आपल्याला खात्री नाही. स्वतःला फसवू नको. दिवस उजाडल्यावर तरी नको.

‘दोन्ही चौकी घेण्याचं जमणार नाही. पाब्लोला हे प्रथमपासून कळलं होतं. तोंड काळं करण्याचं सारखं त्याच्या मनात होतं. सोर्दोवर हल्ला झाल्यावर आपले दिवस भरल्याचं त्याच्या लक्षात आलं. काही चमत्कार घडतील, अशा श्रद्धेवर कुणाला हल्ला आखता येत नाही. पहारेकऱ्यांना ठार करूनही, जवळ असलेल्या साहित्यातून चांगलं साहित्य जवळ नसलं तर पूल उडवता येणार नाही. पिलर, अॅन्सेल्मो, आगस्तीन, प्रिमितोवो, हा घाबरट एलॅडिओ, तो कवडी किमतीचा जिप्सी नि म्हातारा फेरनॅन्डा; सगळे मरतील तरी आपला पूल उडवून होईल, असं नाही. काहीतरी चमत्कार घडेल असं आपल्याला का वाटतंय? गोल्झला संदेश पोहोचेल नि हल्ला थांबेल? तसं होणार नसेल तर आपण नक्की आपल्या हुकमाची अंमलबजावणी करताना त्या सर्वांचं मरण ओढवून आणू. मेरियाचंही! त्या हुकमामुळे आपण तिलाही ठार करू. त्यातून आपल्याला तिला बाहेर काढता येणार नाही का?

पाब्लोचा सत्यानाश होवो–' त्याच्या मनात आलं.

'असा रागावू नकोस. घाबरण्याइतकंच राग येणंही वाईट. त्या मुलीबरोबर झोपण्याऐवजी तू त्या बाईबरोबर रात्रभर डोंगरात हिंडून माणसं गोळा करायला हवी होतीस.' 'खरंच,' त्याच्या मनात आलं. 'नि त्यात जर आपलं काही बरंवाईट झालंच असतं, तर पूल उडवायला आपण नसतोच. हो. म्हणूनच तू बाहेर पडला नाहीस. तुला दुसऱ्या कुणाला धाडताही आलं नाही, कारण धाडलेला कायमचा निघून गेला असता नि तुला ते परवडलं नसतं. तुला हात कमी पडला असता. हातात आहेत तेवढ्यांना सांभाळून त्यांच्यानिशी आखता येईल, तेवढाच बेत तुला आखायचा होता.

'पण तुझा बेत फसतोय. फसतोय. मी सांगतो, तो रात्री केलेला मनसुबा होता. आता दिवस झालाय. रात्रीचे मनसुबे दिवसा वाया जातात. काय? आता कळलं ना? बेत चांगला नाही.

'जॉन मॉसबीनं असल्याही प्रसंगातून मार्ग काढला असला तर? तर काय? त्यानं नक्की काढला होता; याहूनही बिकट प्रसंगातून. आणखी एक लक्षात ठेव! ऐन वेळी काही घडत असतं, त्याची किंमत कमी लेखू नको. लक्षात घे हे. जर हे काम साधलं तर भंपक ठरणार नाही; पण तू ते तसंच करावं, असं मात्र नाही. तू ते करावंस एवढंच धरलं जात नाही तर नक्की करायला हवं असं धरलं जातंय. अच्छा! मुळातच ते चूक होतं. नि एकदा एक चूक झाली की, त्याचे डोंगर होतात.'

तो वाकला होता तेथून त्यानं टेबलाच्या कडेवरून पाहिलं. मेरिया त्याला दिसली. ती त्याच्याकडे पाहून हसली. तो ओठांतच हसला नि आणखी चार हातबॉम्ब निवडून त्यानं खिशात टाकले. 'त्यांचे डिटोनेटर्स काढून आपण ते तसेच वापरू,' त्याच्या मनात आलं. 'तुकडे उडून काही बिघडेल, असं वाटत नाही. सुरुंगाच्या स्फोटाबरोबरच सारं उडेल. ते उधळले जाणार नाहीत. बॉम्ब उधळणार नाहीत, असं वाटतं. खात्री आहे, तसं होणार नाही. जरा आत्मविश्वास बाणव,' त्यानं स्वतःला म्हटलं. 'कालचा तूच ना रे? तूच ना स्वतःला नि स्वतःच्या आजोबांना शूर म्हणवून घेत वडिलांना भित्रा म्हणत होतास? आता थोडातरी आत्मविश्वास स्वतःमध्ये दाखव.'

तो पुन्हा मेरियाकडे पाहून हसला; पण ते हसणंही आता वरवरचं होतं. त्या वरवरच्या हसण्यात गालांच्या हाडांवरचं ताणलं गेलेलं कातडं त्याला कळलं.

'ती आपल्याला विलक्षण समजते,' त्याच्या मनात आलं. 'आपली घाण येऊ लागेल–' त्याला वाटलं. 'ला ग्लोरिया– नि तो सारा मूर्खांचा बाजार! तुझ्या कल्पना मात्र विलक्षण हं! इथली नाडी तू बरोबर ओळखलीस. सगळं खड्ड्यात जावो इथलं!

'आस्ते! आस्ते!' तो स्वतःला म्हणाला. 'असा संतापू नको. तीही एक सोडवणूक आहे. सोडवणुकीचे मार्ग सहज सापडतात. तुला आता दगडावर डोकं आपटायचंय. तू सगळं गमावून बसणार म्हणून झालं ते नाही म्हणण्यात हशील

नाही. पाठ मोडलेला साप स्वतःला चावतो, तसं करू नकोस. तुझी पाठ काही मोडलेली नाही. शिकारी कुत्र्या! ओरडण्याआधी जखम होण्याची तरी वाट पाहा! राग येण्यापूर्वी लढाईला तोंड लागण्याची वाट पाहा. रागाला युद्धात भरपूर वाव आहे. लढाईत तो काहीतरी उपयोगाला येईल तुझ्या.'

पिलर थैली घेऊन त्याच्याजवळ आली.

"आता झालं भक्कम," ती म्हणाली. "ते पन्हळीचे हातबॉम्ब फार चांगले आहेत इंग्लिशा, विश्वास ठेव."

"कसं वाटतंय तुला?"

तिनं त्याच्याकडे पाहिलं नि मान हलवीत ती हसली. तिचं हसू खरोखरच किती आतून आहे, असं त्याच्या मनात आलं. ते दिसलं मात्र आतून.

"चांगलं." ती म्हणाली.

मग त्याच्या शेजारी उकिडवं बसत ती म्हणाली, "आता आरंभ झाल्यावर कसं दिसतंय तुला?"

"आपण कमी आहोत संख्येनं." रॉबर्ट जॉर्डन झटकन म्हणाला.

"मलाही तेच वाटतंय," ती म्हणाली. "फार थोडेजण आहोत आपण."

मग त्याला एकट्यालाच म्हणावं, असं ती बोलू लागली. "मेरिया जबाबदारीनं घोडे धरील, माझी गरज नाही तिथं. आपण त्यांना पायबंद करून ठेवू. ते घोडदळातले घोडे आहेत. गोळीबारानं ते उधळणार नाहीत. मी खालच्या चौकीकडे जाईन नि पाब्लोकडे दिलं होतं, ते काम करीन. असं केलं की आपल्यात एकाची तरी भर पडेल."

"ठीक," तो म्हणाला. "तू अशी काहीतरी योजना करशील, असं मला वाटलंच होतं."

"इंग्लिशा!" पिलर त्याच्याकडे रोखून पाहत म्हणाली. "काळजी करू नको. सगळं ठीक होईल. आपण असं काही करणार आहोत याची शत्रूला कल्पना नाही हे लक्षात ठेव."

"हो." रॉबर्ट जॉर्डन म्हणाला.

"आणखी एक गोष्ट इंग्लिशा!" कुजबुजणं जेवढं हळू येतं तेवढ्या आवाजात पिलर म्हणाली. "हाताचं मी सांगितलं–"

"हाताचं काय?" तो रागानं म्हणाला.

"नाही, ऐक. असा रागावू नको बाळा! हाताचं जे मी सांगितलं, तो सगळा स्वतःला महत्त्व येण्यासाठी मी मूर्खपणा केला. तसं काही नाही. हात पाहणं वगैरे सारं खोटं आहे."

"जाऊ दे!" तो थंडपणे म्हणाला.

"नाही," ती कडक पण प्रेमळ सुरात म्हणाली. "हस्तसामुद्रिकाचं सोंग करते

मी. लढाईच्या दिवशी तू काळजी करत बसलेला नको आहेस मला.''

''मला तसली काळजी नाही.'' रॉबर्ट जॉर्डन म्हणाला.

पिलर म्हणाली, ''आहे, इंग्लिशा! तू फार काळजीत आहेस. चांगल्यासाठीच आहेस. इंग्लिशा, सगळं ठीक होईल. याच कार्यासाठी आपला जन्म आहे.''

''राजकीय मसाला मला नकोय.'' रॉबर्ट जॉर्डननं तिला म्हटलं.

ती पुन्हा त्याच्याकडे पाहून हसली. कडक ओठांतलं नि रुंद तोंडातलं ते हसू खरं नि सरळ होतं. ती म्हणाली, ''मला तुझ्याबद्दल फार वाटतं, इंग्लिशा!''

''पुरे कर आता!'' तो म्हणाला.

''हो!'' पिलर घोगऱ्या आवाजात कुजबुजली. ''मला कळतंय. तुला सांगायचं होतं, फक्त काळजी करू नको. आपण सगळं ठीक करू.''

''करूच,'' तो म्हणाला नि त्याच्या तोंडावरच्या कातडीचं अगदी टोकाचं टोक हसलं. ''आपण करूच. सगळं ठीक होईल.''

''केव्हा निघायचं?'' पिलरनं विचारलं.

''केव्हाही!'' तो म्हणाला.

त्यानं पिशव्यांतली एक ॲन्सेल्मोला दिली.

''कसं काय चाललंय बाबा?'' त्यानं विचारलं.

म्हातारा, पाचरीच्या ढिगातल्या शेवटच्या पाचरी तासत आला होता. रॉबर्ट जॉर्डननं दिलेल्या एका नमुन्यावरून त्यानं त्या तयार केल्या होत्या. जरूर लागलीच तर त्या अधिक करून ठेवल्या होत्या.

''ठीक,'' म्हातारा मान हलवीत म्हणाला. ''आतापर्यंत तरी ठीक चाललंय.'' त्यानं आपले हात पुढे केले. ''पाहा!'' तो म्हणाला नि हसला. त्याचे हात अगदी निश्चल होते.

''मला हात नेहमी निश्चल ठेवता येतो,'' रॉबर्ट जॉर्डन म्हणाला. ''एक बोट पुढे करा पाहू.''

ॲन्सेल्मोनं एक बोट पुढे केलं. ते बोट थरथरत होतं. त्यानं रॉबर्ट जॉर्डनकडे पाहिलं नि तो हसला.

''माझंही तेच होतं,'' रॉबर्ट जॉर्डन म्हणाला. ''ते सर्वांचं होतं.''

''सर्वांचं नाही.'' फेरनॅन्डो म्हणाला. त्यानं उजव्या अंगठ्याजवळचं बोट पुढे केलं. मग डावं पुढे केलं.

''तुला थुंकता येत नाही?'' आगस्तीननं त्याला विचारलं नि रॉबर्ट जॉर्डनकडे पाहून त्यानं डोळे मिचकावले.

फेरनॅन्डो ऐटीत खाकरला नि गुहेतच जमिनीवर थुंकला. मग थुंकी त्यानं पायानं मातीत मिळवली.

''गलिच्छ कुठला!'' पिलर त्याला म्हणाली. ''गाढवा, तुला शौर्याची शेखीच मिरवायची असेल, तर चुलीत थुंक.''

''पिलर! आपण हे ठिकाण सोडणार नसतो तर इथं थुंकलोच नसतो.'' फेरनॅन्डो शिस्तीत म्हणाला.

''तरीही कुठं थुंकायचं त्याची काळजी घे आज,'' पिलर त्याला म्हणाली. ''ती जागा तू सोडणारही नाहीस कदाचित.''

''ती काळ्या मांजरीसारखं बोलते.'' नर्व्हस वाटतं, त्यानं मस्करी केली. सर्वांनाच या वेळी काय वाटत होतं, ते त्यात दिसलं.

''मी थट्टा केली.'' पिलर म्हणाली.

''मीसुद्धा!'' आगस्तीन म्हणाला. ''पण एकदा पुलाचं सुरू झालं की बरं वाटेल.''

''जिप्सी कुठं आहे?'' रॉबर्ट जॉर्डननं एलॅडिओला विचारलं.

''घोड्याशी आहे,'' एलॅडिओ म्हणाला. ''गुहेच्या तोंडातून तो दिसेल.''

''कसं आहे त्याचं?''

एलॅडिओ हसला. ''घाबरलाय.'' तो म्हणाला. दुसऱ्याच्या भीतीचं बोलण्यामुळे त्याला धीर आला.

''ऐक इंग्लिशा!'' पिलरनं सुरुवात केली. रॉबर्ट जॉर्डननं तिच्याकडे पाहिलं. त्यानं जसं तिचं तोंड उघडलेलं पाहिलं नि त्यावर आलेला असंभाव्य भाव पाहिला, तेव्हा पिस्तुलाला हात घालत त्यानं गुहेच्या तोंडाशी उडी घेतली. तिथं ब्लँकेट बाजूला धरून पाब्लो उभा होता. बुटका, आडवा, तोंडावर खुंट वाढलेला. त्याच्या आखूड ऑटोमॅटिक बंदुकीची नळी वरच्या फ्लॅशकोनासह त्याच्या खांद्यावरून डोकावत होती. त्याचे लाल कडा असलेले बारीक डोळे खास कुणा एकाकडे पाहत नव्हते.

''काय तू?'' पिलर विश्वास न बसून म्हणाली. ''तू!''

''मीच.'' पाब्लो शांतपणे म्हणाला नि गुहेत आला.

''हॅलो इंग्लिशा!'' तो म्हणाला. ''एलिझस नि ॲलेजांद्रोच्या टोळ्यांपैकी पाच, त्यांच्या घोड्यांसह आणले आहेत.''

''एक्स्प्लोडर– डिटोनेटर्स–'' रॉबर्ट जॉर्डन म्हणाला. ''त्यांचं काय? त्या सामानाचं काय?''

''ते मी खिंडीतून खालच्या नदीत टाकून दिलं,'' पाब्लो म्हणाला. अजूनही तो खास कुणा एकाकडे बघत नव्हता. ''पण हातबॉम्ब वापरून सुरुंग लावण्याची एक युक्ती मी काढली आहे.''

''मीसुद्धा काढली.'' रॉबर्ट जॉर्डन म्हणाला.

''काही प्यायला मिळेल का?'' पाब्लोनं विचारलं.

रॉबर्ट जॉर्डननं त्याला बाटली दिली. ती घेऊन पाब्लो अधाशासारखा प्यायला.

मग हाताच्या पाठीनं त्यानं आपलं तोंड पुसलं.

"काय झालं तुम्हाला?" पिलरनं विचारलं.

"काही नाही," पुन्हा तोंड पुसत तो म्हणाला. "काही झालं नाही. मी परत आलोय."

"पण झालं होतं काय?"

"काही नाही. एक मोहाचा क्षण आला. मी निघून गेलो; पण आता परत आलो आहे."

तो रॉबर्ट जॉर्डनकडे वळला नि म्हणाला, "मुळात मी भित्रा नाही."

'पण तू इतर पुष्कळ आहेस,' रॉबर्ट जॉर्डनच्या मनात आलं. 'नसलास तरच नवल! पण तुला पाहून बरं वाटलं– गाढवाच्या लेका!'

"एलिझस नि अलेजांद्रोकडून मला पाचच काढता आले," पाब्लो म्हणाला. "इथून निघालो तसा मी घोड्यावरच आहे. तुम्हा नऊ माणसांना पुलाचं जमलं नसतं; कधीच नसतं. इंग्लिशानं जेव्हा काल रात्री समजावून सांगितलं, तेव्हाच माझ्या लक्षात आलं, कधीच जमायचं नाही नऊ माणसांना! खालच्या चौकीतच एक नाईक नि सात लोक आहेत. समजा, त्यांना आधी इशारा मिळाला किंवा त्यांनी तोंड द्यायचं ठरवलं तर..."

त्या वेळी त्यानं रॉबर्ट जॉर्डनकडे पाहिलं. "मी इथून निघून गेलो, तेव्हा मला वाटलं, तुम्ही हातात घेतलेलं काम असाध्य आहे हे तुम्हाला कळेल नि त्याचा नाद सोडाल; पण तुमचं सामान फेकून दिल्यावर मी वेगळ्या नजरेनं पाहू लागलो."

"तुला पाहून मला बरं वाटलं," रॉबर्ट जॉर्डन म्हणाला. तो त्याच्याजवळ जात म्हणाला, "हातबॉम्बचं जमलंय आमचं. सगळं जमल्यासारखंच आहे. झालं गेलं त्याचं काही राहिलं नाही आता."

"नाही," पाब्लो म्हणाला. "यापुढे मी तुझं काम करणार नाही. तू कुलक्षणी आहेस. तुझ्यामुळेच ही आपत्ती आलीय; पण सामान फेकलं नि मला फार एकटं एकटं वाटलं."

"तुझ्या ×××" पिलर म्हणाली.

"म्हणूनच तुझं काम यशस्वी व्हावं यासाठी मी दुसऱ्यांना गोळा करत हिंडलो. उत्तमातली उत्तम माणसं मी आणली आहेत. त्यांना वर ठेवून तुमच्याशी बोलणं करायला आलो आहे. ते मला पुढारी मानतात."

"तू आमच्यातला आहेस," पिलर म्हणाली. "अर्थात तुझ्या मनात असलं तर!" पाब्लोनं तिच्याकडे पाहिलं पण काही बोलला नाही. मग तो सरळ साधेपणानं म्हणाला, "सोर्दोच्या प्रसंगानंतर मी फार विचार केला. जर काम संपवायचं असेल तर आपणा सर्वांनी एकत्र राहूनच संपवलं पाहिजे; पण इंग्लिशा, ए इंग्लिशा! तू

हे सारं आमच्यावर लादलंस म्हणून मी तुझा भयंकर तिरस्कार करतो.''

''पण पाब्लो!'' फेरनॅन्डोनं सुरुवात केली. त्याचे खिसे हातबॉम्बनं भरले होते. खांद्यावर काडतुसांचं तोस्तान होतं– पावाच्या तुकड्यानं अजून तो खिरीचं भांडं पुसत होता. तो म्हणाला, ''हल्ला यशस्वी होणार नाही, असं तुला वाटतं? परवाच्या रात्री तूच म्हणालास हल्ला पार पडेल– तुला खात्री होती.''

''त्याला आणखी खीर दे.'' पिलर चिडून म्हणाली. मग तिचे डोळे सौम्य झाले. ती पाब्लोला म्हणाली, ''तुम्ही परत आलात तर!''

''होय बाई!'' पाब्लो म्हणाला.

''आम्हाला हवे आहात तुम्ही,'' पिलर त्याला म्हणाली. ''तू दिसतोस तितका फुकट गेला असशील, हे पटत नव्हतं.''

''अशी एखादी गोष्ट हातून घडल्यावर येणारा एकाकीपणा सहन होत नाही.'' पाब्लो झटकन तिला म्हणाला.

''एकाकीपणा सहन होत नाही!'' पिलर त्याला वेडावत म्हणाली.

''माझ्याशी अशी बोलू नकोस,'' पाब्लो म्हणाला. ''तुला दिसत नाही– मी परत आलो आहे? ज्युडासचं किंवा तसलं काही काढू नको. मी परत आलोय.''

''तू आणलेले लोक कसे आहेत?'' पिलरनं त्याला विचारलं. ''काही लायकीचे आहेत का?''

''चांगले भरवशाचे आहेत,'' पाब्लो म्हणाला. त्यानं संधी बघून पिलरच्या डोळ्याला डोळा दिला नि नजर वळवली.

''म्हणजे चांगले मूर्ख आहेत. मरायला, वाटेल त्याला तयार– असंच ना? तुझ्या लायकीचे ते असणार. तुझ्यासारखे.''

पाब्लोनं पुन्हा पिलरच्या डोळ्याला डोळा दिला; पण या वेळी नजर काढली नाही. आपल्या लहान, लाल कडांच्या डुकरासारख्या डोळ्यांनी टक देत राहिला.

''ए!'' या वेळी पुन्हा पिलरच्या आवाजात कौतुक आलं. ''ए! माणसात एकदा काही असलं की, काहीतरी राहतंच त्याचं.''

''ऐका!'' तिच्याकडे टक लावून पाहत पाब्लो सडेतोडपणे म्हणाला. ''ऐका! सगळ्याला मी तयार आहे!''

''आता वाटू लागलं की, तू परत आलास,'' पिलर त्याला म्हणाली. ''आता विश्वास बसला; पण तू फार वेळ दूर राहिलास, दोस्ता!''

''तुझ्या बाटलीतला आणखी एक घोट घेऊ दे,'' पाब्लो रॉबर्ट जॉर्डनला म्हणाला. ''मग आपण निघू या!''

३९

काळोखातून, टेकडीवरून नि झाडीमधून जात ते माथ्यावरच्या अरुंद खिंडीशी आले. सर्वांजवळच ओझं खूप होतं. सारे हळूहळू चढत होते. घोड्यांवरच्या खोगिरांवरही सामान लादलेलं होतं.

"जरूर वाटलीच तर कमी करता येईल," पिलर म्हणाली होती. "पण एवढं सगळं नेता आलं तर आपल्याला दुसरा तळ उभारता येईल."

"बाकीचा दारूगोळा कुठं ठेवला?" सामान बांधत असता रॉबर्ट जॉर्डननं विचारलं होतं.

"खोगिरांच्या खणात."

रॉबर्ट जॉर्डननं आपल्या जड थैल्या चाचपून पाहिल्या. हातबॉम्ब खिशात भरल्यामुळे मानेला जाकिटाची ओढ बसली होती. त्याच्या मांडीवर पिस्तुलाचं वजन होतं. सब-मशीनगनच्या क्लिप्स ठेवलेला पाटलुणीचा खिसा फुगला होता. तोंडात कॉफीची चव रेंगाळत होती. उजव्या हातात त्यानं सब-मशीनगन ठेवली होती. डावा हात वर करून पट्ट्यावरची ओढ कमी करण्यासाठी त्यानं जाकिटाची कॉलर वर ओढली.

"इंग्लिशा!" पाब्लो म्हणाला. काळोखात तो त्याच्या शेजारून चालत होता.

"काय बाबा!"

"मी आणलेले लोक आहेत ना– ते अशा समजुतीत आहेत की, मी त्यांना आणलंय तेव्हा फत्तेच होणार. त्यांचा भ्रम जाईल, असं काही बोलू नको."

"ठीक!" रॉबर्ट जॉर्डन म्हणाला. "आपली फत्तेच होईल."

"त्यांची पाच घोडी आहेत." पाब्लो सावधगिरीनं म्हणाला.

"उत्तम!" रॉबर्ट जॉर्डन म्हणाला. "सगळी घोडी आपण एकत्र ठेवू.

"ठीक." पाब्लो एवढंच म्हणाला.

'पाब्लो! तार्ससच्या वाटेवर तुझा संपूर्ण कायापालट झाला, असं मला वाटत नाही,' रॉबर्ट जॉर्डनच्या मनात आलं. 'नाही, तुझं परत येणं हा चमत्कार खराच! तुला संन्याशाची दीक्षा द्यायला काही अडचण येईल, असं वाटत नाही.'

"त्या पाचांना घेऊन सोर्दोसारखी मी खालच्या चौकीची काळजी घेईन," पाब्लो

म्हणाला. ''तार तोडून ठरल्याप्रमाणं मी पुलाकडे जाईन.''

'हे सर्व आम्ही दहा मिनिटांपूर्वीच बोललो,' रॉबर्ट जॉर्डनच्या मनात आलं. 'पुन्हा तेच सारं हा–'

''ग्रेदोसकडे सटकणं शक्य आहे,'' पाब्लो म्हणाला. ''खरं सांगू! मी त्याचा फार विचार केलाय.''

'पाब्लो! मला वाटतं, शेवटच्या थोड्या मिनिटांत तुझ्या डोक्यात काहीतरी चमकून गेलं असावं,' रॉबर्ट जॉर्डन त्याला स्वतःशी म्हणाला. 'तुला पुन्हा उपरती झाली, काही नवीन कळलं किंवा तुझं मला पटलं, असं मात्र मला पटवू पाहू नकोस. नको पाब्लो! तसलं काही पटवू नकोस.'

पाब्लोनं गुहेत येऊन पाच माणसं आणली म्हटल्यापासून रॉबर्ट जॉर्डनला अधिकाधिक बरं वाटत होतं. बर्फ पडल्यापासून जी अनर्थाची परंपरा सुरू झाली, तिचा साचा पाब्लो परत आलेला पाहण्यानं मोडला होता. पाब्लो परत आल्यापासून दैव अनुकूल झालं असं जरी अगदी वाटत नसलं, (त्याचा दैवावर विश्वास नव्हता) तरी एकदम सारं वातावरण सुधारलं होतं. पुलाचं काम उरकणं शक्य आहे, असं वाटू लागलं होतं. आतापर्यंत काम फसणार, असं खात्रीनं वाटत होतं. त्याऐवजी आता टायरमध्ये हातपंपानं हवा भरली की, तो जसा हळूहळू फुगू लागतो, तसा त्याचा आत्मविश्वास वाढू लागला होता– पहिल्यांदा थोडा फरक पडला. मग मात्र नक्की सुरुवात झाली. जशी पंपाच्या पहिल्या दाबण्यानं ट्यूब जरा जरा चुळबुळ करते; पण आता मात्र भरती धिमे धिमे वाढावी किंवा झाडात रस चढावा तसा वाढून शेवटी निर्भयतेची झलक चाटून गेली. बहुधा तिचंच रूपांतर हल्ला सुरू होण्यापूर्वी आनंद मनात दाटून येतो, त्यात होत असावं.

ही त्याला एक मोठी देणगीच होती; त्यामुळे युद्धाच्या कामाला तो लायक झाला होता. काही वाईट होणार असलं तर त्याच्याकडे दुर्लक्ष करण्यापेक्षा त्याचा तिटकारा करण्याची ताकद! दुसऱ्याची जबाबदारी घेतल्यानं किंवा वाईट तऱ्हेनं योजलेलं किंवा मूळचं चूक असलेलं काम हाती घेतल्यानं हा गुण नाहीसा होतो, कारण लढाईत पराभवाकडे दुर्लक्ष करून चालत नाही; त्यामुळे स्वतःचं वाईट होईल, एवढाच प्रश्न नसतो. तो डावलता येतो. आपण कुणी नव्हे– आपलं मरण क्षुद्र आहे, हे त्याला कळत होतं. आपल्याबरोबर दुसरं 'माणूस' आलं की, सर्व काही आलं हे तो गेल्या काही दिवसांत शिकला होता; पण आतून त्याला हेही कळत होतं की, हा अपवाद आहे. 'आपण अपवाद झालो,' त्याच्या मनात आलं. 'त्या बाबतीत आपण दैववान ठरलो. आपण तशी इच्छा केली नाही म्हणूनच ते आपल्याला लाभलं असावं; पण आज सकाळपर्यंत ते होतं, आता संपलं. आता आपल्याला आपलं काम आहे.

'आणि तू?–' तो स्वतःलाच म्हणाला. 'मध्ये काही काळ तू स्वतःला हरवला होतास, तो आता थोडा सापडलास, याचा आनंद आहे; पण अजून तुझी पहिली रया नाही. काही वेळ मला तुझी शरम वाटत होती. फक्त मी तू होतो. तू काय करतोस, ते पाहायला मी जागेवर नव्हतो. आपण दोघे बिथरलो होतो. तू, मी. दोघेही. ऊठ आता! दुतोंड्यासारखा विचार करणं सोड. एका वेळी एक. आता तू ठिकाणावर आला आहेस; पण ऐक! दिवसभर कधीही त्या पोरीचं मनात आणू नको. यापासून तिला दूर राखण्यापलीकडे, तिला वाचवायला तुझ्या हाती काही नाही. ते तू आता करतोच आहेस– जी चांगली चिन्हं दिसताहेत ती तुला पटत असली तर! आता घोडी पुष्कळ आहेत. तिच्यासाठी तुला काही चांगलं करायचंय तर पुलाचं काम व्यवस्थित कर. ते जलद उरकून तिथून सटक. तिचा विचार करून कामात अडथळा मात्र येईल म्हणून कधी तिचा विचार मनात आणू नको.'

हे सारं ठरवून झाल्यावर पिलर, रॅफेल नि घोडी यांच्याबरोबर मेरिया वर येईपर्यंत तो थांबला.

"ए पोरी!" तो मेरियाला म्हणाला. "कसं काय?"

"माझं ठीक आहे, रॉबर्टो!" मेरिया म्हणाली.

"काळजी करू नको." तो म्हणाला. बंदूक डाव्या हातात घेऊन त्यानं तिच्या खांद्यावर हात ठेवला.

"मी काळजी करत नाही." ती म्हणाली.

"सगळा बेत उत्तम आखलाय," तो म्हणाला. "रॅफेल घोडी घेऊन तुझ्याबरोबर राहील."

"ठीक," ती म्हणाली. "मी तिथं असेन."

याच वेळी घोड्यांपैकी एक खिंकाळला. खालच्या खडकांच्या तोंडाशी असलेल्या मोकळ्या जागेतून एका घोड्यानं साथ दिली. त्याचं खिंकाळणं थरथरत्या तीक्ष्ण सुरात वाढत गेलं.

समोरच्या काळोखात रॉबर्ट जॉर्डननं, नवीन आणलेल्या घोड्यांची एकत्र सावली पाहिली. जोरानं पुढे होऊन तो पाब्लोबरोबर त्यांच्याजवळ आला. नवी माणसं आपापल्या जनावराजवळ उभी होती.

"नमस्ते!" रॉबर्ट जॉर्डन म्हणाला.

"नमस्ते!" काळोखातून त्यांनी म्हटलं. त्यांची तोंडं दिसत नव्हती.

"हा तो इंग्लिश! हा आपल्याबरोबर येणार आहे," पाब्लो म्हणाला. "सुरुंगउडव्या."

यावर त्यांच्यापैकी कुणी काही म्हटलं नाही. अंधारात त्यांनी फक्त माना हलवल्या असाव्यात.

"निघायला लागू आपण, पाब्लो!" एकजण म्हणाला. "आत्ता दिवस उगवेल."

“थोडे जास्त हातबॉम्ब आणलेत ना?” दुसऱ्यानं विचारलं.

“पुष्कळ,” पाब्लो म्हणाला. “घोडी ठेवून आपण निघालो की, खिसे भरून घ्या.”

“निघू या आता,” दुसरा म्हणाला. “अर्धी रात्र आम्ही इथं वाट पाहत काढली.”

पिलर वर आली नि एकानं म्हटलं, “नमस्ते पिलर!”

“पेपे का तुम्ही?” पिलर लाडात म्हणाली. “कसं चाललंय तुझं– धनगरा!”

“उत्तम!”

“कोणतं घोडं आहे तुझं?”

“पाब्लोचा– करडा,” तो म्हणाला. “घोडा मस्त आहे.”

“चला रे!” दुसरा म्हणाला. “निघू या. इथं गप्पा मारत बसण्यात अर्थ नाही.”

“एलॅडिओ! तुझं कसं काय आहे?” तो स्वार झाला तेव्हा पिलरनं त्याला विचारलं.

“माझं काय असणार?” तो उद्धटपणे म्हणाला. “चल बाई! आम्हाला खूप कामं आहेत.”

पाब्लो मोठ्या वळू घोड्यावर बसला.

“तोंडं बंद ठेवून माझ्या मागं या,” पाब्लो म्हणाला. “घोडी बांधून ठेवायला जायचंय आपल्याला.”

४०

रॉबर्ट जॉर्डन झोपला होता त्या वेळात नि मग तो पूल उडवण्याची योजना आखत होता त्या वेळात नि नंतर तो मेरियाजवळ होता त्या वेळात, अँड्रीजनं आपल्या प्रवासात थोडीशीच प्रगती केली होती. एखादा तगडा खेडूत, आपल्या ओळखीच्या भागामधून, अंधारातही झपाट्यानं जातो तसा तो लोकसत्ताकाच्या हद्दीपर्यंत झपाट्यानं गेला होता. फॅसिस्ट सरहद्दीवरचा नि आधीचा प्रवास त्यानं झपाट्यानं आटोपला होता; पण एकदा लोकसत्ताकाच्या हद्दीत शिरताच, त्याचा प्रवास मंदावला.

साधारण पाहिलं तर, रॉबर्ट जॉर्डननं एस.आय.एम.चं सील मारून दिलेलं ओळखपत्र नि तेच सील मारलेला खलिता त्यानं दाखवायची खोटी की, इच्छित ठिकाणाकडे तो वेगानं पोहोचायला हवा होता; पण आरंभीच, पहिल्या सरहद्दीवरच या साऱ्याकडे संशयानं पाहणाऱ्या कमांडरशीच त्याची गाठ पडली.

कंपनी कमांडरच्या मागोमाग तो बटालियन्सच्या मुख्य ठाण्याकडे गेला होता. तिथला बटालियन कमांडर, चळवळीआधी तो न्हावी होता; अँड्रीजचं काम ऐकून उत्साहात आला होता. या कमांडरचं नाव गोमेझ होतं. कंपनी कमांडरनं अँड्रीजचा संशय घेतला म्हणून त्याच्या मूर्खपणाबद्दल त्यानं शिव्या दिल्या होत्या. अँड्रीजला पाठीवर थोपटलं होतं. त्याला घाणेरडी दारू दिली होती. नि मग म्हणाला होता– 'आपण पूर्वीचे न्हावी. आपल्याला गॉरिला होण्याची इच्छा होती.' मग त्यानं आपल्या मदतनिसाला उठवलं होतं. बटालियनचं त्याच्यावर सोपवलं होतं. आपल्या ऑर्डरलीला उठवून आपल्या मोटरसायकलवाल्याला बोलावलं होतं. काम लवकर व्हावं म्हणून. मोटरसायकलवाल्याबरोबर अँड्रीजला मुख्य ठाण्याकडे पाठवण्याऐवजी आपण स्वतःच त्याला घेऊन तिकडे जाण्याचं ठरवलं होतं. पुढच्या सीटला गच्च धरून अँड्रीज मोटरसायकलवर बसला होता. मग जोरानं फटफट आवाज करीत, आदळत आपटत, बॉम्बनं खड्डे पडलेल्या रस्त्यानं ते गेले होते. दुतर्फा मोठ्या झाडांमधून फटफटीच्या उजेडात त्यांचे सफेदी लावलेले बुंधे पाहत, झाडांच्या बुंध्यांवर जागोजागी, चळवळीच्या पहिल्या उन्हाळ्यातल्या लढाईत, गोळ्यांनी नि बॉम्बच्या तुकड्यांनी पडलेले ओरखडे पाहत, ते धडधडत रस्त्यानं गेले होते.

ब्रिगेडचं मुख्य ठाणं होतं त्या थंड हवेच्या गावात ते आले होते. तिथल्या घरांची छपरं उद्ध्वस्त झाली होती. रेसच्या गाडीप्रमाणे गोमेझनं फटफटीला पटकन ब्रेक लावला होता. त्यानं घराच्या भिंतीशी फटफटी टेकून ठेवली होती. तिथं एक डुलक्या घेणारा संत्री गोमेझ त्याच्यापुढून घुसताच सलाम करीत ताठ उभा राहिला होता. नकाशानं मढवलेल्या आतल्या एका खोलीत गोमेझ शिरला होता. तिथंही तसाच डुलक्या घेत असलेला एक हिरव्या चष्म्याचा अधिकारी वाचायचा दिवा, दोन टेलिफोन नि मुंदे ऑब्रेराची प्रत असलेल्या एका टेबलावर बसला होता.

गोमेझकडे पाहून तो म्हणाला, ''तुझं काय आहे इथं?''

''मला लेफ्टनंट कर्नलला भेटायचंय.'' गोमेझ म्हणाला.

''तो झोपलाय,'' अधिकारी म्हणाला. ''तुझ्या फटफटीचे दिवे मला मैलावरून दिसले होते. इथं बॉम्ब पडावेत असं तुला वाटतंयसं दिसतंय.''

''लेफ्टनंट कर्नलला बोलवा,'' गोमेझ म्हणाला. ''फार महत्त्वाची बाब आहे.''

''तो झोपलाय सांगितलं ना?'' ऑफिसर म्हणाला. ''कुठला चोर आणला आहेस तू बरोबर?'' अँड्रीजकडे मान हलवीत तो म्हणाला.

''हा एक गॉरिला आहे– सरहद्दीपलीकडचा. जनरल गोल्झसाठी त्यानं एक महत्त्वाचा खलिता आणला आहे. नावासेरिदापलीकडे जो हल्ला व्हायचा आहे त्याचा तो मुख्य आहे,'' गोमेझ उत्साहात मनापासून म्हणाला. ''कृपा करून लेफ्टनंट कर्नलला जागं करा.''

ऑफिसरनं आपल्या हिरव्या कचकड्यानं झाकलेल्या म्लान डोळ्यांनी त्याच्याकडे पाहिलं.

''सगळे वेडे आहात तुम्ही– डोकं फिरलंय तुम्हा साऱ्यांचं,'' तो म्हणाला. ''जनरल गोल्झ म्हणून मी ओळखत नाही. कुठला हल्लाही नाही. तुझ्या या माणसाला घेऊन परत बटालियनकडे जा.''

''लेफ्टनंट कमांडरला उठव– सांगितलं ना?'' गोमेझ म्हणाला. तो दात-ओठ खात असल्याचं अँड्रीजला दिसलं.

''जा खड्ड्यात!'' ऑफिसर आळसातच म्हणाला नि त्यानं तोंड वळवलं.

गोमेझनं आपलं नऊ एम.एम. स्टार पिस्तूल म्यानातून बाहेर काढलं नि त्या ऑफिसरच्या खांद्यावर टेकवलं.

''उठव त्याला, फॅसिस्टाच्या अवलादी! त्याला उठव, नाहीतर गोळी झाडतो.''

''शांत हो!'' ऑफिसर म्हणाला. ''तुम्ही सगळे न्हावी इतके उतावीळ कसे?''

टेबलावरच्या वाचण्याच्या दिव्याच्या प्रकाशात अँड्रीजनं गोमेझचा चेहरा तिटकाऱ्यानं भरलेला पाहिला; पण तो एवढंच म्हणाला, ''उठव त्याला!''

''ऑर्डरली!'' ऑफिसरनं तुच्छतेनं हाक मारली.

एक सैनिक दाराशी आला. त्यानं सलाम केला नि तो बाहेर गेला.

"तो आपल्या प्रेयसीला घेऊन बसलाय," ऑफिसर म्हणाला नि परत वर्तमानपत्र वाचू लागला. "तुला पाहून त्याला खास बरं वाटेल."

"तुझ्यासारखे लोक लढाई जिंकण्याच्या आड येतात." गोमेझ ऑफिसरला म्हणाला.

ऑफिसरनं त्याच्याकडे लक्ष दिलं नाही. तो वाचत राहिला. वाचताना शेरा मारावा तसा तो म्हणाला, "काय वर्तमानपत्र आहे हे!"

"मग तुम्ही एल् डिबेट का वाचत नाही? ते तुमच्याजोगं आहे." गोमेझ त्याला म्हणाला. त्यानं उल्लेख केलेलं वर्तमानपत्र चळवळीआधी माद्रिदमध्ये प्रसिद्ध होणारं कॅथॉलिक नेमस्तांचं मुखपत्र होतं.

"मी तुझा वरचा अधिकारी आहे हे विसरू नको. तुझा रिपोर्ट केला तर तुला जड जाईल," वर न पाहता ऑफिसर म्हणाला. "मी एल् डिबेट कधी वाचत नसतो. खोटे आळ घेऊ नको."

"नाही. तुम्ही अ आ इ ई वाचता," गोमेझ म्हणाला. "तुमच्यासारख्या लोकांमुळे अजून आपलं सैन्य नासकं राहिलंय. तुझ्यासारखे धंदेवाईक वृत्तीचे लोक आहेत ना! पण ते तसं राहणार नाही. आम्ही अडाणी नि संशयात्मा अशा लोकांच्या कचाट्यात सापडलो आहोत. आम्ही त्यातल्या पहिल्यांना शिक्षण देऊ नि दुसऱ्यांना नाहीसे करू."

"तुला त्यांना रेच देऊ म्हणायचंय," ऑफिसर अजूनही वर न पाहता म्हणाला. "इथं तुझ्या काही प्रख्यात रशियन्सचा रेच केल्याची बातमी आहे. चालू युगात इप्सम सॉल्टनं रेच दिले नसतील, एवढे हे देताहेत."

"शब्द काही वापर," गोमेझ भावनावश होत म्हणाला. "शब्द हवे ते वापर, तुझ्यासारखे नष्ट केले की झालं."

"नष्ट केले!" ऑफिसर स्वतःशी बोलावं तशा उद्धटपणे म्हणाला. "हा आणखी एक नवा शब्द कॅस्टिलिअनचा अंशही नसलेला."

"मग गोळी घालून मारले की, असं म्हणू," गोमेझ म्हणाला. "हा तर कॅस्टिलिअन शब्द आहे? हा समजतो ना तुला?"

"होय बाबा! पण इतकं मोठ्यानं बोलू नको. या ब्रिगेड स्टाफमध्ये लेफ्टनंट कर्नलशिवाय इतरही झोपले आहेत. तुझी ही भावुकता मला कंटाळवाणी झालीय. यासाठीच तर माझी हजामत मी स्वतः करीत असे. तुझ्यासारख्याशी बोलणं मला कधी आवडलं नाही."

गोमेझच्या नापिकाच्या व्यवसायावर हा शेरा होता. गोमेझनं अँड्रीजकडे पाहून मान हलवली. संताप नि तिटकारा यानं तापून त्याचे डोळे पाण्यानं चकाकत होते;

पण त्यानं फक्त आपलं डोकं हलवलं नि काही न बोलता, साठलेलं पुढच्या एखाद्या प्रसंगासाठी ठेवलं. या वर्ष-दीड वर्षांत त्याचं असं बरंचसं साठलेलं होतं. याच काळात सीरियात तो बटालियन कमांडरच्या पदाला चढला होता. आता लेफ्टनंट कर्नल रात्रीच्या पायजम्यातच खोलीत येताच तो ताठ उभा राहिला नि त्यानं सलाम ठोकला.

लेफ्टनंट कर्नलचं नाव मिरांडा होतं. तो बुटका, पांढुरक्या चेहऱ्याचा होता. त्याचं सारं आयुष्य सैन्यात गेलं होतं. मोरोक्कोत आपलं पोट बिघडवून घेत असताना माद्रिदमधल्या आपल्या बायकोशी त्याचे संबंध बिघडले होते. बायकोशी घटस्फोट घेता येत नाही, असं पाहून तो रिपब्लिकन झाला होता. (त्याचं पोट कधी सुधारेल हा प्रश्नच नव्हता.) या नागरी युद्धात तो लेफ्टनंट कर्नल म्हणून शिरला होता. त्याची एकच महत्त्वाकांक्षा होती– याच हुद्द्यावर असताना युद्ध संपवायचं. त्यानं सीरियाचं चांगलं रक्षण केलं होतं. पुन्हा सीरियावर हल्ला झाला तर त्याला तोंड देण्यापुरतं आपल्याला बोलवावं, एवढंच त्याला वाटत होतं. लढाईत त्याला बरं वाटे. मांसावर रेशन असतं, म्हणूनही असेल. सोडियम कार्बोनेटचा मोठा साठा तो जवळ ठेवी. संध्याकाळी तो व्हिस्की घेई. त्याची ठेवलेली तेवीस वर्षांची पोरगी गर्भार होती. गेल्या जुलैमध्ये ज्या ज्या पोरी सैनिकांजवळ राहिल्या होत्या, त्यांची तीच अवस्था होती. तो आता खोलीत आला. गोमेझच्या सलामाला त्यानं मान हलवली नि हात पुढे केला.

"का आलास गोमेझ?" त्यानं विचारलं. मग टेबलावरच्या ऑपरेशनच्या मुख्य असलेल्या माणसाला तो म्हणाला, "पेपी! एक सिगारेट दे!"

गोमेझनं त्याला अँड्रीजचे कागद नि खलिता दाखवला. लेफ्टनंट कर्नलनं चांगल्या वर्तणुकीच्या कागदाकडे झटकन पाहून घेतलं. अँड्रीजकडे पाहिलं; हसला नि खलित्याकडे भुकेल्या नजरेनं पाहिलं. त्यानं सीलाला स्पर्श केला. ते बोटानं चाचपलं नि चांगल्या वर्तणुकीचा कागद नि खलिता दोन्ही त्याला परत केलं.

"डोंगरातले दिवस फार खडतर असतील नाही?" त्यानं विचारलं.

"नाही, लेफ्टनंट कर्नल!" अँड्रीज म्हणाला.

"जनरल गोल्झ अगदी जवळ तुला कुठं मिळेल, हे सांगितलंय काय?"

"नावासेरेदा, लेफ्टनंट कर्नल," अँड्रीज म्हणाला. "इंग्लिश म्हणाला, त्याचं ठिकाण नावासेरेदाजवळ तिथल्या हद्दीच्या उजव्या बाजूला कुठंतरी असेल."

"कोण इंग्लिश?"

"आमच्यात आलेला इंग्लिश सुरुंगउडव्या."

लेफ्टनंट कर्नलनं मान हलवली. लढाईतली न सांगता येणारी ही आणखी एक अवचित गोष्ट– आमच्यात आलेला एक इंग्लिश सुरुंगउडव्या.

“गोमेझ! तू याला मोटारीनं घेऊन जा पाहू!” लेफ्टनंट कर्नल म्हणाला. “जनरल गोल्झच्या एस्टॅडो मेअरला माझ्या नावानं एक सणसणीत ओळखपत्र लिही. मी सही करीन.”

हिरव्या दिव्याच्या सावलीत बसलेल्या अधिकाऱ्याला तो म्हणाला, “पेपे! मशीनवर लिही. हा घे मजकूर.” त्यानं अँड्रीजला आपलं ओळखपत्र देण्याची खूण केली, “नि दोन सिलं ठोक.” तो गोमेझकडे वळला, “रात्रीचं तुला काहीतरी कडक घ्यायला पाहिजे. चढाईच्या वेळी माणसानं प्रकृतीची काळजी घ्यायला हवी. जेवढी कडक करून देता येईल तेवढी तुला देतो,” मग तो हळुवारपणे अँड्रीजला म्हणाला, “तुला काही हवंय? खायला-प्यायला?”

“नको, लेफ्टनंट कर्नल,” अँड्रीज म्हणाला. “मला भूक नाही. शेवटच्या ठाण्यावर मला कॉग्नॅक मिळालं. आता जास्त घेतली तर चढेल.”

“येताना माझ्या आघाडीवर काही हालचाल दिसली?” लेफ्टनंट कर्नलनं अँड्रीजला नम्रतेनं विचारलं.

“नेहमीसारखंच होतं, लेफ्टनंट कर्नल; शांत शांत होतं.”

“सेसेंदिलामध्ये तीन महिन्यांपूर्वी आपली गाठ पडली होती का?”

“हो, लेफ्टनंट कर्नल.”

“मला वाटलंच,” लेफ्टनंट कर्नलनं त्याच्या पाठीवर थोपटलं. “तुम्ही त्या म्हाताऱ्या ॲन्सेल्मोबरोबर होता. तो कसा आहे?”

“तो चांगला आहे, लेफ्टनंट कर्नल.”

“ठीक. बरं वाटलं ऐकून.” लेफ्टनंट कर्नल म्हणाला. ऑफिसरनं टाइप केलेला मजकूर त्याला दाखवला. त्यानं तो वाचला. सही केली. “तुम्हाला लवकर निघायला हवं,” तो गोमेझ नि अँड्रीज दोघांना म्हणाला. “बेलाशक दिवे लावून जा. एखाद्या मोटारीच्या उजेडानं काही होत नाही. काळजीनं जा. कॉम्रेड जनरल गोल्झला माझा रामराम सांगा. पेग्युरीनॉसनंतर आम्ही भेटलो होतो.”

त्यानं दोघांशी हस्तांदोलन केलं. “कागद शर्टाच्या आत बटणं लावून ठेव,” तो म्हणाला. “मोटारीत फार वारा लागतो.”

ते बाहेर गेल्यावर तो एका कपाटापाशी गेला. त्यानं एक ग्लास नि बाटली बाहेर काढली. आपल्यासाठी व्हिस्की ओतून घेतली. जमिनीवरच भिंतीशी असलेल्या एका खुजातून त्यानं त्यात पाणी ओतलं. मग ग्लास हातात घेऊन त्यातली व्हिस्की हळूहळू पीत तो भिंतीवरच्या मोठ्या नकाशासमोर उभा राहिला. नावासेरेदाच्या प्रदेशात चढाईची किती शक्यता आहे, हे तो पाहू लागला.

“गोल्झच्या जागी मी नाही– मला बरं वाटतंय.” तो टेबलावरच्या ऑफिसरला म्हणाला. ऑफिसरनं काही उत्तर दिलं नाही. नकाशावरची नजर काढून ऑफिसरकडे

पाहिल्यावर, तो हातावर डोकं टेकून झोपला आहे हे लेफ्टनंट कर्नलच्या लक्षात आलं. लेफ्टनंट कर्नल टेबलाकडे गेला नि दोन्ही बाजूचे फोन त्यानं ऑफिसरच्या डोक्याशी सरकवले. मग तो कपाटाकडे गेला. व्हिस्कीचा दुसरा हप्ता त्यानं ओतला; त्यात पाणी घातलं नि पुन्हा नकाशापुढे गेला.

गोमेझ फटफटी वळवीत असताना अँड्रीज पुढच्या सीटला गच्च धरून होता. फटफट करत फटफटी पुढे घुसली, तेव्हा वाऱ्याला तोंड देत त्यानं मान खाली घातली. आपल्या दिव्याच्या उजेडानं विभागलेल्या उंच काळ्या पॉपलर्सच्या रांगा असलेल्या रस्त्यात ती घुसली. ओढ्याकाठचा तो रस्ता धुक्यामुळे क्रमाक्रमानं अंधूक– पिवळट सौम्य दिसू लागला. रस्ता चढताच धुकं अधिक दाट होऊ लागलं होतं. पुढच्या चौकातून डोंगरावरच्या उतारावरून उतरणाऱ्या रिकाम्या ट्रक्सच्या धुडांचे दिवे दिसू लागले.

४१

अंधारात पाब्लो थांबला नि घोड्यावरून खाली उतरला. ते सारेच उतरत असताना जीनचा होणारा करकर आवाज, जड श्वास नि घोड्यांनी मान हलवताच लगामांची झालेली कणकण रॉबर्ट जॉर्डनला ऐकू आली. घोड्यांच्या शरीरांचा नि माणसांच्या न धुतलेल्या, झोपलेल्या कपड्यांचा वास आला. गुहेत राहिलेल्यांच्या धुरकट झोपाळू श्वासांचाही त्याला वास आला. पाब्लो शेजारी उभा होता. तोंडात तांब्याचं नाणं धरावं तसा कळकट, मेलेल्या दारूचा वास त्याला येत होता. त्यानं एक सिगारेट पेटवली. पेटवताना उजेड दिसू नये म्हणून तोंडावर हाताचा शंख केला. खोल झुरका घेत असताना पाब्लो हळूच बोललेला त्याला ऐकू आलं, "पिलर, हातबॉम्बचं पोतं घे. तोपर्यंत आम्ही घोडी बांधतो."

"आगस्तीन!" रॉबर्ट जॉर्डन कुजबुजला. "तू नि अॅन्सेल्मो दोघे आता माझ्याबरोबर पुलाकडे चला. मॅक्वीनाच्या पॅनचं पोतं घेतलंत?"

"हो!" आगस्तीन म्हणाला. "घेतलं म्हणजे घेतलंच."

प्रिमितोवोच्या मदतीनं पिलर घोड्यावरचं सामान काढून घेत होती. रॉबर्ट जॉर्डन तिकडे गेला. "एक पिलर!" तो मृदू आवाजात म्हणाला.

"आता काय राहिलं?" ती लाडात कुजबुजली. बोलताना तिनं घोड्याखाली लावलेला पट्ट्याचा एक हूक सोडवला.

"बॉम्ब पडलेले ऐकल्याशिवाय चौकीवर हल्ला करायचा नाही. समजलं ना?"

"किती वेळा हे सांगणार तू आता?" पिलर म्हणाली. "इंग्लिशा! तुझं आता एखाद्या म्हातारीसारखं व्हायला लागलंय."

"तुला समजलं की नाही पाहिलं; इतकंच!" रॉबर्ट जॉर्डन म्हणाला. "चौकी उडवल्यानंतर तुम्ही पुलाकडे माघार घ्यावयाची. वरून येणारा रस्ता नि माझी डावी बगल रोखून धरायची."

"पहिल्यांदा सांगितलंस, तेव्हाच समजलं सगळं." पिलर कुजबुजली. "आपल्या कामाला लाग."

"बॉम्ब पडल्याचा आवाज ऐकल्याशिवाय हलायचं नाही, गोळी झाडायची नाही; बॉम्ब टाकायचा नाही." रॉबर्ट जॉर्डन म्हणाला.

"मला अधिक छळू नको," ती धुसफुसली. "सोर्दोकडे सांगितलंस तेव्हाच समजलंय." मग रॉबर्ट जॉर्डन पाब्लो घोडी बांधत होता तिकडे गेला.

"उधळणारे घोडे तेवढे बांधलेत मी," पाब्लो म्हणाला. "यांनाही असं बांधलंय की, वादीला एक हिसका दिला की सुटतील बघ!"

"छान!"

"मी जिप्सीला नि त्या पोरीला घोडी कशी धरायची ते सांगतो." बंदुकीवर वाकून त्यांनी आणलेली माणसं एका गटात उभी होती.

"तुला समजलं सारं?" रॉबर्ट जॉर्डननं विचारलं. "की नाही समजलं?"

"समजलंय," पाब्लो म्हणाला. "चौकी उडवायची, तार तोडायची, पुलाकडे माघार घ्यायची नि तू पूल उडवेपर्यंत पूल राखायचा."

"नि बॉम्ब पडू लागेपर्यंत काही करायचं नाही."

"ठीक आहे."

"बरं! देव तुमचं रक्षण करो!"

पाब्लो स्वतःशीच जरा कुरकुरला. मग म्हणाला, "तुझ्या मॅक्वीनानं तू आमच्या पाठच्या शत्रूला रोखून धरशील, चांगलं रोखून धरशील ना इंग्लिशा? आम्ही मागे येत असताना तुझ्या छोट्या मॅक्वीनानं रोखशील ना?"

"ते तर आधी," रॉबर्ट जॉर्डन म्हणाला. "ते तर सर्वांत पहिलं."

"मग काही नाही आणखी," पाब्लो म्हणाला. "पण तेव्हा तुला फार काळजी घ्यावी लागेल, इंग्लिशा! अतिशय काळजी घेतलीस तरच जमेल."

"मॅक्वीना मीच स्वतः घेणाराय." रॉबर्ट जॉर्डन म्हणाला.

"तू दर्दी आहेस ना मॅक्वीनामध्ये? कारण केवळ पोटभर आशीर्वाद देणाऱ्या आगस्तीनकडून गोळी खाण्याची आपली तयारी नाही."

"मी चांगला दर्दी आहे. खरं सांगतो. जरी आगस्तीननं एखादी मॅक्वीना वापरली, तरी ती तो तुझ्या डोक्यावरून, अगदी वरूनवरून मारील हे मी बघेन."

"आणखी काही नाही." पाब्लो म्हणाला. मग हळूच विश्वासात घेतल्यासारखं म्हणाला, "घोडे कमी आहेत."

'कुत्रा, साला!' रॉबर्ट जॉर्डनच्या मनात आलं. 'प्रथमदर्शनी आपण त्याला ओळखळलेलं नाही, असंच त्याला वाटतंय.'

"मी पायी जाणारे नंतर," तो म्हणाला. "घोड्यांचं लफडं तुझं तू सांभाळ."

"नाही. तुझ्यासाठी घोडा आहे, इंग्लिशा!" पाब्लो हळूच म्हणाला. "आपल्या सर्वांसाठी घोडी आहेत."

"ती तुझी डोकेदुखी आहे," रॉबर्ट जॉर्डन म्हणाला. "माझ्यासाठी घोडा वगैरे ठेवू नको. बरं! तुझ्या मॅक्वीनात भरपूर गोळ्या आहेत ना?"

"हो!" पाब्लो म्हणाला. "त्या घोडेस्वाराजवळ मिळाल्या तेवढ्या सगळ्या आहेत. काल मी वर डोंगरावर ती चालवूनही पाहिली."

"आम्ही निघतो आता," रॉबर्ट जॉर्डन म्हणाला. "आम्हाला लपतछपत लवकर पोहोचलं पाहिजे जागेवर."

"आपण सगळेच निघू या." पाब्लो म्हणाला.

'या चोराच्या मनात काय बेत चाललाय?' रॉबर्ट जॉर्डन स्वतःशी म्हणाला. 'अंदाज आलाय मला; पण त्याचं पाप त्याला. माझं काही नाही त्यात. त्यानं आणलेली नवी माणसं माझ्या परिचयाची नाहीत, हे देवाचे उपकारच!'

त्यानं आपला हात पुढे करत म्हटलं, "तुझे क्षेम असो, पाब्लो!"

त्याचा हात धरायला पाब्लोनं आपला हात पुढे केला, तेव्हा रॉबर्ट जॉर्डनला वाटलं, आता होणारा स्पर्श सापासारखा किंवा महारोग्यासारखा असेल. पाब्लोचा हात स्पर्शाला कसा आहे, हे त्याला ठाऊक नव्हतं; पण काळोखात पाब्लोच्या हातानं त्याचा हात घट्ट धरला नि मोकळेपणानं दाबला. त्यानंही तो परत दाबला. पाब्लोच्या हाताचा स्पर्श चांगला वाटत होता. सकाळी एकदा आलेली विचित्र भावना त्या स्पर्शानं रॉबर्ट जॉर्डनला आली. 'आम्ही आता मित्र व्हायला हवं,' त्याच्या मनात आलं. 'मित्रामित्रांत नेहमीच नमस्कार - चमत्कार झडतात. दोन्ही गालांचं चुंबन घ्यायची इथली पद्धत सोडायची– त्याच्या मनात आलं. तसं काही आम्हाला करावं लागणार नाही, हे चांगलं आहे. मला वाटतं, जगात सगळे मित्र असेच वागतात. जसे ते एकमेकांवर प्रेमही करतात नि परस्परांचा द्वेषही करतात; पण काही असलं तरी पाब्लो विलक्षण प्राणी आहे.'

"अच्छा पाब्लो!" तो म्हणाला. त्यानं त्याचा विचित्र, टणक, जोरदार हात घट्ट दाबला. "मी तुझी पिछाडी सांभाळतो. काळजी करू नको."

"तुझं सामान लांबवल्याचं मला फार वाटतंय," पाब्लो म्हणाला. "माझं वर्तन दुटप्पी झालं."

"ते असो! पण आम्हाला जरूर होती ते तू घेऊन आलास."

"इंग्लिशा, पुलाबद्दल माझा तुझ्यावर राग राहिलेला नाही," पाब्लो म्हणाला. "तो तडीस जाणार– मला दिसतंय."

"तुमच्या दोघांत काय चाललंय? संबंध जुळवताय काय?" पिलर अंधारात एकदम त्याच्याशेजारी येत म्हणाली. "तेवढंच कमी होतं तुझ्यात," ती हे पाब्लोला म्हणाली. "इंग्लिशा, चालायला लाग बाबा! तुझा उरलासुरला दारूगोळा यानं चोरायच्या आधी निरोपाचं उरक."

"बये! तू मला ओळखलेलं नाहीस," पाब्लो म्हणाला. "इंग्लिश नि मी दोघे एकमेकांना जाणतो."

“तुला कुणी ओळखत नाही. देव नाही– तुझी आई नाही,” पिलर म्हणाली. “मीही नाही. चालायला लाग इंग्लिशा! तुझ्या मेरियाचा निरोप घे, जा! ऐनवेळी तू घाबरला आहेस, असं मला वाटतं.”

“तुझ्या ×××!” रॉबर्ट जॉर्डन म्हणाला.

“मला आईच नव्हती,” पिलर खुशीत खसखसली. “जा आता! पुलाचं एकदाचं पुरं होऊन उरकलेलं केव्हा पाहीन, असं झालंय मला.” मग ती पाब्लोला म्हणाली, “तुझ्या लोकांबरोबर जा. त्यांचा आत्ताचा निश्चय किती वेळ टिकेल कुणास ठाऊक? त्यातले दोघे तर तुझ्याहूनही नग आहेत. जा त्यांना घेऊन.”

रॉबर्ट जॉर्डननं आपली थैली खांद्यावर टाकली नि मेरियाला गाठायला तो घोड्यांकडे गेला.

“येतो पिल्ला!” तो म्हणाला. “पुन्हा भेटू.”

जणू हे सारं आपण पूर्वी एकदा म्हणालो होतो, असा भास त्याला झाला. जणू आगगाडी निघाली आहे. आगगाडी निघाली आहे नि तो प्लॅटफॉर्मवर उभा आहे.

“ये रॉबर्टो!” ती म्हणाली. “काळजी घे.”

“नक्की घेईन,” तो म्हणाला. तिचं चुंबन घेण्यासाठी त्यानं मान खाली केली नि त्याची थैली पाठीवरून घसरून पुढे आली. थैलीच्या वजनानं त्याचं डोकं तिच्या डोक्यावर चांगलंच आपटलं. टक्कर होताच त्याला वाटलं, अशी टक्करही पूर्वी एकदा झाली आहे.

“रडू नको.” तो गोंधळून म्हणाला. त्याचं गोंधळणं केवळ थैलीच्या वजनाचं नव्हतं. “नाही रडत,” ती म्हणाली. “पण लवकर परत ये.”

“गोळीबार ऐकलास तर काळजी करत बसू नकोस. खूप गोळीबार होणार आहे.”

“नाही; पण लवकर परत.”

“अच्छा, पिल्ला!” तो गोंधळून म्हणाला.

“नमस्ते रॉबर्टो!”

लहानपणी पहिल्यांदा शाळेत जाताना बिलिंग्जला जायला रेड लॉजला त्यानं गाडी पकडली होती, तेव्हापासून इतकं लहान त्याला कधी वाटलं नव्हतं. खरं तर तो शाळेत जायला भीत होता; पण ते दुसऱ्यांना कळू नये, असंही वाटत होतं. स्टेशनवर, कंडक्टरनं पेटी उचलण्यापूर्वी जरा आधीच डब्यात शिरण्यासाठी त्यानं पाऊल वर टाकलं. त्याच्या वडिलांनी त्याचा पापा घेऊन निरोप दिलेला होता. ते म्हणाले, आपण एकमेकांपासून लांब आहोत त्या काळात देव तुझी काळजी घेवो. त्याचे वडील फार धार्मिक होते. ते वाक्य ते मनापासून सरळपणे म्हणाले होते; पण त्यांच्या मिशा ओलसर झाल्या होत्या नि डोळे भरून आले होते. रॉबर्ट जॉर्डनला गोंधळल्यासारखं झालं होतं. प्रार्थनेच्या आवाजानं, वडिलांच्या पापा घेण्यानं त्याला

एकदम वडिलांहून मोठं झाल्यासारखं वाटलं होतं. आपलं दूर जाणं त्यांना सोसवत नाही, हे पाहून वाईटही वाटलं होतं.

गाडी सुरू झाल्यावर तो डब्याच्या पायरीवर उभा राहिला नि मागं पडत चाललेलं स्टेशन नि पाण्याची टाकी लहान होत चाललेली पाहू लागला. स्टेशन नि टाकी होती तिथले रूळ अगदी जवळ आले. रुळांच्या खडखड आवाजात ते अगदी लहान नि किरकोळ वाटू लागले. गाडीचा ब्रेकमन म्हणाला, "तुझ्या वडिलांना फार त्रास झालेला दिसला– बॉब!"

"हो." तो म्हणाला होता. एकीकडे तो बाहेरच्या सेजच्या झुडपांकडे पाहत होता. ती रेल्वे रस्त्याच्या कडेनं निघून, पोस्टाच्या खांबांमधून, पलीकडच्या धुळीनं भरलेल्या धावत्या रस्त्यापर्यंत गेली होती. तो सेज कोंबड्या शोधत होता.

"शाळेत जायचं तुला काही वाटत नाही?"

"नाही." तो म्हणाला होता. ते खरंच होतं.

आधी कदाचित ते खोटं असतं; पण या क्षणी तरी खरं होतं. नि आता मेरियाचा निरोप घेताना, गाडी सुटण्यापूर्वी वाटलं होतं तेवढं लहान त्याला वाटलं. आता त्याला अगदी लहान वाटलं नि गोंधळल्यासारखं झालं. शाळेत असताना, शाळेच्या कमानीजवळ एखाद्या बालमैत्रिणीचा निरोप घेताना तिचा पापा घ्यावा की नाही याचा गोंधळ व्हावा तसा त्याचा गोंधळ झाला. मग त्याच्या ध्यानात आलं की, आपल्याला निरोप घेण्याबाबत गोंधळल्यासारखं झालं नसून, निरोप घ्यायला पुढे होण्याबाबत गोंधळल्यासारखं झालं आहे. निरोप घेण्याच्या वेळी वाटलेलं गोंधळणं हे त्या शेवटच्या भेटीमुळे वाटत होतं, त्याचा भाग होता.

'पुन्हा तुला त्याच भावना येत आहेत,' त्यानं स्वतःला म्हटलं. 'ते करायला आपण बच्चे आहोत अशी भावना कुणालाच येत नाही, असं मला वाटतं. तिला काही नाव देता येत नाही. चल!' तो स्वतःला म्हणाला. 'चल! तुझ्या दुसऱ्या बाल्याला अजून अवकाश आहे.'

"राम राम पिल्ला!" तो म्हणाला. "नमस्ते पिल्ला!"

"अच्छा, माझ्या रॉबर्टो!" ती म्हणाली.

मग तो ॲन्सेल्मो नि आगस्तीन उभे होते तिकडे गेला नि म्हणाला, "ठीक?"

ॲन्सेल्मोनं आपली जड थैली वर झोकली, गुहेतून निघाल्यापासून आगस्तीननं ओझं घेतलेलं होतं. तो झाडाला टेकून उभा होता. त्याची ऑटोमॅटिक बंदूक सामानावर डोकावत होती.

"ठीक." तो म्हणाला. तिघे टेकडीवरून खाली निघाले.

"क्षेम असो, डॉन रॉबर्टो!" तिघे एकामागोमाग एक त्याच्या अंगावरून झाडीमधून गेले, तेव्हा फेरनॅन्डो म्हणाला. ते गेले तेथून थोड्या अंतरावर फेरनॅन्डो

उकिडवा बसला होता. तो मोठ्या सभ्यतेनं बोलला होता.

"तुझेही क्षेम असो, फेरनॅन्डो!" रॉबर्ट जॉर्डन म्हणाला.

"तुझ्या सगळ्या कामांत क्षेम असो," आगस्तीन म्हणाला.

"ठीक! डॉन रॉबर्टो!" फेरनॅन्डो म्हणाला. आगस्तीनकडे त्यानं लक्ष दिलं नाही.

"तो एक नमुनाच आहे, इंग्लिशा!" आगस्तीन कुजबुजला.

"मला तेच वाटतं," रॉबर्ट जॉर्डन म्हणाला. "तुला हात देऊ? गाढवासारखं ओझं आहे तुझ्यावर."

"माझं ठीक चाललंय," आगस्तीन म्हणाला. "बाबा! आपण निघालो यानंच मला केवढं बरं वाटलं."

"हळू बोला," ॲन्सेल्मो म्हणाला. "आता यापुढे थोडं नि हळू बोला."

टेकडीवरून काळजीपूर्वक खाली जाताना ॲन्सेल्मो पुढे होता. नंतर आगस्तीन, मग रॉबर्ट जॉर्डन उतरत होता. घसरू नये म्हणून तो काळजीनं पाऊल टाकत होता. सोलांच्या तळाखाली त्याला पाचोळा कळत होता. चालताना, एका पायानं झाडाच्या मुळाला ढुशा मारून तो हात पुढे करत होता नि ऑटोमॅटिक बंदुकीचं पुढे आलेलं थंड पोलादी टोक नि तिपाईचे घडी केलेले पाय चाचपत होता. मग एका कुशीनं टेकडी उतरत, रानजमिनीवरून बुटानं घसरत नि खोबणीत पाय ठेवून, आपला डावा हात पुढे करून एखाद्या झाडाच्या बुंध्याला स्पर्श करत होता. असा तोल सांभाळल्यावर बुंध्यावर एखादा गुळगुळीत भाग लागत होता नि पूर्वी घाव बसलेल्या त्या जागेवरून हात काढून घेतल्यावर चिकानं चिकट होऊन येत होता. झाडांनी झाकलेल्या टेकडीच्या प्रशस्त उतारावरून ते तिघे, रॉबर्ट जॉर्डन नि ॲन्सेल्मो यांनी जिथून पुलावर नजर ठेवली होती त्याच ठिकाणाशी आले.

काळोखात एका देवदाराशी ॲन्सेल्मो थांबला होता. त्यानं रॉबर्ट जॉर्डनचं मनगट धरलं. तो इतका हळू कुजबुजला की, रॉबर्ट जॉर्डनला ते जेमतेम ऐकू आलं. "पाहा, त्यांच्या शेगड्यात निखारे आहेत."

पूल रस्त्याशी जिथं मिळत होता तिथं खाली तो उजेड आहे हे रॉबर्ट जॉर्डनला कळत होतं.

"इथूनच आपण लक्ष ठेवलं होतं." ॲन्सेल्मो म्हणाला. त्यानं रॉबर्ट जॉर्डनचा हात झाडाच्या बुंध्यावरील एका घावाला स्पर्श होईपर्यंत वाकवला, "तू पाहत होतास तेव्हा मी खूण ठेवली. तू मॅक्वीना ठेवायची म्हणालास ती जागा उजवीकडे आहे."

"तिथंच ठेवू या ती."

"ठीक."

"देवदारांच्या बुंध्यामागं त्यांनी आपल्या थैल्या ठेवल्या. दोघे ॲन्सेल्मोच्या मागे एका सपाट जागेकडे गेले. तिथं फुटू लागलेल्या देवदारांचा एक पुंजका झाला होता."

“इथंच!” ॲन्सेल्मो म्हणाला. “बरोबर हीच जागा.”

“उजाडताच इथून सुरू,” लहानलहान देवदारांच्या मागे ओणवा झालेला रॉबर्ट जॉर्डन आगस्तीनशी कुजबुजला. “तुला समोर एक रस्त्याचा लहानसा भाग नि पुलाचं तोंड दिसेल. पुलाचा पसारा दिसेल नि पुलापलीकडच्या रस्त्याचा एक लहान भाग पुढच्या खडकाशी वळण घेताना दिसेल.”

आगस्तीन काही बोलला नाही.

“आम्ही पूल उडवण्याची तयारी करेपर्यंत तू इथं पडून राहायचं. वर किंवा खालून शत्रू आला तर गोळी घालायची.”

“उजेड कुठं आहे तो?” आगस्तीननं विचारलं.

“अलीकडच्या चौकीत.” रॉबर्ट जॉर्डन कुजबुजला.

“पहारेकऱ्यांचं कुणाकडे आहे?”

“हा म्हातारा नि मी– आमच्याकडे. तुला सांगितलंच; पण आम्ही त्यांच्याशी लढा देणार नाही. ते दिसले की, तू त्यांच्या चौकीत किंवा त्यांच्यावर गोळ्या घालायच्या.” “हो! तू सांगितलंस ते.”

“पुलाच्या स्फोटानंतर पाब्लोचे लोक त्या कोपऱ्यावरून येतील. त्यांच्या मागे शत्रू आला तर पाब्लोच्या डोक्यावरून गोळीबार करायचा. खूप डोक्यावरून. काही झालं तरी शत्रू त्यांच्या अंगाशी येता कामा नये. समजलं?”

“का नाही समजणार? तू रात्री सांगितल्याप्रमाणेच आहे सारं.”

“काही शंका?”

“नाही. माझ्याजवळ दोन थैल्या आहेत. शत्रूला दिसणार नाही अशा त्या वरून भरून इथं आणता येतील.”

“पण खणूबिणू नको. वरच्यासारखंच इथं लपून राहायला हवं.”

“नाही. मी थैल्यांतूनच काळोखात माती आणीन. पाहशीलच तू. मी खड्डे असे बुजवीन की, ते दिसणारच नाहीत.”

“तू फार जवळ आहेस. दिवसाउजेडी असा उंचवटा खालून दिसतो.”

“काळजी करू नको, इंग्लिशा! तू कुठं निघालास?”

“मी खाली, अगदी पुढे मॅक्वीना घेऊन जातोय. म्हातारा खिंड ओलांडून, पलीकडच्या चौकीच्या तयारीनं जाईल. तिचं तोंड त्या बाजूला आहे.”

“आणखी काही नाही. नमस्ते इंग्लिशा! तंबाखू आहे?”

“विडी ओढू नको. तू फार जवळ आहेस.”

“ओढायला नाही. तोंडात धरायला. ओढायची नंतर.”

रॉबर्ट जॉर्डनने आपली सिगारेटची पेटी त्याला दिली. आगस्तीननं त्यातल्या तीन सिगारेट्स घेतल्या नि आपल्या टोपीच्या पुढच्या कप्प्यात ठेवल्या. त्यानं

तिपाईचे पाय पसरले. बंदुकीची नळी खालच्या देवदारांकडे केली नि चाचपत आपलं सामान काढू लागला. हव्या त्या वस्तू हव्या तिथं ठेवू लागला.

तो म्हणाला, "आता काही नकोय मला."

अॅन्सेल्मो नि रॉबर्ट यांनी त्याला तिथं सोडलं नि ते आपल्या थैल्यांकडे गेले.

"थैल्या कुठंतरी नीट ठेवू या का?" रॉबर्ट जॉर्डन कुजबुजला.

"मला वाटतं, इथंच ठेवाव्यात. तुझ्या मॅक्वीनानं इथून पहारेकऱ्यांवर मारा करायला जमेल?"

"आपण त्या दिवशी इथंच होतो का?"

"हेच ते झाड." अॅन्सेल्मो इतक्या हळू म्हणाला की, रॉबर्ट जॉर्डनला ते जेमतेम ऐकू आलं नि पहिल्या त्या दिवशी तो जसं ओठ न हलवता बोलत होता तसंच आता बोलला, हे त्याच्या लक्षात आलं. "चाकूनं मी खूण करून ठेवली."

रॉबर्ट जॉर्डनला पुन्हा हे सारं एकदा घडून गेल्याची भावना आली; पण या वेळी ती त्यानं पुन्हा तोच प्रश्न विचारला नि अॅन्सेल्मोनं तेच उत्तर दिलं त्यामुळे आली. आगस्तीनशी बोलताना हेच झालं होतं. उत्तर ठाऊक असूनही त्यानं पहारेकऱ्यांचं विचारलं होतं.

"फारच जवळ पडतंय हे– फारच जवळ," तो कुजबुजला. "पण उजेड आपल्या मागं आहे. आपण सुखरूप आहोत."

"मग मी खिंड ओलांडून जातो नि तिकडे आपल्या जागेवर जाऊन बसतो." अॅन्सेल्मो म्हणाला. तो पुढे म्हणाला, "माफ कर इंग्लिशा! मी चूक होऊ नये म्हणून पुन्हा म्हणतोय. माझं चुकत असलं तर बघायला."

"काय?" रॉबर्ट जॉर्डननं अगदी हळू विचारलं

"सांगितलेलं पुन्हा सांग– म्हणजे चूक होणार नाही माझी."

"मी गोळी झाडताच तू झाडायची. तुझा माणूस मारलास की, पूल ओलांडून माझ्याकडे ये. मी तेथे थैल्या नेऊन ठेवीन. सुरुंग लावायच्या वेळी मी सांगेन तसं कर. मी सगळं सांगेन. मला काही झालंच तर मी दाखवल्याप्रमाणे करत राहा. सावकाश, वेळ घेऊन, चांगलं काम कर, लाकडी पाचरीच्या चांगल्या पाचरी मार नि हातबॉम्ब घट्ट आवळून बांध."

"ते कळलंय मला चांगलं," अॅन्सेल्मो म्हणाला. "सगळं चांगलं आठवतंय. मी निघतो. उजाडल्यावर व्यवस्थित लपत जपून राहा, इंग्लिशा!"

"जेव्हा गोळी झाडशील–" रॉबर्ट जॉर्डन म्हणाला. "तेव्हा थांब नि खात्री करून घे. तो माणूस समजू नको; निशाण समज. गोळी सबंध माणसावर झाडू नकोस; एका भागावर झाड. जर त्याचं तोंड तुझ्याकडे असेल तर पोटाच्या मध्यावर झाड. पाठ असेल तर पाठीच्या मध्यावर! ऐकून घे बाबा! मी गोळी झाडताना तो बसलेला

असेल तर धावण्यापूर्वी किंवा पडण्यापूर्वी उभा राहील, तेव्हा गोळी घाल. बसला असेल तर गोळी घाल; पण खात्री करून घाल. थांबू नको. पन्नास यार्डांच्या आत जा. तू शिकारी आहेस, तुझा प्रश्न नाही.''

''तुझ्या हुकमाप्रमाणे सर्व करीन.'' ॲन्सेल्मो म्हणाला.

''हो. माझा तसा हुकूम आहे.'' रॉबर्ट जॉर्डन म्हणाला.

'हुकूम म्हणून म्हणायचं आपल्याला आठवलं, हे बरं झालं–' त्याच्या मनात आलं. 'त्याला त्यामुळे सोपं जाईल. त्यानं त्याचा काहीसा दोष कमी होईल. तसं होईल, धरू या! हत्येबद्दल तो पहिल्या दिवशी काय म्हणाला, आपण विसरलो.'

''माझा तसा हुकूम आहे,'' तो म्हणाला. ''जा.''

''भेटू या पुन्हा,'' ॲन्सेल्मो म्हणाला. ''लवकरच भेटू इंग्लिशा!''

''लवकरच बाबा!'' रॉबर्ट जॉर्डन म्हणाला. त्याला रेल्वे स्टेशनवर आलेले आपले वडील आणि तेव्हाचा निरोपातला ओलावा आठवला. नि आता तो नमस्ते, रामराम किंवा सांभाळून राहा वगैरे काही म्हणाला नाही.

''बंदुकीच्या नळीतलं तेल पुसलंस म्हाताऱ्या?'' तो कुजबुजला. ''पूस. नाहीतर नेम चुकेल.''

''गुहेतच पुसलं,'' ॲन्सेल्मो म्हणाला. ''काडी घालून सगळ्या व्यवस्थित पुसल्या आहेत.''

''भेटू पुन्हा.'' रॉबर्ट जॉर्डन म्हणाला. म्हातारा सोलाच्या बुटांवर चालत, आवाज न करता, झाडांमधून वळसे घेत निघून गेला.

रॉबर्ट जॉर्डन पाचोळ्याच्या जमिनीवर पडून राहिला. पहाटवाऱ्याच्या पहिल्या हालचालीने होणारी फांद्यांतली सळसळ ऐकू लागला. सब-मशीनगनमधील क्लिप बाहेर काढली नि लॉक पुढे-मागं केलं. लॉक उघडून ठेवून त्यानं काळोखात बंदूक वळवली नि नळी ओठाशी नेऊन तिच्यातून फुंकर घातली. भोकाच्या टोकाला त्याच्या जिभेचा स्पर्श झाला नि नळीचं पोलाद जिभेला कळकट नि तेलकट लागलं. त्यानं बंदूक हातावर ठेवली. ठेवताना पाचोळा किंवा घाण आत जाऊ नये म्हणून हलणारे भाग वर केले. मग अंगठ्यानं लोटून सगळी काडतुसं काळोखात चाचपून, बोटात फिरवीत त्यानं परत दाबून क्लिपमध्ये सारली. आता पुन्हा क्लिप हाताला जड लागू लागली. त्यानं ती परत मशीनगनमध्ये बसवली. नि कट आवाज करून ती आपल्या जागी बसल्याचं नक्की केलं. तो आपल्या पोटावर देवदाराच्या बुंध्यांमागं पडला होता. बंदूक त्याच्या मनगटावर होती. तो तसाच खाली दिसणाऱ्या उजेडाच्या ठिपक्याकडे पाहत राहिला. उजेडाचा ठिपका मधूनच दिसे, मधूनच नाहीसा होई. मग त्याला कळे चौकीतला माणूस चुलीपुढे आला आहे. पडल्यापडल्याच रॉबर्ट जॉर्डन उजाडण्याची वाट पाहू लागला.

४२

पाब्लो डोंगराकडून घोड्यावरून गुहेकडे परत आला नि त्यानं आणलेली माणसं, आपल्या बांधलेल्या घोड्यांजवळ वर वाट पाहत थांबली, त्या वेळात अँड्रीजनं गोल्झच्या मुख्य ठाण्याच्या दिशेनं बराच प्रवास उरकला होता. नावासेरेदाच्या मोठ्या रस्त्याला ते मिळाले होते. त्या नाक्यावर डोंगराकडून परत येत असलेल्या ट्रक्सची तपासणी होत होती; पण तपासणीच्या अधिकाऱ्याला गोमेझनं लेफ्टनंट कर्नल मिरांडाचं ओळखपत्र दाखवलं होतं. त्या अधिकाऱ्यानं त्यावर बॅटरीचा उजेड पाडला होता. बरोबर असलेल्या दुसऱ्या संत्र्याला ते दाखवलं होतं नि ते परत करून सलाम केला होता.

"जा!" तो म्हणाला. "पण दिवे मालवून जा."

मोटरसायकल पुन्हा धडधडत निघाली. अँड्रीजनं पुढच्या सीटला घट्ट धरून ठेवलं. ते मोठ्या रस्त्यानं चालले होते. गोमेझ जपून मोटरसायकल चालवत होता. कुठल्याही ट्रकला उजेड नव्हता. त्यांचा लांबचा लांब ताफा खाली उतरत होता. समोरून माल भरलेले ट्रक्सही येत होते. सर्वांचीच धूळ इतकी उडत होती की, त्या काळोखात अँड्रीजला काही दिसत नव्हतं. येणारे धुळीचे लोट तोंडावर कळत होते नि त्याची दाताखाली कचकच लागत होती.

आता ते एका ट्रकच्या मागच्या फळीला अगदी चिकटून चालले होते. मोटरसायकल फटफटत होती; मग गोमेझनं तिचा वेग वाढवला नि तो बाजूनं पुढे निघाला. एका ट्रकच्या पुढे, मग दुसऱ्या, मग तिसऱ्या, असे ते जाऊ लागले. समोरून येणाऱ्या ट्रक्स डावीकडून त्यांच्या अंगावरून धडधडत जातच होत्या. आता त्यांच्यामागे एक मोटरसायकल आली नि तिनं मोटारींच्या धडधडत्या आवाजावर आपला कर्णा चढवला. आपल्या एक्झॉस्टनं पुनःपुन्हा धूळ उडवली. मग आपले दिवे लावले. दिव्यांच्या उजेडात उडालेली धूळ पिवळ्या भिंतीसारखी दिसली. दिवे लावून, आपले गिअर्स घुमवीत, पोंगा वाजवीत, दम देत, उद्दामपणे ती मोटासायकल त्यांच्यापुढे घुसली.

पुढे सगळ्या ट्रक्स थांबल्या होत्या. ॲम्ब्युलन्स गाड्यांवरून, चिलखती गाड्यांवरून, जाताजाता एक थांबली, दुसरी थांबली, तिसरी, चौथी करीत सगळेच थांबले. पत्र्याच्या बंदूकधारी कासवाप्रमाणे सगळ्या उडालेल्या धुळीत थांबल्या नि दुसरी तपासणी आलेली

कळली. तिथं टक्कर झाली होती. आधी एक ट्रक थांबली होती. मागून आलेल्या ट्रकला ती कळली नव्हती. मागची पुढचीमध्ये घुसली होती. नि पुढचीच्या मागच्या भागाची मोडतोड होऊन, आतल्या दारूगोळ्याच्या पेट्या रस्त्यावर फेकल्या गेल्या होत्या. त्यांतली एक फुटलीही होती. गोमेझ नि अँड्रीज थांबले. त्यांनी थबकलेल्या वाहनांमधून वाट काढत, मोटरसायकल हातानं लोटत आपली ओळखपत्रं दाखवण्यासाठी तपासणीच्या जागी नेली. मोडलेल्या ट्रकमधून, धुळीमध्ये रस्ताभर काडतुसांची हजारो पितळी टोपणं पसरली होती. त्यांवरून चालत अँड्रीज पुढे झाला. मागच्या ट्रकचा रेडिएटर टकरीनं पुरा चेंदला गेला होता. तिच्या मागची ट्रक टेलगेटला लागून उभी होती. तिच्यामागे आणखी शंभर ट्रक्स साचत चालल्या होत्या. एक उंच बूट घातलेला ऑफिसर टक्कर झालेली ट्रक काढता यावी म्हणून ड्रायव्हर लोकांना आपापल्या ट्रक्स मागे घेण्यास ओरडत, रस्त्यावरून खाली धावत होता.

पण ट्रक्स सारख्या एकावर एक चढत होत्या; त्यामुळे रांगेच्या मागच्या टोकाला जाऊन त्यांची चाल थांबवल्याखेरीज, इतक्या ट्रक्स मागे घेणं शक्यच नव्हतं. तिकडेच, बॅटरी घेऊन ठेचकाळत धावताना अँड्रीजनं त्याला पाहिलं. तो ओरडत होता, शिव्या देत होता; ट्रक्स साचतच होत्या.

तपासणीवरचा माणूस ओळखपत्रही परत देत नव्हता. दोन तपासनीस होते. त्यांच्या पाठीवर बंदुका टांगलेल्या होत्या. हातात बॅटऱ्या होत्या. तेही ओरडत होते. ओळखपत्र ज्यानं हातात घेऊन ठेवलं होतं, त्यानं रस्ता ओलांडला. तो खालच्या दिशेनं जाणाऱ्या एका ट्रककडे गेला. त्या ट्रकवाल्याला पुढच्या तपासणीवाल्यास, ही चेंगराचेंगरी आटोक्यात येईपर्यंत सगळ्या ट्रक्स तिथं अडवून ठेवायला सांगू लागला. त्याचा निरोप घेऊन ट्रक ड्रायव्हर पुढे गेला. मग ओळखपत्र हातात धरूनच तपासनीस परतला नि ज्या ट्रकमधलं सामान रस्त्यावर पडलं होतं, त्या ड्रायव्हरवर तो ओरडू लागला.

"ट्रक पुढे ने, बाबा! माझ्यावर उपकार कर." तो ट्रक ड्रायव्हरला ओरडला.

"माझं ट्रॅन्स्मिशन तुटलंय." ट्रकच्या मागे ओणवा झालेला ड्रायव्हर म्हणाला.

"मसणात गेलं तुझं ट्रॅन्स्मिशन. मी सांगतो ना, पुढे चल!"

"डिफरन्शिअल तुटल्यावर ट्रक पुढे जात नाही." ड्रायव्हरनं म्हटलं नि तो पुन्हा खाली वाकला.

"मग ओढून ने तिला– आम्हाला हे फडतूस सामान बाजूला करू दे."

तपासणीच्या माणसानं आपल्या टॉर्चचा उजेड ट्रकच्या मागे टाकला, तशी ड्रायव्हरनं चिडून त्याच्याकडे पाहिलं.

"पुढे चल– पुढे चल." हातात ओळखपत्र ठेवून तपासनीस पुन्हा ओरडला.

"माझे कागद," गोमेझ त्याला म्हणाला. "माझं ओळखपत्र? आम्हाला घाई आहे."

“तुझं ओळखपत्र मसणात ने.” ओळखपत्र गोमेझच्या हातात देऊन तो वरून येणारी ट्रक थांबवायला धावला.

“चौकात वळा नि तुमच्या ट्रक्स याला धरून लावा.” तो ड्रायव्हरला ओरडला.

“मला हुकूम आहे–”

“खड्ड्यात गेला तुझा हुकूम. मी सांगतो ते कर.”

ड्रायव्हरनं ट्रक गिअरमध्ये टाकला. रस्त्यावरून सरळ पुढे गेला नि धुळीत नाहीसा झाला.

रस्त्याची उजव्या हाताची बाजू आता मोकळी झाली होती. मोटरसायकल सुरू करून गोमेझनं मोडलेल्या ट्रकच्या पुढे काढली. अँड्रीजनं पुन्हा पुढची सीट गच्च धरली. तपासणाऱ्या माणसानं पुढची ट्रक थांबवलेली त्यानं पाहिली. ड्रायव्हर बाहेर डोकावला नि तपासनिसाचं ऐकू लागला.

डोंगराकडे जाणाऱ्या रस्त्यावरून त्यांची मोटरसायकल आता झेपावत निघाली. पुढे जाणारी सगळी वाहनं तपासणीसाठी थांबली होती. फक्त समोरून उतरणारी रहदारी काय ती धावत होती. त्यांच्या डाव्या हातानं ती उतरत होती नि मोटरसायकल शिस्तीत जोरानं चढत होती. अखेर तपासणीशी अपघात होऊन अडण्यापूर्वी पुढे गेलेल्या ट्रक्सना गाठून ते पुढे सटकले.

दिवे न लावता त्यानं चार चिलखती गाड्या मागे टाकल्या. मग सैनिकांनी भरलेल्या गाड्यांची लांबच लांब रांग मागे टाकून ते पुढे गेले. काळोखात सैनिक स्तब्ध होते. उडालेल्या धुळीच्या पडद्यातून, ट्रक्सच्या बॉडीजवर डोकावणाऱ्या त्यांच्या शरीरांची अँड्रीजला प्रथम फक्त जाणीवच झाली. मग त्यांच्या फटफटीमागे एक स्टाफगाडी आली. ती सारखी पोंगा वाजवत होती नि आपल्या दिव्यांची उघडझाप करत होती. तिचा दिवा लागला की, प्रत्येक वेळी अँड्रीजला ट्रक्समधले सैनिक दिसत होते. पोलादी शिरस्त्राणातले. त्यांच्या उभ्या धरलेल्या बंदुका, त्यांच्या मशीनगनची टोकं आकाशाकडे केलेली. दिवा विझताच पुढच्या काळोखावर मशीनगनची टोकं क्षणभर कोरल्यासारखी दिसत होती. एकदा तो जेव्हा सैनिकांच्या एका ट्रकजवळून गेला, तेव्हा अवचित पडलेल्या प्रकाशात त्यांचे चेहरे आवळलेले नि कष्टी दिसले. पोलादी शिरस्त्राणं घालून असे ट्रकमध्ये बसून असताना आपण कुठेतरी हल्ला करायला चाललो आहोत, एवढंच त्यांना माहीत होतं. काळोखात जो तो स्वतःमध्ये व्यग्र असताना चेहरा ओढलेला होता नि दिवसा जे भाव कधी दिसले नसते ते आता त्यांच्या तोंडावर दिसत होते. बॉम्बफेक सुरू होऊन हल्ल्याला आरंभ होईपर्यंत आपले चेहरे परस्परांना दाखवायला त्यांना लाज वाटली असती. नंतर मात्र आपला चेहरा कसा दिसतो, याचा विचार कुणी करणार नाही.

पण ट्रक्स भरभरून सैनिक अंगावरून जात असताना त्यांच्या चेहऱ्यांबद्दल

अँड्रीजच्या मनात असले काही विचार नव्हते. त्याच्या मनात एवढंच येत होतं– 'काय हे सैन्य! केवढी ही तयारी! काय ही यंत्रणा! त्यांच्याकडे पाहा तरी! आमच्या लोकसत्ताकाचं हे सैन्य हं! गाड्यांमागून गाड्या! सगळ्या एकसारख्या. सगळे एका पोशाखात. सगळ्यांच्या डोक्यांवर पोलादी शिरस्त्राणं. समोरच्या मैदानावर उठून दिसणाऱ्या, ट्रक्सवरून डोकावणाऱ्या त्यांच्या मॅक्वीना पाहा! काय सैन्य उभं केलंय. पाहा तर!'

सैनिकांनी भरलेल्या करड्या ट्रक्सवरून त्यांची मोटरसायकल जाऊ लागली. ट्रक्सच्या केबिन्स चौरस, उंच होत्या. त्यांचे रेडिएटर्सही चौरस पण विद्रूप होते. धुळीतून मोटरसायकल धिमे चढत होती. मागच्या स्टाफगाडीचे दिवे लागत-विझत होते. दिव्याचा उजेड टेलगेट्सवरून गेला की, सैन्याचा तांबडा तारा दिसत होता. दिव्याचा उजेड धुळीनं भरलेल्या ट्रकच्या एका बाजूला पडला की, तारा दिसत होता. ते चाललेच होते. धिमे पुढे चढत होते. हवा थंड झाली होती. आता रस्त्याला वळणं नि चढउतार सुरू झाले होते. ट्रक्स धडधडत, दातओठ खात चालल्या होत्या. दिव्याच्या झोतात काही धुऊन निघत होत्या. आता मोटरसायकलही जड जात होती. 'मोटरसायकलचा हा प्रवास फारच लांबीचा आहे.' अँड्रीजच्या मनात आलं. आतापर्यंत तो कधी मोटरसायकलवर बसला नव्हता. सैन्य हल्ला करायला निघालंय अशा धामधुमीत सापडून ते डोंगर चढत होते. चढताचढता अँड्रीजला कळून चुकलं की, आता चौकीवरच्या हल्ल्याच्या वेळी, वेळेवर परत जाण्याचा प्रश्नच नाही. या साऱ्या धावपळीत नि गोंधळात आपण उद्या रात्रीपर्यंत परत गेलो तरी नशीब! त्यानं आजपर्यंतच्या आयुष्यात एकही चढाई किंवा तिची तयारी पाहिली नव्हती. म्हणूनच आता फटफटीवरून डोंगर चढत असताना लोकसत्ताकानं उभारलेल्या या सैन्याच्या शक्तीचं नि अवाढव्यपणाचं त्याला कौतुक वाटलं.

आता ते डोंगरमाथ्यावरच्या तिरकस लांब अशा चढणीला लागले. चढ इतका होता की, ते टोकाजवळ आल्यावर गोमेझनं त्याला खाली उतरायला सांगितलं. नि दोघांनी मिळून घाटाच्या शेवटच्या चढणीवरून मोटरसायकल लोटत नेली. माथ्यावरून थोडं उतरताच डाव्या हाताला रस्त्याचं कडं झालं होतं. तिथं गाड्या वळण घेत होत्या. रात्रीच्या आकाशावर ठळक दिसणाऱ्या एका मोठ्या इमारतीसमोर दिवे चमकत होते.

"तिकडे जाऊन आपण हेडक्वार्टर्स कुठे आहेत विचारू." गोमेझ अँड्रीजला म्हणाला नि एका मोठ्या दगडी इमारतीच्या बंद दरवाजासमोर दोन संत्री उभे होते तिकडे त्यानं मोटरसायकल वळवली. गोमेझनं मोटरसायकल भिंतीला टेकून ठेवली नाही, तोच दरवाजा उघडला नि आतल्या उजेडात खलित्याची पेटी पाठीवर टाकून एक मोटरसायकलवाला बाहेर आलेला दिसला. त्याच्या कमरेला लाकडी मुठीचं एक मॉसर पिस्तूल होतं. आतला दिवा विझताच दरवाजाजवळची मोटरसायकल

त्यानं शोधून काढली. ती फटफटू लागेपर्यंत ढकलली. चालू होताच फटफट आवाज करत तो रस्त्यानं पुढे गेला.

दरवाजाशी गोमेझ एका संत्र्याशी बोलला, "मी कॅप्टन गोमेझ– पासष्टाव्या ब्रिगेडचा," तो म्हणाला. "पस्तिसाव्या डिव्हिजनच्या जनरल गोल्झचे हेडक्वार्टर्स सांगता येतील का?"

"इथं नाहीत."

"मग कुठं आहेत?"

"कमांडान्शिया."

"काय कमांडान्शिया?"

"अहो! कमांडान्शिया."

"कसला कमांडान्शिया?"

"इतके प्रश्न विचारणारा तू कोण?" संत्री काळोखात गोमेझला म्हणाला. इथं घाटमाथ्यावर आकाश निरभ्र होतं. तारे चमकत होते. धुळीतून आलेल्या अँड्रीजला काळोखातही स्पष्ट दिसत होतं. त्याच्या खाली रस्ता उजवीकडे वळला होता, तिथं त्याला ट्रक्सच्या बाह्यरेषा दिसत होत्या नि आलेल्या मोटारी मागच्या आकाशावर स्पष्ट कळत होत्या.

"मी पासष्टाव्या ब्रिगेडच्या पहिल्या बटालियनचा कॅप्टन रोगेलिओ गोमेझ आहे. मला जनरल गोल्झचे हेडक्वार्टर्स हवे आहेत." गोमेझ म्हणाला.

संत्र्यांनी थोडंसं दार उघडलं. "पहाऱ्याच्या नाइकाला बोलवा!" तो आत ओरडला.

याच वेळी एक मोठी स्टाफगाडी वळण घेऊन, अँड्रीज नि गोमेझ वाट पाहत उभे होते तिकडे आली नि दरवाजासमोर उभी राहिली.

एक अवजड म्हातारा गाडीच्या मागून खाली उतरला. त्याच्याबरोबर इंटरनॅशनल ब्रिगेडसचे गणवेश घातलेली दोन माणसं होती. त्या अवजड म्हाताऱ्यानं डोक्यापेक्षा मोठी टोपी घातलेली होती. अंगावर ओव्हरकोट होता. हातात नकाशांची पेटी होती नि ओव्हरकोटाच्या वरून पिस्तूल बांधलं होतं.

तो फ्रेंचमध्ये बोलत होता. अँड्रीजला ते समजलं नाही. न्हावी असलेल्या गोमेझला त्यातले चार शब्द कळले. म्हातारा आपल्या शोफरला, दरवाजापुढची गाडी आडोशाला न्यायला सांगत होता.

दुसऱ्या एका अधिकाऱ्याबरोबर तो दरवाजात आला, तेव्हा त्याचा चेहरा गोमेझनं उजेडात स्पष्ट पाहिला. त्यानं तो ओळखला. राजकीय बैठकींच्या वेळी या माणसाला त्यानं पाहिलेलं होतं. याचेच फ्रेंचमधून भाषांतर केलेले नि मुंदो आब्रेरोमध्ये प्रसिद्ध झालेले लेखही गोमेझनं वाचले होते. त्याच्या दाट भुवया गोमेझनं ओळखल्या. त्याचे पाणारलेले डोळे हनुवटी, दुसरी हनुवटी, सगळं ओळखलं. त्यानं ओळखलं

की, हा काळ्या समुद्रातील फ्रेंच आरमाराच्या बंडात पुढाकार घेतलेला मोठा क्रांतिकारक पुरुष आहे. इंटरनॅशनल ब्रिगेडसच्या राजकारणातलं त्याचं मोठं स्थानही गोमेझला ठाऊक होतं. या माणसाला गोल्झचे हेडक्वार्टर्स कुठं असतील हे माहीत असणार, हेही ठाऊक होतं. हेडक्वार्टर्सचा पत्ता त्याला सांगता येईल; पण काळानं या माणसाचं काय केलं होतं हे गोमेझला ठाऊक नव्हतं. आशाभंग, घर नि राजकारण दोन्हीकडे आलेला कटुपणा, महत्त्वाकांक्षांचा चक्काचूर. काळानं त्याच्या बाबतीत हे सारं केलं होतं. अशा माणसाला काही विचारणं किती धोक्याचं होतं, हे त्याला ठाऊक नव्हतं नि हे ठाऊक नसल्यामुळेच गोमेझ पुढे होऊन वाटेतच त्याला आडवा झाला. वळलेल्या मुठीनं त्यानं सलाम ठोकला नि म्हणाला,

"कॉम्रेड मासार्त! आम्ही जनरल गोल्झसाठी एक खलिता घेऊन आलो आहोत. त्यांच्या हेडक्वार्टर्सचा पत्ता आम्हाला सांगाल का? फार तातडीचा आहे खलिता."

पण उंच अवजड माणसानं पुढे आलेल्या डोक्यानं गोमेझकडे पाहिलं. आपल्या पाणारलेल्या डोळ्यांनी त्याचं लक्षपूर्वक निरीक्षण केलं. इथं या आघाडीवर, उल्हासदायक हवा असलेल्या रात्री, उघड्या गाडीतून बसून आल्यावरही, विजेच्या बोडक्या दिव्याच्या उजेडाखाली, त्याच्या चेहऱ्यावर अवनाशाची कळा वाटत होती. म्हाताऱ्या सिंहाच्या पंजाखालच्या खराब कातडीपासून बनवावा तसा त्याचा चेहरा वाटत होता. "काय आहे तुमचं, कॉम्रेड!" त्यानं गोमेझला विचारलं.

त्याचे डोळे तिरपे होऊन अँड्रीजकडे वळले. त्याच्या अंगावरून फिरले नि परत गोमेझकडे आले.

"हेडक्वार्टर्सवर जनरल गोल्झला एक खलिता द्यावयाचा आहे."

"कुठून आलाय तो, कॉम्रेड!"

"फॅसिस्ट हद्दीमागून." गोमेझ म्हणाला.

मासार्तनं खलिता नि इतर कागदांसाठी हात पुढे केला. त्यानं दोघांकडे पाहिलं नि ते खिशात ठेवले.

"दोघांना कैद करा!" तो संत्र्यांच्या नाइकाला म्हणाला. "त्यांची झडती घ्या नि मी बोलावेन तेव्हा पाठवा."

कागद नि खलिता दोन्ही खिशात ठेवून तो दगडी इमारतीत शिरला.

"झालंय तरी काय त्याला?" संत्र्यांपैकी एकाला गोमेझ म्हणाला.

"त्याचं डोकं फिरलंय." नाईक म्हणाला.

"नाही. तो मोठा राजकारणी पुरुष आहे," गोमेझ म्हणाला. "तो इंटरनॅशनल ब्रिगेडचा मुख्य कमिसार आहे."

"तो काही असो. तो वेडा आहे," नाईक म्हणाला. "फॅसिस्टांच्या मागं तुमचं काय चालतं?"

“हा कॉम्रेड तिथला गॉरिला आहे,” झडती घेणाऱ्यास गोमेझ म्हणाला.

“त्यानं जनरल गोल्झसाठी खलिता आणला होता. माझे कागद जपून ठेव. पैसे नि दोरीला लावलेल्या एका गोळीची काळजी घे. गडारामाला झालेल्या पहिल्या जखमेतील ती आहे.”

“काळजी करू नको,” नाईक म्हणाला. “हे सर्व या खणात राहील. मला का नाही गोल्झचा पत्ता विचारलास तू?”

“तेच करत होतो आम्ही. मी संत्र्याला विचारलं. त्यानं तुम्हाला बोलावलं.”

“तेवढ्यात हा वेडा आला नि तुम्ही त्याला विचारलं, असंच ना? त्याला कुणी काही विचारू नये. तो वेडाच आहे. गोल्झ, याच रस्त्यानं वर गेल्यावर तीन किलोमीटर्सवर आहे. उजव्या हाताच्या जंगलातल्या खडकात आहे.”

“आम्हाला त्याच्याकडे जाऊ द्याल?”

“नाही. माझं डोकंच उडेल. त्या वेड्याकडे न्यावंच लागणार तुम्हाला. शिवाय तुमचा खलिताही त्याच्यापाशी अडकलाय.”

“कुणाला सांगून पाहता येणार नाही?”

“हो!” नाईक म्हणाला. “जो पहिला अधिकारी येईल इथं, त्याला मी सांगेन. सर्वांना तो वेडा आहे, हे ठाऊक आहे.”

“मी त्याला एक मोठा माणूस समजत होतो,” गोमेझ म्हणाला. “फ्रान्सच्या महापुरुषांपैकी एक.”

“तो महापुरुष असेल, आणखीही काही असेल.” नाईक म्हणाला. त्यानं अँड्रीजच्या खांद्यावर हात ठेवला. “पण तो पिसवेसारखा चक्कर आहे. त्याला लोकांना गोळ्या घालण्याचं वेड आहे.”

“खऱ्या गोळ्या घालण्याचं?”

“तो थेरडा प्लेगहून जास्त लोक मारतोय,” नाईक म्हणाला. “पण फॅसिस्टांना नाही. तो फॅसिस्ट मारत नाही. तो नमुनेदार लोक मारतो. ट्रॉटस्काइट्स– डिव्हॅगेशनर्स असे नमुनेदार प्राणी तो मारतो.”

अँड्रीजला या बोलण्यातलं काही समजलं नाही.

“एस्तोरिअलला असताना त्याच्या हुकमानं आम्ही तसे किती मारले कुणास ठाऊक?” नाईक म्हणाला. “गोळ्या घालणारं पथक आम्हीच पुरवत होतो त्याला. ब्रिगेडसमधले लोक कधी आपल्यातल्याला मारणार नाहीत. फ्रेंचांचं हे विशेष आहे. कटकटी नकोत म्हणून आम्हीच ते काम उरकतो. आम्ही असं फ्रेंचांना मारलंय, बेल्जियन्सना मारलंय. अनेक राष्ट्रांचे आम्ही मारले– सगळ्या तऱ्हेचे मारले. राजकीय हेतूसाठी मारले. तो वेडाच आहे. सालवारानहून तो जास्त शुद्धी करतो.”

“पण या खलित्याचं तुम्ही कुणाला तरी सांगणार ना?”

"अरे हो बाबा! नक्की! या दोन ब्रिगेडमधला प्रत्येक माणूस मला ठाऊक आहे. प्रत्येकजण इकडचाच आहे. रशियन नसलेले नि रशियन दोन्ही लोक मला माहिती आहेत. त्यांच्यापैकी थोड्यांनाच स्पॅनिश येतं. या वेड्याला आम्ही स्पॅनिश लोकांना मारू देणार नाही."

"खलित्याचं काय?"

"खलित्याची काळजी करू नको, कॉम्रेड! त्या वेड्याशी कसं वागायचं आम्हाला ठाऊक आहे. आपल्या स्वतःच्या लोकांनाच त्याचा धोका आहे. त्याचं सर्व ओळखतो आम्ही."

"कैद्यांना आत आणा!" अँड्रीज मासार्तचा आवाज आला.

नाइकानं विचारलं, "काही प्यायला हवंय?"

"हवंय म्हणजे?"

नाइकानं एका फडताळातून ॲमिसची बाटली घेतली. गोमेझ नि अँड्रीज दोघेही त्यातून प्याले. नाईकही प्याला. त्यानं हातानं तोंड पुसलं.

ते रखवालीच्या खोलीच्या बाहेर आले. प्यायलेल्या ॲमिसनं त्यांची तोंडं, पोटं नि छात्या गरम झाल्या होत्या. हॉलमधून ते पुढे गेले. मार्सात बसला होता त्या खोलीत शिरले. मासार्त एका लांब टेबलाशी बसला होता. आपला युद्धनकाशा त्यानं समोर पसरला होता. ज्या तांबड्या-निळ्या पेन्सिलीचं प्रदर्शन करून तो नेहमी जनरल ऑफिसर असल्याचं भासवीत असे, ती त्याच्या हातात होतीच. भेटलेल्यांत आणखी एक भर एवढंच अँड्रीजला वाटलं. त्या रात्री तशा पुष्कळ भेटी झाल्या; तशा नेहमीच होतात. तुमचे कागदपत्र बरोबर असतील नि तुमचे मन स्वच्छ असेल तर तुम्हाला धोका नसतो. अखेर ते तुम्हाला सोडून देतात नि तुम्ही तुमचा रस्ता सुधारता; पण इंग्लिशानं घाई करायला सांगितली होती. पुलाच्या कामासाठी वेळेवर आपल्याला परत जाता येणार नाही, हे त्याला कळून चुकलं होतं; पण जो खलिता त्यांना पोहोचवायचा होता, तोच या टेबलावर बसलेल्या माणसानं खिशामध्ये ठेवला होता.

"तिथं उभे राहा." वर न बघता मासार्त म्हणाला.

"ऐका मासार्त!" गोमेझच्या ॲमिसचा एकदम स्फोट झाला. ॲमिसच्या घोटांनी त्याच्या रागात भर घातली होती. "रात्री एकदा, अनार्किस्टच्या अडाणीपणानं आमचा खोळंबा झाला. मग एका सरंजामी फॅसिस्टाकडून झाला नि आता तुझ्यातल्या सुस्त कम्युनिस्टाकडून होतोय."

"तोंड बंद कर." मासार्त मान वर न करता म्हणाला. "ही सभा नाही."

"कॉम्रेड मासार्त! आमचं काम फार घाईचं आहे," गोमेझ म्हणाला. "फार महत्त्वाचं आहे."

एखादं नाटक अनेकदा पाहिलेलं असावं, अगदी पाठ असावं नि पुन्हा ते चवीनं

पाहावं तसं नाईक नि दुसरा सैनिक या संवादानं आपली करमणूक करून घेत होते. त्यातले खास क्षण ऐकायला ते अधाशासारखे उभे होते.

''सगळंच घाईचं असतं नेहमी,'' मासार्त म्हणाला. ''सगळ्याच गोष्टी महत्त्वाच्या असतात.'' आता पेन्सिलीशी खेळत त्यानं त्यांच्याकडे पाहिलं. ''गोल्झ इथं आहे, हे तुम्हाला कसं कळलं? हल्ल्याच्या आधी अमुकच एका सेनापतीची अमुकच एका ठिकाणी चौकशी करत येणं किती गंभीर आहे, कळतं का तुम्हाला? असा एखादा सेनापती इथंच असेल हे तुम्हाला कळलंच कसं?''

''सांग त्याला तू.'' गोमेझ अँड्रीजला म्हणाला.

''कॉम्रेड जनरल!'' मासार्तला हाक मारण्यात त्यानं केलेली चूक सुधारली नाही. ''मला हा खलिता सरहद्दीपलीकडून दिला गेलाय.''

''सरहद्दीपलीकडून?'' मासार्त म्हणाला. ''हं! तू फॅसिस्ट हद्दीमधून आल्याचं मी याच्याकडून ऐकलं.

''मला हा खलिता रॉबर्टो नावाच्या इंग्लिशानं दिला. पूल उडवण्याच्या कामासाठी सुरुंग उडवायला म्हणून तो आमच्यात आलाय. समजलं?''

''चालू दे तुझी गोष्ट!'' मासार्त अँड्रीजला म्हणाला. त्यानं गोष्ट हा शब्द बनाव किंवा थाप या अर्थी वापरला.

''ठीक, कॉम्रेड जनरल! इंग्लिशानं तो मला घाईनं जनरल गोल्झकडे पोहोचवायला सांगितला. गोल्झ उद्या सकाळी आमच्या डोंगरात हल्ला सुरू करतोय. जर कॉम्रेड जनरलची मर्जी असेल तर तो खलिता त्याच्याकडे असाच्या असा तातडीनं पोहोचता व्हावा.''

मासार्तनं पुन्हा मान हलवली. तो अँड्रीजकडे पाहत होता; पण त्याला अँड्रीज दिसत नव्हता.

गोल्झचा विचार मनात येऊन काहीसं भयउत्साहाचं मिश्रण त्याच्या मनात उत्पन्न झालं होतं. धंद्यातला आपला प्रतिस्पर्धी एखाद्या भीषण मोटार अपघातात मेलेला ऐकावा किंवा ज्याचा आपण भयंकर द्वेष करतो; पण जो सच्चा आहे याबद्दल आपल्या मनात संशय नाही, असा माणूस अफरातफरीच्या आरोपाखाली दोषी ठरावा, तसं काहीतरी त्याला वाटत होतं. 'शेवटी गोल्झ तशापैकी निघावा ना?' त्याच्या मनात येत होतं. 'गोल्झनं इतक्या उघडपणे फॅसिस्टांशी संगनमत करावं? वीस वर्षं ज्या गोल्झला आपण ओळखतो, त्यानं? सैबेरियामध्ये ज्यानं सोनं नेणारी गाडी पकडली त्यानं? जो पोलंडमध्ये नि कोल्चाकविरुद्ध लढला त्यानं? कॉकेशसमध्ये लढला त्यानं? चीनमध्ये नि एक ऑक्टोबरपासून इथं जो लढला त्यानं? पण युकासेव्हस्कीला तो अधिक जवळचा होता. हो! व्होरोशिलावच्यासुद्धा नि ल्युकाझलाही जवळ होता. सगळे हंगेरियन्स फितूरच निघाले. तो स्वतः गॉलचा द्वेष करीत होता;

गोल्झ गॉलचा द्वेष करीत होता; पण पुट्झवर त्याची मर्जी होती. ते आठव. लक्षात ठेव चांगलं. ड्यूवेल त्याचा स्टाफप्रमुख आहे. त्यातून काय अर्थ निघतो बघ. कॉपिक मूर्ख असल्याचं त्याच्याच तोंडून आपण ऐकलं. त्यात मुद्दा आहे. आहेच! आणि आता फॅसिस्ट हद्दीमधून हा खलिता! अशा नासलेल्यांना तोडूनच झाड निरोगी राहील. वाढेल. नासलेलं कळलं की, त्याचा नाश करता येतो, तरीही गोल्झ असा निघावा? गोल्झ फितूर निघावा? जगात कुणावर विश्वास धरता येणार नाही, हे त्याला ठाऊक होतं. बायकोवर नाही. भावावर नाही. जुन्या दोस्तावरही नाही. कुणावर नाही. कधीच नाही.'

"त्यांना घेऊन जा," तो संत्र्यांना म्हणाला. "त्यांच्यावर नजर ठेवा."

नाइकानं आपल्या सैनिकाकडे पाहिलं. मासार्तच्या नाटकांपैकी हे फारच शांत झालं!

"भाई मासार्त!" गोमेझ म्हणाला. "वेड्यासारखं करू नका. माझं ऐका! मी एक सच्चा अधिकारी नि भाई आहे. तो खलिता पोहोचलाच पाहिजे इतका महत्त्वाचा आहे. या भाईनं तो फॅसिस्ट हद्द ओलांडून जनरल गोल्झला देण्यासाठी आणला आहे."

"त्यांना घेऊन जा." मासार्त नाइकाला दयापूर्ण आवाजात म्हणाला. त्यांची कत्तल करावीच लागली तर माणूस म्हणून त्याला वाईट वाटत होतं; पण सर्वांत वाईट म्हणजे गोल्झच्या अधःपातानं त्याचं मन खचलं होतं. 'गोल्झ असा निघावा?' पुन्हा त्याच्या मनात आलं. 'आपण हा फॅसिस्ट खलिता ताबडतोब वारलॉफकडे न्यावा का? नाही. आपणच तो गोल्झकडे न्यावा, हे उत्तम! तो आपल्या हातातून खलिता घेत असताना त्याची मुद्रा पाहावी. असंच करावं. वॉरलॉफ गोल्झच्याच पक्षाचा असेल, तर त्याचा तरी काय भरवसा? नाही. फार नाजूकपणे करावं लागेल हे सारं.'

अँड्रीज गोमेझकडे वळला. "हा माणूस खलिता पुढे पाठवणार नाही, असं का तुझं म्हणणं?" समोर दिसतोय त्याच्यावर विश्वास न वाटून तो म्हणाला.

"तुला डोळे नाहीत?" गोमेझ म्हणाला.

स्पॅनिशमध्ये एक अस्सल शिवी देत अँड्रीज म्हणाला, "चक्करच आहे."

"हो," गोमेझ म्हणाला. "चक्करच आहे तो." मग मासार्तकडे वळून ओरडला, "तू चक्कर आहेस! ऐकलंस चक्रमा?"

मासार्त निळी-तांबडी पेन्सिल घेऊन नकाशावर वाकला होता. "ऐकलं, चक्रम खुनी माणसा?"

"यांना घेऊन जा!" मासार्त संत्र्यांना म्हणाला. "स्वतःच्या महान अपराधानं त्यांची डोकी जागेवर नाहीत."

त्या अर्थाची एक म्हण होती. संत्र्यांच्या नाइकानं ती ओळखली. त्यानं ती आधी ऐकली होती.

"ए वेड्या! ए खुन्या!" गोमेझ ओरडला.

"बाजारबसवीचा जावई!" अँड्रीज त्याला म्हणाला. "चक्रम!"

या माणसाच्या चक्रमपणानं त्याचा संताप वाढला. 'जर हा वेडा असेल तर वेडा म्हणून काढून टाका. खलिता त्याच्या खिशातून काढून घ्या. खड्ड्यात गाडा या वेड्याला!' त्याचा दबलेला स्पॅनिश संताप, त्याच्या नेहमीच्या शांत आणि गोड स्वभावातून वर उसळला. थोड्या वेळानं त्या संतापानं तो आंधळाही झाला असता.

गोमेझ नि अँड्रीजला संत्र्यांनी बाहेर नेल्यावर नकाशाकडे पाहत मासार्तनं मान हलवली. त्याला मिळालेल्या शिव्या ऐकून संत्र्यांना गंमत वाटली; पण झालेल्या नाटकानं त्यांची एकंदरीत निराशाच केली होती. याहून चांगली नाटकं त्यांनी पाहिली होती. नेहमीच अनेकांनी त्याला शेवटी शिवीगाळ केली होती. नि त्यांच्याबद्दल एक माणूस म्हणून त्याला नेहमी खरोखरच वाईट वाटलं होतं. त्यानं नेहमी तसं स्वतःला सांगितलं होतं. स्वतःची अशी तेवढीच एक कल्पना त्याच्याजवळ होती.

आपल्या मिशा नि डोळे नकाशावर लावून तो बसला होता. त्या नकाशाचं त्याला कधीच कळलं नव्हतं. त्या तपकिरी रेषा, ते खळगे, उंचवटे, त्यातल्या त्या एका बिंदूभोवती फिरणाऱ्या कोळ्याच्या जाळ्यासारख्या रेखीव रेषा! तो नकाशा त्याला कधीच कळला नव्हता. नकाशावरचे उंचवटे त्याला दिसत होते, खोलगट भाग दिसत होते; पण हे उंचवटे काय नि खोलगट भाग कशाचे याचा त्याला कधीच पत्ता लागला नव्हता; पण जनरल स्टाफमधील पोलिटिकल कमिसार्सच्या पद्धतीमुळे तो मध्येमध्ये लुडबुड करू शकत असे. अमुक अशा नंबरच्या, हिरव्या जंगलातल्या, नदीला नेहमी समांतर जाणाऱ्या रस्त्यांनी छेदलेल्या, तपकिरी रेखीव वर्तुळावरील एका बिंदूवर बोट ठेवून तो म्हणे– "ही इथं खामी आहे, इथं कमी पडतंय."

गॉल व कॉपिक दोघे राजकारणी नि महत्त्वाकांक्षी पुरुष असूनही, मासार्तनं असं काही बोट ठेवून दाखवलं की, सहमत होत होते. मग ज्यांनी तो नकाशा कधी पाहिलाही नाही; पण तिकडे जायला निघण्याआधी टेकड्यांचा क्रमांकच ज्यांनी फक्त ऐकला नि ज्यांना फक्त तिथले खंदकच दाखवले जात, ते वर चढून जात असताना चढणीवरच बळी पडत किंवा ओळंब्यांच्या बनामध्ये शत्रूनं ठेवलेल्या मशीनगनच्या तोंडी जाऊन कधी उठत नसत किंवा एखाद्या आघाडीवर खंदकातून पार झालेच तर त्यांचंही काही निराळं होत नसे; पण गोल्झच्या स्टाफमध्ये मासार्त नकाशावर बोट ठेवी, तेव्हा गोल्झचा जबडा आवळला जाई नि गोल्झ मनात म्हणे– 'अँड्रीज मासार्त, तुझं ते काळपट बोट माझ्या नकाशावर टेकण्यापूर्वी तुला गोळी घालायला हवी. आपल्याला कळत नाहीत त्या गोष्टींत तोंड घालून तू इतकी माणसं मारली आहेस की, त्यामुळे तुला नरकच मिळेल. ज्या दिवशी फॅक्टऱ्या, खेडी नि को-ऑपरेटिव्ह यांना तुझी नावं दिली, ते दिवसच पंचांगातून नष्ट होवोत. तुझ्या नावालासुद्धा मला स्पर्श करावासा वाटत नाही. तेव्हा कुठेतरी दुसरीकडे जाऊन तुझे

संशय काढ, उपदेश कर, अडमड, धडपड, मार किंवा हाण; पण माझ्या स्टाफचं मानगूट सोड.'

पण हे सारं उघड म्हणण्याऐवजी गोल्झ, मासार्तच्या पुढे आलेल्या लठ्ठ पोटापासून, पाणारलेल्या घाऱ्या डोळ्यांपासून, पांढऱ्या करड्या मिशांपासून नि घाण श्वासापासून मागे होत म्हणे, "होय, भाई मासार्त! तुमचा मुद्दा कळला; पण पटत नाही. तुम्हाला हवं तर तो माझ्यावर लादा. त्यासाठी हवं तर पक्ष मध्ये आणा; पण मला पटणं शक्य नाही."

आताही मासार्त मोकळ्या टेबलावर ठेवलेल्या नकाशावर वाकला होता. शेड न लावलेल्या विजेच्या बल्बचा उजेड त्याच्या डोक्यावर पडला होता. डोक्यावरची अतिरुंद बेरेट टोपी त्यानं डोळ्यांवर सावली येण्यासाठी ओढली होती. हल्ल्याच्या हुकमाची मिमीओग्राफ नक्कल जोडीला घेऊन तो पाहत होता. एखादा कॉलेजमधला नवशिका अधिकारी गणित पुढे घेऊन बसावा तसा तो हळू, काळजीनं, कष्टानं काम करत ग्राफशी पडताळत बसला होता. मनानं तो युद्धात रंगून गेला होता. मनानंच तो सैन्य हलवत होता. मध्ये ढवळाढवळ करण्याचा त्याला हक्क होता किंबहुना अशी लुडबुड करणं म्हणजेच सैन्य हलवणं, असं तो समजत होता. आताही रॉबर्ट जॉर्डनचा खलिता खिशात ठेवून तो बसलाच होता. गोमेझ नि अँड्रीज गार्डरूममध्ये कुणीतरी सोडवायला येण्याची वाट पाहत बसले होते नि रॉबर्ट जॉर्डन पुलावरच्या जंगलात पडला होता.

अँड्री मासार्तची लुडबुड झाली नसती नि गोमेझ नि अँड्रीज यांना खलिता घेऊन पुढे जाता आलं असतं तर अँड्रीजच्या पूर्ण झालेल्या कामातून काही निष्पन्न झालं असतं का, हे सांगणं कठीण आहे. या वेळी आघाडीवर सुरू झालेला हल्ला थांबवील एवढा मोठा अधिकारीच नव्हता. नि असता तरी सुरू झालेलं हे प्रचंड यंत्र त्याला थांबवता आलं नसतं, इतकं ते पसरलं होतं. कोणत्याही स्वरूपाच्या सैनिकी हालचालीला फार जडत्व असतं; पण एकदा का हे जडत्व जाऊन हालचाल सुरू झाली की, ती थांबवणं हालचाल सुरू करण्याइतकंच बिकट असतं.

त्या रात्री म्हातारा मासार्त आपली रुंद बेरेट टोपी डोळ्यांवर ओढून टेबलावरच्या नकाशात अजूनही डोकं घालून बसला असता; दरवाजा उघडला नि रशियन बातमीदार कारकोव आत आला. कातडी कोट नि टोप्या घातलेले, साध्या नागरी पोशाखातले दोन रशियन त्याच्याबरोबर होते. ते सारे मासार्तच्या खोलीत शिरताच, संत्र्यांच्या नाइकानं नाइलाजानं दरवाजा लोटून घेतला. खलित्याचा प्रकार कळवण्याजोगा कारकोव हाच पहिला जबाबदार अधिकारी त्याला भेटला होता.

"नमस्कार मासार्त!" कारकोव आपल्या नम्र पण तिटकाऱ्यानं भरलेल्या लचकत्या आवाजात म्हणाला नि हसला. त्याचे खराब दात दिसले.

मासार्त उभा राहिला. कारकोव त्याला आवडत नव्हता; पण कारकोव प्रवदेचा माणूस होता नि स्टॅलिनशी त्याचा थेट संबंध होता. स्पेनमधील आजच्या महत्त्वाच्या तीन व्यक्तींपैकी कारकोव एक होता.

''तोवारीच, कारकोव!'' तो म्हणाला.

''हल्ल्याची तयारी करताय?'' कारकोव उद्धटपणे नकाशाकडे बोट दाखवत म्हणाला.

''अभ्यास करतोय.'' मासार्तनं उत्तर दिलं.

''हल्ला कोण करतोय? तू की गोल्झ?''

''तुला ठाऊकच आहे, मी फक्त एक कमिसार आहे.'' मासार्तनं त्याला म्हटलं.

''नाही,'' कारकोव म्हणाला. ''तुझा हा विनय आहे. तू खरा सेनापतीच आहेस. तुला स्वतःचा नकाशा आहे, स्वतःची दुर्बीण आहे. झालं तर! शिवाय एकदा तू ॲडमिरल नव्हतास का, भाई मासार्त?''

''मी गनर्समेट होतो.'' मासार्त म्हणाला; पण तेही खोटं होतं. बंडाच्या वेळी तो फक्त नाईक होता; पण नेहमीप्रमाणेच आताही तो स्वतःला गनर्समेट समजत होता.

''अरे! मला वाटलं होतं, तुम्ही पाहिल्या प्रतीचे नाईक होता,'' कारकोव म्हणाला. ''माझी माहिती नेहमी चुकीची असते. बातमीदाराचे हेच वैशिष्ट्य आहे.''

कारकोवबरोबरच्या रशियनांनी संभाषणात भाग घेतला नव्हता. ते मासार्तच्या पाठीवरून नकाशाकडे बघत होते. मधूनच आपल्या भाषेत एखादा शेरा मारत होते. पहिल्या नमस्कार-चमत्कारानंतर मासार्त व कारकोव फ्रेंचमध्येच बोलत होते.

''हो. प्रवदात चुकीचं येणं चांगलं नाही.'' मासार्त म्हणाला. तो थट्टा करून स्वतःला धीर देत होता. कारकोव नेहमी त्याची छिद्रं काढत असे नि मासार्तला त्याचीच चिंता वाटत होती नि तो त्याला भीत होता. कारकोव बोलू लागला की, फ्रेंच कम्युनिस्ट पार्टीच्या सेंट्रल कमिटीकडून आपण आलो आहोत, हे लक्षात ठेवायला मासार्तला जड जाई. आपण अस्पर्श आहोत, हेही लक्षात ठेवायला जड जाई. कारकोव अशा काही हलक्या हातांनी नि नेमकं छिद्र शोधी.

आता कारकोव म्हणाला– ''प्रवदाकडे धाडण्यापूर्वी मी सहसा माहिती तोलून घेतो. प्रवदेच्या बाबतीत माझी चूक होत नाही. भाई मासार्त! मला सांगा, सेगोव्हियात काम करत असलेल्या आपल्या पार्टिझन ग्रूप्सपैकी एकाकडून गोल्झसाठी एखादा खलिता आलेला तुमच्या ऐकिवात आहे का? तिथं एक जॉर्डन नावाचा अमेरिकन भाई आहे. त्याच्याकडून एव्हाना बातमी यायला हवी होती. तिथं फॅसिस्ट हल्ल्याच्या पिछाडीला धुमश्चक्री चालल्याची बातमी आहे. त्यानं गोल्झला काही संदेश धाडायला हवा होता.''

''अमेरिकन?'' मासार्तनं विचारलं. ॲंद्रीज तर इंग्लिश म्हणाला होता! आपलं चुकलं तर! ते दोघे मूर्ख 'इंग्लिश' का म्हणाले?

"हो!" कारकोव त्याच्याकडे तिटकाऱ्यानं पाहत म्हणाला. "स्पॅनिश लोकांत पुरा मिसळून गेलेला; पण थोडं राजकीय वळण घेतलेला अमेरिकन. त्याचं पार्टिझन रेकॉर्ड उत्कृष्ट आहे. तो खलिता द्या तेवढा, मासार्त! त्याचा आधीच खूप खोळंबा झाला आहे."

"कसला खलिता?" मासार्तनं विचारलं. आपलं विचारणं मूर्खपणाचं होतंय, हे त्याला कळत होतं; पण इतक्या झटकन चूक कबूल करणं त्याच्या जिवावर आलं. काही असो, आपली फजिती टाळण्याचा प्रयत्न करत तो तसं म्हणाला खरं.

"आणि ओळखपत्र." कारकोव आपल्या खराब दातांतून म्हणाला.

अँद्री मॉसर्तनं खिशात हात घातला नि खलिता टेबलावर ठेवला. त्यानं कारकोवकडे सरळ टक लावून पाहिलं. ठीक आहे! या वेळी आपण चुकलो; पण आता इलाज नाही. तरी आपण फजिती करून घेणार नाही. "आणि ओळखपत्र!" कारकोव हळूच म्हणाला.

मासार्तनं तेही काढून खलित्याशेजारी ठेवलं.

"भाई नाईक!" कारकोवनं स्पॅनिशमध्ये हाक मारली.

दार उघडलं नि नाईक आता आला. त्यानं झरकन अँद्री मासार्तकडे पाहिलं. मासार्त त्याच्याकडे कुत्र्यांनी कोंडलेल्या अस्वलासारखा पाहत होता. मासार्तच्या तोंडावर भीती नव्हती, फजिती नव्हती; तो फक्त संतापला होता. या कुत्र्यांना आपल्याला कधी कोंडता येणार नाही हे त्याला ठाऊक होतं.

"हे गार्डरूममधल्या दोघा भाईंना द्या."–

कारकोव नाइकाला म्हणाला, "नि त्यांना जनरल गोल्झच्या हेडक्वॉर्टर्सचा पत्ता दाखवा. फार खोळंबला हा खलिता."

नाईक बाहेर गेला. मासार्तनं त्याच्याकडे पाहिलं; मग कारकोवकडे पाहिलं.

"नमस्ते मासार्त!" कारकोव म्हणाला. "तुम्हाला किती हात लावता येत नाही एवढंच मला एकदा पाहायचंय."

मासार्तनं सरळ त्याच्याकडे पाहिलं. तो बोलला मात्र नाही.

"नाइकाचा सूड घेण्याचं काही मनात आणू नका," कारकोव म्हणाला. "नाइकानं मला यातलं काही सांगितलेलं नाही. गार्डरूममध्ये मी त्या दोघांना पाहिलं. त्या दोघांनीच मला सांगितलं (हे खोटं होतं.) मला वाटतं, माणसं माझ्याशी अनाहूत बोलतात (हे खरं होतं. मात्र, इथे नाईक त्याच्याशी बोलला होता.)" उदार मनानं मध्यस्थी करण्यात वाटणारी माणुसकी नि आपल्याला हवं तिथं जाता येतं याचा फायदा; त्यामुळे त्याला माणसं आपल्याशी अनाहूतपणे बोलतात, असं वाटत असावं. त्याबद्दल स्वतःविषयी त्याला कधी शंका नव्हती. "तुम्हाला ठाऊक असेलच, मी रशियात असतो, तेव्हा अझरबैझानमध्ये झालेल्या अन्यायाबद्दल लोक मला प्रवदेतून लिहितात– कळवतात. तुम्हाला ठाऊक आहे हे? ते म्हणतात, कारकोव आम्हाला मदत करील."

मासार्तनं त्याच्याकडे पाहिलं. त्याच्या नजरेत राग नि तिटकारा होता. कारकोवनं आज आपली खोडी काढली, याशिवाय त्याच्या मनात दुसरं काही नव्हतं. 'अच्छा! सत्तेचं वगैरे सोडा; पण कारकोवनं लक्षात ठेवून असावं.'

"आणखी एक सांगायचंय," कारकोव त्याच सुरात म्हणाला. "तुम्हाला हात लावणं किती कठीण आहे हे मला पाहायचंय. त्या ट्रॅक्टरच्या फॅक्टरीचं नाव बदलून घेता येईल की नाही पाहायचंय."

अँद्री मासार्तनं त्याच्यावरची नजर काढून नकाशाकडे पाहिलं.

"जॉर्डननं काय लिहिलं होतं?" कारकोवनं विचारलं.

"मी वाचलं नाही," मासार्त म्हणाला. "भाई कारकोव!"

"ठीक!" कारकोव म्हणाला. "तू इथं नकाशावर लष्करी तालीम करत बस आता."

खोलीबाहेर पडून कारकोव गार्डरूमकडे गेला. गोमेझ नि अँड्रीज दोघे निघून गेले होते. कारकोव, पहाटेच्या उजेडात दिसणाऱ्या डोंगरमाथ्याकडे पाहत क्षणभर उभा राहिला. 'तिकडे जायला हवं आम्हाला– आत्ता सुरू होईल,' त्यानं मनात म्हटलं.

उजेड वाढत चालला होता. गोमेझ नि अँड्रीज रस्त्यावर होते. अँड्रीजनं पुन्हा पुढच्या सीटला धरलं होतं. त्यांची मोटरसायकल वळणं घेत, चढउतार करत, घाटावरच्या विरळ धुक्यातून चालली होती. मोटरसायकलचा वेग त्याला खाली कळत होता. मग ती एकदम घसरली, थांबली नि रस्त्याच्या एका मोठ्या उतारावर दोघे आपल्या मोटरसायकलशेजारी उभे राहिले. डाव्या हाताच्या जंगलात, देवदारांच्या फांद्यांखाली रणगाडे झाकून उभे होते. आपल्या खांद्यांवरून स्ट्रेचर्सचे मोठे दांडे वाहत असलेले सैनिक अँड्रीजला दिसले. उजव्या हाताला पलीकडे झाडाखाली तीन स्टाफगाड्या होत्या. त्यांच्या बाजूला फांद्या उभ्या केल्या होत्या नि वरही फांद्या टाकल्या होत्या.

त्या गाड्यांपैकी एकीकडे गोमेझनं मोटरसायकल वळवली. गाडीशीच झाडाला पाठ लावून बसलेल्या एका ड्रायव्हरला त्यानं गोल्झचा पत्ता विचारला. "त्याच्याकडे नेतो तुम्हाला," मोटारीचा शॉफर म्हणाला. "तुझी मोटरसायकल जरा नजरेआड करून वर फांद्या टाक." त्यानं तोडलेल्या फांद्यांच्या राशीकडे बोट दाखवलं.

सूर्य झाडाच्या शेंड्यांमधून डोकावू लागला होता. गोमेझ व अँड्रीज शॉफरच्या मागून गेले. शॉफरचं नाव व्हिन्सेंट होतं. तिघे झाडांमधून, रस्त्यावरून खंदकाच्या एका तोंडाशी गेले. खंदकाच्या छपरावरून झाडीच्या उतारावरून तारा गेलेल्या होत्या. शॉफर आत गेला, तेव्हा ते बाहेर उभे राहिले. खंदकाच्या रचनेचं अँड्रीजला मोठं कौतुक वाटलं. डोंगरात तोंड पडलेलं असावं तसं तिथं वाटत होतं. आजूबाजूला कुठंही धूळमाती नव्हती. फक्त प्रवेशद्वाराच्या तोंडाशी दिसत होती, तेवढीच होती. खंदक खोल नि भव्य होता. त्याच्या लाकडी चौकटीच्या छपराखाली, मान वाकवावी

न लागता माणसं वावरत होती. व्हिन्सेंट – तो शॉफर बाहेर आला.

"वरच्या बाजूला हल्ल्याची तयारी चाललीय, तिकडे आहे तो." तो म्हणाला. "त्याच्या चीफ ऑफ स्टाफला खलिता दिला. त्यानं इथं सही केली."

त्यानं गोमेझला पोहोच पाकीट दिलं. गोमेझनं ते अँड्रीजला दिलं. त्यानं ते एकदा पाहून सदऱ्यात खोचलं.

"सही केली त्याचं नाव काय?" त्यानं विचारलं.

"ड्यूवेल." व्हिन्सेंट म्हणाला.

"ठीक," अँड्रीज म्हणाला. "ज्या तिघांना मला खलिता द्यायला सांगितला होता, त्यात हे नाव होतं."

"उत्तराची वाट पाहायची का?" गोमेझनं अँड्रीजला विचारलं.

"पाहू या! पण पूल उडवल्यानंतर इंग्लिश किंवा इतर मला कुठं भेटतील, हे मलाच काय पण देवालाही ठाऊक नाही."

"सेनापती परतेपर्यंत थांबा," व्हिन्सेंट म्हणाला. "तुम्हाला कॉफी मागवतो. भूक लागली असेल."

"ही टँक कसली?" अँड्रीजनं विचारलं.

ते चिखलाच्या रंगाच्या, फांद्यांखाली झाकलेल्या एका रणगाड्यावरून चालले होते. प्रत्येक मागच्या पाचोळ्यात उठलेल्या चाकोरीनं तो रस्त्यावरून कुठून आत आला नि मागं वळला, हे कळत होतं. त्याच्या पंचेचाळीस एम.एम. बंदुका त्यांच्यावरच्या फांद्यांतून आडव्या डोकावत होत्या. रणगाडे हाकणारे नि त्यातले गनर्स आपापल्या कातडी कोटांत नि शिरस्त्राणांत झाडांना पाठ लावून बसले होते किंवा झोपले होते.

"ते राखीव आहेत," व्हिन्सेंट म्हणाला. "ते सैन्यही राखीव आहे. हल्ला करणारं सैन्य वर आहे."

"पुष्कळ आहे की!"

"हो!" व्हिन्सेंट म्हणाला. "एक डिव्हिजन आहे सबंध!"

तिकडे, खंदकात ड्यूवेल, आपल्या हातात जॉर्डनचा खलिता धरून, त्याचं हातावरचं घड्याळ पाहत चौथ्यांदा खलिता वाचत खंदकात बसला होता. त्याच्या काखेत घाम येऊन तो गळत होता.

तो फोनमध्ये म्हणाला– "मला सेगोव्हिया ठाणं द्या. काय? गोल्झ नाही तिथं! मग अॅव्हीला द्या."

तो फोनशी धडपडत राहिला; पण उपयोग झाला नव्हता. तो दोन्ही ब्रिगेडसशी बोलला होता. गोल्झ हल्ल्यासाठी मोक्याच्या जागांची पाहणी करायला बाहेर पडला होता नि ऑब्झर्वेशन पोस्टकडे गेला होता. ड्यूवेलनं तिथंही फोन केला; पण गोल्झ तिथं नव्हता.

"मला प्लेन्स द्या." सगळी जबाबदारी डोक्यावर घेत ड्यूवेल एकदम फोनमध्ये म्हणाला. 'हल्ला थांबवण्याची सगळी जबाबदारी आपण घेऊ. हल्ला स्थगित करणंच उत्तम! या खलित्याप्रमाणे शत्रू तिथं वाट पाहत आहे. हा अचानक हल्ला समजून सैन्याला तिथं पाठवणं रास्त नाही. तसं करता येणार नाही. हे खून आहेत. नाही. कधीच तसं करता येणार नाही. काही झालं तरी नाही. हल्ला थांबवलाच पाहिजे. मग त्यासाठी आपल्याला गोळी घातली गेली तरी हरकत नाही. विमानतळाला फोन करून हल्ला थांबवू; पण समजा, हा फक्त ठाणं काबीज करण्यासाठी केलेला हल्ला असला? समजा, सारं साहित्य नि सैन्य काढून घेण्यासाठी असला. समजा, तसा असला. तसा असला तर तसं कुणी आधी सांगत नाही.'

"प्लेन्सचा फोन रद्द करा," त्यानं फोनमध्ये म्हटलं. "एकूणसत्तराव्या ब्रिगेडचं ऑब्झर्वेशन ठाणं द्या."

तो अजून फोन करत असतानाच त्यानं विमानांचा आवाज ऐकला.

त्याच वेळी त्याचा फोन गोल्झला लागला.

"हो मीच." गोल्झ शांतपणे म्हणाला.

गोल्झ वाळूच्या पोत्याला पाठ लावून बसला होता. पाय खडकावर पसरले होते. खालच्या ओठात सिगारेट होती. बोलत असताना तो वर नि मागे बघत होता. आकाशात तीन-तीननं गेलेली विमानं पसरट होत चाललेली तो पाहत होता. ती चंदेरी, आकाश दुमदुमत चाललेली विमानं! सूर्य उगवत होता त्या पर्वताच्या पठारावरून ती येत होती. उन्हात ती सुंदर चकचकीत दिसली. त्यांच्या फिरत्या पंखांवर पडलेली उन्हाची दोन वर्तुळं त्यानं पाहिली.

"हो!" ड्यूवेल बोलत होता म्हणून तो फ्रेंचमध्ये बोलू लागला. "इतक्या उशिरा हा खलिता यावा? वाईट!"

विमानं येत असलेली पाहताना त्याच्या डोळ्यांत अभिमान होता. आता त्याला पंखांवरच्या तांबड्या खुणा दिसल्या. विमानांची संथ ऐटदार चाल त्यानं पाहिली. असंच व्हायला हवं! ही आमची विमानं आहेत. मेडिटरेनिअनमधून, डार्डानेल्समधून, मार्नोराच्या आखातातून, काळ्या समुद्रातून, जहाजावरून ती इथं आली आहेत. ॲलकांतेला ती किती आपुलकीनं उतरवली, छान तऱ्हेनं जोडून उभी केली. त्यांची चाचणी झाली. चाचणीत उत्तम ठरली. आकाशात उडवली. धडधडत, सुंदर इंग्रजी 'व्ही' अक्षराचा आकार घेत उडवली. कशी छान स्वच्छ उन्हात ती चमकत आहेत. आता ती त्या खिंडीवर हल्ला करतील नि आमच्या सैन्याचा मार्ग मोकळा करतील.

एकदा ती पुढे गेली की, बॉम्ब टाकतील. बॉम्ब पडताना गांधील माशीसारखे दिसतील. ते पडताच खिंडींची माथी फुटतील नि धुरात गडगडून पडतील नि मोठ्या वाहत्या ढगात नाहीशी होतील. मग आमचे रणगाडे त्यांच्या साखळ्या खणखणवीत

चढणीवरून जातील. त्यांच्यामागून बरोबरच्या दोन पलटणी जातील. जर हा अवचित हल्ला ठरला तर– त्या पलटणी तशाच पुढे, वर, खाली, पलीकडे, शत्रू साफ करत, त्याला तोंड देत निर्वेध जातील. त्यांच्या मागे रणगाड्यांचा आधार असेल. डोकं वापरलं तर खूप करता येईल त्यांना. रणगाडेही पुढे जातील, मागे येतील; पलटणींना संरक्षण देत, गोळीबार करत सैन्याला पुढे करीत; निसटत, घसरत, वर, मागे, पलीकडे धावत राहतील. जर मध्ये काही घडलं नाही नि करायला सांगितलेलं त्यांनी केलं तर असंच व्हायला हरकत नाही.

तिकडे दोन खिंडी होत्या. पुढे रणगाडे होते. त्याच्या स्वतःच्या दोन ब्रिगेडस जंगल सोडण्याच्या तयारीत होत्या. आता ही विमानंही आली. आपल्या मनात जे करायचं होतं, ते हवं तसं करून झालं आहे.

पण आता जवळजवळ डोक्यावर आलेली विमानं पाहता पाहता, त्याला कसंसंच वाटू लागलं. जॉर्डनचा खलिता फोनवर ऐकल्यानंतर, त्या दोन खिंडींवर शत्रू नसणार हे त्याला कळलं होतं. आमची विमानं आली की, शत्रू खाली बाजूंना खणलेल्या खंदकात लपून आमच्या बॉम्बपासून बचाव करील. झाडीत बसून राहील. आमची बॉम्बफेकी विमानं परत गेली की, आपल्या विमानविरोधी मशीनगन्स, आपली ऑटोमॅटिक शस्त्रं, आपल्या विमानविरोधी तोफा, सारं घेऊन बाहेर पडेल. हे सारं साहित्य शत्रूनं वर नेलं आहे, हे जॉर्डननं कळवलंच आहे. मग तिथं एक लोळच होईल सगळा; पण आतातरी ही गर्जत येणारी विमानं यायला हवी तशी येत आहेत. ती पाहत, वर बघत गोल्झ टेलिफोनमध्ये म्हणाला– "नाही."

आपल्या कठोर मानी डोळ्यांनी गोल्झनं विमानं पाहिली. एकंदर गोष्टी कशा घडतील आणि तशा घडण्याऐवजी त्या कशा घडून याव्यात, हे त्याच्या डोळ्याला दिसत होतं. त्या कशा घडतील याचा अभिमान वाटून, त्या तशा घडल्या नाहीत तरी घडतील, यावर श्रद्धा ठेवून तो फोनमध्ये म्हणाला– "No, Rien a faiv. Rieu. Faut has pensev. Faut accepter." नि त्यानं फोन जागेवर ठेवला.

ड्यूवेलला त्याचं बोलणं ऐकू आलं नाही. टेबलाशी बसून त्यानं फोन कानाला लावला असताना त्याला विमानांच्या घरघरीशिवाय काही ऐकू आलं नाही. त्याच्या मनात आलं– 'ती आता ऐकू येऊ लागली आहेत. या वेळी आमची बॉम्बर्स बहुधा शत्रूचा धुव्वा उडवतील. काय सांगावं, शत्रूची फळी फोडून आम्हाला वाट मिळेल. गोल्झला हवी असलेली राखीव फौज मिळेल. हीच ती वेळ– हाच तो मुहूर्त! हाच असावा तो! चला! या हो! चला, पळा, पुढे जा!' शेवटी विमानांचा घरघराट एवढा झाला की, त्याला आपले विचारही ऐकू येईनात.

४३

पूल नि रस्ता यांना लागून असलेल्या टेकडीच्या चढणीवर, एका देवदाराच्या बुंध्यामागे रॉबर्ट पडला होता. तेथूनच त्यानं दिवस उजाडताना पाहिला. ही वेळ त्याला फार आवडायची. आताही उजाडलेलं पाहत असताना आपल्याही आतून उजळून येत असल्यासारखं त्याला वाटलं; पण हळूहळू पसरणाऱ्या प्रकाशाचा तो एक भागच होता. या वेळी वस्तुमात्र आगळे आकार घेऊ लागतं. आकाश उजळ होत असतं. रात्री लखलखीत वाटलेले दिवे पिवळे पडत असतात नि अधिक उजाडू लागतं, तसतसे ते फिकट होत जातात. खालचे देवदारांचे बुंधे आता स्पष्ट, पिंगट, भरीव दिसू लागले होते. दवाच्या शिडकाव्यानं रस्ता चकाकत होता. तो स्वतः दवानं ओला झाला होता. जंगलाची जमीन मऊसर वाटत होती. कोपराखालच्या पाचोळ्याचं दबणं कळत होतं. ओढ्याच्या पात्रावरून वर आलेल्या विरळ धुक्यातून त्याला लोखंडी पूल दिसत होता. खिंडीवर तो सरळ, ताठ पसरला होता. त्याच्या दोन्ही तोंडांना चौक्या उभ्या होत्या. ओढ्यावर तरंगणाऱ्या धुक्यातून पाहत असताना तो जाळीदार नि सुंदर वाटला.

आपल्या चौकीत उभा राहिलेला पहारेकरी त्याला दिसला. भोक पाडून बनवलेल्या पेट्रोल टिनच्या शेगडीवर तो हात शेकत होता. त्याच्या पाठीवरून ब्लँकेटचा कोट लोंबत होता. शेकण्यासाठी वाकल्यावर त्याच्या शिरस्त्राणाचं टोक दिसत होतं. खालच्या खडकांमधून वर उसळणारा ओढ्याचा खळखळाट रॉबर्ट जॉर्डननं ऐकला. पहारेकऱ्याच्या चौकीतून फिकट, विरळ धूर वर येताना त्यानं पाहिला.

त्यानं मनगटावरच्या घड्याळाकडे पाहिलं. त्याच्या मनात आलं– 'अँड्रीज गोल्झकडे पोहोचला की नाही कुणास ठाऊक? आम्हाला पूल उडवायचाच तर वेळ जाण्यासाठी मला श्वाससुद्धा हळूहळू घेतला पाहिजे. तुला वाटतंय का तो पोहोचला? तो म्हणजे– अँड्रीज! तो पोहोचला असला तर हल्ल्याचा हुकूम मागे घेण्यात येईल; घ्यायला सवड असली तर. जाऊ दे! का डोकं खातोस? ते मागं घेतील हल्ला– नाहीतर नाही. आता निर्णय संपले. काही वेळातच तुला कळेल. समज, हल्ला यशस्वी झाला. गोल्झ म्हणाला होता– होईलही! आमचे रणगाडे खिंडीतल्या रस्त्यावरून आले. आमचे लोक उजवीकडून, खालून नि ला ग्रंजवरून आले. डोंगराच्या डाव्या बाजूला धरून त्यांनी

पलटी खाली. जिंकल्यावर कसं वाटतं, याचा विचार तू का करत नाहीस?– बचावानं वागण्याची तुला आता इतकी सवय झालीय की, जयाचा विचारच तुला करता येत नाही; पण जयाचा विचार शत्रूनं युद्धसाहित्य या रस्त्यावरून पुढे नेईपर्यंतच होता– ती विमानं जाईपर्यंत. इतका खुळा होऊ नको. एक लक्षात ठेव. आम्ही शत्रूला थोपवून धरू, तोपर्यंत फॅसिस्ट गुंतलेले राहतील. आमचा निकाल लागल्यावर त्यांना पुढच्या राष्ट्रावर जाता येईल नि आमचा निकाल त्यांना कधीच लावता येणार नाही. आम्हाला साधनं मिळाली तर ते जन्मात निकाल लावू शकणार नाहीत. जर इथल्या लोकांना व्यवस्थित शस्त्रे, दारूगोळा मिळाला तर हे सतत लढत राहतील.

'छे! जय होईल असं धरू नको. कदाचित कित्येक वर्षं जावी लागतील. आमचा हल्ला शत्रू थोपवण्यासाठी आहे. हल्ल्याबद्दल खोट्या कल्पना उराशी बाळगू नको. समजा, आज आम्ही शत्रूची फळी फोडली. हा आमचा मोठा असा पहिलाच हल्ला आहे. त्याचाही विचार ठेव. हल्ला झाला तरचा हा विचार आहे. असा उतावीळ होऊ नको. त्यानं स्वतःला म्हटलं. शत्रूनं या रस्त्यानं कायकाय नेलंय आठव. तुला जेवढं करता येईल, तेवढं तू केलं आहेस. फिरते शॉर्टवेव्ह रेडिओ असते तर बरं झालं असतं हे खरं; केव्हातरी येतील ते. आज नाहीत. आता डोळे उघडे ठेवून करायला लागेल ते कर.

'जे काही दिवस भविष्यात उगवणार असतील, त्यांतला आजचा दिवस एक आहे, एवढंच! पुढच्या दिवसांत काय होईल ते आज तुझ्या हातून जे घडेल त्यावर अवलंबून आहे. वर्षभर हे असंच चाललंय. कित्येक वेळा हा दिवस आल्याचं तुला वाटलंय, तेव्हा सकाळी सकाळीच फुगून जाऊ नको,' त्यानं स्वतःला म्हटलं. 'समोरून काय येतंय पाहा–'

ब्लँकेटच्या शाली पांघरलेले नि शिरस्त्राण घातलेले दोघे रस्त्याच्या कोपऱ्यावरून पुढे आले. त्यांनी बंदुका खांद्यांवर टाकलेल्या होत्या. एकजण पुलाच्या पलीकडच्या टोकाशी थांबला नि चौकीघरात शिरून नजरेआड झाला. दुसरा हळू जड पावलांनी पुलावरून पुढे येऊ लागला. पुलावर थांबून तो खालच्या दरीत थुंकला. मग अलीकडच्या टोकाला येऊन तिथल्या संत्र्याशी बोलला. मग परत पुलावरून मागे वळला. सुटलेला पहारेकरी आलेल्या पहारेकऱ्याहून जलद चालू लागला. 'तो जलद चालतो आहे, कारण तो कॉफी प्यायला जातो आहे–' रॉबर्ट जॉर्डनच्या मनात आलं. तो पहारेकरीही खाली दरीत थुंकला.

तो एक तोडगा असावा. रॉबर्ट जॉर्डनच्या मनात आलं. आपल्यालाही तिथं गेल्यावर दरीत थुंकलं पाहिजे– थुंकण्याची शक्ती राहिली तर! छे! हा काही तोडगा होऊ शकत नाही. त्यानं काही होणार नाही. हा तोडगा लागू नाही हे आपल्याला दाखवावं लागेल.

नवा पहारेकरी चौकीत गेला. खाली बसला. त्याची संगीन लावलेली बंदूक भिंतीशी उभी होती. रॉबर्ट जॉर्डननं शर्टाच्या खिशातून आपली दुर्बीण काढली. पुलाचे टोक नि त्याचा करडा रंग स्वच्छ दिसेपर्यंत त्यानं ती लावली. मग चौकीकडे वळवली.

पहारेकरी भिंतीला टेकून बसला होता. त्याचं शिरस्त्राण खुंटीवर ठेवलेलं होतं. दोन दिवसांपूर्वी दुपारच्या पहाऱ्याला हाच माणूस होता. तीच विणलेली टोपी त्यानं घातली होती. दाढी केली नव्हती. डोळे खोल गेले होते. गालांची हाडं वर वाटत होती. भुवया दाट होत्या. मध्यावर जुळल्या होत्या. त्याच्या डोळ्यांवर झोप होती. रॉबर्ट जॉर्डन पाहत असतानाच त्यानं जांभई दिली. मग त्यानं तंबाखूचा बटवा काढला. कागद काढून सिगारेट वळली. त्यानं लायटर पेटवण्याचा प्रयत्न केला. शेवटी तो खिशात ठेवून तो शेगडीशी गेला. वाकून त्यानं निखारा बाहेर काढला. तळहातावर नाचवीत त्यावर फुंकर घालून त्यानं सिगारेट पेटवली. निखारा परत चुलीत फेकला.

पहारेकरी चौकीच्या भिंतीला टेकून सिगारेट ओढत असताना रॉबर्ट जॉर्डन पाहत राहिला. मग त्यानं दुर्बीण खाली आणून, तिची घडी केली नि खिशात टाकली.

'आता त्याच्याकडे बघायचं नाही.' त्यानं स्वतःला सांगितलं.

तसंच पडून रस्त्याकडे पाहत डोक्यात काही न आणण्याचा तो प्रयत्न करू लागला. खालच्या देवदारावर एक खार चिरचिरली. ती झाडाच्या बुंध्यावरून उतरत असताना रॉबर्ट जॉर्डन पाहत राहिला. मध्येच ती थांबली, तोंड वळवलं नि आपल्याकडे टक लावलेल्या या माणसाकडे तिनं टक लावलं. तिचे लहान चकचकीत डोळे तो पाहत राहिला. तिनं तरतरत उडवलेली शेपटी पाहत राहिला. मग ती दुसऱ्या झाडाकडे गेली. आपल्या छोट्या पायांनी ती लांबलांब उड्या घेत होती नि उगाच शेपटी हलवत होती. बुंध्यावरून तिनं रॉबर्ट जॉर्डनकडे पाहिलं. मग बुंध्याआड वळली नि दृष्टिआड झाली. मग देवदाराच्या एका उंच फांदीवरून चिरचिरताना ती त्याला ऐकू आली नि फांदीवर सपाट पडून शेपटीला वरखाली हिसके देताना दिसली.

रॉबर्ट जॉर्डननं वृक्षांमधून परत खालच्या चौकीकडे पाहिलं. 'ती खार आपल्या खिशात येऊन बसली तर किती छान होईल! आता हाताला दुसरा कसलातरी स्पर्श हवा आहे. त्यानं पाचोळ्यावर कोपर घासलं. या स्पर्शाला तिची सर नव्हती. हे काम करताना किती एकटंएकटं वाटतंय, कुणाला कळणार नाही. आपलं आपल्याला कळतंय. या साऱ्यातून मेरिया सुखरूप बाहेर पडावी, अशी आशा आहे. थांबव हे विचार! थांबवलेच पाहिजेत. आता आशा बाळगायला हवी– तीच बाळगतो आहे. पूल चांगला उडवीन नि मेरिया सुरक्षित निघून जाईल. गेलीच पाहिजे. तेवढं एकच ठीक होईल. आपल्याला एवढंच व्हायला हवं आहे आता.'

पडल्या पडल्या त्यानं दूरच्या चौकीकडे नि पलीकडच्या डोंगराकडे पाहिलं. 'कसलाच विचार करू नको.' तो स्वतःला म्हणाला. तसाच पडून तो उजाडत असताना पाहू लागला. उन्हाळ्यातील झक्क सकाळ उगवत होती. मे महिना असल्यामुळे भराभर उगवत होती. मध्येच एक मोटरसायकलवाला पुलावरून येऊन रस्त्यानं वर गेला. त्यानं कातडी कोट घातला होता. डोक्यावर कातड्याचं शिरस्त्राण होतं. डाव्या पायावर एक ऑटोमॅटिक रायफल लावलेली होती. मध्येच एक ॲम्ब्युलन्स गाडी आली; खालून गेली नि रस्त्याला लागली. नंतर मात्र काही आलं नाही. देवदारांचा वास सुटला होता. ओढ्याचा आवाज येत होता. सकाळच्या प्रकाशात पूल स्पष्ट, छान, रेखीव दिसत होता. हातावर सब-मशीनगन घेऊन तो पडला होता. त्यानं ठरवल्याप्रमाणे चौकीकडे मुळीच पाहिलं नाही. 'आपण वाट पाहत आहोत तो हल्ला होणारही नाही. मे महिन्यातल्या अशा सुंदर सकाळी असं घडेल तरी कसं?' त्याला हे वाटत असतानाच अचानक बॉम्बची धडधड आली.

बॉम्ब पडल्यावर, डोंगरांमधून येणारे त्यांचे पडसाद येण्याआधीची पहिली धडधड ऐकत असताना रॉबर्ट जॉर्डननं एक खोल श्वास घेतला. ठेवलेल्या जागेवरून त्यानं मशीनगन उचलली. तिच्या वजनानं हात अवघडल्यासारखा वाटला नि मनात नसतानाही बोटं जड झाल्यासारखी वाटली.

बॉम्बचे आवाज ऐकताच चौकीतला संत्री उभा राहिला. त्यानं रायफलला हात घातलेला रॉबर्ट जॉर्डननं पाहिला. मग चौकीबाहेर येऊन तो ऐकत उभा राहिला. त्याची विणलेली टोपी डोक्यावर तिरपी होती. आकाशात जिथून विमानं बॉम्ब टाकत होती, तिकडे तो पाहत होता. वर झालेल्या त्याच्या तोंडावर उन्हं चमकली.

रस्त्यावरचं धुकं आता गेलं होतं. आकाशाकडे पाहत असलेला संत्री रॉबर्ट जॉर्डनला स्पष्ट, स्वच्छ, रेखीव दिसत होता. झाडीतून स्वच्छ उन्हं त्याच्यावर पडली होती.

छातीभोवती तार आवळावी तसा श्वास रोखला गेल्याचं रॉबर्ट जॉर्डनला वाटलं. कोपरं नीट रोवून बसवत असताना बंदुकीच्या चापाची नागमोडी पकड बोटांना कळत होती. बंदुकीचा लांबट डोळा त्यानं मागच्या भागावर बसवला. समोरच्या माणसाच्या छातीवर आणला नि हळूच चाप दाबला.

बंदूक झटक्यात मागं येऊन खांद्याला बसलेला धक्का त्याला जाणवला. समोरचा तो संत्री क्षणभर चकित होऊन, मग दुखावल्यासारखा दिसला. मग गुडघ्यावर घसरला. त्याचं कपाळ, शरीर दुमडल्यानं जमिनीला टेकलं. बंदूक बाजूला पडली. त्याच्या बोटाचं एक टोक तिच्या चापात अडकलेलं राहिलं. संगिनीचं टोक रस्त्याकडे होऊन बंदूक पडली होती. रॉबर्ट जॉर्डननं पडलेल्या संत्र्यावरची नजर काढून पुलाकडे पाहिलं. तेथून दुसऱ्या चौकीकडे पाहिलं. तिथला

पहारेकरी त्याला दिसत नव्हता. त्यानं उजव्या उताराकडे नजर टाकली. आगस्तीन तिथं लपलेला होता. मग अॅन्सेल्मोनं गोळी उडवलेली त्यानं ऐकली. गोळीचा आवाज दरीतून घुमत परत आला. पुन्हा अॅन्सेल्मोनं उडवलेली गोळी ऐकू आली.

दुसऱ्या गोळीबरोबर पुलाच्या खालच्या कोपऱ्यावरून हातबॉम्बची धडधड आली. मग डाव्या रस्त्याच्या बाजूनं हातबॉम्ब ऐकू आले. रस्त्याच्या पुढच्या भागाकडून बंदुकीचे बार आले. खालून पाब्लोची ऑटोमॅटिक बंदूक फट फट करत गोळ्या ओकताना, हातबॉम्बच्या आवाजातही ऐकू आली. त्यानं अॅन्सेल्मोला पुलाच्या पलीकडच्या टोकाकडे धडपडत उतरताना पाहिलं. अॅन्सेल्मोला पाहताच आपली सब-मशीनगन त्यानं खांद्यावर लटकवली. देवदाराच्या बुंध्यामागे ठेवलेली दोन्ही ओझी उचलली. ती एकेका हातात घेऊन उतारावरून तो पुढे घुसला. ओझ्यानं खांद्याचे स्नायू तुटतील, असं वाटत होतं.

तो धावत उतरत असताना आगस्तीन ओरडलेला त्यानं ऐकला– ''मस्त शिकार झाली, इंग्लिशा! छान शिकार साधली.'' रॉबर्ट जॉर्डनच्या मनात आलं, 'हो! शिकारच– मस्त– शिकार!–' इतक्यात अॅन्सेल्मोची बंदूक पुलाच्या पलीकडून आली. पुलाच्या पोलादी खांबावर गोळीचा आवाज खणखणला. वाटेत मरून पडलेल्या पहारेकऱ्याच्या अंगावरून, ओझ्याखाली झुकत तो पुढे गेला.

एका हातात बंदूक धरून म्हातारा त्याच्याकडे धावत आला. तो ओरडला, ''सगळं बरोबर झालं– त्याला मात्र मारावं लागलं.''

पुलाच्या मध्यावर आल्यावर, थैल्या खाली ठेवून, वाकून त्यांतलं सामान बाहेर काढत असताना, अॅन्सेल्मोच्या गालावरून नि दाढीच्या खुंटांवरून अश्रू वाहत असलेले त्याच्या लक्षात आले.

तो अॅन्सेल्मोला म्हणाला, ''मीही मारला एक.''

बोलताना त्यानं पुलाच्या टोकाला मुटकुळं करून पडलेल्या पहारेकऱ्याकडे मान हलवली.

''हो, बाबा हो!'' अॅन्सेल्मो म्हणाला. ''मारावंच लागतं. मारतो आपण.''

रॉबर्ट जॉर्डन पुलाच्या सांगाड्यात उतरत होता. पुलाचे खांब त्याच्या हाताला थंड ओलसर लागत होते. नीट काळजीनं तो उतरत होता. ऊन त्याच्या पाठीला कळत होतं. पुलाच्या सांगाड्याच्या जाळ्यातून अंग वाकवत असताना त्याला पडत्या पाण्याचा आवाज ऐकू येत होता. वरच्या चौकीतून, रस्त्याच्या पुढच्या भागाकडून खूप गोळीबार ऐकू येत होता. त्याला आता खूप घाम सुटला होता. पुलाखाली थंड होतं. त्यानं अंगाभोवती तारेचं गुंडाळं अडकवलं होतं नि मनगटाला लावलेल्या हुकाला पक्कड टांगलेली होती.

''एका वेळी एक पुडकं दे.'' तो अॅन्सेल्मोला म्हणाला. दारूगोळ्याची पुडकी

देत ॲन्सेल्मो पुलाच्या कठड्यावरून पुढे वाकला. रॉबर्ट जॉर्डननं ती घेण्यासाठी हात पुढे केला नि घेतलेली पुडकी पुलाच्या सांगाड्यात आपल्याला हवं तिथं घुसडली. जवळजवळ लावली नि बांधून टाकली. ''पाचरी– म्हाताऱ्या! पाचरी दे,'' नव्या पाचरींचा वास घेत, खांबांमध्ये घट्ट बसवत त्यानं सुरुंग ठोकले.

जागोजागी सुरुंग नीट ठेवत, चिकटवत, पाचरी मारत, गच्च आवळत; पूल उडवण्याचाच काय तो विचार मनात बाळगून भरभर, कुशलतेनं काम करत असताना त्यानं रस्त्याखालून गोळ्यांची थडथड ऐकली. मग हातबॉम्बचा आवाज आला. पाण्याच्या खळखळ आवाजावर दुसऱ्या एका बॉम्बचा आवाज दुमदुमला. मग त्या बाजूला सगळं शांत झालं.

'सालं!' त्याच्या मनात आलं. 'मग मघाशी लागलेल्या गोळ्या कुठल्या?'

वरच्या चौकीकडच्या रस्त्यावर अजून गोळीबार सुरू होता. साला फारच होता! दोन हातबॉम्ब एकमेकांना टेकून तो सुरुंगाच्या पुडक्यांवर बांधत होता. बॉम्ब घट्ट बसावेत म्हणून तो त्यांच्या खडबडीत भागांवरून तारा आवळत होता. तारा घट्ट आवळून पकडीनं पिरगाळत होता. झालेलं काम त्यानं चाचपून पाहिलं. मग अधिक मजबूत करण्यासाठी हातबॉम्बच्या वरच्या बाजूनं एक पाचर मारली. तिथं सगळा सुरुंग लोखंडाशी घट्ट बसला.

''बाबा! आता दुसरी बाजू!'' तो ॲन्सेल्मोला ओरडला नि पुलाच्या जाळ्यांतून पलीकडे चढला. टारझननं लोखंडाच्या जंगलातून जावं तसं– त्याच्या मनात आलं. खाली ओढा खळखळतच होता. पुलाच्या तळातल्या अंधाऱ्या भागातून तो वर आला नि ॲन्सेल्मो दारूगोळ्याची पुडकी देत असताना त्यानं त्याच्या तोंडाकडे पाहिलं. 'आता ठीक दिसताय. रडत नाही. रडत नाही, ठीकच झालं. आता दुसरी बाजू. कसा सगळाच्या सगळा पूल कोसळेल! उतावीळ होऊ नको. काम करत राहा– आधी केलंस तसंच. भरभर– स्वच्छ! घुटमळू नको. सावकाशीनं घे. जमेल तेवढंच भरभर कर. घाईच्या मागं लागू नको. आता हार नाही. एक बाजू झालीच आहे. ती उडवण्याच्या आड कुणाला येता येणार नाही. छान चाललंय तुझं काम. काय थंड आहे इथं! अरे देवा! तळघरातल्यासारखं थंड वाटतंय. इथं बागुरडेही नाहीत. दगडी पुलाखाली काम असलं की, तिथं बागुरडे असतातच. हा स्वप्नपूल आहे– साला, एक स्वप्नपूल आहे हा! वरचा म्हातारा मात्र वाईट जागी उभा आहे. जमेल त्याहून जास्त घाई करू नको. हा गोळीबार पार वर दूर होत राहावा. 'थोड्या पाचरी दे बाबा!' गोळीबाराचं लक्षण ठीक नाही. पिलर अडचणीत असावी. चौक्यांतले काहीजण बाहेर आले असावेत. चौकी नि गिरणीच्या मागेही अजून गोळ्या चालू आहेत त्यांच्या. म्हणजे शत्रूपैकी कुणीतरी आहे. तो साला भुस्सा आहे ना! केवढ्या राशी भुश्शाच्या! जुना नि दबलेला भुस्सा असला की, लढताना दडायला चांगला!

शत्रूची पुष्कळ माणसं राहिली असावीत. पाब्लोकडेही थंड दिसतंय! हा दुसरा आणखी स्फोट कसला? साला! गाडी किंवा मोटरसायकल असावी. देव करो! शत्रूच्या चिलखती गाड्या किंवा रणगाडे वर न येवोत. काम कर! जेवढ्या भराभर मारता येतील तेवढ्या पाचरी मार. आवळ. एखाद्या बायल्यासारखा तू कापतो आहेस. काय झालंय तुला? फार घाई होते तुझी! वरची ती साली बाई– पिलर– नक्की कापत नाही. मी सांगतो. पिलर! कापतही असेल ती! चांगलंच अंगावर शेकलेलं दिसतंय तिच्या. भरपूर शेकलं की, तीही कापेल. अगदी इतरांसारखी कापेल.'

तो वाकत, ओणवत वरच्या उन्हात आला. ॲन्सेल्मो देत असलेली पुडकी घेण्यासाठी त्यानं हात पुढे केला. त्याचं डोकं आता पाण्याच्या आवाजावर आलं होतं. रस्त्यावरचा गोळीबार त्याला एकदम वाढलासा वाटला. पुन्हा हातबॉम्बचा आवाज आला. आणखी हातबॉम्ब पडले.

'–म्हणजे गिरणीवर छापा घातला त्यांनी.

'दारूगोळ्याची पुडकी केली आहेत हे नशीबच!' त्याच्या मनात आलं. 'अगदी सुटसुटीत वाटतं त्यानं. एखादी गबाळी दारू भरलेली थैली उडेलही. तसली दोन पोती पुरेत. नको. एकच बस. जर डिटोनेटर्स असते नि आपला जुना एक्स्प्लोडर असता! त्या गाढवानं एक्स्प्लोडर नदीत टाकला. इतके दिवस आपल्याजवळ असलेली ती चीज! किती ठिकाणी ती हिंडली होती. याच नदीत त्यानं ती टाकून दिली. तो गद्धा पाब्लो! आता त्यानं खाली चांगलाच तडाखा दिलेला दिसतोय शत्रूला! आणखी दे पाहू!

'चांगलं जमतंय म्हाताऱ्याला. अगदी खास जागा निवडलीय त्यानं बसायला. पहारेकऱ्याला गोळी घालणं त्याला आवडलं नव्हतं. आपल्यालाही नव्हतं; पण आपण त्यावर विचारच केला नव्हता. आताही करत नाही. हत्या करावीच लागणार होती. ॲन्सेल्मोनं एका लंगड्याला मारलं. लंगड्यांचं आपल्याला ठाऊक आहे. ऑटोमॅटिक शस्त्रानं माणूस मारायला सोपा जातो. म्हणजे मारणाऱ्याला सोपं जातं. साध्या शस्त्रानं मारण्याहून ते निराळं पडतं. एकदा तुम्ही घोडा दाबलात की, यंत्रच पुढे काम करतं. तुम्ही करत नाही. हे सारं दुसऱ्या एखाद्या वेळी डोक्यात आण. तू नि तुझ्या कल्पनांचा खेळ! रॉबर्ट जॉर्डन– तुझं डोकं भलतंच आहे. सरक! जॉर्डन, सरक! फुटबॉलच्या वेळी तू चेंडू पुढे खेचलास की, लोक तसं ओरडत. त्या खालच्या ओढ्याहून हा साला जॉर्डन काही मोठा नाही– कळतंय का? लहानच आहे. लहान म्हणजे उगम धरून. उगमाशी सर्वच लहान असतं– पुलाखाली ही एक जागा आहे. आपल्या घरापासून दूर असं हे घरच आहे. ए जॉर्डन, सावध हो! हा गंभीर मामला आहे जॉर्डन! तुला समजत नाही? इतर वेळी एवढं नसतं. पलीकडे

बघ? काय बघू! तिचं काही होवो– मला काही नाही आता. मैनं जातो तसं राष्ट्र जातं. जॉर्डन जातो तसे साले इस्राईल जातात. पूल– मला म्हणायचंय. जॉर्डन जातो तसा साला पूल जातो. म्हणजे– दुसऱ्या अर्थानं.'

"त्यातल्या आणखी दे बाबा! अॅन्सेल्मो!" तो म्हणाला. म्हाताऱ्यानं मान हलवली. "झालंच." रॉबर्ट जॉर्डन म्हणाला. म्हाताऱ्यानं पुन्हा मान हलवली.

हातबॉम्बना तारा जोडून झाल्यावर रस्त्यावरून गोळीबार ऐकू आला नाही. फक्त ओढ्याचा आवाज अवचितसा येत राहिला. त्यानं खाली पाहिलं. पुलाच्या कांबीतून ओढा फेसाळताना दिसला. पांढरा फेसाळत जात पुढे त्याचं नितळसं तळं बनलं होतं. वरून तळातल्या गारगोट्या दिसत होत्या. काम करताना त्यानं एक पाचर खाली टाकली होती. ती प्रवाहात गरगरत होती. एक ट्राउट मासा किड्यासाठी वर आला. पाचर गरगरत होती त्या पृष्ठभागावर त्यानं एक वर्तुळ घेतलं. हातबॉम्बना बांधलेल्या तारा पिळत असताना त्याला पुलाच्या कठड्यातून डोंगराच्या उतारावरची उन्हं दिसत होती. त्याच्या मनात आलं, 'तीन दिवसांपूर्वी तिथं सारं पिवळं होतं.'

वाकत, पुलाखालच्या थंड काळोखातून तो बाहेरच्या उन्हात आला. अॅन्सेल्मोच्या ओणवलेल्या चेहऱ्याला म्हणाला, "आता तारेचं मोठं वळं दे तेवढं."

म्हाताऱ्यानं ते खाली केलं.

'मेहरबानी कर, ते आणखी सैल करू नको. ते टिकतील आता. सगळे ओवले असते तर बरं होतं; पण तू खूप लांब तार घेतली आहेस– आता बिघडणार नाही.' हातबॉम्बच्या लिव्हर सोडणाऱ्या रिंगा ज्यात अडकवलेल्या होत्या, त्या कॉटर पिना चाचपत असताना रॉबर्ट जॉर्डनच्या मनात आलं. बाजूंवर ठेवून बांधलेले हातबॉम्ब लिव्हर सुटण्याइतकी जागा ठेवून बसले आहेत की नाहीत, त्यानं पाहिलं. (ज्या तारेनं ते बांधले होते त्या तारा लिव्हर्सच्या खालून गेल्या होत्या.) मग त्यानं एक लांब तार रिंगांत अडकवली. बाहेरच्या हातबॉम्बच्या रिंगमधून जाणाऱ्या मुख्य तारेला ती जोडली. तारेच्या वळ्याला उलगडून जरा ढील दिली. ती एका खांबाभोवती वेढा घालून घेतली. नि तारेचं वळं अॅन्सेल्मोला दिलं– "जपून धर," तो म्हणाला.

आता तो चढून पुलावर आला. म्हाताऱ्याजवळून वळं घेतलं. मग वळं जेवढं जलद सोडवता येईल तेवढं जलद चालत, रस्त्यावर जिथे पहारेकरी मुटकुळं करून मरून पडला होता तिकडे निघाला. चालता चालता पुलाच्या कठड्यावरून वाकत तो वळं सोडत जात होता.

"थैल्या आणा," पाठीनं चालता चालता तो अॅन्सेल्मोला ओरडला. जाता जाता खाली वाकून त्यानं आपली सब-मशीनगन उचलली नि खांद्यावर लटकवली.

त्याच वेळी तार सोडता सोडता, कड्याच्या अगदी वरच्या बाजूला त्यानं वरच्या चौकीकडून परतणारे येताना पाहिले.

त्यानं पाहिलं, ते एकंदर चौघे होते. मधूनच त्याला गुंता न व्हावा म्हणून आपल्या तारेकडे नि पुलाकडे पाहावं लागलं. त्या चौघांत एलॅडिओ नव्हता.

रॉबर्ट जॉर्डननं तार पुलाच्या टोकापलीकडे नेली. शेवटच्या खांबाला त्यानं एक वेढा घेतला. मग रस्त्यावरून धावत तो एका खुणेच्या दगडाशी आला. तार तोडून त्यानं अॅन्सेल्मोला दिली,

"धर!" तो म्हणाला. "आता माझ्याबरोबर पुलाकडे चल. चालताना तारेचं भान ठेव. नको! ते मी करीन."

पुलाशी आल्यावर त्यानं तार अडकवणीत घालून मागे ओढली; त्यामुळे ती हातबॉम्बच्या रिंगांत न गुंतता सरळ आली. पुलाच्या बाजूनं ती ताणून नेत पण त्याच वेळी पुलापासून दूर ठेवत त्यानं ती अॅन्सेल्मोला दिली.

"त्या उंच दगडाकडे ने!" तो म्हणाला. "हलक्या हातानं पण घट्ट धरून ने. तारेवर ओढ येता कामा नये. ही तू खूप खूप ओढलीस की पूल उडेल, समजलं?"

"हो."

"तार जपून ने. घोळ पडू देऊ नको नाहीतर गुंता होईल. हलक्या हातानं ओढ."

हे बोलत असताना रॉबर्ट जॉर्डन पिलरचे उरलेले लोक येत होते, तिकडे बघत होता. ते जवळ आले होते. रॅफेल नि प्रिमितोवो, फेरनॅन्डोला सावरून आणत होते. त्याला जांघेत गोळी लागली असावी, कारण आपले दोन्ही हात त्यानं तिथं ठेवले होते. त्यांनी त्याला दोन्ही बाजूंनी उचलून धरले होते. त्याला उचलून चालवत आणत असताना त्याचा एक पाय लोंबकळत होता. त्या पायातल्या बुटाचं टोक जमिनीवरून घसटत चाललं होतं. हातात तीन बंदुका घेऊन पिलर चढण चढून झाडीकडे येत होती. रॉबर्ट जॉर्डनला तिचा चेहरा दिसत नव्हता; पण तिनं डोकं वर केलं होतं नि जेवढं जलद चढता येईल, तेवढं ती चढत होती.

"कसं चाललंय?" प्रिमितोवोनं विचारलं.

"झक्क! आटोपलंच!" रॉबर्ट जॉर्डन ओरडला.

त्यांचं कसं चाललंय विचारण्याची जरूरच नव्हती. रॉबर्ट जॉर्डन दुसरीकडे पाहत असताना तिघे रस्त्याच्या टोकावर आले. फेरनॅन्डोला ते चढणीवर उचलून नेत असताना तो मान हलवत होता.

"एक रायफल द्या." त्याला गुदमरलेल्या सुरात म्हणताना जॉर्डननं ऐकलं.

"नाही बेट्या! घोड्यापर्यंत नेतो तुला."

"घोड्याचा मला काय उपयोग?" फेरनॅन्डो म्हणाला. "इथंच बरं आहे."

पुढचं रॉबर्ट जॉर्डननं ऐकलं नाही. तो अॅन्सेल्मोशी गुंतला होता.

"रणगाडे आलेच इतक्यात तर दे उडवून," तो म्हणाला. "पण ते इकडे वळले तरच! चिलखती गाड्या आल्या तरी उडव. त्या इकडे आल्या तरच! बाकीचं पाब्लो पाहील."

“तू पुलावर असताना मी उडवणार नाही.”

“माझ्याकडे पाहू नको. उडवायची वेळ आली असं वाटताच उडव. दुसरी तार लावून मी परत येतो. मग आपण दोघे उडवू.”

ॲन्सेल्मोने रॉबर्ट जॉर्डन पुलावरून गेलेला पाहिला. त्याच्या हातावर तारेची गुंडाळी होती– मनगटाला पक्कड लोंबत होती. सब-मशीनगन पाठीवर होती. पुलाच्या कठड्याखाली जाऊन तो दिसेनासा झाला. ॲन्सेल्मोनं आपल्या उजव्या हातात तार धरली होती. मैलाच्या दगडामागं ओणवून त्यानं रस्त्यावर नि पुलाच्या पलीकडे पाहिलं. पुलाच्या नि त्याच्यामध्ये जो रस्ता होता, त्यावर मध्यभागी पहारेकरी पडलेला होता. त्याचं शरीर पूर्वीहून अधिक भुईसपाट झालं होतं. पाठीवर ऊन होतं. त्याची बाजूला असलेली बंदूक अशी पडली होती की, तिचा रोख ॲन्सेल्मोकडे होता. पहारेकऱ्याच्या देहापलीकडे, रस्त्यानं, पुलाच्या कठड्यांच्या सावल्यांतून वळण घेतलं होतं. म्हाताऱ्यानं तिकडे पाहिलं. रस्ता तिकडे वळून शिळांच्या मोठ्या भिंतीआड गेला होता. तेथून त्याची नजर दूरच्या चौकीकडे गेली. सूर्य तिच्यावरही तळपत होता. मग त्याला हातातल्या तारेची जाणीव झाली. प्रिमितोवो नि जिप्सी यांच्याशी फेरनॅन्डो बोलत होता, तिकडे त्यानं मान केली.

“मला सोडा इथं,” फेरनॅन्डो म्हणाला. “फारच वेदना होत आहेत. रक्तस्राव झालाय आता. जरा हललं की कळतंय.”

“एवढ्या चढणीवरून तुला नेतो,” प्रिमितोवो म्हणाला. “आमच्या खांद्याभोवती हात टाक. मग तुझे पाय उचलून घेऊ आम्ही.”

“काही उपयोग नाही त्याचा,” फेरनॅन्डो म्हणाला. “मला या शिळेआडच ठेवा. वर काय नि खाली काय सारखंच!”

“आम्ही गेलो तर?” प्रिमितोवो म्हणाला.

“मला इथंच सोडून जा,” फेरनॅन्डो म्हणाला. “इतकी जखम झाल्यावर मी कसला हलतोय? तुम्हाला एक घोडा तरी होईल आणखी. इथं ठीक आहे. शत्रू आत्ता येईल.”

“टेकडीवर नेता येईल तुम्हाला,” जिप्सी म्हणाला. “सहज नेऊ.”

प्रिमितोवोप्रमाणे तोही इथून निघण्याच्या भयंकर घाईत होता; पण काही असलं, तरी दोघांनी त्याला इथपर्यंत आणलं होतं.

“नको!” फेरनॅन्डो म्हणाला. “इथं ठीक आहे. एलॅडिओचं काय झालं?”

त्याला कुठं गोळी लागली, हे दाखवत जिप्सीनं डोक्याकडे हात नेला.

“इथं!” तो म्हणाला. “तुझ्यानंतर लागली. आपण घाई केली तेव्हा.”

“मला सोडा इथंच.” फेरनॅन्डो म्हणाला. त्याला फार वेदना होत होत्या, हे ॲन्सेल्मोला दिसत होतं. त्यानं आपले दोन्ही हात जांघेवर ठेवले. काठावर डोकं

टेकलं. पाय पुढे समोर पसरले. त्याचा चेहरा फिकट पडून घामानं भरला होता.

"कृपा करून मला इथं ठेवून जा!" तो म्हणाला. त्याचे डोळे वेदनांनी मिटत होते नि ओठ वळत होते. "इथंच बरं वाटतंय मला."

"ही बंदूक नि काडतुसं ठेवलीत." प्रिमितोवो म्हणाला.

"माझीच आहे ना?" डोळे मिटलेले ठेवूनच फेरनॅन्डोनं विचारलं.

"नाही. तुझी पिलरजवळ आहे. ही माझी आहे."

"माझी असती तर बरं," फेरनॅन्डो म्हणाला. "माझ्या हातात ती बसली आहे."

"तुझी घेऊन येतो," जिप्सी त्याला म्हणाला. "तुझी आणेपर्यंत ही ठेव."

"छान जागा मिळालीय मला," फेरनॅन्डो म्हणाला. "वरचा रस्ता नि पूलही इथून कळतो." त्यानं डोळे उघडले. मान वळवली. पुलाकडे पाहिलं. पुन्हा वेदना वाढताच डोळे मिटून घेतले.

जिप्सीनं त्याच्या डोक्यावर थोपटलं. प्रिमितोवोनं अंगठ्यानं सर्वांना निघण्याची खूण केली.

फेरनॅन्डो तीराला पाठ देऊन पडला होता. रस्त्याच्या कडेची खूण म्हणून सफेदी मारलेला एक खांब त्याच्यासमोर होता. त्याचं डोकं सावलीत होतं. त्याच्या बॅन्डेज ठेवलेल्या जखमेवर नि त्यावर ठेवलेल्या हातांवर उन्हं होती. एक माशी त्याच्या हातावर बसली, पण वेदनांमुळे कळली नाही.

"फेरनॅन्डो!" ॲन्सेल्मो तार धरून ओणवा झाला होता, तेथून ओरडला. तारेचं वळं करून ओढायला जोर मिळावा म्हणून त्यानं मुठीभोवती गच्च आवळलं होतं.

"फेरनॅन्डो!" त्यानं पुन्हा हाक मारली.

फेरनॅन्डोनं डोळे उघडून पाहिलं. "कसं जमतंय?"

"उत्तम! मिनिटात उडवू आम्ही."

"ऐकून बरं वाटलं. तुम्हाला काही लागलं तर विचारा." फेरनॅन्डो म्हणाला. त्यानं पुन्हा डोळे मिटले. वेदना उसळून आल्या.

ॲन्सेल्मोनं त्याच्यावरून नजर काढून पुलाकडे पाहिलं.

पुलावरून तारेचं वेटोळं केव्हा वर येतंय, इकडे त्याची नजर होती. उन्हानं काळं पडलेलं आपलं डोकं नि तोंड तारेमागोमाग तिकडून केव्हा वर काढील, इकडे तो लक्ष ठेवून होता. त्याच वेळी रस्त्याच्या बाजूनं काही येतंय का, इकडेही तो पाहत होता. आता मनात भय नव्हतं नि दिवसभरातही त्याला कधी भय वाटलं नव्हतं. 'भिण्याची भावना कशी झटकन विरते. बरोबरच आहे. पहारेकऱ्याला मारलं तेव्हा आपल्याला भास झाला; पण आता सारं गेलंय. जनावराला गोळी घालावी तसं माणसाला गोळी घालणं आहे, असं त्या इंग्लिशाला म्हणवलं तरी कसं? मी शिकार खेळलो; पण तेव्हा नेहमी उत्साह वाटला. कधी आपण चुकीचं करतो

आहोत, अशी भावना आली नाही; पण माणसाला गोळी घालायची म्हणजे भावाला प्रौढपणी गोळी घातल्यासारखं वाटतं. अशा भावांना निरनिराळ्या वेळी असं गोळी घालून मारायचं? छे! मनातसुद्धा आणू नको; त्यामुळेच मघाशी तुझं मन भरून आलं नि एखाद्या बाईसारखा पुटपुटत तू पुलावरून खाली धावत सुटलास.'

'सगळं संपलं ते,' त्यानं स्वतःशी म्हटलं. 'त्या माणसाला किंवा इतरांना मारलं या पापासाठी पश्चात्तापानं रडण्याचं कारण नाही. काल रात्री टेकडीवरून येताना तू इच्छा केलीस ते तुला मिळालंय. तू युद्धात उडी घेतलीच आहेस. आता प्रश्नच नाहीत कसले. इथं आता, सकाळी आपण मेलो तरी काय बिघडलं?'

फेरनॅन्डो आपल्या जांघेत हात उपडे घालून पडला होता, तिकडे त्यानं पाहिलं. त्याचे डोळे घट्ट मिटलेले होते. श्वास जोरानं पण सावकाश होत होता. त्याच्या मनात आलं, 'आपल्याला मरण आलं तर झटकन यावं. आज आपल्याला कुणी वर मागायला सांगितला तर याशिवाय दुसरा कोणता मागणार नाही. आपण काहीच मागत नाही. काही नको आपल्याला. कुठलाच वर नको. आपण एकदा मागितलंय तेवढं मिळावं, बाकीचं योग्य ते घडेल.'

घाटात दूर लढाई चालू होती, त्याचे आवाज तो ऐकू लागला. मग स्वतःला म्हणाला, 'खरोखर! थोर दिवस आहे हा! मी ओळखायला हवा! मला कळायला हवा!'

पण त्याचा ऊर भरून आला नव्हता किंवा धपापतही नव्हता. सगळी धाकधूक गेली होती. एक शांतपणा आला होता. खुणेच्या दगडापाशी, हाताभोवती तारेचं वेटोळं करून नि दुसरं वेटोळं मनगटाभोवती आवळून तो गुडघ्यांवर बसला होता. गुडघ्यांखाली रस्त्याकाठची वाळू होती नि त्याला एकाकी वाटत नव्हतं; एकटं पडल्यासारखं वाटत नव्हतं. हातात तार घेतलेल्या स्थितीशी, पुलाशी नि इंग्लिशानं लावलेल्या सुरुंगाशी तो एकरूप झाला होता. सर्व युद्धाशी नि लोकसत्ताकाशी तो एकरूप झाला होता.

कसला कोलाहल नव्हता. सारं शांत होतं. मानेवर उन्हं पडली होती. खांद्यावर पडली होती. तो गुडघ्यावर बसला होता. त्याला वरचं निरभ्र आकाश, डोंगरांच्या उतरंडी नि नदीपलीकडे चढत गेलेले डोंगर दिसत होते. मनात तो सुखी नव्हता, एकटाही नव्हता; भयही नव्हते.

घाटातून आलेल्या रस्त्याकडे पाहत पिलर उतारावरच्या एका झाडाआड बसली होती. शेजारी तीन भरलेल्या बंदुका होत्या. प्रिमितोवो शेजारी येऊन बसताच तिनं त्याला एक दिली.

"तिकडे खाली जा," ती म्हणाली. "त्या झाडाआड. ए जिप्सी! तू तिकडे जा," तिनं खालच्या एका झाडाकडे बोट केलं. "मेला का तो?"

“नाही. अजून नाही.” प्रिमितोवो म्हणाला.

“दुर्दैव!” ती म्हणाली. “आणखी दोन लोक असते तर असं शक्य झालं नसतं. त्यानं लाकडाच्या भुशामागून लपतछपत यायला हवं होतं. ठीक आहे ना तिथं तो?”

प्रिमितोवोनं मान हलवली.

“इंग्लिशानं पूल उडवला की, इथपर्यंत तुकडे उडतील?” जिप्सीनं झाडाआडून विचारलं.

“मला काय ठाऊक?” पिलर म्हणाली. “पण मॅक्वीना घेऊन आगस्तीन बसलाय ते ठिकाण तुझ्याहून पुलाला जवळ आहे. जर फार जवळ असतं तर इंग्लिशानं त्याला तिथं बसवलंच नसतं.”

“मला गाडीचं आठवतंय. गाडी उडाल्यावर इंजिनाचा डबा माझ्या डोक्यावरून गेला. लोखंडाचे तुकडे चिमण्यांसारखे उडत आले तेव्हा.”

“तुला काव्य आठवतंय,” पिलर म्हणाली. “म्हणे चिमण्यांसारखे! बॉयलरचं उकळतं पाणी उडावं, तसे वाटले ते. ऐक जिप्स्या! आतापर्यंत तू ठीक धीर धरला आहेस. आता थोडक्यासाठी बावरू नको.”

“मी एवढ्यासाठीच विचारलं की, तुकडे इथपर्यंत येणार असतील तर मी आणखी झाडाआड होईन.”

“आहेस तिथंच ठीक आहेस,” पिलर म्हणाली. “किती मारले आपण?”

“आम्ही पाच मारले. इथले दोन. पुलाच्या टोकाचा तुला दिसत नाही? पुलाच्या दिशेनं पाहा. चौकी दिसली? पाहा, दिसला?” त्यानं बोट दाखवलं.

“पाब्लोनं खाली आठ मारले. इंग्लिशासाठी मी चौकीवर पहारा देऊन होतो.”

पिलर कुरकुरली. मग ती संतापानं जोरात ओरडली, “या इंग्लिशाला झालंय तरी काय? पुलाखाली किती वेळ कडमडतोय तो! त्याचं पूल बांधणं चाललंय की उडवणं चाललंय?”

तिनं मान वर करून खुणेच्या दगडाशी गुडघ्यावर बसलेल्या ॲन्सेल्मोकडे पाहिलं,

“ए म्हाताऱ्या?” ती ओरडली. “तुझ्या त्या इंग्लिशाला झालंय तरी काय?”

“सबूर कर– बये!” ॲन्सेल्मो ओरडला. त्यानं तार हलके पण घट्ट आवळून धरली होती, “काम संपत आलंय त्याचं.”

“पण– एवढा वेळ त्या साऱ्यांचं काय चाललंय?”

“ते शास्त्रीय काम आहे.” ॲन्सेल्मो ओरडला.

“शास्त्र गेलं खड्ड्यात,” पिलर जिप्सीवर रागावत ओरडली. “त्या नरकतोंड्याला म्हणाव उडव नि मोकळा हो. मेरिया!” ती टेकडीकडे तोंड करून ओरडली. “अगं!

तुझा तो इंग्लिशा!'' मग तिनं न ऐकवतील अशा शिव्या सुरू केल्या. पुलाखाली जे जे काही तो घाणेरडं करील, ते ते त्यात होतं.

''शांत हो! शांत हो!'' ॲन्सेल्मो रस्त्याकडून म्हणाला. ''तो प्रचंड काम करतोय. संपवत आणलंय त्यानं.''

''गेलं खड्ड्यात प्रचंड,'' पिलर म्हणाली. ''आता घाई करायला हवी.''

पाब्लोनं चौकी काबीज केली होती तिकडून गोळीबार आला. पिलरनं शिव्या थांबवल्या नि ती ऐकू लागली, ''घ्या!'' ती म्हणाली. ''हव्यात ना? घ्या.''

पुलाच्या कठड्यावर एका हातानं तारेचं वेटोळं फेकताना रॉबर्ट जॉर्डननं गोळीबार ऐकला. मग वेटोळ्यामागोमाग त्यानं स्वतःला वर केलं. त्याचा पाय पुलाच्या खांबावर नि हात वर असताना त्यानं मशीनगनच्या फैरी ऐकल्या. हा आवाज पाब्लोच्या मशीनगनहून निराळा होता. तो उभा झाला. मग पुढे वाकून त्यानं तारेचं वळं सुटं केलं. तार सोडत तो पुलाच्या कडेकडेनं येऊ लागला.

तो असा येत असताना ऐकू आलेल्या गोळीबारानं त्याच्या पोटात धस्स झालं. जणू कानाचा पडदा फाडून पडसाद खाली येत होते. गोळीबार जवळ वाटत होता. रस्त्याच्या वळणावर त्यानं पाहिलं. रस्ता मोकळाच होता. एकही गाडी नव्हती, माणसं नव्हती; रणगाडा नव्हता. तो अर्ध्यापर्यंत आला, तरी सर्व रस्ता मोकळाच होता. तो पाऊण आला, तरीही रस्त्यावर काही नव्हतं. तो सोडत चाललेली तार न गुंतता सरळ पडत होती. चढण चढून तो चौकीमागून पुढे आला, तरी तार सरळ येत होती. चालताना त्यानं तार लोखंडाला न लागेल अशी दूर धरली होती. तो रस्त्यावर येऊन पोहोचला, तरी खालच्या रस्त्यावर कुणी नव्हतं.

मग त्यानं त्या रस्त्यावर ट्रक येताना ऐकली. पलीकडे लांब उतारापर्यंत आलेली मागच्या मानेनं त्यानं पाहिली. त्यानं आपल्या मनगटाभोवती तारेचा एक वळसा दिला नि तो ॲन्सेल्मोला ओरडला, ''उडव!'' ओरडून त्यानं जमिनीत टाचा रोवल्या. शरीर मागे झोकलं. तारेचा आणखी एक वळसा मनगटाभोवती घेऊन तार खेचली. मागून ट्रकचा आवाज येत होता. पुढे रस्त्यावर पहारेकरी मरून पडला होता. समोर लांबलचक पूल होता. खाली रस्ता पसरला होता. रस्त्यावर कुणी नव्हतं नि एकदम गडगडाट झाला. पुलाचा मधला भाग लाटेसारखा हवेत उडाला. स्फोटाचा वारा आपल्या अंगावर त्याला कळला. त्याच वेळी त्यानं तोंड खाली बाजूच्या गटारात करून उडी घेतली. दोन्ही हात त्यानं डोक्यावर धरले होते. त्याचं तोंड गटारातल्या गारगोट्यांवर गच्च दाबलेलं असतानाच उडालेला पूल परत जागेवर बसला. नेहमीचा परिचयाचा पिवळा तिखट वास त्याच्या नाकावरून गेला. मागोमाग पोलादी तुकड्यांचा पाऊस सुरू झाला.

लोखंडी तुकडे पडण्याचं थांबलं, तरी अजून तो जिवंतच होता. डोकं वर करून

त्यानं पुलाकडे पाहिलं. पुलाचा मधला भाग पार गेला होता. ओरबाडलेलं लोखंड पुलावर दिसत होतं. त्याचे तुटके भाग चकाकत होते. ते साऱ्या रस्ताभर पसरले होते. आलेली ट्रक साधारण शंभर यार्डांवर थांबली होती. ट्रकचा ड्रायव्हर नि त्याच्याबरोबरचे दोघे नाल्याकडे धावत होते.

फेरनॅन्डो अजून तीराला पाठ देऊन पडला होता. अजून त्याचा श्वास चालू होता. त्याचे बाहू बाजूला सरळ पडले होते. त्याची बोटं सैल पडली होती.

ॲन्सेल्मो खुणेच्या दगडामागे उपडा पडला होता. त्याचा डावा हात डोक्याखाली दुमडलेला होता. त्याचा उजवा हात सरळ समोर पसरून होता. तारेचं वेटोळं अजून तसंच त्याच्या मनगटाभोवती होतं. रॉबर्ट जॉर्डन उभा राहिला. रस्ता ओलांडून तो त्याच्यावर ओणवा झाला. तो मेला असल्याची त्यानं खात्री करून घेतली. त्याला वळवून लोखंडाच्या तुकड्यानं कुठं काय केलं, हेसुद्धा त्यानं पाहिलं नाही. तो मेला होता– संपलं!

'मृत्यूनंतर किती लहान दिसतोय हा!' रॉबर्ट जॉर्डनच्या मनात आलं. 'लहानसर. डोक्याचे पांढरे केस. एवढासाच याचा बांधा असेल तर एवढी ओझी यानं कशी वाहिली? मग त्याचं लक्ष त्याच्या ब्रिचेसमधून दिसणाऱ्या पोटऱ्यांकडे नि मांड्यांकडे गेलं. सोलांचे केलेले वाहणांचे झिजलेले तळ त्यानं पाहिले. त्यानं त्याची बंदूक उचलली. दोन्ही थैल्या उचलल्या. आता त्या जवळजवळ रिकाम्याच होत्या. पुढे होऊन वाकून फेरनॅन्डोशेजारची बंदूकही त्यानं हातात घेतली. एक वेडावाकडा लोखंडाचा तुकडा रस्त्यावर पडला होता. तो त्यानं लाथेनं उडवला. मग दोन्ही बंदुका खांद्यावर टाकून त्या नळीनं धरून तो वर रानाकडे निघाला. त्यानं मागे वळून पाहिलं नाही. रस्त्याकडे, पुलाकडेही नाही. खालच्या वळणावर अजून गोळीबार चालू होता; पण आता त्याला त्यात काही गम्य नव्हतं.

टी.एन.टी. दारूच्या धुरामुळे त्याला खोकला येत होता. शरीर बधिर वाटत होतं.

पिलर झाडाआड पडली होती. तिच्याजवळ त्यानं एक बंदूक ठेवली. त्यानं तिकडे पाहिलं. आपल्याजवळ पुन्हा तीन बंदुका झाल्याचं तिच्या लक्षात आलं.

"तुम्ही फार उंचावर आहात," तो म्हणाला. "रस्त्यावरून एक ट्रक येतेय, ती तुम्हाला इथून दिसत नाही. विमानांनी पूल उडवला असंच त्यांना वाटतंय. तुम्ही आणखी पुढे जाणं चांगलं. आगस्तीनबरोबर पाब्लोला मदत करायला मी जातोय."

"म्हाताऱ्याचं काय?" तिनं विचारलं.

"खलास!"

पुन्हा त्याला खोकला आला. घसा फुटतोय वाटावं, असा आला. तो थुंकला.

"इंग्लिशा! तुझा पूल उडला," पिलरनं त्याच्याकडे पाहिलं. "विसरू नकोस."

“मी काही विसरत नसतो,” तो म्हणाला. “तुझा आवाज दणक्या आहे. मी तुला ऐकलंय ओरडताना. तशीच आता ओरड नि मेरियाला सांग– मी ठीक आहे.”

“लाकूडगिरणीशी आमचे दोने गेले.” त्याला आपल्या मनातलं कळावं म्हणून ती म्हणाली.

“पाहिले मी,” रॉबर्ट जॉर्डन म्हणाला. “तुमच्या हातून काही मूर्खपणा झाला नाही ना?”

“खड्ड्यात जा! इंग्लिशा!” पिलर म्हणाली. “फेरनॅन्डो नि एलॅडिओ माणसंच होती.”

“तुम्ही घोड्यांना घेऊन पुढे का होत नाही?” रॉबर्ट जॉर्डन म्हणाला. “तुझ्यापेक्षा मी पिछाडी चांगली सांभाळीन.”

“पाब्लोची पिछाडी सांभाळण्याचं काम तुझं आहे.”

“गेला खड्ड्यात पाब्लो! त्याला नरकानं माखून घेऊ दे.”

“नाही, इंग्लिशा! तो गेलेला परत आला. तो तिकडे खूप लढला. तुझ्या कानावर नाही? अजून तो लढतोय– ऐकू येत नाही?”

“मी त्याची पिछाडी सांभाळतो; पण तुम्ही सगळे खड्ड्यात जा. तू नि तुझा पाब्लो– दोघंही.”

“इंग्लिशा! शांत हो,” पिलर म्हणाली. “इतर कुणी राहिलं नसेल, इतकी मी यात तुझ्या बरोबरीनं राहिले. पाब्लोनं तुझा अपराध केला खरा; पण तो परत आला.”

“एक्स्प्लोडर असता तर म्हातारा मेला नसता. मी इथून पूल उडवला असता.”

“जर तर! जर तर!” पिलर म्हणाली.

पूल उडल्यावर, पडल्या जागेपासून छपरावर पाहिल्यावर, ॲन्सेल्मो मेलेला दिसताच जो संताप, भकासपणा, द्वेष त्याच्या डोक्यात चढला होता, तो अजून होता. सैनिक– सैनिक राहण्यासाठी नैराश्याचं रूपांतर द्वेषात करतात, तसंच त्याचं झालं होतं. काम झाल्यावर त्याला एकटंएकटं, निरिच्छ वाटलं नि जो पुढे आला, त्याचा तो द्वेष करू लागला.

“जर बर्फ पडला नसता–” पिलर म्हणाली नि पिलरने हे म्हणताच एकदम शारीरिक दुःख नाहीसं व्हावं तसं (समजा, त्या बाईनं भोवती हात टाकले असते, काहीतरी तशासारखं) अगदी तसं नाही, तरी हळूहळू झालेलं मानून घेण्याची त्याच्या मनाची तयारी झाली नि तो डोक्यातून द्वेष काढून टाकू लागला. नक्कीच– बर्फानंच झालं! बर्फच. पुष्कळांचं त्यानं नुकसान केलंय. दुसऱ्यांना काय वाटतंय हे एकदा कळलं, एकदा का तुम्ही लढाईमध्ये आपलेपण गमवावं लागतं ते गमावलंत! आणि लढाईत आपलं आपलेपण राहतं कुठं? तिथं ते घालवण्यासाठीच जायचं असतं. आता ते गेल्यावर त्याला पिलरचं बोलणं ऐकू आलं– “सोर्दो–”

“काय?” तो म्हणाला.

“सोर्दो!”

“होय.” रॉबर्ट जॉर्डन म्हणाला. तो तिच्याकडे पाहून तडे गेलेलं, कडक, ओढलेलं हसू हसला. “विसर सगळं! माझं चुकलं. मला वाईट वाटतंय, बये! आपण सारे मिळून हे व्यवस्थित पार पाडू या. पूल उडवला– तू म्हणालीस ते बरोबर आहे.”

“होय. तू तारतम्यानं विचार करायला हवास.”

“आता मी आगस्तीनकडे जातो. जिप्सीला आणखी बरंच खाली उभं राहायला सांग म्हणजे त्याला रस्त्यावरचं बरंचसं दिसेल. त्या बंदुका प्रिमितोवोला दे. ही मॅक्वीना तू घे. कशी चालवायची दाखवतो.”

“मॅक्वीना राहू दे,” पिलर म्हणाली. “इथं आपण फार वेळ नाही. एव्हाना पाब्लो यायला हवा. लगेच चालायला लागू.”

“रॅफेल!” रॉबर्ट जॉर्डन म्हणाला. “इकडे खाली माझ्यापाशी ये. इकडे. ठीक. नाल्याकडून कोण येतोय पाहा. ट्रकच्या वरच्या बाजूला. ट्रककडे येताहेत ते. त्यांच्यातल्या एकाला गोळी घाल. खाली बस. आस्ते घे.”

जिप्सीनं नीट नेम धरला नि गोळी झाडली. बोल्ट मागे फेकून तो शेल काढत असताना रॉबर्ट जॉर्डन म्हणाला, “वर लागली गोळी. खडकावर तुझा नेम गेला. खडकातून धूर निघाला. पाहिलास. दोन फूट खाली हवा. नीट नेम धर. ते पळताहेत. छान, छान!”

“एक मारला.” जिप्सी म्हणाला. ट्रक नि नाला यांच्यामध्ये रस्त्यावर तो माणूस पडला होता. त्याला ओढून नेण्यासाठी उरलेले दोघे थांबले नाहीत. ते नाल्याकडे धावले नि लपून बसले.

“त्याला मारू नको,” रॉबर्ट जॉर्डन म्हणाला. “ट्रकच्या पुढच्या टायरच्या वरच्या भागावर गोळी टाक. जर हुकलाच नेम तर इंजिनवर मारा होईल. छान!” त्यानं दुर्बिणीतून पाहिलं, “जरा खाली. झक्क! तुझा नेम भलताच आहे रे! रेडिएटरचं डोकं उडव. रेडिएटरवर कुठंही हाण. व्वा उस्ताद! बघ! ते ठिकाण ओलांडू देऊ नको कुणाला. बघितलंस!”

“पाहा तर पुढे कशी अवस्था करतो ट्रकची.” जिप्सी रंगात येऊन म्हणाला.

“नको. ट्रक निकामी झालाय आता,” रॉबर्ट जॉर्डन म्हणाला. “रस्त्यानं आणखी काही येईपर्यंत थांब. नाल्याच्या पुढे कुणी आल्यावरच गोळीबार सुरू कर. ड्रायव्हरला गोळी घाल. त्याच वेळी सर्वांनी गोळीबार करा.” शेवटचं वाक्य तो पिलरला म्हणाला. प्रिमितोवोबरोबर उतारावरून ती खाली उतरली होती. “तुला जागा छान मिळालीय! तो चढ तुझी पिछाडी सांभाळतोय.”

"आगस्तीनशी असलेलं काम उरकून टाक पाहू," पिलर म्हणाली. "व्याख्यान देऊ नको. आयुष्यात जमीन पाहिलीय मी."

"प्रिमितोवाला तिकडे आणखी वरती ठेवू," रॉबर्ट जॉर्डन म्हणाला. "तिकडे बाबा! उतार आहे तिकडे."

"छळू नको," पिलर म्हणाली. "चालू लाग, इंग्लिशा! तुझा काटेकोरपणा नि तू! इथं कुणाला कसला प्रश्न अडलेला नाही."

याच वेळी त्यांनी विमानं ऐकली.

मेरिया बराच वेळ घोडी सांभाळत उभी होती; पण ते काम तिला सुखाचं होत नव्हतं किंवा तीही घोड्यांना सुखाची वाटत नव्हती. रानात ती जिथं उभी होती, तिथून रस्ता किंवा पूल काहीच दिसत नव्हतं. गोळीबार सुरू झाला, तेव्हा आपण लळा लावलेल्या पांढऱ्या घोड्याच्या मानेभोवती तिनं हात टाकला. खाली गोठ्यात असताना याच घोड्याचे तिनं अनेकदा लाड केले होते; पण तिच्या अस्वस्थपणानं घोडाही अस्वस्थ झाला होता. तो सारखं तोंड हलवत होता नि गोळीबाराचे किंवा बॉम्बचे आवाज येताच नाक फेंदारत होता. मेरियाला स्वस्थ उभं राहावत नव्हतं. ती त्याला थोपटत, कुरवाळत, त्याच्याभोवती फिरत, इतरही घोड्यांना अस्वस्थ करीत होती.

गोळीबार होतोय म्हणजे काहीतरी भयंकर घडतंय, असा विचार तिच्या मनात आला. नव्याने आणलेल्या लोकांना घेऊन पाब्लो खाली आहे. इतरांना बरोबर घेऊन पिलरही तिकडे आहे. आपल्याला काळजी कसली? आपण न घाबरता रॉबर्टवर भरवसा ठेवला पाहिजे, असे विचार ती मनात आणत होती. पुलाच्या वरून-खालून गोळीबार चालू होता. लढाईचा हा दुरून येणारा आवाज वादळाच्या कोरड्या भयंकर गडगडाटासारखा येत होता. ठरावीक वेळाने येणारे बॉम्बचे आवाजही इतके भयंकर वाटत होते की, तिचा श्वास रोखत होता.

मग काही वेळाने टेकडीच्या खालून तिने आपल्याला शिव्या देत असणारा पिलरचा आवाज ऐकला. तिच्या मनात आलं, 'देवा रे! नको रे! संकटाच्या वेळी तरी असलं तोंडात नको. या वेळी कुणाला दुखावू नये. नाहक जीव धोक्यात घालू नये, कुणाला चिथवू नये.'

तसं ताबडतोब तिनं रॉबर्टसाठी देवाची प्रार्थना सुरू केली. अगदी नकळत शाळेत ती करीत असे, तशी. भराभर प्रार्थना म्हणत, एकीकडे डाव्या हाताची बोटं घालून मोजत; दोनच प्रार्थना ती पुनःपुन्हा म्हणत होती नि त्या दहा-दहाच्या गटात मोजत होती. याच वेळी पूल उडाला. एका घोड्यानं दचकून उसळी घेताना लगाम तोडला. आवाजाबरोबर त्यानं हिसडा दिला नि तो झाडांत पळाला. अखेर मेरियानं त्याला पकडलं, परत आणलं; पण आणताना तो सबंध अंगभर थरथरत होता,

शहारे देत होता. त्याची मान घामानं काळी पडली होती. खोगीर घसरलं होतं. झाडीतून बाहेर आल्यावर तिनं खालून गोळीबार ऐकला. तिच्या मनात आलं, 'छे! आता नाही सहन होत. हे असंच चालू राहिलं तर आपण जिवंत राहणार नाही. आपला श्वास अडतोय नि तोंड कोरडं पडलंय. आपण घाबरलो आहोत. आपण नालायक आहोत. आपण घोड्यांनाही घाबरवलं. केवळ नशिबानंच खोगीर झाडाला अडकलं म्हणून आपल्याला घोड्याला पकडता आलं. तो लगामात पाय अडकून लाथा झाडत होता. आता खोगीर बसवू. देवा, देवा! नाही रे सहन होत हे! माझी शपथ आहे तुला. त्याला सांभाळ. माझा सगळा जीव पुलाकडे आहे. लोकसत्ताकाचं वेगळं आहे– आमचा जय व्हायला हवा हे वेगळं! पण हे पुनीत कुमारी, देवी! त्याला तिथून माझ्यापर्यंत सुरक्षित आण. मी तुझं म्हणशील ते करीन. मी इथं नाहीच, माझी मी उरलेच नाही. मी सगळी त्याच्यापाशी आहे. त्याची काळजी घे, म्हणजे सारं मला मिळालं. मग तुझ्यासाठी मी वाटेल ते नवस करीन. तो काही बोलणार नाही. ते लोकसत्ताकाच्या विरुद्धही होणार नाहीत. मी फार गोंधळून गेले गं! क्षमा कर मला. मी फार गोंधळले आहे. जर तू त्याची काळजी घेतलीस तर तुझं जे करायचं ते मी सारं करीन. तो म्हणेल, तेही मी करीन. तू म्हणशील, ते मी करीन. माझ्यातल्या दोन मेरिया ते दोन्ही करतील; पण असं हे अर्धवट आता सहन होत नाही.'

मग घोडा बांधून झाल्यावर, खोगीर चढवल्यावर, वरचं ब्लँकेट सारखं केल्यावर, खोगीर आवळत असताना मेरियानं खालच्या झाडीतून पिलरचा गंभीर, मोठा आवाज ऐकला, "मेरिया! मेरिया! तुझा इंग्लिश सुरक्षित आहे. ऐकलंस? अगदी सुरक्षित."

मेरियानं दोन्ही हातांनी खोगीर धरलं नि त्यावर आपलं केस कापलेलं डोकं दाबून ठेवलं नि ती रडू लागली. तिनं पिलरचा गंभीर आवाज पुन्हा ओरडताना ऐकला नि खोगिरावरची मान काढून ती आवळत्या घशानं ओरडली, "होय! ऐकलं, होय गं!" पुन्हा घसा आवळत असताना ती ओरडली, "होय गं! ऐकलं."

विमानं आलेली त्यांनी ऐकली. सर्वांनी वर पाहिलं. विमानं सेगोव्हियाकडून आली होती. खूप उंचीवरून येत होती. ती चांदीच्या तुकड्यासारखी चकाकत होती. त्यांचा घरघराट भोवतालच्या सगळ्या आवाजावर चढला होता.

"आली," पिलर म्हणाली. "तेवढीच कमी होती." रॉबर्ट जॉर्डननं आपला हात तिच्या खांद्यावर ठेवला नि तो विमानं पाहत राहिला.

"नाही," तो म्हणाला. "ती आपल्यासाठी आलेली नाहीत. आपल्यासाठी त्यांना सवड नाही. शांत हो."

"मला राग येतो त्यांचा."

"मलासुद्धा! मला आगस्तीनकडे पाहिलं पाहिजे."

देवदारामधून त्यानं टेकडीला वळसा घातला. तो वळसा घेत असताना, पडलेल्या पुलावरून विमानांची धडधड चालूच होती. रस्त्याच्या वळणावर एक मशीनगन अधूनमधून थडथडत गोळ्या ओकत होती.

"काय चाललंय खाली?" आगस्तीननं विचारलं. "पाब्लो काय करतोय? पूल उडालेला त्याला कळला नाही?"

"आपली जागा त्याला सोडता येत नसेल."

"मग आपण हलू या. गेला खड्ड्यात तो."

"जर उभा असला तर आत्ता येईल तो," रॉबर्ट जॉर्डन म्हणाला. "आत्ता दिसेल."

"त्याच्या बाजूनं काहीच आवाज नाही," आगस्तीन म्हणाला. "पाच मिनिटं तरी झाली. नाही हं! ऐका! तो पाहा. तोच दिसतोय."

एका कॅव्हलरी सब-मशीनगनची फेरी फटफट वाजली, मग दुसरी– मग तिसरी–

"साला! चोर!" रॉबर्ट जॉर्डन म्हणाला.

निरभ्र आकाशात उंचावरून आलेली आणखी विमानं त्यानं पाहिली. आगस्तीन ती पाहत असताना रॉबर्ट जॉर्डन त्याच्याकडे पाहत राहिला. मग त्यानं उद्ध्वस्त पुलाकडे नि पुलापलीकडच्या रस्त्याकडे पाहिलं. रस्ता अजूनही मोकळा होता. तो खोकला, थुंकला. मशीनगन खालच्या वळणावर थडथडलेली त्यानं ऐकली. ती पूर्वीच्याच जागेवरून थडथडत होती.

"ते हो काय?" आगस्तीननं विचारलं. "ते सालं काय?"

"पूल उडवण्याआधीपासून चाललीय ती." रॉबर्ट जॉर्डन म्हणाला. त्यानं पुलाकडे पाहिलं. पुलाच्या पडलेल्या भागामधून खालचा प्रवाह दिसत होता. पडलेला भाग लोखंडी टुवालासारखा लोंबत होता. प्रथम गेलेली विमानं घाटावर बॉम्ब टाकत होती. ती त्यानं ऐकली. आणखीही येतच होती. त्यांच्या मोटारीच्या आवाजानं आकाश भरलं होतं. वर पाहिल्यावर त्या विमानांचं लहानसं पाठीराखं विमान त्यांच्यावर घिरट्या घालताना दिसलं.

"सकाळी त्यांनी सरहद्द ओलांडली असं वाटतच नाही," प्रिमितोवो म्हणाला. "ती तेव्हा पश्चिमेला जाऊन परत फिरली."

"यांतली बहुतेक नवी आहेत." रॉबर्ट जॉर्डन म्हणाला.

एखादी गोष्ट अगदी सहज सुरू व्हावी नि त्यातून प्रचंड उत्पात निर्माण व्हावेत, असं त्याला वाटू लागलं. सहज एखादा दगड फेकावा, एक तरंग उत्पन्न व्हावा आणि तोच तरंग गर्जत, उसळत, लाट होऊन अंगावर यावा किंवा तुम्ही साधी हाक मारावी नि तिचा गडगडाट मरणान्त ठरावा किंवा तुम्ही एखाद्यावर घाव घालावा नि

नजर पोहोचेल तिथपर्यंत दाही दिशेला शस्त्रसज्ज चिलखतधारी माणसं उभी राहावीत, तसं त्याला वाटलं. आपण घाटाच्या माथ्यावर गोल्झपाशी नाही, याचं त्याला बरं वाटलं.

आगस्तीनच्या शेजारी तो पडून होता. विमानं जाताना पाहत होता. मागे चाललेला गोळीबार ऐकत होता. खालच्या रस्त्यावर नको ते पाहावं लागेल हे कळूनही तिकडे पाहत होता नि आपण पुलाशीच कसे मेलो नाही, याचं आश्चर्य वाटून त्याला बधिर झाल्यासारखं वाटलं. आपण मारले जाणार हे त्यानं इतकं गृहीत धरलं होतं की, भोवती चाललेलं सगळं त्याला खोटं वाटत होतं. 'त्यातून बाहेर पड–' तो स्वतःला म्हणाला. 'अजून फार करायचं पडलंय.' पण आलेली भावना त्याला सोडेना. त्याला सगळं स्वप्नवत वाटू लागलं.

'तो धूर तू फार गिळलास–' त्यानं स्वतःला म्हटलं; पण धुराचा त्यात काही संबंध नव्हता, हे त्याला कळत होतं. भोवतालच्या संपूर्ण वास्तवतेतून तिची असत्यता त्याला तीव्रतेनं जाणवत होती. त्यानं पुलाकडे पाहिलं, रस्त्यावर पडलेल्या पहारेकऱ्याकडे पाहिलं, ॲन्सेल्मो पडला होता तिकडे पाहिलं, तीराशी पडलेल्या फेरनॅन्डोकडे पाहिलं नि परत गुळगुळीत, तांबट रस्त्यावरून आलेल्या ट्रककडे पाहिलं. तरीही त्याची हे सारं असत्य असल्याची भावना गेली नाही.

'चल, आटप; तुझाही राहिलेला अवतार संपव!' त्यानं स्वतःला म्हटलं. ''झुंजीतल्या कोंबड्यासारखं तुझं झालंय. झालेली जखम कुणी पाहिलेली नाही. ती दिसतही नाही. शरीर मात्र थंड पडत चाललं आहे.''

'हट!' तो स्वतःला म्हणाला. 'तू जरा भांबावला आहेस एवढंच! मोठं काम उरकल्यानं ते अंगावर आलंय. बस! जरा आस्ते घे.'

मग आगस्तीननं त्याचा हात धरला नि बोटानं दाखवलं. त्यानं दरीकडे पाहिलं. त्याला पाब्लो दिसला.

रस्त्याच्या वाकणावर पाब्लो धावत येताना त्याला दिसला. एका उभ्या खडकामागून रस्ता लपून येत होता, तिथं तो थांबला. खडकाला टेकला नि रस्त्यावर मागे गोळ्या झाडल्या. रॉबर्ट जॉर्डननं पाहिलं. पाब्लोची टोपी डोक्यावर नव्हती. बुटका अवजड असा तो खडकाला टेकलेला दिसत होता. आपल्या ऑटोमॅटिक बंदुकीतून तो गोळ्या झाडत होता. त्यांच्या कोसळणाऱ्या पितळी टोपणांवर, उन्हानं येणारी चमक त्याला दिसत होती. ओणवं होऊन पाब्लोनं दुसरी फैर झाडलेली त्यांनी पाहिली. मग मागे न पाहता पाब्लो धावत सुटला. बुटका, मांड्यांत बाक असलेला पाब्लो, डोकं पुलाकडे झुकवून जलद धावत येत होता.

रॉबर्ट जॉर्डननं आगस्तीनला बाजूला ढकललं. मोठ्या ऑटोमॅटिक बंदुकीचा दस्ता त्यानं खांद्याशी टेकला नि रस्त्याच्या वळणावर नेम धरू लागला. त्याची

स्वतःची सब-मशीनगन डाव्या हाताला पडली होती; पण इतक्या अंतराला ती निरुपयोगी होती.

पाब्लो त्यांच्याकडे येत असताना रॉबर्ट जॉर्डन वळणावर नेम धरून होता; पण काही आलं नाही. पाब्लो पुलाजवळ पोहोचला. त्यानं एकदा मागे पाहिलं. मग डावीकडे वळून दरीत उतरून तो नजरेआड झाला. आगस्तीन एका गुडघ्यावर वर झाला. पाब्लो एखाद्या मेंढ्यासारखा दरीत उतरताना दिसत होता. पाब्लो दिसल्यापासून एकदाही खाली गोळीबाराचा आवाज नव्हता.

"वर काही दिसलं? वरच्या खडकांवर?" रॉबर्ट जॉर्डननं विचारलं.

"काही नाही."

रॉबर्ट जॉर्डन वाकणावर पहारा देत राहिला. रस्त्याखालची चढणीची उभी भिंत कुणाला चढून येण्यासारखी नव्हती, हे त्याला ठाऊक होतं; पण खाली चढण सोपी होती. तिथून कुणालाही चढून येता आलं असतं.

आधी सगळ्या गोष्टी खोट्या वाटत होत्या, त्या आता एकदम खऱ्या दिसू लागल्या. जणू एखाद्या रिफ्लेक्स लेन्सचा कॅमेरा एकदम फोकसमध्येच आला होता. याच वेळी वाकणावर वळून लख्ख उन्हात आलेला रणगाडा त्यांनी पाहिला. बुटका, वर सोंडेचा, हिरव्या, करड्या, पिंगट ठिपक्यांच्या घुमटाचा. घुमटामधून मशीनगन पुढे आलेल्या– त्यानं त्याच्यावर गोळ्या झाडल्या. त्या वरच्या पत्र्यावर खणखणताना त्यानं ऐकल्या. तो छोटा रणगाडा खडकाच्या भिंतीआड लपला. कोपऱ्यावर नजर ठेवलेली असताना रॉबर्ट जॉर्डनला त्याचं टोक किंचित दगडापुढे डोकावताना दिसलं. मग घुमटाची कड दिसली. घुमट असा फिरला की, त्याच्या बंदुका रस्त्याकडे वळल्या.

"उंदरानं बिळातून डोकवावं तसं दिसतंय," आगस्तीन म्हणाला. "पाहा, इंग्लिशा!"

"त्याला स्वतःची खात्री नाही." रॉबर्ट जॉर्डन म्हणाला.

"पाब्लो झगडत होता तेच हे जनावर!" आगस्तीन म्हणाला. "पुन्हा हाण त्याला, इंग्लिशा!"

"छे! त्याला काही होणार नाही. आपण कुठं आहोत, हे त्याला कळता कामा नये."

रणगाड्यानं रस्त्याखाली गोळीबार सुरू केला. गोळ्या रस्त्यावर आपटून, गुणगुणत उसळल्या. मग पुलाच्या लोखंडावर खणखणू लागल्या. खालून जी मशीनगन ऐकू येत होती, ती हीच होती.

"काब्रोन!" आगस्तीन म्हणाला. "हेच का ते प्रसिद्ध रणगाडे, इंग्लिशा?"

"हे पिल्लू आहे."

"काब्रोन! माझ्याकडे जर पेट्रोलची पिल्लू बाटली असती तर तिथे चढून मी त्याला आग लावली असती. त्याचा काय बेत दिसतोय, इंग्लिशा?"

"जरा वेळानं तो पुन्हा बाहेर येईल."

"यालाच माणसं भितात," आगस्तीन म्हणाला. "बघ इंग्लिशा! तो मारलेल्या पहारेकऱ्यांना पुन्हा मारतोय."

"दुसरं काही नाहीच त्याला मारायला," रॉबर्ट जॉर्डन म्हणाला. "त्याला नावं ठेवू नको."

पण तो विचार करत होता– 'खरंच, गंमत करू याची; पण समजा, तू त्याच्या जागी आहेस. हा देश तुझा आहे नि भर रस्त्यात तू गोळीबाराखाली आहेस. मग एक पूल उडवला गेला समोर. तुझ्या मनात यायचं नाही का? की, पुढे नक्की सुरुंग पेरलेले असावेत किंवा शत्रूनं तसंच काही कचाट ठेवलेलं आहे. नक्की तुला तसं वाटेल. त्यानं बरोबर केलं. तो काहीतरी पुढे येण्याची वाट पाहतोय. शत्रूला अडकवून तो बसलाय; पण शत्रू म्हणजे फक्त आम्ही आहोत; पण त्याला ते कळत नाही. त्या चोराकडे पाहा तर!'

तो छोटा रणगाडा वळणाच्या थोडा पुढे झाला होता.

त्याच वेळी खिंडीच्या टोकाकडून पाब्लोला येताना आगस्तीननं पाहिलं. तो हातापायांवर रांगत येत होता. त्याचा दाढी वाढलेला चेहरा घामानं भरला होता.

"हा पाजी आला." तो म्हणाला.

"कोण?"

"पाब्लो."

रॉबर्ट जॉर्डननं पाहिलं. त्याला पाब्लो दिसताच त्यानं रणगाड्याच्या घुमटाच्या भागावर गोळ्या घातल्या. इथंच मशीनगनच्या वरची फट असते त्याला ठाऊक होतं. रणगाडा झरकन मागे वळला नि दुडदुडत नजरेआड झाला. रॉबर्ट जॉर्डननं ऑटोमॅटिक बंदूक उचलली. तिचे पाय नळीशी मिटवले. तिची नळी अजून गरम होती, तरी तशीच खांद्यावर टाकली. नळी इतकी गरम होती की, त्याची पाठ पोळू लागली. दस्त्याला धरून वळवत त्यानं ती पार पाठीमागं लोटली.

"पॅन्सची थैली नि माझी मॅक्वीना आण," तो ओरडला. "धावत या."

रॉबर्ट जॉर्डन देवदारातून वर टेकडीवर गेला. आगस्तीन त्याच्या पाठीशी होता. त्याच्यामागून पाब्लो येत होता.

"पिलर!" रॉबर्ट जॉर्डन टेकड्यांकडे ओरडला. "चल बाई!"

चढणीवर तिघे जेवढे जलद चढता येईल, तेवढे चढत होते. चढण फार असल्याने त्यांना पुढे चढणं कठीण झालं. पाब्लोजवळ हलक्या सब-मशीनगनवाचून दुसरं काही नसल्यामुळे त्यानं त्यांना गाठलं होतं.

"तुझ्या बरोबरचे रे?" आगस्तीननं पाब्लोला सुक्या तोंडानं विचारलं.

"सगळे खलास!" पाब्लो म्हणाला. त्याला धड श्वासही घेता येत नव्हता. आगस्तीननं मान फिरवून त्याच्याकडे पाहिलं.

"आता खूप घोडे होतील आपल्याला." पाब्लो धापा टाकत म्हणाला.

"उत्तम!" रॉबर्ट जॉर्डन म्हणाला. त्याच्या मनात आलं– 'खुनी साला!' तो उघडपणे म्हणाला, "काय झालं तिकडे?"

"सगळंच झालं." पाब्लो म्हणाला. त्यानं खोल श्वास घेतला, "पिलरचं काय?"

"तिनं फेरनॅन्डो नि त्याचा भाऊ असे दोघे गमावले."

"एलॅडिओ." आगस्तीन म्हणाला.

"तुझ्याकडे?'

"इकडे ॲन्सेल्मो गेला."

"खूप घोडी आहेत," पाब्लो म्हणाला. "ओझीसुद्धा नेता येतील."

आगस्तीननं ओठ चावला. रॉबर्ट जॉर्डनकडे पाहिलं, मान हलवली. खाली झाडाआड रस्त्यावर रणगाड्याचा गोळीबार त्यांनी ऐकला.

रॉबर्ट जॉर्डननं रणगाड्याकडे मान उडवीत विचारलं, "त्याच्याशी कशी गाठ पडली तुमची?" त्याला पाब्लोकडे पाहावंसंही वाटत नव्हतं. त्याचा श्वाससुद्धा नको होता त्याला; पण काय झालं ते कळायला हवं होतं त्याच्याकडून.

"रणगाडा तिथं असताना मला जागा सोडणं शक्य नव्हतं. चौकीच्या खालच्या वळणावर आम्ही कोंडले गेलो होतो. शेवटी ते दुसऱ्या कशाच्यातरी मागे गेले नि मी सटकलो."

"वाकणावर कशाला गोळ्या झाडत होतास?"

पाब्लोनं त्याच्याकडे पाहिलं. त्याच्या तोंडावर हसू फुटू लागलं; पण काहीतरी मनात येऊन तो पुढे बोलला नाही.

"तू सगळ्यांना गोळ्या घातल्यास?" आगस्तीननं विचारलं. रॉबर्ट जॉर्डन विचारात स्वतःला म्हणाला, 'तोंड बंद ठेव आपलं. आता तुला यात पडायचं कारण नाही. तुझी अपेक्षा होती ते सगळं यांनी केलं. जास्तच केलं. ही त्यांची आपापसातील बाब आहे. उगीच नीतीचा चष्मा लावू नको. एका खुन्यापासून जास्त अपेक्षा ती कोणती? खुन्याबरोबर तू काम करतो आहेस. आपलं थोबाड बंद ठेव. तुला त्याची आधी पुरेशी माहिती होती. काही नवं केलं नाही यानं!' तरीही रॉबर्ट जॉर्डनच्या मनात आलं– 'हरामखोरा! अरे हरामखोरा!'

चढावावर धावण्यानं त्याची छाती फुटेल अशी दुखू लागली नि समोरच झाडीतील घोडे त्यानं पाहिले.

“बोल!” आगस्तीन पाब्लोला म्हणाला. “त्यांना गोळ्या घातल्यास हे सांगून टाक.”

“गप्प राहा!” पाब्लो म्हणाला. “खूप लढलोय मी आज. चांगला लढलोय. इंग्लिशाला विचार.”

“आता वाट काढ पुढची,” रॉबर्ट जॉर्डन त्याला म्हणाला. “तुझ्याजवळ सगळं आखलेलं आहे.”

“सगळं चांगलं आखलंय मी,” पाब्लो म्हणाला. “देवानं जर हात दिला तर सगळं ठीक होईल.”

आता त्याचा श्वास बराचसा जागेवर आला होता.

“तू आम्हाला कुणाला ठार तर करणार नाहीस ना?” आगस्तीन म्हणाला. “मी तुला गोळी घालणार आहे आता.”

“गप्प राहा!” पाब्लो म्हणाला. “तुमच्याच हिताचं मी पाहतोय– नि आपल्या टोळीच्या. ही लढाई आहे. मनाला पटतं, ते होतंच असं नाही.”

आगस्तीन म्हणाला, “तू सगळं श्रेय घ्यायला पाहतो आहेस.”

“खाली काय झालं सांग?” रॉबर्ट जॉर्डन आगस्तीनला म्हणाला.

“खूपच!” पाब्लो पुन्हा तेच म्हणाला. अजून छाती फुटेल असा त्याचा श्वास चालला होता; पण आता त्याला संथ बोलता येऊ लागलं होतं. त्याचं तोंड नि डोकं घामानं निथळलं होतं. खांदे व छाती घामानं भिजली होती. विचारलेलं, रॉबर्ट जॉर्डन मित्रभावानं विचारतोय का, त्यानं पाहिलं. मग हसला. “सगळंच!” तो पुन्हा म्हणाला. “प्रथम आम्ही चौकी घेतली. मग एक मोटरसायकलवाला आला. मग एक ॲम्ब्युलन्स गाडी आली. मग एक रणगाडा, बरोबर तू पूल उडवलास त्याआधी आला.”

“पुढे?”

“रणगाड्यामुळे आमचं काही बिघडत नव्हतं; पण रस्त्यावर त्याची नजर असल्यानं आम्हाला हलता येत नव्हतं. रणगाडा गेला नि मी आलो.”

“तुझ्याबरोबरच्या लोकांचं काय?” आगस्तीननं भांडण काढत विचारलं.

“गप्प राहा!” पाब्लोनं रोखून पाहत म्हटलं. नंतर दुसरं काही हातून घडो, त्यापूर्वी शत्रूला चांगलं तोंड दिलेलं असल्यावर जसा चेहरा होतो, तसा त्याचा चेहरा झाला. “ते आमच्या टोळीतले नव्हते.”

आता झाडाला बांधलेले घोडे त्यांना दिसू लागले. झाडांतून घोड्यांवर उन्हं पडली होती. ते आपल्या माना उडवत होते नि माशा निवारण्यास लाथा झाडत होते. रॉबर्ट जॉर्डननं मेरियाला पाहिलं. दुसऱ्या क्षणी त्यानं तिला घट्ट जवळ घेतलं होतं. त्याची ऑटोमॅटिक बंदूक शेजारी टेकली होती. तिचं एक टोक त्याच्या बरगडीवर दाबलं गेलं होतं.

मेरिया म्हणत होती, "रॉबर्टो! माझ्या रॉबर्टो! माझ्या जिवा!"

"पिल्ला! माझ्या गोड गोड पिल्ला! चल निघू या!"

"खरंच तू आलास का रे?"

"होय गं! अगदी खरं."

एक युद्ध होईल नि तेव्हा एक स्त्री आयुष्यात येईल नि शरीराच्या एखाद्या अणुरेणूला त्याची जाणीव होईल किंवा आपण त्या जाणिवेला साथ देऊ असं त्याच्या कधी मनातही आलं नव्हतं. जर अशी स्त्री असलीच तर तिला लहान गोल स्तन असतील नि आपल्या शर्टावर ते घट्ट दाबले जातील किंवा त्या स्तनांना लढाईत दोघांची भावना देईल, असंही कधी मनात आलं नव्हतं; पण ती भावना खरी होती. त्याच्या मनात आलं– नि चांगलीही होती. आपला विश्वास बसला नसता इतकी! त्यानं तिला अगदी घट्ट धरली. तिच्याकडे पाहिलं नाही नि आतापर्यंत तिला ज्या जागी त्यानं कधी चापटी मारली नव्हती, त्या जागी चापटी मारली. तो म्हणाला, "चढ! खोगिरावर चढ पिल्ला!"

मग ते लगाम सोडू लागले. रॉबर्ट जॉर्डननं ऑटोमॅटिक बंदूक आगस्तीनला परत दिली. आपली सब-मशीनगन खांद्यावर लटकवली. खिशातले बॉम्ब काढून ते खोगिराच्या बाजूच्या खणात ठेवले. त्यानं आपल्या रिकाम्या थैलीतली एक दुसरीत भरली नि आपल्या खोगिरामागं बांधली. तेवढ्यात पिलर वर आली. श्वासामुळे तिला बोलता येत नव्हतं. तिनं फक्त खूण केली.

मग पाब्लोनं हातातले तीन पायबंद खोगिराच्या खणात खुपसले. उभा राहून तो म्हणाला, "कसं काय बाई?"

तिनं फक्त मान हलवली. मग सगळे घोड्यांवर स्वार होऊ लागले.

परवा सकाळी बर्फ पडत असताना पाहिलेल्या मोठ्या पांढऱ्या घोड्यावर रॉबर्ट जॉर्डन बसला होता. आपल्या मांडीखालच्या जनावराचा जातिवंतपणा त्याला कळत होता. त्यानं सोलांच्या तळांचे बूट घातले होते. घोड्याचा लगाम जरा आखूड होता. त्याची सब-मशीनगन खांद्यावर लटकत होती. खिसे क्लिप्सनी भरलेले होते. वापरलेली एक क्लिप भरत तो बसला होता. भरताना लगाम एका काखेत घट्ट धरला होता. काळविटी घोड्यावर बसत असलेल्या पिलरकडे त्याची नजर होती.

"कृपा करून ते सामान उतरव," प्रिमितोवो म्हणाला. "तू पडशीलच; पण घोड्यालाही ते अवजड आहे."

"गप्प बस!" पिलर म्हणाली. "यावर तर आमचा संसार उभा राहणार आहे."

"तसंच बसता येत नाही का, बाई?" करड्या वळू घोड्यावर बसलेल्या पाब्लोनं विचारलं.

"एखाद्या गवळ्यासारखं," पिलर म्हणाली. "कुठून जायचं?"

“सरळ खाली. रस्त्यावरून, मग पुढच्या चढणीवरून जंगलात. तिथं रस्ता अरुंद होतो.”

“रस्त्यावरून?” आगस्तीननं त्याच्या शेजारी आपलं घोडं वळवलं. रात्री पाब्लोनं जमा केलेल्या एका घोड्यावर तो बसला होता. पाब्लोकडे देताना त्यानं त्याच्या पोटाखाली आपल्या मऊ कॅनव्हासच्या बुटाची टाच मारली.

“होय बाबा! तेवढीच एक वाट आहे.” पाब्लो म्हणाला. त्यानं एक कासरा त्याला दिला. दुसरे प्रिमितोवो नि जिप्सीजवळ होते.

“तुझ्या मनात शेवटी यायचं असलं तर तुला येता येणार नाही, इंग्लिशा!” पाब्लो म्हणाला. “त्या मॅक्वीनाच्या पल्ल्यातून सुटण्याइतक्या उंचीवरून आपण पलीकडे जाणार नाही; पण आपण सुटे सुटे होऊन जाऊ नि वर रस्ता अरुंद होतो तिथे पुन्हा एकत्र येऊ.”

“उत्तम!” रॉबर्ट जॉर्डन म्हणाला.

रस्त्याच्या कडेकडेने झाडीमधून ते घोड्यांवरून गेले. मेरियाच्या मागे, लागूनच रॉबर्ट जॉर्डन घोड्यावर होता. झाडांमुळे त्याला तिच्या शेजारून चालता येत नव्हतं. आपल्या मांड्यांनी त्यानं आपल्या करड्या घोड्याला एकदा कुरवाळलं. मग उतारावरून वेगानं उतरताना त्याला घट्ट ओढून धरलं. देवदारांतून सरकत ते पुढे निघाले. साध्या रस्त्यावर टाचेनं जे त्यानं घोड्याला खुणावलं असतं, तेच तो उतारावर असताना मांडीनं खुणावत होता.

“ए!” तो मेरियाला म्हणाला. “रस्ता ओलांडू लागलो की दुसरी राहा. पहिलं राहणंही वाईट नसतं. वरवर ते वाईट वाटतं. दुसरं राहणं उत्तम! मागच्या नंबरांकडे मात्र शत्रूचं लक्ष राहतं. पण तू–”

“मी एकदम धाव घेणार. माझा प्रश्न नाही. रांगेतल्या जागा वाईट असतात.”

तो पाब्लोचं कुरळं वाटोळं डोकं पाहत होता. त्याची मान खांद्यात पुरलेली होती. त्याची ऑटोमॅटिक बंदूक खांद्यावर टांगलेली होती. तो पिलरकडे पाहत होता. तिचं डोकं उघडं होतं. खांदे रुंद होते. घोड्यावरच्या गाठोड्यावर पाय ठेवल्यानं तिचे गुडघे मांड्यांच्या वर झाले होते. तिनं एकदा त्याच्याकडे पाहून मान हलवली.

“रस्ता ओलांडण्याच्या आधी पिलरला मागे टाक.” रॉबर्ट जॉर्डन मेरियाला म्हणाला.

मग विरळ होत चाललेल्या झाडीतून तो बघू लागला. त्यानं रस्त्याचा काळा तेलकट भाग पाहिला नि पलीकडील टेकडीचे हिरवे उतार त्याला दिसले. आपण नाल्यावर आलो आहोत, त्यानं पाहिलं. लांब झेप घेऊन पुलाकडे रस्ता जिथं एकदम उतार घेतो, त्याच्या नेमके खाली आपण आलो आहोत, हे त्याच्या लक्षात आलं. पुलापासून आपण अंदाजे आठशे वार उंचीवर आहोत. शत्रू पुलाशी आला असला तर अजून टँकमधल्या त्या फियाटच्या टप्प्यात आपण आहोत.

“मेरिया!” तो म्हणाला. “रस्त्याला लागण्याच्या आत पिलरला मागे टाकून पुढे जा नि उतारावर घोडा बाजूबाजूनं ने.”

तिने मागे वळून त्याच्याकडे पाहिलं; पण ती काही बोलली नाही. तिला समजलं की नाही एवढं पाहण्यापुरतंच त्यानं तिच्याकडे पाहिलं.

“समजलं?” त्यानं विचारलं.

तिनं मान हलवली.

“मग हो पुढे.” तो म्हणाला.

तिनं नाही म्हणून मान हलवली.

“पुढे हो.”

“नाही.” तिनं वळून मान हलवीत म्हटलं.

त्याच क्षणी पाब्लोनं आपल्या घोड्याला जोरानं टाच मारली नि देवदारांच्या शेवटच्या उतारावरून तो पुढे घुसला. नालांच्या ठकठक आवाजात ठिणग्या उडवीत त्यानं रस्ता ओलांडला. दुसरे त्याच्या मागे आले. रॉबर्ट जॉर्डननं त्यांनाही रस्ता ओलांडताना नि उताराच्या हिरवळीवर दौडताना पाहिलं. पुलावरच्या मशीनगनचा खटका पडलेला त्यानं ऐकला. मग सूं-सूं-सूं बम् आवाज आला. बम् आवाज कडाडत आला. कडाडताना पसरला. डोंगराच्या बाजूवर मातीचा मोठा फवारा करड्या धुराच्या मागोमाग उठलेला दिसला. सूं-सूं बम् पुन्हा आवाज आला. रॉकेटसारखा नि डोंगराच्या बाजूवर आणखी एका ठिकाणी माती नि धूर उसळला.

त्याच्याच पुढे शेवटच्या झाडाच्या आडोशाला जिप्सी अडून उभा होता. त्यानं उतरणीकडे पाहिलं. मग मागे रॉबर्ट जॉर्डनकडे पाहिलं.

“पुढे हो, रॅफेल!” रॉबर्ट जॉर्डन म्हणाला. “दौड मार.”

जिप्सीनं मागच्या घोड्याचा कासरा धरला होता नि मागचं ओझ्याचं घोडं कासऱ्याला ताण देत मागे ओढ घेत होतं.

“ओझ्याचं घोडं सोड. दौड मार.” रॉबर्ट जॉर्डन म्हणाला.

जिप्सीनं आपले हात मागे नेलेले त्याने पाहिले, ते तो वरवर आणू लागला. आपल्या घोड्याला त्यानं टाच मारली. घोडा पुढे झाला. कासऱ्याला ताण आला. मग खाली पडला. दुसऱ्या क्षणाला जिप्सी रस्त्यावरून दौडत होता. मग काळ्या, टणक रस्त्यावरून पलीकडे जाऊन तो उतारावरून दौडू लागला. भिऊन मागे सरलेला ओझ्याचा घोडा रॉबर्ट जॉर्डनवर धडकला. भ्यायलेल्या घोड्याशी रॉबर्ट जॉर्डन वाकला असता, जिप्सी घोड्याची थडथड त्याला ऐकू आली.

सूं सूं सूं कड कड! गोळ्यांचा आवाज आला. जिप्सीच्या पुढे जमिनीतून मातीचे फवारे उसळले. जिप्सीला अस्वलासारखा पिंगा घालत जाताना त्यानं पाहिलं. मग तो दौडत जाताना दिसला. नंतर त्याचा वेग कमी झाला नि तो टोकाला पोहोचला.

हिरवळीच्या उतारावरून तो गेला. त्याच्या मागे, पुढे गोळ्या आपटू लागल्या. शेवटी टेकडीच्या आसऱ्यानं तो इतरांबरोबर उभा राहिलेला दिसला.

'हे सालं ओझ्याचं घोडं आपल्याला नेता येणार नाही,' रॉबर्ट जॉर्डन स्वतःशी म्हणाला. 'जर बाजूला होऊन जाता आलं तर! खालच्या त्या सत्तेचाळीस एम एम बंदुकीच्या नि आपल्यामध्ये ठेवता आलं तर! शपथ! काही झालं तरी त्याला पलीकडे नेऊ आपण!'

तो ओझ्याच्या घोड्याजवळ आला. त्याचा लगाम धरला. मग सुटलेला दोर धरून त्याला ओढत तो पन्नास वारांपर्यंत वर गेला. झाडीच्या टोकावर आल्यावर त्यानं रस्त्यावर, ट्रकवरून, पुलावरून नजर फेकली. पुलावर माणसं जमलेली दिसली. त्यामागे रहदारी थांबून राहावी अशी गर्दी वाटली. रॉबर्ट जॉर्डननं आपल्या भोवती पाहिलं. शेवटी आपण शोधत होतो, ते त्याला दिसलं. त्यानं हात वर करून देवदाराची वाळलेली फांदी मोडली. घोड्याचा गळपट्टा त्यानं सोडून दिला. रस्त्याशी जाणाऱ्या उताराच्या टोकापर्यंत त्यानं घोडं हाकललं. मग फांदीनं त्याच्या ढुंगणावर जोराचा रपाटा हाणून तो म्हणाला, "धाव रांडीच्या!" हातातली वाळकी फांदी त्यानं त्याच्या मागोमाग फेकली. घोड्यानं रस्ता ओलांडला. उतारावरून तो पलीकडे निघाला. फेकलेली फांदी लागताच दुडकी चाल बदलून तो दौडू लागला.

रॉबर्ट जॉर्डन आणखी सुमारे तीस वार वर गेला. त्यानंतर बांध फार चढीचा होता. खालची बंदूक आता सूं-सूं करत गोळ्या झाडत टेकडीवरची माती उडवत होती. "चल रे! फॅसिस्ट हरामखोरा!" रॉबर्ट जॉर्डन आपल्या घोड्याला म्हणाला. घोड्यासह तो उतारावरून घसरत पुढे घुसला. मग तो उघड्यावर आला. रस्ता इतका कडक होता की, टापांची टपटप आपल्या खांद्याशी, मानेशी, अगदी दातापर्यंत आल्यासारखी त्याला वाटली. रस्त्याच्या गुळगुळीत उतारावर घोड्याचे खूर पकड शोधू लागले, आपटू लागले, ताणू लागले, घसरू लागले. उतारावरून त्याने पुलाकडे पाहिलं, तेव्हा कधी न पाहिलेल्या बाजूनं त्याला पूल दिसला. पूल समोर आडवा आला होता नि उभा पाहिल्यावर तो निमुळता दिसतो, तसा दिसत नव्हता. मध्यावर तो तुटून पडला होता, ती फट होती. त्याच्या मागे रस्त्यावर पूर्वीचा छोटा रणगाडा होता. छोट्याच्या मागे आणखी एक मोठा रणगाडा होता. त्याच्यावरची बंदूक आरशासारखी पिवळी-पांढरी चमकत होती नि सुटणाऱ्या गोळ्यांचे आवाज आपल्या घोड्याच्या मानेशीच होत आहेत, असं त्याला वाटलं. डोंगराच्या कडेवरची माती उसळू लागली, तेव्हा त्यानं मान वळवली. ओझ्याचं घोडं त्याच्या पुढेच चालत होतं. ते फार डावीकडे झुकत होतं. त्याचा वेग मंदावत होता. पुलाकडे तोंड ठेवून रॉबर्ट जॉर्डन घोडा दौडवत होता. रस्त्याच्या वळणामागे त्याला थबकलेल्या मोटरगाड्यांची रांग दिसली. तो जसजसा वर जात होता, तसतशी ती

रांग त्याला स्पष्ट दिसत होती. त्यानं बंदूक सुटल्याची पिवळी चकचकीत ठिणगी पाहिली. मागोमाग सूं-सूं बम् आवाज आला नि गोळा त्याच्या अलीकडे पडला. जिथून त्याची माती उसळली तिथूनच शेलचं झाकण उडताना त्यानं पाहिलं.

पुढे गेलेल्यांना त्यानं झाडीच्या टोकावरून आपल्याकडे बघत असताना पाहिलं. तो म्हणाला, "ए घोड्या! चल." उतार अधिक झाला त्याबरोबर जोरात घुसत चाललेली घोड्याची छाती त्याला कळली. त्याच्या मानेचा ताण कळला. कान पुढे कललेले कळले. हात पुढे नेऊन त्यानं घोड्याची घामानं ओली झालेली मान थोपटली. त्यानं मागे पुलाकडे पाहिलं. रस्त्यावरच्या अवजड चिखली रंगाच्या रणगाड्यातून स्फुलिंगं निघालेली पाहिली. मग त्याला गोळीचा सूं-सूं आवाजही आला नाही; पण बॉयलरचा स्फोट व्हावा तसा खणखणाट झाला. दुसऱ्या क्षणी तो आपल्या घोड्याखाली सापडला. घोडं लाथा झाडत होतं नि तो स्वतःला त्याच्या अंगाखालून काढून घ्यायला धडपडत होता.

तशी त्याला हालचाल करता येत होती. त्याला उजवीकडे वळता येतं होतं; पण तसं वळताना त्याचा डावा पाय घोड्याखाली सपाट, स्थिर होता. जणू त्याला एक नवा सांधाच आला होता. कुल्ल्याचा नव्हे, निराळाच! हा नवा सांधा बिजागरीसारखा एकाच दिशेनं हलत होता. काय झालं हे त्याला कळलं, त्याच वेळी घोडा ढोपरावर होऊन उठू लागला. तो गुडघ्यावर होताच रॉबर्ट जॉर्डनचा रिकिबीतून आधीच सोडवलेला पाय खोगिरावरून सुटून घरंगळत त्याच्या शेजारी पसरला. दोन्ही हातांनी जमिनीवर पसरलेल्या डाव्या मांडीचं हाड त्यानं चाचपलं. ते तुटून त्याचं टोक त्याला कातडीशी आलेलं लागलं. कातडीवर ते टोचलं होतं, ती जागा कळली. घोडा जवळजवळ त्याच्यावर उभा राहिला होता. त्याच्या बरगड्या वर-खाली होताना दिसत होत्या.

तो बसला तिथं हिरवं गवत होतं. गवतात गवती फुलं होती. त्यानं उतारावरून रस्त्याकडे, पुलाकडे, खिंडीकडे नि पुन्हा रस्त्याकडे नजर टाकली. रणगाड्याकडे पाहिलं नि तिथून निघणाऱ्या ठिणगीची वाट पाहू लागला. पाठोपाठ ती आलीच; पण या वेळी गोळीचा सूं-सूं आवाज आला नाही. गोळीचा स्फोट झाला, तिचा वास आला. माती उडाली. टोपण उडालं. त्याबरोबरच सर्कशीतला घोडा बसावा तसा त्याचा घोडा संथ, शांत बसत चाललेला त्यानं पाहिला. बसलेल्या घोड्याकडे पाहत असताना तो करत असलेला आवाजही त्यानं ऐकला.

मग प्रिमितोवा नि आगस्तीन यांनी त्याला काखेत हात घालून उचललं होतं नि चढणीच्या शेवटच्या चढावरून ओढत नेलं होतं. त्याचा जखमी पाय जमिनीच्या उंच-सखलपणाबरोबर हलत होता. मध्येच एक गोळी त्यांच्या डोक्याजवळून सणसणत गेली. उचलणाऱ्यांनी त्याला खाली टाकलं नि ते भुईसपाट झाले; पण माती

त्यांच्यावर उसळली. टोपण वर उडालं. दोघांनी त्याला पुन्हा वर उचललं नि झाडांच्या आसऱ्याला नेलं, तिथं इतर घोडी उभी होती. मेरिया, पिलर, पाब्लो त्याच्यावर वाकले होते.

मेरिया त्याच्यापाशी गुडघ्यावर होऊन म्हणत होती, "रॉबर्टो, काय झालं रे?"

घाम फुटत असताना तो म्हणाला, "पिल्ला! माझा डावा पाय मोडलाय."

"आम्ही तो बांधू," पिलर म्हणाली. "मग तुला त्याच्यावर बसता येणार नाही?" तिनं ओझं लादलेल्या घोड्याकडे बोट दाखवलं, "ए, ती ओझी उतरा."

रॉबर्ट जॉर्डननं पाब्लोला डोकं हलवताना पाहिलं. त्यानं पाब्लोकडे मान वळवली.

"पुढे चला!" तो म्हणाला. मग म्हणाला, "पाब्लो! इकडे ये."

पाब्लोचा घामानं ओघळलेला केसाळ चेहरा त्याच्यावर वाकला. रॉबर्ट जॉर्डनला त्याचा भपकारा आला.

"आम्हाला बोलू द्या जरा!" त्यानं पिलर नि मेरियाला म्हटलं. "पाब्लोशी बोलायचंय मला."

"फार दुखतंय का?" पाब्लोनं विचारलं. तो अगदी त्याच्या अंगावर वाकला होता.

"नाही. नर्व्ह चिरडली गेली बहुतेक. ऐक. तुम्ही पुढे चालू लागा. माझा निकाल लागलाय, दिसतंय ना? मी थोडा वेळ मेरियाशी बोलेन. मी तिला न्या म्हणताच उचलून न्या. ती थांबण्याचा हट्ट करील. मी तिच्याशी काही क्षणच बोलेन."

"अगदी बरोबर. वेळ नाहीच फार." पाब्लो म्हणाला.

"बरोबर आहे तुझं. मला वाटतं, लोकसत्ताकामध्ये तुमचं चांगलं जमेल." रॉबर्ट जॉर्डन म्हणाला.

"नाही. मी ग्रेडॉसला जाणार."

"जरा डोकं वापर."

"मेरियाशी बोल आता," पाब्लो म्हणाला. "वेळ थोडा आहे. तुला असं झालं, इंग्लिशा! वाईट वाटतं."

"झालं त्याला काय करणार!" रॉबर्ट जॉर्डन म्हणाला. "त्याचं सोड; पण डोकं वापर. तुला डोकं आहे. त्याचा उपयोग कर जरा."

"ग्रेडॉसला का जाऊ नये?" पाब्लो म्हणाला. "वेळ थोडा आहे. भरभर बोल."

पाब्लो जवळच्या झाडाशी गेला नि खिंडीच्या रस्त्यावर नजर ठेवत उभा राहिला. उतारावर मरून पडलेल्या करड्या घोड्याकडे तो कष्टी चेहऱ्यानं पाहत होता. रॉबर्ट जॉर्डन झाडाला टेकून बसला होता. पिलर नि मेरिया त्याच्याजवळ होत्या.

"माझी विजार फाड." तो पिलरला म्हणाला. मेरिया शेजारी बसली. ती

बोलली नाही. उन्हं तिच्या केसांवर होती. रडण्याआधी लहान मुलाचा चेहरा आक्रसतो, तसं तिचं तोंड आक्रसलं होतं; पण ती अजून रडत नव्हती.

पिलरनं चाकू काढला. त्याची विजार खिशापासून खाली कापली. कापलेली विजार रॉबर्ट जॉर्डननं हातानं पसरली. कमरेच्या सांध्याखाली दहा इंचांवर एक टोकदार तंबूसारखी निळी सूज आली होती. तिथं हात लावताच आतून कातडीवर टोचलेलं मोडकं हाड कळलं. त्याचा पाय विचित्रपणे पसरून पडला होता. त्यानं पिलरकडे वर मान करून पाहिलं. मेरियासारखाच तिचा चेहरा आक्रसला होता.

"जा तू!"रॉबर्ट जॉर्डन पिलरला म्हणाला.

पिलर खाली मान घालून न बोलता दूर गेली. तिनं मागं पाहिलंही नाही. तिचे खांदे गदगदताना त्याला दिसले.

"पिल्ला!" तो मेरियाला म्हणाला. त्यानं तिचे दोन्ही हात धरले. "ऐक! आपण काही माद्रिदला जाणार नाही."

मग ती रडू लागली.

"नको पिल्ला, रडू नको!" तो म्हणाला. "आता आपण माद्रिदला जाणार नाही; पण तू जिथं जाशील, तिथं मी आहे. समजलं?"

ती बोलली नाही. तिनं आपलं डोकं त्याच्या गालावर टेकवलं. हात खांद्याभोवती टाकले.

"नीट ऐक पिल्ला!" तो म्हणाला. घाई होती. त्याला कळत होतं. त्याला भयंकर घाम सुटला होता; पण हे सगळं एकदा बोलायला नि तिला समजायला हवंच असं होतं. "तू आता पुढे जा! पिल्ला! मी इथंच राहणार. तरी मी तुझ्याबरोबरच आहे. जोपर्यंत आपल्यातला एक आहे, तोपर्यंत आपण दोघे आहोत. समजलं?"

"नाही. मी तुझ्याशीच राहणार."

"नको पिल्ला! यापुढे मी एकटाच करणार आहे. तू इथं थांबलीस तर मला ते नीट करता येणार नाही. तू गेलीस म्हणजे मीही जाईन. तुला कळत कसं नाही? कुणी एक राहो, दोघं आहोत."

"मी इथं तुझ्याशीच राहणार."

"नाही पिल्ला! ऐक. कुणी सतत कुणाबरोबर येऊ शकत नाही. प्रत्येकाला एकटं जायला लागतं; पण तू गेलीस, तरी मी तुझ्याबरोबर राहीन. तू इतरांबरोबर जाशील, मला ठाऊक आहे; कारण तू फार चांगली आहेस. कनवाळू आहेस. आपल्या दोघांसाठी तू जावं."

"पण मी राहिले तर सोपं जाईल," मेरिया म्हणाली. "माझ्यासाठी म्हणते मी."

"हो. म्हणूनच कृपा कर नि जा. थांबू नको. माझ्यासाठी एवढं कर, कारण पुढचं तुला जमायचं नाही."

"तुला कळत कसं नाही रे, रॉबर्टो? माझं काय होणार मग? जाणं मला वाईटच आहे."

"नक्कीच!" तो म्हणाला. "तुला ते जडच जाणार! पण आता मी तूच आहे."

ती काही बोलली नाही.

त्यानं तिच्याकडे पाहिलं. आता त्याला भयंकर घाम सुटला होता. तो बोलू लागला. साऱ्या आयुष्यात या बोलण्याइतकं कठीण काहीच गेलं नव्हतं.

"आपल्या दोघांच्या कल्याणासाठी तू जावंस," तो म्हणाला. "तू स्वार्थी होऊ नको पिल्ला! आपलं कर्तव्य कर."

तिनं मान हलवली.

"तू मीच आहेस आता," तो म्हणाला. "तुला ते भासतही असेल, पिल्ला! ऐक, ऐक. मीही त्याच भावनेनं जातोय. शपथेवर सांगतो."

ती काहीच बोलली नाही.

"आता लक्षात येऊ लागलंय तुझ्या," तो म्हणाला. "तुला कळलेलं दिसतंय. आता तू जावंस. ठीक. तू जाशील आता. जाईन असं तू म्हणालीस."

ती काही म्हणाली नव्हती.

"जाईन म्हणालीस त्याबद्दल धन्यवाद! आता आपण कसे छान भराभर दूर चाललो आहोत. आपण दोघं तुझ्यातूनच जात आहोत. तुझा हात इथं ठेव. डोकं खाली कर. नाही. खाली. बरोबर! मी माझा हात इथं ठेवतो. छान! किती चांगली आहेस गं तू! आता अधिक विचार करू नकोस. तू योग्य तेच करते आहेस. सांगितल्याप्रमाणं करते आहेस. मी सांगितल्याप्रमाणं नाही. आपण दोघांनी सांगितलेलं करते आहेस. तुझ्यातला मी. तू दोघांसाठी चालली आहेस. खरंच! आपण दोघं तुझ्यात चाललो आहोत. तुला मी तसं वचन दिलंय. तू जाते आहेस. किती छान करते आहेस! किती मोठं मन आहे तुझं!"

मग त्यानं पाब्लोकडे पाहून खुणेची मान हलवली. तो झाडाआडून आपलं अर्धं लक्ष त्यांच्याकडे ठेवून होता. त्यानं पिलरला अंगठ्यानं खूण केली.

"आपण पुन्हा केव्हातरी माद्रिदला जाऊ, पिल्ला!" तो म्हणाला. "खरंच. ऊठ, आता. जा. मग आपण दोघं जातो आहो, असं होईल. उभी राहा. पाहिलंस?"

"नाही." ती म्हणाली. तिनं त्याच्या गळ्याभोवती हात घट्ट आवळले.

तो अजून शांत, सयुक्तिकपणे पण अधिकारानं बोलत होता.

"उभी राहा," तो म्हणाला. "तू मीच आहेस. जे जे मी, ते ते तू आहेस. उभी राहा."

हळू, रडत ती उभी राहिली. तिचं डोकं खाली झालं. मग ती झटकन त्याच्या जवळ बसली. पुन्हा उभी राहिली. या वेळी ती हळू, थकल्यासारखी उभी राहिली.

तो म्हणाला, ''उभी राहा, पिल्ला!''

पिलरनं तिला हातानं धरलं होतं. ती उभीच होती.

''काही हवंय तुला, इंग्लिशा!'' पिलर म्हणाली. तिनं त्याच्याकडे पाहून दुःखानं मान हलवली.

''नको!'' तो म्हणाला नि मेरियाशी बोलू लागला.

''आपल्यात निरोप वगैरे घेणं काही नाही, कारण आपण एकच आहोत. ग्रेडॉसमध्ये गेल्यावर तुमचं भलं होवो. जा आता. खुशाल जा! नको–'' पिलरनं तिला वळवलं नि तो शांत सुट्टा असं बोलत राहिला. ''मागे पाहू नको. पुढे पाऊल टाक. ठीक आहे. पावलं टाक. तिला हात दे,'' तो पिलरला म्हणाला. ''तिला खोगिरावर बसव. मार उडी.''

त्यानं मान वळवली. त्याला आणखी घाम सुटला होता. त्यानं उताराखाली पाहिलं. मग मेरिया घोड्यावर बसली होती तिकडे पाहिलं. पिलर तिच्या शेजारी होती नि पाब्लो तिच्या मागं लगतच होता. ''जा आता,'' तो म्हणाला. ''जा.''

ती मागे वळून पाहू लागली. ''मागे पाहू नको,'' रॉबर्ट जॉर्डन म्हणाला. ''जा.'' पाब्लोनं घोड्याच्या दुमचीवर लगामाचा फटका मारला. मेरियानं घोड्यावर घसरण्याचा प्रयत्न केल्यासारखा वाटला; पण पिलर नि पाब्लो तिला अगदी लगटून चालत होते. पिलरनं तिला धरलं होतं नि तिन्ही घोडे झाडीकडे चालले होते.

''रॉबर्टो!'' मेरिया मान वळवून ओरडली. ''मला थांबू दे. मला थांबू दे.''

''मी तुझ्याबरोबरच आहे,'' रॉबर्ट जॉर्डन ओरडला. ''आत्ता मी तुझ्याशीच आहे. दोघे तुझ्या तिकडेच आहोत. जा!'' वळणावरून सारे दृष्टिआड झाले. तो घामानं थबथबला होता. नजर शून्य होती.

आगस्तीन त्याच्या शेजारी उभा होता.

''तुला गोळी घालायला हवीय का मी?'' त्यानं खाली वाकून विचारलं.

''नको. काही नको,'' रॉबर्ट जॉर्डन म्हणाला. ''जा! इथं ठीक आहे मी.''

आगस्तीन रडत असल्यानं रॉबर्ट जॉर्डन त्याला दिसत नव्हता. ''नमस्ते, इंग्लिशा!''

''नमस्ते, बाबा!'' रॉबर्ट जॉर्डन म्हणाला. तो उताराखाली पाहत होता. ''मेरियाकडे लक्ष ठेव. ठेवशील ना?''

''तुझ्या बाबतीत प्रश्न नाही,'' आगस्तीन म्हणाला. ''हवं ते तुझ्याजवळ आहे.''

''या मॅक्वीनाच्या थोड्याच गोळ्या शिल्लक आहेत. तेव्हा मी ही ठेवतो,'' रॉबर्ट जॉर्डन म्हणाला. ''हिच्या नि पाब्लोच्याही बंदुकीच्या गोळ्या आणखी कुठं मिळणार नाहीत.''

“मी नळी साफ केली,” आगस्तीन म्हणाला. “तू पडलास तेव्हा त्यात माती गेली होती.”

“ओझ्याच्या घोड्याचं काय झालं?”

“ते पकडलं जिप्सीनं.”

आगस्तीन आपल्या घोड्यावर स्वार झाला; पण त्याला तेथून जाववत नव्हतं. रॉबर्ट जॉर्डन टेकला होता, त्या झाडाशी तो टेकला.

“जा. दोस्ता!” रॉबर्ट जॉर्डन त्याला म्हणाला. “लढाईत नेहमीच असं होतं.”

“लढाई शुद्ध हलकट आहे.”

“होय बाबा, होय! पण चालायला लाग.”

“नमस्ते इंग्लिशा!” आगस्तीन मूठ आवळत म्हणाला.

“नमस्ते!” रॉबर्ट जॉर्डन म्हणाला. “पण आता चालू लाग.”

आगस्तीननं घोडा वळवला. मूठ जोरानं खाली आणली. जणू त्या आणण्यानं तो शापच देत होता. तो झाडीत शिरला. सगळे आधीच पुढे गेले होते. झाडीतली वाट जिथं वळली तिथं त्यानं मागे पाहिलं नि मूठ हलवली. रॉबर्ट जॉर्डननं हात हलवला. मग आगस्तीन नजरेआड गेला.

रॉबर्ट जॉर्डननं टेकडीच्या हिरव्या उतारावरून रस्त्याकडे नि पुलाकडे पाहिलं. ‘आपण जसे पडलो आहोत तसेच चांगले आहोत–’ त्याच्या मनात आलं. ‘पोटावर होण्याचं धाडस आताच करू नये. हाड इतकं कातडीशी असताना करू नये. शिवाय इथून पाहताही ठीक येतंय.’

जखमेमुळे त्याला पोकळ, निचरा झाल्यासारखं, थकल्यासारखं वाटत होतं. ते सारे गेल्याचाही परिणाम होता नि तोंडात पित्ताची चव होती. आता अखेर सरतेशेवटी सगळे प्रश्न संपले होते. झालेलं असो किंवा त्यांचं यापुढे कसंही होवो, प्रश्न संपला होता.

सगळे निघून गेले होते. झाडाला टेकून तो एकटाच होता. त्यानं हिरव्या उतारावरून खाली पाहिलं. आगस्तीननं गोळी घातलेला घोडा पडला होता तिकडे पाहिलं नि उताराखालच्या पाठीमागे जंगलानं भरलेल्या रस्त्याकडेही पाहिलं. मग त्यानं पुलाकडे पाहिलं, पुलापलीकडे पाहिलं आणि मग तो पुलावरच्या अन् रस्त्यावरच्या हालचाली बघू लागला. रस्त्याच्या सगळ्या खालच्या भागावर आता ट्रक्स दिसत होत्या. झाडांमधून ट्रक्सचे करडे रंग दिसत होते. मग टेकडीवरून रस्ता खाली उतरत होता, त्या रस्त्यावर पुन्हा त्यानं मागे पाहिलं. ‘आता येतील ते.’ त्याच्या मनात आलं.

‘दुसरा कुणी घेईल तेवढीच पिलरही तिची काळजी घेईल,’ त्याच्या मनात आलं. ‘तुला कळतंय हे. पाब्लोची योजना खात्रीची असली पाहिजे; त्याशिवाय तो

ती हाती घेणार नाही. पाब्लोबद्दल तुला चिंता नको. मेरियाबद्दल विचार करण्यानं काही हित होणार नाही. तिला जे सांगितलंस, त्यावर स्वतःच श्रद्धा ठेवून पाहा. तेच उत्तम! पण सांगितलेलं खरं नाही, कोण म्हणतं? तू नाही. तू तसं म्हणत नाहीस. नाहीतर घडलेल्या गोष्टीही झाल्याच नाहीत, असं तू म्हणशील. श्रद्धा आहे तशीच ठेव. संशयात्मा बनू नको. वेळ थोडा आहे. तू आताच तिला परत धाडली आहेस. ज्याला जे जमतं, तेवढं तो करतो. स्वतःसाठी तुला काही करता यायचं नाही; पण दुसऱ्यासाठी येईल. अच्छा! आमच्या नशिबात होतं तेवढं चार दिवसांत मिळालं. चार दिवस नव्हे. आपण इथं आलो, तेव्हा दुपार होती आणि आता अजून दुपार व्हावयाची आहे. त्यात तीन दिवस नि तीन रात्री भरत नाहीत. बरोबर हिशेब कर,' तो म्हणाला. 'अगदी बरोबर हिशेब कर.'

'आता आपण कामाला लागावं,' त्याच्या मनात आलं. 'एखाद्या भटक्यासारखा या झाडाला टेकून राहण्यापेक्षा तुझा काही उपयोग होईल, असा बसून राहा. चांगलं नशीब लाभलंय तुला. याहूनही वाईट गोष्टी घडल्या आहेत. आज ना उद्या प्रत्येकावर ही वेळ येते. आपल्यालाही त्यातून जावं लागणार, हे कळल्यानंतर भीती वाटत नाही. खरं ना? नाही,' तो सत्य ते म्हणाला. 'नर्व्ह चिरडली गेली हे नशीबच! मोडलाय त्या खाली काही पाय आहे, हेही आपल्याला कळत नाही.' त्यानं शरीराच्या खालच्या भागाला स्पर्श केला. तो दुसऱ्या कुणाचा तरी असावा, असा तो स्पर्श झाला.

पुन्हा टेकडीच्या उतारावरून पाहत तो विचार करू लागला. 'मला हे सोडून जावंसं वाटत नाही, इतकंच! हे सोडून जायला मला मुळीच नकोय. आयुष्यात काही बरं केलं असावं, असं मला वाटतं. जवळ जेवढी बुद्धी होती, तिनं जमलं तेवढं करण्याचा प्रयत्न केला. केला असं म्हणतोस? ठीक! केला.

'ज्यावर आपली श्रद्धा होती, त्यासाठी हे वर्षभर लढलो. इथं आम्ही जिंकलो तर सगळीकडे आमचा जय होईल. जग किती सुंदर आहे नि त्यासाठी लढावं, असं आहे. ते सोडून जायचा राग येतो नि इतकं चांगलं जीवन तुला जगायला मिळालं हे तुझं नशीबच! तेवढं दीर्घ नसलं, तरी आजोबांएवढंच सुंदर जीवन तू जगलास. या शेवटच्या तीन दिवसांमुळेच इतर कुणाइतकंच तुझंही जीवन सुंदर झालं. तू इतका नशीबवान ठरल्यावर तक्रारीचं कारणच नाही. जे आपण शिकलो, ते पुढे देता आलं असतं तर? अरे देवा! त्या शेवटच्या काळात आपण किती शिकलो! कारकोवशी बोलायला मिळालं तर? म्हणजे माद्रिदमध्ये. तिकडे जरी त्या टेकड्यांमागे नि मैदान टाकलं की, खाली हे करडे खडक टाकून, हे देवदार, हे रान, ही रिंगणी टाकून पलीकडच्या उंच पिवळ्या पठारावरून ते सुंदर, उठावदार दिसतं. खाटीकखान्याशी रक्त पिणाऱ्या, पिलरच्या गोष्टीतल्या म्हाताऱ्याइतकाच हा भाग खरा आहे. एकच

अशी गोष्ट सर्वस्वी सत्य नाही. ते सारं मिळून सत्य आहे. पठार आमचं असो की शत्रूचं असो, ते सुंदर आहे हे जसं खरं आहे तसं. आहेच ते सालं!

'आता जरा आस्ते घे,' तो म्हणाला. 'वेळ आहे तो जरा वळून घे. ऐक. एक ऐक. ऐक. तुला आठवतंय? पिलरनं हात पाहिला ते? तुझा विश्वास आहे त्यावर? नाही,' तो म्हणाला. 'हे सारं सुरू व्हायच्या आधी सकाळी तिनं त्याबद्दल रदबदली केली. आपण विश्वास ठेवला असावा, अशी भीती तिला वाटली. आपला विश्वास नाही, हे खरंच; पण तिचा आहे. अशांना काहीतरी दिसतं किंवा जाणवतं. शिकारी कुत्र्यासारखं. सहावं इंद्रिय म्हणतात, त्याचं काय? अश्लीलतेचं काय?' तो म्हणाला. 'तिनं जाताना नमस्ते म्हटलं नाही. तिनं म्हटलं असतं तर मेरिया हलली नसती, हे तिला ठाऊक होतं. पिलर– ती पिलर! जरा अंग वळवून घे, जॉर्डन!' पण वळवून पाहायलाही त्याला नको होतं.

मग कुल्ल्यावरच्या खिशातील लहान बुधल्याची त्याला आठवण आली. नि त्याच्या मनात आलं, 'मी त्यातला एक मोठा घोट घेतो नि वळून पाहतो.' पण त्यानं चाचपलं तर बुधला त्या जागी नव्हता. मग त्याला फारच एकाकी वाटलं. कारण आता तेवढंसुद्धा मिळणार नाही ही जाणीव झाली. 'आपण त्यावर भिस्त ठेवली असावी बहुधा–' त्याच्या मनात आलं.

पाब्लोनं तो घेतला. 'तुला वाटतं असं? मूर्खासारखं काही डोक्यात आणू नको. पुलाशीच ते हरवलं. चल जॉर्डन!' तो म्हणाला. 'आता वळ पाहू.'

मग त्यानं दोन्ही हातानं डावा पाय धरला नि जोरानं ओढला. ज्या झाडाला त्यानं पाठ दिली होती त्याच्याशीच पडून तो ओढू लागला. सपाट पडून पाय जोरानं ओढत, मोडलेल्या हाडाचं टोक वर येऊ नये असं पाहत, तो कुल्ल्यावर हलकेहलके फिरला. त्याची पाठ उताराकडे होईपर्यंत तो फिरत राहिला. मग आपला मोडका पाय दोन्ही हातात ठेवून त्यानं आपल्या उजव्या पायाची टाच डाव्या पायाशी आणली नि जोर लावत, घामानं निथळत तोंड नि छाती यांवर पलटी खाल्ली. तो आपल्या कोपरावर वर झाला. दोन्ही हातांत धरून, डावा पाय चांगला मागे पसरला नि उजव्या पायानं मोठ्या कष्टानं ढकल दिली नि तो त्याला हवा तसा झाला. हाडाचं टोक कातडं फाडून वर आलं नव्हतं. ते आतल्या स्नायूखाली दबलं होतं.

'तो साला घोडा त्यावर पडला, तेव्हा मोठ्या नर्व्हचा चांगलाच चुराडा झाला असला पाहिजे. खरंच काही वेदना नाहीत. वळताना कुठे जरा वाटतंय. ते हाड जेव्हा दुसरीकडे कुठं टोचतं, तेव्हा वाटतं जरा. पाहिलंस?' तो म्हणाला. 'केवढं नशीब! तुला बुधल्यातलं कशाला हवंय?'

त्यानं सब-मशीनगनसाठी हात पुढे केला. तिच्या मॅगेझीनमधली क्लिप बाहेर काढली. क्लिपसाठी खिसा चाचपला. बंदूक उघडून नळीतून पाहिलं. मॅगेझीनच्या

खोबणीत क्लिप कट वाजेपर्यंत बसवली. मग उतारावरून खाली पाहिलं. 'अर्धा तास लागावा,' त्याच्या मनात आलं. 'आता धीरानं घे.'

मग त्यानं टेकडीकडे पाहिलं, देवदारांकडे पाहिलं नि तो मनात विचार न आणण्याचा प्रयत्न करू लागला.

त्यानं ओढ्याकडे पाहिलं. नि पुलाच्या तळाच्या सावलीत किती गार होतं त्याला आठवलं. 'शत्रू यावा,' त्याला वाटलं. 'ते येण्याआधी आपण बेशुद्ध वगैरे पडू नये.

'कुणाला शेवट सोपा जातो, तुला वाटतं? धार्मिक वृत्तीच्या लोकांना की जे आहे तसं पाहतात त्यांना? जे धार्मिक आहेत त्यांना फार शांती लाभते; पण तसं पुढे भिण्यासारखं काही नाही, आम्हाला ठाऊक आहे. आहे ते सोडून जावं लागतं, एवढंच त्यातलं खरं वाईट आहे. मृत्यू लांबला तरच तो वाईट. विशेषतः यातना असल्या की, माणसाची लाज निघते. तू नशीबवान आहेस म्हटलं ते तिथं. कळलं? त्या यातना-वेदना तुला काही नाहीत.

'सारे इथून सुटले, चमत्कारच म्हटला पाहिजे. ते सुटले. आता स्वतःचं वाटत नाही. आपण म्हणालो तसंच काहीसं झालं. बरंचसं तसं झालं. तो घोडा पडलाय तिथं जर सारे पसरून असते तर कसं झालं असतं पाहा! किंवा सुटण्यासाठी आम्ही सगळे इथंच घोळका करून असतो तर? सगळे सुटले. दूरही गेले. आता हल्ला जर यशस्वी होता! तुला हवंय तरी काय? सगळं हवंय! आपल्याला सगळं व्हायला हवंय नि मिळेल तेवढं आपण घेत राहणार. हा हल्ला ठीक झाला नाही तर दुसरा होईल. विमानं केव्हा परत आली, आपलं लक्षच नव्हतं. देवा! खरंच नशीब. आपण जाण्यासाठी तिचं मन वळवलं.

'याचं आजोबांना सांगायला किती बरं वाटेल. असं जाऊन, माणसं शोधून, असं काही करण्याची वेळ त्यांच्यावर आली नसेल. पैज! तुला काय ठाऊक? त्यांनी असली पन्नास केली असतील. नाही,' तो म्हणाला. 'नेमकी सांग. यांसारखी पन्नास कुणी केलेली नाहीत. पाचही कुणी केलेली नाहीत. यासारखं एकसुद्धा कुणी केलेलं नाही. नक्की. केलीही असावीत.

'शत्रू यावा आता,' तो म्हणाला. 'तो यावा, कारण आता पायात वेदना सुरू झाल्या आहेत. सुजेमुळे असाव्यात.

'गोळी लागेपर्यंत कसं छान चाललं होतं,' त्याच्या मनात आलं. 'पुलाखाली असताना असं काही झालं नाही हे नशीबच. चुकीची गोष्ट असली की, काहीतरी घडतंच. गोल्झनं तुला हुकूम दिला, तेव्हाच तुझं नशीब ठरलं होतं. तुला ते कळलं होतं नि पिलरला तशीच काहीतरी भावना आली; पण नंतर अशा गोष्टी आम्ही जास्त व्यवस्थित करू. आमच्याजवळ अंगावरचे शॉर्ट वेव्ह ट्रान्समीटर हवेत. आम्हाला हवं, असं पुष्कळ आहे. एक सुटा पाय पण मला हवाय.'

या विनोदावर हसताना त्याला घाम फुटला, कारण पडण्यानं चिरडलेली नर्व्ह आता दुखू लागली होती. 'अरे! शत्रू येऊ द्या ना आता!' तो म्हणाला. 'आपल्या वडिलांनी केलं ते आपण करायला नको आहे. आपण ते सहज करू; पण आपल्याला ते नको आहे. आपण विरुद्ध आहो त्याच्या. त्याचा विचारही करू नको. विचार करू नको. साले यावेतच आता!' तो म्हणाला. 'शत्रूचे लोक यावेत असं किती वाटतंय!

'ऐक! स्वतःला आपल्याला मारावंही लागेल. आपण बेशुद्ध पडलो किंवा तसं काही झालं तर आपल्याकडे उपाय काय? बेशुद्ध पडल्यावर शत्रूनं आपल्याला सावध केलं, आपल्याला खूप प्रश्न विचारू लागले नि हाल केले तर ते चांगलं नाही. त्यांना तसं करायला संधी न देणंच चांगलं! मग ते आताच का करू नये म्हणजे सगळं संपेल? कारण, ए, ऐक! येऊ दे शत्रूला.

'स्वतःला मारण्याचं इतकं जमायचं नाही तुला जॉर्डन,' तो म्हणाला. 'ते इतकं जमायचं नाही; पण ते इतकं कुणाला जमलंय? मला ठाऊक नाही. आपल्याला कसलीच पर्वा नाही आता. तुला जमायचं नाही. तेच बरोबर. तुला नाही जमायचं. नाहीच– मुळीच नाही. आता तसं केलं तर ठीक होईल का? काय वाटतं तुला?

'नाही. जमायचं नाही, कारण अजून थोडंसं करायचं राहिलं आहे. काय करायचं आहे कळतंय, तोपर्यंत तुला केलं पाहिजे. तुला ते आठवतंय, तोपर्यंत थांब. चल, शत्रूला येऊ दे. येऊ दे त्याला. येऊ दे!

'ते दूर गेल्याचा विचार कर,' तो म्हणाला. 'ते रानातून जाताहेत, ते मनात आण. ते एक ओढा ओलांडताहेत, असं मनात आण. झुडपांतून ते घोड्यावरून जात आहेत, असं पाहा. चढणीवर चढताहेत, असं मनात आण. रात्री त्यांचं कुशल चिंत. सर्व रात्रभर ते प्रवास करीत आहेत, असा विचार कर. उद्या ते लपून आहेत, ते मनात आण. त्यांच्याबद्दल इतकंच मनात आणता येतंय,' तो म्हणाला.

'मोंटानाचं मनात आण. नाही आणता येत? माद्रिदचा विचार आण. नाही आणता येत? पाण्याचा थंड घोट मनात आण. अच्छा! तसंच काहीतरी. पाण्याच्या थंड घोटासारखा तू खोटारडा आहेस. हे काहीच कशासारखं असणार नाही. तसंच काहीतरी ते असेल. शून्य! मग उरकून टाक. आता. उरक. आताच ते उरकून टाकणं चांगलं! चल उरकून टाक. नाही, तुला थांबलं पाहिजे. कशाला? कशाला ते तुला ठाऊक आहे. आता थांब.

'जर तू थांबलास नि शत्रूला जरा थोपवलंस किंवा एक अधिकारी घेतलास तर केवढं काम होईल. एक चांगली गोष्ट, पुष्कळ–

'बरं बरं!' तो म्हणाला. तो अगदी शांत पडून राहिला. पर्वताच्या उतारावरून बर्फ निसटतं तसं स्वतःला स्वतःमधून निसटून न देण्याचा प्रयत्न तो करू लागला. मग तो अगदी शांतपणे म्हणाला, 'शत्रू येईपर्यंत मला टिकाव धरू दे.'

रॉबर्ट जॉर्डनचं नशीब चांगलं ठरलं, कारण याच क्षणी त्यानं घोडदळ झाडीतून येऊन रस्ता ओलांडताना पाहिलं. ते चढणीवर चढून येत असताना तो पाहू लागला. त्यानं पडलेल्या घोड्याशी वाकलेला सैनिक पाहिला. आपल्याकडे येणाऱ्या अधिकाऱ्याला पाहून तो ओरडला. दोघांना घोड्याकडे निरखत असताना त्यानं पाहिलं. घोड्याला अर्थातच त्यांनी ओळखलं. ते घोडे नि त्याचा स्वार परवा पहाटेपासून हरवले होते.

रॉबर्ट जॉर्डननं चढणीवर दोघांना अगदी आपल्या जवळसं पाहिलं. खाली त्याला रस्ता, पूल नि त्यामागची ट्रक्सची लांब रांग दिसली. तो आता चांगला सावध होता नि त्यानं सगळीकडे एक नजर टाकली. मग त्यानं आकाशाकडे पाहिलं. आकाशात मोठाले पांढरे ढग होते. तो पडला होता त्या जमिनीवरच्या पाचोळ्याला त्यानं तळहाताचा स्पर्श केला नि तो टेकला होता त्या देवदाराच्या बुंध्याला त्यानं हात लावला.

मग कोपरा पाचोळ्यात ठेवून जेवढं आरामात राहता येईल तेवढं तो राहिला. मशीनगनची नळी देवदाराच्या बुंध्यावर ठेवलेली होती.

टोळी गेली होती त्यांच्या खुणांवरून अधिकारी हुडकत येत असताना रॉबर्ट जॉर्डन पडला होता तेथून पंचवीस वारांवरून त्याला जावं लागलं. इतक्या अंतरावर नेमकं वगैरेचा प्रश्नच नव्हता. अधिकाऱ्याचं नाव लेफ्टनंट बेरॅंडो होतं. तो ला ग्रंजहून आला होता. खालच्या चौकीवर हल्ला झाल्याची बातमी येताच त्यांना तसा हुकूम झाला होता. ते दौडत आले होते; पण पूल पडल्यानं त्यांना मागे परतावं लागलं होतं. वरून खिंड ओलांडून झाडीमधून यावं लागलं होतं. त्यांचे घोडे घामानं ओले झाले होते; त्यांना फेस आलेला होता नि दुडकं चालायला त्यांना मारावं लागत होतं.

खुणा बघत लेफ्टनंट बेरॅंडो घोड्यावरून वर आला. त्याचा चेहरा गंभीर होता. त्याची सब-मशीनगन खोगिरावर त्याच्या मुडपलेल्या हातात होती. रॉबर्ट झाडामागे, हात कापू नयेत म्हणून स्वतःला सावरत, हलक्या अंगानं पडला होता. कुरणाचे हिरवे उतार नि देवदाराचं जंगल यांचा संगम झालेल्या जागी ऊन पडलं होतं. तिथं तो अधिकारी येऊन पोहोचण्याची तो वाट पाहत होता. रानातल्या देवदाराच्या पाचोळ्यावर आपल्या हृदयाची धडधड त्याला कळत होती.

◆